AF765880

ഇന്ത്യ എന്ന വിസ്മയം

ഇന്ത്യൻ സംസ്ഥാനങ്ങളിലൂടെ

india enna vismayam
indian samsthanangaliloode

•

k rajendran

•

first edition
march 2012

•

typesetting
star communications, thiruvananthapuram

•

published
chintha publishers, thiruvananthapuram

•

printed
akshara offset, thiruvananthapuram

•

cover
ambeesh

•

Rights reserved

വിതരണം
ദേശാഭിമാനി ബുക്ക് ഹൗസ്
H O തിരുവനന്തപുരം-695 035
www.chinthapublishers.com
chinthapublishers@gmail.com

ബ്രാഞ്ചുകൾ
ഹെഡ്ഡാഫീസ് കുന്നുകുഴി • ഓവർബ്രിഡ്ജ് തിരുവനന്തപുരം • കെ എസ് ആർ ടി സി ബസ് സ്റ്റേഷൻ ആലപ്പുഴ • കെ എസ് ആർ ടി സി ബസ് സ്റ്റേഷൻ എറണാകുളം • മച്ചിങ്ങൽ ലെയ്ൻ തൃശൂർ • ഐ ജി റോഡ് കോഴിക്കോട് • കെ എസ് ആർ ടി സി ബസ് സ്റ്റേഷൻ കോഴിക്കോട് • എൻ ജി ഒ യൂണിയൻ ബിൽഡിങ് കണ്ണൂർ • സെൻട്രൽ ബസ് ടെർമിനൽ കോംപ്ലക്സ് താവക്കര കണ്ണൂർ

CO - 1709 / 2862

ഇന്ത്യ എന്ന വിസ്മയം

ഇന്ത്യൻ സംസ്ഥാനങ്ങളിലൂടെ

കെ രാജേന്ദ്രൻ

ചിന്ത പബ്ലിഷേഴ്സ്
തിരുവനന്തപുരം-695 035

കെ രാജേന്ദ്രൻ

1976 ൽ പാലക്കാട് ജില്ലയിലെ പട്ടാമ്പിക്കടുത്ത് ഞാങ്ങാട്ടിരിയിൽ ജനനം. പിതാവ്: കെ പത്മനാഭൻ. മാതാവ്: പി ദേവയാനി.

നിയമത്തിൽ ബിരുദവും പത്രപ്രവർത്തനത്തിൽ ബിരുദാനന്തര ഡിപ്ലോമയും നേടി. ഇപ്പോൾ കൈരളി-പീപ്പിൾ ടിവിയുടെ വാർത്താവിഭാഗത്തിൽ ഡെപ്യൂട്ടി ന്യൂസ് എഡിറ്റർ.

മികച്ച ടി വി റിപ്പോർട്ടറിനുള്ള സംസ്ഥാന പബ്ലിക് റിലേഷൻസ് വകുപ്പിന്റെ അവാർഡ്, മികച്ച സാമൂഹികപ്രസക്തിയുള്ള ടി വി റിപ്പോർട്ടറിനുള്ള വി കെ മാധവൻകുട്ടി സ്മാരക മാധ്യമപുരസ്കാരം, മികച്ച അന്വേഷണാത്മക റിപ്പോർട്ടിനുള്ള സുരേന്ദ്രൻ നീലേശ്വരം സ്മാരക അവാർഡ്, മികച്ച ശിശുക്ഷേമ ടി വി പരിപാടിക്കുള്ള ശിശുക്ഷേമ സമിതിയുടെ കെ ജയചന്ദ്രൻ സ്മാരക അവാർഡ്, സംസ്ഥാന വിദ്യാഭ്യാസ ചലച്ചിത്രമേളയിൽ സ്പെഷ്യൽ ജൂറി അവാർഡ്, ദല-ടിവി കൊച്ചുബാവ കഥാപുരസ്കാരം, കുഞ്ഞുണ്ണിമാസ്റ്റർ സ്മാരക ബാലസാഹിത്യ പുരസ്കാരം എന്നിവയ്ക്ക് അർഹനായി. യു എൻ ഡി പിയുടെ മാനുഷിക വികസന മാധ്യമ ഫെലോഷിപ്പ്, കേന്ദ്ര സാംസ്കാരിക മന്ത്രാലയത്തിന്റെ ജൂനിയർ ഗവേഷണ ഫെലോഷിപ്പ്, സാഹിയ ഹുസൈൻ ഇന്ത്യ-പാക് മാധ്യമ ഫെലോഷിപ്പ്, സി എസ് ഇ പരിസ്ഥിതി മാധ്യമ ഫെലോഷിപ്പ് എന്നിവ ലഭിച്ചിട്ടുണ്ട്.

പ്രസിദ്ധീകരിച്ച പുസ്തകങ്ങൾ: *ക്യാപ്റ്റൻ ലക്ഷ്മിയുടെ ജീവിതകഥ, മലമുകളിലെ കഥകൾ, ഹാജ്യാരും ബിരിയാണിയും, ആണവക്കരാർ അകവും പുറവും, കുടിവെള്ളത്തിനും കിടപ്പാടത്തിനും വേണ്ടി, അഞ്ച് പെൺകുട്ടികൾ.*

ഭാര്യ : അഡ്വ. മീന സി ആർ
മകൻ : അമതൻ
വിലാസം : ഞാങ്ങാട്ടിരി, പട്ടാമ്പി
email : krajendran6@gmail.com

ഉള്ളടക്കം

1

ആന്ധ്രപ്രദേശ്

***മ**ഹാഭാരത*ത്തിലും *നാട്യശാസ്ത്ര*ത്തിലും ഗ്രീക്ക് സഞ്ചാരി മെഗസ്തനീസിന്റെ യാത്രാരേഖകളിലുമെല്ലാം ആന്ധ്രയിലെ ഗോത്രവർഗങ്ങളെക്കുറിച്ച് പരാമർശമുണ്ട്. കുബേരകന്മാർ, ശതവാഹന്മാർ, കാക്കാത്തിയ രാജവംശം തുടങ്ങിയവർ ആദ്യകാലങ്ങളിൽ ആന്ധ്ര ഭരിച്ചു. 1323 ൽ ദില്ലി സുൽത്താൻ ഗിയാസ് ഉദ്ദീൻ തുഗ്ലക്ക് ഉലുവ്ഖാൻ എന്ന സൈനിക മേധാവിയുടെ നേതൃത്വത്തിൽ വൻപടയെ ആന്ധ്രയിലേക്കയച്ചു. സംഘം ആന്ധ്രയിലെ വാറങ്കൽ മേഖല പിടിച്ചെടുത്തതോടെയാണ്. മുസ്ലീം ഭരണാധികാരികൾ ആധിപത്യമുറപ്പിച്ചത്. 'നൈസാം' എന്ന സ്ഥാനപ്പേരുള്ള ഭരണാധികാരികൾ സർവശക്തരും തന്ത്രശാലികളുമായിരുന്നു. രായലസീമ മേഖല നൈസാം ബ്രിട്ടീഷുകാർക്ക് വിട്ടുകൊടുത്തു. മറ്റ് പ്രദേശങ്ങളെല്ലാം കൈപ്പിടിയിലൊതുക്കി. സ്വാതന്ത്ര്യത്തിന് ശേഷം നൈസാം ഇന്ത്യയിൽ ചേരാൻ തയാറായില്ല. ഇതിനെത്തുടർന്ന് 1948 ൽ സൈനിക നടപടിയിലൂടെ ആന്ധ്രയെ ഇന്ത്യയിൽ ചേർക്കുകയായിരുന്നു.

തെലങ്കാന സമരം

ലോകകമ്യൂണിസ്റ്റ് മുന്നേറ്റങ്ങളിൽ തെലങ്കാന സമരത്തിന് നിർണായക സ്ഥാനമുണ്ട്. ഒരേസമയം സ്വാതന്ത്ര്യത്തിനും ഭൂമിക്കും വേണ്ടിയുള്ള സമരമായിരുന്നു അത്. ആന്ധ്രയുടെ വടക്കൻ പ്രദേശമാണ് തെലങ്കാന. 1946ലാണ് കമ്യൂണിസ്റ്റ് പാർട്ടിയുടെ നേതൃത്വത്തിൽ ഇവിടെ സായുധ കർഷകസമരമാരംഭിച്ചത്. സമരം ഹൈദരാബാദ് ആസ്ഥാനമായി ഭരിച്ചിരുന്ന നൈസാമിനും നൈസാമിന് പിന്തുണ നൽകിയിരുന്ന ബ്രിട്ടീഷുകാർക്കും ഭൂ ഉടമകൾക്കും എതിരെയുള്ളതായിരുന്നു. നൽഗോണ്ട, വാറങ്കൽ, ഖമ്മം എന്നീ ജില്ലകളിലെ മൂവായിരത്തോളം ഗ്രാമങ്ങ

ളിൽ സമരം വ്യാപിച്ചു. പതിനായിരത്തോളം പരിശീലനം നേടിയ സായുധ വിപ്ലവകാരികൾ, രണ്ടായിരത്തോളം ഗറില്ല വിപ്ലകാരികൾ, ഇവർക്ക് പിന്തുണ നൽകുന്നതിനായി എല്ലാ ഗ്രാമങ്ങളിലും ജനകീയ സമിതികൾ തുടങ്ങിയവ രൂപീകരിച്ചു.

വിപ്ലവത്തിന്റെ ആദ്യഘട്ടത്തിൽത്തന്നെ വിപ്ലവകാരികൾ ദേശ്മുഖ് ഭൂപ്രഭുക്കളിൽനിന്നും പത്തു ലക്ഷം ഏക്കർ ഭൂമി പിടിച്ചെടുത്തു. പിടിച്ചെടുത്ത ഭൂമി ജനകീയ സമിതികൾ മുപ്പതുലക്ഷത്തോളം വരുന്ന ഗ്രാമീണർക്ക് വീതിച്ചുകൊടുത്തു. ഹൈദരാബാദ് നൈസാം അടങ്ങിയിരുന്നില്ല. അദ്ദേഹത്തിന്റെ സ്വകാര്യപട്ടാളമായ റസാർകർമാർ ഭൂപ്രഭുക്കളുടെയും ഗുണ്ടകളുടെയും സഹായത്തോടെ സമരത്തെ അടിച്ചമർത്താൻ ശ്രമിച്ചപ്പോൾ വിപ്ലവകാരികൾ ഗ്രാമങ്ങളിൽനിന്നും അവരെ തുരത്തിയോടിച്ചു. സ്വാതന്ത്ര്യലബ്ധിക്കുശേഷവും സാമൂഹ്യവ്യവസ്ഥയിൽ യാതൊരു മാറ്റവും ഉണ്ടായില്ല. വിദേശ മുതലാളിക്ക് പകരം സ്വദേശി മുതലാളിയും നൈസാമിന് പകരം ദേശ്മുഖ്മാരും രാജ്യം ഭരിക്കാൻ തുടങ്ങിയപ്പോൾ സമരം തുടരാൻ ജനങ്ങൾ നിർബന്ധിതരായി. സമരത്തെ ഏതുവിധേനയും അടിച്ചമർത്താൻ പ്രധാനമന്ത്രി ജവഹർലാൽ നെഹ്റു തീരുമാനിച്ചു. അദ്ദേഹം അമ്പതിനായിരത്തോളം സൈനികരെ തെലങ്കാനയിലേക്കയച്ചു. അന്നത്തെ ഇന്ത്യൻ കരസേനയുടെ അംഗബലം അമ്പതിനായിരത്തോളം മാത്രമേ ഉണ്ടായിരുന്നുള്ളൂ. 1947–48 കാലയളവിൽ കാശ്മീർ യുദ്ധത്തിനായി ഇന്ത്യൻ സൈന്യം ചെലവഴിച്ച അത്രയും തുക തെലങ്കാനയിലെ ജനകീയ സമരത്തെ അടിച്ചമർത്താൻ കേന്ദ്രസർക്കാർ വിനിയോഗിച്ചു.

തെലങ്കാന സമരത്തിൽ നാലായിരത്തോളം കമ്യൂണിസ്റ്റുകാരാണ് രക്തസാക്ഷിത്വം വരിച്ചത്. പതിനായിരത്തോളം പേരെ വർഷങ്ങളോളം ജയിലിലിലടച്ചു. സ്ത്രീകളും കുട്ടികളും ഉൾപ്പെടെ അരലക്ഷത്തോളം പേർ സൈന്യത്തിന്റെയും പൊലീസിന്റെയും ഭൂപ്രഭുക്കളുടേയും ക്രൂരമായ പീഡനങ്ങൾക്ക് ഇരയായി. നൂറുകണക്കിന് സ്ത്രീകൾ മാനഭംഗം ചെയ്യപ്പെട്ടു. ഗ്രാമീണരുടെ സമ്പാദ്യങ്ങളെല്ലാം കൊള്ളയടിക്കപ്പെട്ടു. കമ്യൂണിസ്റ്റുകാർ ജന്മിമാരിൽനിന്നും പിടിച്ചെടുത്ത് പാവങ്ങൾക്ക് വിതരണം ചെയ്തിരുന്ന പത്ത് ലക്ഷത്തോളം ഏക്കർ ഭൂമി തിരിച്ചു പിടിച്ചു. ഈ ഭൂമി മുഴുവൻ ഭൂപ്രഭുക്കൾക്ക് തിരിച്ചു നൽകി.

കൃഷിഭൂമിക്ക് മേലുള്ള കർഷകന്റേയും കർഷകത്തൊഴിലാളിയുടേയും മൗലിക അവകാശം, ഭൂപരിഷ്കരണം, മിനിമംകൂലി, സ്ത്രീ ശാക്തീകരണം, അധികാര വികേന്ദ്രീകരണം തുടങ്ങിയ വിഷയങ്ങളെല്ലാം ദേശീയ വിഷയങ്ങളായി മാറ്റുന്നതിൽ തെലങ്കാന സമരം നിർണായക പങ്കുവഹിച്ചു. അതേസമയം കേന്ദ്രഭരണവും കമ്യൂണിസ്റ്റ് പാർട്ടിയിലെ അനൈക്യവും പരമാവധി മുതലെടുക്കാൻ എതിരാളികൾക്ക് സാധിച്ചു. സായുധവിപ്ലവം തെറ്റായിരുന്നുവെന്ന് വിലയിരുത്തിയ ഒരുവിഭാഗം നെഹ്റുവിന്റെ ഇടപെടലുകളെ അനുകൂലിച്ചു. സുന്ദരയ്യയും ബസവപു

ന്നയ്യയും ശക്തമായ കോൺഗ്രസ് വിരുദ്ധ നിലപാടുകളിൽ ഉറച്ചു നിന്ന പ്പോൾ രാജേശ്വരറാവുവും നാരായണ റെഡ്ഡിയും കോൺഗ്രസ് പക്ഷ പാത സമീപനമാണ് കൈക്കൊണ്ടത്. ഇത്തരം അഭിപ്രായ ഭിന്നതക ളാണ് ദേശീയ തലത്തിൽ കമ്യൂണിസ്റ്റ് പാർട്ടി പിളരുന്നതിലേക്ക് നയി ച്ചത്.

രാഷ്ട്രീയം

കോൺഗ്രസ് നേതാവ് നീലം സജ്ജീവറെഡ്ഡിയായിരുന്നു ആദ്യ മുഖ്യമന്ത്രി. 1982 വരെ തുടർച്ചയായി കോൺഗ്രസ് സംസ്ഥാനം ഭരിച്ചു. 1983 ൽ എൻ ടി രാമാറാവുവിന്റെ നേതൃത്വത്തിൽ തെലുങ്കുദേശം പാർട്ടി അധികാരത്തിലേറി. പിന്നീട് കുറേവർഷം ഇരുപാർട്ടികളും മാറിമാറി സംസ്ഥാനം ഭരിച്ചു. 1999 ൽ രാമറാവുവിന്റെ മരുമകൻ ചന്ദ്രബാബു നായി ഡുവിന്റെ നേതൃത്വത്തിൽ ഭൂരിഭാഗം വരുന്ന എം എൽ എ മാരും ചേർന്ന് ശക്തമായ വിമതനീക്കം നടത്തി. രാമറാവുവിന്റെ ആധിപത്യത്തിന് വിരാ മമിട്ട് ചന്ദ്രബാബു നായിഡു മുഖ്യമന്ത്രിയായി. പിന്നീട് ബി ജെ പിയു മായി സഖ്യമുണ്ടാക്കിയ ടി ഡി പി 2003വരെ സംസ്ഥാനം ഭരിച്ചു. 2003 ൽ ചന്ദ്രബാബു നായിഡുവിന് നേരെ നക്സൽ ആക്രമണമുണ്ടായി. സഹ താപ തരംഗം പ്രതീക്ഷിച്ച് നേരത്തെ തിരഞ്ഞെടുപ്പ് നടത്തിയ റാവു വിന് പിഴച്ചു. 2004 നിയമസഭാ തിരഞ്ഞെടുപ്പിൽ കോൺഗ്രസ് അധികാര ത്തിൽ വന്നു. മുഖ്യമന്ത്രി രാജശേഖരറെഡ്ഡി ശക്തനായ നേതാവായി ഉയർന്നുവന്നു. 2008ലെ തിരഞ്ഞെടുപ്പിൽ വൻ വിജയം നേടി റെഡ്ഡി വീണ്ടും അധികാരത്തിൽ വന്നു. എന്നാൽ രാജ്യത്തെ നടുക്കിക്കൊണ്ട് കർണാലിലുണ്ടായ ഹെലിക്കോപ്ടർ അപകടത്തിൽ രാജശേഖരറെഡ്ഡി മരിച്ചു. റെഡ്ഡിയുടെ മകൻ ജഗമോഹൻ റെഡ്ഡിയെ തഴഞ്ഞ് കെ റോസ യ്യയെ ഹൈക്കമാന്റ്; മുഖ്യമന്ത്രിയാക്കി. സംസ്ഥാന രാഷ്ട്രീയം ഇപ്പോൾ കൂട്ടുകക്ഷി രാഷ്ട്രീയത്തിലേക്കാണ് നീങ്ങുന്നത്. കോൺഗ്രസ്, ടി ഡി പി എന്നീ പാർട്ടികൾക്ക് പുറമേ തെലങ്കാന സംസ്ഥാനം രൂപീകരിക്ക ണമെന്ന് ആവശ്യപ്പെട്ടുകൊണ്ട് ആരംഭിച്ച തെലങ്കാന രാഷ്ട്ര സമിതി, ചിരംജീവിയുടെ നേതൃത്വത്തിൽ രൂപീകരിച്ച പ്രജാരാജ്യം പാർട്ടി, സി പി ഐ എം, സി പി ഐ എന്നീ പാർട്ടികൾ സംസ്ഥാനത്ത് ശക്തമാണ്.

തെലങ്കാന സംസ്ഥാനം രൂപീകരിക്കണമെന്ന് ആവശ്യപ്പെട്ടുകൊ ണ്ടുള്ള പ്രക്ഷോഭം 2009 ന്റെ അവസാനത്തോടെ ഉച്ചസ്ഥായിയിലെത്തി. സർക്കാർ സംസ്ഥാന രൂപീകരണത്തിനായുള്ള ശുപാർശ സമർപ്പിക്കു ന്നതിനായി ജസ്റ്റിസ് ബി ആർ ശ്രീകൃഷ്ണയെ നിയോഗിച്ചിരുന്നു. കമ്മീ ഷൻ റിപ്പോർട്ട് സമർപ്പിച്ചെങ്കിലും പ്രശ്നങ്ങൾ തീർന്നിട്ടില്ല.

കർഷക, തൊഴിലാളി മുന്നേറ്റങ്ങൾ

ആന്ധ്രയിലെ കർഷകത്തൊഴിലാളി മുന്നേറ്റങ്ങൾക്ക് അടിത്തറയി ട്ടത് 19-ാം നൂറ്റാണ്ടിന്റെ അന്ത്യത്തോടെ സജീവമായ സാമൂഹ്യപരിഷ്ക

രണ പ്രസ്ഥാനങ്ങളായിരുന്നു. വീരസലിംഗ, ഗുരുസാദ അപ്പാറാവു, ഗുസുഗു രാമമൂർത്തി തുടങ്ങിയവരായിരുന്നു സാമൂഹ്യപരിഷ്കരണ പ്രസ്ഥാനങ്ങളുടെ നേതാക്കൾ. സ്ത്രീശാക്തീകരണത്തിന് വേണ്ടിയായിരുന്നു വീരസലിംഗയും ഗുരുസാദ അപ്പാറാവുവും ശബ്ദമുയർത്തിയിരുന്നത്. ഇരുവരും വിധവാവിവാഹങ്ങൾ പ്രോത്സാഹിപ്പിച്ചു. അക്കാലത്ത് സ്ത്രീധനത്തിനെതിരെ അപ്പാറാവു എഴുതി അവതരിപ്പിച്ച *കന്യാശുൽകം* എന്ന നാടകം ആന്ധ്രയിലെ ഗ്രാമങ്ങളെ ഇളക്കിമറിച്ചിരുന്നു.

നാടകം, സാഹിത്യം എന്നിവയോടൊപ്പം ഗ്രന്ഥശാലാ പ്രസ്ഥാനവും ആന്ധ്രയിൽ കരുത്താർജിച്ചു. ഗഡിചാരില ഹരിസർവോത്തമറാവു ആയിരുന്നു ഗ്രന്ഥശാലാ പ്രസ്ഥാനത്തിന്റെ സ്ഥാപകൻ. കോൺഗ്രസുകാരനായ ഹരിസർവോത്തമറാവു ആയിരുന്നു ആന്ധ്രയിലെ ആദ്യത്തെ പത്രമായ *ആന്ധ്രപത്രിക*യുടെ പത്രാധിപർ.

സാമൂഹ്യപരിഷ്കരണ പ്രസ്ഥാനവും ഗ്രന്ഥശാലകളുടെ സ്വാധീനവുമെല്ലാം ഒരു വിഭാഗം ചെറുപ്പക്കാരെ പുരോഗമന ചിന്താഗതിക്കാരാക്കി. ഇവർ കോൺഗ്രസിലൂടെ പൊതുപ്രവർത്തനം ആരംഭിച്ചു. രാജമുദി ജയിലിൽ അടയ്ക്കപ്പെട്ട ഇവർ ജയിൽവാസത്തിനിടയിൽ ബംഗാളിലെ വിപ്ലവകാരികളെ പരിചയപ്പെട്ടു. കമ്യൂണിസത്തിന്റെ വിത്ത് പാകിയത് ബംഗാൾ വിപ്ലവകാരികളായിരുന്നു. ജയിലിൽ നിന്ന് പുറത്തിറങ്ങിയ ഇവർ പിന്നീട് കോൺഗ്രസ് സോഷ്യലിസ്റ്റ് പാർട്ടിയിലും കമ്യൂണിസ്റ്റ് പാർട്ടിയിലും ചേർന്നു.

1934 ലായിരുന്നു ആന്ധ്രയിലെ കമ്യൂണിസ്റ്റ് പാർട്ടിയുടെ രൂപീകരണം. പി സുന്ദരയ്യ, നരസിംഹമൂർത്തി, ഖമ്മംബാട് സത്യനാരായണ റാവു എന്നിവരായിരുന്നു ആദ്യകാല നേതാക്കൾ. 1930 ൽ കമ്യൂണിസ്റ്റ് പാർട്ടി നിരോധിച്ചിരുന്നു. ഇക്കാരണത്താൽ കോൺഗ്രസുകാർ, കോൺഗ്രസ് സോഷ്യലിസ്റ്റുകാർ എന്ന വ്യാജേനയാണ് ഇവർ പുറത്തിറങ്ങി പ്രവർത്തിച്ചിരുന്നത്.

1937 ൽ അഖിലേന്ത്യാ കിസാൻസഭ രൂപീകരിക്കപ്പെട്ടതോടെയാണ് കർഷകസമരങ്ങൾ ആന്ധ്രയിൽ സജീവമായത്. സമരത്തിൽ കമ്യൂണിസ്റ്റുകാരോടൊപ്പം കോൺഗ്രസുകാരിലെയും ഒരു വിഭാഗം അണിനിരക്കാൻ തുടങ്ങി. അക്കാലത്ത് നാട്ടുരാജ്യങ്ങളിൽ കോൺഗ്രസ് പാർട്ടി പ്രവർത്തിച്ചിരുന്നില്ല. ഓരോ നാട്ടുരാജ്യങ്ങളിലും പ്രത്യേക പാർട്ടികൾ രൂപീകരിച്ചാണ് പ്രവർത്തിച്ചിരുന്നത്. ആന്ധ്രാപ്രദേശിൽ ആന്ധ്രാമഹാസഭ തന്നെ പേരിലായിരുന്നു പ്രവർത്തിച്ചിരുന്നത്. ആന്ധ്രാമഹാസഭയുടെ നേതൃസ്ഥാനത്തുണ്ടായിരുന്ന നേതാക്കളിലെ ബഹുഭൂരിഭാഗവും കമ്യൂണിസ്റ്റുകാരായിരുന്നു

പിന്നീട് തെലുങ്ക് സംസാരിക്കുന്ന പ്രദേശങ്ങൾ ചേർത്ത് സംസ്ഥാനം രൂപീകരിക്കണമെന്ന് ആവശ്യപ്പെട്ടുകൊണ്ടുള്ള സമരം ശക്തമായി. പോട്ടി ശ്രീരാമലു എന്ന നേതാവ് അനിശ്ചിതകാല നിരാഹാരമാരംഭിച്ചു. നിരാഹാരം കിടന്ന് ശ്രീരാമുലു മരിച്ചതോടെ സമരം പ്രക്ഷുബ്ധ

മുഖ്യമന്ത്രിമാർ		
പേര്	കാലാവധി	പാർട്ടി
നീലം സഞ്ജീവ റെഡ്ഡി	1956 – 1960	ഇന്ത്യൻ നാഷണൽ കോൺഗ്രസ്
ദാമോദരം	1960 – (ജനുവരി – മാർച്ച്)	ഇന്ത്യൻ നാഷണൽ കോൺഗ്രസ്
സഞ്ജീവയ്യ	1960 – 1962	ഇന്ത്യൻ നാഷണൽ കോൺഗ്രസ്
നീലം സഞ്ജീവ റെഡ്ഡി	1962 – 1964	ഇന്ത്യൻ നാഷണൽ കോൺഗ്രസ്
ബ്രഹ്മാനന്ദ റെഡ്ഡി	1964 – 1971	ഇന്ത്യൻ നാഷണൽ കോൺഗ്രസ്
ബ്രഹ്മാനന്ദ റെഡ്ഡി	1964 – 1971	ഇന്ത്യൻ നാഷണൽ കോൺഗ്രസ്
പി വി നരസിംഹ റാവു	1971 – 1973	ഇന്ത്യൻ നാഷണൽ കോൺഗ്രസ്
ജലാഗം വെങ്കല റാവു	1973 – 1978	ഇന്ത്യൻ നാഷണൽ കോൺഗ്രസ്
എം ചെന്നറെഡ്ഡി	1978 – 1980	ഇന്ത്യൻ നാഷണൽ കോൺഗ്രസ്
താൻഗുതുറി ആൻച്ചെയ്യ	1980 – 1982	ഇന്ത്യൻ നാഷണൽ കോൺഗ്രസ്
ബി വെങ്കടരാമൈ റെഡ്ഡി	1982 (ഫെബ്രുവരി– സെപ്തംബർ)	ഇന്ത്യൻ നാഷണൽ കോൺഗ്രസ്
ബി വി ഭാസ്കര റെഡ്ഡി	1982 – 1983	ഇന്ത്യൻ നാഷണൽ കോൺഗ്രസ്
എൻ ടി രാമറാവു	1983 – 1984	തെലുങ്കുദേശം പാർട്ടി
എൻ ഭാസ്കരറാവു	1984 (ഓഗസ്റ്റ് – സെപ്തംബർ)	വിമത തെലുങ്കുദേശം
എൻ ടി രാമറാവു	1984 – 1989	തെലുങ്കുദേശം പാർട്ടി
എം ചെന്നറെഡ്ഡി	1989 – 1990	ഇന്ത്യൻ നാഷണൽ കോൺഗ്രസ്
ജനാർദന റെഡ്ഡി	1990 – 1992	ഇന്ത്യൻ നാഷണൽ കോൺഗ്രസ്
വിജയ ഭാസ്കർ റെഡ്ഡി	1992 – 1994	ഇന്ത്യൻ നാഷണൽ കോൺഗ്രസ്
എൻ ടി രാമറാവു	1994 – 1995	തെലുങ്കുദേശം പാർട്ടി
ചന്ദ്രബാബു നായിഡു	1995 – 2004	തെലുങ്കുദേശം പാർട്ടി
വൈ എസ് രാജശേഖര റെഡ്ഡി	2004 – 2009	ഇന്ത്യൻ നാഷണൽ കോൺഗ്രസ്
കെ റോസയ്യ	2009 – 2010	ഇന്ത്യൻ നാഷണൽ കോൺഗ്രസ്
കിരൺ കുമാർ റെഡ്ഡി	2010 –	ഇന്ത്യൻ നാഷണൽ കോൺഗ്രസ്

മായി. തുടർന്ന് 1953 നവംബർ 1ന് ആന്ധ്രാപ്രദേശ് എന്ന പുതിയ സംസ്ഥാനം രൂപീകരിക്കപ്പെട്ടു.

ഭൂമിശാസ്ത്രം

ഇന്ത്യയിലെ നാലാമത്തെ വലിയ സംസ്ഥാനമാണ് ആന്ധ്രാപ്രദേശ്. സംസ്ഥാനത്തിന്റെ വടക്കൻമേഖല തെലങ്കാന എന്ന പേരിലും തെക്കൻ മേഖല റായലസീമ എന്ന പേരിലും അറിയപ്പെടുന്നു. തീരപ്രദേശങ്ങളാണ് മൂന്നാമത്തെ മേഖല. കൃഷ്ണാ ഗോദാവരി, പെണ്ണാർ എന്നിവയാണ് പ്രധാന നദികൾ. ജൂലായ് മുതൽ സെപ്തംബർ വരെയാണ് മഴക്കാലം. മാർച്ച് മുതൽ ജൂൺവരെ വേനൽക്കാലവും. മഴക്കാലത്ത് വെള്ളപ്പൊക്കവും വേനൽക്കാലത്ത് അത്യുഷ്ണവും ഇവിടെ അനുഭവപ്പെടുന്നു.

സാമൂഹ്യാവസ്ഥ

ഹിന്ദുഭൂരിപക്ഷസംസ്ഥാനമാണ്. മുസ്ലീങ്ങളും ക്രിസ്ത്യാനികളും ചേർന്നാൽ ജനസംഖ്യയിലെ പത്ത് ശതമാനത്തോളം മാത്രം വരും. റെഡ്ഡി, നായിഡു, കാപ്പു തുടങ്ങിയവയാണ് പ്രബലജാതികൾ. ദളിതർ സംസ്ഥാനത്ത് പ്രബലശക്തികളാണ്. എന്നാൽ ഉത്തരേന്ത്യൻ രാഷ്ട്രീയത്തിൽ ഉണ്ടായതുപോലുള്ള ദളിത് പിന്നാക്ക മുന്നേറ്റങ്ങൾ സമീപകാലത്ത് ആന്ധ്രയിൽ ഉണ്ടായിട്ടില്ല. രാമക്ഷേത്ര പ്രക്ഷോഭകാലത്ത് സംഘപരിവാർ ജനകീയ അടിത്തറ വിപുലപ്പെടുത്തിയിരുന്നു. ബങ്കരു ലക്ഷ്മണൻ, വെങ്കയ്യ നായിഡു തുടങ്ങിയ മുൻ ബി ജെ പി അധ്യക്ഷർ ആന്ധ്രാക്കാരാണ്. എന്നാൽ ചെറിയൊരു ഇടവേളയ്ക്ക് ശേഷം സംഘപരിവാറും ബി ജെ പിയും തളർന്നു.

നക്സലൈറ്റുകൾക്ക് ശക്തമായ വേരോട്ടമുണ്ടായിരുന്നു. കൊണ്ടപ്പള്ളി സീതാരാമയ്യയുടെ നേതൃത്വത്തിൽ ഖമ്മം, കുർണൂൽ, പ്രകാശം, ഗുണ്ടൂർ, മഹബൂസ് നഗർ, വാറങ്കൽ തുടങ്ങിയ ജില്ലകളിൽ നക്സലൈറ്റുകൾ സ്വാധീനമുറപ്പിച്ചു. പീപ്പിൾസ് വാർ ഗ്രൂപ്പ്, സി പി ഐ (എം എൽ), യൂണിറ്റി ഓർഗനൈസേഷൻ, സി പി ഐ (എം എൽ) ജനശക്തി, സി പി ഐ എം എൽ ന്യൂ ഡെമോക്രസി, സി പി ഐ (എം എൽ) പ്രൊവിഷണൽ കമ്മിറ്റി, സി പി ഐ (എം എൽ) ദായ്ജി ഗ്രൂപ്പ് എന്നിങ്ങനെ നിരവധി ഗ്രൂപ്പുകളായി നക്സൽ പ്രസ്ഥാനം പിളർന്നു. പീപ്പിൾസ് വാർ ഗ്രൂപ്പായിരുന്നു ഏറ്റവും ശക്തം. നക്സൽ ഗ്രൂപ്പുകൾ ദേശീയ തലത്തിൽ ലയിച്ച് രൂപീകരിക്കപ്പെട്ട സി പി ഐ (മാവോയിസ്റ്റ്) ദേശീയ തലത്തിൽ കരുത്താർജിച്ചപ്പോൾ സംഘടന ആന്ധ്രയിൽ ദുർബലമായി. 2003ൽ നക്സൽ ആക്രമണങ്ങളിൽ 326 പേരും 2005ൽ 374 പേരും 2006 191 പേരും കൊല്ലപ്പെട്ടപ്പോൾ 2007ൽ ഇവരുടെ എണ്ണം 55 ആയി ചുരുങ്ങി. ദേശീയ തൊഴിലുറപ്പ് പദ്ധതി ഉൾപ്പെടെ സംസ്ഥാനത്ത് നടപ്പിലാ

ക്കിയ ക്ഷേമപദ്ധതികൾ തന്നെയാണ് ഇതിനു പിറകിലെ യഥാർഥ കാരണം.

മാനുഷികവിഭവശേഷി

മാനുഷികവിഭവശേഷിയിൽ വേണ്ടത്ര പുരോഗതി കൈവരിക്കാൻ സംസ്ഥാനത്തിന് സാധിച്ചിട്ടില്ല. സാക്ഷരത 67.66% ഇന്ത്യയിൽ ഏറ്റവുമധികം ബാലവേല നടക്കുന്ന സംസ്ഥാനമെന്ന ദുഷ്പേരും ആന്ധ്രയ്ക്കുണ്ട്. 13 ലക്ഷത്തോളം കുട്ടികൾ വിദ്യാലയങ്ങളിൽ പോകാതെ തൊഴിലെടുക്കുന്നു. സ്കൂളിൽ നിന്നുള്ള കൊഴിഞ്ഞുപോക്ക്, സ്ത്രീകൾക്കും കുട്ടികൾക്കും എതിരെയുള്ള ക്രൂരകൃത്യങ്ങൾ, തുടങ്ങിയവയിലെല്ലാം സംസ്ഥാനം മുന്നിലാണ്.

സമ്പദ്വ്യവസ്ഥ

സംസ്ഥാന ആഭ്യന്തര ഉൽപ്പാദനം മാനദണ്ഡമാക്കിയാൽ ആന്ധ്രപ്രദേശ്, രാജ്യത്ത് 3–ാം സ്ഥാനത്താണ്.

കൃഷി

കൃഷിയാണ് പ്രധാന ഉപജീവനമാർഗം. അരി, പരുത്തി, കരിമ്പ്, മുളക്, മാങ്ങ, പുകയില, പച്ചക്കറികൾ തുടങ്ങിയവയാണ് പ്രധാന കാർഷികോൽപ്പന്നങ്ങൾ. അടുത്തിടെയായി കർഷകർ വൻതോതിൽ സൂര്യകാന്തി കൃഷി ചെയ്യാൻ തുടങ്ങിയിരിക്കുന്നു. ഗോദാവരി, കൃഷ്ണ, പെണ്ണാർ, തുംഗഭദ്ര നദികൾ കൃഷിയിടങ്ങളെ ഫലഫൂയിഷ്ഠമാക്കുന്നു. നാഗാർജുന സാഗർ അണക്കെട്ടാണ് ലോകത്തെ ഏറ്റവും വലിയ കല്ലുകൊണ്ട് നിർമിച്ച അണക്കെട്ട്.

വ്യവസായം

വിവരസാങ്കേതിക വിദ്യയിലും ജൈവസാങ്കേതിക വിദ്യയിലും സംസ്ഥാനം വൻപുരോഗതി കൈവരിച്ചിട്ടുണ്ട്. സോഫ്റ്റ് വയർ കയറ്റുമതിയിൽ സംസ്ഥാനം 4–ാം സ്ഥാനത്താണ്. രാജ്യത്തെ ഔഷധ വ്യവസായത്തിന്റെ തലസ്ഥാനം ഹൈദരാബാദാണ്. രാജ്യത്തെ പ്രമുഖ ഔഷധക്കമ്പനികളുടെ പകുതിയോളം പ്രവർത്തിക്കുന്നത് ഇവിടെ നിന്നാണ്.

ധാതുസമ്പത്തിന്റെ കാര്യത്തിൽ ആന്ധ്ര 2–ാം സ്ഥാനത്താണ്. ഇന്ത്യയിൽ ഏറ്റവുമധികം ചുണ്ണാമ്പുകല്ലുള്ളത് സംസ്ഥാനത്താണ്. രാജ്യത്ത് ഏറ്റവുമധികം ജലവൈദ്യുതി ഉൽപ്പാദിപ്പിക്കുന്ന സംസ്ഥാനമാണിത്. ആകെ ജലവൈദ്യുതിയുടെ 11% ആന്ധ്രയുടെ സംഭാവനയാണ്. കൃഷ്ണ ഗോദാവരി തടത്തിൽ വൻതോതിൽ പ്രകൃതിവാതക ശേഖരമുണ്ട്. എന്നാൽ ചെലവു കുറഞ്ഞ ഈ മുഖ്യ ഊർജസ്രോതസ്സാവട്ടെ ഇന്ന് റിലയൻസിന്റെ ഉടമസ്ഥതയിലാണ്.

വിനോദസഞ്ചാരം

ഹൈദരാബാദ് നഗരവും സെക്കന്തരാബാദ് നഗരവും ചേർന്നുള്ള ഇരട്ട നഗരം എന്ന പേരിലാണ് ഹൈദരാബാദ് അറിയപ്പെടുന്നത്. ഹിന്ദു മുസ്ലീം സംസ്കാരങ്ങളുടെ തിരുശേഷിപ്പുകൾ ഇവിടെ കാണാം. ആന്ധ്രാ തീർഥാടന ടൂറിസത്തിന് പ്രസിദ്ധമാണ്. ലോകത്തെ ഏറ്റവും സമ്പന്നമായ ക്ഷേത്രനഗരിയാണ് തിരുപ്പതി. സിംഹാചലം, ശ്രീശൈലം, ഭദ്രാചലം, ബസർ സരസ്വതി ക്ഷേത്രം, കനകദുർഗാക്ഷേത്രം തുടങ്ങിയവയാണ് മറ്റ് പ്രസിദ്ധ തീർഥാടന കേന്ദ്രങ്ങൾ. ബോറ ഗുഹകൾ, ബേലം ഗുഹകൾ, ഹോർസ്‌ലെ മലകൾ തുടങ്ങിയവയും തീർഥാടകരെ ആകർഷിക്കുന്നു.

കല, സംസ്കാരം

കുച്ചുപ്പുടി

പ്രസിദ്ധമായ കുച്ചുപ്പുടിയാണ് ആന്ധ്രയുടെ ഔദ്യോഗിക നൃത്തം. പെരാനി, പ്രൻഖാന, രസാക എന്നിങ്ങനെ അമ്പതോളം നാടോടി നൃത്തങ്ങൾ ആന്ധ്രയിലുണ്ട്. ത്യാഗരാജൻ, ഭദ്രാചല രാമദാസ് തുടങ്ങിയവർ മുതൽ ബാലമുരളികൃഷ്ണ വരെയുള്ള സംഗീതജ്ഞരുടെ മഹത്തായ പൈതൃകം ആന്ധ്രാപ്രദേശിനുണ്ട്. പോളി, ബുരാകഥ തുടങ്ങിയ നാടോടി സംഗീതങ്ങൾ പ്രസിദ്ധമാണ്.

തെലുങ്കർ നല്ല സിനിമാസ്വാദകരാണ്. ഇന്ത്യയിൽ ഏറ്റവുമധികം സിനിമാതിയേറ്ററുകൾ ഉള്ള സംസ്ഥാനമാണിത് (ഏതാണ്ട് 3500 എണ്ണം) വർഷന്തോറും 200 സിനിമകൾ തെലുങ്ക് ഭാഷയിൽ പുറത്തിറങ്ങുന്നുണ്ട്.

ആഘോഷങ്ങൾ

ശിവരാത്രി, ഹോളി, സംക്രാന്തി, ഉഗാഡി, രാമനവമി, രാഖി പൂർണിമ, വിനായക ചതുർഥി, ദസറ, ദീപാവലി, ഈദ്, ബക്രീദ് തുടങ്ങിയവയാണ് പ്രധാന ആഘോഷങ്ങൾ

ഭക്ഷണങ്ങൾ

അരിയും പച്ചക്കറികളും തീരപ്രദേശങ്ങളിൽ മത്സ്യവുമാണ് പ്രധാന ആഹാരം. മുളകും സുഗന്ധവ്യഞ്ജനങ്ങളും നന്നായി ഉപയോഗിക്കുന്നവരാണ്. വ്യത്യസ്തയിനം അച്ചാറുകളും ചമ്മന്തിപ്പൊടികളും ഉപയോഗിക്കുന്നു. ഹൈദരാബാദ് ബിരിയാണി, നെല്ലൂർ മീൻകറി, ഗുണ്ടൂർ പച്ചടി തുടങ്ങിയവ പ്രസിദ്ധമാണ്.

കണ്ടിരിക്കേണ്ട സ്ഥലം - ഹൈദരാബാദ്

മുഗൾ സംസ്കാരത്തിന്റെ പ്രതീകമായി ഇന്നും നിലനിൽക്കുന്ന നഗരം. ചാർമിനാർ, മെക്ക മസ്ജിദ്, ഗോൾക്കൊണ്ട കോട്ട, താരാമതി ബരാസാരി, ബിർള മന്ദിർ, ഡാലാർജംഗ് മ്യൂസിയം, ആർക്കിയോളജിക്കൽ മ്യൂസിയം, നെഹ്റു സുവോളജിക്കൽ പാർക്ക്, ഷിൽപരാമാം കലാഗ്രാമം, ഹൈടെക് സിറ്റി, ഹുസൈൻ സാഗർ തടാകം, നൈസാം സിൽവർ ജൂബിലി മ്യൂസിയം എന്നിങ്ങനെ സന്ദർശിക്കേണ്ട നിരവധി സ്ഥലങ്ങൾ ഹൈദരാബാദിലുണ്ട്. 1591 ൽ മുഹമ്മദ് ഖാലി കുത്തബ്ഷാ നിർമിച്ച ചാർമിനാർ നഗരത്തിന്റെ പ്രതീകമാണ്. മിർയൂസഫ് അലിഖാൻ ശേഖരിച്ച പുരാവസ്തുക്കൾ പ്രദർശിപ്പിച്ചിരിക്കുന്ന സലാർ ജംഗ് മ്യൂസിയവും സൈസാമിന്റെ സിൽവർ ജൂബിലി മ്യൂസിയവും രാജ്യത്തിന്റെ മികച്ച മ്യൂസിയങ്ങളാണ്. വിമാനമാർഗവും റെയിൽമാർഗവും റോഡ് മാർഗവും ഹൈദരാബാദിലെത്താം.

കേരളത്തിൽനിന്ന് ആന്ധ്രാപ്രദേശിലേക്കുള്ള ട്രെയിനുകൾ

* 16328 - തിരുവനന്തപുരം കോർബ (തിങ്കൾ, വ്യാഴം)
* 16326 - തിരുവനന്തപുരം ഇൻഡോർ അഹല്യനഗരി (ശനി)
* 12512 - തിരുവനന്തപുരം-ഗോരഖ്പൂർ രപ്തി സാഗർ (ചൊവ്വ, ബുധൻ, ഞായർ)
* 17229 - തിരുവനന്തപുരം ഹൈദരാബാദ് (പ്രതിദിനം)
* 11082 - കന്യാകുമാരി മുംബൈ സി എസ് ടി എക്സ്പ്രസ് (പ്രതിദിനം)
* 12625 - തിരുവനന്തപുരം - ന്യൂഡൽഹി കേരള സൂപ്പർഫാസ്റ്റ് (പ്രതിദിനം)
* 12515 - തിരുവനന്തപുരം ഗുവഹാട്ടി സൂപ്പർ ഫാസ്റ്റ് (ഞായറാഴ്ച)
* 2643/2645 - തിരുവനന്തപുരം നിസാമുദ്ദീൻ/ എറണാകുളം സൂപ്പർഫാസ്റ്റ് (ചൊവ്വ/ശനി എറണാകുളത്ത് നിന്ന്)
* 16317 - കന്യാകുമാരി-ജമ്മുതാവി ഹിമസാഗർ എക്സ്പ്രസ് (വെള്ളിയാഴ്ച)

* 12659 – നാഗർകോവിൽ ഷാലിമാർ സൂപ്പർഫാസ്റ്റ് (ഞായറാഴ്ച)
* 16323 – തിരുവനന്തപുരം ഷാലിമാർ എക്സ്പ്രസ് (വ്യാഴം, ശനി)
* 13352 – ആലപ്പി/ബൊക്കാറോ/ടാറ്റാ/ധൻബാദ് (പ്രതിദിനം)
* 12522 – എറണാകുളം – ബറോനി രപ്തി സാഗർ (വെള്ളിയാഴ്ച)
* 16309 – എറണാകുളം – പാറ്റ്ന (തിങ്കൾ, ചൊവ്വ)
* 12507 – എറണാകുളം – ഗുവഹാട്ടി (വ്യാഴാഴ്ച)
* 16559 – എറണാകുളം – പാറ്റ്ന (ശനി)

ആന്ധ്രാപ്രദേശ് – കേരളീയം

ഹൈദരാബാദ്, വിശാഖപട്ടണം, ഗുണ്ടൂർ, വിജയവാഡ തുടങ്ങിയ വൻ നഗരങ്ങളിലെല്ലാം നിരവധി മലയാളികൾ തൊഴിലെടുക്കുന്നുണ്ട്. ഹൈദരാബാദിൽ 7 ലക്ഷത്തോളം മലയാളികളുണ്ടെന്നാണ് നിഗമനം. ആതുര സേവനരംഗത്ത് മലയാളി നഴ്സുമാരുടെ സർവാധിപത്യമാണെന്ന് പറയാം. അടുത്ത കാലത്തായി വിവരസാങ്കേതിക മേഖലയിലും തൊഴിലെടുക്കുന്നതിനായി അഭ്യസ്തവിദ്യരായ മലയാളികൾ എത്തുന്നുണ്ട്. ഹൈദരാബാദ് മലയാളി അസോസിയേഷനാണ് ഏറ്റവും വലിയ മലയാളി സംഘടന. മലനാട് ആട്സ് ക്ലബ് മലയാളികളുടെ സാംസ്കാരിക പ്രവർത്തനങ്ങൾക്ക് നേതൃത്വം നൽകുന്നു. *തണൽ* ആണ് പ്രധാന മറുനാടൻ മലയാളി പ്രസിദ്ധീകരണം.

മലയാളി സംഘടനകൾ – ഹൈദരാബാദ് ഭാരവാഹികൾ

മലനാട് ഫൈൻ ആർട്സ്, ക്ലബ്	– ഗോപാലകൃഷ്ണകാരണവർ (09848064250)
മൈത്രി	– കേണൽ വേലായുധൻ (09000484900)
ഒരുമ സാംസ്കാരികവേദി	– ജോസ് (09849550052)
ഉപാസന സായ്ദാബാദ്	– ഉണ്ണികൃഷ്ണപിള്ള (09666607257)
കേരള സമാജം, ആൾവാൾ	– സുരേഷ് കൊച്ചാട്ടിൽ (09849011006)
കേരള സമാജം, സെക്കന്തരാബാദ്	– രാമകൃഷ്ണൻ (09000992313)
തണൽ മലയാളി സേവാ സമിതി	– പ്രദീപ് (9391046504)

പൊതുവിവരങ്ങൾ

തലസ്ഥാനം	-	ഹൈദരാബാദ്
ജില്ലകൾ	-	23
നിയമസഭാമണ്ഡലങ്ങൾ	-	294
ലോക്സഭാമണ്ഡലങ്ങൾ	-	42
രാജ്യസഭാ സീറ്റുകൾ	-	18
രൂപീകൃതമായ ദിവസം	-	1956 ജനുവരി 4
മുഖ്യമന്ത്രി	-	കെ റോസയ്യ
ഔദ്യോഗിക ഭാഷ	-	തെലുങ്ക്
ജനസംഖ്യ	-	84665533
ജനസാന്ദ്രത	-	308/Km^2
വിസ്തീർണം	-	275045/Km^2
ഔദ്യോഗിക വെബ്സൈറ്റ്	-	www.ap.gov.in

പ്രത്യേകതകൾ

1. സംസ്ഥാനങ്ങളുടെ മൊത്തം ആഭ്യന്തര ഉൽപ്പാദനത്തിൽ രാജ്യത്ത് 3-ാം സ്ഥാനം
2. ജനസംഖ്യയിൽ 4-ാം സ്ഥാനം
3. ലോകത്തിലെ ഏറ്റവും വലിയ കല്ലുകൊണ്ട് നിർമിച്ച അണക്കെട്ട് - നാഗാർജുനസാഗർ അണക്കെട്ട്.
4. ഔഷധവ്യവസായത്തിന്റെ തലസ്ഥാനം - ഹൈദരാബാദ്
5. ധാതുസമ്പത്തിൽ 2-ാം സ്ഥാനം
6. ഏറ്റവുമധികം ജല വൈദ്യുതി ഉൽപ്പാദിപ്പിക്കുന്ന സംസ്ഥാനം
7. ഏറ്റവുമധികം സിനിമാതിയേറ്ററുകൾ ഉള്ള സംസ്ഥാനം

സഹായനമ്പറുകൾ

പൊലീസ് കൺട്രോൾ റും	-	1090 (ടോൾഫ്രീ)
പൊലീസ് കൺട്രോൾ റും ഹൈദരാബാദ്	-	040 - 27852333
പൊലീസ് വെബ്സൈറ്റ്	-	apstatepolice.org
ടൂറിസം ഇൻഫർമേഷൻ	-	040 - 23262151/52
ടൂറിസം വെബ്സൈറ്റ്	-	www.aptdc.in
പ്രസ് ഇൻഫർമേഷൻബ്യൂറോ	-	040 - 23232016

2

ത്രിപുര

ചരിത്രം

സൂര്യവംശ രാജാവ് യയാതിയുടെ പിന്മുറക്കാരനായിരുന്ന 'ത്രിപുര' രാജാവിൽ നിന്നാണ് ത്രിപുര എന്ന സ്ഥല പേരുണ്ടായതെന്നാണ് പുരാണം. ത്രിപുരസുന്ദരി ക്ഷേത്രത്തിൽ നിന്നെടുത്ത പദമാണിതെന്നതാണ് മറ്റൊരു വാദം. കോക് ബോറോക്ക് ഭാഷയിൽ അടുത്ത് ജലമുണ്ടെന്ന അർഥത്തിൽ ഉപയോഗിക്കുന്ന 'ത്വിപ്ര' എന്ന പദത്തിൽനിന്നാണ് ത്രിപുരയുണ്ടായതെന്ന് ചരിത്രകാരനായ കൈലാഷ് ചന്ദ്ര സിൻഹ ചൂണ്ടിക്കാണിക്കുന്നു. ഉദയ്പൂർ ആസ്ഥാനമായി പ്രവർത്തിച്ചിരുന്ന മാണിക്യ രാജാക്കന്മാർ 3000 വർഷത്തോളം ത്രിപുര ഭരിച്ചു. 19-ാം നൂറ്റാണ്ടിന്റെ തുടക്കത്തിൽ ഭരണം നടത്തിയിരുന്ന വീരചന്ദ്ര മാണിക്യ ബഹാദൂർ ദേബർ രാജാവായിരുന്നു ഏറ്റവും പ്രശസ്തനായിരുന്ന ഭരണാധികാരി. കോൺഗ്രസും കമ്യൂണിസ്റ്റ് പാർട്ടിയും ത്രിപുരയിൽ ശക്തമായിരുന്നു. ത്രിപുരയെ ഇന്ത്യയിൽ ലയിപ്പിക്കണമെന്ന് ആവശ്യപ്പെട്ട് ഗണമുക്തി മോർച്ച പരിഷത്ത് വൻ പ്രക്ഷോഭം ത്രിപുരയിൽ നടത്തി. ഇതിനെത്തുടർന്ന് 1949 ൽ ആസാം സംസ്ഥാനത്തിന്റെ ഭാഗമായിക്കൊണ്ട് ത്രിപുരയെ ഇന്ത്യയിൽ ചേർത്തു. 1963 ജുലായ് 1ന് ത്രിപുര കേന്ദ്രഭരണ പ്രദേശമായും 1972 ജനുവരി 21ന് സംസ്ഥാനമായും മാറി.

രാഷ്ട്രീയം

വിഭജനത്തിന്റെ കെടുതികൾ ഏറെ അനുഭവിച്ചവരാണ് ത്രിപുരക്കാർ. ഇന്ത്യ-പാക് വിഭജനത്തെത്തുടർന്ന് കിഴക്കൻ പാകിസ്ഥാൻ അഥവാ ഇന്നത്തെ ബംഗ്ലാദേശിൽനിന്നും ത്രിപുരയിലേക്ക് ബംഗാളികളുടെ വൻ പലായനമുണ്ടായി. ഇങ്ങനെ പലായനം ചെയ്തവരാണ് ത്രിപു

രയിലെ ജനസംഖ്യയിലെ ഗണ്യമായ ഒരു വിഭാഗം. ഇതാവട്ടെ നൂറ്റാണ്ടുകളായി ഈ പ്രദേശത്ത് താമസിക്കുന്ന ഗോത്രവർഗക്കാർക്കിടയിൽ അസ്വാരസ്യങ്ങൾ ഉണ്ടാക്കി. ത്രിപുരയെ സ്വതന്ത്രമാക്കുക എന്ന ലക്ഷ്യത്തോടെ ടി യു ജെ എസ് (ത്രിപുര ഉപജാതി ജുമാ പരിഷത്ത്) എന്ന രാഷ്ട്രീയ സംഘടനയും ടി എൽ വി (ത്രിപുര നാഷണൽ വളണ്ടിയേഴ്സ്) എൻ എൽ എഫ് ടി (നാഷണൽ ലിബറേഷൻ ഫ്രണ്ട് ഓഫ് ത്രിപുര), എ ടി ടി എഫ് (ഓൾ ത്രിപുര ടൈഗർ ഫോഴ്സ്) തുടങ്ങിയ ഭീകര സംഘടനകളും രൂപംകൊണ്ടു. ഇവരുടെ വിധ്വംസക പ്രവർത്തനങ്ങൾ ക്രമസമാധാനനില തകർത്തു.

കോൺഗ്രസ് നേതാവ് സചീന്ദ്രലാൽസിങ് ആയിരുന്നു ആദ്യ മുഖ്യമന്ത്രി. 1977 വരെ കോൺഗ്രസ് തുടർച്ചയായി സംസ്ഥാനം ഭരിച്ചു. 1977 ൽ നൃപൻ ചക്രവർത്തിയുടെ നേതൃത്വത്തിൽ ഇടതുപക്ഷം അധികാരത്തിൽ വന്നു. അവഗണിക്കപ്പെട്ടു കിടന്നിരുന്ന ജനസംഖ്യയുടെ 30 ശതമാനം വരുന്ന ഗോത്രവർഗക്കാരുടെ ക്ഷേമത്തിനായി നിരവധി പദ്ധതികൾ ഇടതുപക്ഷ സർക്കാർ നടപ്പിലാക്കി. ഗോത്രവർഗമേഖലയിൽ ആദിവാസി സ്വയം ഭരണ കൗൺസിൽ രൂപീകരിച്ചു. ആ മേഖലയിലെ ഭരണത്തിന്റെ ചുക്കാൻ ആദിവാസികൾക്ക് തന്നെ നൽകി. ഇതോടൊപ്പം ഭീകരസംഘടനകൾക്കെതിരെ ശക്തമായ രാഷ്ട്രീയ പ്രചാരണവും സി പി ഐ (എം) നടത്തി. എഴുപതുകളിലും എൺപതുകളിലുമായി നൂറുകണക്കിന് സി പി ഐ (എം) പ്രവർത്തകരെയാണ് ഭീകരർ കൊന്നൊടുക്കിയത്. 1988ൽ ഭീകര നേതാവ് ബിനോയ് രങ്കാളിന്റെ നേതൃത്വത്തിലൂടെ ടി യു ജെ എസുമായി സഖ്യമുണ്ടാക്കി മത്സരിച്ച കോൺഗ്രസ് അധികാരത്തിലെത്തി. ഭീകരവാദം മുഖ്യ വെല്ലുവിളിയായി ഉയർന്നിരുന്ന അക്കാലത്ത് കോൺഗ്രസ് ടി യു ജെ എസുമായി ഉണ്ടാക്കിയ അവിശുദ്ധ സഖ്യം ഏറെ വിമർശനങ്ങൾ ക്ഷണിച്ചുവരുത്തിയിരുന്നു. എന്നാൽ പിന്നീടു വന്ന എല്ലാ തിരെഞ്ഞെടുപ്പുകളിലും ഇടതുപക്ഷമാണ് വിജയിച്ചത്. ഗോത്രവർഗ സ്വാധീനമേഖലകൾ പോലും ഇപ്പോൾ സി പി ഐ എമ്മിന്റെ ശക്തികേന്ദ്രമാണ്.

ഇന്ത്യയിൽ ഏറ്റവുമധികം ഭീകരാക്രമണങ്ങൾ നടന്നിരുന്ന ജില്ലയായിരുന്നു ത്രിപുരയിലെ ദലായ് ജില്ല. എന്നാൽ ദേശീയ തൊഴിലുറപ്പ് പദ്ധതിയുടെ ആദ്യഘട്ടം ഏറ്റവും വിജയപ്രദമായി നടപ്പിലാക്കിയ ജില്ലയായി ദലായ് ജില്ലയെ 2007 ൽ കേന്ദ്ര സർക്കാർ തിരെഞ്ഞെടുത്തിരുന്നു. കാര്യക്ഷമമായ വികസന പ്രവർത്തനങ്ങളിലൂടെ ഭീകരവാദത്തെ അമർച്ച ചെയ്യാനാവുമെന്നതിന്റെ മികച്ച ഉദാഹരണമാണ് ഈ സംസ്ഥാനം.

കർഷക, തൊഴിലാളി മുന്നേറ്റങ്ങൾ

ബംഗാളിലെ വിപ്ലവ പ്രസ്ഥാനങ്ങളുടെ സ്വാധീനം തുടക്കം മുതൽക്കുതന്നെ ത്രിപുരയിൽ ഉണ്ടായിരുന്നു. ബംഗാളിലെ യുഗാന്തർ സംഘവും അനുശീലൻ സമിതിയും തൃപുരയിലെ അഭ്യസ്തവിദ്യരായ ചെറുപ്പ

മുഖ്യമന്ത്രിമാർ		
പേര്	**കാലാവധി**	**പാർട്ടി**
സചീന്ദ്രലാൽ സിങ്	1963 – 1971	ഇന്ത്യൻ നാഷണൽ കോൺഗ്രസ്
സുഖമോയ് സെൻ ഗുപ്ത	1972 – 1977	ഇന്ത്യൻ നാഷണൽ കോൺഗ്രസ്
പ്രഫുല്ല കുമാർ ദാസ്	1977 (ജൂലൈ–നവംബർ)	ജനതാ പാർട്ടി
നൃപൻ ചക്രവർത്തി	1978 – 1988	സി പി ഐ (എം)
സുധീർ രൺജൻ മജുംദാർ	1988 – 1992	ഇന്ത്യൻ നാഷണൽ കോൺഗ്രസ്
സമീർ രഞ്ജൻ ബർമൻ	1992 – 1993	ഇന്ത്യൻ നാഷണൽ കോൺഗ്രസ്
ദശരഥ് ദേവ്	1993 – 1998	സി പി ഐ (എം)
മണിക് സർക്കാർ	1998 – 2003	സി പി ഐ (എം)
മണിക് സർക്കാർ	2009 – 2008	സി പി ഐ (എം)
മണിക് സർക്കാർ	2008 – 1982	സി പി ഐ (എം)

ക്കാരെ ആകർഷിച്ചു. കൃഷ്ണപാദ ചക്രവർത്തി, സചീന്ദ്രദത്ത, പവിത്ര പോൾ, ബിരൺദത്ത, ചന്ദ്രശേഖർ എസ്, ദേബി പ്രസാദസെൻ, പ്രഭാത് റോയ്, കാന്തിദത്ത തുടങ്ങിയവരായിരുന്നു ആദ്യകാല വിപ്ലവകാരികൾ. വിപ്ലവകാരികളെയെല്ലാം ആന്തമാനിലേയും ബംഗാളിലേയും ജയിലുകളിൽ അടച്ചു. ജയിലുകളിൽ വെച്ച് ബംഗാളിലെ നേതാക്കളുമായി അടുത്തിടപഴകിയ ഇവർ കമ്യൂണിസ്റ്റുകാരായാണ് പുറത്തിറങ്ങിയത്. ത്രിപുരയിലെ ആദ്യത്തെ കമ്യൂണിസ്റ്റ് സെല്ലിൽ മൂന്നുപേർ മാത്രമാണ് ഉണ്ടായിരുന്നത്. ബിരൺ ദത്ത, ദേബി പ്രസാദ് സെൻ, ചന്ദ്രശേഖർദാസ് എന്നിവരായിരുന്നു നേതാക്കൾ. കമ്യൂണിസ്റ്റുകാരും പുരോഗമന ചിന്താഗതിക്കാരും ചേർന്ന് 1938 ൽ രൂപീകരിച്ച ജനമംഗൾ സമിതി, അഗുൽ ദേബ് ബർമൻ, സുധന്യദേബ് ബർമൻ, രാജേന്ദ്രദേബ് ബർമൻ തുടങ്ങിയവരുടെ നേതൃത്വത്തിൽ 1945 ൽ രൂപീകൃതമായ ത്രിപുര ജനശിക്ഷാസമിതി ഗിരിവർഗക്കാരെ കമ്യൂണിസ്റ്റ് പാർട്ടിയോട് അടുപ്പിച്ചു. വിദ്യാസമ്പന്നരായ ഗിരിവർഗക്കാരാണ് സമിതി രൂപീകരിച്ചത്. ഗിരിവർഗ മേഖലകളിൽ സ്കൂളുകൾ ആരംഭിക്കുക എന്നതായിരുന്നു സമിതിയുടെ പ്രധാന

പ്രവർത്തനം. തുടക്കത്തിൽത്തന്നെ 38 സ്കൂളുകൾ ആരംഭിച്ചു. എന്നാൽ സമിതിയുടെ പ്രവർത്തനം മഹാരാജാ വീരവിക്രം സിങ്ങിന് തീരെ ഇഷ്ടപ്പെട്ടില്ല. അദ്ദേഹം ജനശിക്ഷാ സമിതിയുടെ പ്രവർത്തനങ്ങൾ അവസാനിപ്പിക്കാൻ ശ്രമിച്ചു. അപ്പോഴേക്കും ഗിരിവർഗക്കാർ സംഘടിത ശക്തിയായി മാറിയിരുന്നു. സമിതിയുടെ 200 സ്കൂളുകൾക്ക് അംഗീകാരം നൽകാൻ രാജാവ് നിർബന്ധിതനായി.

1945 വരെ കോൺഗ്രസ് പാർട്ടിക്ക് സംസ്ഥാനത്ത് നിരോധനമായിരുന്നു. നിരോധനം പിൻവലിച്ചെങ്കിലും കോൺഗ്രസ് നേതാക്കൾ രാജാവിന്റെ ആജ്ഞാനുവർത്തികളായിരുന്നു. ഇക്കാലത്ത് സ്വാതന്ത്ര്യം നേടിയെടുക്കുക എന്ന ലക്ഷ്യത്തോടെ കമ്യൂണിസ്റ്റ് പാർട്ടി മുൻകൈയെടുത്ത് പ്രജാമണ്ഡലം എന്നൊരു മുന്നണി രൂപീകരിച്ചു. 1947 ആഗസ്റ്റ് 15ന് ഇന്ത്യക്ക് സ്വാതന്ത്ര്യം ലഭിച്ചെങ്കിലും അധികാരം ഒഴിയാൻ രാജകുടുംബം തയാറായില്ല. 1947 മേയിൽ രാജാവ് മരിച്ചു. അതോടെ രാജ്ഞി റീജൻസി കൗൺസിൽ രൂപീകരിച്ചു. മകന് രാജഭരണം ഏറ്റെടുക്കാൻ പ്രായമാവുന്നതുവരെ ഭരണം താൽക്കാലികമായി ഈ പ്രതിനിധികളടങ്ങുന്ന റീജൻസി കൗൺസിലിന് നൽകുക എന്നതായിരുന്നു രാജ്ഞിയുടെ ലക്ഷ്യം. എന്നാൽ 1948 ജനുവരി 2ന് റീജൻസി കൗൺസിൽ പിരിച്ചുവിട്ട് ഭരണം കേന്ദ്രസർക്കാർ ഏറ്റെടുത്തു. അപ്പോഴേക്കും കമ്യൂണിസ്റ്റ് പാർട്ടിയെ കേന്ദ്രം നിരോധിച്ചിരുന്നു. ഗിരിവർഗക്കാരെ കമ്യൂണിസ്റ്റുകാരാക്കുന്നു എന്ന് ചൂണ്ടിക്കാട്ടി സർക്കാർ ജനശിക്ഷാ സമിതിക്കെതിരെയാണ് ആദ്യം നീങ്ങിയത്. നേതാക്കളായ ദശരഥ് ദേവ്, സുധന്യബേദ് ബർമ, ഹേമന്തദേബ് ബർമ എന്നിവർക്കെതിരെ അറസ്റ്റ് വാറണ്ട് പുറപ്പെടുവിച്ചതോടെ ഈ നേതാക്കൾ ഒളിവിൽ പോയി. ഒളിവിൽ വെച്ച് ഗണമുക്തിപരിഷത്ത് എന്ന പുതിയ പാർട്ടിക്ക് രൂപംനൽകി. നേരത്തെ ജനശിക്ഷാസമിതിക്ക് കീഴിൽ അണിനിരന്നിരുന്ന ഗിരിവർഗക്കാർ ഗണമുക്തി പരിഷത്തിൽ ചേർന്നു. ത്രിപുരയിൽ ഭക്ഷ്യക്ഷാമം പടർന്നിരുന്ന കാലമായിരുന്നു അത്. ഭക്ഷ്യക്ഷാമം പരിഹരിക്കണമെന്ന് ആവശ്യപ്പെട്ട് 1948 ആഗസ്റ്റ് 15ന് അഗർത്തലയിൽ വൻ റാലി സംഘടിപ്പിച്ചു. പതിനയ്യായിരത്തോളം ഗിരിവർഗക്കാരാണ് റാലിയിൽ പങ്കെടുത്തത്. ജനങ്ങൾ ഭക്ഷണം കിട്ടാതെ പട്ടിണികിടന്ന് മരിക്കുമ്പോൾ മുതലാളിമാർ വൻതോതിൽ ഭക്ഷ്യധാന്യങ്ങൾ ശേഖരിച്ച് ത്രിപുരയിൽനിന്ന് കടത്തുകയായിരുന്നു. ഇതിൽ പ്രതിഷേധിച്ച് ഗണമുക്തി പരിഷത്ത് നാട്ടുപ്രമാണിയായ ഹരിസാഹയുടെ ധാന്യക്കടയ്ക്ക് മുന്നിൽ ധർണ നടത്തി. ഗൊലാഘാട്ടിയിലായിരുന്നു സമരം. സമരത്തിന് നേരെ പൊലീസ് വെടിവെച്ചു. ഗിരിവർഗ നേതാവ് രാജേന്ദ്ര ദേബ് ബർമ ഉൾപ്പെടെ 90പേർ വെടിവെപ്പിൽ കൊല്ലപ്പെട്ടു. ഇതോടെ സമരം ശക്തമായി. പത്മബിൽ എന്ന സ്ഥലത്ത് പട്ടാള അതിക്രമത്തിനെതിരെ സമരം ചെയ്ത മൂന്നു ഗിരിവർഗക്കാരായ സ്ത്രീകളെ പൊലീസ് വെടിവെച്ച് കൊന്നു. തുടർന്ന് പൊലീസും പട്ടാ

മണിക് സർക്കാർ

ളവും കമ്യൂണിസ്റ്റുകാരേയും ഗണമുക്തി പരിഷത്തുകാരേയും അടിച്ചമർത്താൻ തുടങ്ങി. 1949 മാർച്ച് മാസത്തിൽ കമ്യൂണിസ്റ്റുകാരെ അടിച്ചമർത്തുന്നതിനായി സർക്കാർ ഖൊവായ് സബ്ഡിവിഷൻ പട്ടാളത്തിന് കൈമാറി. പട്ടാളത്തിന്റെ അതിക്രമങ്ങൾ സ്ത്രീകൾക്ക് നേരെയും തിരിഞ്ഞതോടെ ഗോത്രവർഗക്കാർ ശക്തമായ ചെറുത്ത് നിൽപ്പ് നടത്തി. അമ്പും വില്ലും കൈത്തോക്കുമായാണ് അവർ പട്ടാളത്തേയും പൊലീസിനേയും നേരിട്ടത്. കൈലാഷഹാർ, ഉദയ്പൂർ, സോനാമുര, ബെലാണിയ എന്നിവിടങ്ങളിൽ ഇരുവിഭാഗവും നേരിട്ട് ഏറ്റുമുട്ടി. ത്രിപുരാ റൈഫിൾസിലെ യുവാക്കൾ നാട്ടിൽ മടങ്ങിയെത്തി. ഗണമുക്തി പരിഷത്ത് ഗറില്ലകൾക്ക് സായുധപോരാട്ടം നടത്തുന്നതിനായി പരിശീലനം നൽകി. സായുധപോരാട്ടത്തോടൊപ്പം ഗണമുക്തി പരിഷത്ത് സമാന്തര ഭരണം ആരംഭിച്ചു. ഇതിനായി ഗ്രാമീണ കോടതികൾ ആരംഭിച്ചു. ഈ ഗ്രാമീണ കോടതികൾ ജനങ്ങളുടെ തർക്കങ്ങൾ പരിഹരിച്ചു. 1949 ൽ കമ്യൂണിസ്റ്റ് പാർട്ടിയുടെ ത്രിപുരാ ജില്ലാ കമ്മിറ്റി രൂപീകരിച്ചു. റഖാൽ രാജ് കുമാറായിരുന്നു ആദ്യത്തെ സെക്രട്ടറി. ജനാധിപത്യ രീതിയിൽ ഭരണാധികാരികളെ തിരഞ്ഞെടുക്കുക, ചീഫ് കമീഷണറുടെ മർദക ഭരണം അവസാനിപ്പിക്കുക തുടങ്ങിയ ആവശ്യങ്ങളുമായി കമ്യൂണിസ്റ്റ് പാർട്ടി സമരം ആരംഭിച്ചു. കമ്യൂണിസ്റ്റ് പാർട്ടിയെക്കൂടാതെ മറ്റ് ജനാധിപത്യ ശക്തികൾ എല്ലാം ചേർന്ന് ഗണതാന്ത്രിക് സംഘം എന്ന പേരിൽ ഐക്യവേദി രൂപീകരിച്ചു. ഒന്നാമത്തെ പൊതു തിരഞ്ഞെടുപ്പ് നടക്കുമ്പോൾ പ്രമുഖ കമ്യൂണിസ്റ്റ് നേതാക്കളെല്ലാം ഒളിവിലായിരുന്നു. ഗിരിവർഗക്കാരും രാജകുടുംബാംഗങ്ങളും തമ്മിലുള്ള മത്സരമായാണ് 1–ാം പൊതുതിരഞ്ഞെടുപ്പിനെ വിശേഷിപ്പിച്ചിരുന്നത്. കമ്യൂണിസ്റ്റ് പാർട്ടി, ഗണതാന്ത്രിക് സംഘം സഖ്യം വൻവിജയം നേടി. രണ്ടു ലോക്സഭാ സീറ്റും ഇലക്ടറൽ കോളേജിലെ 30ലെ 21 സീറ്റുകളും സഖ്യത്തിന് ലഭിച്ചു. ഒളിവിലായിരുന്ന ദശരഥ് ദേവ് വൻവിജയം നേടി. അദ്ദേഹത്തെ പിടിച്ചുകൊടുക്കുന്നവർക്ക് സർക്കാർ 10,000 രൂപ പാരിതോഷികം പ്രഖ്യാപിച്ചിരുന്ന കാലമായിരുന്നു അത്. ഇതെല്ലാം നിലനിൽക്കെയാണ് ദശരഥ് ദേവ് വൻ വിജയം നേടി പാർലമെന്റ് അംഗമായി സത്യപ്രതിജ്ഞ ചെയ്തത്.

ഭൂപ്രകൃതി

സമുദ്ര നിരപ്പിൽ നിന്നും 15 മുതൽ 940 മീറ്റർ വരെ ഉയരത്തിൽ സ്ഥിതി ചെയ്യുന്ന പ്രദേശമാണ് ത്രിപുര. ബംഗ്ലാദേശും ആസാം, മിസോറാം സംസ്ഥാനങ്ങളും അതിർത്തിയിൽ സ്ഥിതിചെയ്യുന്നു. 379 തരം വൃക്ഷ ങ്ങൾ ത്രിപുര വനങ്ങളിലുണ്ട്. വടക്ക് കിഴക്കിലെ പ്രസിദ്ധമായ മനുന ദിയുടെ ഉത്ഭവം ത്രിപുരയിൽ നിന്നാണ്.

സാമൂഹ്യാവസ്ഥ

ജനസംഖ്യയിലെ 85.6 ശതമാനം ഹിന്ദുക്കളും 8ശതമാനം മുസ്ലിം ങ്ങളും 3.2 ശതമാനം ക്രിസ്ത്യാനികളുമാണ്. മതപരമായ ചേരിതിരിവു കളോ സാമുദായ സംഘർഷങ്ങളോ ത്രിപുരയിലില്ല. ഗോത്രവർഗക്കാരും ബംഗാളികളും തമ്മിലുള്ള പ്രശ്നങ്ങളാണ് ഭീകരവാദത്തിന് തുടക്കമിട്ട ത്. ജനസംഖ്യയിലെ 70 ശതമാനം ബംഗാളികളാണ്. 30 ശതമാനം ഗോത്ര വർഗക്കാരും 16 ശതമാനം വരുന്ന 'തൃപുരി'യാണ് പ്രധാന ഗോത്രവർഗം ജമാത്തിയ, റിയാങ്, നോത്തിയ തുടങ്ങിയവയാണ് മറ്റ് പ്രധാന ഗോത്ര വർഗങ്ങൾ. ഭീകരവാദമായിരുന്നു പ്രധാന സാമൂഹ്യ പ്രശ്നം. ഈ പ്രശ്നം വലിയൊരു അളവോളം അമർച്ച ചെയ്യാൻ സാധിച്ചിട്ടുണ്ട്. എങ്കിലും ഭീകരവാദത്തിന്റേ വിഷവിത്തുകൾ ഇപ്പോഴും അവശേഷിക്കു ന്നുണ്ട്.

മാനുഷിക വിഭവശേഷി

87.75 ശതമാനം പേർ സാക്ഷരരാണ്. സമ്പൂർണ സാക്ഷരത കൈവ രിക്കുന്നതിനായുള്ള പ്രവർത്തനങ്ങൾ ഊർജിതമായി നടക്കുന്നു. ജനന നിരക്കും (ത്രിപുര 16/1000 ഇന്ത്യ 23.8/1000) മരണനിരക്കും (ത്രിപുര 5.7/1000 – ഇന്ത്യ 7.6/1000) ശിശുമരണവും (ത്രിപുര 31/1000 – ഇന്ത്യ 58/1000) ദേശീയ ശരാശരിയേക്കാൾ കുറവാണ്. ആതുരസേവന രംഗത്ത് വൻ മുന്നേറ്റമുണ്ടാക്കാൻ സാധിച്ചിട്ടുണ്ട്. രണ്ട് മെഡിക്കൽ കോളേജു കൾ ഉൾപ്പെടെ ആയിരത്തോളം ആശുപത്രികൾ ത്രിപുരയിലുണ്ട്. ത്രിതല പഞ്ചായത്ത് സംവിധാനവും പൊതുവിതരണ സമ്പ്രദായവും സ്വയം സഹായ സംഘങ്ങളും സംസ്ഥാനത്ത് ശക്തമാണ്.

1978 ൽ ആരംഭിച്ച ഭൂപരിഷ്കരണം ഇപ്പോഴും തുടരുന്നു. ഇതിനകം 2.5 ലക്ഷം ഏക്കർ ഭൂമി 1.82 ലക്ഷം കുടുംബങ്ങൾക്ക് വീതിച്ചു നൽകി. ഭൂപരിഷ്കരണത്തിന്റെ ഏറ്റവും വലിയ ഗുണഭോക്താക്കൾ ആദിവാസി കളാണ്.

ഒറ്റപ്പെട്ട വനങ്ങളിൽ താമസിക്കുന്ന ആദിവാസികളുടെ വികസന ത്തിനായി ആരംഭിച്ച ആദിവാസി വനഗ്രാമ പദ്ധതി ഏറെ പ്രശംസ പിടി ച്ചുപറ്റിയിരുന്നു. ഇത്തരത്തിലുള്ള 23 വനഗ്രാമങ്ങൾ ത്രിപുരയിലുണ്ട്.

സമ്പദ്‌വ്യവസ്ഥ

ജനസംഖ്യയുടെ 64 ശതമാനം കാർഷിക മേഖലയെ ആശ്രയിച്ചു ജീവിക്കുന്നു. നെല്ല്, എണ്ണക്കുരുക്കൾ, പരിപ്പ്, ഉരുളക്കിഴങ്ങ്, കരിമ്പ് എന്നിവയാണ് പ്രധാന കാർഷികോൽപ്പന്നങ്ങൾ. റബറും തേയിലയുമാണ് പ്രധാന നാണ്യവിളകൾ. കേരളം കഴിഞ്ഞാൽ രാജ്യത്ത് ഏറ്റവുമധികം റബർ ഉൽപ്പാദിപ്പിക്കുന്ന സംസ്ഥാനമാണ് ത്രിപുര. 35,760 ഹെക്ടർ ഭൂമിയിൽ റബർ കൃഷി ചെയ്യുന്നുണ്ട്. രാജ്യത്ത് ഏറ്റവുമധികം ആദിവാസികൾ റബർ കൃഷി ചെയ്യുന്ന സംസ്ഥാനം ത്രിപുരയാണ്. റബർ കൃഷിചെയ്യുന്ന ആദിവാസികൾക്ക് സർക്കാർ 100 ശതമാനം സബ്സിഡി നൽകുന്നു. വ്യവസായ മേഖലയിൽ സംസ്ഥാനം പിറകിലാണ്. കൃഷി അധിഷ്ഠിത വ്യവസായങ്ങൾ ഊന്നൽ നൽകിക്കൊണ്ടുള്ള വ്യവസായ നയമാണ് സർക്കാർ നടപ്പിലാക്കുന്നത്.

ത്രിപുര ഗോത്രവർഗക്കാർ

ടൂറിസം

അഗർത്തലയിലെ കൊട്ടാരങ്ങൾ, ജലതടാകം, ഉന്നക്കോട്ടിയിലെ ശിവശിലകൾ, സിസാഹിജോള, ഗുംട്ടി വന്യജീവി സങ്കേതങ്ങൾ തുടങ്ങിയവയാണ് പ്രധാന വിനോദ സഞ്ചാരകേന്ദ്രങ്ങൾ. വിനോദസഞ്ചാര മേഖലയിൽ ഏറെ സാധ്യതകളുള്ള സംസ്ഥാനമാണിത്. എന്നാൽ എത്തിപ്പെടാനുള്ള ബുദ്ധിമുട്ടുമൂലം അന്യ സംസ്ഥാനങ്ങളിൽനിന്നുമുള്ള സഞ്ചാരികൾ മടിച്ചുനിൽക്കുന്നു. റെയിൽവേ മേഖലയുടെ വികസനവും മികച്ച ഗതാഗത സംവിധാനവുമൊരുക്കി ഈ പ്രശ്നങ്ങൾ പരിഹരിക്കാനാണ് സർക്കാരിന്റെ ശ്രമം.

കല, സംസ്കാരം

ബംഗാളികൾക്കും ഗോത്രവർഗക്കാർക്കും തനത് നൃത്തങ്ങളും സംഗീതവുമുണ്ട്. ത്രിപുരി, ജമാത്തിയ, റിയാങ്, നോട്ടിയ, കൊങ്‌ലായ് മുരാസിങ്, പക്മ, ഹലാം, ഹാരോ, മിനോകുക്കി തുടങ്ങിയ ഓരോ ഗോത്ര

വർഗത്തിനും സാംസ്കാരിക ആഘോഷങ്ങൾ ഉണ്ട്. കൊയ്ത്ത് ഉത്സവങ്ങളാണ് ഏറ്റവും ശ്രദ്ധേയം. റിയാങ്ങുകളുടെ ഹോജഗിരി നൃത്തവും ചക്ക്മകളുടെ ബിഹുനൃത്തവുമാണ് ഏറ്റവും ജനപ്രിയം

കണ്ടിരിക്കേണ്ട സ്ഥലം – നീർമഹൽ

നീർമഹൽ എന്നാൽ ജലകൊട്ടാരം. അഗർത്തലയിൽനിന്ന് 53 കിലോമീറ്റർ അകലെയാണ് നീർമഹൽ സ്ഥിതിചെയ്യുന്നത്. രുദ്രസാഗർ തടാകത്തിന് നടുവിലാണ് കൊട്ടാരം. കരയിൽനിന്ന് തടാകത്തിലൂടെ ബോട്ടിൽ യാത്ര ചെയ്ത് വേണം കൊട്ടാരത്തിലെത്താൻ. തടാകത്തിൽ നിറയെ

നീർമഹൽ

ദേശാടനപക്ഷികൾ ഉണ്ട്. കിഷോർ മാണിക്യ ബഹദൂർ രാജാവാണ് കൊട്ടാരം നിർമിച്ചത്. ഹൈന്ദവ, മുസ്ലിം വാസ്തുശിൽപ്പരീതികൾ സമന്വയിപ്പിച്ചാണ് കൊട്ടാരം നിർമിച്ചിരിക്കുന്നത്. ഒരു കാലത്ത് രബീന്ദ്രനാഥ ടാഗോർ ഉൾപ്പെടെയുള്ള കലാകാരൻമാർ ഇവിടുത്തെ നിത്യ സന്ദർശകരായിരുന്നു.

അഗർത്തലയിൽനിന്ന് റോഡ്മാർഗം നീർമഹലിലെത്താം.

പൊതുവിവരങ്ങൾ

തലസ്ഥാനം	–	അഗർത്തല
ജില്ലകൾ	–	4
നിയമസഭാമണ്ഡലങ്ങൾ	–	60

ലോക്സഭാമണ്ഡലങ്ങൾ	–	2
രാജ്യസഭാ സീറ്റുകൾ	–	1
രൂപീകൃതമായ ദിവസം	–	1972 ജനുവരി 21
മുഖ്യമന്ത്രി	–	മണിക് സർക്കാർ
ഔദ്യോഗിക ഭാഷ	–	ബംഗാളി, കോക്ക് ബൊറോക്ക്
ജനസംഖ്യ	–	3671032
ജനസാന്ദ്രത	–	ചതുരശ്രകിലോമീറ്ററിൽ 350 പേർ
വിസ്തീർണം	–	10491.69Km^2
ഔദ്യോഗിക വെബ്സൈറ്റ്	–	www.tripura.nic.in

പ്രത്യേകതകൾ

1. വികസന ക്ഷേമ പദ്ധതികളിലൂടെ ഭീകരവാദത്തെ അമർച്ച ചെയ്ത സംസ്ഥാനം
2. ദേശീയ തൊഴിലുറപ്പ് പദ്ധതി രാജ്യത്ത് ഏറ്റവും കാര്യക്ഷമമായി നടപ്പിലാക്കിയ ജില്ല – ദലായ്
3. ഗോത്രവർഗമേഖലയിൽ സമ്പൂർണ കാർഷിക പരിഷ്കരണം നടപ്പിലാക്കിയ സംസ്ഥാനം.
4. റബർ ഉൽപ്പാദനത്തിൽ രാജ്യത്ത് 2–ാം സ്ഥാനം
5. ആദിവാസികൾക്ക് റബർ കൃഷി ചെയ്യാൻ 100 ശതമാനം സബ്സിഡിയുള്ള സംസ്ഥാനം.

സഹായനമ്പറുകൾ

പൊലീസ് കൺട്രോൾ റൂം	– 100 (ടോൾ ഫ്രീ) 913812200137
ഈമെയിൽ	– contact@tripurapolice.gov.in
പൊലീസ് വെബ്സൈറ്റ്	– www.tripurapolice.nic.in
ടൂറിസം ഇൻഫർമേഷൻ	– +91381 2342393
ത്രിപുര ടൂറിസം ഓഫീസ് കൊൽക്കത്ത	– (+9133) 23214104
ത്രിപുര ഭവൻ – ദില്ലി	– 01123015157
അഗർത്തല റെയിൽവെ സ്റ്റേഷൻ	– (+91381) 2908507
അഗർത്തല എയർപോർട്ട്	– (+91381) 2325470
ടൂറിസം വെബ്സൈറ്റ്	– www.tripura.nic.in
സർക്കാർ വെബ്സൈറ്റ്	– www.tripura.nic.in

3

ഹിമാചൽ പ്രദേശ്

ഹിമാചൽ പ്രദേശ് എന്നാൽ മഞ്ഞ് പർവതങ്ങളുടെ നാട് എന്നാണർഥം. മഞ്ഞുകാലത്ത് സംസ്ഥാനത്തിന്റെ ഭൂരിഭാഗം പ്രദേശങ്ങളും മഞ്ഞിനടിയിലായിരിക്കും.

ചരിത്രാതീത കാലത്ത് ഈ മേഖല പൂർണമായും ഗോത്രവർഗക്കാരുടെ അധീനതയിലായിരുന്നു. കോയിലിസ്, നാലിസ് ഡാഹിസ്, ദൗഗ്രീസ്, ദാസ, ഘാസാസ്, കിനാർസ്, കൈരാട്ട്സ് തുടങ്ങിയ ഗോത്രസമൂഹങ്ങളാണ് ഇവിടെ ജീവിച്ചിരുന്നത്. വേദകാലഘട്ടത്തിൽ ജനപഥങ്ങൾ എന്ന പേരിലുള്ള കൂട്ടായ്മകൾ രൂപം പ്രാപിച്ചതായി ചരിത്രം രേഖപ്പെടുത്തുന്നു. ഓരോ ജനപഥത്തിനും ഓരോ തലവന്മാർ. ഗുപ്തന്മാർ ഈ പ്രദേശം പിടിച്ചടക്കി ഗുപ്തസാമ്രാജ്യത്തിൽ ചേർത്തു. അതോടെ ജനപഥങ്ങൾ തകർന്നു. ഹർഷവർധനന്റെ നേതൃത്വത്തിലായിരുന്നു ഭരണം. ഭരണം അധികകാലം നീണ്ടുനിന്നില്ല. നാട്ടുരാജാക്കന്മാർ ശക്തരായി. മുഹമ്മദ് ഗസ്നാവി 10-ാം നൂറ്റാണ്ടിൽ കാൻഗ്ര പിടിച്ചടക്കിയതോടെയാണ് മുഗൾ ഭരണം ആരംഭിക്കുന്നത്. ഇതിനു പിന്നിലെ സിക്കന്ദർ ലോദി പല പ്രധാന മലകളിലും അധിപത്യമുറപ്പിച്ചു.

നേപ്പാളിലെ ഗൂർഖാ മുന്നേറ്റം ഹിമാചലിലും മാറ്റങ്ങളുണ്ടാക്കി. 1768 ൽ നേപ്പാളിൽ ഗൂർഖാ രാജാക്കന്മാർ അധികാരത്തിൽ വന്നു. പത്മ അമർസിങ് താപ്പയുടെ നേതൃത്വത്തിലുള്ള ഗൂർഖാ സൈന്യം സിംലയും സിർമൂദും പിടിച്ചു. നാട്ടുരാജാക്കന്മാരുടെ പിന്തുണയോടെ 1806 ൽ സൻസാർ ചന്ദ് രാജാവിനെ തോൽപ്പിച്ച് കാൻഗ്ര കൈവശപ്പെടുത്തി. പഞ്ചാബിലെ മഹാരാജാ രഞ്ജിത് സിങ് കരുത്തനായിരുന്ന കാലമായിരുന്നു അത്. 1846ൽ സിബയിലെ രാജാവായ രാജാ റാംസിങ് രഞ്ജിത് സിങ്ങിന്റെ നിയന്ത്രണത്തിലുണ്ടായിരുന്ന സിബ കോട്ട തിരികെ പിടിച്ചത് ഈ മേഖലയിൽ നിർണായകമായി. രഞ്ജിത് സിങ്ങിനെ തറപറ്റി

ക്കാനായി ബ്രിട്ടീഷ് സൈന്യവും രംഗത്തിറങ്ങി. തുടർന്ന് നടന്ന ആംഗ്ലോ – സിഖ് യുദ്ധത്തിൽ ബ്രിട്ടീഷുകാർ വിജയിച്ചു. ഹിമാചൽ പ്രദേശ് മുഴുവൻ ബ്രിട്ടീഷുകാരുടെ ആധീനതയിലായി.

1857ലെ ഒന്നാം സ്വാതന്ത്ര്യസമരത്തിൽ വ്യത്യസ്തമായ സമീപനമാണ് ഹിമാചലിലെ നാട്ടുരാജാക്കന്മാർ സ്വീകരിച്ചിരുന്നത്. ചാംബ, ബിലാസ്പൂർ, ദാഗൽ, ധാമി തുടങ്ങിയ നാട്ടുരാജ്യങ്ങളിലെ രാജാക്കന്മാർ ബ്രിട്ടീഷുകാർക്ക് പൂർണ പിന്തുണ നൽകി. ബുഷാറിലെ ഭരണാധികാരി മാത്രമാണ് ഉറച്ച ബ്രിട്ടീഷ് വിരുദ്ധ സമീപനം കൈക്കൊണ്ടത്. 1858ലെ വിക്ടോറിയ രാജ്ഞിയുടെ പ്രഖ്യാപനത്തോടെ ഹിമാചലിലെ എല്ലാ നാട്ടുരാജ്യങ്ങളും ബ്രിട്ടീഷ് ഭരണത്തിന് കീഴിലായി.

രാഷ്ട്രീയം

ഹിമാചൽപ്രദേശിന്റെ ആദ്യകാല രാഷ്ട്രീയം പൂർണമായും കോൺഗ്രസിനോടൊപ്പമായിരുന്നു. യശ്വന്ത്സിങ് പവാറായിരുന്നു ആദ്യകാലത്തെ ഏറ്റവും കരുത്തനായ കോൺഗ്രസ് നേതാവ്. അദ്ദേഹം തന്നെ ആയിരുന്നു ആദ്യ മുഖ്യമന്ത്രിയും. അടിയന്തരാവസ്ഥക്കാലത്താണ് സംസ്ഥാനത്ത് കോൺഗ്രസ് വിരുദ്ധ വികാരം ശക്തമായത്. ജനതാ പാർട്ടിയുടെ നേതൃത്വത്തിലുണ്ടായ മുന്നേറ്റത്തിന്റെ പ്രയോജനം ലഭിച്ചത് ജനസംഘത്തിനായിരുന്നു. 1977 ജനുവരി 22ന് സംസ്ഥാനത്തെ ആദ്യത്തെ കോൺഗ്രസ് ഇതര സർക്കാർ അധികാരത്തിൽ വന്നു. ശാന്തകുമാറായിരുന്നു മുഖ്യമന്ത്രി. ഠാക്കൂർ രാംലാൽ, വീരഭദ്രസിങ്, ശാന്തകുമാർ, പ്രേംകുമാർ ധൂമൽ തുടങ്ങിയവർ പിന്നീട് മുഖ്യമന്ത്രിമാരായി. സംഘപരിവാറിന്റെ രാമക്ഷേത്ര പ്രക്ഷോഭം കാര്യമായ ചലനമുണ്ടാക്കിയ സംസ്ഥാനമാണ് ഹിമാചൽ. 1990 ൽ രാമക്ഷേത്ര പ്രക്ഷോഭത്തെത്തുടർന്നാണ് ബി ജെ പി അധികാരത്തിൽ വന്നത്. മുഖ്യമന്ത്രിയായ ശാന്തകുമാർ പിന്നീട് സംസ്ഥാന രാഷ്ട്രീയത്തിലും ദേശീയരാഷ്ട്രീയത്തിലും കരുത്തനായി. ശാന്തകുമാറിന്റെ എതിരാളി പ്രേംകുമാർ ധൂമലാണ് 5 വർഷകാലാവധി പൂർത്തിയാക്കിയ ആദ്യത്തെ കോൺഗ്രസ് ഇതര മുഖ്യമന്ത്രി. 1998 മുതൽ 2003 വരേയും 2007 മുതലും അദ്ദേഹം മുഖ്യമന്ത്രിയായി. ബി ജെ പി ദേശീയ നേതൃത്വത്തിന്റെ ഇപ്പോഴത്തെ വിശ്വസ്തൻ പ്രേംകുമാർ ധൂമലാണ്.

ഏറ്റവും കൂടുതൽ കാലം മുഖ്യമന്ത്രി ആയ നേതാവ് വീരഭദ്രസിങ്ങാണ്. ഇപ്പോഴും ഹിമാചൽ കോൺഗ്രസിലെ ഏറ്റവും കരുത്തൻ ഇദ്ദേഹം തന്നെ. വീരഭദ്രസിങ് സംസ്ഥാന രാഷ്ട്രീയത്തിൽ ശ്രദ്ധയൂന്നിയപ്പോൾ ദേശീയ രാഷ്ട്രീയത്തിൽ സജീവമായ നേതാവായിരുന്നു സുഖ്റാം. നരസിംഹറാവു മന്ത്രിസഭയിൽ ടെലിക്കോം മന്ത്രിയായിരുന്ന അദ്ദേഹം ടെലിക്കോം കുംഭകോണത്തിലൂടെ കുപ്രസിദ്ധനായി. ഹൈദരാബാദിലെ അഡ്വാസ് റേഡിയോ മാസ്റ്റ് എന്ന കമ്പനിക്ക് ടെലിക്കോം മേഖലയുമായി ബന്ധപ്പെട്ട കരാർ നൽകിയതിൽ സുഖ്റാം അഴിമതിനടത്തിയതായി

മുഖ്യമന്ത്രിമാർ		
പേര്	**കാലാവധി**	**പാർട്ടി**
യശ്വന്ത്സിങ് പാർമാർ	1952 – 1956	ഇന്ത്യൻ നാഷണൽ കോൺഗ്രസ്
രാഷ്ട്രപതി ഭരണം	1956 – 1963	
യശ്വന്ത്സിങ് പാർമർ	1963 – 1977	ഇന്ത്യൻ നാഷണൽ കോൺഗ്രസ്
ഠാക്കൂർ രാംലാൽ	1977 (ജനുവരി – ഏപ്രിൽ)	ഇന്ത്യൻ നാഷണൽ കോൺഗ്രസ്
ശാന്തകുമാർ	1977 – 1980	ജനതാ പാർട്ടി
ഠാക്കൂർ രാംലാൽ	1980 – 1983	ഇന്ത്യൻ നാഷണൽ കോൺഗ്രസ്
വീരഭദ്രസിങ്	1983 – 1985	ഇന്ത്യൻ നാഷണൽ കോൺഗ്രസ്
വീരഭദ്രസിങ്	1985 – 1990	ഇന്ത്യൻ നാഷണൽ കോൺഗ്രസ്
ശാന്തകുമാർ	1990 – 1993	ബി ജെ പി
വീരഭദ്രസിങ്	1993 – 1998	ഇന്ത്യൻ നാഷണൽ കോൺഗ്രസ്
പ്രേംകുമാർ ധൂമൽ	1998 – 2003	ബി ജെ പി
വീരഭദ്രസിങ്	2003 – 2007	ഇന്ത്യൻ നാഷണൽ കോൺഗ്രസ്
പ്രേംകുമാർ ധൂമൽ	2007 – 2222	ബി ജെ പി

കണ്ടെത്തിയതിനെത്തുടർന്ന് ദില്ലി ഹൈക്കോടതി മൂന്നു വർഷത്തെ തടവ് ശിക്ഷ വിധിച്ചു. വരവിൽ കവിഞ്ഞ സ്വത്ത് സമ്പാദിച്ച കേസിൽ ദില്ലി ഹൈക്കോടതി തന്നെ സുഖ്റാമിന് മൂന്നു വർഷത്തെ തടവ് ശിക്ഷയും രണ്ടു ലക്ഷം രൂപ പിഴയും വിധിച്ചു.

കർഷക, തൊഴിലാളി മുന്നേറ്റങ്ങൾ

പഴയ പഞ്ചാബ് സംസ്ഥാനത്തിന്റെ ഭാഗമായിരുന്നു ഹിമാചൽ പ്രദേശ്. പഞ്ചാബിലെ വിപ്ലവ പ്രസ്ഥാനങ്ങളുടേയും കർഷക സംഘടനകളുടേയും സ്വാധീനം ഹിമാചൽ മേഖലകളിലുമുണ്ടായി. ഹിമാചൽ മലമ്പ്രദേശമാണ്. അതുകൊണ്ടുതന്നെ പഞ്ചാബിലെ വിപ്ലവകാരികൾ ഒളിവിൽ താമസിച്ചിരുന്നത് ഹിമാചൽ പ്രദേശിലായിരുന്നു. ഹർകിഷൻസിങ് സുർജീത് ദീർഘകാലം ഈ പ്രദേശത്ത് ഒളിവിൽ താമസിച്ചിട്ടുണ്ട്.

ഈ മേഖലയിലെ ഏറ്റവും ശ്രദ്ധേയമായ കർഷക മുന്നേറ്റം 'മുജാരാ' കർഷക സമരമായിരുന്നു. കുടിയാന്മാരായ കർഷകർ ഭൂമിക്കുമേൽ അവകാശം വേണമെന്ന് ആവശ്യപ്പെട്ടുകൊണ്ട് നടത്തിയ സമരം ഹിമാചലിലെ ഗ്രാമങ്ങളെ ഇളക്കിമറിച്ചു. മണ്ഡി, ഉണ, കാൻഗ്ര എന്നിവിടങ്ങളിൽ ശക്ത

മായ സമരം നടന്നു. സ്വാതന്ത്ര്യത്തിന് ശേഷം അമ്പതുകളിൽ നടന്ന ഈ സമരത്തെ അടിച്ചമർത്താനാണ് അന്നത്തെ പഞ്ചാബ് സർക്കാർ ശ്രമിച്ചത്. 1966 ൽ പഞ്ചാബിൽനിന്ന് വേറിട്ട് ഹിമാചൽപ്രദേശ് കേന്ദ്രഭരണ പ്രദേശമായി. 1968 ൽ ഹിമാചൽപ്രദേശ് കാർഷിക പരിഷ്കരണം നടപ്പിലാക്കി. കമ്യൂണിസ്റ്റ് പാർട്ടിയുടെ നേതൃത്വത്തിൽ നടന്ന മുജാരാ സമരമാണ് കാർഷിക പരിഷ്കരണം നടപ്പിലാക്കാൻ സർക്കാരിനെ നിർബന്ധിതരാക്കിയത്. എന്നാൽ ഇതിന്റെ പ്രയോജനം രാഷ്ട്രീയപരമായി പാർട്ടിക്ക് ലഭിച്ചില്ല. 1964ലെ പിളർപ്പ് പാർട്ടിയെ തളർത്തി. നേരത്തെ ഇടതുപക്ഷത്തോടൊപ്പം നിന്നവരിൽ വലിയൊരു വിഭാഗം കോൺഗ്രസിൽ ചേർന്നു. സംസ്ഥാന രൂപീകരണത്തിന് ശേഷം 1970 ൽ നടത്തിയ നിയമസഭാ, തിരഞ്ഞെടുപ്പിൽ ഇടതുപക്ഷപാർട്ടികൾക്ക് അഞ്ച് എം എൽ എമാർ ഉണ്ടായിരുന്നു. പിന്നീടൊരിക്കലും ഇത്ര പ്രാതിനിധ്യം ഇടതുപക്ഷത്തിന് ലഭിച്ചിട്ടില്ല.

എൺപതുകളോടെ എസ് എഫ് ഐ വിദ്യാർഥി രാഷ്ട്രീയത്തിലെ മുഖ്യശക്തിയായി ഉയർന്നു. സിംല യൂണിവേഴ്സിറ്റി എസ് എഫ് ഐയുടെ ശക്തികേന്ദ്രമായി മാറി. ഇവിടുത്തെ വിദ്യാർഥിനേതാക്കൾ പിന്നെ സി പി ഐ എമ്മിന്റെ സജീവ പ്രവർത്തകരും നേതാക്കളുമായി. തലസ്ഥാനമായ സിംലയിലെ ചുമട്ടുതൊഴിലാളികൾക്കിടയിലും ജലവൈദ്യുതകേന്ദ്രങ്ങളിലെ തൊഴിലാളികൾക്കിടയിലും സി ഐ ടി യു നിർണായക ശക്തിയാണ്.

ഭൂമിശാസ്ത്രം

ഹിമാലയത്തിന്റെ പടിഞ്ഞാറൻ മേഖലയിലാണ് ഹിമാചൽ പ്രദേശ് സ്ഥിതി ചെയ്യുന്നത്. വിസ്തീർണം 55,673 ചതുരശ്ര കിലമോമീറ്റർ. സമുദ്ര നിരപ്പിൽനിന്ന് 350 മീറ്റർ മുതൽ 6000 മീറ്റർ വരെ ഉയരത്തിൽ സ്ഥി ചെയ്യുന്ന പ്രദേശമാണിത്. ഉയർന്ന മഞ്ഞുമലകളിൽ നിന്നാണ് നദികൾ ഉത്ഭവിക്കുന്നത്. ചിനാബ്, രവി, ബിയാസ്, സത്‌ലജ്, യമുന എന്നിവയാണ് പ്രധാന നദികൾ.

വേനൽക്കാലത്തെ ഉയർന്ന താപനില 33^{0}C. ശീതകാലത്തേക്ക് 15^{0}C. വേനൽക്കാലത്തെ കുറഞ്ഞ താപനില 14^{0}C. ശീതകാലത്തെ കുറഞ്ഞ താപനില പൂജ്യം ഡിഗ്രിയിലും താഴെയും. ഏറ്റവും മഴ ലഭിക്കുന്നത് ധർമശാലയിലാണ്. ലഹോൾ, സ്പൈറ്റി തുടങ്ങിയ പ്രദേശങ്ങളിൽ അപൂർവമായേ മഴ ലഭിക്കാറുള്ളു എന്ന പ്രത്യേകതയുമുണ്ട്.

സംസ്ഥാനത്തിന്റെ 66.52 ശതമാനം പ്രദേശം വനമാണ്. വനങ്ങളിൽ പൈൻ, ഓാക്ക് മരങ്ങൾ ധാരാളം കാണാം. ശീതകാലം കഴിഞ്ഞാൽ വനങ്ങളിൽ നിറയെ പുഷ്പങ്ങളാകും. ലോകത്തിലെ പൂക്കൊട്ടയാക്കി ഹിമാചലിനെ മാറ്റുക എന്ന ലക്ഷ്യത്തോടെയുള്ള പ്രവർത്തനങ്ങൾ സർക്കാർ നടത്തുന്നുണ്ട്. ഹിമാചലിലെ വനങ്ങളിൽ 1200 ഇനം പക്ഷികളും 359 ഇനം മൃഗങ്ങളുമുണ്ട്. പുലി, ഹിമപ്പുലി, കസ്തൂരി മാൻ തുടങ്ങിയവയാണ് പ്രധാന മൃഗങ്ങൾ.

കൃഷി

സംസ്ഥാനത്തിന്റെ മൊത്ത ആഭ്യന്തര ഉൽപ്പാദനത്തിന്റെ 45 ശതമാനം കൃഷിയിൽ നിന്നാണ്. 93 ശതമാനം പേരും കാർഷിക വൃത്തിയെ ആശ്രയിച്ചാണ് ജീവിക്കുന്നത് 71 ശതമാനം പേരുടെ തൊഴിൽ കാർഷിക വൃത്തിയാണ്. ഗോതമ്പ്, അരി, ബാർലി, ചാമ എന്നിവയാണ് പ്രധാന കാർഷികോൽപ്പന്നങ്ങൾ

ഹിമാചൽ പഴവർഗങ്ങൾ, പ്രത്യേകിച്ച് ഹിമാചൽ ആപ്പിൾ പ്രസിദ്ധമാണ്. 2.07 ലക്ഷം ഹെക്ടർ കൃഷിഭൂമിയിൽ 5 ലക്ഷം മെട്രിക് ടൺ പഴവർഗങ്ങളാണ് ഇവിടെ വർഷന്തോറും ഉൽപ്പാദിപ്പിക്കുന്നത്. ഇതിലെ 4 ലക്ഷവും ആപ്പിളാണ്. മാങ്ങ, മുന്തിരങ്ങ, ഓറഞ്ച്, പ്ലം തുടങ്ങിയവയാണ് മറ്റ് പ്രധാന പഴങ്ങൾ.

പഴവർഗങ്ങൾ കൃഷി ചെയ്യുന്നതിന് ഏറ്റവും അനുയോജ്യമായ കാലാവസ്ഥയാണ് ഹിമാചലിലേത്. കാർഷിക സമ്പദ്‌വ്യവസ്ഥയുടെ നട്ടെല്ല് ആപ്പിളാണ്. റോയൽ ഡിലീഷ്യസ്, റിച്ച് എ റെഡ്, റെഡ് ഡിലീഷ്യസ്, ഗോസൺ ഡിലീഷ്യസ് തുടങ്ങിയ ലോക പ്രശസ്ത ആപ്പിളുകളെല്ലാം ഇവിടെ ഉൽപ്പാദിപ്പിക്കുന്നുണ്ട്.

ലോകത്തെ ഏറ്റവും ഗുണനിലവാരമുള്ളതും സ്വാദിഷ്ഠവുമായ ആപ്പിളാണ് ഹിമാചൽ ആപ്പിൾ. ആപ്പിളുകൾ മാത്രമല്ല, ഹിമാചൽ ആപ്പിൾ ജൂസുകളും പ്രസിദ്ധമാണ്. പാർലമെന്റ് മുതൽ റെയിൽവെ സ്റ്റേഷനുകളും ബസ്സ്റ്റാന്റുകളും ഉൾപ്പെടെയുള്ള ആയിരക്കണക്കിന് കേന്ദ്രങ്ങളിൽ ഹിമാചൽ ആപ്പിൾ ജ്യൂസുകൾ വിൽക്കുന്നുണ്ട്.

ആപ്പിളിന്റെ ഉൽപ്പാദനവും വിപണനവും വർധിപ്പിക്കാനായി നിരവധി വൻപദ്ധതികൾ വിജയകരമായി നടപ്പിലാക്കുമ്പോൾത്തന്നെ ആപ്പിൾ കർഷകർ വിദേശ ആപ്പിളുകളിൽനിന്ന് വൻ വെല്ലുകളിയാണ് നേരിടുന്നത്. കേന്ദ്രസർക്കാറിന്റെ ഇറക്കുമതി നയമാണ് പ്രശ്നങ്ങൾ ഉണ്ടാക്കിയത്. കുറഞ്ഞ തീരുവയോടെ വിദേശ രാജ്യങ്ങളിൽനിന്ന് ആപ്പിളുകൾ ഇന്ത്യൻ വിപണിയിലെത്താൻ തുടങ്ങി. ആപ്പിൾ നഗരമായ സിംലയിൽപ്പോലും ഇവയ്ക്ക് പ്രവേശം ലഭിച്ചു. ഹിമാചൽ ആപ്പിളുകളുടെ ഉൽപ്പാദനത്തിലോ ഗുണനിലവാരത്തിലോ ചെറിയ കുറവ് വന്നാൽ വൻ പ്രത്യാഘാതമാണ് ഉണ്ടാവാറുള്ളത്. അനുകൂലസാഹചര്യം മുതലെടുത്ത് വിദേശ ആപ്പിളുകൾ ഇന്ത്യൻ വിപണിയിൽ ആധിപത്യം നേടും.

സാമൂഹ്യാവസ്ഥ

ജനസംഖ്യയിൽ ഏറ്റവും ഉയർന്ന ശതമാനം (95 ശതമാനം) ഹിന്ദുക്കൾ ഉള്ള സംസ്ഥാനമാണ് ഹിമാചൽ പ്രദേശ്. ബുദ്ധമതം, സിഖ്മതം തുടങ്ങിയവയാണ് മറ്റ് പ്രധാന മതങ്ങൾ. മുസ്ലിം, ക്രിസ്ത്യൻ മതവിശ്വാസികൾ നാമമാത്രമാണ്. ദലൈലാമയുടെ നേതൃത്വത്തിലുള്ള പ്രതീകാത്മക ടിബറ്റ് ഭരണകൂടത്തിന്റെ ആസ്ഥാനം ധർമശാലയിലാണ്.

മറ്റ് ഉത്തരേന്ത്യൻ സംസ്ഥാനങ്ങളെ അപേക്ഷിച്ച് മാനുഷിക വികസനത്തിൽ സംസ്ഥാനം മുന്നിലാണ്. സാക്ഷരത: 83.78 ശതമാനം, സ്ത്രീ-പുരുഷ അനുപാതം: 974/1000, ജനസാന്ദ്രത 123/Km^2, എന്നിങ്ങനെ മെച്ചപ്പെട്ട നിലയിലാണ് സംസ്ഥാനം. ബഹുമുഖ ദാരിദ്ര്യ സൂചിക അനുസരിച്ച് 31 ശതമാനം പേർ ദരിദ്രരാണ്. പഞ്ചാബ് കഴിഞ്ഞാൽ ഏറ്റവും കുറച്ച് ശതമാനം പേർ ദരിദ്രരായുള്ള സംസ്ഥാനമാണ് ഹിമാചൽ.

നല്ല ഭൂവിസ്തൃതി, കുറഞ്ഞ ജനസംഖ്യ, പ്രകൃതി വിഭവങ്ങൾ വിനോദ സഞ്ചാരം തുടങ്ങിയവയെല്ലാം അനുകൂല ഘടകങ്ങളാണ്. എന്നാൽ ഭൂപരിഷ്കരണത്തിന്റെ അഭാവത്തിൽ ഭൂസ്വത്ത് ചെറിയൊരു വിഭാഗത്തിന്റെ കൈകളിലാണ്.

വ്യവസായം

വൻകിടവ്യവസായങ്ങൾ ഹിമാചലിലില്ല. എന്നാൽ നൂറുകണക്കിന് കുടിൽ വ്യവസായങ്ങൾ ഉണ്ട്. കമ്പിളി, ഷാളുകൾ, കാർപ്പെറ്റുകൾ, അലങ്കരിച്ച ചെരുപ്പുകൾ, മരത്തിൽ നിർമിച്ച വീട്ടുപകരണങ്ങൾ തുടങ്ങിയവയാണ് പ്രധാന കുടിൽവ്യവസായങ്ങൾ. ഇവയിൽ പലതും വിദേശരാജ്യങ്ങളിലേക്ക് കയറ്റി അയക്കുന്നുണ്ട്.

അടിസ്ഥാന സൗകര്യവികസനം

അടിസ്ഥാന സൗകര്യവികസനത്തിനാണ് സംസ്ഥാനം ഏറ്റവും ഊന്നൽ നൽകുന്നത്. മലമ്പാതകളാണ് പ്രധാന ഗതാഗതമാർഗം. എട്ടു ദേശീയ പാതകൾ ഉൾപ്പെടെ 29,650 കിലോമീറ്റർ ദൈർഘ്യമുള്ള റോഡ് ഗതാഗത സംവിധാനമാണ് ഹിമാചലിലേത്. രാജ്യത്ത് ഏറ്റവുമധികം റോഡുകളുള്ള ജില്ല ഹിമാചലിലെ ഹാമിർപ്പൂരാണ്.

റെയിൽഗതാഗതം പരിമിതമാണ്. പഠാൻകോട്ട്-ജോഗീന്ദർനഗർ പാത പഞ്ചാബിനെയും ഹിമാചലിനെയും ബന്ധിപ്പിക്കുന്നു. തലസ്ഥാനമായ സിംലയെ ഹരിയാനയിലെ കാൽക്കയുമായി ബന്ധപ്പിക്കുന്ന 96 കിലോമീറ്റർ ദൈർഘ്യമുള്ള പാതയുണ്ട്. 102 ടണലുകളും864 പാലങ്ങളുമുള്ള ഈ പാതയിലൂടെ സഞ്ചരിച്ചാൽ ഹിമാചലിന്റെ സൗന്ദര്യം ആസ്വദിക്കാം. സിംല, ഭുൻട്ടാർ, ഗഗ്ഗാൽ എന്നിവിടങ്ങളിലായി മൂന്നു ആഭ്യന്തര വിമാനത്താവളങ്ങൾ ഹിമാചലിലുണ്ട്.

ജലവൈദ്യുതി ഉൽപ്പാദനശേഷിയിൽ സംസ്ഥാനം ഏറെ മുന്നിലാണ്. രാജ്യത്തെ ജലവൈദ്യുതി സ്രോതസിന്റെ 25 ശതമാനം ഇവിടെയാണ്. എന്നാൽ ഈ മേഖലയിലെ സാധ്യതകൾ ഇനിയും പൂർണമായും വിനിയോഗിച്ചിട്ടില്ല.

ടൂറിസം

ഹിമാലയത്തിന്റെ സൗന്ദര്യം ഹിമാചലിൽ ആസ്വദിക്കാം. ഏപ്രിൽ മുതൽ ഒക്ടോബർ വരെയും ഡിസംബർ മുതൽ ഫെബ്രുവരി വരെയുമാണ് കൂടുതൽ സഞ്ചാരികളെത്തുന്നത്.

സിംല	–	തലസ്ഥാനം. മാൾറോഡ്, ഹിൽസ്റ്റേഷൻ, പൂന്തോട്ടങ്ങൾ സിംല കരാറിൽ ഒപ്പുവെച്ച കുഫ്രിയിലേക്ക് 30 കിലോമീറ്റർ ആപ്പിൾ തോട്ടങ്ങൾ, കുതിരസവാരി
കുളു	–	ഹിൽസ്റ്റേഷൻ, ക്ഷേത്രങ്ങൾ മ്യൂസിയം, പൂന്തോട്ടങ്ങൾ
മനാലി	–	ഹിൽസ്റ്റേഷൻ, ഹിമാലയ പർവതാരോഹണ ഇൻസ്റ്റിറ്റ്യൂട്ട്
ധർമശാല	–	ഹിൽസ്റ്റേഷൻ, ടിബറ്റൻ ആത്മീയ നേതാവ് ദലൈലാമയുടെ ആസ്ഥാനം
ഡൽഹൗസി	–	ഹിൽസ്റ്റേഷൻ
ചായിൽ	–	ഹിൽസ്റ്റേഷൻ, ലോകത്തെ ഏറ്റവും ഉയരം കൂടിയ പ്രദേശത്തെ ക്രിക്കറ്റ് മൈതാനം.
ചാംബ	–	ഇന്ത്യയിലെ സ്വിറ്റ്സർലന്റ് എന്ന പേരിലറിയപ്പെടുന്ന പ്രദേശം. പുരാതന നഗരം, ക്ഷേത്രങ്ങൾ, മ്യൂസിയങ്ങൾ കാൽപ്പ കൈത്തറി വസ്ത്രങ്ങളും നാടോടി നൃത്തങ്ങൾക്കും പ്രസിദ്ധമായ സ്ഥലം.
ഘോക്സാർ	–	ബുദ്ധ ആശ്രമം, ഹിൽസ്റ്റേഷൻ
മണ്ഡി	–	ഹിൽസ്റ്റേഷൻ, കൊട്ടാരം, ക്ഷേത്രങ്ങൾ, തടാകങ്ങൾ
പാലമ്പൂർ	–	ഹിൽസ്റ്റേഷൻ
രേണുക	–	തടാകം, വന്യജീവി സങ്കേതം
മാണികരൺ	–	ഗുരുദ്വാര

കല, സംസ്കാരം

ഹിന്ദിക്ക് പുറമേ പഞ്ചാബി, ഡോഗ്രി, കാൻഗ്രി, ഗോജ്റി, കിനൗരി തുടങ്ങിയ ഭാഷകളും ജനങ്ങൾ സംസാരിക്കുന്നു. കിന്നാർ, പാൻഗാവാൾസ്, സുലേഹ്റിയ, ലഹൗലിസ് എന്നിവയാണ് പ്രധാന ഗോത്രവർഗങ്ങൾ. ഗോത്രവർഗക്കാർക്ക് പ്രത്യേക നൃത്തങ്ങളുണ്ട്. കാൽപ്പയിലെ നൃത്തങ്ങൾ പ്രസിദ്ധമാണ്. വടക്കേ ഇന്ത്യൻ സംസ്കാരം പ്രദേശത്തെ ഏറെക്കുറെ കീഴടക്കിയിരിക്കുന്നു. സംഗീതത്തിലും നൃത്തത്തിലും സിനിമയിലുമെല്ലാം ഇത് പ്രകടമാണ്. എന്നാൽ കൈത്തറിയിലും കരകൗശല വസ്തുക്കളുടെ നിർമാണത്തിലും ഹിമാചൽ തനിമ ഇന്നും നിലനിൽക്കുന്നു.

ആഘോഷങ്ങൾ

ഹോളി, ദസറ, ദീപാവലി, ശ്രീകൃഷ്ണ ജയന്തി തുടങ്ങിയവയാണ് പ്രധാന ആഘോഷങ്ങൾ. ഇതിനു പുറമേ ഓരോ പ്രദേശങ്ങൾക്കും പ്രത്യേക ആഘോഷങ്ങളുണ്ട്.

ഭക്ഷണങ്ങൾ

ഹിമാചലക്കാരുടെ ഭക്ഷണരീതി ഉത്തരേന്ത്യക്കാരുടേതിന് സമാനമാണ്. ചപ്പാത്തി ഇനങ്ങൾ, അരി, ദാൽ, ബ്രഡ്, പൂരി തുടങ്ങിയവയാണ് പ്രധാന ആഹാരങ്ങൾ. പട്ടീർ, ചൗക്ക്, ഭാഗ്ജറി, ജോൾ, പട്രോഡി, സിദ്ഖു, ബേഡ്വാൻ, ചുട്ട്ണി, മദ്ര, ഘട്ട, ആംബുവ തുടങ്ങിയ ഭക്ഷണങ്ങളുടെ ആരംഭം ഹിമാചലിൽ നിന്നാണ്

കണ്ടിരിക്കേണ്ട സ്ഥലം - മനാലി

സമീപപ്രദേശങ്ങളായ കുളും, റോതംഗ് പാസ്, മാണിക്കരൻ എന്നിവ ഉൾപ്പെടുന്ന മനാലി മേഖല ഇന്ത്യയിൽ ഏറ്റവും അധികം സഞ്ചാരികളെത്തുന്ന വിനോദസഞ്ചാര കേന്ദ്രമാണ്. ഹിമാലയൻ നിബിഡവനങ്ങൾ, പൂന്തോട്ടങ്ങൾ, മൃഗശാലകൾ, ഹിഡിംബക്ഷേത്രം, മാണിക്കരനിലെ ഗുരുദ്വാര, ചൂടുള്ള നീരുറവകൾ എന്നിങ്ങനെ നിരവധി വ്യത്യസ്തമായ കാഴ്ചകൾ ഇവിടെയുണ്ട്.

മനാലി ഒരു ആകാശക്കാഴ്ച

ഹിമാചലിലെ ഉയർന്ന പ്രദേശമായ റോതംഗ് പാസ് മനാലിക്ക് സമീപമാണ്. താപനില നന്നേ കുറവായ ഇവിടുത്തെ മഞ്ഞുകട്ടകൾക്കു മേൽ സ്കൈയിങ് ഉൾപ്പെടെയുള്ള കളികൾ കളിക്കാം.

ദില്ലിയിൽനിന്ന് മനാലിയിലേക്ക് രാത്രികാലസർവീസുകൾ ഉണ്ട്. ചണ്ഡീഗഢും പത്താൻകോണുമാണ് അടുത്തുള്ള റെയിൽവെ സ്റ്റേഷനുകൾ.

ഹിമാചൽപ്രദേശ് - കേരളീയം

സംസ്ഥാനത്ത് മലയാളികളുടെ എണ്ണം വളരെ കുറവാണ്. എങ്കിലും കേരളത്തിനും മലയാളികൾക്കും നിർണായക സ്ഥാനമുണ്ട്. തലസ്ഥാനമായ സിംലയിലെ പ്രസിദ്ധമായ മാൾറോഡിൽ സ്ഥിതി ചെയ്യുന്ന ഇന്ത്യൻ കോഫിഹൗസ് മലയാളികളുടെയും സാംസ്കാരിക പ്രവർത്തകരുടെയും പ്രധാന സംഗമവേദിയാണ്. ഇന്ത്യൻ കോഫിഹൗസിന്റെ മാനേജരായിരുന്ന പി എ ജോസഫ് വിഭജനകാലത്ത് പാക്കിസ്ഥാനിൽ നിന്ന് സിംലയിലെത്തി. പിന്നീട് ആരോഗ്യവകുപ്പിൽ ജോലി ചെയ്ത മറിയം, ആരോഗ്യവകുപ്പ് ഡയറക്ടർ ഫ്ളോറി എബ്രഹാം, സെൻട്രൽ പൊട്ടെറ്റോ റിസർട്ട് ഇൻസ്റ്റിറ്റ്യൂട്ട് ഡയറക്ടർ ടി എൻ നായർ, *ഹിമാചൽ ടൈംസ്* ലേഖകനായിരുന്ന പി വി തോമസ് എന്നിങ്ങനെ ശ്രദ്ധേയരായ നിരവധി മലയാളികൾ ഇവിടെയുണ്ടായിരുന്നു.

ട്രെയിൻ സർവീസ്

കേരളത്തിൽനിന്ന് നേരിട്ട് ട്രെയിനുകൾ ഇല്ല. ദില്ലിയിൽനിന്ന് കാൽക്കത്തെയിലേക്കും കാൽക്കത്തെയിൽ നിന്ന് സിംലയിലേയ്ക്കും ട്രെയിനുകൾ കിട്ടും. ദില്ലിയിൽനിന്ന് ഹിമാചലിലേക്ക് രാത്രിയിൽ ബസ് സർവീസ് ഉണ്ട്.

കേരളത്തിൽനിന്നുള്ള തീവണ്ടികൾ

കേരളത്തിൽ നിന്ന് നേരിട്ട് തീവണ്ടികൾ ഇല്ല. ദില്ലിയിൽനിന്ന് ഹരിയാനയിലെ കാൽക്കയിലേക്കും കാൽക്കയിൽ നിന്ന് സിംലയിലേക്കും തീവണ്ടികൾ ലഭിക്കും. ദില്ലിയിൽ നിന്ന് ഹിമാചലിലെ പ്രധാന സ്ഥലങ്ങളിലേക്കല്ലാം ബസ് സർവീസ് ഉണ്ട്.

പൊതുവിവരങ്ങൾ

തലസ്ഥാനം	–	സിംല
ജില്ലകൾ	–	12
നിയമസഭാമണ്ഡലങ്ങൾ	–	68
ലോക്സഭാമണ്ഡലങ്ങൾ	–	4
രാജ്യസഭാ സീറ്റുകൾ	–	3

രൂപീകൃതമായ ദിവസം	-	1971 ജനുവരി 25
ഔദ്യോഗിക ഭാഷ	-	ഹിന്ദി, പഹാരി
ജനസംഖ്യ	-	6856509
ജനസാന്ദ്രത	-	123/Km^2
വിസ്തീർണം	-	55673/Km^2
സ്ത്രീപുരുഷാനുപാതം	-	974/1000
പ്രമുഖ നഗരങ്ങൾ	-	സിംല, മണ്ഡി, മനാലി, കാൻഗ്ര
വിമാനത്താവളങ്ങൾ	-	സിംല, കുളു, കാൻഗ്ര
റോഡ് ഗതാഗതം	-	29,610 കിലോമീറ്റർ
റെയിൽ ഗതാഗതം	-	269 കിലോമീറ്റർ
സമയ മേഖല	-	IST (VTC+ 5:30)
താപനില (വേനൽക്കാലം)	-	33^0C - 14^0C
താപനില (ശീതകാലം)	-	15^0C - 0^0C
വർഷകാലം	-	ജൂലായ് - സെപ്തംബർ
സന്ദർശിക്കാൻ അനുയോജ്യമായ സമയം	-	ഏപ്രിൽ - ഒക്ടോബർ ഡിസംബർ - ഫെബ്രുവരി (ശീതകാലം)

പ്രധാന വെബ്സൈറ്റുകൾ

സർക്കാർ വെബ്സൈറ്റ്	-	www.himachcl.nic.in
ടൂറിസം വെബ്സൈറ്റ്	-	www.himachcl.nic.in
ഇൻഫർമേഷൻ വകുപ്പ്	-	www.himachcl.nic.in

പ്രധാന സഹായ നമ്പറുകൾ

പൊലീസ് കംട്രോൾ റൂം	-	0177 - 2800100
ടൂറിസം ഡയറക്ടർ	-	0177 - 2225864

പ്രത്യേകതകൾ

1. ഇന്ത്യയിലെ ആപ്പിൾ സംസ്ഥാനം
2. ലോകത്തിലെ പൂക്കൊട്ട എന്ന പേരിലറിയപ്പെടുന്ന സ്ഥലം.
3. ലോകത്തെ ഏറ്റവും ഉയരം കൂടിയ സ്ഥലത്ത് സ്ഥിതി ചെയ്യുന്ന ക്രിക്കറ്റ് മൈതാനം - ചായിൽ
4. ഇന്ത്യയിലെ സ്വിറ്റ്സർലന്റ് - ചാംബ

5. ജനസംഖ്യയിലെ 93 ശതമാനം പേരും കാർഷികവൃത്തിയെ ആശ്രയിക്കുന്നവർ.
6. ഇന്ത്യയിൽ ഏറ്റവുമധികം റോഡുകളുള്ള ജില്ല - ഹിമാർപ്പൂർ
7. രാജ്യത്തെ ജലവൈദ്യുത സ്രോതസിന്റെ 25 ശതമാനം ഉൾക്കൊള്ളുന്ന സംസ്ഥാനം.
8. എല്ലാ കുടുംബങ്ങൾക്കും ബാങ്ക് അക്കൗണ്ടുകൾ ഉള്ള സംസ്ഥാനം.
9. ഏഷ്യയിലെ ഏക പ്രകൃതിദത്ത ഐസ് സ്കേറ്റിങ് റിങ് - സിംല

സഹായനമ്പറുകൾ

പൊലീസ് കൺട്രോൾ റൂം (സിംല)	-	0177 - 2621714
ട്രാഫിക് പൊലീസ് നമ്പർ	-	0177 - 2652217
പൊലീസ് സഹായ നമ്പർ	-	100
അഗ്നിശമന വിഭാഗം	-	101
ആംബുലൻസ്	-	102
പൊലീസ് വെബ്സൈറ്റ്	-	www.hppolice.nic.in
ഹിമാചൽ ടൂറിസം	-	0177 - 2633181
ടോൾഫ്രീ നമ്പർ	-	18001808077
ടൂറിസം വെബ്സൈറ്റ്	-	www.himachaltourism.gov.in
ഇൻഫർമേഷൻ വിഭാഗം	-	0177 - 2620068
വെബ്സൈറ്റ്	-	dprhp@himachalpr.gov.in

4

ഗോവ

ചരിത്രം

പോർച്ചുഗീസുകാരാണ് സംസ്ഥാനത്തിന് ഗോവ എന്ന പേരിട്ടത്. അതിനുമുമ്പ് ഗോമാൻന്ത, ഗോമാൻ ചാല, ഗോപകപാട്ടം, ഗോപകപുരി തുടങ്ങിയ പേരുകളിലാണ് ഗോവ അറിയപ്പെട്ടിരുന്നത്. ബി സി 3–ാം നൂറ്റാണ്ടിൽ ഈ പ്രദേശം മൗര്യ സാമ്രാജ്യത്തിന്റെ ഭാഗമായിരുന്നു. പിന്നീട് ഗുജറാത്തിലെ ഭോജ രാജാക്കന്മാരും കൊങ്കൺ മൗര്യന്മാരും ചാലൂക്യന്മാരും രാഷ്ട്രകൂടന്മാരും ദില്ലി സുൽത്താന്മാരും ബീജാപ്പൂർ രാജാക്കന്മാരും ഗോവ ഭരിച്ചു. 1510 ൽ ബീജാപ്പൂർ രാജാക്കന്മാരെ തോൽപ്പിച്ച് പോർച്ചുഗീസുകാർ ഗോവ അവരുടെ കോളനിയാക്കിമാറ്റി. ബ്രിട്ടീഷുകാരിൽ നിന്നും ഇന്ത്യക്ക് സ്വാതന്ത്ര്യം ലഭിച്ചതിനുശേഷം ഗോവ വിട്ടുപോവാൻ പോർച്ചുഗീസുകാർ തയാറായില്ല. സ്വാതന്ത്ര്യത്തിനുവേണ്ടിയുള്ള പ്രക്ഷോഭം ഗോവയിൽ ശക്തമായി. 1961 ഡിസംബർ 12ന് ഓപ്പറേഷൻ വിജയ് എന്ന സൈനിക മുന്നേറ്റത്തിലൂടെ ഇന്ത്യ പോർച്ചുഗീസുകാരിൽനിന്നും ഗോവയെ മോചിപ്പിച്ചു. കേന്ദ്ര ഭരണ പ്രദേശമായിരുന്ന ഗോവ 1987 മേയ് 30ന് ഇന്ത്യയിലെ 25–ാമത്തെ സംസ്ഥാനമായി മാറി.

ഭൂമിശാസ്ത്രം

പടിഞ്ഞാറൻ അതിർത്തി കടലാണ്. കർണാടക, മഹാരാഷ്ട്ര എന്നിവയാണ് അയൽ സംസ്ഥാനങ്ങൾ മാൻഡോവി, സ്വാരി, ചപ്പോര, ഡാൽ എന്നിവയാണ് ഗോവയിലെ പ്രധാന നദികൾ. കൊടും ചൂടോ, അതിശൈത്യമോ ഇല്ലാത്ത പ്രസന്നമായ കാലാവസ്ഥയാണ് ഗോവയിലേത്. ജൂൺ മുതൽ സെപ്തംബർ വരെ മഴക്കാലമാണ്.

സമ്പദ്വ്യവസ്ഥ

ആളോഹരി മൊത്തം ആഭ്യന്തര ഉൽപ്പാദനത്തിൽ ഗോവ ഇന്ത്യയിൽ ഒന്നാം സ്ഥാനത്താണ്. സാമ്പത്തിക വളർച്ചയുടെ കാര്യത്തിലും ഗോവ ഒന്നാമതാണ്.

വ്യവസായം

ധാതുസമ്പത്തിന്റെ കലവറയാണ് ഗോവൻ തീരങ്ങൾ. ഇരുമ്പയിര്, ബോക്സൈറ്റ്, മാംഗനീസ്, ചുണ്ണാമ്പുകല്ല്, സിലിക്ക തുടങ്ങിയവ ഖനനം ചെയ്യുന്നു. ഗോവയിലെ മർമഗോവ തുറമുഖത്തിലൂടെയാണ് രാജ്യത്തെ ധാതുക്കളുടെ 39 ശതമാനം കയറ്റുമതി ചെയ്യുന്നത്. രാസവളങ്ങൾ കീടനാശിനികൾ, ടയർ, ചെരുപ്പുകൾ, പഴ സംസ്കരണം, മത്സ്യ സംസ്കരണം, കശുവണ്ടി, ടെക്സ്റ്റൈൽസ് തുടങ്ങിയവയിൽ അധിഷ്ഠിതമായ വ്യവസായശാലകൾ ഗോവയിലുണ്ട്.

കൃഷി

നെല്ല്, കശുവണ്ടി, നാളികേരം തുടങ്ങിയവയാണ് പ്രധാന കാർഷികോൽപ്പന്നങ്ങൾ. എന്നാൽ കാർഷിക മേഖല വൻ പ്രതിസന്ധി നേരിടുകയാണ്. കൃഷിഭൂമി നികത്തിയുള്ള നിർമാണ പ്രവർത്തനങ്ങളാണ് കാർഷികമേഖലയുടെ പ്രതിസന്ധിക്ക് കാരണം.

മത്സ്യബന്ധനമാണ് മറ്റൊരു പ്രധാന തൊഴിൽ മേഖല. 40,000 കുടുംബങ്ങൾ ഈ മേഖലയിൽ തൊഴിലെടുക്കുന്നു.

രാഷ്ട്രീയം

1966 മുതൽ 1979 വരെ പ്രാദേശിക പാർട്ടിയായ മഹാരാഷ്ട്രവാദി ഗോമാന്തക് പാർട്ടിയാണ് ഗോവ ഭരിച്ചത്. പ്രതാപ്സിങ് റാണെയുടെ നേതൃത്വത്തിൽ 1980 ൽ കോൺഗ്രസ് (യു) അധികാരത്തിൽ വന്നു. ഭരണപക്ഷം പിന്നീട് കൂട്ടത്തോടെ കോൺഗ്രസ് ഐയിൽ ചേർന്നു. പിന്നീട് ദീർഘകാലം കോൺഗ്രസും കോൺഗ്രസ് വിമതരുമാണ് സംസ്ഥാനം ഭരിച്ചത്. മനോഹർ പരീക്കറിന്റെ നേതൃത്വത്തിൽ 2000 ൽ പ്രഥമ ബി ജെ പി സർക്കാർ ഗോവയിൽ അധികാരത്തിലേറി. ബി ജെ പിയിൽനിന്ന് കോൺഗ്രസിലേക്ക് കൂറുമാറിയ ദിഗംബർ കമ്മത്തിന്റെ നേതൃത്വത്തിലുള്ള കോൺഗ്രസ് സർക്കാരിനു ശേഷം 2012 ലെ നിയമസഭാ തിരഞ്ഞെടുപ്പിൽ ബി ജെ പി മികച്ച വിജയം നേടി. 21 സീറ്റുകൾ നേടിയ ബി ജെ പി; മനോഹർ പരീഖറുടെ നേതൃത്വത്തിൽ സർക്കാർ രൂപീകരിച്ചു. കോൺഗ്രസ്, ബി ജെ പി, എൻ സി പി, മഹാരാഷ്ട്രവാദി ഗോമാന്തക് പാർട്ടി എന്നിവയാണ് സംസ്ഥാനത്തെ പ്രമുഖ പാർട്ടികൾ. രാഷ്ട്രീയ കൂറുമാറ്റവും കുതിരക്കച്ചവടവുമെല്ലാം ഗോവൻ രാഷ്ട്രീയത്തിൽ നിത്യസംഭവങ്ങളാണ്.

വിനോദ സഞ്ചാരം

സമ്പദ്‌വ്യവസ്ഥയുടെ നട്ടെല്ല് ടൂറിസമാണ്. ശരാശരി 20 ലക്ഷം സഞ്ചാരികൾ എല്ലാ വർഷവും ഇവിടെ എത്താറുണ്ട്.

ബീച്ചുകളാണ് പ്രധാന ആകർഷണം. സെന്റ് ഫ്രാൻസിസ് സേവ്യറുടെ മൃതദേഹം സൂക്ഷിച്ചിരിക്കുന്ന ബോം ജീസസ് ബസലിക്ക ലോകപൈതൃക കേന്ദ്രമായി യുനസ്കോ അംഗീകരിച്ചിട്ടുണ്ട്. ഗോവ സ്റ്റേറ്റ്

ഗോവ ബീച്ച്

മ്യൂസിയം, നേവൽ ഏവിയേഷൻ മ്യൂസിയം, ഗോവ സയൻസ് സെന്റർ എന്നിങ്ങനെ ചരിത്രപ്രാധാന്യമുള്ള നിരവധി കാഴ്ചകൾ ഗോവയിലുണ്ട്.

കല, സംസ്കാരം

കൊങ്കിണിയാണ് ഔദ്യോഗിക ഭാഷ. കൊങ്കിണി ഗാനങ്ങൾ പ്രസിദ്ധമാണ്. വിശ്വപ്രസിദ്ധ ഗായകരായ ലതാ മങ്കേഷ്കർ, ആശാ ബോസ്‌ലെ, കിഷോരി അമോൻകർ തുടങ്ങിയവർ ഗോവക്കാരാണ്.

നാടകം ഗോവയിലെ ഒരു ജനപ്രിയ കലാരൂപമാണ്. രാന്മലെ, ദശാവതാരി, കലോ, ഗൗലൻകാല, ലളിത് തുടങ്ങിയ ഗോവൻ നാടൻകലകളും പ്രസിദ്ധമാണ്.

ആഘോഷങ്ങൾ

ദസറ, ദീപാവലി, ഹോളി, ചപോത്ത്, ക്രിസ്തുമസ്, ഈസ്റ്റർ തുടങ്ങിയവയാണ് പ്രധാന ആഘോഷങ്ങൾ.

ഭക്ഷണം

ചോറും മത്സ്യക്കറിയുമാണ് ഇഷ്ടഭക്ഷണം. നാളികേരവും വെളി

ച്ചെണ്ണയും മുളകും കുരുമുളകും മസാലകളുമെല്ലാം ഗോവക്കാർ ഭക്ഷണങ്ങളിൽ നന്നായി ഉപയോഗിക്കുന്നു. വിൻസാലു, സോർപോട്ടൽ തുടങ്ങിയ പന്നി ഇറച്ചിക്കറികൾ ഗോവക്കാരുടെ ഇഷ്ട ഭക്ഷണങ്ങളാണ്. ഹിന്ദുക്കളും ക്രിസ്ത്യാനികളും ആഘോഷവേളകളിൽ ഒരുക്കുന്ന സദ്യയാണ് ഖട്ട്ഖട്ടി.

ഇന്ത്യയിൽ ഏറ്റവും കുറഞ്ഞ വിലയ്ക്ക് മദ്യം ലഭിക്കുന്ന പ്രദേശങ്ങളിലൊന്നാണ് ഗോവ. പറങ്കിമാങ്ങയും നാളികേരവെള്ളവുമെല്ലാം വാറ്റി ഉണ്ടാക്കുന്ന ഗോവൻ ഫെന്നിയാണ് ഏറ്റവും പ്രിയമുള്ള മദ്യം.

ഗോവ – കേരളീയം

സംസ്ഥാനത്ത് ഒരുലക്ഷത്തോളം മലയാളികൾ ഉണ്ടെന്നാണ് കണക്ക്. പ്രധാന നഗരങ്ങളായ പനാജി, മഡ്ഗോവ, വാസ്കോ എന്നിവിടങ്ങളിലാണ് മലയാളികൾ കൂടുതലായി താമസിക്കുന്നത്. ഉന്നത ഉദ്യോഗസ്ഥരിൽ പലരും മലയാളികളാണ്. അടുത്തകാലത്തായി ടൂറിസം മേഖലയിലും നിരവധി മലയാളികൾ തൊഴിലെടുക്കുന്നുണ്ട്.

മലയാളി സംഘടനകളും നേതാക്കളും

കേരള കലാകേന്ദ്രം, മഡ്ഗാഡ് – രാജീവ് കെ കെ (09225981655)
കേരള സംഗമം, പനാജി – ലാലു എബ്രഹാം (09422451276)

ഗോവയിലേക്കുള്ള തീവണ്ടികൾ

കേരളത്തിൽനിന്ന് കൊങ്കൺവഴി മഹാരാഷ്ട്രയിലേക്കുള്ള എല്ലാ ട്രെയിനുകളും ഗോവയിലൂടെ പോകും.

പൊതുവിവരങ്ങൾ

തലസ്ഥാനം	–	പനാജി
ജില്ലകൾ	–	2
നിയമസഭാമണ്ഡലങ്ങൾ	–	40
ലോക്സഭാമണ്ഡലങ്ങൾ	–	2
രാജ്യസഭാ സീറ്റുകൾ	–	1
രൂപീകൃതമായ ദിവസം	–	1987 മെയ് 30
മുഖ്യമന്ത്രി	–	ദിഗമ്പർ കമ്മത്ത്
ഔദ്യോഗിക ഭാഷ	–	കൊങ്കിണി
ജനസംഖ്യ	–	1,457723
ജനസാന്ദ്രത	–	394/Km^2
വിസ്തീർണം	–	3702/Km^2
ഔദ്യോഗിക വെബ്സൈറ്റ്	–	goagovt.nic.in
സാക്ഷരത	–	87.40%

പ്രത്യേകതകൾ

1. സാമ്പത്തിക വളർച്ചയിൽ ഒന്നാമത്.
2. ഏറ്റവും ഉയർന്ന ആഭ്യന്തര ഉൽപ്പാദനമുള്ള സംസ്ഥാനം.
3. ഏറ്റവുമധികം സഞ്ചാരികളെത്തുന്ന സംസ്ഥാനങ്ങളിലൊന്ന്.
4. രാജ്യത്തെ ധാതുകയറ്റുമതിയിലെ 39 ശതമാനം നടക്കുന്ന തുറമുഖം - മർമഗോവ.

സഹായനമ്പറുകൾ

പൊലീസ് കൺട്രോൾ റൂം	-	100 (ടോൾഫ്രീ) 0832 - 2428450 0832 - 2428488
പൊലീസ് വെബ്സൈറ്റ്	-	www.goapolice org
ടൂറിസം ഇൻഫർമേഷൻ	-	0832 - 2424001/2/3
ടൂറിസം വെബ്സൈറ്റ്	-	www.goatourism.gov.in

5

ചണ്ഡീഗഢ്

'**ച**ണ്ഡിയുടെ കോട്ട' എന്നാണ് ചണ്ഡീഗഢ് എന്ന വാക്കിന്റെ അർഥം. ഇവിടുത്തെ പ്രസിദ്ധമായ ക്ഷേത്രമാണ് ചണ്ഡീമന്ദിർ. ചണ്ഡീമന്ദിറിലെ ആരാധനാമൂർത്തിയാണ് ചണ്ഡീദേവി.

ചരിത്രം

ആസൂത്രിതമായ നഗരവികസനം, വാസ്തുവിദ്യ, ശുചിത്വം തുടങ്ങിയവയാൽ തുടക്കം മുതൽക്കുതന്നെ ചണ്ഡീഗഢ് പ്രസിദ്ധമായിരുന്നു. ഇന്ത്യയുടെ ഭാവിയുടെ പ്രതീകമായാണ് ഈ നഗരത്തെ ജവഹർലാൽ നെഹ്റു വിശേഷിപ്പിച്ചിരുന്നത്. അമേരിക്കൻ വാസ്തുവിദഗ്ധനായ അൽബർട്ട് മേയറും പോളിഷ് വാസ്തുവിദഗ്ധനായ നോവീക്കിയും ചേർന്നാണ് മനോഹരമായ നഗരത്തിന്റെ വാസ്തു വിദ്യക്ക് തുടക്കമിട്ടത്. എന്നാൽ ഫ്രഞ്ച് വാസ്തുവിദഗ്ധൻ ലീ കൊർബെയ്സറാണ് നഗരത്തിന്റെ രൂപരേഖ തയാറാക്കിയത്. വിഭജനത്തിന് മുമ്പ് പഞ്ചാബിന്റെ തലസ്ഥാനം ലാഹോറായിരുന്നു. ലാഹോർ പാകിസ്ഥാനിലായപ്പോൾ ഇന്ത്യയിലെ പഞ്ചാബിന് പുതിയ തലസ്ഥാനം വേണ്ടിവന്നു. അങ്ങനെ 1952 മുതൽ 1966 വരെ ചണ്ഡീഗഢ് പഞ്ചാബിന്റെ തലസ്ഥാനമായി. 1966 നവംബർ 1ന് പഞ്ചാബിന്റെ കിഴക്കൻ പ്രദേശങ്ങളെ ഉൾപ്പെടുത്തി പുതിയ സംസ്ഥാനമായ ഹരിയാന രൂപീകരിച്ചു. ഇരുസംസ്ഥാനങ്ങളുടേയും അതിർത്തിയായിരുന്നു ചണ്ഡീഗഢ്. ചണ്ഡീഗഢിനുവേണ്ടി ഇരുസംസ്ഥാനങ്ങളും തർക്കം തുടങ്ങി. കേന്ദ്ര സർക്കാറാകട്ടെ പഞ്ചാബിന്റെയും ഹരിയാനയുടേയും തലസ്ഥാനം ചണ്ഡീഗഢാക്കി. ഇതിന് പുറമേ നഗരം കേന്ദ്രഭരണപ്രദേശവുമാക്കി. 1985 ൽ അന്നത്തെ പ്രധാനമന്ത്രി രാജീവ്ഗാന്ധി അകാലിദൾ നേതാവ് ഹരിചന്ദ് സിങ് ലോംഗോവാളുമായി കരാ

ചണ്ഡീഗഢ് നഗരം ഒരു ആകാശക്കാഴ്ച

റിൽ ഒപ്പുവച്ചു. പഞ്ചാബിന്റെ വിഘടന പ്രവർത്തനങ്ങൾക്ക് പരിഹാരം കാണുക എന്നതായിരുന്നു കരാറിന്റെ ലക്ഷ്യം. കരാറിലെ വ്യവസ്ഥകൾ അനുസരിച്ച് ചണ്ഡീഗഢ് നഗരം പഞ്ചാബിന് കൈമാറേണ്ടതായിരുന്നു. എന്നാൽ ഹരിയാന ശക്തമായ എതിർപ്പുമായി രംഗത്ത് വന്നതോടെ ഇത് നടന്നില്ല.

ഭൂമിശാസ്ത്രം

114 ചതുരശ്ര കിലോമീറ്റർ മാത്രം വിസ്തൃതിയുള്ള ചെറിയ കേന്ദ്രഭരണ പ്രദേശം. പഞ്ചാബ്, ഹരിയാന, ഹിമാചൽ പ്രദേശ് എന്നിവയാണ് അയൽ സംസ്ഥാനങ്ങൾ. വേനൽക്കാലത്തെ ഉയർന്ന താപനില 43^0C, താഴ്ന്ന താപനില 35^0C. ശീതകാലത്തെ ഉയർന്ന താപനില 14^0C. താഴ്ന്ന താപനില 7^0C ജൂലായ് മുതൽ സെപ്തംബർ വരെ വർഷകാലം.

ചണ്ഡീഗഢ് ഹരിതാഭമാണ്. വാഴ, യുക്കാലിപ്റ്റസ്, അശോകമരം, മൾബെറി തുടങ്ങിയവ ഇവിടെ ധാരാളമുണ്ട്. മാൻ, സാംബാർ, തത്ത, മരംകൊത്തി, മയിൽ തുടങ്ങിയവയും ജപ്പാനിൽനിന്നും സൈബീരിയയിൽനിന്നുമുള്ള ദേശാടനപ്പക്ഷികളും ഇവിടുത്തെ കാടുകളിൽ ജീവിക്കുന്നു.

സമ്പദ്‌വ്യവസ്ഥ

ചെറിയ കേന്ദ്രഭരണ പ്രദേശമാണെങ്കിലും മൂന്നു സർക്കാർസംവിധാനങ്ങളുടെ തലസ്ഥാനമാണ്. ജനസംഖ്യയിലെ നല്ലൊരു ശതമാനം

സർക്കാർ ഉദ്യോഗസ്ഥരാണ്. വ്യവസായ മേഖലയും വിവര സാങ്കേതിക മേഖലയും ശക്തമാണ്. 2 പൊതുമേഖലാ വ്യവസായങ്ങൾ ഉൾപ്പെടെ 15 വൻകിട വ്യവസായങ്ങൾ നഗരത്തിലുണ്ട്. ഇതിന് പുറമേ ഇരുപത്തയ്യായിരത്തോളം ചെറുകിട വ്യവസായങ്ങളും ഇവിടെ പ്രവർത്തിക്കുന്നു. പേപ്പർ, മെറ്റൽ, മെഷിനറീസ്, ഭക്ഷ്യോൽപ്പന്നങ്ങൾ, സാനിറ്ററി വയറുകൾ, ഇലക്ട്രിക്കൽ ഉൽപ്പന്നങ്ങൾ തുടങ്ങിയവയാണ് പ്രധാന ഉൽപ്പന്നങ്ങൾ. ചണ്ഡീഗഢിലെ ഐ ടി പാർക്കിൽ രാജ്യത്തെ പ്രമുഖ ഐ ടി സ്ഥാപനങ്ങളെല്ലാം പ്രവർത്തിക്കുന്നുണ്ട്. ലോകത്ത് ഐ ടി സേവനം, ഐ ടി പുറം കരാർ തൊഴിൽ തുടങ്ങിയവയുടെ വളർച്ചയിൽ 9–ാം സ്ഥാനത്തുള്ള നഗരമാണ് ചണ്ഡീഗഢ്.

വിനോദ സഞ്ചാരം

സക്കീർ റോസാ പൂന്തോട്ടം	–	30 ഏക്കർ വിസ്തൃതിയുള്ള പൂന്തോട്ടം ഏഷ്യയിലെ ഏറ്റവും വലിയ റോസാ പൂന്തോട്ടമാണ്.
സുഖ്ന തടാകം	–	3 കിലോമീറ്റർ വിസ്തൃതിയുള്ള കൃത്രിമ തടാകം. സമീപത്തുതന്നെ മൃഗശാലയുമുണ്ട്.
തലസ്ഥാനമന്ദിരം	–	സെക്രട്ടേറിയറ്റ്, നിയമസഭാമന്ദിരങ്ങൾ, ഹൈക്കോടതി തുടങ്ങിയവ നഗരത്തിന്റെ വാസ്തുഭംഗി വിളിച്ചോതുന്നവയാണ്.
മ്യൂസിയം	–	രണ്ടായിരത്തി അഞ്ഞൂറിലേറെ പ്രദർശന വസ്തുക്കൾ ഉള്ളതാണ് മ്യൂസിയം.
പഞ്ചാബ് സർവകലാശാല	–	ചരിത്രപ്രസിദ്ധമായ സർവകലാശാല. ഹരിത വിപ്ലവഗവേഷണങ്ങളുടെ സിരാകേന്ദ്രം സർവകലാശാല ആയിരുന്നു.

സാമൂഹ്യാവസ്ഥ

ചെറിയ പ്രദേശം. നിരവധി സമ്പദ് സ്രോതസുകൾ. ഇതെല്ലാം ചണ്ഡീഗഢിനെ സമ്പന്നമാക്കുന്നു. രാജ്യത്തെ ഏറ്റവും സമ്പന്നമായ നഗരമാണ് ചണ്ഡീഗഢ്. ഏറ്റവും ഉയർന്ന പ്രതിശീർഷ വരുമാനവും ഇവിടെയാണ്.

ജനസംഖ്യയിൽ സർക്കാർ സർവീസിൽനിന്ന് വിരമിച്ചവരുടെ ഉയർന്ന ശതമാനമുള്ള നഗരവും ചണ്ഡീഗഢ് തന്നെ. ഇക്കാരണത്താൽ 'പെൻഷൻകാരുടെ സ്വർഗം' എന്ന പേരിലും നഗരം അറിയപ്പെടുന്നു. രാജ്യത്ത് ആദ്യമായി പുകവലി നിരോധിച്ച നഗരം, പ്ലാസ്റ്റിക് വിമുക്ത

മായ നഗരം, ഏറ്റവും ശുചിത്വമുള്ള നഗരം തുടങ്ങിയ പ്രത്യേകതകളും ചണ്ഡീഗഢിനുണ്ട്.

86.43 ശതമാനം പേർ സാക്ഷരരാണ്. എന്നാൽ സ്ത്രീ പുരുഷ അനുപാതത്തിൽ ചണ്ഡീഗഢ് ഇന്ത്യയിൽ ഏറ്റവും പിറകിലാണ്. 1000 പുരുഷൻമാർക്ക് വെറും 878 സ്ത്രീകൾ. സമ്പത്തുകൊണ്ട് മാത്രം സ്ത്രീകൾക്ക് ഉന്നമനം ഉണ്ടാകില്ല എന്നതിന്റെ മികച്ച ഉദാഹരണമാണ് ഈ നഗരം. അടുത്തകാലത്തായി ദുരഭിമാനഹത്യകളും ഇവിടെ നടന്നിട്ടുണ്ട്. ഈ അനാചാരം നടന്നതും സമ്പന്ന കുടുംബങ്ങളിലാണ്.

ജനസംഖ്യയിൽ 78 ശതമാനം ഹിന്ദുക്കൾ, 16 ശതമാനം സിഖുകാർ. 4 ശതമാനം മുസ്ലീങ്ങൾ 0.8 ശതമാനം ക്രിസ്ത്യാനികൾ. സാമുദായിക സൗഹാർദം, ക്രമസമാധാന പാലനം തുടങ്ങിയവയിലും ചണ്ഡീഗഢ് മുന്നിലാണ്.

കേരളത്തിൽ നിന്ന് ചണ്ഡീഗഢിലേക്കുള്ള ട്രെയിനുകൾ

* 12653 തിരുവനന്തപുരം- ചണ്ഡീഗർ സമ്പർക്ക്ക്രാന്തി സൂപ്പർ ഫാസ്റ്റ് (ശനി)

പൊതുവിവരങ്ങൾ

തലസ്ഥാനം	–	ചണ്ഡീഗഢ്
ലോക്സഭാമണ്ഡലങ്ങൾ	–	1
രൂപീകൃതമായ ദിവസം	–	1966 നവംബർ 1
ഔദ്യോഗിക ഭാഷ	–	ഹിന്ദി, പഞ്ചാബി, ഇംഗ്ലീഷ്
ജനസംഖ്യ	–	1054686
ജനസാന്ദ്രത	–	9252/Km^2
വിസ്തീർണം	–	114/Km^2
റോഡ് ഗതാഗതം	–	141 കിലോമീറ്റർ
റെയിൽ ഗതാഗതം	–	8 കിലോമീറ്റർ
വിമാനത്താവളം	–	ചണ്ഡീഗഢ്

വേനൽക്കാലം

ഉയർന്ന താപനില	–	43 ഡിഗ്രി സെൽഷ്യസ്
താഴ്ന്ന താപനില	–	35 ഡിഗ്രി സെൽഷ്യസ്

ശീതകാലം

ഉയർന്ന താപനില	–	14 ഡിഗ്രി സെൽഷ്യസ്
താഴ്ന്ന താപനില	–	7 ഡിഗ്രി സെൽഷ്യസ്
സാക്ഷരത	–	86.43%

പ്രത്യേകതകൾ

* 2 സംസ്ഥാനങ്ങളുടെയും ഒരു കേന്ദ്രഭരണപ്രദേശത്തിന്റെയും തലസ്ഥാനം.
* ഇന്ത്യയിലെ ഏറ്റവും ശുചിത്വമുള്ള നഗരം.
* ഏഷ്യയിലെ ഏറ്റവും വലിയ റോസാപൂന്തോട്ടം - സക്കീർ റോസാ പൂന്തോട്ടം.
* ഏറ്റവും ഉയർന്ന പ്രതിശീർഷവരുമാനമുള്ള നഗരം
* ആദ്യമായി പുകവലി നിരോധിച്ച നഗരം.
* 'ഷെൻഷൻകാരുടെ സ്വർഗം' എന്നറിയപ്പെടുന്ന നഗരം.
* സ്ത്രീപുരുഷ അനുപാതത്തിൽ ഏറ്റവും പിറകിൽ (878)

സഹായനമ്പറുകൾ

പൊലീസ് കൺട്രോൾ റൂം	-	0172 - 2741900
		100 (ടോൾ ഫ്രീ നമ്പർ)
വനിതാ ഹെൽപ്പ് ലൈൻ	-	0172 - 2705011
ടൂറിസം ഇൻഫർമേഷൻ	-	0172 - 742163
		0172 - 704455
പ്രസ് ഇൻഫർമേഷൻ	-	0172 - 2743828
		0172 - 2743904

6

പുതുച്ചേരി

പുതുച്ചേരി എന്നാൽ പുതിയ കുടിൽ. ഫ്രഞ്ചുകാർ പുതുച്ചേരിയെ പോണ്ടിച്ചേരി എന്നാക്കി. 2006 ൽ സർക്കാർ ഔദ്യോഗിക ഉച്ചാരണം പുതുച്ചേരി എന്നു തന്നെയാക്കി വിജ്ഞാപനം പുറപ്പെടുവിച്ചു.

ചരിത്രം

പൊടുകി, പുരുവായ് തുടങ്ങിയ പേരുകളിലാണ് ആദ്യകാലത്ത് പുതുച്ചേരി അറിയപ്പെട്ടിരുന്നത്. റോമിൽനിന്നുള്ള കച്ചവടക്കാർ പൊടുകിയിൽനിന്ന് ചരക്കുകൾ കടത്തിയിരുന്നുവത്രെ. പിന്നീട് നഗരം പണ്ഡിതരുടെ ആസ്ഥാനമായി. ഇക്കാലത്ത് വേദാപുരി എന്ന പേരിലായിരുന്നു അറിയപ്പെട്ടിരുന്നത്. 11, 12 നൂറ്റാണ്ടുകളിൽ പുതുച്ചേരിയുടെ പേർ പുരുവായ് എന്നായിരുന്നതായി ഇക്കാലത്തെ സാഹിത്യസൃഷ്ടികളിൽനിന്ന് വ്യക്തമാവുന്നു.

18–ാം നൂറ്റാണ്ടിന്റെ തുടക്കത്തിൽ തന്നെ ഫ്രഞ്ചുകാർ ആധിപത്യം ഉറപ്പിച്ചു. ഇന്ത്യയിലെ ഫ്രഞ്ച് അധിനിവേശ പ്രദേശങ്ങളിലെ ഗവർണറായിരുന്ന ജോസഫ് ഫ്രാൻകോസിസ് ഡ്യൂപ്ലിക്സ് ആയിരുന്നു ഏറ്റവും കരുത്തനായ ഭരണാധികാരി. 1742 ൽ അദ്ദേഹം മദ്രാസ് നഗരത്തെക്കൂടി ഫ്രഞ്ച് സാമ്രാജ്യത്തിൽ ചേർത്തു. 1748 ൽ ഫ്രഞ്ച് അധിനിവേശ പ്രദേശങ്ങൾ പിടിച്ചെടുക്കാനായി ബ്രിട്ടീഷുകാർ നടത്തിയ സൈനിക നീക്കം പരാജയപ്പെട്ടു. മാത്രമല്ല, 1975 ൽ നാട്ടുരാജാക്കന്മാരുടെ പിന്തുണയോടെ വിളിയന്നൂർ, ബഹവർ എന്നിങ്ങനെ 36 ഗ്രാമങ്ങൾ കൂടി ഫ്രഞ്ച് അധിനിവേശ പ്രദേശങ്ങളിൽ കൂട്ടിച്ചേർത്തു. എന്നാൽ പിന്നീട് ഫ്രഞ്ചുകാരുടെ കഷ്ടകാലമായിരുന്നു. മദ്രാസ് ഉൾപ്പെടെ പല പ്രദേശങ്ങളും ഫ്രഞ്ചു

കാർക്ക് നഷ്ടപ്പെട്ടു. 1773 ൽ പുതുച്ചേരി പിടിച്ചടക്കാനുള്ള സുവർണാവസരം ബ്രിട്ടീഷുകാർക്ക് ലഭിച്ചു. എന്നാൽ ബ്രിട്ടീഷ് സർക്കാർ ഫ്രഞ്ച് സർക്കാറുമായി അന്താരാഷ്ട്ര തലത്തിലുള്ള ഉടമ്പടി പ്രകാരം പുതുച്ചേരിയുടെ നിയന്ത്രണം ഫ്രഞ്ചുകാർക്കുതന്നെ നൽകി.

ഇരുപതാം നൂറ്റാണ്ടിന്റെ തുടക്കം മുതൽക്കുതന്നെ ഫ്രഞ്ച് വിരുദ്ധ സമരങ്ങൾ പുതുച്ചേരിയിൽ സജീവമായി. അരബിന്ദോ, സുബ്രഹ്മണ്യ ഭാരതി, വി പി സി അയ്യർ തുടങ്ങിയവർ സാമ്രാജ്യത്വവിരുദ്ധ മുദ്രാവാക്യങ്ങളുമായി ഇവിടെയെത്തിയിരുന്നു. മഹാത്മാഗാന്ധി 1934 ലും ജവഹർലാൽ നെഹ്റു 1930 ലും പോണ്ടിച്ചേരിയിലെത്തി ജനങ്ങളോട് സ്വാതന്ത്ര്യസമരത്തിൽ പങ്കാളികളാകാൻ ആഹ്വാനം ചെയ്തു.

ഇന്ത്യക്ക് സ്വാതന്ത്ര്യം ലഭിച്ചിട്ടും 1954 വരെ പുതുച്ചേരി ഫ്രഞ്ച് കോളനിയായി തുടർന്നു. 1954 ഒക്ടോബർ 18 ന് പുതുച്ചേരിയെ ഇന്ത്യയിൽ ലയിപ്പിക്കുന്നതിനെക്കുറിച്ച് രഹസ്യ ബാലറ്റിലൂടെ ഹിതപരിശോധന നടന്നു. ജനങ്ങൾ തിരെഞ്ഞെടുത്ത 178 ജനപ്രതിനിധികളിലെ 170 പേരും ലയനത്തെ അനുകൂലിച്ച് വോട്ടു ചെയ്തു. തുടർന്ന് ഇന്ത്യയിലെ ഫ്രഞ്ച് കോളനികളിലെ ഭരണാധികാരം ഇന്ത്യക്ക് കൈമാറി ഫ്രഞ്ചുകാർ ഇന്ത്യ വിട്ടുപോയി. പോണ്ടിച്ചേരിക്ക് പുറമേ കാരൈക്കൽ, മാഹി, യാനം എന്നീ കോളനികളും ഫ്രഞ്ചുകാർ കൈമാറി.

ഭൂമിശാസ്ത്രം

നാലു പ്രദേശങ്ങൾ ഉൾപ്പെടുന്നതാണ് പോണ്ടിച്ചേരി എന്ന കേന്ദ്ര ഭരണപ്രദേശം. പോണ്ടിച്ചേരിയിലും യാനവും കാരൈക്കലും ബംഗാൾ ഉൾക്കടലിന് തീരത്തും മാഹി അറബിക്കടലിന്റെ തീരത്തും സ്ഥിതിചെയ്യുന്നു. 293 ചതുരശ്രകിലോമീറ്റർ, കാരൈക്കാൽ; 160 ചതുരശ്രകിലോമീറ്റർ മാഹി, 9 ചതുരശ്രകിലോമീറ്റർ യാനം, 30 ചതുരശ്രകിലോമീറ്റർ എന്നിങ്ങനെയാണ് വിസ്തൃതികൾ.

ജിൻജി നദിയാണ് പ്രധാന നദി. ജിൻജി, അരിയാൻകുപ്പം, ചുന്നാംബാർ നദികളായി വേർപിരിയുന്നു. അരിയാൻ കുപ്പം നദീതീരം കണ്ടൽക്കാടുകളാൽ സമൃദ്ധമാണ്.

പോണ്ടിച്ചേരിയുടേയും കാരൈക്കാലിന്റെയും കാലാവസ്ഥ തമിഴ്നാട്ടിലെ കാലാവസ്ഥയാണ്. മാഹിയിലെ കാലാവസ്ഥ കേരളത്തിന്റെ കാലാവസ്ഥയും യാനത്തിലെ കാലാവസ്ഥ ആന്ധ്രാപ്രദേശിന്റെ കാലാവസ്ഥയുമാണ്.

രാഷ്ട്രീയം

തമിഴ്നാട് രാഷ്ട്രീയത്തിന്റെ സ്വാധീനം പുതുച്ചേരി രാഷ്ട്രീയത്തിലും പ്രകടമാണ്. എന്നാൽ ദ്രാവിഡ രാഷ്ട്രീയത്തിന് പുതുച്ചേരിയിൽ മേൽക്കൈ നേടാനായില്ല. തിരിച്ചടികൾ നേരിട്ടെങ്കിലും കോൺഗ്രസ് ആധിപത്യം നിലനിർത്തിപ്പോരുന്നു.

മുഖ്യമന്ത്രിമാർ		
പേര്	കാലാവധി	പാർട്ടി
ഇ ഗൗബർട്ട്	1963 – 1964	ഇന്ത്യൻ നാഷണൽ കോൺഗ്രസ്
വി വെങ്കിട്ട സുബ റെഡ്ഡിയാർ	1964 – 1967	ഇന്ത്യൻ നാഷണൽ കോൺഗ്രസ്
എം ഒ എച്ച ഫറൂഖ്	1967 – 1968	ഇന്ത്യൻ നാഷണൽ കോൺഗ്രസ്
വി വെങ്കിട്ട സുബ റെഡ്ഡിയാർ	1968 (മാർച്ച് – സെപ്തംബർ)	ഇന്ത്യൻ നാഷണൽ കോൺഗ്രസ്
എം ഒ എച്ച് ഫറൂഖ്	1969 – 1974	ഇന്ത്യൻ നാഷണൽ കോൺഗ്രസ്
സുബ്രഹ്മണ്യ രാമസ്വാമി	1974 (മാർച്ച് 6 – മാർച്ച് 27)	എ ഐ എ ഡി എം കെ
എം ഡി ആർ രാമചന്ദ്രൻ	1980 – 1983	ഡി എം കെ
എം ഒ എച്ച് ഫറൂഖ്	1985 – 1990	ഇന്ത്യൻ നാഷണൽ കോൺഗ്രസ്
എം ഡി ആർ രാമചന്ദ്രൻ	1990 – 1991	ഡി എം കെ
വി വൈദ്യലിംഗം	1991 – 1996	ഇന്ത്യൻ നാഷണൽ കോൺഗ്രസ്
ആർ വി ജാനകീരാമൻ	1996 – 2000	ഡി എം കെ
പി ഷൺമുഖം	2000 –2001	ഇന്ത്യൻ നാഷണൽ കോൺഗ്രസ്
പി ഷൺമുഖം	2001 (മേയ് – ഒക്ടോബർ)	ഇന്ത്യൻ നാഷണൽ കോൺഗ്രസ്
എൻ രാമസ്വാമി	2001 – 2006	ഇന്ത്യൻ നാഷണൽ കോൺഗ്രസ്
എൻ രാമസ്വാമി	2006 –2008	ഇന്ത്യൻ നാഷണൽ കോൺഗ്രസ്
വി വൈദ്യലിംഗം	2008 – 2011	ഇന്ത്യൻ നാഷണൽ കോൺഗ്രസ്
എൻ രങ്കസ്വാമി	2011 –	എ ഐ എൻ ആർ സി (AINRC)
1968, 1974, 1978, 1983 വർഷങ്ങളിൽ സംസ്ഥാനത്ത് രാഷ്ട്രപതി ഭരണം ഏർപ്പെടുത്തി.		

ഇ ഗൗബർട്ട് ആയിരുന്നു ആദ്യ മുഖ്യമന്ത്രി. 1964 മുതൽ 1974 വരെ കോൺഗ്രസ് തുടർച്ചയായി സംസ്ഥാനം ഭരിച്ചു. 1977 ൽ എ ഐ എ സി എം കെ അധികാരത്തിൽ വന്നു. സുബ്രഹ്മണ്യം രാമസ്വാമി ആയി

രുന്നു മുഖ്യമന്ത്രി. 1983 ലാണ് ഡി എം കെ ആദ്യമായി അധികാരത്തിൽ വന്നത്. എം ഡി ആർ രാമചന്ദ്രനായിരുന്നു മുഖ്യമന്ത്രി. 2000 മുതൽ 2011 വരെ കോൺഗ്രസ് തുടർച്ചയായി സംസ്ഥാനം ഭരിച്ചു. കോൺഗ്രസ് വിട്ട എൻ രങ്കസ്വാമി നേതൃത്വം നൽകുന്ന ആൾ ഇന്ത്യ എൻ ആർ കോൺഗ്രസ് സർക്കാർ 2011 ൽ അധികാരത്തിൽ വന്നു.

ഏറെ രാഷ്ട്രീയ അനിശ്ചിതത്വം നിലനിൽക്കുന്ന കേന്ദ്ര ഭരണ പ്രദേശമാണ്. നാലു സർക്കാറുകൾ മാത്രമാണ് 5 വർഷം പൂർത്തിയാക്കിയത്. 5 തവണ സംസ്ഥാനത്ത് രാഷ്ട്രപതി ഭരണം ഏർപ്പെടുത്തിയിരുന്നു.

കൃഷി

അരി തന്നെയാണ് പ്രധാന കാർഷികോൽപ്പന്നം. നാളികേരം, പച്ചക്കറികൾ, പഴവർഗങ്ങൾ തുടങ്ങിയവയും കൃഷി ചെയ്യുന്നു. കടൽത്തീരത്തുള്ള പ്രദേശമായതിനാൽ മത്സ്യബന്ധനം സജീവമാണ്. 50 മത്സ്യത്തൊഴിലാളി ഗ്രാമങ്ങൾ ഇവിടെയുണ്ട്. പതിമൂവായിരത്തോളം പേർ പൂർണമായും മത്സ്യബന്ധനത്തെ ആശ്രയിച്ചാണ് ജീവിക്കുന്നത്.

വ്യവസായം

വ്യവസായ മേഖലയും ഐ ടി മേഖലയും വളർച്ചയുടെ പാതയിലാണ്. വിപ്രൊ, എച്ച് സി എൽ, ഐ ബി എം തുടങ്ങിയ ഐ ടി കമ്പനി

മാഹി പള്ളി

കൾ ഇവിടെ സജീവമാണ്. തമിഴ്നാട്ടിലെ വ്യവസായ സൗഹൃദാന്ത രീക്ഷം പോണ്ടിച്ചേരിയിലുമുണ്ട്.

ടൂറിസം

ടൂറിസംമേഖല വളർന്നുകൊണ്ടിരിക്കുകയാണ്. പ്രധാന ടൂറിസ്റ്റ് കേന്ദ്രങ്ങൾ

പുതുച്ചേരി	–	അരബിന്ദോ ആശ്രമം, ഫ്രഞ്ച് സാംസ്കാരിക കേന്ദ്രം, ബീച്ച്, മ്യൂസിയം, ക്രിസ്ത്യൻ ദേവാലയങ്ങൾ, ക്ഷേത്രങ്ങൾ.
കാരൈക്കാൽ	–	തിരുവള്ളുവർ ക്ഷേത്രം, തീർഥാടന കേന്ദ്രം
മാഹി	–	ബീച്ച്, ക്രിസ്ത്യൻ ദേവാലയം

പൊതുവിവരങ്ങൾ

തലസ്ഥാനം	–	പുതുച്ചേരി
ജില്ലകൾ	–	4
നിയമസഭാമണ്ഡലങ്ങൾ	–	30
ലോക്സഭാമണ്ഡലങ്ങൾ	–	1
രാജ്യസഭാ സീറ്റുകൾ	–	1
രൂപീകൃതമായ ദിവസം	–	1963 ജൂലൈ 1
മുഖ്യമന്ത്രി	–	എൻ രങ്കസ്വാമി
ഔദ്യോഗിക ഭാഷ	–	തമിഴ്, മലയാളം, തെലുങ്ക് ഫ്രഞ്ച്
ജനസംഖ്യ	–	1244464
ജനസാന്ദ്രത	–	2598/Km^2
വിസ്തീർണം	–	429/Km^2
സാക്ഷരത	–	86.55%
റോഡ് ഗതാഗതം	–	1,848 കിലോമീറ്റർ
റെയിൽ ഗതാഗതം	–	11 കിലോമീറ്റർ

കാലാവസ്ഥ

വേനൽക്കാലം		
ഉയർന്ന താപനില	–	46^0C
താഴ്ന്ന താപനില	–	35^0C
ശീതകാലം		
ഉയർന്ന താപനില	–	14^0C
താഴ്ന്ന താപനില	–	2^0C

പ്രത്യേകതകൾ

* ഉയർന്ന സ്ത്രീ പുരുഷ അനുപാതം : 1038
* 3 സംസ്ഥാനങ്ങളുടെ ഭൂപരിധിക്ക് അകത്ത് സ്ഥിതി ചെയ്യുന്ന പ്രദേശം.
* നിയമസഭയുള്ള ഏക കേന്ദ്രഭരണപ്രദേശം.

സഹായനമ്പറുകൾ

പൊലീസ് കൺട്രോൾ റൂം	–	0413 – 2337243
ടൂറിസം ഇൻഫർമേഷൻ	–	0413 – 2334448
		0413 – 2330532

7

ജമ്മുകാശ്മീർ

ജമ്മുവും കാശ്മീരും ലഡാക്കും ചേർന്ന സംസ്ഥാനമാണ് ജമ്മു കാശ്മീർ. കാശ്മീരിലെ ശ്രീനഗർ നഗരമാണ് തലസ്ഥാനം. എന്നാൽ ശീതകാലത്ത് തലസ്ഥാനം ജമ്മുവായിരിക്കും. കാശ്മീർ പ്രകൃതി സൗന്ദര്യത്താലും ജമ്മു തീർഥാടന കേന്ദ്രങ്ങളാലും പ്രസിദ്ധമാണ്. കൊച്ചു ടിബറ്റ് എന്ന പേരിലറിയപ്പെടുന്ന ലഡാക്കാവട്ടെ ബുദ്ധ സംസ്കാരത്തെ പ്രതിനിധാനം ചെയ്യുന്ന മനോഹരമായ പ്രദേശമാണ്.

ചരിത്രം

മുഗൾ രാജാവ് യൂസഫ് ഖാന്റെ അധീനതയിലായിരുന്നു കാശ്മീർ. 1586 ൽ അക്ബറിന്റെ സൈന്യം യൂസഫ് ഖാനെ തോൽപ്പിച്ച് കാശ്മീർ പിടിച്ചു. അക്ബർ തന്റെ വിശ്വസ്തനായ രാമചന്ദ്ര ഒന്നാമനെ ഇവിടത്തെ ഗവർണറായി നിയമിച്ചു. ജമ്മു നഗരം സ്ഥാപിച്ചത് രാമചന്ദ്രനായിരുന്നു. ജാംവ മാതാ ദേവിയെ അനുസ്മരിക്കുന്നതിനായാണ് നഗരത്തിന് ജമ്മു എന്നുപേരിട്ടത്.

1780 ൽ മഹാരാജാ രഞ്ജിത് സിങ്ങിന്റെ സിഖ് സൈന്യം കാശ്മീർ ആക്രമിച്ചു. 1846 വരെ കാശ്മീർ രഞ്ജിത് സിങ്ങിന്റെ അധീനതയിലായി. രാമചന്ദ്ര ഒന്നാമന്റെ അനന്തരാവകാശിയായ ഗുലാബ് സിങ്ങിന് രഞ്ജിത്സിങ്ങുമായി അടുപ്പമുണ്ടായിരുന്നു. രഞ്ജിത്സിങ് ഗുലാബ് സിങ്ങിനെ 1820ൽ ജമ്മുവിലെ ഗവർണറായി നിയമിച്ചു. ഗുലാബ് സിങ് കരുത്തനായിരുന്നു. പതുക്കെ പതുക്കെ അദ്ദേഹം ലഡാക്ക്, ബാൾട്ടിസ്ഥാൻ, കശ്മീരിന്റെ കിഴക്കൻ വടക്ക് കിഴക്കൻ പ്രദേശങ്ങൾ പിടിച്ചടക്കി.

1845 ൽ ആംഗ്ലോ–സിഖ് യുദ്ധം പൊട്ടിപ്പുറപ്പെട്ടു. ബുദ്ധിമാനായ ഗുലാബ് സിങ് ബ്രിട്ടീഷുകാരോടൊപ്പം ചേർന്നു. യുദ്ധത്തിൽ മേഖല

ഒന്നടങ്കം ബ്രിട്ടീഷുകാരുടെ അധീനതയിലായി. ബ്രിട്ടീഷുകാർ 75 ലക്ഷം പേർ പ്രതിഫലം വാങ്ങി കാശ്മീർ താഴ്വര ഗുലാബ് സിങ്ങിന് വിറ്റു. ഗുലാബ് സിങ്ങിന്റെ മരണശേഷം മകൻ രൺബീർ സിങ്ങും രൺബീർസിങ്ങിന്റെ മരണശേഷം ഹരിസിങ്ങും, കാശ്മീരിന്റെ അവകാശികളായി.

സ്വാതന്ത്ര്യം ലഭിച്ചപ്പോൾ ഇന്ത്യയിലോ പാകിസ്ഥാനിലോ ചേരാൻ ഹരിസിങ് തയാറായില്ല. കാശ്മീരിനെ തന്റെ രാജഭരണത്തിന് കീഴിൽ സ്വതന്ത്ര രാജ്യമാക്കി നിർത്താനായിരുന്നു അദ്ദേഹത്തിന്റെ തീരുമാനം. കാശ്മീരിലെ ജനസംഖ്യയിലെ 77 ശതമാനം അന്ന് മുസ്ലിങ്ങളായിരുന്നു. 1947 ഒക്ടോബർ 20ന് ഗോത്ര വർഗക്കാരെ മുന്നിൽ നിർത്തി പാകിസ്ഥാൻ കാശ്മീരിനെ ആക്രമിച്ചു. പിടിച്ചുനിൽക്കാനാവാതെ ഹരിസിങ് ഇന്ത്യയുടെ സഹായം ആരാഞ്ഞു. കാശ്മിരിനെ ഇന്ത്യയിൽ ലയിപ്പിക്കാൻ തയാറായാൽ സഹായിക്കാമെന്ന നിലപാടിലായിരുന്നു നെഹ്റു സർക്കാർ. തുടർന്ന് കാശ്മീരിനെ ഇന്ത്യയിൽ ചേർക്കുന്നതിനായുള്ള ഉടമ്പടിയിൽ ഹരിസിങ് ഒപ്പുവച്ചു. തുടർന്ന് പാക് അക്രമത്തെ ഇന്ത്യൻ സൈന്യം ചെറുത്തു. അതോടെ കാശ്മീരിന്റെ ബഹുഭൂരിഭാഗം വരുന്ന പ്രദേശങ്ങളും പിടിക്കാൻ പാകിസ്ഥാനായില്ല. ഇതിനിടയിൽ പ്രശ്നം ഇന്ത്യ ഐക്യരാഷ്ട്ര സഭയിൽ ഉന്നയിച്ചു. യുദ്ധം അവസാനിപ്പിക്കാനും ജനങ്ങളുടെ അഭിപ്രായം അറിയുന്നതിനായി അഭിപ്രായ വോട്ടെടുപ്പ് നടത്താനും ഐക്യരാഷ്ട്ര സംഘടന ഉത്തരവിട്ടു. കൈവശം വെച്ചിരിക്കുന്ന പ്രദേശങ്ങളിൽ നിന്ന് ഇരുരാജ്യങ്ങളും പിന്മാറണമെന്നതായിരുന്നു മറ്റൊരു ആവശ്യം. ഈ ആവശ്യം അംഗീകരിക്കാൻ ഇന്ത്യയും പാക്കിസ്ഥാനും തയാറായില്ല. അഭിപ്രായവോട്ടെടുപ്പ് നടത്തുന്നതിനായി ഒരു കമീഷൻ നിയോഗിക്കപ്പെട്ടെങ്കിലും ഈ പ്രക്രിയയും തുടരാനായില്ല. 1948ൽ ആരംഭിച്ച പ്രശ്നം ഏറിയും കുറഞ്ഞുമായി ഇന്നും നിലനിൽക്കുന്നു. 1965 ലെയും 71 ലെയും 99 ലെയും യുദ്ധങ്ങൾക്ക് പിറകിലെ അടിസ്ഥാന കാരണം കാശ്മീരായിരുന്നു. 1962 ലെ ഇന്ത്യ–ചൈന യുദ്ധത്തെ തുടർന്ന് ചൈനീസ് അതിർത്തിയിലുള്ള കാശ്മീരിന്റെ ചില ഭാഗങ്ങൾ ചൈന പിടിച്ചെടുത്തു. ഹരിസിങ്ങിന്റെ കൈവശമുണ്ടായിരുന്ന വിശാല ജമ്മുകാശ്മീരിന്റെ 60% പ്രദേശം ഇന്ത്യയിലും 30 ശതമാനം പ്രദേശം പാകിസ്ഥാന്റെ അധീനതയിലും 10 ശതമാനം പ്രദേശം ചൈനയുടെ കൈവശവുമാണ്.

രാഷ്ട്രീയം

ജമ്മുകാശ്മീർ രാഷ്ട്രീയം തുടക്കം മുതൽക്കു തന്നെ സംഭവബഹുലമാണ്. രാജ്യാന്തര തലത്തിൽ ഏറ്റവുമധികം ശ്രദ്ധിക്കപ്പെടുന്ന സംസ്ഥാന രാഷ്ട്രീയം ജമ്മുകാശ്മീരിലേതാണ്. സ്വാതന്ത്ര്യാനന്തര ജമ്മുകാശ്മീർ രാഷ്ട്രീയത്തിന്റെ അമരക്കാരൻ ഷെയ്ക്ക് അബ്ദുള്ള ആയിരുന്നു. ഷെയ്ക്ക് അബ്ദുള്ളയ്ക്ക് ശേഷം മകൻ ഫറൂക്ക് അബ്ദുള്ള. ഫറൂക്ക് അബ്ദുള്ളയുടെ മകൻ ഒമർ അബ്ദുള്ളയാണ് ഇപ്പോഴത്തെ മുഖ്യമന്ത്രി. എക്കാലത്തും സംസ്ഥാന രാഷ്ട്രീയത്തിന്റെ ഒരുഭാഗം അബ്ദുള്ള കുടും

ഷെയ്ഖ് അബ്ദുള്ള

ബമാണ് കൈകാര്യം ചെയ്തത്. ഇന്ത്യയിൽ ഏറ്റവുമധികം ഭരണം നടത്തിയ കുടുംബം നെഹ്റു കുടുംബമാണെങ്കിൽ ഇന്ത്യൻ സംസ്ഥാനങ്ങളിൽ ഈ നേട്ടം അവകാശപ്പെടാനാവുന്നത് അബ്ദുള്ള കുടുംബത്തിനാണ്.

ജമ്മുകാശ്മീരിൽ ഇന്നും ഏറ്റവും ആരാധ്യനായ നേതാവ് ഷെയ്ഖ് അബ്ദുള്ളയാണ്. ഷെയ്ഖ് അബ്ദുള്ള അഭ്യസ്തവിദ്യനായിരുന്നു. സംസ്ഥാനത്തെ ആദ്യത്തെ രസതന്ത്ര ബിരുദാനന്തര ബിരുദധാരി. അലിഗഡ് മുസ്ലിം സർവകലാശാലയിലെ വിദ്യാർഥി ആയിരിക്കെയാണ് രാഷ്ട്രീയത്തിൽ പ്രവേശിച്ചത്. മുസ്ലിം കോൺഫറൻസ് എന്ന സംഘടന രൂപീകരിച്ച് ജമ്മുകാശ്മീരിൽ സജീവമായി. അക്കാലത്ത് ജവഹർലാൽ നെഹ്റുവിന്റെ വിശ്വസ്തരും ആത്മമിത്രവുമായിരുന്നു ഷെയ്ഖ് അബ്ദുള്ള. കാശ്മീരിനെ ഇന്ത്യയിൽ ലയിപ്പിക്കുന്ന ഘട്ടത്തിൽ കാശ്മീരിലെ ജനങ്ങളും പിന്തുണ ആർജിക്കുന്നതിൽ നെഹ്റു ഷെയ്ഖ് അബ്ദുള്ളയുമായുള്ള സൗഹൃദം നന്നായി വിനിയോഗിച്ചിരുന്നു. മുസ്ലിം കോൺഫറൻസ് മുസ്ലിം മതസിദ്ധാന്തങ്ങൾ ഉയർത്തിപ്പിടിക്കുന്ന പാർട്ടിയായിരുന്നു. അന്യമത വിശ്വാസികളെ പാർട്ടിയോടടുപ്പിക്കുന്നതിനായി 1938 ൽ ഷെയ്ഖ് അബ്ദുള്ള മുസ്ലിം കോൺഫറൻസിന്റെ പേര് മാറ്റി. അങ്ങനെയാണ് നാഷണൽ കോൺഫറൻസ് രൂപീകരിക്കപ്പെട്ടത്. രാജഭരണമായിരുന്നു കാശ്മീരിൽ. ഇതിനെതിരെ നടന്ന പ്രക്ഷോഭങ്ങൾക്ക് ഷെയ്ഖ് അബ്ദുള്ള നേതൃത്വം നൽകി. 1925 മുതൽ 1947 വരെ ഹരിസിങ്ങായിരുന്നു കാശ്മീരിലെ മഹാരാജാവ്. ദോഗ്ര രാജവംശത്തിൽപ്പെട്ട രാജാവായിരുന്നു ഹരിസിങ്. ദോഗ്ര രാജവംശം കാശ്മീർ വിട്ടുപോകണം എന്ന് ആവശ്യപ്പെട്ടുകൊണ്ട് നടത്തിയ സമരം താൾവരെ പ്രക്ഷുബ്ധമാക്കി. രാജ്യദ്രോഹ കുറ്റം ചുമത്തി മഹാരാജാവ് ഷെയ്ഖ് അബ്ദുള്ളയെ ജയിലിടച്ചു. ഇന്ത്യക്ക് സ്വാതന്ത്ര്യം ലഭിച്ചപ്പോൾ കാശ്മീരിനെ തന്റെ അധീനതയിലുള്ള ഒരു രാജ്യമാക്കി മാറ്റാനുള്ള ഹരിസിങ്ങിന്റെ കണക്കുകൂട്ടലുകൾ തെറ്റിച്ചത് പാകിസ്ഥാന്റെ ആക്രമണമാണ്. കാശ്മീരിനെ ഇന്ത്യയിൽ ലയിപ്പിക്കുക എന്നതല്ലാതെ ഹരിസിങ്ങിന് മുന്നിൽ മറ്റ് മാർഗങ്ങൾ ഒന്നുമില്ലായിരുന്നു. ഈ സമയത്ത് കാശ്മീരിലെ ഭൂരിഭാഗം വരുന്ന മുസ്ലിംങ്ങളെ ഇന്ത്യയോടൊപ്പം ഉറപ്പിച്ചു നിർത്തിയത് ഷെയ്ഖ് അബ്ദുള്ള ആയിരുന്നു. മതേതരരാജ്യത്തിന്റെ പ്രതീകമായാണ് ഷെയ്ഖ് അബ്ദുള്ളയെ മഹാത്മാഗാന്ധി വിശേഷിപ്പിച്ചത്. അങ്ങനെ 1948 ൽ ഷെയ്ഖ് അബ്ദുള്ള ജമ്മുകാശ്മീരിലെ പ്രധാനമന്ത്രിയായി. ഷെയ്ഖ് അബ്ദുള്ളയ്ക്ക് ഭരണം ഒട്ടും

മുഖ്യമന്ത്രിമാർ		
പേര്	കാലാവധി	പാർട്ടി
മെഹർ ചന്ദ് മഹാജൻ	1947 – 1948	ഇന്ത്യൻ നാഷണൽ കോൺഗ്രസ്
ഷെയ്ഖ് അബ്ദുള്ള	1948 – 1953	നാഷണൽ കോൺഫറൻസ്
ബക്ഷി ഗുലാം മുഹമ്മദ്	1953 – 1963	നാഷണൽ കോൺഫറൻസ്
ഖവാജ ഷംസുദ്ദീൻ	1963 – 1964	നാഷണൽ കോൺഫറൻസ്
ഗുലാം മുഹമ്മദ് സാദിഖ്	1964 – 1965	ഇന്ത്യൻ നാഷണൽ കോൺഗ്രസ്
അമ്പീദ് അലി	1965 – 1971	ഇന്ത്യൻ നാഷണൽ കോൺഗ്രസ്
ഷെയ്ഖ് അബ്ദുള്ള	1975 – 1977	നാഷണൽ കോൺഫറൻസ്
ഷെയ്ഖ് അബ്ദുള്ള	1977 – 1982	നാഷണൽ കോൺഫറൻസ്
ഫറൂഖ് അബ്ദുള്ള	1982 – 1984	നാഷണൽ കോൺഫറൻസ്
ഗുലാം മുഹമ്മദ് ഷാ	1984 – 1986	അവാമി നാഷണൽ കോൺഫറൻസ്
ഫറൂഖ് അബ്ദുള്ള	1986 – 1990	നാഷൺ കോൺഫറൻസ്
ഫറൂഖ് അബ്ദുള്ള	1996 – 2002	നാഷണൽ കോൺഫറൻസ്
മുഫ്ത്തി മുഹമ്മദ് സെയ്ദ്	2002 – 2005	പി ഡി പി
ഗുലാം നബി ആസാദ്	2005 – 2008	കോൺഗ്രസ് ഐ
ഒമർ അബ്ദുള്ള	2009 – 2012	നാഷണൽ കോൺഫറൻസ്
രാഷ്ട്രപതി ഭരണം: 1977 മാർച്ച്– ജൂലൈ, 1986 മാർച്ച് – നവംബർ, 1990–1996, 2002 ഒക്ടോബർ– നവംബർ, ജൂലൈ 2008–2009		

സുഖകരമായിരുന്നില്ല. കാശ്മീരിൽ ഉണ്ടായിരുന്ന പിന്തുണ അബ്ദുള്ളയ്ക്ക് ജമ്മുവിലുണ്ടായിരുന്നില്ല. സംസ്ഥാനത്തെ ഹിന്ദുക്കളുടെ താൽപ്പര്യം സംരക്ഷിക്കാമെന്ന പ്രഖ്യാപനത്തോടെ 1949ൽ പ്രജാപരിഷത്ത് രൂപീകരിക്കപ്പെട്ടു. പ്രേംനാഥ് ദോഗ്രയായിരുന്നു നേതാവ്. അധികാരത്തിലേറിയ ഉടനെ ഭൂപരിഷ്കരണം നടപ്പിലാക്കാനായി ഷെയ്ഖ് അബ്ദുള്ള നടത്തിയ ശ്രമങ്ങൾ സംസ്ഥാനത്തെ ഹിന്ദുമതത്തിൽപ്പെട്ട വൻകിട ഭൂഉടമകളെ പ്രകോപിപ്പിച്ചു. ഷെയ്ഖ് അബ്ദുള്ളയ്ക്കെതിരെ പ്രജാപരിഷത്തിന്റെ നേതൃത്വത്തിൽ നടന്ന സമരങ്ങൾക്ക് ഇവർ പൂർണ പിന്തുണ നൽകി. ജമ്മുകാശ്മീരിന്റെ പ്രത്യേക അവകാശമായിരുന്നു പ്രധാന തർക്കവിഷയം. ഷെയ്ഖ് അബ്ദുള്ള പ്രത്യേക അവകാശം ഉയർത്തിപ്പിടിച്ചപ്പോൾ ഒരു ഭരണഘടന, ഒരു തലവൻ, ഒരു പതാക എന്ന മുദ്രാവാക്യവമായി പ്രജാപരിഷത്ത് രംഗത്തുവന്നു. ഇരുവിഭാഗവും തമ്മിലുള്ള ഏറ്റുമുട്ടൽ സംസ്ഥാനത്ത് വർഗീയ ചേരിതിരിവ് രൂക്ഷമാക്കി. പ്രശ്നം സംസ്ഥാനത്തിന് പുറത്തേക്ക് പടർന്നു. വിഷയം ഏറ്റെടുത്ത് ജനസംഘം നേതാവ് ശ്യാമപ്രസാദ് മുഖർജി സമരമാരംഭിച്ചു. ജമ്മുകാ

ശ്മീരിനുള്ള എല്ലാ പ്രത്യേക അവകാശങ്ങളും പിൻവലിക്കണമെന്നതായിരുന്നു ആവശ്യം. ഈ ആവശ്യം ഉന്നയിച്ച് ശ്യാമപ്രസാദ് മുഖർജി കാശ്മീരിൽ നിരാഹാര സമരം ആരംഭിച്ചു. 1953 മേയ് 11ന് മുഖർജിയെ അറസ്റ്റ് ചെയ്തു. ഇതിനെത്തുടർന്ന് 1953 ജൂൺ 23ന് ശ്രീനഗർ ജയിലിൽ വെച്ച് അദ്ദേഹം മരിച്ചു.

ഷെയ്ഖ് അബ്ദുള്ളയും നിലപാട് മാറ്റി. കാശ്മീരിനെ ഇന്ത്യയിൽ നിന്ന് സ്വതന്ത്രമാക്കണമെന്ന് അദ്ദേഹം ആവശ്യപ്പെട്ടു. കാശ്മീരിൽ ഇടപെടാനുള്ള സുവർണാവസരം അമേരിക്ക പാഴാക്കിയില്ല. അമേരിക്കൻ സർക്കാർ അഡ്‌ലായ് സ്റ്റെവൻസൺ എന്ന നേതാവിനെ കാശ്മീരിലേക്കയച്ചു. ഷെയ്ഖ് അബ്ദുള്ളയുമായി അദ്ദേഹം കൂടിക്കാഴ്ച നടത്തി. കാശ്മീരിന് സ്വാതന്ത്ര്യം ലഭിക്കാനുള്ള എല്ലാ ശ്രമങ്ങൾക്കും സ്റ്റവൻസൺ പിന്തുണ വാഗ്ദാനം ചെയ്തു. ഒന്നരക്കോടി ഡോളറിന്റെ ധനസഹായവും വാഗ്ദാനം ചെയ്തു. പുതിയ സംഭവവികാസങ്ങൾ നാഷണൽ കോൺഫറൻസിലും ഭിന്നിപ്പുണ്ടാക്കി. പ്രധാനമന്ത്രി കസേരയ്ക്ക് വേണ്ടി കരുക്കൾ നീക്കിയിരുന്ന ബക്ഷി ഗുലാം മുഹമ്മദും, റാഫി അഹമ്മദ് കിദ്വായി തുടങ്ങിയ നേതാക്കളും ഷെയ്ഖ് അബ്ദുള്ളയ്ക്കെതിരെ തിരിഞ്ഞു. 1953 ആഗസ്റ്റ് 8ന് ഗവർണർ കരൺസിങ്ങിന്റെ ഉപദേശത്തെത്തുടർന്ന് ഷെയ്ഖ് അബ്ദുള്ളസർക്കാരിനെ പിരിച്ചുവിട്ടു. ഗൂഢാലോചനക്കുറ്റം ചുമത്തി (കാശ്മീർ ഗൂഢാലോചന കേസ്) ഷെയ്ഖ് അബ്ദുള്ളയെ ജയിലിലടച്ചു. പിന്നീട് 11 വർഷക്കാലം ബക്ഷിഗുലാം മുഹമ്മദാണ് സംസ്ഥാനം ഭരിച്ചത്. 1964 ഏപ്രിൽ 8ന് ഷെയ്ഖ് അബ്ദുള്ള ജയിൽ മോചിതനായി. അദ്ദേഹത്തിനെതിരെ ഉണ്ടായിരുന്ന കാശ്മീർ ഗൂഢാലോചന കേസ് പിൻവലിച്ചു. നെഹ്റുവും ഷെയ്ഖ് അബ്ദുള്ളയും വീണ്ടും അടുത്തു. ഇന്ത്യക്കും പാകിസ്ഥാനുമിടയിൽ സമാധാനം സ്ഥാപിക്കുന്നതിനായുള്ള പാലമായി പ്രവർത്തിക്കാൻ നെഹ്റു അദ്ദേഹത്തോട് ആവശ്യപ്പെട്ടു. നെഹ്റുവിന്റെ മരണത്തോടെ ആ അധ്യായവും അവസാനിച്ചു. ഷെയ്ഖ് അബ്ദുള്ള ജയിൽവാസം അനുഭവിച്ചുകൊണ്ടിരിക്കെ സംസ്ഥാന രാഷ്ട്രീയത്തിൽ കോൺഗ്രസ് ശക്തമായി. ഗുലാം മുഹമ്മദ് സാദിഖിന്റെയും അബീദ് അലിയുടേയും നേതൃത്വത്തിലുള്ള കോൺഗ്രസ് സർക്കാറുകൾ 1964 മുതൽ 1971 വരെ സംസ്ഥാനം ഭരിച്ചു. 1975 ൽ വീണ്ടും മുഖ്യമന്ത്രിയായ ഷെയ്ഖ് അബ്ദുള്ള പിന്നീട് 1982 വരെ ജമ്മുകാശ്മീർ ഭരിച്ചു. കാശ്മീരിന്റെ ഭാവി തീരുമാനിക്കാൻ കാശ്മീരികൾക്ക് സ്വയം നിർണയ അധികാരം നൽകണമെന്ന ആവശ്യവുമായാണ് അവസാനകാലത്ത് അദ്ദേഹം രാഷ്ട്രീയപ്രവർത്തനം നടത്തിയത്. ഷെയ്ഖ് അബ്ദുള്ളയുടെ മരണത്തിന് ശേഷം മകൻ ഫറൂഖ് അബ്ദുള്ള മുഖ്യമന്ത്രിയായി. രാഷ്ട്രീയക്കാറ്റിന്റെ ദിശ അനുസരിച്ച് കോൺഗ്രസുമായും ബി ജെ പിയുമായും കൈകോർത്ത ഫറൂഖ് അബ്ദുള്ള കേന്ദ്രത്തിലും സംസ്ഥാനത്തിലുമായി അധികാരം ആസ്വദിച്ചു. 1989 ലെ വി പി സിങ് സർക്കാറിൽ ആഭ്യന്തര മന്ത്രി ആയിരുന്ന മുഫ്ത്തി മുഹമ്മദ് സെയ്ദാണ് സംസ്ഥാന രാഷ്ട്രീയ

ത്തിലെ തലയെടുപ്പുള്ള മറ്റൊരു നേതാവ്. 2002 ൽ അദ്ദേഹം മുഖ്യമന്ത്രിയായി. മുഫ്ത്തി മുഹമ്മദ് സെയ്ദിന്റെ നേതൃത്വത്തിലുള്ള പീപ്പിൾസ് ഡെമോക്രാറ്റിക് പാർട്ടിക്ക് കാശ്മീർ താഴ്വരയിൽ നിർണായക സ്വാധീനമുണ്ട്. ഫറൂഖ് അബ്ദുള്ള; മകൻ ഒമർ അബ്ദുള്ളയെ അനന്തരാവകാശിയായി പ്രഖ്യാപിച്ചപ്പോൾ മുഫ്ത്തി മുഹമ്മദ് സെയ്ദാവട്ടെ മകൾ മെഹബൂബ മുഫ്ത്തിയെ അനന്തരാവകാശിയാക്കി.

കാശ്മീരിൽ നാഷണൽ കോൺഫറൻസും പി ഡി പിയുമാണ് പ്രധാന രാഷ്ട്രീയ ശക്തികളെങ്കിൽ ജമ്മുവിൽ കോൺഗ്രസും ബി ജെ പിക്കുമാണ് കൂടുതൽ സ്വാധീനം. മുൻ മുഖ്യമന്ത്രിയും കേന്ദ്രമന്ത്രിയുമായ ഗുലാം നബി ആസാദ്, നാഷണൽ കോൺഫറൻസ് എം പി ആയിരിക്കെ കൂറുമാറി വോട്ട് ചെയ്ത എൻ ഡി എ സർക്കാറിനെ താഴെ ഇറക്കിയ സെയ്ഫുദീൻ സോസ് തുടങ്ങിയവരാണ് സംസ്ഥാനത്തെ പ്രമുഖരായ കോൺഗ്രസ് നേതാക്കൾ.

കർഷക, തൊഴിലാളി മുന്നേറ്റങ്ങൾ

ജമ്മുകാശ്മീരിലെ കർഷകത്തൊഴിലാളി സമരങ്ങൾക്ക് നേതൃത്വം നൽകിയത് നാഷണൽ കോൺഫറൻസിലെ കമ്യൂണിസ്റ്റുകാരായ നേതാക്കളായിരുന്നു. 1979 ലാണ് ജമ്മുകാശ്മീരിൽ സി പി ഐ എം രൂപീകരിക്കപ്പെടുന്നത്. അതുവരെ കമ്യൂണിസ്റ്റ് നേതാക്കൾ നാഷണൽ കോൺഫറൻസിലും ഡെമോക്രാറ്റിക് നാഷണൽ കോൺഫറൻസിലുമാണ് പ്രവർത്തിച്ചിരുന്നത്. പി എം ജലാലി, തിയാസുദ്ദീനി, പി എം റെയ്ന, ജി എൻ മാലിക്, മോത്തിലാൽ തുടങ്ങിയവരായിരുന്നു ആദ്യകാല നേതാക്കൾ. നാൽപ്പതുകളിൽ ജമ്മുകാശ്മീരിനെ ഇളക്കിമറിച്ച 'കാശ്മീരിന് പുറത്തു പോകൂ' എന്ന പേരിലുള്ള സമരത്തിൽ കമ്യൂണിസ്റ്റ് നേതാക്കൾ സജീവമായി പങ്കെടുത്തിരുന്നു. ബ്രിട്ടീഷുകാർക്കും ഹരിസിങ്ങിനുമെതിരെയുള്ളതായിരുന്നു സമരം. 1948 ൽ കാശ്മീർ ഇന്ത്യയിൽ ലയിച്ചതിന് ശേഷം ഷെയ്ഖ് അബ്ദുള്ളയുടെ നേതൃത്വത്തിൽ സർക്കാർ അധികാരത്തിൽ വന്നു. ഇന്ത്യയിൽ ആദ്യമായി കാർഷിക പരിഷ്കരണം നടപ്പിലാക്കിയത് 1948 ൽ ഈ സർക്കാറായിരുന്നു. ഒരു തുകയും നഷ്ടപരിഹാരം നൽകാതെ ആയിരുന്നു ഭൂമി ഏറ്റെടുത്തത്. ഈ ധീരമായ നടപടിക്ക് ചുക്കാൻ പിടിച്ചത് നാഷണൽ കോൺഫറൻസിലെ കമ്യൂണിസ്റ്റുകാരായ നേതാക്കളായിരുന്നു. അതേസമയം നാഷണൽ കോൺഫറൻസിലെ കമ്യൂണിസ്റ്റുവിരുദ്ധ ചേരി ഭൂപരിഷ്കരണം അട്ടിമറിക്കാൻ ശ്രമിച്ചു. അതുകൊണ്ടുതന്നെ കേരളത്തിലും ബംഗാളിലും ത്രിപുരയിലും ഉണ്ടായതുപോലുള്ള സമ്പൂർണ ഭൂപരിഷ്കരണം ജമ്മുകാശ്മീരിൽ ഉണ്ടായില്ല. കാശ്മീരിന്റെ വികസനത്തിനായി പുരോഗമനപരമായ ഉൾക്കാഴ്ചയോടെ അവതരിപ്പിച്ച 'നയാ കാശ്മീർ' (പുതിയ കാശ്മീർ) നയരേഖ തയാറാക്കിയത് കമ്യൂണിസ്റ്റുകാരായ മുഹമ്മദ് അഷറഫും ബേദിയുമായിരുന്നു. തുടക്കത്തിൽ പുരോഗമന സ്വഭാവം കൈക്കൊണ്ട

ഷെയ്ഖ് അബ്ദുള്ള പിന്നീട് അവസരവാദപരവും രാജദ്രോഹപരവുമായ നിലപാട് കൈക്കൊണ്ടതോടെ കമ്യൂണിസ്റ്റുകാർ നാഷണൽ കോൺഫറൻസ് വിട്ടു. പിന്നീട് ഡെമോക്രാറ്റിക് നാഷണൽ കോൺഫറൻസിൽ ചേർന്നു. 1979 ൽ ഡെമോക്രാറ്റിക് നാഷണൽ കോൺഫറൻസും വിട്ട കമ്യൂണിസ്റ്റുകാർ സി പി ഐ എം രൂപീകരിച്ചു. മുഹമ്മദ് യൂസഫ് തരിഗാമി ആയിരുന്നു ആദ്യ സെക്രട്ടറി. രാജ്യത്തെ ഏറ്റവും ധീരരായ നേതാക്കളിൽ ഒരാളാണ് അദ്ദേഹം. സർക്കാർ വിരുദ്ധ സമരം നടത്തിയെന്നതിന് 6 വർഷക്കാലം ജയിൽ ശിക്ഷ അനുഭവിച്ചു. തീവ്രവാദത്തിനെതിരേ എക്കാലത്തും വിട്ടുവീഴ്ചയില്ലാത്ത നിലപാട് കൈക്കൊണ്ട തരിഗാമിക്കെതിരെ 15 ഭീകരാക്രമണങ്ങൾ നടന്നിട്ടുണ്ട്. 1989 സെപ്തംബറിലായിരുന്നു ആദ്യ ആക്രമണം. അന്ന് കുൽഗാമിലെ വീട്ടിലായിരുന്ന തരിഗാമിയേയും കുടുംബത്തെയും വധിക്കാൻ ശ്രമിച്ചു. ഇതിനെത്തുടർന്ന് തരിഗാമിയും കുടുംബവും ഗ്രാമം വിട്ട് ജമ്മുവിലേക്ക് പോയി. ഭീകരവാദം മൂലം ഗ്രാമംവിട്ട് പോയ കാശ്മീരിലെ ആദ്യകുടുംബം തരിഗാമിയുടേതാണ്. 2005 ലായിരുന്നു അവസാനത്തെ ആക്രമണം. നിയമസഭാംഗമായ തരിഗാമിയെ കൊലപ്പെടുത്താനായി എത്തിയ ചാവേർ സംഘത്തിന് ഉന്നംതെറ്റി. വിദ്യാഭ്യാസമന്ത്രി ഗുലാം നജീബും തരിഗാമിയുടെ സുരക്ഷ ഉദ്യോഗസ്ഥരും കൊല്ലപ്പെട്ടു. തലനാരിഴയ്ക്കാണ് തരിഗാമി രക്ഷപ്പെട്ടത്. ഭീകരവാദത്തെ ശക്തമായി എതിർക്കുന്നു എന്ന കാരണത്താലാണ് തരിഗാമിയെ കൊലപ്പെടുത്താൻ ഭീകരസംഘടനകൾ ശ്രമിക്കുന്നത്. ഇവരുടെ ആക്രമണങ്ങളിൽ നിന്ന് തരിഗാമി രക്ഷപ്പെട്ടെങ്കിലും നാൽപ്പതോളം സി പി ഐ എം പ്രവർത്തകർ ഇതുവരെ ഭീകരാക്രമണങ്ങളിൽ രക്തസാക്ഷികളായി. 1996ലാണ് സംസ്ഥാന നിയമസഭയിൽ സി പി ഐ എമ്മിന് പ്രാതിനിധ്യം ലഭിച്ചത്. അന്ന് തൊട്ട് എല്ലാ നിയമസഭകളിലും തരിഗാമി അംഗമാണ്. ജന്മനാടായ കുൽഗാമിനെയാണ് അദ്ദേഹം നിയമസഭയിൽ പ്രതിനിധീകരിക്കുന്നത്.

ഭീകരവാദം

സജീവവും നിർജീവവുമായ നിരവധി ഭീകരസംഘടനകൾ ജമ്മു കാശ്മീരിലുണ്ട്. ഇന്ത്യാവിരുദ്ധത ഉയർത്തിപ്പിടിക്കുന്ന 35 സംഘടനകൾ കാശ്മീരിൽ സജീവമാണ്. ലഷ്കർ ഇ തൊയ്ബ, ജൈ ഷെ മുഹമ്മദ്, ഹിസ്ബുൾ മുജാഹുദീൻ, ഹർക്കത്തുൽ അൻസാർ, അൽബദർ എന്നിങ്ങനെ 11 കൊടും തീവ്രവാദ ഗ്രൂപ്പുകളുണ്ട്. ജമ്മുകാശ്മീരിനെ ഇന്ത്യയിൽ ലയിപ്പിക്കുന്ന ഘട്ടത്തിൽ സംസ്ഥാനത്ത് മൂന്ന് ചിന്താധാരകൾ ഉണ്ടായിരുന്നു. കാശ്മീർ സ്വതന്ത്രരാജ്യമാവണമെന്ന് ആഗ്രഹിക്കുന്നവർ, കാശ്മീർ പാകിസ്ഥാനിൽ ചേരണമെന്ന് ആഗ്രഹിക്കുന്നവർ, കാശ്മീർ ഇന്ത്യയുടെ ഭാഗമാവണമെന്ന് ആഗ്രഹിക്കുന്നവർ തുടങ്ങിയവരായിരുന്നു ഈ വിഭാഗങ്ങൾ. ഇന്ത്യയുടെ ആദ്യ രണ്ട് വിഭാഗങ്ങൾക്കിടയിൽ തുടക്കം മുതൽ അതൃപ്തി ഉണ്ടായിരുന്നു. 1953 ൽ ഷെയ്ക്ക് അബ്ദുള്ളയെ അറസ്റ്റ്

ചെയ്ത നടപടിയും പ്രത്യേകാവകാശങ്ങൾ നൽകാമെന്ന ഉറപ്പ് ലംഘിക്കപ്പെട്ടതുമെല്ലാം ഇവരുടെ അതൃപ്തി സ്ഫോടനാത്മകമാക്കി. പട്ടാളത്തിന്റെയും പൊലീസിന്റെയും പിന്തുണയോടെ തെരഞ്ഞെടുപ്പുകൾ അട്ടിമറിക്കപ്പെട്ടു. ഇതെല്ലാം ജനാധിപത്യവ്യവസ്ഥിതിയിൽ ജനങ്ങൾക്കുള്ള വിശ്വാസം നഷ്ടപ്പെടുത്തി. ഈ അനുകൂല സാഹചര്യം മുതലെടുക്കുന്നതിൽ പാക് ഭരണകൂടം സദാ ജാഗരൂകരായിരുന്നു. എക്കാലത്തും പാക് ചാര സംഘടനയായ ഐ എസ് ഐയുടെ ശക്തമായ സാന്നിധ്യം സംസ്ഥാനത്ത് ഉണ്ടായിരുന്നു. ഇതെല്ലാം ഭീകരവാദമെന്ന വൻവിപത്തിന് താഴ്‌വരയിൽ വിത്ത് പാകി.

കാശ്മീരിലെ ചെറുപ്പക്കാരെ ആകർഷിച്ച ആദ്യത്തെ ഭീകരസംഘടന ജെ കെ എൽ എഫായിരുന്നു. ഷെയ്ക്ക് അബ്ദുള്ള രൂപീകരിച്ച ഹിതപരിശോധനാ മുന്നണിയിലുണ്ടായിരുന്ന ജമ്മുകാശ്മീർ നാഷണൽ ലിബറേഷൻ ഫ്രണ്ടിലെ പ്രവർത്തകരാണ് 1977ൽ ജമ്മുകാശ്മീർ ലിബറേഷൻ ഫ്രണ്ട് രൂപീകരിച്ചത്. ജെ കെ എൽ എഫിന്റെ രൂപീകരണം നടന്നത് കാശ്മീരിൽ വെച്ചായിരുന്നില്ല. ലണ്ടനിൽ വെച്ചായിരുന്നു. തുടക്കം മുതൽക്കുതന്നെ സംഘടനയ്ക്ക് ഐ എസ് ഐയുടെ പൂർണ പിന്തുണ ലഭിച്ചു. അമാനുള്ള ഖാൻ, യാസിൻ മാലിക് എന്നിവരായിരുന്നു നേതാക്കൾ. എൺപതുകളുടെ അവസാനത്തിൽ സംഘടനയ്ക്ക് കാശ്മീരിലെ ചെറുപ്പക്കാർക്കിടയിൽ നല്ല സ്വാധീനമുണ്ടായിരുന്നു. എന്നാൽ ഹിസ്ബുൾ മുജാഹിദ്ദീൻ, ലഷ്കർ ഇ തോയ്ബ തുടങ്ങിയ സംഘടനകൾ ശക്തിപ്രാപിച്ചതോടെ ജെ കെ എൽ എഫ് ദുർബലമായി. ഭീകരവാദത്തിലൂടെ കാശ്മീരിന് മോചനം ലഭിക്കില്ലെന്ന് പ്രഖ്യാപിച്ച യാസിൻ മാലിക്കാവട്ടെ ഇപ്പോൾ ഹുറിയത്ത് കോൺഫറൻസുമായി യോജിച്ചാണ് പ്രവർത്തിക്കുന്നത്.

എൺപതുകളുടെ അവസാനത്തിൽ കാശ്മീരിൽ പുകഞ്ഞ ഇന്ത്യാവിരുദ്ധത മുതലെടുത്ത് 1989 ൽ അഫ്സൽ ഡർ രൂപീകരിച്ച ഭീകര സംഘടനയാണ് ഹിസ്ബുൾ മുജാഹിദീൻ. ഈ സംഘടനയുടെ രൂപീകരത്തിന് നേതൃത്വം നൽകിയത് ഐ എസ് ഐ ആയിരുന്നു. പാക് അധീന കാശ്മീരിലെ മുസഫറാബാദാണ് ആസ്ഥാനം. സെയ്ദ് സലാഹുദീനാണ് സംഘടനയുടെ ഇപ്പോഴത്തെ തലവൻ. എക്കാലത്തും പാക് സർക്കാരുമായി അടുത്ത ബന്ധമുള്ള സംഘടനയാണിത്. പാക് സർക്കാർ സംഘടനയ്ക്ക് ധനസഹായം ഉൾപ്പെടെയുള്ള എല്ലാ സഹായങ്ങളും നൽകുന്നുണ്ട്.

ഹിസ്ബുൾ മുജാഹിദീന്റെ പ്രധാന പ്രവർത്തനമേഖല ജമ്മുകാശ്മീരാണെങ്കിൽ ഇന്ത്യയിലെ പ്രമുഖനഗരങ്ങളിലെല്ലാം സ്വാധീനമുറപ്പിക്കാൻ ശ്രമിക്കുന്ന സംഘടനയാണ് ലഷ്കർ ഇ തോയ്ബ. 1990 ൽ അഫ്ഗാനിസ്ഥാനിലെ കുന്നാറിൽ വെച്ചായിരുന്നു ലഷ്കറിന്റെ രൂപീകരണം. ഹഫീസ് മുഹമ്മദ് സെയ്ദ് ആണ് സ്ഥാപക നേതാവ്. താലിബാനുമായും അൽഖയ്ദയുമായും സംഘടനയ്ക്ക് അടുത്ത ബന്ധമുണ്ട്. തൊണ്ണൂറുകളുടെ അവസാനത്തോടെ ഭീകരസംഘടനകൾക്ക് താഴ്‌വര

യിലെ ചെറുപ്പക്കാർക്കിടയിൽ സ്വാധീനം കുറഞ്ഞു. ഇതോടെയാണ് ലഷ്കർ ഇ തോയ്ബ മറ്റ് സംസ്ഥാനങ്ങളിലേക്കു കൂടി പ്രവർത്തനം വ്യാപിപ്പിച്ചത്. ഇന്ത്യക്ക് ഏറ്റവും കനത്ത ആഘാതമേൽപ്പിച്ച സംഘടന ജെയ്ഷെ മുഹമ്മദ് ആണ് 1999 ഡിസംബർ 31 ന് എയർ ഇന്ത്യയുടെ ഐ സി 814 നമ്പർ വിമാനം ഭീകരർ തട്ടിക്കൊണ്ടുപോയ സംഭവവുമായി ജെയ്ഷെ മുഹമ്മദിന്റെ രൂപീകരണത്തിന് ബന്ധമുണ്ട്. അന്ന് ഭീകരർ മുന്നോട്ട് വെച്ച പ്രധാന ആവശ്യം മൗലാന മസൂദ് അസ്ഹറിനെ വിട്ടയക്കണം എന്നതായിരുന്നു. ആവശ്യം അംഗീകരിക്കാൻ സർക്കാർ അന്ന് നിർബന്ധിതരായി. ജയിൽ മോചിതനായ മൗലാന മസൂദ് അസ്ഹർ 2000 ജനുവരി 31ന് രൂപീകരിച്ച സംഘടനയാണ് ജെയ്ഷെ മുഹമ്മദ്. 2001 ഡിസംബർ 13ന് ഇന്ത്യൻ പാർലമെന്റിനു നേരെ ഭീകരാക്രമണം നടത്തിയത് ജെയ്ഷെ മുഹമ്മദ് ആയിരുന്നു. ജമ്മുകാശ്മീരിൽ ജനങ്ങൾക്കിടയിൽ നിർണായക സ്വാധീനമുള്ള സംഘടനയാണ് ഹുറീയത്ത് കോൺഫറൻസ്. 22 സംഘടനകളുടെ കൂട്ടായ്മയാണിത്. ഹുറീയത്ത് കോൺഫറൻസ് ഭീകര സംഘടനയല്ല. ഇതിലെ പല നേതാക്കൾക്കും ഭീകര സംഘടനകളുമായി പരസ്യവും രഹസ്യവുമായ ബന്ധമുണ്ട്. 1993 മാർച്ച് 9 നാണ് സംഘടന രൂപീകൃതമായത്. കാശ്മീരിന്റെ മോചനം എന്നതായിരുന്നു. അന്നത്തെ പ്രഖ്യാപിത ലക്ഷ്യം. എന്നാൽ ഹുറീയത്ത് കോൺഫറൻസിലെ നേതാക്കൾക്കിടയിൽ തുടക്കം മുതൽക്കുതന്നെ രൂക്ഷമായ അഭിപ്രായഭിന്നതയുണ്ട്. കാശ്മീരിന് പ്രത്യേക അവകാശം നൽകിയാൽ പ്രശ്നം തീരും, കാശ്മീർ ഒരു സ്വതന്ത്ര രാജ്യമായി മാറണം, കാശ്മീർ പാകിസ്ഥാനിൽ ലയിക്കണം എന്നിങ്ങനെ വ്യത്യസ്ത നിലപാടുകൾ കൈക്കൊള്ളുന്നവരാണ് നേതാക്കൾ. ഹുറീയത്ത് ചെയർമാൻ മിർവാചീസ് ഉമർ ഫറൂക് മിതവാദിയായും സെയ്ദ് അലി ഷാ ഗിലാനി തീവ്രനിലപാടുകൾ വെച്ചു പുലർത്തുന്ന നേതാവുമായാണ് അറിയപ്പെടുന്നത്. കാശ്മീരിലെ മുഖ്യധാരാ രാഷ്ട്രീയ പാർട്ടികൾ ശക്തി പ്രാപിച്ചത് ഹുറീയത്തിന് തിരിച്ചടിയായി. തിരഞ്ഞെടുപ്പുകളിൽ സംഘടന പങ്കെടുക്കാറില്ല. തിരഞ്ഞെടുപ്പുകൾ ബഹിഷ്കരിക്കാൻ ആഹ്വാനം ചെയ്യാറുണ്ട്. എന്നാൽ ഹുറീയത്തിന്റെ ആഹ്വാനം തള്ളിക്കളഞ്ഞ് ജനങ്ങൾ ലോക്സഭാ, നിയമസഭാ തിരഞ്ഞെടുപ്പുകളിൽ വോട്ട് ചെയ്യാനെത്തിയിരുന്നു.

ഭൂമിശാസ്ത്രം

താഴ്വരകളുടെ നാടാണ് ജമ്മുകാശ്മീർ. കാശ്മീർ താഴ്വര, തവി താഴ്വര. ചെനാബ് താഴ്വര, പൂഞ്ച് താഴ്വര., സിന്ധ് താഴ്വര, ലിഡർ താഴ്വര തുടങ്ങിവയാണ് പ്രധാന താഴ്വരകൾ. പ്രധാന താഴ്വരയായ കാശ്മീർ താഴ്വരയ്ക്ക് 15,520 ചതുരശ്ര കിലോമീറ്റർ വിസ്തീർണമുണ്ട്. സമുദ്രനിരപ്പിൽ നിന്ന് 1850 മീറ്റർ ഉയരത്തിലാണ് കാശ്മീർ സ്ഥിതി ചെയ്യുന്നത്.

ഝലം നദിയാണ് പ്രധാന നദി. ഝലം കാശ്മീർ ഗ്രാമങ്ങളിൽവെള്ളമെത്തിക്കുന്നു. ഇൻഡസ്, തവി, രവി, ചെനാബ് എന്നിവയാണ് മറ്റ് പ്രധാന നദികൾ. നിരവധി മഞ്ഞുമലകൾ സംസ്ഥാനത്തുണ്ട്. 70 കിലോമീറ്റർ ദൈർഘ്യത്തിൽ നീണ്ടുകിടക്കുന്ന സിയാച്ചിൻ മഞ്ഞുമലയാണ് ഏറ്റവും നീളമുള്ള മഞ്ഞുമല.

ശീതകാലത്ത് കാശ്മീർ പ്രദേശത്തെ താപനില പൂജ്യം ഡിഗ്രിയിലും താഴാറുണ്ട്. വേനൽക്കാലത്ത് താപനില 30^0C വരെ ഉയരും. ജമ്മുവിൽ കാശ്മീരിനെ അപേക്ഷിച്ച് ഉയർന്ന താപനിലയാണ്. വേനൽക്കാലത്ത് ജമ്മുവിലെ ശരാശരി താപനില 35^0C. ശീതകാലത്തേത് 20^0Cഉം.

വർഷകാലത്ത് സാമാന്യം നല്ല മഴ ലഭിക്കാറുണ്ട്. വേനൽക്കാലത്ത് ഹിമാലയത്തിലെ മഞ്ഞുമലകൾ ഉരുകും. ഇക്കാരണത്താൽ വേനലിലും നദികൾ കരകവിഞ്ഞൊഴുകും.

ജമ്മു മേഖലയിൽ 10 ജില്ലകളും കാശ്മീരിൽ 10 ജില്ലകളും ലഡാക്ക് മേഖലയിൽ 2 ജില്ലകളുമടക്കം സംസ്ഥാനത്താകെ 22 ജില്ലകളാണുള്ളത്. കാർഗിൽ, ലെ എന്നിവയാണ് ലഡാക്കിലെ ജില്ലകൾ. പാകിസ്ഥാൻ ചൈന, ഹിമാചൽ പ്രദേശ്, പഞ്ചാബ് എന്നിവയാണ് ജമ്മുകാശ്മീരിന്റെ അയൽ പ്രദേശങ്ങൾ.

സമ്പദ്‌വ്യവസ്ഥ

ഭീകരവാദം സമ്പദ്‌വ്യവസ്ഥയുടെ നട്ടെല്ല് തകർത്ത സംസ്ഥാനമാണ് ജമ്മുകാശ്മീർ. എന്നാൽ സംസ്ഥാനം ഇപ്പോൾ തിരിച്ചു വരവിന്റെ പാതയിലാണ്. കൃഷി, ചെറുകിട വ്യവസായം, ടൂറിസം എന്നീ മേഖലകളെ കേന്ദ്രീകരിച്ചാണ് സമ്പദ്‌വ്യവസ്ഥ നിലനിൽക്കുന്നത്.

കൃഷി

അരി, പച്ചക്കറികൾ, പഴവർഗങ്ങൾ തുടങ്ങിയവയാണ് പ്രധാന കാർഷികോൽപ്പന്നങ്ങൾ. കാശ്മീർ കുങ്കുമം പ്രസിദ്ധമാണ്. ഇവിടെനിന്ന് കുങ്കുമം വിദേശ രാജ്യങ്ങളിലേക്ക് കയറ്റുമതി ചെയ്യുന്നുണ്ട്. പഴവർഗങ്ങളുടെ ഉൽപ്പാദനത്തിൽ സമീപകാലത്ത് സംസ്ഥാനം വൻ കുതിച്ചുചാട്ടം നടത്തിയിരുന്നു. ആപ്പിൾ, പ്ലം, ചെറി, തുടങ്ങിയവയാണ് ഇവിടെ ഉൽപ്പാദിപ്പിക്കുന്ന പ്രധാന പഴങ്ങൾ. അടുത്തിടെയായി സംസ്ഥാനത്ത് മത്സ്യകൃഷിയും വ്യാപകമായിട്ടുണ്ട്.

വ്യവസായം

വൻകിടവ്യവസായങ്ങൾ സംസ്ഥാനത്ത് കുറവാണ്. വ്യവസായ പാർക്കുകളും പ്രത്യേക സാമ്പത്തിക മേഖലകളും ആരംഭിച്ച് നിക്ഷേപകരെ ആകർഷിക്കാൻ സർക്കാർ ശ്രമിക്കുന്നുണ്ട്. സേവനമേഖലയും ഉപ

ഭോക്തൃ ഉൽപ്പന്നങ്ങളുടെ നിർമാണ മേഖലയും ഇപ്പോൾ സജീവമാണ്. 2005–06 വർഷത്തിൽ 1,150 കോടി രൂപയുടെ കയറ്റുമതി സംസ്ഥാനത്തു നിന്നുമുണ്ടായി.

കാശ്മീർ തടികൊണ്ട് നിർമിക്കുന്ന ക്രിക്കറ്റ് ബാറ്റുകൾ പ്രസിദ്ധമാണ്. കാശ്മീർ വില്ലോ എന്ന പേരിലാണ് ഇവ അറിയപ്പെടുന്നത്. രാജ്യത്തിനകത്ത് മാത്രമായ വിദേശ രാജ്യങ്ങളിലും കാശ്മീർ വില്ലോയ്ക്ക് ആവശ്യക്കാർ ഏറെയുണ്ട്.

ടൂറിസം

1989 വരെ ടൂറിസമായിരുന്നു കാശ്മീർ സമ്പദ്വ്യവസ്ഥയുടെ നട്ടെല്ല്. ഭീകരപ്രവർത്തനങ്ങൾ ടൂറിസ്റ്റുകളെ താഴ്വരയിൽനിന്ന് അകറ്റി. എന്നാൽ രണ്ടു പതിറ്റാണ്ടിന് ശേഷം ടൂറിസം മേഖല ഇപ്പോൾ സജീവമാണ്. 2009 ൽ ഇന്ത്യയിൽ ഏറ്റവുമധികം ടൂറിസ്റ്റുകളെത്തിയ പ്രദേശങ്ങളിലൊന്നായി കാശ്മീർ മാറി.

ശ്രീനഗർ	–	വേനൽക്കാലത്തെ തലസ്ഥാനം. ദാൽ തടാകം, ഹസ്രത് ബാൽ പള്ളി, പൂന്തോട്ടങ്ങൾ, പള്ളികൾ, ക്ഷേത്രങ്ങൾ. വൂളാർ തടാകം (ഏഷ്യയിലെ ഏറ്റവും വലിയ ശുദ്ധജല തടാകം)
ഗുൽമർഗ്	–	പൂന്തോട്ടം, ശീതകാല കായിക വിനോദകേന്ദ്രം, ഹരിസിങ് രാജാവിന്റെ കൊട്ടാരം
ജമ്മു	–	ശീതകാല തലസ്ഥാനം, കൊട്ടാരങ്ങൾ ശവകുടീരങ്ങൾ, മ്യൂസിയം, മാൻസാർ തടാകം
ലേ	–	ബൗദ്ധ തീർഥാടന കേന്ദ്രം, ആശ്രമങ്ങൾ, പള്ളികൾ, ലോകത്തെ ഏറ്റവും ഉയരത്തിൽ സ്ഥിതി ചെയ്യുന്ന ഗോൾഫ് മൈതാനം
അമർനാഥ്	–	ഗുഹാ ക്ഷേത്രം, തടാകം, മഞ്ഞുമലകൾ
ബൈല്ലൂർ	–	തീർഥാടനകേന്ദ്രം
ഡാച്ചിഗാം	–	വന്യജീവി സങ്കേതം
ദ്രാസ്	–	ഏഷ്യയിലെ ഏറ്റവും തണുപ്പേറിയ സ്ഥലം
കാർഗിൽ	–	പർവതാരോഹണത്തിന് പ്രസിദ്ധം, ആശ്രമങ്ങൾ
കൂദ്	–	ഹിൽസ്റ്റേഷൻ, തീർഥാടന കേന്ദ്രം
പഹൽ ഗാം	–	ഹിൽസ്റ്റേഷൻ കുങ്കുമത്തോട്ടങ്ങൾ, മഞ്ഞുമലകൾ
സോണാമാർഗ്	–	തടാകങ്ങൾ, പൂന്തോട്ടങ്ങൾ, തീർഥാടനകേന്ദ്രം
വൈഷ്ണവദേവി	–	തീർഥാടനകേന്ദ്രം

കണ്ടിരിക്കേണ്ട സ്ഥലം - ശ്രീനഗർ

ഏപ്രിൽമുതൽ ഡിസംബർവരെയാണ് സന്ദർശിക്കാൻ ഏറ്റവും ഉചിതമായ സമയം. ഇന്ത്യയിലെ ഏറ്റവും മനോഹരമായ പ്രദേശമായാണ് ശ്രീനഗർ അറിയപ്പെടുന്നത്. പ്രസിദ്ധമായ ദാൽ തടാകം, ഷാലിമാർ ബാഗ്, നിഷാത് ബാഗ് പൂന്തോട്ടങ്ങൾ, ഹസ്രത് ബാൽപ്പള്ളി, ശങ്കരാചാര്യ

ദാൽ തടാകം

ക്ഷേത്രം എന്നിങ്ങനെ കണ്ടിരിക്കേണ്ട നിരവധി സ്ഥലങ്ങൾ ഇവിടെയുണ്ട്. ശ്രീനഗറിൽനിന്ന് 52 കിലോമീറ്റർ അകലെയാണ് ഗുൽബർഗ്. സമുദ്രനിരപ്പിൽനിന്ന് 2730 മീറ്റർ ഉയരത്തിൽ സ്ഥിതി ചെയ്യുന്ന പ്രദേശമാണിത്. മഞ്ഞുകട്ടകളാൽ ആവരണം ചെയ്തിരിക്കുന്ന മലമുകളിലേക്ക് റോപ്പ് വേയിലൂടെയും കോവർകഴുതകളുടെ പുറത്ത് കയറിയുമെത്താം.

വിമാനമാർഗം ശ്രീനഗറിലെത്താം. ജമ്മുവരെ ട്രെയിൻ സർവീസുമുണ്ട്. അവിടെനിന്ന് ശ്രീനഗറിലേക്ക് ബസ്, ജീപ്പ് സർവീസുകൾ ഉണ്ട്.

കേരളീയം - ജമ്മുകാശ്മീർ

മലയാളികൾ വളരെ കുറവാണ്. സൈന്യം, അർധസൈനിക വിഭാഗം, സ്കൂളുകൾ, കോളേജുകൾ എന്നിവിടങ്ങളിലായി മലയാളികളുടെ സാന്നിധ്യം ഒരുങ്ങിനിൽക്കുന്നു. എങ്കിലും മികച്ച സേവനം കാഴ്ചവെച്ച ചില മലയാളികൾ ഉണ്ട്. ബി എസ് എഫിന്റെ അഡീഷണൽ ഡയറക്ടർ ജനറലായിരുന്ന റാംമോഹൻ ഭീകരവാദത്തെ അമർച്ച ചെയ്യുന്നതിനായി മികച്ച നേതൃപാടവം കാഴ്ചവെച്ച ഉദ്യോഗസ്ഥനായിരുന്നു. ശ്രീന

ഗറിലെ *ഇന്ത്യൻ എക്സ്പ്രസ്* ലേഖകനായിരുന്ന ജോർജ് ജോസഫാണ് മറ്റൊരു മലയാളി. ഇദ്ദേഹം 8 വർഷക്കാലം *ഇന്ത്യൻ എക്സ്പ്രസിന്റെ* ലേഖകനായിരുന്നു. ഭീകരവാദത്തിനെതിരെ റിപ്പോർട്ടുകൾ തയാറാക്കി എന്ന കാരണത്താൽ ഹിസ്ബുൾ മുജാഹിദ്ദീൻ ഇദ്ദേഹത്തെ ഹിറ്റ്ലിസ്റ്റിൽ (കൊലപ്പെടുത്തേണ്ടവരുടെ പട്ടിക) ഉൾപ്പെടുത്തി.

ജമ്മുകാശ്മീരിലേക്കുള്ള ട്രെയിനുകൾ

16317 – കന്യാകുമാരി – ജമ്മുതാവി ഹിമസാഗർ എക്സ്പ്രസ് (വെള്ളിയാഴ്ച)

പൊതുവിവരങ്ങൾ

തലസ്ഥാനം	–	ശ്രീനഗർ, ജമ്മു
രൂപീകൃതമായ ദിവസം	–	1947 ഒക്ടോബർ 26
ഔദ്യോഗിക ഭാഷ	–	കാശ്മീരി, ദോഗ്രി, ഉറുദു, ലഡാഖി
ജനസംഖ്യ	–	12548926
വിസ്തീർണം	–	2,22,236/Km^2
സാക്ഷരത	–	68.74%
റോഡ് ഗതാഗതം	–	13,043 കിലോമീറ്റർ
റെയിൽഗതാഗതം	–	84 കിലോമീറ്റർ
വിമാനത്താവളങ്ങൾ	–	ശ്രീനഗർ, ജമ്മു, ലേ

കാലാവസ്ഥ

ജമ്മു – ഉയർന്ന താപനില	–	35^0C
ജമ്മു – താഴ്ന്ന താപനില	–	20^0C
കാശ്മീർ – ഉയർന്ന താപനില	–	30^0C
കാശ്മീർ – താഴ്ന്ന താപനില	–	0^0C

പ്രത്യേകതകൾ

1. ഇന്ത്യയിൽ ഏറ്റവും പട്ടിണി ഇല്ലാത്ത സ്ഥലം (പട്ടിണിയിലുള്ളവർ 4 ശതമാനം മാത്രം)
2. ഏഷ്യയിലെ ഏറ്റവും തണുപ്പുള്ള സ്ഥലം – ദ്രാസ്
3. ഏഷ്യയിലെ ഏറ്റവും വലിയ ശുദ്ധജല തടാകം – വുളാർ
4. ലോകത്തെ ഏറ്റവും ഉയരത്തിൽ സ്ഥിതി ചെയ്യുന്ന ഗോൾഫ് മൈതാനം – ലേ
5. കുങ്കുമത്തോട്ടങ്ങളുടെ നാട് – പഹൽഗാം

6. 2 തലസ്ഥാനങ്ങൾ – വേനൽക്കാലത്ത് ശ്രീനഗർ. ശീതകാലത്ത് ജമ്മു
7. 6 വർഷക്കാലം കാലാവധിയുള്ള നിയമസഭ – ജമ്മുകാശ്മീർ നിയമസഭ.
8. ഒരു കുടുംബത്തിലെ മൂന്നു തലമുറ മുഖ്യമന്ത്രിയായ സംസ്ഥാനം – അബ്ദുള്ള കുടുംബം
(ഷെയ്ഖ് അബ്ദുള്ള, ഫറൂഖ് അബ്ദുള്ള, ഒമർ അബ്ദുള്ള)

സഹായനമ്പറുകൾ

പൊലീസ് ഹെൽപ്പ് ലൈൻ		
ശ്രീനഗർ	–	0194 –2443010
		0194 –2443011
പൊലീസ് ഹെൽപ്പ് ലൈൻ		
ജമ്മു	–	0191 – 2430871
		0191 – 2430841
പൊലീസ് വെബ്സൈറ്റ്	–	www.jandkpolice.org
ടൂറിസം ഇൻഫർമേഷൻ	–	0191 – 2549065
ജമ്മു		0191 – 2579554
ടൂറിസം ഇൻഫർമേഷൻ	–	0194 –2457927
ശ്രീനഗർ	–	0194 –2472644
ടൂറിസം കമ്മീഷണർ		
ശ്രീനഗർ	–	0194 – 2452264
ടൂറിസം കമ്മീഷണർ		
ജമ്മു	–	0191 – 2542922
പ്രസ് ഇൻഫർമേഷൻ ബ്യൂറോ		
(ജമ്മു)	–	0191 – 2582286

8

പശ്ചിമബംഗാൾ

ഇന്ത്യയിൽ ഏറ്റവും പ്രാധാന്യമുള്ള സംസ്ഥാനങ്ങളിലൊന്നാണ് പശ്ചിമബംഗാൾ. 'ബംഗാൾ ഇന്ന് ചിന്തിക്കുന്നത് ഇന്ത്യ നാളെ ചിന്തിക്കും' ബംഗാളിനെക്കുറിച്ചുള്ള പ്രസിദ്ധമായ ഒരു വാചകമാണിത്. രാജ്യത്തെ ആകെ ഭൂപ്രദേശത്തിന്റെ 2.7 ശതമാനമാണ് ബംഗാൾ. ഇത്രയും പ്രദേശത്ത് ഇന്ത്യയിലെ ആകെ ജനസംഖ്യയുടെ 7.8 ശതമാനം പേർ ജീവിക്കുന്നത്. ബാൻഗ് എന്ന പേരിൽ ഒരു ഗോത്രവർഗമുണ്ടായിരുന്നു. ഇവരിൽനിന്നാണ് ബംഗാൾ എന്ന പേരുണ്ടായത്.

ചരിത്രം

ക്രിസ്തുവിന് മുമ്പ് 7–ാം നൂറ്റാണ്ടിൽ ഈ പ്രദേശം മഗധ സാമ്രാജ്യത്തിന്റെ ഭാഗമായിരുന്നു. ബി സി 11–ാം നൂറ്റാണ്ടിൽ ഗ്രീക്കുകാർ ഇവിടെയെത്തി. ഇന്നത്തെ തായ്‌ലന്റിലെ ജാമ, സുമാത്ര, സയാം പ്രദേശങ്ങളുമായി അക്കാലത്തു തന്നെ ബംഗാളിന് വാണിജ്യബന്ധമുണ്ടായിരുന്നു.

ഗുപ്തന്മാർ, ബുദ്ധമത വിശ്വാസികളായ പാലവംശം, അടിമവംശം, മുഗൾവംശം തുടങ്ങിയവരെല്ലാം ബംഗാൾ ഭരിച്ചു. സിറാജ് ഉദ് ദൗളായിരുന്നു പ്രദേശം ഭരിച്ച അവസാനത്തെ സ്വതന്ത്ര നവാബ്. 1757ലെ പ്ലാസി യുദ്ധം ബംഗാളിന്റെ ചരിത്രം മാറ്റിമറിച്ചു. സിറാജ് ഉദ് ദൗളയെ തോൽപ്പിച്ച് ഈ മേഖലയുടെ ആധിപത്യം ബ്രിട്ടീഷ് ഈസ്റ്റ് ഇന്ത്യാക്കമ്പനി നേടിയെടുത്തു. 1772 ൽ ബ്രിട്ടീഷുകാർ കൊൽക്കത്തയെ ബ്രിട്ടീഷ് ഇന്ത്യയുടെ ആസ്ഥാനമാക്കി.

ബ്രിട്ടീഷുകാർക്കെതിരെയുള്ള സമരങ്ങളുടെ തട്ടകമായിരുന്നു ബംഗാൾ. സുഭാഷ് ചന്ദ്രബോസിൽനിന്ന് ആവേശം ഉൾക്കൊണ്ട് നിരവധി ചെറുപ്പക്കാർ ഐ എൻ എയിൽ ചേർന്നു. ഒരേസമയം ബ്രിട്ടീഷു

കാരെയും രാജ്യത്തിനകത്ത് നിലനിൽക്കുന്ന ജന്മികുടിയാൻ സംവിധാനത്തേയും ശക്തമായി എതിർത്തുകൊണ്ടാണ് കമ്യൂണിസ്റ്റ് പാർട്ടി ബംഗാളിൽ വേരുറപ്പിച്ചത്. സാമൂഹിക പരിഷ്കരണ പ്രസ്ഥാനങ്ങളും ആത്മീയ സംഘടനകളും ബംഗാളിൽ സജീവമായിരുന്നു. ശൈശവ നിരോധനത്തിനായി പ്രവർത്തിച്ച രാജാറാം മോഹൻ റോയ്, വർഗ വൈരുധ്യങ്ങളെ ആത്മീയമായി നേരിട്ട സ്വാമിവിവേകാനന്ദൻ തുടങ്ങിയവരുടെ പട്ടിക നീണ്ടതാണ്.

1947 ൽ സംസ്ഥാനം രണ്ടായി വിഭജിക്കപ്പെട്ടു. ബംഗാളിന്റെ പടിഞ്ഞാറൻ മേഖല പശ്ചിമബംഗാളായും കിഴക്കൻ മേഖല ബംഗ്ലാദേശായും വിഭജിക്കപ്പെട്ടു. മതാടിസ്ഥാനത്തിലുള്ള ഈ വിഭജനം ബംഗാളിലുണ്ടാക്കിയ സാമൂഹ്യ പ്രശ്നങ്ങൾ ഇന്നും തുടരുകയാണ്. ചരിത്രത്തിലെ ഏറ്റവും വലിയ പലായനമാണ് അന്ന് നടന്നത്. ഇന്ത്യയിൽനിന്ന് ഒരു വിഭാഗം മുസ്ലിങ്ങൾ ബംഗ്ലാദേശിലേക്കും ബംഗ്ലാദേശിൽനിന്ന് ഒരുവിഭാഗം ഹിന്ദുക്കൾ പശ്ചിമബംഗാളിലേക്കും കുടിയേറി. കലാപങ്ങൾ അക്കാലത്ത് ബംഗാളിനെ കലുഷമാക്കി. പലായനം ചെയ്തവരിൽ പലരും ഭക്ഷണം കിട്ടാതെ മരിച്ചുവീണു. പകർച്ച വ്യാധികൾ പടർന്നു.

1971 ലെ ബംഗ്ലാദേശ് വിമോചന യുദ്ധസമയത്തും സമാനമായ സംഭവവികാസങ്ങളാണ് ബംഗാളിലുണ്ടായത്.

പശ്ചിമബംഗാളിന്റെ ചരിത്രം പ്രൗഢവും അഭിമാനകരവുമാണ്. അതോടൊപ്പം ദുരിതങ്ങളും ദുരന്തങ്ങളും നിറഞ്ഞതുമാണ്.

രാഷ്ട്രീയം

കർഷകത്തൊഴിലാളി മുന്നേറ്റങ്ങളാണ് ബംഗാൾ രാഷ്ട്രീയത്തിൽ കമ്യൂണിസ്റ്റ് പാർട്ടിക്ക് അടിത്തറ പാകിയത്. 1943 ലെ ക്ഷാമം,. 1947 ലെ ഇന്ത്യാ-പാക് വിഭജനത്തെത്തുടർന്നുണ്ടായ കലാപങ്ങൾ തുടങ്ങിയ പ്രശ്നങ്ങളിലെല്ലാം കമ്യൂണിസ്റ്റുകാർ നടത്തിയ ക്രിയാത്മകമായ ഇടപെടലുകൾ ജനപിന്തുണ വർധിപ്പിച്ചു. 1951 ലെ ആദ്യലോക്സഭാ തിരെഞ്ഞെടുപ്പിൽ അവിഭക്ത കമ്യൂണിസ്റ്റ് പാർട്ടിക്ക് 5 സീറ്റും 9.5 ശതമാനം വോട്ടും ലഭിച്ചു. 1957ൽ ഇത് 6 സീറ്റും 18% വുമായും 1962 ൽ 9 സീറ്റും 29.4 ശതമാനം വുമായും ഉയർന്നു. 1962ലെ നിയമസഭാ തിരഞ്ഞെടുപ്പോടെയാണ് കമ്യൂണിസ്റ്റ് പാർട്ടി മുഖ്യപ്രതിപക്ഷ പാർട്ടിയാവുന്നത്. 1967ൽ കമ്യൂണിസ്റ്റ് പാർട്ടിക്ക് 25% വോട്ടും കമ്യൂണിസ്റ്റ് പാർട്ടിയുടെ നേതൃത്വത്തിലുള്ള മുന്നണിക്ക് 36% വോട്ടും ലഭിച്ചു. 1964ൽ പാർട്ടി പിളർന്നപ്പോൾ ബംഗാളിലെ ജനപിന്തുണയുള്ള നേതാക്കളായ ജ്യോതിബസു, പ്രമോദ് ദാസ് ഗുപ്ത തുടങ്ങിയവരെല്ലാം സി പി ഐ എമ്മിൽ ഉറച്ചു നിന്നു. 1964 ൽ സി പി ഐ നാഷണൽ കൗൺസിൽ നിന്ന് ഇറങ്ങിപ്പോന്ന 32 നേതാക്കളിലെ 8 പേർ ബംഗാളിൽ നിന്ന് ഉള്ളവരായിരുന്നു. തുടർന്ന് 8-ാം പാർട്ടി കോൺഗ്രസ് കൊൽക്കത്തെയിൽ നടന്നു. പാർട്ടി കോൺഗ്രസ് പൊളി

ജ്യോതിബസു

ക്കുക എന്ന ഉദ്ദേശ്യത്തോടെ പ്രമോദ് ദാസ് ഗുപ്ത ഉൾപ്പെടെയുള്ള പ്രമുഖ നേതാക്കളെയെല്ലാം അറസ്റ്റ് ചെയ്തു. എങ്കിലും പാർട്ടി കോൺഗ്രസ് വൻവിജയമായി.

1967 ൽ ബംഗ്ലാ കോൺഗ്രസ് നേതാവ് അജയ് മുഖർജിയുടെ നേതൃത്വത്തിൽ രൂപീകൃതമായ ഐക്യമുന്നണി സർക്കാരിൽ സി പി ഐ എം പങ്കാളികളായി. ജ്യോതിബസു ഉപമുഖ്യമന്ത്രിയായി അധികാരമേറ്റു. 7 മാസം കഴിഞ്ഞപ്പോൾ കേന്ദ്രസർക്കാർ ആ സർക്കാരിനെ പിരിച്ചുവിട്ടു. ഇക്കാലത്താണ് പാർട്ടിയിൽ മറ്റൊരു പിളർപ്പുണ്ടായത്. ഒരുവിഭാഗം നക്സലൈറ്റുകളായി സായുധ സമരത്തിന്റെ പാതയിലേക്ക് നീങ്ങി. എന്നാൽ നക്സൽ മുന്നേറ്റത്തിന് കാര്യമായ വേരോട്ടം ലഭിച്ചില്ല. നക്സൽ പ്രസ്ഥാനം നിരവധി ചെറുസംഘങ്ങളായി പിരിഞ്ഞു

1969 ലെ തിരഞ്ഞെടുപ്പിനു ശേഷം വീണ്ടും അജയ് മുഖർജിയുടെ നേതൃത്വത്തിൽ ഐക്യമുന്നണി സർക്കാർ രൂപീകരിച്ചു. ജോതി ബസു വീണ്ടും ഉപമുഖ്യമന്ത്രിയായി. 80 എം എൽ എ മാരുണ്ടായിരുന്ന സി പി ഐ എമ്മായിരുന്നു മുന്നണിയിലെ ഏറ്റവും വലിയ ഒറ്റക്കക്ഷി. എങ്കിലും 2-ാമത്തെ വലിയ കക്ഷിയായ ബംഗ്ലാ കോൺഗ്രസിന് മുഖ്യമന്ത്രി സ്ഥാനം നൽകി. അഭിപ്രായഭിന്നതകളെത്തുടർന്ന് അജയ് മുഖർജി സർക്കാർ 1970 മാർച്ചിൽ രാജിവെച്ചു. 1972ലെ തെരഞ്ഞെടുപ്പും തുടർന്ന് സിദ്ധാർഥ ശങ്കർ റേയുടെ നേതൃത്വത്തിലുള്ള സർക്കാർ നടത്തിയ മർദക ഭരണവും ബംഗാളിന്റെ രാഷ്ട്രീയ ചരിത്രത്തിൽ പ്രത്യേകം സ്ഥാനം പിടിച്ചു. തിരെഞ്ഞെടുപ്പിൽ കേന്ദ്രഭരണസംവധാനങ്ങളുടെ പൂർണ പിന്തുണയോടെ വ്യാപകമായ കൃത്രിമം നടന്നു. സി പി ഐ (എം) നേതാക്കളെയും പ്രവർത്തകരെയും ഇല്ലായ്മ ചെയ്യാനുള്ള ആസൂത്രിത ശ്രമങ്ങൾ നടന്നു. നൂറുകണക്കിന് സി പി ഐ എമ്മുകാരെയാണ് അന്ന് കൊലപ്പെടുത്തിയത്. 22,000 കുടുംബങ്ങൾക്ക് ഗ്രാമങ്ങൾ വിട്ടുപോകേണ്ടിവന്നു. അടിയന്തരാവസ്ഥയുടെ പ്രത്യേക അധികാരങ്ങൾ വിനിയോഗിച്ച് സി പി ഐ എമ്മിനെ വേരോടെ പിഴുതെറിയാനായിരുന്നു സിദ്ധാർഥ ശങ്കറുടെ പരിശ്രമം. എന്നാൽ 1977 ജൂണിൽ നടന്ന നിയമസഭാ തെരഞ്ഞെടുപ്പിൽ ഇടതുമുന്നണി വൻവിജയം നേടി. ആകെയുള്ള 294 അംഗ നിയമസഭയിൽ 230 സീറ്റും 54 ശതമാനം വോട്ടും ഇടതുമുന്നണി നേടി.

കാർഷിക പരിഷ്കരണം, അധികാരവികേന്ദ്രീകരണം, സാമുദായിക ഐക്യം ശക്തിപ്പെടുത്തൽ, കാശ്മീർ, ഖാലിസ്ഥാൻ പ്രശ്നങ്ങളോളം വളരുമായിരുന്ന. ഗൂർഖാലാന്റ് പ്രശ്നത്തിന് വലിയൊരളവോളം പരിഹാരം കണ്ടെത്തി. എന്നിങ്ങനെ ദേശീയ തലത്തിലും അന്തർദേശീയ തലത്തിലും ശ്രദ്ധ പിടിച്ചുപറ്റിയ നിരവധി നേട്ടങ്ങൾ ജ്യോതിബസു സർക്കാരുണ്ടാക്കി. ദീർഘകാലത്തെ ഭരണത്തിന് ശേഷം 2000 നവംബർ 6ന് ജ്യോതിബസു മുഖ്യമന്ത്രി സ്ഥാനമൊഴിഞ്ഞു. ബുദ്ധദേവ് ഭട്ടാചാര്യ മുഖ്യമന്ത്രിയായി. തുടർന്ന് 2000 ത്തിലും 2005ലും നടന്ന തിരഞ്ഞെടുപ്പുകളിൽ വൻ ഭൂരിപക്ഷത്തോടെ ഇടതുപക്ഷം അധികാരത്തിൽ വന്നു.

സിംഗപ്പൂർ, നന്ദിഗ്രാം പ്രശ്നങ്ങളാണ് സമീപകാലത്ത് ഇടതുപക്ഷത്തിന് തിരിച്ചടിയായത്. തൃണമൂൽ കോൺഗ്രസ്, കോൺഗ്രസ്, ബി ജെ പി തുടങ്ങിയ രാഷ്ട്രീയപാർട്ടികളും മാവോയിസ്റ്റുകൾ നക്സലൈറ്റുകൾ മുസ്ലിം മത മൗലിക സംഘടനകൾ തുടങ്ങിവരുമെല്ലാം സി പി ഐ എമ്മിനെതിരെ കൈകോർത്തു. ഇതിന്റെ പ്രതിഫലനമാണ് 2009 ലെ ലോക്സഭാ, തിരഞ്ഞെടുപ്പിലും 2010 ലെ മുൻസിപ്പൽ കോർപ്പറേഷൻ തിരെഞ്ഞെടുപ്പുകളിലുമുണ്ടായത്.

ഏകകക്ഷിരാഷ്ട്രീയത്തിന് മാത്രമേ സ്ഥിരതയുള്ള ഭരണം കാഴ്ചവയ്ക്കാനാവൂ എന്ന സിദ്ധാന്തം തെറ്റാണെന്ന് തെളിയിച്ചതും ബംഗാളിലെ ഇടതുമുന്നണി ഭരണമാണ്. കോൺഗ്രസ്, ബി ജെ പി ഇതര പാർട്ടികളുടെ വളർച്ച തടയുക എന്നതായിരുന്നു ഈ ഏകകക്ഷി രാഷ്ട്രീയ സിദ്ധാന്തത്തിന്റെ ലക്ഷ്യം. എന്നാൽ ഇടതുപക്ഷം വിജയമെന്ന് തെളിയിച്ച മുന്നണി രാഷ്ട്രീയത്തിലേക്ക് വഴിമാറാൻ കോൺഗ്രസും ബി ജെ പിയും നിർബന്ധിതരായി.

കോൺഗ്രസിന് നല്ല ജനകീയ അടിത്തറയുണ്ടായിരുന്ന സംസ്ഥാനമായിരുന്നു ബംഗാൾ. പ്രഫുല്ല ചന്ദ്രഘോഷ് ആയിരുന്നു ആദ്യ മുഖ്യമന്ത്രി. ബിധൻ ചന്ദ്രറോയ്, പ്രഫുല്ല ചന്ദ്ര സെൻ, സിദ്ധാർഥ ശങ്കർറേ എന്നിവരുടെ നേതൃത്വത്തിലുള്ള കോൺഗ്രസ് സർക്കാറുകൾ ബംഗാൾ ഭരിച്ചു. ശ്രദ്ധേയനായ മുഖ്യമന്ത്രി ആയിരുന്നു അജയ് മുഖർജി. മൂന്നു തവണ അദ്ദേഹം മുഖ്യമന്ത്രിയായി. എന്നാൽ ഒരു തവണപോലും കാലാവധി തികയ്ക്കാനായില്ല. കോൺഗ്രസ് പിളർന്നുണ്ടായ ബംഗ്ലാ കോൺഗ്രസിന്റെ നേതാവായിരുന്ന അജയ് മുഖർജിയാണ് 1967 ൽ കോൺഗ്രസ് ഭരണത്തിന് വിരാമമിട്ട് സംസ്ഥാനത്ത് കൂട്ടുകക്ഷി രാഷ്ട്രീയത്തിന് തുടക്കമിട്ടത്. 1967 ലേയും 1969 ലേയും അജയ് മുഖർജിയുടെ നേതൃത്വത്തിലുള്ള സർക്കാറുകളിൽ ജ്യോതിബസുവിന്റെ നേതൃത്വത്തിൽ സി പി ഐ എം പങ്കാളികളായിരുന്നു. 1969 ൽ മുന്നണിയിലെ ഏറ്റവും വലിയ ഒറ്റക്കക്ഷി സി പി ഐ എം ആയിരുന്നെങ്കിലും അജയ് മുഖർജിയെ മുഖ്യമന്ത്രിയാക്കി. എന്നാൽ ഭൂരപരിഷ്കരണം ഉൾപ്പെടെയുള്ള വിഷയങ്ങളിൽ യോജിക്കാൻ അജയ് മുഖർജി തയാറായില്ല. ഇതെല്ലാം ഭരണ

മുഖ്യമന്ത്രിമാർ		
പേര്	**കാലാവധി**	**പാർട്ടി**
പ്രഫുല്ല ചന്ദ്ര ഘോഷ്	1947 ആഗസ്റ്റ് 1948 ജനുവരി	ഇന്ത്യൻ നാഷണൽ കോൺഗ്രസ്
ബിധൻ ചന്ദ്ര റോയ്	1948 ജനുവരി 1962 ജൂലൈ	ഇന്ത്യൻ നാഷണൽ കോൺഗ്രസ്
രാഷ്ട്രപതി ഭരണം	1962 ജൂലൈ	
പ്രഫുല്ല ചന്ദ്ര സെൻ	1962 ജൂലൈ 1967 മാർച്ച്	ഇന്ത്യൻ നാഷണൽ കോൺഗ്രസ്
അജോയ് മുഖർജി	1967 മാർച്ച് 1967 നവംബർ	ബംഗ്ല കോൺഗ്രസ്
പ്രഫുല്ല ചന്ദ്ര ബോസ്	1967 നവംബർ 1968 ഫെബ്രു.	പുരോഗമന ജനാധിപത്യ സഖ്യം
രാഷ്ട്രപതി ഭരണം	1968 ഫെബ്രു.	
അജോയ് മുഖർജി	1969 ഫെബ്രു 1970 മാർച്ച്	ബംഗ്ല കോൺഗ്രസ്
രാഷ്ട്രപതി ഭരണം	1970 മാർച്ച് 1971 ഏപ്രിൽ	
അജോയ് മുഖർജി	1971 ഏപ്രിൽ 1971 ജൂൺ	ഇന്ത്യൻ നാഷണൽ കോൺഗ്രസ്
രാഷ്ട്രപതി ഭരണം	1971 ജൂൺ 1972 മാർച്ച്	
സിദ്ധാർദ്ധ ശങ്കർ റേ	1972 മാർച്ച് 1977 ജൂൺ	ഇന്ത്യൻ നാഷണൽ കോൺഗ്രസ്
ജ്യോതി ബസു	1977 ജൂൺ 2000 നവംബർ	സി പി ഐ എം
ബുദ്ധദേവ് ഭട്ടാചാര്യ	2000 നവംബർ	സി പി ഐ എം
മമതാ ബാനർജി	2011 –	തൃണമൂൽ കോൺഗ്രസ്

ത്തിൽ ഏറെ അസ്വാരസ്യങ്ങൾ ഉണ്ടാക്കി. 1969 ൽ കൊൽക്കത്തെയിൽ അജയ് മുഖർജി നടത്തിയ നിരാഹാര സമരം പ്രസിദ്ധമാണ്. തന്റെ മന്ത്രി

സഭയിൽ പങ്കാളികളായ സി പി ഐ എമ്മിനെതിരെയായിരുന്നു സമരം. ഒരു മുഖ്യമന്ത്രി സ്വന്തം സർക്കാറിനെതിരെ നടത്തിയ നിരാഹാര സമരം എന്ന രീതിയിലാണ് സമരം ശ്രദ്ധയാകർഷിച്ചത്. ഇടതുപക്ഷവുമായി തെറ്റിപ്പിരിഞ്ഞ അദ്ദേഹം 1971 ൽ കുറച്ചുകാലം കോൺഗ്രസ് പിന്തുണ യോടെ മുഖ്യമന്ത്രി ആയെങ്കിലും കാലാവധി പൂർത്തിയാക്കാനായില്ല.

1972 മുതൽ 1977വരെ സംസ്ഥാനം ഭരിച്ച സിദ്ധാർഥ ശങ്കർ റേയാണ് കോൺഗ്രസിനെ ജനങ്ങളിൽ നിന്ന് അകറ്റിയത്. അടിയന്തരാവസ്ഥക്കാ ലത്ത് തികഞ്ഞ ഫാസിസ്റ്റ് ഭരണമാണ് അദ്ദേഹം നടത്തിയത്. സി പി ഐ എമ്മിനെ ഉന്മൂലനം ചെയ്യാനുള്ള ശ്രമങ്ങൾ വിപരീതഫലമുണ്ടാ ക്കി. 1977 ൽ ഭരണം നഷ്ടപ്പെട്ട കോൺഗ്രസിന് പിന്നീടൊരിക്കലും തനിച്ച് ഭരിക്കാനായില്ല.

1984 ലെ ലോക്സഭാ തിരഞ്ഞെടുപ്പിൽ ഇന്ദിരാതരംഗം ആഞ്ഞുവീ ശി. കോൺഗ്രസ് സീറ്റിൽ വിജയിച്ച് സൂചന നൽകി. മണ്ഡലത്തിൽ സോമ നാഥ് ചാറ്റർജിയെ തോൽപ്പിച്ച് യൂത്ത് കോൺഗ്രസ് നേതാവ് മമതാ ബാനർജി മുതലാണ് ശ്രദ്ധേയയായത്. എന്നാൽ പിന്നീട് എൺപതുക ളിലും തൊണ്ണൂറുകളിലും നടന്ന തിരഞ്ഞെടുപ്പുകളിലെല്ലാം നഗരങ്ങൾ മാത്രമാണ് കോൺഗ്രസിനോടൊപ്പം നിന്നത്. ഗ്രാമീണ മേഖലയിൽ ചല നമുണ്ടാക്കാൻ കോൺഗ്രസ് നേതാക്കൾക്കായില്ല. 1998 ൽ പാർട്ടി പിളർന്നു. മമതാ ബാനർജിയുടെ നേതൃത്വത്തിൽ തൃണമൂൽ കോൺഗ്രസ് രൂപീകരിച്ചു. പ്രണബ് മുഖർജി, പ്രയരഞ്ജൻദാസ് മുൻഷി തുടങ്ങിയ പ്രമുഖ നേതാക്കളെല്ലാം കോൺഗ്രസിൽ ഉറച്ചുനിന്നു. എന്നാൽ കോൺഗ്രസ് പ്രവർത്തകരിലെയും അണികളിലെയും ബഹുഭൂരിഭാഗവും മമതാ ബാനർജിയുടെ ഏകാധിപത്യത്തിലുള്ള തൃണമൂൽ കോൺഗ്ര സിനോടൊപ്പമായിരുന്നു. തിരെഞ്ഞെടുപ്പുകളിൽ മമതാ ബാനർജി മാറി മാറി ബി ജെ പിയുമായും കോൺഗ്രസുമായും കൈകോർത്തു. എൻ ഡി എ സർക്കാറിലും യു പി എ സർക്കാരിലും മന്ത്രിയായി. സിംഗൂർ, നന്ദിഗ്രാം സമരങ്ങളാണ് മമതാ ബാനർജിയെ ശക്തയാക്കിയത്. എല്ലാ കമ്യൂണിസ്റ്റ് വിരുദ്ധ ശക്തികളെയും ഒരുമിച്ച് തന്റെ പിന്നിൽ അണിനിര ത്താൻ മമതയ്ക്ക് സാധിച്ചു. കിഴക്കൻ ഇന്ത്യയിൽ നൂറുകണക്കിന് നിര പരാധികളെ കൊന്നൊടുക്കിയ മാവോയിസ്റ്റുകളുമായി കേന്ദ്രമന്ത്രി യായിരുന്ന മമതാ ബാനർജി പരസ്യമായി കൈകോർത്തു രാജ്യം നേരി ടുന്ന ഏറ്റവും വലിയ ഭീഷണി മാവോയിസമാണെന്ന് ഇടയ്ക്കിടെ പറ യുന്ന പ്രധാനമന്ത്രിയാവട്ടെ സർക്കാർ അസ്ഥിരമാവുമോ എന്ന ഭീതി മൂലം മൗനമവലംബിച്ചു. 2011 ലെ നിയമസഭാ തിരഞ്ഞെടുപ്പിൽ വൻ ഭൂരിപക്ഷത്തോടെ തൃണമൂൽ കോൺഗ്രസ്- കോൺഗ്രസ് സംഖ്യം അധി കാരത്തിൽ വന്നു. മമതാ ബാനർജി മുഖ്യമന്ത്രിയായി.

തൊണ്ണൂറുകളിൽ ബി ജെ പി സംസ്ഥാനത്ത് കരുത്താർജിച്ചിരുന്നു. രാമക്ഷേത്ര പ്രക്ഷോഭവും ബംഗ്ലാദേശികളുടെ കുടിയേറ്റ പ്രശ്നവുമെ ല്ലാമാണ് ബി ജെ പിയെ സജീവമാക്കിയത്.

ചെറിയൊരു പ്രദേശം ബംഗ്ലാദേശിന് പാട്ടത്തിന് നൽകിയതിനെതിരെ ആരംഭിച്ച പ്രക്ഷോഭം ലക്ഷ്യം കണ്ടില്ല. 1999 ൽ തൃണമൂൽ കോൺഗ്രസുമായി സഖ്യമുണ്ടാക്കി മത്സരിച്ച ബി ജെ പി ബംഗാളിൽ 2 സീറ്റുകളിൽ വിജയിച്ചു. രണ്ട് എം പിമാരും എ ബി വാജ്പേയ് സർക്കാരിൽ മന്ത്രിമാരുമായി. എന്നാൽ ബി ജെ പിയുടെ വളർച്ച മേലോട്ടായിരുന്നില്ല. കീഴോട്ടായിരുന്നു.

തൊഴിലാളി, ബഹുജന മുന്നേറ്റങ്ങൾ

സ്വാതന്ത്ര്യത്തിന് മുമ്പും പിമ്പും ബംഗാൾ ബഹുജന സമരങ്ങളുടെ നാടായിരുന്നു. ഇന്ത്യയിലെ കമ്യൂണിസ്റ്റ് മുന്നേറ്റങ്ങളുമായി ഈ സമരങ്ങൾക്ക് അഭേദ്യബന്ധമുണ്ട്. 1921ലാണ് ബംഗാളിലെ കമ്യൂണിസ്റ്റ് പാർട്ടിയുടെ ആദ്യഘടകം രൂപീകരിക്കപ്പെടുന്നത്. മുസഫർ അഹമ്മദ്, മുഹമ്മദ് ഹുസൈൻ, സൗമേന്ദ്രനാഥ് ടാഗോർ തുടങ്ങിയവരായിരുന്നു ആദ്യകാല നേതാക്കൾ. കമ്യൂണിസ്റ്റ് പാർട്ടി രൂപീകരിക്കപ്പെടുന്നതിന് വളരെ മുമ്പു തന്നെ ബംഗാളിൽ വൻ കർഷക പ്രക്ഷോഭങ്ങൾ നടന്നിരുന്നു. ഭൂഉടമകളുടെ ഏകാധിപത്യ വാഴ്ചയ്ക്കെതിരെ ബംഗാൾ–ബീഹാർ അതിർത്തിയിലെ അഗാന്തിമലയിലാണ് 1855 ൽ സാന്താൾ കലാപം പൊട്ടിപ്പുറപ്പെട്ടത്. കലാപം ബിർദും, ബാങ്കുറ, സിങ് ദം തുടങ്ങിയ മേഖലകളിലേക്ക് പടർന്നെങ്കിലും ബ്രിട്ടീഷുകാർ സമരത്തെ അടിച്ചമർത്തി. അപ്പോഴേക്കും നീലം കൃഷിക്കാരുടെ സമരം ബംഗാളിനെ പ്രക്ഷുബ്ധമാക്കി. അക്കാലത്ത് ബംഗാളിൽനിന്നും വൻതോതിൽ നീലം ബ്രിട്ടണിലേക്ക് കയറ്റി അയച്ചിരുന്നു. അവിടുത്തെ ടെക്സ്റ്റൈൽസ് വ്യവസായത്തെ താങ്ങി നിർത്തിയത് ബംഗാളിലെ നീലംകൃഷിയായിരുന്നു. ഇതോടെ പരമ്പരാഗത നീലംകർഷകർ വൻ പ്രതിസന്ധിയിലായി. കർഷകരുടെ പ്രതിഷേധമാണ് 1859 ൽ നീലം കലാപത്തിന് തിരികൊളുത്തിയത്. സമരം നാദിയാ, പാബ്ന, രാജ്ഷാഹി, മാൽഡ തുടങ്ങിയ മേഖലകളെ നിശ്ചലമാക്കി. ഒരുവശത്ത് ബ്രിട്ടീഷുകാരുടെ പീഡനങ്ങൾ. മറുവശത്താകട്ടെ ഭൂഉടമകളുടെ മർദകഭരണം. ബംഗാളി ഭൂവുടമകൾക്കെതിരെ ഉയർന്ന പ്രതിഷേധമായിരുന്നു വഹാബി കലാപം. മാടമ്പിമാരും ബ്രിട്ടീഷും പട്ടാളവും ചേർന്ന് സമരം അടിച്ചമർത്തി.

1926 ൽ നാദിറയിൽ നടന്ന ബംഗാൾ കർഷകസമ്മേളനം മേഖലയിലെ കർഷകരെ സംഘടിപ്പിച്ചു. കർഷകരുടെ പ്രശ്നങ്ങൾ ജനശ്രദ്ധയിൽകൊണ്ടുവരിക എന്ന ലക്ഷ്യത്തോടെ പുറത്തിറങ്ങിയിരുന്ന *ലാംഗോൾ, ഗണവണി* എന്നീ പത്രങ്ങൾക്ക് ഏറെ വായനക്കാരുണ്ടായിരുന്നു. ഇക്കാലത്ത് ഇന്ത്യൻ വിപ്ലവ പ്രസ്ഥാനങ്ങളുടെ കേന്ദ്രമായി ബംഗാൾ മാറി. ചൗരിചൗര സംഭവത്തെ തുടർന്ന് മഹാത്മാഗാന്ധി നിസ്സഹകരണ പ്രക്ഷോഭം പിൻവലിച്ചത് ബംഗാളിലെ ചെറുപ്പക്കാരെ നിരാ

ശരാക്കി. ഇതിന്റേ തുടർച്ചയായിരുന്നു 1930 ലെ ചിറ്റഗോങ് കലാപം. സമരത്തിൽ പങ്കെടുത്തവരെ മുഴുവൻ കൂട്ടത്തോടെ ആന്തമാനിലേക്കയച്ചു. ബംഗാളിൽ നടന്ന സ്വാതന്ത്ര്യസമരങ്ങളിലെല്ലാം ചെറുകിട ഇടത്തരം കർഷകരുടെയും തൊഴിലാളികളുടെയും വൻ പങ്കാളിത്തമുണ്ടായിരുന്നു. ഇതെല്ലാം കിസാൻ സഭയെ ശക്തമാക്കി. 1937ൽ ബാങ്കുറയിൽ വെച്ചാണ് കിസാൻസഭയുടെ ആദ്യ സംസ്ഥാന സമ്മേളനം നടന്നത്. 1937 ൽ കിസാൻ സഭയുടെ അംഗബലം 11,000 ആയിരുന്നു. 1945 ആയപ്പോഴേക്കും ഇത് 2,55,000 ആയി ഉയർന്നു.

തേഭാഗ സമരം

രണ്ടാം ലോക മഹായുദ്ധത്തിന് ശേഷമാണ് പ്രസിദ്ധമായ തേഭാഗ സമരം നടന്നത്. കർഷകർക്ക് വിളവിന്റെ 2/3 ഭാഗം ലഭിക്കണമെന്ന് ആവശ്യപ്പെട്ടുകൊണ്ടുള്ളതായിരുന്നു പ്രക്ഷോഭം. ഇന്ത്യക്ക് സ്വാതന്ത്ര്യം ലഭിക്കുന്ന കാലത്താണ് സമരം സജീവമായത്. തുടക്കത്തിൽ ഈ ആവശ്യത്തോട് അനുഭാവപൂർവമായ സമീപനമാണ് സർക്കാർ കൈക്കൊണ്ടത്. എന്നാൽ അവസാനം ഭൂവുടമകളുടെ താൽപ്പര്യങ്ങൾക്കൊപ്പം നിന്ന സർക്കാർ കർഷകരുടെ ആവശ്യം തള്ളിക്കളഞ്ഞു. ഇതിനെത്തുടർന്ന് ജൽപായ്ഗുരി, ജെസോർ, ഖുൽന, 24 പറഗാനാസ്, ദിനാജ്പ്പൂർ തുടങ്ങിയ പ്രദേശങ്ങളിലെ കർഷകർ ഒന്നടങ്കം സമരരംഗത്തിറങ്ങി. പൊലീസും ഭൂഉടമകളുടെ ഗുണ്ടകളും ചേർന്ന് 70 കർഷകരെയാണ് കൊലപ്പെടുത്തിയത്. കർഷകർക്കിടയിൽ കമ്യൂണിസ്റ്റ് പാർട്ടിയുടെ അടിത്തറ ശക്തിപ്പെടുത്തുന്നതിൽ തേഭാഗ സമരം നിർണായക പങ്കാണ് വഹിച്ചത്.

സ്വാതന്ത്ര്യസമരത്തിന് ശേഷവും വിവിധ ബഹുജന പ്രശ്നങ്ങൾ മുൻനിർത്തി ബംഗാളിൽ വൻ പ്രക്ഷോഭങ്ങൾ തുടർന്നു. ട്രാംവേചാർജ് വർധനവിനെതിരെ ഉയർന്നസമരം എടുത്തുപറയേണ്ടതാണ്. കൊൽക്കത്ത നഗരത്തിലെ വിവിധ പ്രദേശങ്ങളെ ബന്ധിപ്പിച്ച് ഓടുന്ന വാഹനമാണ് ട്രാം. ഒരു ബ്രിട്ടീഷ് കമ്പനിയാണ് സർവീസ് നടത്തിയിരുന്നത്. കമ്പനി സ്വമേധയാ യാത്രാനിരക്കുകൾ വൻതോതിൽ വർധിപ്പിച്ചു. സമരത്തെത്തുടർന്ന് ചാർജ് വർധന കമ്പനി പിൻവലിച്ചു. ട്രാം സർവീസ് കമ്പനി സർക്കാർ ഏറ്റെടുത്തതോടെയാണ് പ്രശ്നം അവസാനിച്ചത്.

ബംഗാളിലെ ജനങ്ങളെ കമ്യൂണിസ്റ്റ് പാർട്ടിയോടടുപ്പിച്ച സമരമായിരുന്നു 1959 ലെ ഭക്ഷ്യസമരം. ഭക്ഷണത്തിന് വേണ്ടിയുള്ള സമരത്തിൽ ലക്ഷക്കണക്കിന് തൊഴിലാളികളും കർഷകരും പങ്കാളികളായി. 1959 ആഗസ്റ്റ് 31ന് പ്രതിഷേധിക്കുന്നതിനായി കൊൽക്കത്തയിലെ എസ്പ്ലനേഡ് ഈസ്റ്റിൽ അണിനിരന്നവർക്കെതിരെ പൊലീസ് നിറയൊഴിച്ചു. 80 പേരാണ് അന്ന് കൊല്ലപ്പെട്ടത്. ഇതിനെതിരെ വൻ പ്രതിഷേധം ബംഗാളിൽ അലയടിച്ചു. ഇത്തരം സമരങ്ങളെല്ലാം ബംഗാളിൽ ഇടതുപക്ഷത്തിന്റെ സ്വാധീനം വർധിപ്പിച്ചു.

ഭൂമിശാസ്ത്രം

വടക്ക് ഹിമാലയവും തെക്ക് ബംഗാൾ ഉൾക്കടലുമാണ്. ബംഗ്ലാദേശ്, ഭൂട്ടാൻ, നേപ്പാൾ, ആസാം, സിക്കിം, ഒറീസ, ഝാർഖണ്ഡ്, ബീഹാർ എന്നിവയാണ് അയൽപ്രദേശങ്ങൾ. 14% വനഭൂമി. ഡാർജലിങ് മലനിര

സുന്ദർഭൻ കടുവ

കളിൽ സ്ഥിതിചെയ്യുന്ന സാൻന്റൊകുഫു മലയാണ് ഏറ്റവും ഉയരമുള്ള മല. ഗംഗ, ഭഗീരഥി, ഹൂഗ്ലി, തീസ്റ്റ തോർസ, ജാർദാക, മഹാനന്ദ എന്നിവയാണ് പ്രധാന നദികൾ. ബംഗാളിന്റെ തെക്കൻ മേഖലയിലാണ് പ്രസിദ്ധമായ സുന്ദർഭൻ കണ്ടൽക്കാടുകൾ സ്ഥിതിചെയ്യുന്നത്. സുന്ദർഭൻ കടുവകളുടെ സങ്കേതമാണ്.

വേനൽക്കാലത്ത് 40 ഡിഗ്രി സെൽഷ്യസ് വരെ താപനില ഉയരും. കുറഞ്ഞ താപനില 24 ഡിഗ്രി സെൽഷ്യസും. ശീതകാലത്ത് താപനില 7 ഡിഗ്രി സെൽഷ്യസ് വരെ താഴും. ശീതകാലത്തെ ഉയർന്ന താപനില 26ഡി ഗ്രി സെൽഷ്യസും. ജൂൺ മുതൽ സെപ്തംബർ വരെയാണ് വർഷകാലം. വർഷകാലത്ത് സാമാന്യം നല്ല മഴ ലഭിക്കും

ടൂറിസം

ഇന്ത്യയുടെ സാംസ്കാരിക തലസ്ഥാനമാണ് കൊൽക്കത്ത. വനങ്ങളുടേയും സമുദ്രതീരങ്ങളുടേയും ഫലഭൂയിഷ്ഠമായ സമതലപ്രദേശങ്ങളുടേയും സൗന്ദര്യം ബംഗാളിൽ ആസ്വദിക്കാം.

അസാൻസോൾ	–	വ്യവസായനഗരം.
ഭക്രേശ്വർ	–	തീർഥാടന കേന്ദ്രം
ബേത്തുഡഹരി	–	വന്യജീവിസങ്കേതം
ബോക് ഖാലി	–	ബീച്ച്
ദിഗ്ഹ	–	ബീച്ച്
ദുർഗാപ്പൂർ	–	വ്യവസായ നഗരം
ഘോർ	–	പുരാതന തലസ്ഥാനം. മ്യൂസിയം, ഇസ്ലാമിക സാംസ്കാരിക വൈവിധ്യങ്ങൾ വിളിച്ചോതുന്ന പള്ളികൾ
ജൽദാപാരാ	–	വന്യജീവി സങ്കേതം
കാലിംപാങ്	–	കൈത്തറി, കരകൗശല വസ്തുക്കളുടെ കേന്ദ്രം, ബൗദ്ധ ആശ്രമങ്ങൾ
കൊൽക്കത്ത	–	തലസ്ഥാനം, സാംസ്കാരിക കേന്ദ്രങ്ങൾ ഹൗറ പാലം, രാമകൃഷ്ണമിഷന്റെ ആസ്ഥാനം
കൃഷ്ണനഗർ	–	കൊട്ടാരങ്ങൾ, കൈത്തറിക്ക് പ്രസിദ്ധം
മുർഷിദാബാദ്	–	പുരാതന തലസ്ഥാനം കൊട്ടാരങ്ങളും പള്ളികളും കൈത്തറി സിൽക്ക് വസ്ത്രങ്ങൾക്ക് പ്രസിദ്ധം
നവദ്വീപ്	–	തീർഥാടന കേന്ദ്രം.
ശാന്തിനികേതൻ	–	രവീന്ദ്രനാഥ ടാഗോർ സ്ഥാപിച്ച വിശ്വഭാരതി സർവകലാശാല സ്ഥിതി ചെയ്യുന്ന സ്ഥലം. മാൻകുട്ടങ്ങളും പക്ഷികളുമുള്ള സങ്കേതം, കൈത്തറി വസ്ത്രങ്ങൾക്ക് പ്രസിദ്ധം
സുന്ദർഭൻ	–	കണ്ടൽക്കാടുകൾ. വന്യജീവി സങ്കേതം
തർക്കേശ്വർ	–	തീർഥാടന കേന്ദ്രം
ഡാർജിലിങ്	–	ഹിമാലയത്തിലെ പ്രസിദ്ധമായ സുഖവാസ കേന്ദ്രം

ആഘോഷങ്ങൾ

ദുർഗാപൂജ, ദീപാവലി, വൈശാഖി, സാഗർ മേള, പോയസ് മേള, രവീന്ദ്ര ജയന്തി

സംസ്കാരം

ഇന്ത്യയുടെ സാംസ്കാരിക തലസ്ഥാനമാണ് കൊൽക്കത്ത. സാഹിത്യം, സംഗീതം, സിനിമ, നാടകം, ചിത്രരചന എന്നിങ്ങനെ കലയുടെ സമഗ്ര മേഖലകളിലും പശ്ചിമബംഗാൾ സമ്പന്നമാണ്.

രവീന്ദ്രനാഥടാഗോർ, ബങ്കിം ചന്ദ്രചാറ്റർജി, മധുസൂദൻ ദത്ത്, ഖാസി നസ്റുൾ ഇസ്ലാം, ശരത് ചന്ദ്ര ചതോപാധ്യായ, ജീവനന്ദ ദാസ്, മാണിക് ബധോപധ്യായ തുടങ്ങിയവരാണ് ബംഗാളി സാഹിത്യത്തിന് അടിത്തറയിട്ടത്. മഹാശ്വേതാദേവി, സുനിൽ ഗംഗോപധ്യായ, താരാശങ്കർ ബാനർജി തുടങ്ങിയവരാണ് ആധുനിക കാലഘട്ടത്തിലെ പ്രമുഖരായ എഴുത്തുകാർ. ബംഗാളികൾക്ക് വായന ജീവിതത്തിന്റെ ഭാഗമാണ്. പ്രമുഖ ബംഗാളി കൃതികളെല്ലാം മറ്റ് ഭാഷകളിലേക്ക് വിവർത്തനം ചെയ്യപ്പെട്ടിട്ടുണ്ട്. ബംഗാളി കൃതികൾക്ക് ബംഗാളിന് പുറത്തും ഏറെ വായനക്കാരുണ്ട്.

സാഹിത്യത്തെപ്പോലെ പ്രബലമാണ് സിനിമയും. ലോക പ്രശസ്ത സംവിധായകൻ സത്യജിത് റേ ബംഗാളിയാണ്. മൃണാൾ സെൻ, തപൻ സിൻഹ, ഋത്വിക് ഘട്ടക്ക് എന്നു തുടങ്ങി ബുദ്ധദേവ് ദാസ് ഗുപ്ത, ഗൗതം ഘോഷ്, അപർണ സെൻ, ഋതുപർണ ഘോഷ് എന്നിവർ വരെ പ്രശസ്തരുടെ പട്ടിക നീണ്ടുകിടക്കുന്നു. കൊൽക്കത്തയിലെ ടോളി ഗഞ്ചാണ് ബംഗാളി സിനിമയുടെ തലസ്ഥാനം. ഹോളിവുഡും ബോളിവുഡും പോലെ ടോളിഗഞ്ച് ടോളിവുഡ് എന്ന പേരിൽ അറിയപ്പെടുന്നു.

സംഗീതത്തിൽ പ്രധാനം രവീന്ദ്രസംഗീതം തന്നെ. ഖാസി നസുറുൾ ഇസ്ലാം ചിട്ടപ്പെടുത്തിയ നസ്റുൾ ഗീതിയും ദ്വിജേന്ദ്രലാൽ, അതുൽ പ്രസാദ്, രാജനികാൻത സംഗീതവും പ്രസിദ്ധങ്ങളാണ്. ഗോംഭിരാ, ഭാവയ്യ എന്നിവയാണ് ജനപ്രിയ നാടോടി സംഗീതശാഖകൾ. നാടോടി നൃത്തങ്ങളുടെ പ്രധാന ഉറവിടം ഗോത്ര സംസ്കാരം തന്നെയാണ്. പുരുലിയയിലെ ചാവു നൃത്തമാണ് ഏറ്റവും ജനകീയമായ നാടോടി നൃത്തം.

ആധുനിക ഇന്ത്യൻ ചിത്രകലയുടെ പ്രഭവ കേന്ദ്രവും ബംഗാളാണ്. യൂറോപ്യൻ ശൈലിയിൽനിന്ന് വിഭിന്നമായി തനത് ഇന്ത്യൻ ശൈലിയിക്ക് രൂപംനൽകിക്കൊണ്ട് പ്രശസ്തനായ അഭിനിന്ദ്രനാഥ് ടാഗോറാണ് ചിത്രകലയിലെ നവോത്ഥാനത്തിന് തുടക്കമിട്ടത്.

ഭക്ഷണം

'മാച്ചി ഭാട്ടി ബൻഗാളി' (മത്സ്യവും ചോറും ചേർന്നാൽ ബംഗാളിയാവും.) എന്ന ചൊല്ല് പ്രസിദ്ധമാണ്. അരിയും മത്സ്യവുമാണ് ഇഷ്ടഭക്ഷണം. മത്സ്യങ്ങളിൽ ഏറെ ആവശ്യക്കാരുള്ളത് ഹിൽസക്കാണ്. രസഗുള, ചോംചോം, കലോജാം എന്നിവയാണ് പ്രധാന മധുര പലഹാരങ്ങൾ. ആലൂർ ചോപ്പ്, ബേഗുണി, കാട്ടി റോൾ, ഫുച്ക്ക തുടങ്ങിയവയാണ് തെരുവുകളിൽ വിൽക്കുന്ന പ്രധാന ഭക്ഷണങ്ങൾ.

സ്പോർട്സ്

സ്പോർട്സിനെ സ്നേഹിക്കുന്നവരാണ് ബംഗാളികൾ. ഇന്ത്യൻ ഫുട്ബോളിന്റെ തട്ടകം. മോഹൻ ബഗാൻ, ഈസ്റ്റ് ബംഗാൾ, മുഹമ്മദൻസ് സ്പോടിങ് തുടങ്ങിയ ക്ലബുകളുടെ സാന്നിധ്യമാണ് ബംഗാളിൽ

ക്ലബ് ഫുട്ബോൾ സജീവമാക്കിയത്. പി കെ ബാനർജി, ശൈലൻ മന്ന, ചുനി ഗോസ്വാമി, എന്നിങ്ങനെ നിരവധി പ്രശസ്തരായ ഫുട്ബോൾ താരങ്ങളെ ബംഗാൾ ഇന്ത്യക്ക് നൽകിയിട്ടുണ്ട്. കൊൽക്കത്തയിലെ സാൾട്ട് ലെയ്ക്ക് സ്റ്റേഡിയം. ലോകത്തെ ഏറ്റവും വലിയ ഫുട്ബോൾ സ്റ്റേഡിയങ്ങളിൽ ഒന്നാണ്.

കൃഷി

കാർഷികോൽപ്പാദനത്തിൽ രാജ്യത്ത് മുന്നിൽ നിൽക്കുന്ന സംസ്ഥാനമാണ് ബംഗാൾ. നെല്ലിന്റെ ഉൽപ്പാദനത്തിൽ ഏറെക്കാലമായി സംസ്ഥാനം ഒന്നാം സ്ഥാനത്താണ്. മത്സ്യം, ഉരുളക്കിഴങ്ങ്, പച്ചക്കറികൾ തുടങ്ങിയവയുടെ ഉൽപ്പാദനത്തിലും ഒന്നാമത്. കൃഷി തന്നെയാണ് ബംഗാൾ സമ്പദ് വ്യവസ്ഥയുടെ നട്ടെല്ല്.

കാർഷികോൽപ്പാദനത്തിൽ മുന്നിൽ നിൽക്കുന്ന മറ്റ് സംസ്ഥാനങ്ങളിൽനിന്നും പശ്ചിമബംഗാളിന്റെ കാർഷികമേഖല തികച്ചും വ്യത്യസ്തമാണ്. മറ്റ് സംസ്ഥാനങ്ങളിൽ ഉൽപ്പാദനത്തിന്റെ നേട്ടങ്ങൾ ചുരുക്കം ചില വൻകിട കർഷകർക്കാണ് ലഭിക്കുന്നത്. ബംഗാളിലാവട്ടെ നേട്ടം ചെറുകിട, ഇടത്തരം കർഷകർക്കും. 1977 ൽ അധികാരത്തിൽ വന്ന ജ്യോതിബസു സർക്കാർ നടപ്പിലാക്കിയ കാർഷിക പരിഷ്കരണമാണ് ഇതിന് അടിത്തറയിട്ടത്. കക്ഷി രാഷ്ട്രീയഭേദമന്യേ ബംഗാളിലെ കാർഷിക പരിഷ്കരണത്തെ എല്ലാവരും അംഗീകരിക്കുകയും അഭിനന്ദിക്കുകയും ചെയ്യുന്നു.

ബംഗാളിൽ നടപ്പിലാക്കിയ ഭൂപരിഷ്കരണത്തിന്റെ ചില സവിശേഷതകൾ.

1. രാജ്യത്ത് ആകെയുള്ള കൃഷിഭൂമിയുടെ വെറും 3 ശതമാനം മാത്രമാണ് ബംഗാളിലുള്ളത്. എന്നാൽ ഭൂപരിഷ്കരണത്തിലൂടെ ഇന്ത്യയിൽ ഭൂമി ലഭിച്ചവരുടെ 53.2 ശതമാനം ബംഗാളിലാണ്.
2. ഇന്ത്യയിലെ വിവിധ സംസ്ഥാനസർക്കാറുകൾ കാർഷിക പരിഷ്കരണത്തിലൂടെ വിതരണം ചെയ്ത ആകെ ഭൂമിയുടെ 22 ശതമാനം (2006 മാർച്ച് വരെയുള്ള കണക്ക് പ്രകാരം) പശ്ചിമ ബംഗാളിലാണ്.
3. ഭൂപരിഷ്കരണത്തിലൂടെ 28,49,000 കുടുംബങ്ങൾക്ക് ബംഗാളിൽ ഭൂമി കിട്ടി. മറ്റൊരു സംസ്ഥാനത്തിലും ഇത്രയും പേർക്ക് ഭൂമി ലഭിച്ചിട്ടില്ല.
4. ഭൂമി ലഭിച്ചവരിലെ 56 ശതമാനം ഉം പട്ടികജാതി പട്ടിക വർഗത്തിൽപ്പെട്ടവരാണ്.
5. ഭൂപരിഷ്കരണം നടത്തി 30 വർഷങ്ങൾ പിന്നിട്ടതിന് ശേഷവും സംസ്ഥാനത്തെ 78.78 ശതമാനം ഭൂമിയും ചെറുകിട കർഷകരുടെ കൈയിലാണ്.
6. സംസ്ഥാനത്തെ 64 ലക്ഷം സ്ത്രീകൾ കൃഷിയുടെ ഉടമസ്ഥരാണ്.

7. ഭൂപരിഷ്കരണത്തിലൂടെ മുസ്ലിം ന്യൂനപക്ഷങ്ങൾക്ക് ഏറ്റവുമധികം ഭൂമി ലഭിച്ചത് പശ്ചിമബംഗാളിലാണ്. സംസ്ഥാനത്തെ 83.2 ശതമാനം മുസ്ലിങ്ങളും താമസിക്കുന്നത് ഗ്രാമങ്ങളിലാണ്. ഗ്രാമീണ മേഖലയിൽ ആകെയുള്ള വീടുകളിലെ 30.9 ശതമാനത്തിന്റെയും ഉടമസ്ഥർ മുസ്ലിങ്ങളാണ്. ഉൽപ്പാദനക്ഷമമായ കൃഷിഭൂമിയുടെ 25.6 ശതമാനത്തിന്റെയും ഉടമസ്ഥരും മുസ്ലിം ന്യൂനപക്ഷങ്ങൾ തന്നെ.
8. തൊണ്ണൂറുകളിൽ മറ്റ് സർക്കാറുകളെല്ലാം ഭൂപരിഷ്കരണ നടപടികൾ മന്ദഗതിയിലാക്കിയപ്പോൾ പശ്ചിമ ബംഗാൾ സർക്കാർ ഭൂപരിഷ്കരണ നിയമ പ്രകാരം 95,000 ഏക്കർ ഭൂമി ഏറ്റെടുത്ത് പാവങ്ങൾക്ക് വിതരണം ചെയ്തു. (തൊണ്ണൂറുകളിൽ രാജ്യത്ത് ആകെ ഏറ്റെടുത്ത ഭൂമിയുടെ 40 ശതമാനം ആയിരുന്നു ഇത്) പാവപ്പെട്ടവർക്ക് മുഴുവൻ ഭൂമി നൽകുന്നതിന് ഇത് തികയാതെ വന്നപ്പോൾ ഖജനാവിൽ നിന്നും പണം മുടക്കി ഭൂമി വാങ്ങാനുള്ള പദ്ധതി സർക്കാർ ആരംഭിച്ചു. 2006–07 വർഷത്തിൽ ബംഗാൾ സർക്കാർ 25 കോടി രൂപയാണ് പദ്ധതിക്കായി നീക്കിവെച്ചത്.

ഉദാരവൽക്കരണനയങ്ങളുടെ ഭാഗമായി 10–ാം പഞ്ചവൽസര പദ്ധതിക്കാലത്ത് രാജ്യത്ത് കാർഷികോൽപ്പാദന വളർച്ചാനിരക്ക് 2 ശതമാനത്തിൽ താഴെയായിരുന്നു. ഇതേസമയം ബംഗാളിന്റെ കാർഷികോൽപ്പാദനം വളർച്ചാനിരക്ക് 3.5 ശതമാനം ആയിരുന്നു.

വ്യവസായം

സ്വാതന്ത്ര്യം ലഭിക്കുമ്പോൾ രാജ്യത്തെ വ്യാവസായിക മേഖലയിൽ വൻ വളർച്ച നേടിയിരുന്ന സംസ്ഥാനമായിരുന്നു ബംഗാൾ. എന്നാൽ വിഭജനം ബംഗാളിന്റെ വ്യാവസായിക മേഖലയെ തളർത്തി. കാർഷിക മേഖലയിൽ ഉണ്ടാക്കാനായ വളർച്ച വ്യവസായ മേഖലയിൽ കൈവരിക്കാനായില്ല. കേന്ദ്ര അവഗണനയാണ് ഒരു പ്രധാന കാരണമെന്ന് ബംഗാളിലെ ഇടതുപക്ഷ നേതാക്കൾ ചൂണ്ടിക്കാണിക്കുന്നു. 2002–05ലെ കണക്കുകൾ നോക്കാം. ഈ വർഷങ്ങളിൽ സംസ്ഥാനങ്ങൾക്ക് കേന്ദ്രം നൽകിയ ആളോഹരി ധനസഹായം 1630 രൂപയായിരുന്നു. എന്നാൽ പശ്ചിമബംഗാളിന് ലഭിച്ചതാവട്ടെ വെറും 830 രൂപ. 2001 ൽ പൊതുമേഖലാ ധനകാര്യസ്ഥാപനങ്ങൾ നൽകിയ ആളോഹരി ധനസഹായം 4828 രൂപയായിരുന്നെങ്കിൽ പശ്ചിമബംഗാളിലേക്ക് വന്നത് വെറും 2780 രൂപമാത്രം. പ്രതികൂല സാഹചര്യങ്ങളെ അതിജീവിക്കാൻ പര്യാപ്തമായ വ്യവസായ നയമാണ് ബംഗാൾ സർക്കാർ ആവിഷ്കരിച്ചത്. വ്യാവസായികോൽപ്പാദനവും തൊഴിലവസരങ്ങളും വർധിപ്പിക്കുമെന്ന് ഉറപ്പുള്ള വ്യവസായ ഗ്രൂപ്പുകളെ സർക്കാർ ആസ്ഥാനത്തേക്ക് ക്ഷണിച്ചു. ഈ നയം പതുക്കെ പതുക്കെ ലക്ഷ്യം കണ്ടു. 1991 ൽ 84.63 കോടി നിക്ഷേപമിറക്കി. 767 തൊഴിലവസരങ്ങളുമായി 26 വ്യവസായ സ്ഥാപനങ്ങളാണ് ബംഗാളിൽ

പ്രവർത്തനമാരംഭിച്ചതെങ്കിൽ 2005 ൽ 2515.58 കോടിയുടെ നിക്ഷേപവുമായി 227 വ്യവസായ സ്ഥാപനങ്ങൾ ബംഗാളിൽ ആരംഭിച്ചു. 15 വർഷത്തിനുള്ളിൽ 1218 വ്യവസായ സ്ഥാപനങ്ങൾ സംസ്ഥാനത്ത് പുതുതായി നിലവിൽ വന്നു. ഇവയുടെ ആകെ നിക്ഷേപം 29195.72 കോടി രൂപ. ഈ സ്ഥാപനങ്ങളിലൂടെ 1,55,911 പേർക്ക് തൊഴിൽ ലഭിച്ചു.

സിംഗൂർ പ്രശ്നം

തലസ്ഥാനമായ കൊൽക്കത്തിൽനിന്നും 50 കിലോമീറ്റർ അകലെയുള്ള പ്രദേശമാണ് സിംഗൂർ ഇവിടെയാണ് ടാറ്റ കാർ നിർമാണ ഫാക്ടറി ആരംഭിച്ചത്. ഇന്ത്യയിലെ മറ്റ് കാർ നിർമാണ ഫാക്ടറികളിൽ നിന്ന് വ്യത്യസ്തമായിരുന്നു സിംഗൂരിലേത്. സാധാരണക്കാർക്ക് പ്രാപ്യമായ ഒരു ലക്ഷം രൂപ വിലവരുന്നതായിരുന്നു ഇവിടെ നിർമിക്കുന്ന കാർ. മാത്രമല്ല, നിരവധി തൊഴിലവസരങ്ങളും കമ്പനി ഉറപ്പു വരുത്തി. ഫാക്ടറിക്ക് വേണ്ടി സർക്കാർ ഭൂമി ഏറ്റെടുക്കാൻ ആരംഭിച്ചതോടെയാണ് തൃണമൂൽ കോൺഗ്രസിന്റെ നേതൃത്വത്തിൽ സമരമാരംഭിച്ചത്. പദ്ധതിക്കായി സർക്കാർ 997.11 ഏക്കർ ഭൂമിയാണ് ഏറ്റെടുത്തത്. സിംഗൂർ ബ്ലോക്കിൽ ആകെയുള്ള ഭൂമിയുടെ 2.25 ശതമാനം മാത്രമാണിത്. മാത്രമല്ല, പ്രദേശത്തെ ഫലഭൂയിഷ്ഠമായ ഭൂമി ഒഴിവാക്കിക്കൊണ്ടായിരുന്നു ഏറ്റെടുക്കൽ.

1894 ലെ ഭൂമി ഏറ്റെടുക്കൽ നിയമ പ്രകാരമാണ് രാജ്യത്തെ പ്രധാന പദ്ധതികൾക്കെല്ലാം വേണ്ടി ഭൂമി ഏറ്റെടുക്കാറുള്ളത്. തദ്ദേശീയരുമായി ചർച്ച നടത്താനോ ഇവരുടെ പദ്ധതികൾ പരിഹരിക്കാനോ ഉള്ള ശ്രമങ്ങൾ ഒട്ടുമിക്ക പദ്ധതികളുടെ കാര്യത്തിലും നടക്കാറില്ല. സർദാർ സരോവർ, തെഹ്റി, പദ്ധതികൾ ഉദാഹരണങ്ങൾ. എന്നാൽ സിംഗൂരിലെ സ്ഥിതി മറിച്ചായിരുന്നു. 2006 മെയ് 27 മുതൽ 2006 സെപ്തംബർ വരെയുള്ള കാലയളവിൽ ഇവിടുത്തെ ജനപ്രതിനിധികളുമായും തദ്ദേശീയരുമായും സർക്കാർ 9 തവണ ചർച്ച നടത്തി. 997.11 ഏക്കർ ഭൂമിയിലെ 960.13 ഏക്കർ ഭൂമി കൈവശം വച്ചിരുന്നവരും ഭൂമി വിട്ടു തരാൻ സമ്മതമാണെന്ന് രേഖാമൂലം സർക്കാരിനെ അറിയിച്ചിരുന്നു. സമ്മതമല്ലാത്തവരിൽ നിന്ന് ബലപ്രയോഗത്തിലൂടെ സർക്കാർ ഒരു തുണ്ട് ഭൂമി പോലും ഏറ്റെടുത്തില്ല. മാർക്കറ്റ് വിലയേക്കാൾ ഒന്നര ഇരട്ടി തുക നഷ്ടപരിഹാരമായി നൽകിയാണ് സർക്കാർ ഭൂമി ഏറ്റെടുത്തത്. വർഷത്തിൽ ഒരുതവണ മാത്രം കൃഷിയിറക്കുന്ന ഭൂമിക്ക് ഏക്കറിന് 8.7 ലക്ഷം രൂപവീതവും ഒന്നിലധികം തവണ കൃഷിയിറക്കുന്ന ഭൂമിക്ക് 12.76 ലക്ഷം രൂപയും വീതവും സർക്കാർ നഷ്ടപരിഹാരം നൽകി. ഇതിനു പുറമേ തദ്ദേശീയർക്ക് കാർ നിർമാണ ഫാക്ടറിയിൽത്തന്നെ ജോലി നൽകുന്നതിനായുള്ള പദ്ധതിയും സർക്കാർ ആരംഭിച്ചു.

ഏതുവിധേനയും പദ്ധതി തടസപ്പെടുത്തുമെന്ന ഉറച്ച നിലപാടിലായിരുന്നു സംസ്ഥാനത്തെ പ്രതിപക്ഷം. തൃണമൂൽ കോൺഗ്രസിന് കോൺഗ്രസും ബി ജെ പിയും പിന്തുണ പ്രഖ്യാപിച്ചു. നന്ദിഗ്രാം മോഡൽ സമരമായിരുന്നു പ്രതിപക്ഷത്തിന്റെ ലക്ഷ്യം. ഫാക്ടറിയുടെ പണി ഏറെ

ക്കുറെ പൂർത്തിയായ ഘട്ടത്തിൽ തൃണമൂൽ കോൺഗ്രസ് അനിശ്ചിത കാല ഉപരോധ സമരം പ്രഖ്യാപിച്ചു. ഫാക്ടറിക്ക് ചുറ്റും ആയിരങ്ങൾ തടിച്ചുകൂടി. ഉപരോധങ്ങൾക്കും സമരങ്ങൾക്കുമിടയിൽ ഇത്തരമൊരു കമ്പനിക്ക് പ്രവർത്തിക്കാനാവില്ലെന്ന് വിശദീകരിച്ചുകൊണ്ട് രത്തൻ ടാറ്റ കമ്പനി അടച്ചുപൂട്ടുകയാണെന്ന് പ്രഖ്യാപിച്ചതോടെയാണ് സിംഗൂർ പ്രശ്നത്തിന് തിരശ്ശീലവീണത്.

ഭൂപരിഷ്കരണത്തേയും തൊഴിൽ നിയമങ്ങളെയുമെല്ലാം നഖശിഖാന്തം എതിർക്കുന്ന നവഉദാരവൽക്കരണത്തിന്റെ വക്താക്കളാണ് സിംഗൂരിലെ കാർ നിർമാണ കമ്പനി പൂട്ടിച്ചതെന്നതാണ് ഏറ്റവും വലിയ വിരോധാഭാസം.

നന്ദിഗ്രാം

കാർഷിക മേഖലയ്ക്ക് പ്രാമുഖ്യമുള്ള സംസ്ഥാനമായതിനാൽ കാർഷികോൽപ്പാദനം ത്വരിതപ്പെടുത്തുന്നതിനുതകുന്ന വ്യവസായങ്ങൾ ആരംഭിക്കുന്നതിനാണ് പശ്ചിമബംഗാൾ സർക്കാർ പ്രാമുഖ്യം നൽകിയത്. കൃഷിക്ക് രാസവളം അത്യാവശ്യമാണ്. ഇക്കാരണത്താൽ സംസ്ഥാനത്ത് ഒരു വൻ രാസവള നിർമാണശാല ആരംഭിക്കാൻ സംസ്ഥാന സർക്കാർ തീരുമാനിച്ചു. ഇതിനായി പൊതുമേഖലാ സ്ഥാപനമായ ഇന്ത്യൻ ഓയിൽ കോർപ്പറേഷനുമായി സർക്കാർ ധാരണാപത്രത്തിൽ ഒപ്പുവച്ചു. ഐ ഒ സി ആയിരുന്നു മുഖ്യനിക്ഷേപകർ. പദ്ധതി പ്രദേശത്തിനാവശ്യമായ അടിസ്ഥാനസൗകര്യ വികസനം സജ്ജമാക്കാൻ പ്രമുഖ വ്യവസായ ഗ്രൂപ്പായ സലിം ഗ്രൂപ്പ് സന്നദ്ധമായി. നന്ദിഗ്രാം പ്രത്യേക സാമ്പത്തിക മേഖലയ്ക്ക് വേണ്ടി സർക്കാറിന്റെ ഭാഗത്തുനിന്നും ഉണ്ടായ നീക്കങ്ങൾ ഇത്രമാത്രം. ഭൂമി ഏറ്റെടുക്കുന്നതു സംബന്ധിച്ച് ഹാൽഡിയ വികസന അതോറിറ്റി പുറത്തിറക്കിയ രേഖ ഗ്രാമീണർക്കിടയിൽ ആശയക്കുഴപ്പമുണ്ടാക്കിയിരുന്നു. ഉടൻതന്നെ അതോറിറ്റി രേഖ പിൻവലിച്ചു. ജനപ്രതിനിധികളുമായും ജനങ്ങളുമായും ചർച്ച നടത്താതെ പദ്ധതി ആരംഭിക്കില്ലെന്നും തദ്ദേശീയരുടെ പൂർണസമ്മതമില്ലാതെ മുന്നോട്ട് പോവില്ലെന്നും മുഖ്യമന്ത്രി ബുദ്ധദേവ് ഭട്ടാചാര്യ പലതവണ വ്യക്തമാക്കിയിരുന്നു. എന്നാൽ എതിർവശത്താവട്ടെ സി പി ഐ എം വിരുദ്ധ ശക്തികൾ ഒറ്റക്കെട്ടായി അണിനിരന്നു. നന്ദിഗ്രാമിലെ മുഴുവൻ ജനങ്ങളേയും കുടിയിറക്കാൻ പോവുകയാണെന്ന് പ്രചരിപ്പിച്ചു. ഇതിനായി ചെറിയ വർഗീയ സംഘർഷങ്ങൾപോലും നടക്കാത്ത പശ്ചിമ ബംഗാളിൽ വർഗീയ ചേരിതിരിവുണ്ടാക്കാനുള്ള ഹീനശ്രമങ്ങൾ നടന്നു.

എസ് യു സി ഐ പുറത്തിറക്കിയ ഒരു ലഘുലേഖയിലെ ചില വാചകങ്ങൾ നോക്കുക

> ആയിരങ്ങളെ കുടിയൊഴിപ്പിക്കാനുള്ള നീക്കത്തെ ഒറ്റക്കെട്ടായി ചെറുക്കാൻ ഗ്രാമീണർ തീരുമാനിച്ചിരിക്കുന്നു. 112 അമ്പലങ്ങളും

42 മുസ്ലിം പള്ളികളും 25,000 പാർപ്പിടങ്ങളും 127 പ്രാഥമിക വിദ്യാലയങ്ങളും നാല് ഹൈസ്കൂളുകളും മൂന്ന് ഹയർ സെക്കന്ററി സ്കൂളുകളും 13 മാർക്കറ്റുകളും തകർക്കാൻ പോവുകയാണ്.

അമ്പലങ്ങളും പള്ളികളും തകർക്കാൻ പോവുകയാണെന്ന് പ്രചാരണം ശക്തമായതോടെ ഹിന്ദു മുസ്ലിം വർഗീയ സംഘടനകളും രാഷ്ട്രീയ പാർട്ടികളോടൊപ്പം ചേർന്നു. മാവോയിസ്റ്റുകൾ നന്ദിഗ്രാമിൽ തമ്പടിച്ചു. പ്രദേശത്തുനിന്നും സി പി ഐ എം പ്രവർത്തകരെ ആട്ടിയോടിച്ചു. സർക്കാർ ഓഫീസുകൾക്ക് തീയിട്ടു. നന്ദിഗ്രാമിനെ പുറം ലോകവുമായി ബന്ധിപ്പിക്കുന്ന പാലങ്ങളും റോഡുകളും തകർത്തു. നന്ദിഗ്രാം ഒരു വിമോചിത മേഖലയായി മാറി. ഇതിനെത്തുടർന്നാണ് പൊലീസ് നടപടിയുണ്ടായത്. സ്ത്രീകളെയും കുട്ടികളെയും മുന്നിൽ നിർത്തി തൃണമൂൽ കോൺഗ്രസുകാരും മാവോയിസ്റ്റുകളും മനുഷ്യ കവചം തീർത്തു. പ്രകോപനമുണ്ടാക്കുന്നതിനായി പൊലീസിനു നേരെ വെടിയുതിർത്തു. തുടർന്നു ബാക്കി ഏറ്റുമുട്ടലിലും സംഘർഷത്തിലും നിരവധിപേർ കൊല്ലപ്പെട്ടു. മാസങ്ങൾ നീണ്ട പൊലീസ് നടപടികൾക്ക് ശേഷമാണ് നന്ദിഗ്രാം സർക്കാർ തിരിച്ചുപിടിച്ചത്.

സിംഗൂർ, നന്ദിഗ്രാം സംഭവങ്ങൾ ബംഗാളിന്റെ വ്യവസായ വികസനത്തിന് കനത്ത തിരിച്ചടിയായി. വൻകിട വ്യവസായങ്ങളുടെ കാര്യത്തിൽ തിരിച്ചടിയുണ്ടായപ്പോൾ തന്നെ ചെറുകിട വ്യവസായങ്ങളുടെ വികസനത്തിൽ ബംഗാൾ വൻ കുതിച്ചുചാട്ടമാണ് നടത്തിയത്.

രാജ്യത്തെ മൂന്നാമത്തെ വലിയ സമ്പദ്‌വ്യവസ്ഥയാണ് ബംഗാളിന്റേത്. കിഴക്കൻ ഇന്ത്യയുടെ വിവര സാങ്കേതിക തലസ്ഥാനമാണ് കൊൽക്കത്ത നഗരം. ഐ ടി മേഖലയിൽ അടുത്ത കാലത്ത് വൻ കുതിച്ചുചാട്ടമാണ് സംസ്ഥാനം നടത്തിയത്. ദുർഗാപ്പൂരാണ് പ്രധാന വ്യവസായ മേഖല. ഇലക്ട്രോണിക് ഉൽപ്പന്നങ്ങൾ, ഇലക്ട്രിക്കൽ ഉൽപ്പന്നങ്ങൾ, കേബിൾ, ഉരുക്ക്, തുകൽ, ടെക്സ്റ്റൈൽസ്, ജുവലറി ഇനങ്ങൾ, ഓട്ടോ മൊബൈൽസ്, റെയിൽവേ കോച്ചുകൾ, വാഗണുകൾ തുടങ്ങിയവയെല്ലാം ബംഗാളിൽ നിർമിക്കുന്നു. സേവന മേഖലശക്തമാണ്. സംസ്ഥാനത്തിന്റെ മൊത്തം ആഭ്യന്തര ഉൽപ്പാദനത്തിന്റെ 51 ശതമാനം സേവനമേഖലയുടെ സംഭാവനയാണ്.

സാമൂഹ്യാവസ്ഥ

ജനസംഖ്യയിലെ 72.5 ശതമാനം ഹിന്ദുക്കളാണ്. 25.2 ശതമാനം മുസ്ലിങ്ങളും. ഒരു കാലത്ത് ഇന്ത്യയിൽ ഏറ്റവുമധികം വർഗീയ കലാപങ്ങൾ നടന്നിരുന്ന പ്രദേശമാണിത്. 1946 മുതൽ 47 വരെയുള്ള കാലത്ത് കലാപങ്ങളിൽ ആറായിരത്തോളം പേരാണ് കൊല്ലപ്പെട്ടത്. എന്നാൽ വർഷങ്ങൾ പിന്നിട്ടപ്പോൾ സാമുദായിക സൗഹാർദത്തിന്റെ കാര്യത്തിൽ ബംഗാൾ രാജ്യത്തിനു തന്നെ മാതൃകയായി മാറി. അയൽരാജ്യങ്ങളിൽ

നിന്നും അയൽ സംസ്ഥാനങ്ങളിൽനിന്നും ഇപ്പോഴും വൻകുടിയേറ്റമാണ് ബംഗാളിലേക്ക് നടക്കുന്നത്. കിഴക്കൻ ഇന്ത്യയിലേയും വടക്ക് കിഴക്കൻ സംസ്ഥാനങ്ങളിലേയും വലിയൊരു വിഭാഗം ജനങ്ങൾ തൊഴിൽ തേടി യെത്തുന്നത് കൊൽക്കത്ത നഗരത്തിലാണ്. ബംഗ്ലാദേശുകാരെ മറ്റ് സംസ്ഥാനങ്ങളിൽ നിന്നെല്ലാം ആട്ടിയോടിച്ചപ്പോൾ ബംഗാൾ ഇവർക്ക് ആശ്രയ കേന്ദ്രമായി മാറി. ഗുജറാത്ത് കലാപ സമയത്ത് കലാപകാരി കൾക്ക് മുന്നിൽ ജീവനുവേണ്ടി കൈകൂപ്പിനിന്ന കുദ്ബുദ്ദീൻ അൻസാരി (ഇദ്ദേഹത്തിന്റെ ഫോട്ടോ പിന്നീട് വിശ്വപ്രസിദ്ധമായി) അവസാനം സ്വൈര ജീവിതം കണ്ടെത്തിയത് കൊൽക്കത്ത നഗരത്തിലാണ്. ബാബറി മസ്ജിദിന്റെ തകർച്ചയ്ക്ക് ഇന്ത്യയിലെ പല സംസ്ഥാനങ്ങളിലും ന്യൂന പക്ഷങ്ങൾക്കിടയിൽ അരക്ഷിതാവസ്ഥ ഉണ്ടായി. എന്നാൽ ഇന്ത്യയിൽ ന്യൂനപക്ഷങ്ങൾ ഏറ്റവും സുരക്ഷിതരായ സംസ്ഥാനമായി ബംഗാൾ മാറി. പട്ടിണിയും ദാരിദ്ര്യവും മൂലം ബംഗ്ലാദേശിൽനിന്ന് പലപ്പോഴായി സംസ്ഥാനത്തേക്ക് വൻ കുടിയേറ്റമുണ്ടായി. മറ്റ് സംസ്ഥാനങ്ങളെല്ലാം ഇവരെ ആട്ടിയോടിച്ചപ്പോൾ ഈ വിഷയത്തെ മാനുഷിക മൂല്യങ്ങളോ ടെയാണ് ബംഗാൾ സമീപിച്ചത്.

രാജ്യം കണ്ടതിൽ വെച്ച് ഏറ്റവും വലിയ ക്ഷാമത്തെ നേരിട്ട സംസ്ഥാനമാണ് ബംഗാൾ. 1943 ലായിരുന്നു ക്ഷാമം. കൊടുംപട്ടിണി മൂലം ലക്ഷങ്ങളാണ് അന്ന് മരിച്ചത്. സ്വാതന്ത്ര്യത്തിന് ശേഷവും പട്ടിണി മരണങ്ങൾ തുടർന്നു. ജ്യോതിബസു സർക്കാർ ഭൂപരിഷ്കരണം നടപ്പി ലാക്കിയതോടെയാണ് സ്ഥിതി മാറിയത്. ജനസംഖ്യയിലെ ബഹുഭൂരി ഭാഗം വരുന്ന ദരിദ്രർക്കും കൃഷിഭൂമി ലഭിച്ചു. ഇവിടെ കൃഷിയിറക്കി പട്ടി ണിമാറ്റി. അധികാരവികേന്ദ്രീകരണം ഏറ്റവും ഫലപ്രദമായി നടപ്പിലാ ക്കിയ സംസ്ഥാനമാണ് ബംഗാൾ. പഞ്ചായത്ത് സംവിധാനം ശക്തമാ ണ്. ഒറ്റപ്പെട്ട് കിടന്നിരുന്ന ഗ്രാമങ്ങളെ മുഖ്യധാരയിലേക്ക് ഉയർത്തുന്ന തിൽ അധികാരവികേന്ദ്രീകരണം വഹിച്ച പങ്ക് നിർണായകമാണ്.

ഗൂർഖാലാന്റ്

ബംഗാളിന്റെ വടക്കുകിഴക്കൻ അതിർത്തിയിൽ സ്ഥിതിചെയ്യുന്ന പ്രദേശമാണ് ഡാർജിലിങ്. നേപ്പാളിൽനിന്ന് കുടിയേറിയ ഗൂർഖകളാണ് ഇവിടെ ജീവിക്കുന്നവരിൽ ഭൂരിഭാഗവും. ഗൂർഖാസ്വത്വത്തിലധിഷ്ഠിതമായ രാഷ്ട്രീയ സാമൂഹ്യ മുന്നേറ്റത്തിന് ഒരു നൂറ്റാണ്ടോളം പഴക്കമുണ്ട്. പ്രത്യേക ഗൂർഖ ഭരണസംവിധാനം വേണമെന്ന ലക്ഷ്യത്തോടെയാണ് ഡാർജിലിങ് ഹിൻമെൻ അസോസിയേഷൻ എന്ന സംഘടന രൂപം കൊണ്ടത്. 1907 ൽ അസോസിയേഷൻ മിന്റോ മോർലി കമീഷന് ഈ ആവശ്യത്തോടെ നിവേദനം നൽകി. ഗൂർഖകൾക്ക് ഇന്ത്യയിൽ നിന്ന് സാമ്പത്തിക സ്വാതന്ത്ര്യം വേണമെന്ന് ആവശ്യപ്പെട്ടുകൊണ്ട് രൂപീകരി ക്കപ്പെട്ട അഖില ഭാരതീയ ഗൂർഖാ ലീഗാണ് ഗൂർഖാ സ്വത്വം ഉയർത്തി പ്പിടിച്ചുകൊണ്ട് രൂപീകരിക്കപ്പെട്ട ആദ്യത്തെ രാഷ്ട്രീയ സംഘടന. എന്നാൽ

സുഭാഷ് ഘൈസിങ്ങിന്റെ നേതൃത്വത്തിൽ രൂപീകരിക്കപ്പെട്ട ഗൂർഖാ ദേശീയ വിമോചനമുന്നണി (ജി എൻ എൻ എഫ്)യാണ് ഗൂർഖാ പ്രക്ഷോഭത്തിന് കൂടുതൽ സ്വീകാര്യത നേടിക്കൊടുത്തത്. എൺപതുകളിൽ ഡാർജിലിങ് സംഘർഷ ഭരിതമായിരുന്നു. വിഘടനവാദത്തിന്റെ പാതയിലേക്ക് നീങ്ങുകയായിരുന്ന പ്രക്ഷോഭത്തെ ജനാധിപത്യമാർഗങ്ങളിലൂടെയാണ് ജ്യോതിബസു സർക്കാർ നേരിട്ടത്. 1988 ൽ ഗൂർഖാ ഹിൽ കൗൺസിൽ രൂപീകരിച്ചു. കൗൺസിലിന് സ്വയം ഭരണാധികാരം നൽകി. കൗൺസിൽ നിരവധി വികസന പ്രവർത്തനങ്ങൾ നടത്തി. പ്രത്യേക സംസ്ഥാനമെന്ന ആവശ്യം ജനങ്ങൾ ഏറെക്കുറെ മറന്നിരിക്കുന്ന ഘട്ടത്തിലാണ് 2008 ൽ രൂപീകരിക്കപ്പെട്ട ഗൂർഖാ ജനമുക്തിമോർച്ച വീണ്ടും സജീവമാക്കിയത്. ബംഗാൾ സർക്കാറിനെ അസ്ഥിരപ്പെടുത്താനുള്ള ശ്രമങ്ങൾക്ക് പിറകിൽ പ്രവർത്തിച്ച ശക്തികൾ ഗൂർഖാജനമുക്തിമോർച്ചയ്ക്ക് പിന്തുണ പ്രഖ്യാപിച്ചു. അതോടെ ഗൂർഖാലാന്റ് പ്രശ്നം വീണ്ടും സജീവമായിരിക്കുകയാണ്.

നക്സലിസം, മാവോയിസം

വസന്തത്തിന്റെ ഇടിമുഴക്കവുമായി നക്സലിസമെന്ന സിദ്ധാന്തവും ഈ പദവും സമ്മാനിച്ച സംസ്ഥാനമാണ് പശ്ചിമബംഗാൾ. 1967 മെയ് മാസത്തിലാണ് നക്സൽബാരി ഗ്രാമത്തിലെ ഭൂവുടമകൾക്കെതിരെ ഒരു കൂട്ടം അതിവിപ്ലവകാരികൾ സായുധ സമരമാരംഭിച്ചത്. ചാരുമജുംദാർ, കനുസന്യാൽ, ജൻഗൾ സാൻന്താൾ കാൻഹായ് ചാറ്റർജി തുടങ്ങിയവരായിരുന്നു നേതാക്കൾ. സി പി ഐ എമ്മുമായുള്ള ബന്ധം ഉപേക്ഷിച്ചാണ് ഇവർ അതിവിപ്ലവത്തിന്റെ പാത സ്വീകരിച്ചത്. പ്രമുഖ നേതാക്കൾ 1968 മേയ് മാസത്തിൽ യോഗം ചേർന്നു. തിരഞ്ഞെടുപ്പുകളിൽ നിന്ന് വിട്ടുനിൽക്കുക, ബൂർഷ്വാസിക്കെതിരെ സായുധസമരം സംഘടിപ്പിക്കുക തുടങ്ങിയവയായിരുന്നു ലക്ഷ്യങ്ങൾ. എന്നാൽ തുടക്കം മുതൽക്കു തന്നെ നക്സൽ നേതാക്കൾക്കിടയിൽ അഭിപ്രായഭിന്നതകൾ രൂക്ഷമായി. ജനകീയ സമരങ്ങൾക്ക് ശേഷം മാത്രമേ വർഗ ശത്രുവിനെതിരെയുള്ള സായുധസമരം ആരംഭിക്കാവൂ എന്ന നിലപാടിലായിരുന്നു കാൻഹായ് ചാറ്റർജി. എന്നാൽ ചാറ്റർജിയുടെ നിലപാടിനോട് ഭൂരിപക്ഷവും വിയോജിച്ചു. അങ്ങനെ നക്സലൈറ്റുകളുടെ കൂട്ടായ്മയായിരുന്ന ആൾ ഇന്ത്യ കോർഡിനേഷൻ കമ്മിറ്റി ഓഫ് കമ്യൂണിസ്റ്റ് റെവല്യൂഷനറീസ് പിളർന്നു. കാൻഹായ് ചാറ്റർജിയുടെ നേതൃത്വത്തിൽ മാവോയിസ്റ്റ് കമ്യൂണിസ്റ്റ് സെന്ററും ചാരു മജുംദാറിന്റെ നേതൃത്വത്തിൽ സി പി ഐ എം എല്ലും രൂപീകരിച്ചു. രണ്ടു വർഷക്കാലം ഇരുസംഘടനകളും ബംഗാളിൽ സജീവമായിരുന്നു. 1972 ജൂലായ് 16 ന് കൊൽക്കത്തയിൽ വെച്ച് ചാരു മജുംദാർ അറസ്റ്റിലായി. ദിവസങ്ങൾക്കുള്ളിൽ ലോക്കപ്പിൽ വെച്ച് അദ്ദേഹം മരണമടഞ്ഞു. അതോടെ സി പി ഐ എം എൽ സംസ്ഥാനത്ത് ദുർബലമായി. പ്രമുഖ നക്സൽ നേതാവ് കനുസന്യാൽ 1977 ൽ

നക്സലിസം ഉപേക്ഷിച്ച് ജനാധിപത്യമാണ് ശരിയെന്ന് പ്രഖ്യാപിച്ചു. ജ്യോതിബസുവിന്റെ നേതൃത്വത്തിൽ ഇടതുപക്ഷ സർക്കാർ അധികാരത്തിൽ വന്നതും ഭൂപരിഷ്കരണം നടപ്പിലാക്കിയതുമെല്ലാം സംസ്ഥാനത്ത് നക്സൽ സംഘടനകളെ ദുർബലമാക്കി.

പതിറ്റാണ്ടുകൾക്ക് ശേഷം 2004 ൽ പീപ്പിൾസ് വാർ ഗ്രൂപ്പും മാവോയിസ്റ്റ് കമ്യൂണിസ്റ്റ് സെന്ററും ലയിച്ച് സി പി ഐ മാവോയിസ്റ്റെന്ന പുതിയ സംഘടന രൂപീകരിച്ചതോടെ ബംഗാളിൽ മാവോയിസ്റ്റുകൾ വീണ്ടും തല പൊക്കി. നന്ദിഗ്രാം സംഭവം ഇവർക്ക് വീണുകിട്ടിയ സുവർണാവസരമായിരുന്നു. പ്രതിപക്ഷ പാർട്ടികളുടെ പിന്തുണയോടെ ഇവർ അടിത്തറ ഭദ്രമാക്കി, ബംഗാളിലെ ലാൻഗഢ്, പശ്ചിമ മിഡ്നാപ്പൂർ, പുരുലിയ, ബാങ്കുറ തുടങ്ങിയ ജില്ലകളിൽ ആസൂത്രിത ആക്രമണങ്ങൾ നടത്തി. 2009 ൽ ഝാർഖണ്ഡിനോട് ചേർന്നുള്ള ലാൻഗഢിലെ മൂന്നു പഞ്ചായത്തുകൾ പൂർണമായും മാവോയിസ്റ്റുകളുടെ നിയന്ത്രണത്തിലായി. ഇരുന്നൂറോളം പേരെ മാവോയിസ്റ്റുകൾ കൊലപ്പെടുത്തി. ഒരു മാസത്തോളം നീണ്ട പൊലീസ് സൈനിക നടപടികൾക്കൊടുവിലാണ് ഈ പ്രദേശം തിരികെ പിടിച്ചത്. മറ്റ് സംസ്ഥാനങ്ങളിൽ നിന്ന് വിഭിന്നമായി സംസ്ഥാനത്ത് മാവോയിസ്റ്റുകൾക്ക് ഒരു വിഭാഗം രാഷ്ട്രീകക്ഷികളുടെ പരസ്യ പിന്തുണ ലഭിക്കുന്നുണ്ട്. കേന്ദ്രമന്ത്രി ആയിരിക്കെ മമതാ ബാനർജി മാവോയിസ്റ്റുകൾക്കെതിരെയുള്ള സൈനിക നീക്കങ്ങൾ പിൻവലിക്കണമെന്ന് പലതവണ ആവശ്യപ്പെട്ടിരുന്നു. ഇതിന്റെയെല്ലാം ഫലമായി ബംഗാൾ ഇന്ന് നേരിടുന്ന ഏറ്റവും വലിയ സാമൂഹ്യ പ്രശ്നമായി മാവോയിസം മാറിയിരിക്കുന്നു. ഇതെല്ലാം വികസനപ്രവർത്തനങ്ങൾക്ക് വിഘാതം നൽകുകയാണ്. മാവോയിസ്റ്റ് സ്വാധീന മേഖലകളിൽ വിദ്യാലയങ്ങളോ സർക്കാർ ആശുപത്രികളോ ശരിയായ രീതിയിൽ പ്രവർത്തിക്കുന്നില്ല. സാമൂഹ്യ ക്ഷേമ പദ്ധതികളും ഇവിടെ നടപ്പിലാക്കാൻ മാവോയിസ്റ്റുകൾ അനുവദിക്കുന്നില്ല. കാരണങ്ങൾ എന്തു തന്നെ ആയാലും മാവോയിസം ഒരു വലിയ സാമൂഹ്യവിപത്തായി ബംഗാളിൽ ഇപ്പോൾ നിലനിൽക്കുകയാണ്.

കണ്ടിരിക്കേണ്ട സ്ഥലം – ഡാർജലിങ്

മലകളുടെ രാജകുമാരി എന്ന പേരിൽ അറിയപ്പെടുന്ന പ്രദേശമാണ് ഡാർജലിങ്. വനസൗന്ദര്യമാണ് പ്രധാനകാഴ്ച. ഗൂർഖാ നേപ്പാളി സംസ്കാരത്തിന്റെ തനിമകൾ ഇവിടെ കാണാം. പ്രശസ്തമായ ഡാർജലിങ് തേയില ഇവിടുത്തെ തോട്ടങ്ങളിലാണ് ഉൽപ്പാദിപ്പിക്കുന്നത്.

ഡാർജലിങ് ഹിമാലയ റെയിൽ സർവീസിന് ചരിത്ര പ്രാധാന്യമുണ്ട്. ഈ റെയിൽ സർവീസിന് യുണസ്കോ ലോക പൈതൃക കേന്ദ്രപദവി നൽകിയിട്ടുണ്ട്. ദേശീയ ചരിത്ര മ്യൂസിയം, ചൗരാസ്ത്ത, പദ്മജ നായിഡു ഹിമാലയൻ സുവോളജിക്കൽ പാർക്ക്, ഹിമാലയൻ പർവതാരോഹണ ഇൻസ്റ്റിറ്റ്യൂട്ട് എന്നിങ്ങനെ കണ്ടിരിക്കേണ്ട നിരവധി സ്ഥലങ്ങളും സ്ഥാപനങ്ങളും ഇവിടെയുണ്ട്.

ഡാർജലിങ്

ന്യൂ ജൽപായ് ഗുരിയാണ് അടുത്ത റെയിൽവെ സ്റ്റേഷൻ. ഇവിടെ നിന്ന് 88 കിലോമീറ്റർ റോഡ്മാർഗം യാത്ര ചെയ്താൽ ഡാർജിലിങിലെത്താം. ബാഗ്ഡോഗ്രയാണ് തൊട്ടടുത്ത വിമാനത്താവളം.

കേരളത്തിൽനിന്ന് ബംഗാളിലേക്കുള്ള ട്രെയിനുകൾ

2515 – തിരുവനന്തപുരം – ഗുവഹാട്ടി സൂപ്പർഫാസ്റ്റ് (ഞായറാഴ്ച)
2507 – എറണാകുളം – ഗുവഹാട്ടി സൂപ്പർഫാസ്റ്റ് (ചൊവ്വാഴ്ച)

പശ്ചിമബംഗാൾ – കേരളീയം

പണ്ടെല്ലാം തൊഴിൽ തേടി മലയാളികൾ കൊൽക്കത്ത നഗരത്തിൽ എത്തുമായിരുന്നു. ഈ ഒഴുക്ക് ഇപ്പോൾ പൂർണമായും നിലച്ചിരിക്കുന്നു എന്നുതന്നെ പറയാം. കൊൽക്കത്ത നഗരത്തിലെ മലയാളികളുടെ എണ്ണം പതിനായിരത്തിൽ കവിയില്ല. കാൽനൂറ്റാണ്ട് മുമ്പ് മലയാളികളുടെ എണ്ണം ഒരുലക്ഷത്തിന് മുകളിലായിരുന്നു. കൊൽക്കത്ത കേരള സമാജമാണ് ഏറ്റവും വലിയ മലയാളി സംഘടന.

കൊൽക്കത്ത കേരള സമാജം – ഗോപി കൊൽക്കത്ത. (09331973817)

പൊതുവിവരങ്ങൾ

തലസ്ഥാനം	–	കൊൽക്കത്ത
ജില്ലകൾ	–	19
നിയമസഭാമണ്ഡലങ്ങൾ	–	294

ലോക്സഭാമണ്ഡലങ്ങൾ	–	42
രാജ്യസഭാ സീറ്റുകൾ	–	16
രൂപീകൃതമായ ദിവസം	–	1960 മേയ് 1
ഔദ്യോഗിക ഭാഷ	–	ബംഗാളി
ജനസംഖ്യ	–	91347736
വിസ്തീർണം	–	88,752/Km^2
വിമാനത്താവളങ്ങൾ	–	കൊൽക്കത്ത ബാഗ്ഡോഗ്ര, കുച്ച് ബിഹാർ, മാൾഡ, ബല്ലൂർഘട്ട്
സാക്ഷരത	–	77.08%
റോഡ് ഗതാഗതം	–	45,569 കിലോമീറ്റർ
റെയിൽ ഗതാഗതം	–	3768 കിലോമീറ്റർ
സന്ദർശിക്കാൻ അനുയോജ്യമായ സമയം	–	ഒക്ടോബർ – മാർച്ച്.

പ്രത്യേകതകൾ

1. ഏറ്റവും ജനസാന്ദ്രതയുള്ള സംസ്ഥാനം.
2. ഭൂപരിഷ്കരണം ഏറ്റവും കാര്യക്ഷമമായി നടപ്പിലാക്കിയ സംസ്ഥാനം.
3. മുസ്ലിം ന്യൂനപക്ഷങ്ങൾക്കും ദളിതർക്കും സ്വന്തമായി ഏറ്റവുമധികം ഭൂമിയുള്ള സംസ്ഥാനം
4. നെൽ ഉൽപ്പാദനത്തിൽ രാജ്യത്ത് 1–ാം സ്ഥാനം
5. പച്ചക്കറികളുടേയും കിഴങ്ങ് വർഗങ്ങളുടേയും ഉൽപ്പാദനത്തിൽ ഒന്നാം സ്ഥാനം
6. സാമുദായിക സൗഹാർദം സംരക്ഷിക്കുന്നതിൽ ഇന്ത്യയിൽ ഒന്നാമത്.
7. ന്യൂനപക്ഷങ്ങൾക്ക് നേരെയുള്ള മതപരമായ വിവേചനം ഏറ്റവും കുറഞ്ഞ സംസ്ഥാനം
8. ഏറ്റവുമധികം കാലം മുഖ്യമന്ത്രി ആയിരുന്ന നേതാവ് – ജ്യോതി ബസു
9. സ്വന്തം സർക്കാരിനെതിരെ നിരാഹാര സമരം നടത്തിയ മുഖ്യമന്ത്രി – അജയ് മുഖർജി (1469)
10. ഇന്ത്യയുടെ സാംസ്കാരിക തലസ്ഥാനം – കൊൽക്കത്ത
11. നക്സലിസത്തിന്റെ പ്രഭവ കേന്ദ്രം – നക്സൽ ബാരി.
12. ഇന്ത്യൻ ഫുട്ബോളിന്റെ തട്ടകം – കൊൽക്കത്ത
13. ലോകത്തെ ഏറ്റവും പഴക്കമുള്ള പോളോ ക്ലബ് – കൊൽക്കത്ത, പോളോ ക്ലബ്

14. ഒരു ലക്ഷത്തോളം പേരെ ഉൾക്കൊള്ളാൻ ശേഷിയുള്ള സ്റ്റേഡിയം - ഈഡൻ ഗാർഡൻസ്
15. ലോകത്തെ രണ്ടാമത്തെ വലിയ ഫുട്ബോൾ സ്റ്റേഡിയം - സാൾട്ട് ലെക്ക് സ്റ്റേഡിയം.

സഹായനമ്പറുകൾ

അടിയന്തരാവശ്യം	– 100
കുറ്റകൃത്യങ്ങൾ അറിയിക്കുന്നതിനുള്ള നമ്പർ	– 1093
ട്രാഫിക് പൊലീസ്	– 1073
പൊലീസ് ഹെഡ്ക്വാട്ടേഴ്സ്	– 033 – 22505000
കൺട്രോൾ റൂം	– 033 – 22143009
പൊലീസ് വനിതാ വിഭാഗം	– 033 – 22505000
ടൂറിസം ഇൻഫർമേഷൻ	– 033 – 22485168 033 – 22437260
പൊലീസ് വെബ്സൈറ്റ്	– www.westbengaltourism.gov.in
ഇൻഫർമേഷൻ ഓഫീസ്	– 033 – 22143011
ഇൻഫർമേഷൻ വെബ്സൈറ്റ്	– www.tathyabangla.gov.in

9

സിക്കിം

സിക്കിം എന്നാൽ പുതിയ കൊട്ടാരം എന്നാണർഥം. ഫുൻത്സോഗ് നാംഗ്യാൽ എന്ന ആദ്യത്തെ സിക്കിം രാജാവാണ് പുതിയ കൊട്ടാരം നിർമിച്ചത്. എന്നാൽ സിക്കിമിന് പല വിഭാഗങ്ങളും പല അർഥങ്ങളാണ് പറയുന്നത്. നേപ്പാളികൾക്ക് സിക്കിമെന്നാൽ അരിയുടെ താഴ്വരയാണ്. ആദിമ നിവാസികളായ ലിപേച്ചാസിന് സിക്കിമെന്നാൽ സ്വർഗമാണ്. ഭൂട്ടിയ ഗോത്രവിഭാഗത്തിന് ഒളിച്ചു വെച്ച അരിയുടെ താഴ്വരയും ഹൈന്ദവ പുരാണങ്ങൾ അനുസരിച്ച് സിക്കിം ഇന്ദ്രന്റെ പൂന്തോട്ടവും.

ചരിത്രം

ചെറിയ സംസ്ഥാനമാണെങ്കിലും ചരിത്രം സംഭവബഹുലമാണ്. ബൗദ്ധ സന്യാസി ഗുരു റിൻപോച്ചെ 8–ാം നൂറ്റാണ്ടിലൂടെ ഇതുവഴി സഞ്ചരിച്ചിരുന്നുവെന്നും മലകൾക്ക് മുകളിൽ താമസിച്ചിരുന്നവർക്കിടയിൽ ബുദ്ധമതം പ്രചരിപ്പിച്ചിരുന്നുവെന്നുമാണ് ചരിത്രം. കിഴക്കൻ ടിബറ്റിലെ ഖാം ഗ്രാമത്തിലെ ഒരു രാജകുമാരൻ ഇവിടെയെത്തിയത്രെ. അദ്ദേഹത്തിന്റെ പിൻതലമുറക്കാരായ ചോഗ്യാൽ രാജവംശമാണ് പിന്നീട് സിക്കിം ഭരിച്ചത്. ഫുൽത് സോഗ് നാംഗ്യാലും മകൻ ടെൽസങ് നാംഗ്യാലുമായിരുന്നു അക്കാലത്തെ പ്രമുഖരായ രാജാക്കന്മാർ. ചോഗ്യാൽ രാജവംശത്തിൽപ്പെട്ടവരായിരുന്നു ഇവർ. 18–ാം നൂറ്റാണ്ടിൽ ഭൂട്ടാൻ രാജാക്കന്മാരും നേപ്പാളികളും ടിബറ്റുകാരും സിക്കിമിനെ ആക്രമിച്ചു. 1791 ൽ നേപ്പാളി ഗൂർക്കകൾ സിക്കിം പിടിച്ചടക്കുമെന്നായി. അന്ന് ചൈനീസ് സൈന്യത്തിന്റെ സഹായത്തോടെയാണ് സിക്കിം രാജാക്കന്മാർ ചെറുത്തുനിന്നത്. ചൈനയുടെ പിന്തുണയോടെ പിന്നീട് കിങ് രാജവംശമാണ് സിക്കിം ഭരിച്ചത്.

അക്കാലത്ത് നേപ്പാളായിരുന്നു സിക്കിമിന്റെ മുഖ്യശത്രു. നേപ്പാളിൽ നിന്നുള്ള അക്രമങ്ങളെ ചെറുക്കുന്നതിനായി സിക്കിം ഭരണാധികാരികൾ ഈസ്റ്റ് ഇന്ത്യാ കമ്പനിയുമായി കൈകോർത്തു. സിക്കിമിന്റെ പേരു പറഞ്ഞാണ് ബ്രിട്ടീഷുകാർ നേപ്പാളിനെ ആക്രമിച്ചത്. 1814 ൽ ബ്രിട്ടീഷുകാരും നേപ്പാളികളും ഏറ്റുമുട്ടി. ചരിത്ര പ്രസിദ്ധമായ ഗൂർഖയുദ്ധത്തിനൊടുവിൽ നേപ്പാൾ തോൽവി സമ്മതിച്ചു. നേരത്തെ കൈവശം വെച്ചിരുന്ന ഭൂമി സിക്കിമിന് നേപ്പാൾ രാജാക്കന്മാർ തിരിച്ച് കൊടുത്തതോടെയാണ് യുദ്ധം അവസാനിച്ചത്. ബ്രിട്ടീഷുകാരുമായുള്ള സിക്കിം രാജാക്കന്മാരുടെ സൗഹൃദം അധികം നീണ്ടുനിന്നില്ല. ബ്രിട്ടീഷുകാർ സിക്കിമിലെ മൊറാൻഗ് മേഖലയിൽ പ്രത്യേക നികുതി ചുമത്തിയതോടെയാണ് സിക്കിമുകാർക്ക് ബ്രിട്ടീഷുകാരുടെ തനിനിറം ബോധ്യപ്പെട്ടത്. സിക്കിമിൽ ബ്രിട്ടീഷ് വിരുദ്ധത പുകഞ്ഞു. 1849 ൽ രണ്ട് ബ്രിട്ടീഷ് ഡോക്ടർമാർ അനുവാദം വാങ്ങാതെ രാജ്യത്തിനകത്ത് കടന്നപ്പോൾ ഒട്ടും സംശയിച്ച് നിന്നില്ല. ഇരുവരേയും അറസ്റ്റ് ചെയ്ത് ജയിലിലടച്ചു. അപമാനിതരായ ബ്രിട്ടീഷുകാർ തിരിച്ചടിച്ചു. സിക്കിമിന്റെ ഭാഗമായിരുന്ന ഡാർജിലിങ്ങിനെയും മൊറാൻഗിനെയും സിക്കിമിൽ നിന്നും വേർപ്പെടുത്തി ഇന്ത്യയിൽ ചേർത്തുകൊണ്ടാണ് ബ്രിട്ടീഷുകാർ പ്രതികാരം തീർത്തത്.

സ്വാതന്ത്ര്യത്തിന് ശേഷം ഇന്ത്യയിൽ ചേരണമെന്ന് ഒരുകൂട്ടരും സ്വതന്ത്രരാജ്യമാവണമെന്ന് മറ്റൊരു കൂട്ടരും ശക്തമായി വാദിച്ചു. 1947 ൽ നടന്ന അഭിപ്രായവോട്ടെടുപ്പിൽ ഇന്ത്യയിൽ ലയിക്കുന്നതിനെ ബഹുഭൂരിഭാഗവും എതിർത്തു. എന്നാൽ വളരെ ചെറിയ ഭൂപ്രദേശത്തിന് തനിച്ച് നിലനിൽപ്പ് ഇല്ലായിരുന്നു. വിദേശകാര്യം, പ്രതിരോധം, നയതന്ത്രം, വാർത്താവിനിമയം തുടങ്ങിയ മേഖലകൾ ഇന്ത്യക്ക് നൽകിയശേഷം സ്വയം ഭരണാധികാരമുള്ള പ്രദേശമായി സിക്കിം തുടർന്നു. പ്രധാന അധികാരങ്ങൾ ചോംഗ്യാൽ രാജവംശത്തിൽ നിക്ഷിപ്തമാകുന്ന രീതിയിലുള്ള പരിമിത ജനാധിപത്യം സിക്കിമിൽ പരാജയപ്പെട്ടു. സിക്കിം നാഷണൽ കോൺഗ്രസിന്റെ നേതൃത്വത്തിൽ രാജഭരണത്തിനെതിരെ പ്രതിഷേധം ശക്തമായി. 1973 ൽ പ്രതിഷേധങ്ങൾ കലാപമായി മാറി. 1975 ൽ സിക്കിം കാസി (പ്രധാനമന്ത്രി) യുടെ അഭ്യർഥനയെത്തുടർന്ന് ഇന്ത്യൻ സൈന്യം സിക്കിമിലെത്തുകയും ഗാങ്ടോക്ക് നഗരത്തിന്റെ നിയന്ത്രണം ഏറ്റെടുക്കുകയും ചെയ്തു. തുടർന്ന് നടന്ന അഭിപ്രായ വോട്ടെടുപ്പിൽ 97.5 ശതമാനം പേർ ഇന്ത്യയിൽ ചേരുന്നതിനെ അനുകൂലിച്ചു. 1975 മെയ് 16ന് 22-ാമത്തെ സംസ്ഥാനമായി സിക്കിം ഇന്ത്യയിൽ ചേർന്നു.

രാഷ്ട്രീയം

സിക്കിം രാഷ്ട്രീയത്തിന് ഏറെ സവിശേഷതകളുണ്ട്. രാജ്യത്തെ ഏറ്റവും ചെറിയ നിയമസഭയുള്ള സംസ്ഥാനമാണിത്. 32 അംഗനിയമസഭ. ഇന്ത്യയിലെ ഏറ്റവും ചെറിയ ഹൈക്കോടതിയും ഇവിടെത്തന്നെ. ഇന്ത്യയിൽ ലയിച്ചതിന് ശേഷം 1975 ൽ ആദ്യത്തെ നിയമസഭാ തിരെ

മുഖ്യമന്ത്രിമാർ		
പേര്	കാലാവധി	പാർട്ടി
കെ എൽ ദോർജി	1975 – 1979	ഇന്ത്യൻ നാഷണൽ കോൺഗ്രസ്
നാർ ബഹാദൂർ ഭണ്ഡാരി	1979 – 1984	സിക്കിം ജനതാ പരിഷത്ത്
ഭീം ബഹാദൂർ ഗുരുങ്	1984 (മെയ് 11–25)	ഇന്ത്യൻ നാഷണൽ കോൺഗ്രസ്
നാർ ബഹദൂർ ഭണ്ഡാരി	1985 – 1994	സിക്കിം ഡാൻഗ്രാം പരിഷത്ത്
ഡാൻ ചാമൻ ലിംബു	1994 (ജൂൺ – ഡിസംബർ)	സിക്കിം ഡാൻഗ്രാം പരിഷത്ത്
പവൻ കുമാർ ചിംലിങ്	1994 – (തുടരുന്നു)	സിക്കിം ഡെമോക്രാറ്റിക് ഫ്രണ്ട്
1979 ആഗസ്റ്റ് 18 ഒക്ടോബർ 18 വരെയും മേയ് 25 മാർച്ച് 8 വരെയും രാഷ്ട്രപതി ഭരണം		

ഞ്ഞെടുപ്പ് നടന്നു. പ്രാദേശിക പാർട്ടികളെ പിന്തള്ളി കോൺഗ്രസ് ഏറ്റവും വലിയ ഒറ്റക്കക്ഷിയായി. കെ എൽ ദോർജി ആയിരുന്നു ആദ്യത്തെ മുഖ്യ മന്ത്രി. 2 വർഷത്തെ അസ്ഥിരമായ ഭരണത്തിന് ശേഷം 1979ൽ നടന്ന തിരഞ്ഞെടുപ്പിൽ നാർ ബഹദൂർ ഭണ്ഡാരിയുടെ നേതൃത്വത്തിൽ സിക്കിം സാംഗ്രാം പരിഷത്ത് അധികാരത്തിൽ വന്നു. 1979 മുതൽ 1994 വരെ ഭണ്ഡാരിയായിരുന്നു മുഖ്യമന്ത്രി. 1994 സിക്കിം ഡെമോക്രാറ്റിക് പാർട്ടി നേതാവ് പവൻ കുമാർ ചാംലിങ് മുഖ്യമന്ത്രിയായി. പിന്നീട് നടന്ന എല്ലാ തിരഞ്ഞെടുപ്പിലും വിജയിച്ച അദ്ദേഹം 2009 ൽ സിക്കിമിൽ റെക്കാർഡ് വിജയം നേടി. 2009 ലെ നിയമസഭാ തിരെഞ്ഞെടുപ്പിൽ ആകെയുള്ള 32 സീറ്റുകളിലെ 32 ഉം സിക്കിം ഡെമോക്രാറ്റിക് പാർട്ടി നേടി. ഇതുവരെ യുള്ള നിയമസഭാ തിരഞ്ഞെടുപ്പ് ചരിത്രത്തിലെ ഏക നൂറുമേനി വിജ യമാണിത്.

കർഷക, തൊഴിലാളി മുന്നേറ്റങ്ങൾ

സിക്കിമിലെ കർഷക, തൊഴിലാളി മുന്നേറ്റങ്ങളുടെ നേതൃത്വം സി പി ഐ എമ്മിനാണ്. ഇന്ത്യയിൽ ഔദ്യോഗികമായി ലയിക്കുന്നതിന് മുമ്പു തന്നെ സിക്കിമിൽ കമ്യൂണിസ്റ്റുകാർ ഉണ്ടായിരുന്നു. എന്നാൽ ഇവർക്ക് സംഘടിത രൂപമോ പ്രവർത്തിക്കാൻ സംഘടനയോ ഉണ്ടായിരുന്നില്ല. ബംഗാളിലെ കമ്യൂണിസ്റ്റുകാരായിരുന്നു സിക്കിമിലെ കമ്യൂണിസ്റ്റുകാരുടെ വഴികാട്ടികൾ. ഇക്കാലത്ത് ചില ഒറ്റപ്പെട്ട തൊഴിൽ സമരങ്ങൾ സംസ്ഥാ നത്ത് നടന്നിരുന്നു. മോഹൻഗുരും എന്ന നേതാവായിരുന്നു സമരത്തിന് നേതൃത്വം നൽകിയിരുന്നത്. സംസ്ഥാനത്തുനിന്ന് പ്രസിദ്ധീകരിക്കുന്ന ഏക പുരോഗമന പ്രസിദ്ധീകരണം അർജുൻ ഉപാധ്യായ പത്രാധിപരാ

യുള്ള *സാംറോ പ്രജാശക്തി*യാണ്. സിക്കിമിലെ യാഥാസ്ഥിതിക സമൂഹത്തിലെ ദുഷ്ചെയ്തികളെ *സാംറാം പ്രജാശക്തി*യിലൂടെ കമ്യൂണിസ്റ്റുകാർ ചോദ്യം ചെയ്തു. ഇതിൽ ക്ഷുഭിതരായ സിക്കിം ഡെമോക്രാറ്റിക് ഫ്രണ്ട് പ്രവർത്തകർ 1998 ൽ *സാംറോ പ്രജാശക്തി*യുടെ ഓഫീസ് അടിച്ചുതകർത്തു. പത്രാധിപരും സി പി ഐ എമ്മിന്റെ സംസ്ഥാന സെക്രട്ടറിയുമായ അർജുൻ ഉപാധ്യായക്ക് ആക്രമണത്തിൽ ഗുരുതരമായി പരുക്ക് പറ്റി.

1991 ൽ സംഘടിപ്പിച്ച്. തലസ്ഥാനമായ ഗാങ്ടോക്കിൽവച്ച് ആദ്യത്തെ കമ്യൂണിസ്റ്റ് ഗ്രൂപ്പിന് രൂപം നൽകി. 1992 സി പി ഐ എം സിക്കിം കമ്മിറ്റിയുടെ ആദ്യ സംസ്ഥാന സമ്മേളനം നടന്നു. അർജുൻ ഉപാധ്യായ ആയിരുന്നു ആദ്യത്തെ സംസ്ഥാന സെക്രട്ടറി. തൊഴിൽ സമരങ്ങൾക്കും കർഷക സമരങ്ങൾക്കും പാർട്ടി നേതൃത്വം നൽകി. റാഗ്ടോംങ് ടിൻപെക്കിൽ കിസാൻ സഭയുടെ നേതൃത്വത്തിലും തെക്കൻ സിക്കിമിലെ മെല്ലിയിൽ സി ഐ ടി യുവിന്റെ നേതൃത്വത്തിലും വൻ സമരങ്ങൾ നടന്നു. കുറഞ്ഞ കാലയളവിനുള്ളിൽത്തന്നെ സി ഐ ടി യുവിന്റെ അംഗസംഖ്യ മൂവായിരത്തോളം ഉയർന്നു.

ഭൂമിശാസ്ത്രം

സംസ്ഥാനത്തിന്റെ വടക്ക്, കിഴക്ക്, പടിഞ്ഞാറ് അതിർത്തികൾ ഹിമാലയമാണ്. ചൈന, നേപ്പാൾ, ഭൂട്ടാൻ, പശ്ചിമബംഗാൾ എന്നിവയാണ് അയൽ പ്രദേശങ്ങൾ. 28 പർവതങ്ങൾ 80 മഞ്ഞുമലകൾ, ഉയരം കൂടിയ

കാഞ്ചൻജംഗ

പ്രദേശങ്ങളിൽ സ്ഥിതി ചെയ്യുന്ന 227 തടാകങ്ങൾ, നൂറിലേറെ നദികൾ തുടങ്ങിയവയെല്ലാം ഈ കൊച്ചു സംസ്ഥാനത്തിന്റെ പ്രത്യേകതകളാണ്. സിക്കിം നേപ്പാൾ അതിർത്തിയിൽ സ്ഥിതിചെയ്യുന്ന കാഞ്ചൻജംഗ യാണ് ഇന്ത്യയിലെ ഏറ്റവും ഉയരമുള്ള പർവതം. സിക്കിമിന്റെ ജീവനാഡിയെന്ന് അറിയപ്പെടുന്ന തീസ്റ്റ നദിയാണ് പ്രധാന നദി. പാറക്കെട്ടുകൾക്കിടയിൽനിന്ന് ചൂടുവെള്ളം വമിക്കുന്ന പ്രതിഭാസം പലയിടങ്ങളിലുമുണ്ട്. റേഷി, യംതാങ്, ബോറാങ്, റലാങ്, തരാംച്യു, യുമെ സാംഡോങ് തുടങ്ങിയ ചൂടുവെള്ള പ്രവാഹങ്ങൾ പ്രസിദ്ധമാണ്. സൾഫറിന്റേയും ഹൈഡ്രജന്റെയും അംശമുള്ള ഇവ ഔഷധഗുണമുള്ളവയാണത്രെ.

സംസ്ഥാനത്തിന്റെ 81% പ്രദേശങ്ങളും നിബിഡ വനങ്ങളാണ്. വ്യത്യസ്തയിനം സസ്യങ്ങളും പക്ഷികളും മൃഗങ്ങളുമെല്ലാം ഈ വനങ്ങളിലുണ്ട്. അയ്യായിരത്തിലേറെ പുഷ്പിക്കുന്ന സസ്യങ്ങൾ, 515 ഓർക്കിടുകൾ, 123 ഇനം മുളകൾ, 424 ഔഷധസസ്യങ്ങൾ, 550 ഇനം പക്ഷികൾ എന്നിങ്ങനെ വൈവിധ്യങ്ങൾ നിറഞ്ഞതാണ് ആവാസവ്യവസ്ഥ. രാജ്യത്താകെയുള്ള 1438 ഇനം പൂമ്പാറ്റകളിലെ 695 ഇനങ്ങളും ഇവിടെയാണ്. വംശനാശഭീഷണി നേരിടുന്ന ഭൂട്ടാൻ ഗ്ലോറി, യെല്ലോ ഗോർഗോൺ, കൈസർ ഐ ഹിന്ദ് എന്നീ അപൂർവയിനം പൂമ്പാറ്റകളേയും സിക്കിമിൽ കാണാം.

സമ്പദ്വ്യവസ്ഥ

ചെറിയ സംസ്ഥാനവും കുറഞ്ഞ ജനസംഖ്യയുമാണെങ്കിലും സംസ്ഥാനത്തിന്റെ സമ്പദ്വ്യവസ്ഥ ശക്തമാണ്. സാമ്പത്തിക വളർച്ചയുടെ കാര്യത്തിൽ രാജ്യത്ത് 2-ാം സ്ഥാനത്ത് നിൽക്കുന്ന സംസ്ഥാനമാണ് സിക്കിം. 8.3 ശതമാനം സാമ്പത്തിക വളർച്ച.

കൃഷി

സമ്പദ്വ്യവസ്ഥയുടെ നട്ടെല്ല് കാർഷിക മേഖല തന്നെയാണ്. അരി, ഗോതമ്പ്, ബാർലി, ചാമ തുടങ്ങിവയാണ് പ്രധാന കാർഷികോൽപ്പന്നങ്ങൾ. ഏലം, തേയില തുടങ്ങിയ നാണ്യവിളകളും ഉൽപ്പാദിപ്പിക്കുന്നു. രാജ്യത്ത് ഏലം ഉൽപ്പാദനത്തിൽ 1-ാം സ്ഥാനത്തുള്ള സംസ്ഥാനമാണ് സിക്കിം.

വ്യവസായം

വ്യവസായ മേഖലയിൽ സംസ്ഥാനം പിന്നോക്കമാണ്. ഭൂമിശാസ്ത്രപരമായ പ്രത്യേകതകൾ തന്നെയാണ് ഈ പിന്നാക്കാവസ്ഥയ്ക്ക് കാരണം. അടുത്ത കാലത്തായി കുപ്പിവെള്ള നിർമാണ കമ്പനികൾ സംസ്ഥാനത്ത് സജീവമായിട്ടുണ്ട്. തെക്കൻ മേഖലയിലെ മില്ലി, ജോരിതാങ് പ്രദേശങ്ങളിലാണ് പ്രധാന കമ്പനികൾ പ്രവർത്തിക്കുന്നത്.

ഏറ്റവും വേഗത്തിൽ വളർന്നുകൊണ്ടിരിക്കുന്ന വ്യവസായം ലോട്ടറി ചൂതാട്ടമാണ്. പ്ലേവിൻ ലോട്ടറി വൻ വിജയമായിരുന്നു. സിക്കിം ലോട്ടറിക്ക് രാജ്യത്തൊട്ടാകെ ആധിപത്യം ഉറപ്പിക്കാൻ സാധിച്ചു.

ചെമ്പ്, ഗ്രാനൈറ്റ്, കൽക്കരി, സിങ്ക്, ഈയം തുടങ്ങിയ ധാതുക്കളുടെ നിക്ഷേപം സംസ്ഥാനത്തുണ്ട്. ഇവ കൈയടക്കുന്നതിനായി സ്വകാര്യ കമ്പനികൾ മത്സരിക്കുകയാണ്.

അടിസ്ഥാന സൗകര്യവികസനം

അടിസ്ഥാനസൗകര്യ വികസനത്തിൽ സംസ്ഥാനം പിന്നാക്കമാണ്. വിമാനത്താവളങ്ങളോ റെയിൽ ഗതാഗതമോ സംസ്ഥാനത്തില്ല. ബംഗാളിലെ സിലുഗുരിയാണ് ഏറ്റവും അടുത്തുള്ള വിമാനത്താവളം. ഗാങ്ടോക്കിൽ ഹെലിക്കോപ്ടർ സർവീസുകൾ ഉണ്ട്. ബംഗാളിലെ സിലിഗുരി, ജയ്പാൽ ഗുരി റെയിൽവേ സ്റ്റേഷനുകളാണ് അടുത്തുള്ള റെയിൽവേ സ്റ്റേഷനുകൾ. സിക്കിമിലെ റാങ് പോ നഗരത്തെ ബന്ധിപ്പിക്കുന്ന റെയിൽവേ പദ്ധതി 2015 ൽ യാഥാർഥ്യമാവുമെന്നാണ് കരുതുന്നത്.

ദേശീയപാത 31 ഉം 31 എയും ബംഗാളിലെ സിലുഗുരിയേയും തലസ്ഥാനമായ ഗാങ്ടോക്കിനേയും ബന്ധിപ്പിക്കുന്നു. ഗതാഗതത്തിനായി ജനങ്ങൾ ബസ് സർവീസുകളേയും ജീപ്പ് സർവീസുകളേയുമാണ് ആശ്രയിക്കുന്നത്.

നാഥുലാപാസ് ഇന്ത്യയെയും ചൈനയെയും ബന്ധിപ്പിക്കുന്നു. ഇന്ത്യക്കും ചൈനയ്ക്കുമിടയിലുള്ള പ്രധാന ചരക്ക് പാതയാണിത്. ഇന്ത്യ–ചൈന യുദ്ധത്തെ തുടർന്ന് 1962 ൽ പാത അടച്ചു. 2006 ജൂലൈ 6ന് പാത വീണ്ടും തുറന്നു. കമ്പിളി, സുഗന്ധവ്യഞ്ജനങ്ങൾ തുടങ്ങിയവയാണ് പ്രധാനമായും സിക്കിമിൽനിന്നും ചൈനയിലേക്ക് കൊണ്ടുപോവുന്നത്.

ടൂറിസം

ടൂറിസം മേഖലയിൽ വൻകുതിച്ചുചാട്ടമാണ് സിക്കിം നടത്തിയിട്ടുള്ളത്. തൊണ്ണൂറുകളിൽ ടൂറിസം വികസനത്തിനായി നടപ്പിലാക്കിയ പദ്ധതികൾ ലക്ഷ്യം കണ്ടു. ടൂറിസം മേഖലയിൽ നിന്നുള്ള വരുമാനത്തിൽ 14 ഇരട്ടിയുടെ വർധനവാണ് ഉണ്ടായത്.

പ്രധാന ടൂറിസം കേന്ദ്രങ്ങൾ

ഗാങ്ട്ടോക്ക് – തലസ്ഥാനം, കൊട്ടാരങ്ങൾ പൂന്തോട്ടങ്ങൾ മാനുകളുടെ ഉദ്യാനം, ക്ഷേത്രങ്ങൾ കാബിലുഗ് ചോക്ക് (ചരിത്ര സ്മാരകം), പോഡോങ്, റൂംട്ടേക്ക് (ബുദ്ധ വിഹാരങ്ങൾ), എൻചേ ബുദ്ധവിഹാരം, (ഇവിടെ നിന്ന് കാഞ്ചൻജംഗ പർവതം കാണാം), ഫാം ബോങ്ഗ് വന്യജീവി സങ്കേതം, ഖേച്ചിയോ പാൽ റി തടാകം, ലാ ചുങ് വെള്ളച്ചാട്ടം,

നാംചി, പെൻസോങ് വിഹാരം, റാബ്സെന്റ് സെ, താഷിസിങ്, ബുദ്ധ വിഹാരം, ടെൻഡോങ് മലകൾ, ത്സൊമോഗോ തടാകം, മെർസെ ഉദ്യാനം, യുക്സാം തടാകം

സാമൂഹ്യാവസ്ഥ

19–ാം നൂറ്റാണ്ടിൽ കുടിയേറിയ നേപ്പാളികൾ, 14–ാം നൂറ്റാണ്ടിൽ ടിബറ്റിലെ ഖാം ജില്ലയിൽ നിന്ന് കുടിയേറിയ ഭൂട്ടിയകൾ കിഴക്കനേഷ്യയിൽ നിന്ന് കുടിയേറിയവരെന്ന് കരുതുന്ന ലെപ്ച്ചാസ് തുടങ്ങിയവരാണ് ജനസംഖ്യയിലെ ഭൂരിഭാഗവും. ഗാങ് ടോക്കിലും തെക്കൻ സിക്കിമിലും കച്ചവടം നടത്തുന്നവരിൽ ഭൂരിഭാഗവും ബീഹാറികളും ബംഗാളികളും മാർവാടികളുമാണ്. ബുദ്ധമതം, ഹിന്ദു, മുസ്ലിം, ക്രിസ്ത്യൻ, ജൈനമതം എന്നിവയാണ് പ്രധാന മതങ്ങൾ. മതപരമായ വിഭാഗീയത ജനങ്ങൾക്കിടയിലില്ല. 1975 ൽ സിക്കിമിനെ ഇന്ത്യയിൽ ചേർക്കുന്ന ഘട്ടത്തിൽ നേപ്പാളികൾക്കും ലെപ്ച്ചാസുകൾക്കുമിടയിൽ സംഘർഷാവസ്ഥ നിലനിന്നിരുന്നു. എന്നാൽ സംഘർഷാവസ്ഥ സാമുദായിക കലാപമായി പടരുന്നത് തടയാൻ അന്ന് അധികൃതർക്ക് സാധിച്ചു.

ചെറിയ സംസ്ഥാനമാണെങ്കിലും നിരവധി ഭാഷകൾ സിക്കിമിലുണ്ട്. ഇന്ത്യയിൽ ഏറ്റവുമധികം ഔദ്യോഗിക ഭാഷകളുള്ള സംസ്ഥാനം സിക്കിമാണ്. ഇവിടെ 11 ഔദ്യോഗിക ഭാഷകളുണ്ട്. നേപ്പാളി, ദ്സോനൻക, ഗ്രോമ, ഗുരുൺഗ്, ലിംബു, മാഗർ, മജ്ഹി, മാജ്വാർ, നേപ്പാൾ ദാസാ, റായ്, സിക്കിമീസ് ഷേർപ്പ, സുനുവാർ, തമാങ്, തുളുങ്, ടിബറ്റൻ, യാഖാ തുടങ്ങിയവയ്ക്ക് പുറമേ ഹിന്ദിയും ഇംഗ്ലീഷും ജനങ്ങൾക്കിടയിൽ സുപരിചിതമാണ്.

ജനസംഖ്യയിലെ 82.20 ശതമാനം പേർ സാക്ഷരരാണ്. ഏറ്റവും കുറഞ്ഞ ജനസാന്ദ്രതയുള്ള 3–ാമത്തെ സംസ്ഥാനമാണ് സിക്കിം. ചതുരശ്രകിലോമീറ്ററിൽ 86 പേർ. നാഷണൽ ക്രൈം റെക്കോർഡ് ബ്യൂറോയുടെ കണക്കുകൾ പ്രകാരം ക്രിമിനൽ കുറ്റകൃത്യങ്ങൾ തടയുന്നതിൽ സംസ്ഥാനം പിറകിലാണ്. 2008 ലെ കണക്കുകൾ പ്രകാരം സംസ്ഥാനത്തിന്റെ സ്ഥാനം 30. എന്നാൽ സ്ത്രീധനമരണങ്ങൾ ഏറ്റവും കുറവുള്ള സംസ്ഥാനമാണ് സിക്കിം. ലൈംഗിക പീഡനങ്ങൾ, സ്ത്രീകളോട് അപമര്യാദയായി പെരുമാറൽ തുടങ്ങിയ കുറ്റകൃത്യങ്ങളും സംസ്ഥാനത്ത് കുറവാണെന്ന് ക്രൈം റെക്കാർഡ് ബ്യൂറോ ചൂണ്ടിക്കാട്ടുന്നു. ആത്മഹത്യാ നിരക്കിൽ കേരളത്തെ പിൻതള്ളി സംസ്ഥാനം ഇപ്പോൾ ഒന്നാം സ്ഥാനത്താണ്.

ആഘോഷങ്ങൾ

ആഘോഷങ്ങളിലെ വൈവിധ്യം സിക്കിമിന്റെ പ്രത്യേകതയാണ്. സാഗാധമാ, ലബാബ് ദ്യുച്ചേൻ, ധ്യുക് പാ തേഷി, ഫംഗ് ലബോസൽ, ലോസുംഗ്, ലോസാർ, ബുംച്യു, കാൽചക്ര പൂജ തുടങ്ങിയവയാണ് ബുദ്ധ

വിശ്വാസികൾക്കിടയിലെ പ്രധാന ആഘോഷങ്ങൾ. ദസറ, ദീപാവലി, ഹോളി, രാമനവമി എന്നിവയാണ് ഹിന്ദുക്കൾക്കിടയിലെ പ്രധാന ആഘോഷങ്ങൾ. ക്രിസ്തുമസും സംസ്ഥാനത്ത് വിപുലമായി ആഘോഷിക്കാറുണ്ട്.

കണ്ടിരിക്കേണ്ട സ്ഥലം – ഗാങ്ടോക്ക്

സിക്കിമിന്റെ തലസ്ഥാനമാണ് ഗാങ്ടോക്ക്. സമുദ്രനിരപ്പിൽനിന്ന് 1780 മീറ്റർ ഉയരത്തിൽ സ്ഥിതി ചെയ്യുന്ന മനോഹര പ്രദേശം. പ്രകൃതി രമണീയമായ പർവതങ്ങളും നിബിഡവനങ്ങളുമാണ് പ്രധാന കാഴ്ച. ഹിമാലയൻ സുവോളജിക്കൽ പാർക്ക്, പേമായാൻഗ്ട്സെ ആശ്രമം, ഖിച്ചിയോ, പാൽരി തടാകം, മേനം മലകൾ, ഗണേഷ് ട്ടോക്ക് ക്ഷേത്രം എന്നിങ്ങനെ സന്ദർശിക്കേണ്ട നിരവധി സ്ഥലങ്ങൾ ഇവിടെയുണ്ട്. ഇന്ത്യ- ചൈന ചരക്ക് പാതയായ നാഥുലാ പാസ് 56 കിലോമീറ്റർ അകലെയാണ്.

പശ്ചിമബംഗാളിലെ ന്യൂജയ്പാൽ ഗുരിയാണ് സമീപത്തുള്ള റെയിൽവേ സ്റ്റേഷൻ. ഇവിടെനിന്ന് ഗാങ്ടോക്കിലേക്ക് 125 കിലോമീറ്റർ ദൂരമുണ്ട്. ഇതിന് പുറമെ ബംഗാളിലെ സിലുഗുരയിൽനിന്ന് റോഡ് മാർഗവും ഗാങ്ടോക്കിലേക്ക് പോകാം.

പൊതുവിവരങ്ങൾ

തലസ്ഥാനം	–	ഗാങ്ടോക്ക്
രൂപീകൃതമായ വർഷം	–	1975 മെയ് 16
ജില്ലകൾ	–	4
നിയമസഭാ മണ്ഡലങ്ങൾ	–	32
ലോക്സഭാ മണ്ഡലങ്ങൾ	–	1
രാജ്യസഭാ സീറ്റുകൾ	–	1
ജനസംഖ്യ	–	607688
ജനസാന്ദ്രത	–	85.6 / Km^2
ഔദ്യോഗികഭാഷകൾ	–	നേപ്പാളി, ഭൂട്ടിയ, ലെപ്പ്ച്ച, ലിംബെ, സുൻവാർ

പ്രത്യേകതകൾ

1. ഏറ്റവും കുറഞ്ഞ അംഗബലമുള്ള സംസ്ഥാന നിയമസഭ – 32 അംഗങ്ങൾ
2. നിയമസഭാ തിരഞ്ഞെടുപ്പിലെ ഏറ്റവും മികച്ച വിജയം 32/32. 2009ലെ നിയമസഭാ തിരഞ്ഞെടുപ്പിൽ ആകെയുള്ള 32 സീറ്റുകളിൽ 32ഉം പവൻകുമാർ ചാംലിങ്ങിന്റെ നേതൃത്വത്തിലുള്ള സിക്കിം ഡെമോക്രാറ്റിക് പാർട്ടി നേടി.

3. ഇന്ത്യയിലെ ഏറ്റവും ഉയരം കൂടിയ പർവതം - കാഞ്ചൻ ജൻഗ.
4. ഏറ്റവും കൂടുതൽ ഇനം പൂമ്പാറ്റകൾ ഉള്ള പ്രദേശം - 695 ഇനങ്ങൾ.
5. സാമ്പത്തിക വളർച്ചയിൽ 2-ാം സ്ഥാനം.
6. ഏറ്റവുമധികം ഔദ്യോഗിക ഭാഷകളുള്ള സംസ്ഥാനം - 11 ഭാഷകൾ
7. ആത്മഹത്യാ നിരക്കിൽ 1-ാം സ്ഥാനം.
8. ഏലം ഉൽപ്പാദനത്തിൽ ഒന്നാംസ്ഥാനം

സഹായനമ്പറുകൾ

പൊലീസ് കൺട്രോൾ റൂം	-	03592-202892
		202676
ടൂറിസം ഇൻഫർമേഷൻ	-	03592 - 223425
		03592 - 222634
		03592 - 2227720
പ്രസ് ഇൻഫർമേഷൻ ബ്യൂറോ	-	03592 - 203832
വെബ് സൈറ്റ്	-	www.sikkimtourism.travel

10

ആന്തമാൻ നിക്കോബാർ ദ്വീപ് സമൂഹങ്ങൾ

ഇന്ത്യൻ മഹാസമുദ്രത്തിൽ സ്ഥിതി ചെയ്യുന്ന രണ്ട് ദ്വീപ് സമൂഹങ്ങൾ. ആന്തമാൻ ദ്വീപ് സമൂഹങ്ങളും, നിക്കോബാർ ദ്വീപ് സമൂഹങ്ങളും. ഇവ രണ്ടും ചേർന്നതാണ് കേന്ദ്രഭരണ പ്രദേശം

ചരിത്രം

ഡാനിഷ് ഈസ്റ്റ് ഇന്ത്യാ കമ്പനിയാണ് ദ്വീപ് സമൂഹങ്ങളിൽ ആദ്യം അധിനിവേശം നടത്തിയത്. 1754 ൽ ആയിരുന്നു ഈ അധിനിവേശം. അക്കാലത്ത് മൊറാലിയൻ ചർച്ച് ഈ പ്രദേശത്ത് മിഷണറി പ്രവർത്തനങ്ങൾ നടത്തിയിരുന്നു. ഡാനിഷ് അധിനിവേശം നേരിട്ട പ്രധാന വെല്ലുവിളി മലമ്പനി ആയിരുന്നു. 1784, 1807–09, 1830–1834, 1848 വർഷങ്ങളിൽ മലമ്പനി പിടിച്ച് ദ്വീപ് സമൂഹങ്ങളിൽ കൂട്ടമരണങ്ങൾ നടന്നു. പകർച്ച വ്യാധികളെ ഭയന്ന് ഡെന്മാർക്കുകാർ വിട്ടുപോയെന്ന് കരുതി ഓസ്ട്രിയൻ സൈന്യം ആധിപത്യം ഉറപ്പിക്കാനായി എത്തിയെങ്കിലും മടങ്ങിപ്പോയി. 1818 ഒക്ടോബർ 16ന് ഡെന്മാർക്ക് ദ്വീപ് സമൂഹങ്ങൾ ബ്രിട്ടന് വിറ്റു. അതോടെ ആന്തമാൻ നിക്കോബാർ ദ്വീപ് സമൂഹങ്ങൾ ബ്രിട്ടീഷ് ഇന്ത്യയുടെ ഭാഗമായി മാറി. ബ്രിട്ടീഷുകാർക്ക് ആന്തമാൻ സ്വാതന്ത്ര്യ സമര സേനാനികളെ തടവിൽ പാർപ്പിക്കാനുള്ള പ്രദേശമായിരുന്നു. ആന്തമാനിലെ ഇത്തരം ജയിൽവാസങ്ങൾ കാലാപാനി എന്ന പേരിലാണ് അറിയപ്പെട്ടിരുന്നത്. പോർട്ട് ബ്ലെയറിലെ സെല്ലുലാർ ജയിൽ സ്വാതന്ത്ര്യസമര സേനാനികൾക്ക് നേരെ ബ്രിട്ടീഷുകാർ നടത്തിയ ക്രൂരകൃത്യങ്ങളാൽ കുപ്രസിദ്ധമായി. ബ്രിട്ടീഷ് ഇന്ത്യയിലെ സൈബീരിയ എന്ന പേരിലായിരുന്നു സെല്ലുലാർ ജയിൽ അറിയപ്പെട്ടിരുന്നത്. ബ്രിട്ടീഷ് ചീഫ് കമീഷണറായിരുന്നു ഇവിടെ ഭരണം നടത്തിയിരുന്നത്. രണ്ടാം ലോകമഹായുദ്ധകാലത്ത് ജപ്പാൻ സൈന്യം ആന്തമാൻ പിടിച്ചു. അതോടെ

ജപ്പാൻകാരുമായി യോജിച്ച് പോരാടിയിരുന്ന സുഭാഷ് ചന്ദ്രബോസിന്റെ ഇന്ത്യൻ നാഷണൽ ആർമിയുടെ നിയന്ത്രണത്തിലായി ഈ പ്രദേശം. ഇവിടെ എത്തിയ നേതാജി ദ്വീപ് സമൂഹത്തിന് പുതിയ പേരിട്ടു. ഷഹീദ് ദ്വീപ്. രക്തസാക്ഷികളുടെ ദ്വീപ്. ഐ എൻ എയിലെ ജനറൽ ലോകനാഥനെ ഗവർണറായി നിയമിച്ചു. എന്നാൽ 1945 ൽ ബ്രിട്ടീഷ് സൈന്യം ദ്വീപ് സമൂഹങ്ങൾ തിരികെ പിടിച്ചു. സ്വാതന്ത്ര്യത്തിന് ശേഷം ബ്രിട്ടീഷുകാർ ദ്വീപ് സമൂഹങ്ങൾ കൈയൊഴിച്ചു. എല്ലാ ആംഗ്ലോ ഇന്ത്യക്കാരേയും ഇവിടെ അധിവസിപ്പിച്ച് ആംഗ്ലോ ഇന്ത്യാക്കാരുടെ രാജ്യമായി ആന്തമാനെ മാറ്റുക എന്നതായിരുന്നു ബ്രിട്ടീഷുകാരുടെ സ്വപ്നം. എന്നാൽ സ്വപ്നം പൂവണിഞ്ഞില്ല. 1950 ൽ ആന്തമാൻ നിക്കോബാർ ദ്വീപ് സമൂഹങ്ങൾ ഔദ്യോഗികമായി ഇന്ത്യയുടെ ഭാഗമായി മാറി.

ഭൂമിശാസ്ത്രം

ഇന്ത്യൻ മഹാസമുദ്രത്തിൽ സ്ഥിതി ചെയ്യുന്ന 572 ചെറുദ്വീപുകൾ ചേർന്നതാണ് പ്രദേശം. 550 ദീപുകൾ ആന്തമാനിലും 22 ദ്വീപുകൾ നിക്കോബാറിലും സ്ഥിതി ചെയ്യുന്നു. ആന്തമാൻ ദ്വീപുകൾ 6408 ചതുരശ്ര കിലോമീറ്റർ വിസ്തൃതിയിലും നിക്കോബാർ ദ്വീപ് സമൂഹങ്ങൾ 1841 ചതുരശ്ര കിലോമീറ്റർ വിസ്തൃതിയിലും പരന്ന് കിടക്കുന്നു. ദ്വീപുകളിലെ 86.2 ശതമാനം പ്രദേശവും വനമേഖലയാണ്. 2,200 ഇനം സസ്യജാലങ്ങൾ വനങ്ങളിലുണ്ട്.

വേനൽക്കാലത്ത് ഉയർന്ന താപനില 33^0C. താഴ്ന്ന താപനില 22^0C. ശീതകാലത്ത് ഉയർന്ന താപനില 31^0C. താഴ്ന്ന താപനില 20^0C. മേയ് മുതൽ ഒക്ടോബർ വരെയാണ് മഴക്കാലം.

2004 ഡിസംബർ 26ന് ദ്വീപ് സമൂഹങ്ങളുടെ ചരിത്രത്തിൽ കറുത്ത ദിനമാണ്. സമുദ്രനിരപ്പിൽനിന്നും 10 മീറ്റർ ഉയരത്തിൽ അന്ന് സുനാമി ത്തിരമാലകൾ ആഞ്ഞടിച്ചു. 5,930 പേരാണ് സുനാമിയിൽ മരിച്ചത്. നിക്കോബാറിലെ ദ്വീപുകളായ കട്ട്ചാൽ, ഇന്ദിരാ പോയന്റ് എന്നിവിടങ്ങളിലായിരുന്നു സുനാമി ഏറ്റവും കനത്ത ആഘാതം ഏൽപ്പിച്ചിരുന്നത്.

കൃഷി

അരിയാണ് പ്രധാന കാർഷികോൽപ്പന്നം. നിക്കോബാർ ദ്വീപുകളിൽ നാളികേരവും അടയ്ക്കയുമാണ് കൂടുതലായി ഉൽപ്പാദിപ്പിക്കുന്നത്. പരിപ്പ് വർഗങ്ങൾ, എണ്ണക്കുരുക്കൾ, പച്ചക്കറികൾ, മാങ്ങ, സപ്പോട്ട, ഓറഞ്ച്, പപ്പായ, പൈനാപ്പിൾ, കുരുമുളക്, റബർ കശുവണ്ടി തുടങ്ങിയവയും ഉൽപ്പാദിപ്പിക്കുന്നു.

രാഷ്ട്രീയം

കോൺഗ്രസും ബി ജെ പിയുമാണ് പ്രധാന രാഷ്ട്രീയ കക്ഷികൾ. ഒരു ലോകസഭ സീറ്റ് മാത്രമാണുള്ളത്. ഇതിനുപുറമേ വീറും വാശിയു

മേറിയ തിരഞ്ഞെടുപ്പ് നടക്കുന്നത് പോർട്ട് ബ്ലയർ മുൻസിപ്പൽ കോർപ്പറേഷനിലേക്കാണ്. നിയമസഭയില്ല. ലഫ്റ്റനന്റ് ഗവർണറാണ് ഭരണം നടത്തുന്നത്. വക്കം പുരുഷോത്തമൻ നേരത്തെ ഇവിടുത്തെ ലഫ്റ്റനന്റ് ഗവർണർ ആയിരുന്നു.

വ്യവസായം

വൻകിട വ്യവസായങ്ങൾ നന്നേ കുറവാണ്. ഭൂമിശാസ്ത്രപരമായ പ്രത്യേകതകൾ തന്നെയാണ് പ്രധാന തടസം. വിവിധ ദ്വീപുകളിലായി 1,374 ചെറുകിട വ്യവസായങ്ങൾ ഉണ്ട്. പോളിത്തീൻ ബാഗുകൾ, പെയിന്റുകൾ, ഫൈബർ ഗ്ലാസുകൾ, ബേക്കറി ഉൽപ്പന്നങ്ങൾ ഫർണിച്ചറുകൾ തുടങ്ങിയവയാണ് പ്രധാന വ്യവസായിക ഉൽപ്പന്നങ്ങൾ. തടിവ്യവസായമാണ് എക്കാലത്തെയും പ്രധാന വ്യവസായം. നിയമവിരുദ്ധമായി തടികടത്തുന്നത് വ്യാപകമാണ്.

വിനോദസഞ്ചാരം

ടൂറിസമാണ് ഏറ്റവും പ്രധാന വ്യവസായം. പ്രധാന ടൂറിസ്റ്റ് കേന്ദ്രങ്ങൾ.

പോർട്ട് ബ്ലയർ	–	സെല്ലുലാർ ജയിൽ, ബീച്ച്, മ്യൂസിയം, മറൈൻ പാർക്ക്
കാർനിക്കോബാർ	–	ബീച്ച്
ലാബിറിൻത്ത്	–	പവിഴപ്പുറ്റുകൾ
റോസ് ഐലന്റ്	–	ബ്രിട്ടീഷ് ഭരണകേന്ദ്രങ്ങളുടെ അവശിഷ്ടങ്ങൾ, വന്യജീവിസങ്കേതം.

സെല്ലുലാർ ജയിൽ

നാൻകോവറി	–	പവിഴപ്പുറ്റ് ശേഖരം
ഗ്രേറ്റർ നിക്കോബാർ	–	ഗോത്രവർഗക്കാരുടെ ആവാസ കേന്ദ്രം

ഗോത്രവർഗങ്ങൾ

പരമ്പരാഗത ഗോത്രജീവിതരീതികളും ആചാരാനുഷ്ഠാനങ്ങളും ഇന്നും പിന്തുടരുകയും പൊതുസമൂഹത്തിൽനിന്നും അകന്ന് ഒറ്റപ്പെട്ട് ജീവിക്കുന്നവരുമായ ഗോത്രസമൂഹങ്ങൾ ആന്തമാനിൽ ഇന്നും ജീവിക്കുന്നു പല ഗോത്രങ്ങളും നാമാവശേഷമായികൊണ്ടിരിക്കുന്നു. ചില ഗോത്രങ്ങളിൽ അവശേഷിക്കുന്നത് വിരലിലെണ്ണാവുന്നവർ മാത്രം. ഗ്രേറ്റ് ആന്റമാനീസ്, ജാരവ, ജാൻഗിൾ ഓൻഞ്ച് സെന്റെനലനീസ് എന്നിവയാണ് പ്രധാന ഗോത്രവർഗങ്ങൾ.

ആന്തമാൻ – കേരളീയം

ജനസംഖ്യയിലെ പത്ത് ശതമാനത്തോളം മലയാളികളാണ്. 1921 ലെ മാപ്പിള ലഹളക്കാലത്ത് നിരവധിപേരെ മലബാറിൽനിന്ന് ആന്തമാനിലേക്ക് നാടുകടത്തി. ഇവരുടെ ജീവിതം പിന്നീട് ആന്തമാനിലായി. ഇവരെ കൂടാതെ പലപ്പോഴായി തൊഴിൽതേടിയെത്തിവരും ദ്വീപുകളിലുണ്ട്. വിവിധ ദ്വീപുകളിലായി നാൽപ്പതിനായിരത്തോളം മലയാളികൾ ഉണ്ടെന്നാണ് കണക്ക്. ആന്തമാനിലെ ജീവിത പ്രശ്നങ്ങൾ നോവലുകളിലൂടെ കേരളത്തിലെത്തിച്ച കെ പി ജയരാജൻ ഇവിടുത്തെ അറിയപ്പെടുന്ന എഴുത്തുകാരനാണ്. ഒരുകാലത്ത് മലയാളഭാഷ അഭ്യസിപ്പിക്കുന്ന കേരള സ്കൂളുകൾ സജീവമായിരുന്നു. എന്നാൽ കേരളസ്കൂളുകൾ എല്ലാം നിന്നുപോയ അവസ്ഥയാണ്. പോർട്ട് ബ്ലയർ കേരളസമാജം ആണ് ഏറ്റവും വലിയ മലയാളി സംഘടന.

പോർട്ട് ബ്ലയർ കേരള സമാജം – കെ പി ജയരാജൻ പ്രസിഡന്റ് (09474240466)

പൊതുവിവരങ്ങൾ

തലസ്ഥാനം	–	പോർട്ട്ബ്ലയർ
ജില്ലകൾ	–	4
ലോക്സഭാമണ്ഡലങ്ങൾ	–	1
രൂപീകൃതമായ ദിവസം	–	1956 ജനുവരി 1
ഔദ്യോഗിക ഭാഷ	–	ഹിന്ദി, ബംഗാളി, മലയാളം, തമിഴ്, നാക്കോബാരി
ജനസംഖ്യ	–	379944
ജനസാന്ദ്രത	–	46/Km^2
വിസ്തീർണം	–	8250/Km^2

സാക്ഷരത	-	86.27%
റോഡ് ഗതാഗതം	-	2806 കിലോമീറ്റർ
വിമാനത്താവളം	-	പോർട്ട് ബ്ലയർ
ഉയർന്ന താപനില (വേനൽക്കാലം)	-	33^0C
കുറഞ്ഞ താപനില (വേനൽക്കാലം)	-	22^0C
ഉയർന്ന താപനില (ശീതകാലം)	-	31^0C
കുറഞ്ഞ താപനില (ശീതകാലം)	-	20^0C

പ്രത്യേകതകൾ

* 572 ദ്വീപുകൾ ഉൾപ്പെടുന്ന പ്രദേശം
* പ്രാചീന ഗോത്രവർഗക്കാരുടെ ആവാസ കേന്ദ്രം
* സെല്ലുലാർ ജയിൽ പോർട്ട് ബ്ലയറിൽ സ്ഥിതി ചെയ്യുന്നു.

സഹായനമ്പറുകൾ

പൊലീസ് കൺട്രോൾ റൂം	-	03192 - 233042
പോർട്ട് ബ്ലയർ		03192 - 232100
ടോൾഫ്രീ നമ്പർ	-	100
അഗ്നിശമന സേനാവിഭാഗം	-	101
ടൂറിസം ഇൻഫർമേഷൻ	-	03192 - 233113
		03192 - 230933
ടൂറിസം വെബ്സൈറ്റ്	-	www.andama.nic.in

11

ഉത്തർപ്രദേശ്

ഹിന്ദുദൈവങ്ങളായ ശ്രീരാമൻ, കൃഷ്ണൻ എന്നിവരുടെ ജന്മസ്ഥലങ്ങളായി കരുതപ്പെടുന്ന അയോധ്യാ, മധുര തീർഥാടന കേന്ദ്രങ്ങളായ കാശി, ഖോരഖ്പൂർ തുടങ്ങിയവയെല്ലാം യു പിയിലാണ്. സാരാനാഥ്, കുഷിനഗർ തുടങ്ങിയ പ്രസിദ്ധ ബൗദ്ധ കേന്ദ്രങ്ങളും ഇവിടെയാണ്. നേപ്പാൾ അതിർത്തി പ്രദേശമായ കുഷിനഗറിൽ വെച്ചായിരുന്നു ബുദ്ധന്റെ അന്ത്യം.

കർഷകരും വേട്ടക്കാരും കന്നുകാലികളെ മേയ്ക്കുന്നവരുമെല്ലാമായിരുന്നു ആദിമനിവാസികൾ. ഇവരുടെ സംസ്കൃതിയുടെ അവശിഷ്ടങ്ങൾ ഷാഹറൻപൂരിൽ നിന്നും പ്രതാപ് ഘഡിൽനിന്നും കണ്ടെടുത്തിട്ടുണ്ട്. ആര്യന്മാർ പ്രദേശം കീഴടക്കി. കോസല വംശവും കുരുവംശവും മൗരന്മാരും കുഷന്മാരും ഗുപ്തന്മാരും രാജപുത്രന്മാരും ഈ പ്രദേശം ഭരിച്ചു. ഹർഷവർധന രജപുത്രരാജാക്കന്മാരുടെ ഭരണത്തിന് ശേഷം സുൽത്താന്മാരും മുഗളന്മാരും ആധിപത്യം നേടി. ഫത്തേപൂർസിക്രി ആസ്ഥാനമാക്കി പ്രവർത്തിച്ചിരുന്ന അക്ബറിന്റെ ഭരണം പുകൾപെറ്റതായിരുന്നു. 18–ാം നൂറ്റാണ്ടിന്റെ രണ്ടാം പാദത്തോടെ ഈസ്റ്റ് ഇന്ത്യാ കമ്പനി ബുദേൽഘണ്ട്, കുമയൂൺ, ബനാറസ് മേഖലകളിൽ ആധിപത്യമുറപ്പിച്ചു. ഇതിനെതിരെ ശക്തമായ ചെറുത്തു നിൽപ്പുണ്ടായി. മുസ്ലിംങ്ങളും ഹിന്ദുക്കളും കൈകോർത്തു. മൻഗാൾ പാണ്ഡെയായിരുന്നു നേതാവ്. 1857 ലെ ബ്രിട്ടീഷ് വിരുദ്ധ ഒന്നാം സ്വാതന്ത്ര്യസമരം ലക്ഷ്യം കണ്ടില്ല. അതോടെ ബ്രിട്ടീഷുകാർ ശക്തരായി. ബ്രിട്ടീഷുകാരുടെ ആസ്ഥാനം അലഹാബാദായിരുന്നു. 1920 ൽ ആസ്ഥാനം ലഖ്നൗവിലേക്ക് മാറ്റി.

യു പിയിലെ ഓരോ നഗരത്തിനും ഗ്രാമത്തിനും ശക്തമായ ബ്രിട്ടീഷ് വിരുദ്ധ സമരങ്ങളുടെ ചരിത്രഗാഥകൾ പറയാനുണ്ട്. നൂറുകണക്കിന്

നേതാക്കൾക്ക് ഈ മണ്ണ് ജന്മംനൽകി. അലിഗഡ് സർവകലാശാല കേന്ദ്ര മാക്കിയുള്ള മുസ്ലിം നവോത്ഥാന മുന്നേറ്റങ്ങൾ മുസ്ലിം സമുദായത്തെ ദേശീയ മുന്നേറ്റങ്ങൾക്കൊപ്പം ഉറപ്പിച്ചു നിർത്തി

രാഷ്ട്രീയം

എക്കാലത്തും ഇന്ത്യൻ രാഷ്ട്രീയത്തിന്റെ ഹൃദയഭൂമിയാണ് യു പി. ഒട്ടുമിക്ക യൂറോപ്യൻ രാജ്യങ്ങളെക്കാൾ ജനസംഖ്യയും വലുപ്പവുമുള്ള സംസ്ഥാനം. പ്രമുഖ പാർട്ടികൾക്ക് യു പിയിൽ ലഭിക്കുന്ന സീറ്റുകളെ ആശ്രയിച്ചിരിക്കും കേന്ദ്ര ഭരണം.

കോൺഗ്രസിന്റെയും തൊഴിലാളി കർഷകമുന്നേറ്റങ്ങളുടെയും സംഘപരിവാർ രാഷ്ട്രീയത്തിന്റെയും സോഷ്യലിസ്റ്റ് സമരങ്ങളുടെയും മുസ്ലിം നവോത്ഥാന പ്രസ്ഥാനങ്ങളുടെയും ദളിത് ശാക്തീകരണത്തിന്റെ യുമെല്ലാം തട്ടകം. ഏറ്റവുമധികം നേതാക്കളെയും പ്രധാനമന്ത്രിമാരെ യുമെല്ലാം സംഭാവന ചെയ്ത സംസ്ഥാനം. എന്നാൽ അതിനനുസൃത മായി പുരോഗതി യു പിക്ക് ഉണ്ടായിട്ടുണ്ടോ? ഇല്ല എന്നതാണ് ഈ വലിയ സംസ്ഥാനത്തിന്റെ ദുര്യോഗം.

മറ്റ് സംസ്ഥാനങ്ങളിലെതുപോലെ വലിയ രാജാക്കന്മാരോ നവാബു മാരോ യു പി യിൽ ഉണ്ടായിരുന്നില്ല. ടിക്കാംഗാറിലെ രാജ, ടെഹ്‌രിയിലെ രാജു, രാംപുരിലെ നവാബ് തുടങ്ങിയ ചെറിയ രാജാക്കന്മാരായിരുന്നു ഭരണം നടത്തിയിരുന്നത്. ജന്മിത്തം വ്യാപകവും സുദൃഢവുമായിരുന്നു. താലൂക്ക് ദാർ (വൻകിട ഫ്യൂഡൽ ജന്മിമാർ), സെമീന്ദാർമാർ (ചെറുകിട ഫ്യൂഡൽ ജന്മിമാർ) തുടങ്ങിയവരാണ് ഗ്രാമങ്ങളെ നിയന്ത്രിച്ചിരുന്നത്. ഇവർ ബ്രിട്ടീഷ് ഭരണകൂടത്തിന്റെ കളിപ്പാവകളായിരുന്നു. ഫ്യൂഡൽ ജന്മി മാരുടെ ഒത്താശയോടെയാണ് ബ്രിട്ടീഷുകാർ സ്വാതന്ത്ര്യസമരമുന്നേറ്റ ങ്ങളേയും തൊഴിലാളി, കർഷക സമരങ്ങളേയും അടിച്ചമർത്തിയിരുന്ന ത്. എല്ലാ വിഭാഗം ജനങ്ങൾക്കുമിടയിലും സ്വാധീനമുറപ്പിക്കാൻ തുടക്കം മുതൽക്കുതന്നെ ഇന്ത്യൻ നാഷണൽ കോൺഗ്രസിന് സാധിച്ചു. അല ഹാബാദിലെ ആനന്ദമഠം എന്ന വീടിന് എക്കാലത്തും ഇന്ത്യൻ നാഷ ണൽ കോൺഗ്രസുമായും ഇന്ത്യയുമായും അടുത്ത ബന്ധമുണ്ട്. അല ഹാബാദിലെ അഭിഭാഷകനായ മോത്തിലാൽ നെഹ്‌റുവിന്റെ തറവാട്ടു വീടാണിത്. ഉത്തർപ്രദേശിലെ കോൺഗ്രസിന്റെ തലയെടുപ്പുള്ള നേതാ വായിരുന്നു അദ്ദേഹം. മോത്തിലാൽ നെഹ്‌റുവിനുശേഷം മകൻ ജവ ഹർലാൽ നെഹ്‌റുവും ജവഹർലാൽ നെഹ്‌റുവിന് ശേഷം മകൾ ഇന്ദി രാഗാന്ധിയും ഇന്ദിരയ്ക്കു ശേഷം മകൻ രാജീവ്ഗാന്ധിയും രാജീവിനു ശേഷം ഭാര്യ സോണിയാഗാന്ധിയും ഇപ്പോൾ സോണിയയോടൊപ്പം മകൻ രാഹുൽഗാന്ധിയും ആനന്ദമഠത്തിന്റെ രാഷ്ട്രീയ പൈതൃകം പിന്തു ടരുന്നു. നെഹ്‌റുവിന് ശേഷം പ്രധാനമന്ത്രിയായ ലാൽ ബഹദൂർ ശാസ്ത്രി, ചരൺസിങ്, വി പി സിങ് തുടങ്ങിയവരെല്ലാം സംസ്ഥാനത്തെ ജനപിന്തുണയുള്ള കോൺഗ്രസ് നേതാക്കളായിരുന്നു. വി പി സിങ്

മുഖ്യമന്ത്രിമാർ		
പേര്	കാലാവധി	പാർട്ടി
ജി ബി പന്ത്	1950 – 1954	ഇന്ത്യൻ നാഷണൽ കോൺഗ്രസ്
സമ്പൂർണാനന്ദ്	1954 – 1960	ഇന്ത്യൻ നാഷണൽ കോൺഗ്രസ്
ചന്ദ്രബാബു ഗുപ്ത	1960 – 1963	ഇന്ത്യൻ നാഷണൽ കോൺഗ്രസ്
സുചേത കൃപലാനി	1963 – 1967	ഇന്ത്യൻ നാഷണൽ കോൺഗ്രസ്
ചന്ദ്രബാബു ഗുപ്ത	1967 (മാർച്ച് – ഏപ്രിൽ)	ഇന്ത്യൻ നാഷണൽ കോൺഗ്രസ്
ചരൺസിങ്	1967 – 1968	ഭാരതീയ ലോക്ദൾ
ചന്ദ്രബാബു ഗുപ്ത	1969 – 1970	ഇന്ത്യൻ നാഷണൽ കോൺഗ്രസ്
ചരൺസിങ്	1970 (ഫെബ്രുവരി ഒക്ടോബർ)	ഭാരതീയ ലോക്ദൾ
ശ്രീ ബുവന നാരായണ സിങ്	1970 – 1971	ഇന്ത്യൻ നാഷണൽ കോൺഗ്രസ്
കമലാപതി തൃപാഠി	1971 – 1973	ഇന്ത്യൻ നാഷണൽ കോൺഗ്രസ്
ഹേമാവതി നന്ദൻ ബഹുഗുണ	1974 – 1975	ഇന്ത്യൻ നാഷണൽ കോൺഗ്രസ്
എൻ ഡി തിവാരി	1976 – 1977	ഇന്ത്യൻ നാഷണൽ കോൺഗ്രസ്
രാം നരേഷ് യാദവ്	1977 – 1979	ജനതാ പാർട്ടി
ബനാർഡി ദാസ്	1979 – 1980	ജനതാ പാർട്ടി
വി പി സിങ്	1980 – 1982	ഇന്ത്യൻ നാഷണൽ കോൺഗ്രസ്
ശ്രീപതി മിശ്ര	1982 – 1984	ഇന്ത്യൻ നാഷണൽ കോൺഗ്രസ്
എൻ ഡി തിവാരി	1985 (മാർച്ച് – സെപ്തംബർ)	ഇന്ത്യൻ നാഷണൽ കോൺഗ്രസ്
വീർബഹുദൂർ സിങ്	1985 – 1988	ഇന്ത്യൻ നാഷണൽ കോൺഗ്രസ്
എൻ ഡി തിവാരി	1988 – 1989	ഇന്ത്യൻ നാഷണൽ കോൺഗ്രസ്
മുലായം സിങ് യാദവ്	1989 – 1991	ജനതാദൾ
കല്യാൺസിങ്	1991 – 1992	ബി ജെ പി
മുലായം സിങ് യാദവ്	1993 – 1995	സമാജ്വാദി പാർട്ടി
മായാവതി	1995 (ജൂൺ ഒക്ടോബർ)	ബി എസ് പി
മായാവതി	1997 (മാർച്ച് സെപ്തംബർ)	ബി എസ് പി

കല്യാൺസിങ്	1997 – 1998	ബി ജെ പി
ജഗദാംബിക പാൽ	1998 (ഫെബ്രുവരി	ഇന്ത്യൻ നാഷണൽ കോൺഗ്രസ്
കല്യാൺസിങ്	1998 – 1999	ബി ജെ പി
രാം പ്രകാശ് ഗുപ്ത	1999 – 2000	ബി ജെ പി
രാജ്നാഥ് സിങ്	2000 – 2002	ബി ജെ പി
മായാവതി	2002 – 2003	ബി എസ് പി
മുലയാം സിങ് യാദവ്	2003 – 2007	സമാജ്‌വാദി പാർട്ടി
മായാവതി	2007 – 2012	ബി എസ് പി
അഖിലേഷ് യാദവ്	2012 –	സമാജ്‌വാദി പാർട്ടി
(1970, 1973, 1975, 1977, 1980, 1992, 1995, 2002 വർഷങ്ങളിൽ സംസ്ഥാനത്ത് രാഷ്ട്രപതി ഭരണം		

പിന്നീട് കോൺഗ്രസ് വിട്ട് ജനതാദൾ രൂപീകരിച്ചു. 1963 മുതൽ 67 വരെ മുഖ്യമന്ത്രിയായ സുചേതാ കൃപലാനിയാണ് ഇന്ത്യയിലെ ആദ്യത്തെ വനിതാ മുഖ്യമന്ത്രി. നെഹ്റുവിന്റെ വലം കൈയായിരുന്ന ജി ബി പന്താണ് സ്വതന്ത്ര ഇന്ത്യയിലെ ആദ്യത്തെ യു പി മുഖ്യമന്ത്രി. 1967 വരെ തുടർച്ചയായി കോൺഗ്രസ് യു പി ഭരിച്ചു. ജി ബി പന്ത്, ചന്ദ്രഭാനു ഗുപ്ത, എൻ ഡി തിവാരി എന്നിവർ 3 തവണ വീതം യു പി മുഖ്യമന്ത്രിമാരായി. 1998 ൽ വെറും 3 ദിവസം മാത്രം അധികാരത്തിലിരുന്ന ജഗദാംബിക പാലായിരുന്നു അവസാനത്തെ കോൺഗ്രസ് മുഖ്യമന്ത്രി.

എൺപതുകളുടെ അവസാനത്തോടെയാണ് കോൺഗ്രസിന് യു പിയിൽ അടിപതറിയത്. ഷബാനു ബീഗം കേസിൽ സുപ്രീംകോടതി പുറപ്പെടുവിച്ച വിധിന്യായത്തെ മറികടക്കുന്നതിനായി കൊണ്ടുവന്ന നിയമഭേദഗതി ഭൂരിപക്ഷസമുദായത്തെ കോൺഗ്രസിൽ നിന്ന് അകറ്റുമോ എന്ന് രാജീവ് ഗാന്ധി ഭയപ്പെട്ടു. ഹിന്ദുസമുദായത്തെ കോൺഗ്രസിനോടൊപ്പം നിർത്തുക എന്ന ലക്ഷ്യത്തോടെയാണ് ബാബറിമസ്ജിദിന്റെ പൂട്ടു തുറന്ന് ആരാധനയ്ക്കായി ഹിന്ദുക്കൾക്ക് തുറന്നുകൊടുത്തത്. ഇതിനെത്തുടർന്നുണ്ടായ രാഷ്ട്രീയ ധ്രുവീകരണം ഉത്തർപ്രദേശിൽ കോൺഗ്രസിനെ കടപുഴക്കിയെറിഞ്ഞു.

2012 ൽ നടന്ന നിയമസഭാ തിരഞ്ഞെടുപ്പിൽ ഉത്തർപ്രദേശിൽ കാറ്റ് മാറി വീശി. ആദ്യമായി സമാജ്‌വാദി പാർട്ടി തനിച്ച് അധികാരത്തിൽ വന്നു. എസ് പിക്ക് 224 സീറ്റും ബി എസ് പിക്ക് 80 സീറ്റും ബി ജെ പിക്ക് 47 സീറ്റും കോൺഗ്രസ് ആർ എൻ ഡി സഖ്യത്തിന് 37 സീറ്റും മറ്റുള്ളവർക്ക് 18 സീറ്റും ലഭിച്ചു. മുലായംസിങ് യാദവിന്റെ മകൻ അഖിലേഷ് യാദവ് മുഖ്യമന്ത്രിയായി. ലോക്സഭാ തിരഞ്ഞെടുപ്പിൽ 21 സീറ്റുകൾ നേടി വൻവിജയം നേടിയ കോൺഗ്രസിന്റെ പ്രകടനം ദയനീയമായിരുന്നു.

പരാജയം ദീർഘകാലം യു പിയിൽ തങ്ങി പ്രചാരണങ്ങൾക്ക് നേതൃത്വം നൽകിയ രാഹുൽഗാന്ധിക്ക് കനത്ത തിരിച്ചടിയായി. ഉമാഭാരതി മുഖ്യ മന്ത്രി സ്ഥാനത്തേക്ക് ഉയർത്തിക്കാട്ടി മത്സരിച്ച ഡി ജെ പിക്കും കനത്ത തിരിച്ചടിയേറ്റു. സീറ്റുകൾ ഗണ്യമായ തോതിൽ കുറഞ്ഞെങ്കിലും മായാ വതിയുടെ ബി എസ് പി ജനകീയ അടിത്തറ ഭദ്രമാണെന്ന് തെളിയിച്ചു.

കർഷക, തൊഴിലാളി മുന്നേറ്റങ്ങൾ

റഷ്യയിലെ ഒക്ടോബർ വിപ്ലവം യു പിയിലെ ഇന്ത്യൻ നാഷണൽ കോൺഗ്രസിലെ ഒരു വിഭാഗത്തെ കമ്യൂണിസത്തോടടുപ്പിച്ചു. 1931ൽ കാൺപൂരിലുണ്ടായ വർഗീയ കലാപത്തിൽ കൊല്ലപ്പെട്ട ഗണേശ് ശങ്കർ വിദ്യാർഥി, ഹിന്ദി കവി ബാലകൃഷ്ണശർമ, ഉണാവു മേഖലയിലെ നേതാക്കളായിരുന്ന വിശ്വംഭർ ദയാൽ, ത്രിപാഠി, പൂർണ സ്വരാജിനുവേണ്ടി ശബ്ദ മുയർത്തിയിരുന്ന ഹസ്റൺ മൊഹാതി, ഝാൻസിയിലെ റെയിൽവെ തൊഴിലാളികളുടെ നേതാവ് അയോധ്യ പ്രസാദ്, ലാഹോർ ഗൂഢാലോ ചന കേസിലെ പ്രതികളായിരുന്ന ശിവവർമ, ജയ്ദേവ് കപൂർ, ഡോക്ടർ ജയപ്രസാദ് തുടങ്ങിയവരെല്ലാം കോൺഗ്രസിനകത്തെ ശക്തരായ ഇട തുപക്ഷ വക്താക്കളായിരുന്നു. 1936 ൽ കമ്യൂണിസ്റ്റ് പാർട്ടിയുടെ യു പി സംസ്ഥാന കമ്മിറ്റിയും 1937 ൽ അഖിലേന്ത്യാ കിസാൻ സഭയും രൂപീ കൃതമായി. കൂലി കൊടുക്കാതെ തൊഴിലാളികളെക്കൊണ്ട് കന്നുപൂട്ടി ക്കുന്ന 'ഹാരി' സമ്പ്രദായത്തിനും അടിമപ്പണിക്ക് തുല്യമായ 'ബെഗാൾ' സമ്പ്രദായത്തിനുമെതിരെ കിസാൻ സഭയുടെ നേതൃത്വത്തിൽ വൻ പ്രക്ഷോഭങ്ങൾ നടന്നു. 1938ൽ ലക്നൗവിൽ നടന്ന വൻ കർഷകറാലി ഇന്ത്യൻ കർഷകമുന്നേറ്റങ്ങളിൽ നാഴികക്കല്ലാണ്. ഒരുവശത്ത് ബ്രിട്ടീ ഷുകാരുടെ ക്രൂരമായ പീഡനങ്ങൾ, മറുവശത്ത് 'ദേശദ്രോഹികൾ' എന്ന് മുദ്രകുത്തി കോൺഗ്രസുകാർ നടത്തിയ ദുഷ്പ്രചാരണം. രണ്ടിനെയും അതിജീവിച്ച് കോൺഗ്രസ് നേതൃനിരയിൽ നിന്ന് കമ്യൂണിസ്റ്റ് പാർട്ടിയി ലേക്ക് കുത്തൊഴുക്കുണ്ടായി. റായ് ബറേലിയിലെ മുൻഷി കൽകാ പ്രസാദ്, അലിഗഡിലെ മുൻഷി ഗജാധർ സിങ്, ഘാസിപ്പൂരിലെ സർജൂ പാണ്ഡെ, അസംഗഡിലെ ജയ് ബഹാദൂർ സിങ്, സുത്താൻപൂരിലെ കാശ് പ്രസാദ് ശുക്ല, രാംയേഷ് യാദവ്, ബസ്തിയിലെ ശീതൾ പ്രസാദ്, പ്രകാശ് പാണ്ഡെ, മീറത്തിലെ ഭരത്സിങ് തുടങ്ങിയ പ്രമുഖ നേതാക്കളെല്ലാം കമ്യൂണിസ്റ്റ് പാർട്ടിയിൽ ചേർന്നു. ശമ്പളത്തോടുകൂടിയ വാർഷികാവധി ആവശ്യപ്പെട്ട് കാൺപൂരിലെ തൊഴിലാളികൾ 1946 ൽ നടത്തിയ സമരം, 1955 ലെ തുണിമിൽ തൊഴിലാളി സമരം, 1950 ൽ ബല്ലിയയിലെ കുച്ചമ ണിക് പൂരിൽ നടന്ന കൃഷിഭൂമി പിടിച്ചെടുക്കൽ സമരം, രുദ്രേപ്പൂർ കർഷ കസമരം തുടങ്ങിയ സമരങ്ങളെല്ലാം ഉത്തർപ്രദേശിൽ കമ്യൂണിസ്റ്റ് പാർട്ടി യുടെ ജനകീയ അടിത്തറ വർധിപ്പിച്ചു.

പാർട്ടിക്കകത്തെ ആഭ്യന്തര പ്രശ്നങ്ങളാണ് കമ്യൂണിസ്റ്റ് പാർട്ടിയെ

തളർത്തിയത്. കോൺഗ്രസുമായി സഹകരിക്കണമെന്ന് ആവശ്യപ്പെടുന്ന വിഭാഗം അമ്പതുകളുടെ തുടക്കത്തോടെ ശക്തരായി. 1964 ൽ പാർട്ടി പിളർന്നപ്പോൾ പ്രമുഖനേതാക്കളെല്ലാം സി പി ഐയിൽ നിന്നു. യു പിയിലെ 14 സി പി ഐ എം എൽ എമാരിൽ 13 ഉം പാർട്ടിയിൽ ഉറച്ചു നിന്നപ്പോൾ ഒരാൾ മാത്രമാണ് സി പി ഐ (എം) ൽ ചേർന്നത്. കോൺഗ്രസുമായുള്ള സഹകരണ ലൈൻ സി പി ഐയുടെ അടിത്തറ തകർത്തു. ജനകീയ സമരങ്ങളിലൂടെ യഥാർഥ കമ്യൂണിസ്റ്റ് ബദലായി മാറാനായിരുന്നു സി പി ഐ എമ്മിന്റെ ശ്രമം. നക്സൽ പ്രസ്ഥാനത്തിന്റെ ആവിർഭാവം സി പി എമ്മിന് കനത്ത പ്രഹരമായി. സി പി ഐ എമ്മിന്റെ സംസ്ഥാന സെക്രട്ടറി ഉൾപ്പെടെയുള്ള ബഹുഭൂരിഭാഗം സംസ്ഥാന കമ്മിറ്റി അംഗങ്ങളും നക്സലൈറ്റുകളായി മാറി. കോൺഗ്രസിനും ബി ജെ പിക്കും ബദലായി ഉയർന്നുവന്ന സമാജ്വാദി പാർട്ടി, ബി എസ് പി തുടങ്ങിയ പാർട്ടികളുടെ വളർച്ചയോടൊപ്പം യു പിയിൽ കമ്യൂണിസ്റ്റ് പാർട്ടികൾ തളർന്നു. ജാതി, മത കേന്ദ്രീകൃത രാഷ്ട്രീയത്തെ വർഗാധിഷ്ഠിത രാഷ്ട്രീയത്തിലൂടെ നേരിടുന്നതിൽ കമ്യൂണിസ്റ്റ് പാർട്ടികൾ പരാജയപ്പെട്ടു. എങ്കിലും ഫിറോസാബാദ്, കാൺപൂർ, അസംഘട്ട്, ഗാസിയാബാദ് തുടങ്ങിയ പ്രദേശങ്ങളിൽ കമ്യൂണിസ്റ്റ് പാർട്ടികൾക്ക് നിർണായക സ്വാധീനമുണ്ട്.

ഹിന്ദുത്വരാഷ്ട്രീയം

ബംഗാളിലെ ബ്രഹ്മ സമാജത്തോടോ, മഹാരാഷ്ട്രയിലെ ജാതിവിരുദ്ധ പ്രസ്ഥാനങ്ങൾക്കോ സമാനമായ സാമൂഹ്യപരിഷ്കരണ പ്രസ്ഥാനങ്ങൾ യു പിയിലുണ്ടായിരുന്നില്ല. ആര്യ സമാജമായിരുന്നു ഏക പ്രസ്ഥാനം. ആര്യസമാജമാവട്ടെ മുസ്ലിം വിരുദ്ധതയിലൂന്നിക്കൊണ്ടാണ് പ്രവർത്തിച്ചിരുന്നത്. ഇതാവട്ടെ ഉത്തർപ്രദേശ് രാഷ്ട്രീയ സ്വയം സേവക് സംഘത്തിനെ വളക്കൂറുള്ള മണ്ണാക്കി മാറ്റി. ഉത്തർപ്രദേശിൽ സംഘ പരിവാറിന്റെ രാഷ്ട്രീയരൂപമായ ജനസംഘത്തിന് അടിത്തറ പാകിയത് ദീൻദയാൽ ഉപാധ്യായയായിരുന്നു. രാജസ്ഥാനിൽ ജനിച്ച ദീൻദയാൽ 1937 ൽ വിദ്യാഭ്യാസത്തിനായി കാൺപൂരിലെ സനാതൻ ധർമ കോളേജിലെത്തിയതോടെയാണ് യു പി രാഷ്ട്രീയത്തിൽ സജീവമായത്. 1951ൽ ഡോക്ടർ ശ്യാമപ്രസാദ് മുഖർജി ഭാരതീയ ജനസംഘം രുപീകരിച്ചപ്പോൾ ദീൻദയാൽ ഉപാധ്യയായിരുന്നു യു പി ഘടകത്തിന്റെ ജനറൽ സെക്രട്ടറി. 1952ലെ ലോക്സഭാ തിരഞ്ഞെടുപ്പിൽ ജനസംഘത്തിന് യു പിയിൽ സീറ്റൊന്നും കിട്ടിയില്ല. എന്നാൽ 7.3% വോട്ട് ലഭിച്ചു. 1957ൽ 2 സീറ്റുകൾ നേടി ജനസംഘം ശക്തമായ സാന്നിധ്യമറിയിച്ചു. ജനസംഘത്തിന്റെ യുവതുർക്കിയായിരുന്ന അടൽ ബിഹാരി വാജ്പേയ് ബാൽരാംപൂർ മണ്ഡലത്തിൽ നിന്ന് വിജയിച്ചു. 1957ലെ ലോക്സഭാ തിരഞ്ഞെടുപ്പിൽ 14.81%ഉം 62ൽ 17.6% ഉം 67ൽ 22.2% ഉം 71ൽ 12.3% ഉം വോട്ടുകൾ നേടി. അടിയന്തരാവസ്ഥയ്ക്ക് ശേഷം 1977ൽ നടന്ന ലോക്സഭാ തിര

ഞ്ഞെടുപ്പിൽ ജനസംഘം പങ്കാളികളായിരുന്ന ജനതാ പാർട്ടി 85ൽ 85ഉം തൂത്തുവാരിയിരുന്നു.

1980 ൽ ജനസംഘം പിരിച്ചുവിട്ട് ബി ജെ പി രൂപീകരിച്ചു. എ ബി വാജ്പേയ്, മുരളീമനോഹർ ജോഷി, കല്യാൺസിങ് എന്നിങ്ങനെ പ്രമുഖരായ നേതാക്കളുടെ നേതൃത്വത്തിന് കീഴിൽ യു പിയിൽ ബി ജെപി യുടെ അടിത്തറ ശക്തമായി.

രാമക്ഷേത്രപ്രക്ഷോഭം

അയോധ്യയിൽ രാമക്ഷേത്രം നിർമിക്കണമെന്ന് ആവശ്യപ്പെട്ടു കൊണ്ട് നടത്തിയ പ്രക്ഷോഭമാണ് യു പിയിലും സർവോപരി ഇന്ത്യയിലും ബി ജെ പിയെ അധികാരത്തിലേറ്റിയത്. മുഗൾ ചക്രവർത്തി ബാബർ 1527ലാണ് അയോധ്യയിൽ ബാബറി മസ്ജിദ് സ്ഥാപിച്ചത്. ശ്രീരാമന്റെ ജന്മസ്ഥലത്താണ് പള്ളി നിർമിച്ചതെന്നും ഇവിടെ സ്ഥിതി ചെയ്തിരുന്ന ക്ഷേത്രം ബാബർ തകർത്തുമെന്നുമുള്ള ആരോപണത്തിന് നൂറ്റാണ്ടുകളുടെ പഴക്കമുണ്ട്. ബാബറി മസ്ജിദ്, രാമജന്മഭൂമി നിയമപോരാട്ടം ആരംഭിക്കുന്നത് 1886ലോണ്. പള്ളി തകർത്ത് തൽസ്ഥാനത്ത് ക്ഷേത്രം നിർമിക്കണമെന്ന് ആവശ്യപ്പെട്ട് മഹദ് രഘുബർദാസ് ഫൈസാബാദ് ജില്ലാ കോടതിയെ സമീപിച്ചു. എന്നാൽ 1886 മാർച്ച് 18ന് വിധിന്യായം പുറപ്പെടുവിച്ച കോടതി ഈ ആവശ്യം തള്ളുകയും ബാബറി മസ്ജിദ് മസ്ജിദായി തുടരുകയും ചെയ്യണമെന്ന് നിർദേശിച്ചു. തുടക്കം മുതൽക്കു തന്നെ പ്രദേശം സംഘർഷമേഖലയായിരുന്നു. 1853ലും 1934ഉം സാമുദായിക സംഘർഷങ്ങളുണ്ടായി.

സ്വാതന്ത്ര്യലബ്ധിക്ക് ശേഷം 1949 ഡിസംബർ 22ന് സംഘപരിവാർ നടത്തിയ ആസൂത്രിത നീക്കം വിജയം കണ്ടു. അർധരാത്രിയിൽ ഒരു സംഘം പള്ളിക്കകത്ത് കടന്ന് ശ്രീരാമന്റെയും സീതയുടെയും വിഗ്രഹങ്ങൾ സ്ഥാപിച്ചു. മലയാളിയായ കെ കെ നായരായിരുന്നു അന്നത്തെ ഫൈസാബാദ് ജില്ലാകളക്ടർ. അദ്ദേഹത്തിന്റെ ഒത്താശയോടെയായിരുന്നു സംഭവം നടന്നത്. വിഗ്രഹങ്ങൾ പള്ളിയിൽനിന്ന് എടുത്ത് മാറ്റണമെന്ന ആവശ്യമുയർന്നു. വിഗ്രഹങ്ങൾ എടുത്ത് മാറ്റിയാൽ വൻ കലാപമുണ്ടാവുമെന്ന് കളക്ടർ റിപ്പോർട്ട് ചെയ്തു. കളക്ടറുടെ റിപ്പോർട്ട് മുഖവിലയ്ക്കെടുത്ത പ്രധാനമന്ത്രി ജവഹർലാൽ നെഹ്റുവും മുഖ്യമന്ത്രി ഗോവിന്ദ് വല്ലഭായ് പന്തും പുലർത്തിയ നിഷ്ക്രിയത്വമാണ് സംഘപരിവാറിന്റെ രാമക്ഷേത്ര രാഷ്ട്രീയത്തിന് കരുത്ത് പകർന്നത്. 1984 ൽ വിശ്വഹിന്ദുപരിഷത്ത് പ്രക്ഷോഭമാരംഭിച്ചു. ബാബറി മസ്ജിദ് ആരാധനയ്ക്കായി തുറന്നു കൊടുക്കണമെന്നതായിരുന്നു ആവശ്യം. ഷാബാനു ബീഗം കേസിന്റെ വിധിന്യായത്തെ മറികടക്കാനായി രാജീവ് ഗാന്ധി സർക്കാർ പാർലമെന്റിൽ നിമയം കൊണ്ടുവന്ന സമയമായിരുന്നു അത്. മുസ്ലിം പ്രീണനസമീപനം ഹിന്ദുക്കളെ പാർട്ടിയിൽ നിന്ന് അകറ്റുമോ എന്ന് രാജീവ്ഗാന്ധി ആശങ്കപ്പെട്ടു. ഇതിനുള്ള പരിഹാരമെന്ന രീതിയി

ലാണ് അദ്ദേഹം ബാബറി മസ്ജിദിന്റെ പൂട്ടുകൾ തുറക്കാൻ തീരുമാനിച്ചത്. നടപടി ഗുണം ചെയ്തത് കോൺഗ്രസിനല്ല. ബി ജെ പിക്കായിരുന്നു. രാമക്ഷേത്രം പണിയുന്നതിനായി ശിലന്യാസം നടത്താൻ സംഘപരിവാറിന് കോൺഗ്രസ് സർക്കാർ അനുമതി നൽകി. ഇതിന്റെയെല്ലാം പ്രതിഫലനം യു പി രാഷ്ട്രീയത്തിലുണ്ടായി. ഹിന്ദുക്കൾ ബി ജെ പിയോടടുത്തു. ന്യൂനപക്ഷങ്ങളാവട്ടെ സോഷ്യലിസ്റ്റ് പാർട്ടികളോടൊപ്പം നിന്നു. 1984 ൽ യു പി യിൽ 85 ലോക്സഭാ സീറ്റുകളിലെ 83 ഉം നേടിയ കോൺഗ്രസിന് 1989 ലെ തിരഞ്ഞെടുപ്പിൽ ലഭിച്ചത് വെറും 15 സീറ്റ്. 89ൽ 8 സീറ്റുകൾ നേടിയ ബി ജെ പിയുടെ അംഗബലം 1991 ൽ 51 ആയി ഉയർന്നു. എൽ കെ അദ്വാനിയുടെ നേതൃത്വത്തിൽ നടന്ന രഥയാത്ര ബി ജെ പി യെ യു പിയിലെ മുഖ്യരാഷ്ട്രീയ ശക്തിയാക്കി മാറ്റി. അയോധ്യയിലെ രാമക്ഷേത്രനിർമാണം മറ്റ് ജനകീയ പ്രശ്നങ്ങളെക്കാൾ പ്രധാന വിഷയമായി മാറി. 1997 സെപ്തംബർ 21 ന് കല്യാൺസിങ്ങിന്റെ നേതൃത്വത്തിൽ ആദ്യ ബി ജെ പി സർക്കാർ അധികാരത്തിലേറി. മുരളി മനോഹർ ജോഷി, കൽരാജ് മിശ്ര, രാജീവ് ഠണ്ടൻ, വിനയ് കത്യാർ, രാജ്നാഥ് സിങ് തുടങ്ങിയ നേതാക്കളേക്കാൾ കരുത്തനായിരുന്നു കല്യാൺസിങ്. അദ്ദേഹം പിന്നോക്ക ജാതിക്കാരനായിരുന്നു. സവർണരുടെ പാർട്ടിയെന്ന പ്രതിച്ഛായകളഞ്ഞ് പാർട്ടിയെ പിന്നോക്കക്കാരുടെ ഇടയിലേക്ക് അദ്ദേഹം കൊണ്ടുപോയി. 1992 ഡിസംബർ 6ന് മുഖ്യമന്ത്രിക്കസേരയിലിരുന്ന് ബാബറി മസ്ജിദ് തകർക്കുന്നതിനായി എല്ലാ ഒത്താശകളും ചെയ്തുകൊടുത്തു. ബാബറി മസ്ജിദ് തകർത്ത സംഭവം യു പിയിൽ ബി ജെ പിക്ക് രാഷ്ട്രീയ വളർച്ചയല്ല, തളർച്ചയാണ് ഉണ്ടാക്കിയത്. പാർട്ടിക്കകത്ത് ആഭ്യന്തര പ്രശ്നങ്ങൾ മൂർച്ഛിച്ചു. കല്യാൺ സിങ് പാർട്ടി വിട്ടു. ബി ജെ പിയുടെ അയോധ്യ രാഷ്ട്രീയം വെറും രാഷ്ട്രീയ തട്ടിപ്പാണെന്ന് അശോക് സിംഗാളിനെപ്പോലുള്ള വി എച്ച് പി നേതാക്കൾ ആരോപിച്ചുകൊണ്ടിരുന്നു. യു പി രാഷ്ട്രീയത്തിന്റെ ദിശ മതത്തിൽ നിന്ന് ജാതിയിലേക്ക് വഴിമാറിയപ്പോൾ ബി ജെ പി സംസ്ഥാനത്തെ മൂന്നാം കക്ഷിയും നാലാം കക്ഷിയുമായി തരംതാണു. ബി ജെ പിയുടെ രാഷ്ട്രീയ അംഗബലത്തിന് ക്ഷതമേറ്റെങ്കിലും സംഘപരിവാറിന്റെ അടിത്തറ ശക്തമാണ്. രാഷ്ട്രീയ കാലാവസ്ഥ അനുകൂലമായാൽ സംസ്ഥാനത്തെ മുഖ്യശക്തിയായി വീണ്ടും ഉയർന്നു വരാം.

അയോധ്യാ കേസിന്റെ വിധി

പതിറ്റാണ്ടുകൾ നീണ്ട കോടതി നടപടികൾക്ക് ശേഷം അലഹാബാദ് ഹൈക്കോടതിയുടെ ലക്നൗ ബഞ്ച് 2010 സെപ്റ്റംബർ 30ന് അയോധ്യകേസിൽ വിധി പുറപ്പെടുവിച്ചു. തർക്കസ്ഥലം മൂന്നായി വിഭജിക്കണമെന്നും ബാബറി മസ്ജിദ് സ്ഥിതി ചെയ്തിരുന്ന സ്ഥലം ക്ഷേത്രം പണിയാനായി വിട്ടുകൊടുക്കണമെന്നും കോടതി നിർദേശിച്ചു. സുന്നി വഖഫ് ബോർഡ് നിർമോഹി അക്കാര, ഹിന്ദുമഹാസഭ എന്നിവർക്കെല്ലാം മൂന്നിലൊന്ന് തർക്കസ്ഥലം നൽകണമെന്ന് വിധിന്യായത്തിൽ പറയുന്നു. നിയ

മവിദഗ്ധർ മാത്രമല്ല, കേസിലെ എല്ലാ കക്ഷികളും അത്ഭുതത്തോടെയായിരുന്നു കോടതിവിധിയോട് പ്രതികരിച്ചത്. തർക്കസ്ഥലം മൂന്നിലൊന്നായി വിഭജിക്കണമെന്ന് കേസിലെ കക്ഷികളാരും ആവശ്യപ്പെട്ടിരുന്നില്ല. മാത്രമല്ല വസ്തുതകളിലും തെളിവുകളിലുമുപരിയായി 'വിശ്വാസം' അടിസ്ഥാനമാക്കിയുള്ളതായിരുന്നു വിധി. എല്ലാ കക്ഷികളും കോടതി വിധിക്കെതിരെ സുപ്രീം കോടതിയിൽ അപ്പീൽ സമർപ്പിച്ചു. അയോധ്യാ വിധി അത്ഭുതകരമെന്ന് വിശേഷിപ്പിച്ചുകൊണ്ട് 2011 മെയ് മാസത്തിൽ സുപ്രീം കോടതി ഹൈക്കോടതി വിധി സ്റ്റേ ചെയ്തു.

സോഷ്യലിസ്റ്റ് മുന്നേറ്റങ്ങൾ

സോഷ്യലിസ്റ്റ് ചേരിയും സോഷ്യലിസ്റ്റുകളുടെ പിന്തുടർച്ചാവകാശികളെന്ന് അവകാശപ്പെടുന്നവരും എക്കാലത്തും യു പി രാഷ്ട്രീയത്തിൽ സജീവമായിരുന്നു. ഡോ. റാംമനോഹർ ലോഹ്യ, ആചാര്യനരേന്ദ്രദേവ്, രാജ് നാരായൺ തുടങ്ങി പ്രമുഖരുടെ നീണ്ടനിര തന്നെ യു പി യിലുണ്ടായിരുന്നു. 1934ൽ കോൺഗ്രസ് സോഷ്യലിസ്റ്റ് പാർട്ടി രൂപീകരിക്കുന്നതിന് നിർണായക പങ്ക് വഹിച്ച നേതാവായിരുന്നു രാം മനോഹർ ലോഹ്യ. ജവഹർലാൽ നെഹ്റുവിന്റെ അടുത്ത സുഹൃത്തായിരുന്നു ലോഹ്യ. പിന്നീട് കോൺഗ്രസുമായി പിണങ്ങി സംയുക്ത സോഷ്യലിസ്റ്റ് പാർട്ടി രൂപീകരിച്ചു. കമ്യൂണിസ്റ്റുകാരുടെ വർഗ രാഷ്ട്രീയത്തോട് അദ്ദേഹം വിയോജിച്ചിരുന്നു. വർഗമല്ല, ജാതിയാണ് അടിസ്ഥാന വിഷയമെന്ന് അദ്ദേഹം പ്രചരിപ്പിച്ചു. ജാതിവിവേചനം അവസാനിപ്പിക്കുന്നതിനായി 'റൊട്ടിയും ബേട്ടിയും' സിദ്ധാന്തം മുന്നോട്ട് വെച്ചു. റൊട്ടി എന്ന വാക്കുകൊണ്ട് പാവപ്പെട്ടവർക്ക് ഭക്ഷണം നൽകണം എന്നാണ് ഉദ്ദേശിച്ചത്. ബേട്ടിയെന്നാൽ പെൺകുട്ടി. എല്ലാവരും പെൺകുട്ടികളെ അന്യജാതിയിൽപ്പെട്ടവർക്ക് വിവാഹം ചെയ്തുകൊടുക്കണമെന്ന് ലോഹ്യ ആവശ്യപ്പെട്ടു. ലോഹ്യക്കുണ്ടായിരുന്ന വിശ്വാസ്യതയോ പ്രതിച്ഛായയോ അദ്ദേഹത്തിന്റെ ശിഷ്യന്മാർക്ക് ഉണ്ടായിരുന്നില്ല. എങ്കിലും ലോഹ്യയുടെ മുദ്രാവാക്യങ്ങൾ ഉയർത്തിപ്പിടിച്ച് യു പി യിൽ അടിയന്തരാവസ്ഥയ്ക്കെതിരെ വൻ ബഹുജനപ്രക്ഷോഭമുണ്ടായി. അടിയന്തരാവസ്ഥയ്ക്ക് ശേഷം 1977 ൽ നടന്ന ലോക്സഭ തിരഞ്ഞെടുപ്പിൽ ആകെയുള്ള 85 സീറ്റുകളിലെ 85 ഉം ജനതാ പാർട്ടി നേടി. റായ്ബറേലിയിൽ പ്രധാനമന്ത്രി ഇന്ദിരാഗാന്ധിയെ രാജ്നാരായൺ മലർത്തിയടിച്ചത് ഇന്ത്യൻ തിരഞ്ഞെടുപ്പ് ചരിത്രത്തിലെ ഏറ്റവും വലിയ അട്ടിമറിയാണ് ബാഗ്പത്തിൽ നിന്ന് വിജയിച്ച ചരൺസിങ് മൊറാർജി ദേശായിക്കുശേഷം പ്രധാനമന്ത്രിയായി. രാം നരേഷ് യാദവ് മുഖ്യമന്ത്രി സ്ഥാനത്തും അവരോധിക്കപ്പെട്ടു.

ഇന്ദിരാഗാന്ധിയുടെ മരണത്തിന് ശേഷം കോൺഗ്രസിലുണ്ടായ പൊട്ടിത്തെറികൾ യു പിയിലെ സോഷ്യലിസ്റ്റ് ചേരിയെ ശക്തമാക്കി. വി പി സിങ്ങിന്റെ നേതൃത്വത്തിൽ ജനതാദൾ സംസ്ഥാനത്തെ മുഖ്യ രാഷ്ട്രീയ ശക്തിയായി ഉയർന്നു. 1989 ലെ തിരഞ്ഞെടുപ്പിൽ യു പി

യിൽനിന്നും ജനതാദൾ 54 സീറ്റുകൾ നേടി. വി പി സിങ് പ്രധാനമന്ത്രിയും മുലായംസിങ് യാദവ് മുഖ്യമന്ത്രിയുമായി. മണ്ഡൽ-മസ്ജിദ് രാഷ്ട്രീയത്തിൽ യു പിയിലെ ന്യൂനപക്ഷങ്ങളുടെ സംരക്ഷകനായി മുലായംസിങ് യാദവ് ഉയർന്നു.

ദളിത് രാഷ്ട്രീയം

ദളിതർക്ക് നേരെ ഏറ്റവുമധികം ആക്രമണങ്ങൾ നടക്കുന്ന സംസ്ഥാനമാണ് യു പി. തുടക്കം മുതൽക്കു തന്നെ ദളിത് മുന്നേറ്റങ്ങൾ ദുർബലമായിരുന്നു. എന്നാൽ 1984 ൽ രൂപംകൊണ്ട ബി എസ് പി (ബഹുജൻ സമാജ് പാർട്ടി) അത്ഭുതകരമായ വളർച്ചയാണ് കൈവരിച്ചത്. കൻഷിറാമാണ് ബി എസ് പിയുടെ സ്ഥാപകൻ. എന്നാൽ ദില്ലിയിലെ സ്കൂൾ അധ്യാപികയായിരുന്ന മായാവതിയാണ് ബി എസ് പിയെ രാജ്യത്തെ മുഖ്യ രാഷ്ട്രീയ ശക്തിയാക്കിമാറ്റിയത്. യു പിയായിരുന്നു മായാവതിയുടെ പ്രധാന പ്രവർത്തന മേഖല. 1989 ലെ ലോക്സഭാ തിരഞ്ഞെടുപ്പിൽ യു പിയിലെ ബിജ്നൂർ മണ്ഡലത്തിൽനിന്ന് മായാവതി തിരഞ്ഞെടുക്കപ്പെട്ടു. 1995 ലും 1997 ലും 2002 ലും 2007 ലും മുഖ്യമന്ത്രിയായി. അധികാരത്തിനുവേണ്ടി പലതവണ ബി ജെ പിയുമായി മായാവതി കൈകോർത്തു. എന്നാൽ ഈ അവസരവാദ സഖ്യത്തിലൂടെ ബി എസ് പി വളരുകയും ബി ജെ പി തളരുകയും ചെയ്തു. 2007 ലെ നിയമസഭാ തിരഞ്ഞെടുപ്പിൽ ദളിതരേയും ബ്രാഹ്മണരെയും മുസ്ലിങ്ങളെയും ബി എസ് പിയോടടുപ്പിക്കുക എന്ന ലക്ഷ്യത്തോടെ രൂപീകരിച്ച 'മഴവിൽ സഖ്യം' വിജയം കണ്ടു. ഏറെക്കാലത്തിന് ശേഷം ഒരു പാർട്ടിക്ക് യു പിയിൽ തനിച്ച് ഭൂരിപക്ഷം ലഭിച്ചു. മായാവതി മുഖ്യമന്ത്രിയായി. 2009 ലെ ലോക്സഭാ തിരഞ്ഞെടുപ്പിൽ 20 സീറ്റുകൾ നേടിയ ബി എസ് പി അംഗബലത്തിൽ എസ് പിക്കും കോൺഗ്രസിനും പിന്നാലെ 3-ാം സ്ഥാനത്തേക്ക് പിന്തള്ളപ്പെട്ടു. എന്നാൽ വോട്ടിങ് ശതമാനത്തിൽ ഒന്നാമതെത്തി. 27.42%

ബി എസ് പി, സമാജ്‌വാദി പാർട്ടി, കോൺഗ്രസ്, ബി ജെ പി എന്നീ പാർട്ടികൾക്ക് പുറമേ പടിഞ്ഞാറൻ യു പി യിലെ നിർണായക ശക്തികളായ അജിത് സിങ്ങിൽ രാഷ്ട്രീയ ലോക്ദൾ, കിഴക്കൻ യു പിയിൽ സ്വാധീനമുള്ള അപ്പ്നാദൾ തുടങ്ങിയ പ്രാദേശിക പാർട്ടികൾ സജീവമാണ്. പടിഞ്ഞാറൻ യു പിയിലെ മലമ്പ്രദേശങ്ങൾ ഉൾക്കൊള്ളിച്ച് 2002 ൽ ഉത്തർഖണ്ഡ് സംസ്ഥാനം രൂപീകരിച്ചു. യു പിയെ നാല് സംസ്ഥാനങ്ങളായി വിഭജിക്കണമെന്ന ആവശ്യം ഇപ്പോൾ ശക്തമാണ്.

സാമൂഹ്യാവസ്ഥ

സ്വാതന്ത്ര്യത്തിന് മുമ്പുതന്നെ പല പ്രദേശങ്ങളും സാമുദായിക സംഘർഷങ്ങളാൽ കുപ്രസിദ്ധിയാർജിച്ചിരുന്നു. മീററ്റ്, കാൺപൂർ, മൗ, ഖോരക്പൂർ, അലഹാബാദ്, ലഖ്നൗ തുടങ്ങിയ നഗരങ്ങൾക്ക് പുറമേ കലാപങ്ങൾ പൊട്ടിപ്പുറപ്പെടാവുന്ന നൂറോളം പ്രദേശങ്ങൾ യു പിയിലു

ണ്ട്. ആദ്യകാലങ്ങളിൽ സാമുദായിക പ്രശ്നങ്ങൾ പ്രാദേശിക തലത്തിൽ മാത്രമായി ഒതുങ്ങി നിൽക്കുകയായിരുന്നു. രാമക്ഷേത്ര പ്രക്ഷോഭത്തോടെ ഇവയ്ക്ക് സംഘടിത സ്വഭാവം കൈവന്നു. ഈ സാമൂഹ്യാന്തരീക്ഷം സംഘപരിവാറിനെ ശക്തിപ്പെടുത്തി. ന്യൂനപക്ഷങ്ങളിൽ അരക്ഷിതാവസ്ഥയുണ്ടാക്കി. വി പി സിങ് സർക്കാർ കൈക്കൊണ്ട ശക്തമായ നടപടികൾ ഉത്തർപ്രദേശിലെ മുസ്ലിങ്ങളുടെ ആത്മവിശ്വാസം വർധിപ്പിച്ചിരുന്നു. ഖോരഖ്പൂരിലെ വി എച്ച് പി നേതാവും എം പിയുമായ സ്വാമി ആദിത്യനാഥിനെ കലാപം നടത്താൻ പ്രേരിപ്പിച്ചതിന് മുലായം സിങ് യാദവ് ഒരുമാസക്കാലം ജയിലിലടച്ചതും ന്യൂനപക്ഷങ്ങൾക്കിടയിൽ സുരക്ഷിതത്വ ബോധമുണ്ടാക്കി. മുലായംസിങ് യാദവും മായാവതിയും യു പിയിൽ അധികാരത്തിലേറിയത് മുസ്ലിം വോട്ടർമാരുടെ പിന്തുണയോടെയാണ്. യു പിയിലെ രാഷ്ട്രീയ രംഗത്തുണ്ടായ മാറ്റം സാമൂഹ്യാവസ്ഥയിലുമുണ്ടായി. അയോധ്യാ കേസിലെ വിധിന്യായത്തിന് ശേഷം ചെറിയ സംഘർഷം പോലും യു പി യിലെവിടെയും ഉണ്ടാവാതിരിക്കാനുള്ള കാരണവും ഇതുതന്നെയാണ്.

പിന്നോക്ക ജാതിക്കാർക്കും ന്യൂനപക്ഷങ്ങൾക്കും ഉണ്ടാക്കാനായ മുന്നേറ്റം ദളിതർക്ക് സാധിച്ചിട്ടില്ല. അധികാര സ്ഥാനങ്ങളിലെ നേട്ടങ്ങൾ താഴെ തട്ടിലെത്തിയിട്ടില്ല. സവർണജാതിക്കാരുടെ കുട്ടികൾ പഠിക്കുന്ന സ്കൂളിൽ ഉച്ചഭക്ഷണം വെച്ചിരുന്ന ശാന്തിയെന്ന സ്ത്രീയെ ദളിതയാണെന്ന കാരണത്താൽ പുറത്താക്കിയത് ഏറെ ഒച്ചപ്പാടുണ്ടാക്കിയിരുന്നു. മായാവതിയെന്ന ദളിത്സ്ത്രീ സംസ്ഥാനം ഭരിച്ചു കൊണ്ടിരിക്കെയാണ് ഈ സംഭവം. ദളിതർക്കെതിരെയുള്ള ആക്രമണങ്ങൾ കുറഞ്ഞിട്ടുണ്ടെങ്കിലും ദളിത് പീഡനങ്ങൾ ഇന്നും ഒരു പ്രധാന ക്രമസമാധാന പ്രശ്നമാണ്.

നാഷണൽ ക്രൈം റെക്കോർഡ്സ് ബ്യൂറോയുടെ 2008ലെ റിപ്പോർട്ട് പ്രകാരം നാഗാലാൻറ് കഴിഞ്ഞാൽ ഏറ്റവും അധികം ക്രിമിനൽവൽക്കരിക്കപ്പെട്ട സംസ്ഥാനം യു പിയാണ്. ക്രിമിനൽ കുറ്റകൃത്യങ്ങൾ തടയുന്നതിൽ സംസ്ഥാനത്തിന്റെ സ്ഥാനം 34–ാമത് (കേന്ദ്രഭരണ പ്രദേശങ്ങളെ കൂടി ഉൾക്കൊള്ളിച്ചുകൊണ്ടുള്ളതാണ് കണക്ക്). സ്ത്രീകളെ തട്ടിക്കൊണ്ടു പോകൽ, സ്ത്രീധന മരണങ്ങൾ, സ്ത്രീകൾക്കെതിരെയുള്ള ലൈംഗിക കുറ്റകൃത്യങ്ങൾ തുടങ്ങിയവയിലും സംസ്ഥാനമാണ് ഏറ്റവും മുന്നിൽ. അതേസമയം ആത്മഹത്യാനിരക്കിൽ സംസ്ഥാനം ഏറെ പിറകിലാണ്. യു എൻ സി പിയുടെ ബഹുമുഖ ദാരിദ്ര്യ സൂചികയനുസരിച്ച് സംസ്ഥാനത്തെ 69.9 ശതമാനം പേർ ദരിദ്രരാണ്. സാക്ഷരത 69.72 ശതമാനം. സ്ത്രീപുരുഷ അനുപാതം: 908/1000. ജനസാന്ദ്രത: ചതുരശ്രകിലോമീറ്ററിൽ 828 പേർ, മനുഷ്യവിഭവശേഷിയുമായി ബന്ധപ്പെട്ട സൂചികകളിലെല്ലാം സംസ്ഥാനം എറെ പിറകിലാണ്.

ഭൂമിശാസ്ത്രം

നേപ്പാൾ, ഉത്തർഖണ്ഡ്, ഹിമാചൽ പ്രദേശ്, ഹരിയാന, ദില്ലി, രാജസ്ഥാൻ, മധ്യപ്രദേശ്, ചണ്ഡീഗഢ്, ഝാർഖണ്ഡ്, ബീഹാർ തുടങ്ങിയവയാണ് അയൽ പ്രദേശങ്ങൾ. 2,38,566 ചതുരശ്രകിലോമീറ്ററാണ് വിസ്തീർണം. ഗംഗാ സമതലവും വിന്ധ്യാമലനിരകളും അടങ്ങുന്ന പ്രദേശം ഫലഭൂയിഷ്ഠമാണ്. 12.8 ശതമാനം പ്രദേശം വനങ്ങളാണ്. ഗംഗയും യമുനയുമാണ് പ്രധാന നദികൾ. വേനൽക്കാലങ്ങളിൽ താപനില 45^{0}C വരെ ഉയരും. 1958 മേയ് 8ന് ഗോണ്ടയിൽ രേഖപ്പെടുത്തിയ 49.9^{0}C ആണ് സംസ്ഥാനത്തിന്റെ ചരിത്രത്തിലെ ഏറ്റവും ഉയർന്ന താപനില. ശീതകാലത്ത് താപനില 2^{0}C വരെ താഴും. ജൂൺ മുതൽ സെപ്തംബർ വരെ മഴക്കാലം. വേനലിൽ വരൾച്ചയും വർഷത്തിൽ വെള്ളപ്പൊക്കവും ശീതകാലത്ത് തണുപ്പു താങ്ങാനാകാതെ കൂട്ടമരണങ്ങളും പതിവാണ്.

സമ്പദ്വ്യവസ്ഥ

രാജ്യത്തിന്റെ മൊത്ത ആഭ്യന്തര ഉൽപ്പാദനത്തിൽ യു പിയുടെ സംഭാവന 6.29 ശതമാനം. ജനസംഖ്യയിലെ 73 ശതമാനം പേർ കാർഷികവൃത്തിയിൽ ഏർപ്പെട്ടിരിക്കുന്നു. സംസ്ഥാനത്തിന്റെ വരുമാനത്തിന്റെ 46 ശതമാനം കാർഷികോൽപ്പന്നങ്ങളിൽ നിന്നാണ് ലഭിക്കുന്നത്. ഗോതമ്പ്, ചോളം, കരിമ്പ്, പയർവർഗങ്ങൾ തടങ്ങിയവയാണ് പ്രധാന കാർഷികോൽപ്പന്നങ്ങൾ. ആവശ്യത്തിലുമധികം ഭക്ഷ്യവസ്തുക്കൾ ഉൽപ്പാദിപ്പിക്കുന്നുണ്ട്.

രാജ്യത്ത് ഏറ്റവുമധികം ചെറുകിട വ്യവസായ ശാലകളുള്ള സംസ്ഥാനമാണ് യു പി. 23 ലക്ഷം വ്യവസായങ്ങൾ. ഓരോ നഗരവും ഓരോ വ്യവസായങ്ങൾക്ക് പ്രസിദ്ധമാണ്.

ലഖ്നൗ	–	ഐ ടി
നോയിഡ	–	ഐ ടി
കാൺപൂർ	–	ഷൂ നിർമാണം
മീററ്റ്	–	സ്പോട്സ് ഉൽപ്പന്നങ്ങൾ
മിർസാപ്പൂർ	–	കാർപ്പറ്റ്
മൊറാദാബാദ്	–	മെറ്റൽവയർ
അലിഗഢ്	–	അലുമിനിയം, ഇരുമ്പ് വാതിലുകളുടെ നിർമാണം
ഷാഹറൻപൂർ	–	ചിത്രത്തുന്നൽ പണി
ഫിറോസാബാദ്	–	വള നിർമാണം

വിനോദസഞ്ചാരം

രാജ്യത്ത് ഏറ്റവുമധികം വിനോദസഞ്ചാരികൾ എത്തുന്ന സംസ്ഥാനങ്ങളിലൊന്ന് യു പിയാണ്. വിദേശത്തു നിന്നുള്ള സഞ്ചാരികളിലെ 1/4

താജ് മഹൽ

യു പിയിലെത്തുന്നുണ്ടെന്നാണ് കണക്കുകൾ സൂചിപ്പിക്കുന്നത്. ഏറ്റവു മധികം സഞ്ചാരികളെത്തുന്നത് ആഗ്രയിലെ താജ്മഹൽ കാണാനാണ്.

ആഗ്ര	–	താജ്മഹൽ, അക്ബറിന്റെ ബലികുടീരം
അലിഗഢ്	–	അലിഗഢ് മുസ്ലിം യൂണിവേഴ്സിറ്റി കോട്ടകൾ
അലഹാബാദ്	–	ത്രിവേണി സംഗമം, മുസ്ലിം സാംസ്കാരിക കേന്ദ്രം, ജവഹർലാൽ നെഹ്റുവിന്റെ തറവാട്ടു വീടായ ആനന്ദമഠം.
അയോധ്യ	–	ശ്രീരാമന്റെ ജന്മസ്ഥലം, ബാബറി മസ്ജിദ്, ക്ഷേത്രങ്ങൾ
ബറേലി	–	പുരാതന മുസ്ലിം പള്ളികൾ
ബട്ടേശ്വർ	–	ക്ഷേത്രങ്ങൾ, കന്നുകാലിമേളകൾ
ചന്ദ്രപ്രഭ	–	വന്യജീവിസങ്കേതം
ചിത്രകൂട്	–	ഹിന്ദുതീർഥാടന കേന്ദ്രം
ചുനാർ	–	കോട്ടകൾ
ദുദ്മാ	–	ദേശീയ ഉദ്യാനം
ഇട്ടാവ	–	കന്നുകാലിമേളകൾ നടക്കുന്ന നഗരം.
ഫൈസാബാദ്	–	മുസ്ലിം പള്ളികളും ബലികുടീരങ്ങളും
ഫത്തേർപ്പൂർസിക്രി	–	അക്ബറിന്റെ തലസ്ഥാനനഗരം, കോട്ടകൾ, ബലികുടീരങ്ങൾ

ഝാൻസി	–	കോട്ടകൾ
കനോജ്	–	പുരാതന നഗരം, സുഗന്ധദ്രവ്യങ്ങളുടെ ഉൽപ്പാദന കേന്ദ്രം
കാൺപൂർ	–	വ്യവസായനഗരം
കുഷിനഗർ	–	ബൗദ്ധ തീർഥാടന കേന്ദ്രം
ലഖ്നൗ	–	തലസ്ഥാന നഗരി, മുസ്ലിം സാംസ്കാരിക കേന്ദ്രം
മഥുര	–	കൃഷ്ണജന്മഭൂമി
മീററ്റ്	–	ബ്രിട്ടീഷുകാർക്കെതിരെയുള്ള പ്രസിദ്ധമായ മീററ്റ് ഗൂഢാലോചന നടന്ന സ്ഥലം. സൈനിക നഗരം.
മിർസാപ്പൂർ	–	കരകൗശലവസ്തുക്കളുടെ നിർമാണത്തിന് പ്രസിദ്ധമായ സ്ഥലം
മിസ്റിക്ക്	–	ഹിന്ദു തീർഥാടന കേന്ദ്രം
മൊറാദാബാദ്	–	മുസ്ലിം പള്ളി, ലോഹംകൊണ്ട് കരകൗശലവസ്തുക്കൾ നിർമിക്കുന്ന സ്ഥലം.
നവാബ്ഗഞ്ച്	–	പക്ഷിസങ്കേതം
രാംപൂർ	–	കോട്ട
സർവാസ്തി	–	പൗരാണിക ബൗദ്ധ നഗരം
വാരാണസി	–	തീർഥാടന കേന്ദ്രം
വാരണാസി	–	സാരി നിർമാണം
പിലിബിറ്റ്	–	ഓടക്കുഴൽ, മരപ്പൈപ്പ്, മരംകൊണ്ടുള്ള ചെരിപ്പുകൾ
ബറേലി	–	
കനൗജ്	–	സുഗന്ധദ്രവ്യങ്ങൾ
ഖുർജ	–	കുടം

കല, സംസ്കാരം

ഹിന്ദി, ഉറുദുസാഹിത്യം, ഹിന്ദുസ്ഥാനി സംഗീതം, കഥക്, നൃത്തം തുടങ്ങിയവയിലൂടെ സംസ്ഥാനത്തിന്റെ സാംസ്കാരിക മേഖല സജീവവും സമ്പന്നവുമാണ്. സ്വാമി ഹരിദാസ്, ടാൻസൻ തുടങ്ങിയവർ ഹിന്ദുസ്ഥാനി സംഗീതത്തെ ജനകീയമാക്കി.

അനൂപ് ജലോട്ട, ബാബ സൈഗാൾ, ഗിരിജാദേവി, ഗോപാൽ ശങ്കർ മിശ്ര, ഹരിപ്രസാദ് ചൗരസ്യ, കിഷൻ മഹാരാജ്, നൗഷാദ് അലി, പണ്ഡിറ്റ് രവിശങ്കർ, ശുഭ മുഡ്ഗൽ, സിദ്ദേശ്വരി ദേവി, തലാട്ട് മെഹമൂദ്, ഉസ്താദ് ബിസ്മില്ലാഖാൻ എന്നിങ്ങനെ പ്രമുഖരായ നിരവധി സംഗീതജ്ഞർക്ക് യു പി ജന്മംനൽകി.

ആഘോഷങ്ങൾ

ഹോളി, ജന്മാഷ്ടമി, ദീപാവലി, ദസറ തുടങ്ങിയവയാണ് ഹിന്ദുക്കളുടെ പ്രധാന ആഘോഷങ്ങൾ. റംസാനും ഈദുമാണ് മുസ്ലിങ്ങളുടെ പ്രധാന ആഘോഷങ്ങൾ. ഇതിന് പുറമേ അലഹാബാദിലെ മഹാകുംഭമേളപോലെ ഓരോ പ്രദേശങ്ങളിലും പ്രത്യേകം ആഘോഷങ്ങൾ ഉണ്ട്.

ഭക്ഷണം

ഗോതമ്പ് ഭക്ഷണ പ്രിയരാണ്. അരിയാഹാരം കഴിക്കുന്നവർ ചുരുക്കം. തന്തൂരി റൊട്ടിയും പരിപ്പ് കറിയുമാണ് ഇഷ്ടഭക്ഷണം. തലസ്ഥാന നഗരിയായ ലഖ്നൗവിൽ നല്ല മുഗൾ ഭക്ഷണങ്ങൾ ലഭിക്കും. ലഖ്നൗ ബിരിയാണി പ്രസിദ്ധമാണ്. കബാബ്, കോഫ്ത്ത, കോർമ, കീമ തുടങ്ങിയവ മുസ്ലിം ജനവാസകേന്ദ്രങ്ങളിൽ ലഭിക്കും.

ആഗ്രപേഡയാണ് ഏറ്റവും പ്രസിദ്ധമായ മധുര പലഹാരം.

കണ്ടിരിക്കേണ്ട സ്ഥലം – താജ്മഹൽ

ലോകാത്ഭുതങ്ങളിലൊന്നാണ് താജ്മഹൽ. ഭാര്യ മുംതാസ് ബീഗത്തിന്റെ ഓർമയ്ക്കായി 1653ൽ ഷാജഹാൻ നിർമിച്ച ഈ വെണ്ണക്കൽ സ്മാരകം ആഗ്രയെ വിശ്വപ്രസിദ്ധമാക്കി. താജ്മഹലിന് സമീപമാണ് 1565 ൽ അക്ബർ ചക്രവർത്തി നിർമിച്ച ആഗ്രാകോട്ട. ആഗ്രകോട്ട യുനസ്കോ ലോക പൈതൃകമായി പ്രഖ്യാപിച്ച ചരിത്ര സ്മാരകമാണ്. ആഗ്രയിൽനിന്ന് 35 കിലോമീറ്റർ അകലെയാണ് കുറച്ചുകാലം അക്ബറിന്റെ ആസ്ഥാനമായിരുന്ന ഫത്തേപൂർ സിക്രി.

ദില്ലിയിൽനിന്ന് റോഡ് മാർഗവും റെയിൽ മാർഗവും വിമാനമാർഗവും ആഗ്രയിലെത്താം.

കേരളീയം – ഉത്തർപ്രദേശ്

ലഖ്നൗ, വാരാണസി, അലഹാബാദ്, കാൺപൂർ തുടങ്ങിയ നഗരങ്ങളിലെ ഫാക്ടറികളിൽ പണ്ടെല്ലാം നിരവധി മലയാളികൾ തൊഴിലെടുത്തിരുന്നു. ഇവരിലെ വലിയൊരു വിഭാഗം പലപ്പോഴായി കേരളത്തിലേക്കും മറ്റ് ഉത്തരേന്ത്യൻ നഗരങ്ങളിലേക്കും പറിച്ചുനട്ടു. എങ്കിലും ആതുരസേവന രംഗത്ത് മലയാളികളുടെ നല്ല സാന്നിധ്യമുണ്ട്. പ്രധാന ആശുപത്രികളിലെല്ലാം ഒരു മലയാളി നേഴ്സിനെയെങ്കിലും കാണാം.

പ്രധാന മലയാളി സംഘടനകളും നേതാക്കളും

ലക്നൗ മലയാളി അസോസിയേഷൻ – ടി വി ആർ നായർ (09935629138)
വാരാണസി മലയാളി അസോസിയേഷൻ – ഹരിദാസൻ (09451895562)
അഹമ്മദാബാദ് മലയാളി അസോസിയേഷൻ – വിജയൻ (09450633133)

കേന്ദ്രസർക്കാർ ടൂറിസം ഓഫീസുകൾ

ആഗ്ര	–	Assistant Director, Indian tourism, 191, The Mall, Agra - 282001 Tel - 0562 - 2226378 goitoagr@sancharnet.in
വാരണാസി	–	Manager, India Tourism 15B, The Mall Varanasi - 221002 goitonvs@satyam.net.in

കേരളത്തിൽ നിന്ന് യു പിയിലേക്കുള്ള ട്രെയിനുകൾ

12512 – തിരുവനന്തപുരം – ഗോരഖ്പൂർ രപ്തിസാഗർ (ചൊവ്വ, ബുധൻ, ഞായർ)

12625 – തിരുവനന്തപുരം – ന്യൂഡൽഹി കേരള സൂപ്പർ ഫാസ്റ്റ് (പ്രതിദിനം)

* 16317 കന്യാകുമാരി കൊച്ചുവേളി ഹിമസാഗർ എക്സ്പ്രസ് (വെള്ളിയാഴ്ച)

12522 എറണാകുളം ബറോനി രപ്തി സാഗർ (വെള്ളിയാഴ്ച)

12617 എറണാകുളം നിസാമുദ്ദീൻ മംഗള സൂപ്പർ ഫാസ്റ്റ് (പ്രതിദിനം)

പൊതുവിവരങ്ങൾ

തലസ്ഥാനം	–	ലഖ്നൗ
ജില്ലകൾ	–	80
നിയമസഭാമണ്ഡലങ്ങൾ	–	404
ലോക്സഭാമണ്ഡലങ്ങൾ	–	80
രാജ്യസഭാ സീറ്റുകൾ	–	31
ഔദ്യോഗിക ഭാഷ	–	ഹിന്ദി, ഉറുദു
ജനസംഖ്യ	–	199581477
വിസ്തീർണം	–	2,38,566/Km^2
സാക്ഷരത	–	69.72%
റോഡ് ഗതാഗതം	–	2,37,358 കിലോമീറ്റർ
ദേശീയ പാത	–	2,862 കിലോമീറ്റർ
റെയിൽവേ	–	8,911 കിലോമീറ്റർ
വിമാനത്താവളങ്ങൾ	–	ആഗ്ര, കാൺപൂർ, ലഖ്നൗ, ഖോരഖ്പൂർ, അലഹാബാദ്, വാരണസി, ഷാഹറാൻപ്പൂർ, ഝാൻസി, ബറേലി, ഗാസിയാബാദ്, റായ്ബറേലി

പ്രത്യേകതകൾ

1. ഇന്ത്യയിൽ ഏറ്റവും ജനസംഖ്യയുള്ള സംസ്ഥാനം
2. ഏറ്റവുമധികം ജില്ലകൾ ഉള്ള സംസ്ഥാനം - 80
3. ഏറ്റവുമധികം ലോക്സഭാ സീറ്റുകളും (80) രാജ്യസഭാസീറ്റുകളുമുള്ള (31) സംസ്ഥാനം
4. ഏറ്റവുമധികം ചെറുകിട വ്യവസായങ്ങളുള്ള സംസ്ഥാനം (23 ലക്ഷം)
5. ഇന്ത്യയിലെ ഏറ്റവം വലിയ ഷൂ നിർമാണ കേന്ദ്രം - കാൺപൂർ
6. വിദേശവിനോദ സഞ്ചാരികളിലെ 25 ശതമാനം പേർ സന്ദർശിക്കുന്ന സംസ്ഥാനം
7. മായാവതി - ഇന്ത്യയിലെ ആദ്യത്തെ ദളിത് വനിതാ മുഖ്യമന്ത്രി
8. സ്ത്രീകളെ തട്ടിക്കൊണ്ട് പോകൽ, സ്ത്രീധന മരണങ്ങൾ, സ്ത്രീകൾക്കെതിരെയുള്ള ലൈംഗിക കുറ്റകൃത്യങ്ങൾ തുടങ്ങിയവ ഏറ്റവുമധികമുള്ള സംസ്ഥാനം
9. ദരിദ്രരുടെ ശതമാനത്തിൽ രാജ്യത്ത് രണ്ടാംസ്ഥാനം 69.9 ശതമാനം
   (യു എൻ ഡി പി ബഹുമുഖ ദാരിദ്ര്യ സൂചിക.)
10. സുചേത കൃപലാനി - ആദ്യത്തെ വനിതാ മുഖ്യമന്ത്രി
11. ജഗദംബികാ പാൽ - രണ്ടുദിവസം മാത്രം മുഖ്യമന്ത്രി കസേരയിലിരുന്ന നേതാവ്.

സഹായനമ്പറുകൾ

പൊലീസ് കൺട്രോൾ റൂം	-	100
സിറ്റി കൺട്രോൾ റൂം		0522 - 2229999
പൊലീസ് വെബ്സൈറ്റ്	-	www.uppolice.up.nic.in
യു പി ടൂറിസം വെബ്സൈറ്റ്	-	www.up.tourism.com
ടൂറിസം ഇൻഫർമേഷൻ	-	0522 - 2308916 0522 - 2308017
പബ്ലിക് റിലേഷൻസ് വെബ്സൈറ്റ്	-	www.information.up.nic.in

12

ഗുജറാത്ത്

ചരിത്രം

ഗുജറുകളുടെ രാജ്യം, ഗുജറുകൾ ഭരിക്കുകയും ഗുജറുകളാൽ സംരക്ഷിക്കപ്പെടുകയും ചെയ്യുന്ന പ്രദേശമെന്നതാണ് ഗുജറാത്ത് എന്ന വാക്കിന്റെ അർഥം. ഗുജറുകൾ സ്വദേശികളാണെന്നും വിദേശികളാണെന്നുമുള്ള വ്യത്യസ്ത വാദങ്ങൾ ഉണ്ട്.

സിന്ധുനദീതട സംസ്കാരത്തിന്റെ മുഖ്യ സിരാകേന്ദ്രങ്ങളിൽ പലരും ഗുജറാത്തിലായിരുന്നു. ലോതാൽ, ദോലാവിര, ഗോലാ ധോര എന്നിങ്ങനെ അമ്പതോളം പ്രദേശങ്ങളിൽനിന്നും നദീതട സംസ്കാരത്തിന്റെ അവശിഷ്ടങ്ങൾ കണ്ടെടുത്തിട്ടുണ്ട്. പുരാതന ഇന്ത്യയിലെ ആദ്യ തുറമുഖം ലോതാലിലായിരുന്നു. ലോതാലിൽനിന്നും പേർഷ്യയിലേക്ക് കടൽമാർഗം ഉൽപ്പന്നങ്ങൾ കയറ്റി അയച്ചിരുന്നു

ഗുപ്തന്മാർ, ഗുർജാര, പ്രതിഹാര വംശം, സോളങ്കികൾ, സുൽത്താന്മാർ, മുഗൾവംശജർ തുടങ്ങിയവർ പലപ്പോഴായി ഈ പ്രദേശം അടക്കി വാണു. പോർച്ചുഗീസുകാരായിരുന്നു ആദ്യം എത്തിയ വൈദേശിക ശക്തികൾ. 1614 ൽ ബ്രിട്ടീഷ് ഈസ്റ്റ് ഇന്ത്യാ കമ്പനി സൂറത്തിൽ കമ്പനി സ്ഥാപിച്ചു. പോർച്ചുഗീസുകാരെ തുരത്തിയോടിച്ച് ഈ മേഖലയിൽ അധീശത്വം ഉറപ്പിച്ചു. ബ്രിട്ടീഷുകാർ ഭരണം നടത്തുമ്പോൾ ബോംബെ പ്രസിഡൻസിക്ക് കീഴിലായിരുന്നു ഗുജറാത്ത്.

ഇന്ത്യൻ സ്വാതന്ത്ര്യസമരത്തിന്റെ തട്ടകമായിരുന്നു ഗുജറാത്ത്. ഉപ്പുസത്യാഗ്രഹം, കേഡ, ബർദോളി, ബോർസാഡ് സമരങ്ങളെല്ലാം ചരിത്രപ്രസിദ്ധമാണ്. മഹാത്മാഗാന്ധി, സർദാർ വല്ലഭായി പട്ടേൽ, മൊറാർജി ദേശായ്, കെ എം മുൻഷി, നാർഹരി പരീഖ്, മഹാദേവ് ദേശായ്, ദുലാബായ് ദേശായ്, രവിശങ്കർ വ്യാസ് എന്നിങ്ങനെ പ്രമുഖരായ നിരവധി ദേശീയ നേതാക്കൾക്ക് ഈ മണ്ണ് ജന്മംനൽകി.

പഴയ ബോംബെ സംസ്ഥാനത്തെ ഭാഷാ അടിസ്ഥാനത്തിൽ വിഭജിച്ചാണ് 1960 മേയ് ഒന്നിന് ഗുജറാത്ത് സംസ്ഥാനം രൂപംകൊണ്ടത്.

രാഷ്ട്രീയം

ഗുജറാത്ത് ഏറെക്കാലം കോൺഗ്രസിന്റെ തട്ടകമായിരുന്നു. 1960 മുതൽ 1973 വരെ കോൺഗ്രസ് തുടർച്ചയായി സംസ്ഥാനം ഭരിച്ചു. ഡോക്ടർ ജീവരാജ് നാരായൺ മേത്തയായിരുന്നു ആദ്യ മുഖ്യമന്ത്രി. ബാബുഭായ് പട്ടേലിന്റെ നേതൃത്വത്തിൽ 1975 ൽ അധികാരത്തിലേറിയ ജനതാ പാർട്ടി സർക്കാറിന് ഒരു വർഷത്തെ ആയുസ് മാത്രമേ ഉണ്ടായിരുന്നുള്ളൂ. സംസ്ഥാനത്തിന്റെ ചരിത്രത്തിൽ നിർണായക രാഷ്ട്രീയ മാറ്റമുണ്ടായത് 1995 ലാണ്. കേശുഭായ് പട്ടേലിന്റെ നേതൃത്വത്തിൽ ബി ജെ പി സർക്കാർ അധികാരത്തിലേറി. പിന്നീട് സുരേഷ് മേത്ത, ശങ്കർ സിങ് വഗേല, ദിലീപ് ഭായ് രണൺഭായ് പരീഖ്, കേശുഭായ് പട്ടേൽ, നരേന്ദ്ര മോഡി തുടങ്ങിയ ബി ജെ പി നേതാക്കൾ ഗുജറാത്ത് ഭരിച്ചു. 2002ൽ ഉണ്ടായ ഗുജറാത്ത് കലാപം സംസ്ഥാന രാഷ്ട്രീയത്തെ പൂർണമായും സാമുദായികവൽക്കരിച്ചു. കലാപത്തിന് ഒത്താശ ചെയ്തു കൊടുത്ത മോഡി ഹിന്ദുത്വ രാഷ്ട്രീയത്തിന്റെ പ്രതിരൂപമായി മാറി. നരേന്ദ്രമോഡിയെ നേരിടുന്നതിനായി 2002 ൽ മുൻ ബി ജെ പി നേതാവ് ശങ്കർസിങ് വഗേലയെയാണ് കോൺഗ്രസ് മുഖ്യമന്ത്രി സ്ഥാനാർഥിയായി ഉയർത്തിക്കാട്ടിയത്. ശക്തമായ നേതൃത്വത്തിന്റെ അഭാവവും ഹിന്ദുത്വ രാഷ്ട്രീയത്തെ രാഷ്ട്രീയമായി നേരിടുന്നതിൽ വൈമനസ്യം പുലർത്തുന്നതുമെല്ലാം ഗുജറാത്തിൽ കോൺഗ്രസിന് തിരിച്ചടിയായി.

കർഷക, തൊഴിലാളി മുന്നേറ്റങ്ങൾ

പഴയ ബോംബെ സംസ്ഥാനത്തിന്റെ ഭാഗമായിരുന്നു ഗുജറാത്ത്. എന്നാൽ മഹാരാഷ്ട്രയിലുണ്ടായിരുന്നതുപോലുള്ള സ്വാധീനം ഗുജറാത്തിൽ തൊഴിലാളി, കർഷക പാർട്ടികൾക്ക് ഉണ്ടായില്ല. 1933 ഡിസംബർ 31 നാണ് കമ്യൂണിസ്റ്റ് പാർട്ടി ഗുജറാത്തിൽ രൂപീകരിക്കപ്പെട്ടത്. മീററ്റ് ഗൂഢാലോചന കേസിൽ ശിക്ഷിക്കപ്പെട്ട എസ് എസ് മിറാജ്കറും ബ്രാഡ്‌ലിയുമാണ് ഇവിടെ കമ്യൂണിസ്റ്റ് പാർട്ടി രൂപീകരിക്കാൻ നേതൃത്വം നൽകിയത്. ബ്രാഡ്‌ലി ബ്രിട്ടീഷുകാരനായിരുന്നു. ദാനു പ്രസാദ് അചയര, ഹരിപ്രസാദ് ദേയാസി, ജി എം ഖാൻ, ജഗൻ ഖാൻ, ജലാലുദീൻ ബുഖാരി ദീൻകർ മേത്ത, രാം ചോട്ട് പട്ടേൽ, വാജുഭായ് ശുക്ല, ഇസ്മായിൽ ഹിരാനി തുടങ്ങിയവരായിരുന്നു ആദ്യകാല നേതാക്കൾ. വ്യവസായ നഗരങ്ങളിലെല്ലാം ട്രേഡ് യൂണിയനുകൾ സജീവമായിരുന്നു. എന്നാൽ കർഷക മുന്നേറ്റങ്ങൾ നിർജീവമായിരുന്നു.

ഗുജറാത്തിലെ സാമൂഹ്യ നവോത്ഥാന പ്രസ്ഥാനങ്ങളെല്ലാം മതാധിഷ്ഠിതമായിരുന്നു. ദയാനന്ദസരസ്വതിയുടെ ഹൈന്ദവപുനരുദ്ധാരണ പ്രസ്ഥാനമായിരുന്നു ഏറ്റവും സജീവം. ബറോഡ രാജാവ് ഉൾപ്പെടെ

മുഖ്യമന്ത്രിമാർ		
പേര്	കാലാവധി	പാർട്ടി
ജീവരാജ് നാരായൺ മേത്ത	1960 – 1962	ഇന്ത്യൻ നാഷണൽ കോൺഗ്രസ്
ജീവരാജ് നാരായൺ മേത്ത	1962 – 1963	ഇന്ത്യൻ നാഷണൽ കോൺഗ്രസ്
ബൽവന്ത് റായ് നാരായൺ മേത്ത	1963 – 1965	ഇന്ത്യൻ നാഷണൽ കോൺഗ്രസ്
ഹിതേന്ദ്ര ദേശായ്	1965 – 1967	ഇന്ത്യൻ നാഷണൽ കോൺഗ്രസ്
ഹിതേന്ദ്ര ദേശായ്	1967 – 1971	ഇന്ത്യൻ നാഷണൽ കോൺഗ്രസ്
ജി ഡി ഓസ	1972 – 1973	ഇന്ത്യൻ നാഷണൽ കോൺഗ്രസ്
ചിമൻഭായ് പട്ടേൽ	1973 – 1974	ഇന്ത്യൻ നാഷണൽ കോൺഗ്രസ്
ബാബുഭായ് പട്ടേൽ	1975 – 1976	ജനതാ സഖ്യം
മാധവ് സിങ് ഡോളങ്കി	1976 –1977	ഇന്ത്യൻ നാഷണൽ കോൺഗ്രസ്
ബാബു ഭായ് പട്ടേൽ	1977 – 1980	ജനതാ പാർട്ടി
മാധവ് സിങ് ഡോളങ്കി	1980 – 1985	ഇന്ത്യൻ നാഷണൽ കോൺഗ്രസ്
മാധവ് സിങ് ഡോളങ്കി	1985 (മാർച്ച്–ജൂലൈ)	ഇന്ത്യൻ നാഷണൽ കോൺഗ്രസ്
അമർസിങ് ചൗധരി	1985 – 1989	ഇന്ത്യൻ നാഷണൽ കോൺഗ്രസ്
മാധവ്സിങ് ഡോളങ്കി	1989 – 1990	ഇന്ത്യൻ നാഷണൽ കോൺഗ്രസ്
ചിമൻ ഭായ് പട്ടേൽ	1990 – 1994	ജനതാദൾ
ചണ്ഡിൽ ദാസ് മേത്ത	1994 – 1995	ഇന്ത്യൻ നാഷണൽ കോൺഗ്രസ്
കേശുഭായ് പട്ടേൽ	1995 (മാർച്ച് – ഒക്ടോബർ)	ബി ജെ പി
സുരേഷ് മേത്ത	1995 – 1996	ബി ജെ പി
ശങ്കർ സിങ് പഗേല	1997 – 1998	രാഷ്ട്രീയ ജനതാദൾ
ദിലീപ് ഭായ് പരീഖ്	1997 – 1998	രാഷ്ട്രീയ ജനതാ പാർട്ടി
കേശുഭായ് പട്ടേൽ	1998 – 2001	ബി ജെ പി
നരേന്ദ്രമോഡി	2001 – 2002	ബി ജെ പി
നരേന്ദ്ര മോഡി	2002 – 2007	ബി ജെ പി
നരേന്ദ്ര മോഡി	2007 – 2222	ബി ജെ പി

യുള്ള നാട്ടുരാജാക്കന്മാരുടെ പിന്തുണയും നിയന്ത്രണവും ഇത്തരം പ്രസ്ഥാനങ്ങളിലുണ്ടായിരുന്നു. ഭൂപരിഷ്കരണം ഉൾപ്പെടെയുള്ള വിഷയങ്ങളിൽ ഇടപെടാൻ ഇത്തരം പ്രസ്ഥാനങ്ങൾ തയാറായില്ല. ബറോഡ

യിലെ പ്രജാമണ്ഡൽ, കത്തിയവാറിലെ രാജകീയ പരിഷത്ത് തുടങ്ങിയവ ആയിരുന്നു മറ്റ് സംഘടനകൾ. ഇവരെല്ലാം പിന്നീട് കോൺഗ്രസിലും കാലക്രമത്തിൽ ജനസംഘത്തിലും അഭയം പ്രാപിച്ചു.

സ്വാതന്ത്ര്യസമയത്ത് ഗുജറാത്തിലെ ജുനഗഡിൽ വർഗീയ കലാപങ്ങൾ പൊട്ടിപ്പുറപ്പെട്ടു. സിന്ധിൽനിന്ന് വൻ അഭയാർഥി പ്രവാഹം ഉണ്ടായി. ആർ എസ് എസുകാർ മുസ്ലിങ്ങൾക്കെതിരെ ആക്രമങ്ങൾ അഴിച്ചുവിട്ടു. ഈ ഘട്ടത്തിൽ സമാധാനം പുനഃസ്ഥാപിക്കുന്നതിനായി പ്രവർത്തിച്ചവരിൽ കമ്യൂണിസ്റ്റുകാർ ഉണ്ടായിരുന്നു. 1948ൽ കൊൽക്കത്താ പാർട്ടി കോൺഗ്രസിന് ശേഷം കോൺഗ്രസ് സർക്കാർ കമ്യൂണിസ്റ്റ് പാർട്ടിയെ അടിച്ചമർത്താൻ തീരുമാനിച്ചു. ജയിലിൽ വെച്ച് കിസാൻ സഭയുടെ സെക്രട്ടറി ആയിരുന്ന ജയന്തി പരേഖും ജംനാദാസ് മോഡിയും കൊല്ലപ്പെട്ടു. മേഹസാനാ ജില്ലയിലെ ടെഖാരിയകടപ്പപ്രദേശത്ത് കമ്യൂണിസ്റ്റുകാർ ശക്തമായ ചെറുത്ത് നിൽപ്പ് നടത്തി. പക്ഷേ സമരം ആ മേഖലയിൽ മാത്രമായി ഒതുങ്ങി നിന്നു.

1964 ലെ പിളർപ്പിൽ സംസ്ഥാനത്തെ ഭൂരിഭാഗം നേതാക്കളും അണികളും സി പി ഐ എമ്മിനോടൊപ്പം നിന്നു. പിളർപ്പിന് ശേഷം നടന്ന അഹമ്മദാബാദ് മുൻസിപ്പൽ കോർപ്പറേഷൻ തിരഞ്ഞെടുപ്പിൽ സി പി ഐ (എം) വൻവിജയം നേടി. ദിൻകർമേത്ത എന്ന നേതാവ് മേയറായി. എന്നാൽ സംസ്ഥാന രാഷ്ട്രീയത്തിൽ വർഗീയ ധ്രുവീകരണം ശക്തമായതോടെ കമ്യൂണിസ്റ്റ് പാർട്ടികൾ തളർന്നു. ഭാവ് നഗർ, രാജ്ഘോട്ട് തുടങ്ങിയ ചില നഗരപ്രദേശങ്ങളിൽ മാത്രമായി പാർട്ടിയുടെ സ്വാധീനം ഒതുങ്ങി. 2003 ലെ ഗുജറാത്ത് കലാപസമയത്ത് പ്രമുഖ പാർട്ടികളെല്ലാം ദുരിതാശ്വാസപ്രവർത്തനങ്ങളിൽ നിന്ന് വിട്ടുനിന്നപ്പോൾ സി പി ഐ എമ്മിന്റെ നേതൃത്വത്തിൽ അഭയാർഥിക്യാമ്പുകൾ ആരംഭിച്ചിരുന്നു.

വ്യവസായം

ബ്രിട്ടീഷ് ഭരണകാലത്തുതന്നെ വ്യവസായ വാണിജ്യമേഖലകളിൽ ഗുജറാത്ത് ഇന്ത്യയിലെ മറ്റ് പ്രദേശങ്ങളെക്കാൾ മുന്നിലായിരുന്നു. വസ്ത്ര നിർമാണം, രാസപദാർഥങ്ങൾ, പെട്രോകെമിക്കൽസ് ഉൽപ്പന്നങ്ങൾ, ഔഷധങ്ങൾ, പാൽ, പാൽ ഉൽപ്പന്നങ്ങൾ, സിമന്റ്, കളിമൺ ഉൽപ്പന്നങ്ങൾ, രത്നം, വജ്രം, ജ്വല്ലറിഇനങ്ങൾ തുടങ്ങിയവയെല്ലാം ഉൽപ്പാദിപ്പിക്കുന്ന നിരവധി വൻകിട വ്യവസായ ശാലകൾ ഗുജറാത്തിലുണ്ട്. ധാതുസമ്പത്തുക്കളാലും ഗുജറാത്ത് സമ്പന്നമാണ്. ഇന്ത്യയിൽ ആകെ ഉൽപ്പാദിപ്പിക്കുന്ന ഉപ്പിന്റെ 80 ശതമാനം ധാതു ഉൽപ്പന്നങ്ങളുടെ 10% കയറ്റുമതി ചെയ്യപ്പെടുന്ന ഉൽപ്പന്നങ്ങളുടെ 20% വസ്ത്രങ്ങളുടെ 25 ശതമാനം ഔഷധങ്ങളുടെ 40% പെട്രോകെമിക്കൽസ് ഉൽപ്പന്നങ്ങളുടെ 67 % ഗുജറാത്തിന്റെ സംഭാവനയാണ്. അഹമ്മദാബാദ്, സൂറത്ത്, ബറോഡ, രാജ്ഘോട്ട്, ആനന്ദ്, ഭാവ് നഗർ, എന്നിവയാണ് പ്രധാന വ്യവസായ നഗരങ്ങൾ. തുറമുഖ നഗരമായ സൂറത്താണ് ഇന്ത്യയിലെ ഏറ്റവും വേഗ

ത്തിൽ വളരുന്ന നഗരം. ലോകത്തെ അറിയപ്പെടുന്ന വജ്ര വ്യവസായ കേന്ദ്രം കൂടിയാണിത്. ലോകത്ത് നടക്കുന്ന 'വജ്രം മിനുക്കൽ' ജോലിയുടെ 92 % സൂറത്തിലാണ്. ഉപയോഗശൂന്യമായ കപ്പലുകൾ പൊളിച്ചു നീക്കുന്ന ഏറ്റവും വലിയ വ്യവസായ കേന്ദ്രം അലാൻഗിൽ സ്ഥിതി ചെയ്യുന്നു. ജാംനഗറിലുള്ള റിലയൻസിന്റെ എണ്ണ ശുദ്ധീകരണ ശാല ലോകത്തെ ഏറ്റവും വലിയ സ്വകാര്യ എണ്ണ ശുദ്ധീകരണശാലകളിലൊന്നാണ്.

ഉദാരവൽക്കരണത്തിന്റെ ഭാഗമായി വൻതോതിലുള്ള സ്വകാര്യ നിക്ഷേപം ഗുജറാത്തിലുണ്ടായി. എന്നാൽ ഇതിനനുസൃതമായ വളർച്ച തൊഴിൽമേഖലയിലുണ്ടായില്ല. ഗുജറാത്തിലെ നഗരങ്ങളിലേക്ക് തൊഴിൽ തേടിയെത്തുന്നവരുടെ എണ്ണം കുറഞ്ഞുകൊണ്ടിരുന്നു. ഗുജറാത്തിലെ പരുത്തി വസ്ത്രങ്ങൾക്ക് സ്വാതന്ത്ര്യത്തിന് മുൻപുള്ള കാലം മുതൽക്കെ പാശ്ചാത്യരാജ്യങ്ങളിൽ നല്ല പ്രിയമായിരുന്നു. എന്നാൽ വസ്ത്രക്കയറ്റുമതിയിൽ വൻ ഇടിവുണ്ടായി. ആഗോള സാമ്പത്തിക പ്രതിസന്ധി സൂറത്തിലെ വജ്രമുടയ്ക്കൽ മേഖലയിലും പ്രതിസന്ധി സൃഷ്ടിച്ചു. 2009 ൽ അഞ്ചുലക്ഷത്തോളം പേർക്കാണ് തൊഴിൽ നഷ്ടപ്പെട്ടത്.

കോടികളുടെ വിലമതിക്കുന്ന പ്രകൃതി വിഭവങ്ങൾ പൂർണമായും ഇപ്പോൾ വൻകിട വ്യവസായികളുടെ കൈകളിലാണെന്നതാണ് മറ്റൊരു ദുര്യോഗം. ബ്രിട്ടീഷുകാർ ഉപ്പിനുമേൽ നികുതി ചുമത്തിയപ്പോൾ ഗാന്ധിജിയുടെ നേതൃത്വത്തിൽ ഉപ്പുസത്യാഗ്രഹം നടന്ന മണ്ണാണിത്. എന്നാൽ സംസ്ഥാനത്തെ ഉപ്പുവ്യവസായം ഇപ്പോൾ പൂർണമായും വ്യവസായ കുത്തകകളുടെ കൈകളിലാണ്.

ദണ്ഡിയാത്ര

കൃഷി

നെല്ല്, ഗോതമ്പ്, ചോളം, ബജ്റ തുടങ്ങിയവയെല്ലാം കൃഷി ചെയ്യുന്നുണ്ടെങ്കിലും സംസ്ഥാനത്തിന്റെ കാർഷിക മേഖലയെ താങ്ങി നിർത്തുന്നത് പരുത്തി, പുകയില, നിലക്കടല എന്നിവയുടെ ഉൽപ്പാദനമാണ്. പരുത്തിത്തോട്ടങ്ങളിൽനിന്നും പരുത്തി നേരെ തുണി മില്ലുകളിലെത്തുന്നു. അവിടെ നിർമിക്കുന്ന വസ്ത്രങ്ങൾ വിദേശരാജ്യങ്ങളിലേക്ക് കയറ്റി അയക്കുന്നു. കൃഷിയെയും വ്യവസായത്തെയും കയറ്റുമതിയെയും ബന്ധിപ്പിക്കുന്ന സുദൃഢമായ സമ്പദ്വ്യവസ്ഥയായിരുന്നു ഗുജറാത്തിന്റേത്. (എന്നാൽ പരുത്തികൃഷി ഇപ്പോൾ പ്രതിസന്ധിയിലാണ്. മൊൺസാന്റോ കോർപ്പറേഷന്റെ ജനിതക മാറ്റം വരുത്തിയ പരുത്തി വിത്തുകൾ ഇന്ത്യയിൽ ആദ്യമായി പരീക്ഷിച്ചത് ഗുജറാത്തിലെ പരുത്തിപ്പാടങ്ങളിലായിരുന്നു. എട്ടു വർഷത്തെ പരീക്ഷണത്തിന് ശേഷം ഉദ്യമം പരാജയമാണെന്ന് എല്ലാവർക്കും ബോധ്യപ്പെട്ടിരിക്കുന്നു. എന്നാൽ കാർഷിക മേഖലയിലെ ഈ പരീക്ഷണം പരുത്തി മേഖലയെ പ്രതിസന്ധിയിലാക്കി. പരുത്തി ഉൽപ്പാദനം കുറഞ്ഞെന്ന് മാത്രമല്ല, കടബാധ്യത മൂലം നിരവധി കർഷകർ ആത്മഹത്യ ചെയ്തു.

സർദാർ സരോവർ അണക്കെട്ടിൽനിന്നും കർഷകർക്ക് വെള്ളമെത്തിക്കാനുള്ള പദ്ധതിപോലും ഓരോ നഗരങ്ങളിലും ഓരോ വ്യവസായ ഭീമന്മാർക്ക് സർക്കാർ പാട്ടത്തിന് നൽകുകയാണ്. കൃഷിക്ക് വെള്ളം വേണമെങ്കിലും പണം നൽകണമെന്ന ഈ ആഗോളവൽക്കരണ സിദ്ധാന്തത്തിന്റെ പ്രത്യാഘാതം കാർഷികമേഖലയിൽ ദൂരവ്യാപക മാറ്റങ്ങൾ ഉണ്ടാക്കിയേക്കും.

സാമൂഹ്യാവസ്ഥ

ജനസംഖ്യയിലെ 88.8 ശതമാനം ഹിന്ദുക്കളും 9.1 ശതമാനം മുസ്ലിങ്ങളും 1 ശതമാനം ജൈനരും, 0.1 ശതമാനം സിക്കുകാരുമാണ്. ദ്വാരകയും സോമനാഥക്ഷേത്രവുമടക്കം നിരവധി പുണ്യസ്ഥലങ്ങളുള്ള നാടാണിത്. ഇന്നത്തെ ഗുജറാത്തിലേതിൽനിന്നും തികച്ചും വ്യത്യസ്തമായ ഒരു ആദ്യകാല ചരിത്രം ഗുജറാത്തിനുണ്ട്. ഭക്തിപ്രസ്ഥാനം ഇവിടെ സജീവമായിരുന്നു. ഹിന്ദു-മുസ്ലിം മൈത്രിയിലധിഷ്ഠിതമായി അന്ന് ഇരുകൂട്ടരും ഒരുമിച്ച് പ്രാർഥനകൾ നടത്തിയിരുന്നു. കടൽമാർഗമുള്ള വാണിജ്യബന്ധമാണ് ഇസ്ലാംമതവിശ്വാസം ഗുജറാത്തിലെത്തിച്ചത്. അർജുനരാജാവിന്റെ ഭരണകാലത്ത് ഓർമൂഡിൽനിന്നുമെത്തിയ ഒരു മുസ്ലിം വ്യാപാരി ഗുജറാത്തിൽ ഒരു പള്ളി സ്ഥാപിച്ചെന്നും ഈ പള്ളിയിലൂടെ ഇസ്ലാംമതം പ്രചരിച്ചെന്നുമാണ് ചരിത്രം. ഷായഖ് മക്കു, ഷെയ്ക്ക് ഖാൻജുൾ ലിം, സെയ്ദ് ബർഹജുദ്ദീൻ, ഷെയ്ഖ് ജി വാജിഹുദ്ദീൻ ഗുജറാത്തി തുടങ്ങിയ സൂഫി സന്യാസിമാരിലൂടെ സൂഫിയിസവും ഗുജറാത്തിൽ പ്രചരിച്ചു.

രാമനും അള്ളാഹുവും തുല്യരും സഹോദരന്മാരുമാണെന്ന് പാടി നടന്നിരുന്ന മഹാകവി സാന്ത് ദാസു ദയാൽ (1554 – 1603) ഇരു സമുദായങ്ങളേയും യോജിപ്പിച്ചു നിർത്തുന്നിൽ നിർണായക പങ്ക് വഹിച്ചിരുന്നു.

19–ാം നൂറ്റാണ്ടിന്റെ ആദ്യപാദത്തിൽ മഹാത്മാഗാന്ധിയുടെ മതേതര ചിന്തകളുടെ സ്വാധീനം ഗുജറാത്തിലുണ്ടായിരുന്നു. രാഷ്ട്രീയ സ്വയം സേവക് സംഘിന് ജനങ്ങൾക്കിടയിൽ നിർണായ സ്വാധീനമുണ്ടായിരുന്നെങ്കിലും ഹിന്ദുക്കൾ പൊതുവേ കോൺഗ്രസിനോടൊപ്പമായിരുന്നു. കോൺഗ്രസിന്റെ തളർച്ച ജനസംഘവും ബി ജെ പിയും മുതലെടുത്ത് കാലക്രമത്തിൽ ഗുജറാത്ത് ഹിന്ദുത്വ ശക്തികളുടെ പരീക്ഷണശാലയായി മാറി. പല വ്യവസായ നഗരങ്ങളും കലാപഭൂമികളായി മാറി. 2002 ൽ ഗോദ്രയിൽ സബർമതി എക്സ്പ്രസിലുണ്ടായ തീപിടുത്തവും വി എച്ച് പി പ്രവർത്തകർ വെന്തുമരിച്ചതും പുതിയൊരു പരീക്ഷണത്തന്റെ തുടക്കമായി. തൊട്ടടുത്ത ദിവസം മുതൽ ഗുജറാത്തിൽ ഹിന്ദുവർഗീയവാദികൾ താണ്ഡവമാടി. മുഖ്യമന്ത്രി നരേന്ദ്രമോഡിയുടെ നേതൃത്വത്തിലുള്ള സർക്കാറിന്റെ അറിവോടും സമ്മതത്തോടെയുമായിരുന്നു കലാപം. പൊലീസ് കലാപകാരികളെ തടഞ്ഞില്ല. എല്ലാവിധ ഒത്താശയും ചെയ്തു കൊടുത്തു. ആയിരത്തോളം പേരാണ് കലാപത്തിൽ കൊല്ലപ്പെട്ടത്.

ഈ സംഭവം ഗുജറാത്തിന്റെ മാത്രമല്ല, ഇന്ത്യയുടെ തന്നെ ചരിത്രത്തിൽ തീരാക്കളങ്കമാണ്. കലാപത്തിന്റെ മുറിവുകൾ ഇതുവരെ ഉണങ്ങിയിട്ടില്ല. ന്യൂനപക്ഷങ്ങൾ ഏറ്റവും അരക്ഷിതമായ സംസ്ഥാനമാണ് ഇന്ന് ഗുജറാത്ത്.

ആഘോഷങ്ങൾ, ഉത്സവങ്ങൾ

ദസറ, ദീപാവലി, ഹോളി, ശ്രീകൃഷ്ണജയന്തി തുടങ്ങിയവയാണ് പ്രധാന ആഘോഷങ്ങൾ. ഇതു കൂടാതെ ഓരോ പ്രദേശങ്ങൾക്കും പ്രത്യേക ആഘോഷങ്ങളുമുണ്ട്. ശിവരാത്രിയോടനുബന്ധിച്ച് ജുനഗഡിലെ ഗിർണാറിൽ നടക്കുന്ന ഭാവനാഥ് മഹാദേവ് മേള, ഹോളിയോടനുബന്ധിച്ച് ഡാംഗിൽ നടക്കുന്ന ഡാംഗ്സ് ദർബാർ മേള, ഗാന്ധി നഗറിൽ മഞ്ഞുകാലത്ത് നടക്കുന്ന സാൻസ്ക്രുതി കുഞ്ച് മേള, സബർകാന്ത ജില്ലയിലെ ഗൺഭകാരി ഗ്രാമത്തിൽ നടക്കുന്ന ആദിവാസി ആഘോഷമായ ചൈത്ര വിചിത്രമേള, മോദേരയിലെ സൂര്യക്ഷേത്രത്തിൽ നടക്കുന്ന നൃത്തോത്സവം, ഭുജിൽ മാർച്ചിൽ നടക്കുന്ന കച്ച് മഹോത്സവം തുടങ്ങിയവയെല്ലാം കാണുന്നതിനായി സംസ്ഥാനത്തിന്റെ പുറത്തുനിന്നും സഞ്ചാരികൾ എത്താറുണ്ട്.

വിനോദ സഞ്ചാരം

അഹമ്മദാബാദിന് സമീപം സബർമതിയിലെ ഗാന്ധി ആശ്രമം, സിംഹങ്ങളുടെ സങ്കേതമായ ഗീർവനങ്ങൾ. സ്വാമിനാരായണ ക്ഷേത്രം,

സബർമതി ഗാന്ധി ആശ്രമം

ദ്വാരക തുടങ്ങിയവയാണ് ഏറ്റവുമധികം സഞ്ചാരികളെ ആകർഷിക്കുന്നത്. പൗരാണികവും ചരിത്ര പ്രസിദ്ധവുമായ നിരവധി സ്ഥലങ്ങൾ ഉണ്ടെങ്കിലും സംസ്ഥാനത്തിന്റെ സാധ്യതകൾ പൂർണമായും വിനിയോഗിക്കാനായിട്ടില്ല.

ഗുജറാത്ത് ടൂറിസ്റ്റ് വകുപ്പിന്റെ വെബ്സൈറ്റ് – www.gujarattourism.com

ഭക്ഷണം

ചപ്പാത്തിയും പരിപ്പ് കറിയുമാണ് പ്രധാന ഭക്ഷണം. പൊതുവേ മധുര പ്രിയരാണ്. പ്രാതൽ ശീലം പലയിടങ്ങളിലുമില്ല. രാവിലെ ചായ കിട്ടാത്ത നഗരങ്ങൾ ഗുജറാത്തിലുണ്ട്. സസ്യാഹാര പ്രിയരാണ്. വിശേഷ ദിനങ്ങളിൽ മാത്രമാണ് ബഹുഭൂരിഭാഗവും മാംസാഹാരം കഴിക്കുന്നത്.

കണ്ടിരിക്കേണ്ട സ്ഥലം – ഗീർവനം

ആഫ്രിക്കൻ വനങ്ങൾക്ക് പുറമെ ലോകത്ത് സിംഹങ്ങളുടെ സങ്കേതകങ്ങൾ ഉള്ള ഏക വനമാണ് ഗീർവനം. ഒക്ടോബർ മുതൽ ജൂൺ വരെയുള്ള കാലമാണ് ഗീർവനം സന്ദർശിക്കാനുള്ള മികച്ച സമയം. വനം വകുപ്പ് ഉദ്യോഗസ്ഥരുടെ അനുമതിയോടെ മാത്രമേ ഗീർവനത്തിൽ പ്രവേശിക്കാനാവൂ.

ഗുജറാത്തിന്റെ തലസ്ഥാനമായ അഹമ്മദാബാദിൽനിന്ന് 895 ഉം രാജ്ഘോട്ടിൽനിന്ന് 160 ഉം ജുനഗഡിൽ നിന്ന് 65 ഉം വെരാവലിൽനിന്ന് 43 ഉം കിലോമീറ്റർ ദൂരം ഗീർവനത്തിലേക്കുണ്ട്. കേഷോദാണ് തൊട്ടടുത്ത വിമാനത്താവളം. സാസൻ ആണ് തൊട്ടടുത്ത റെയിൽവേ

സ്റ്റേഷൻ. ജുനഗഡിൽ ഇറങ്ങിയശേഷം റോഡ് മാർഗം ഗീർവനത്തിലേക്ക് പോകാം.

ഗുജറാത്ത് - കേരളീയം

അഹമ്മദാബാദ്, സൂറത്ത്, ബറോഡ, എന്നീ നഗരങ്ങളിൽ നിരവധി മലയാളികൾ തൊഴിലെടുക്കുന്നു. അഹമ്മദാബാദ് ജില്ലയിൽ മാത്രം ഒരു ലക്ഷത്തോളം മലയാളികളുണ്ട്. ഫാക്ടറികൾ, ആശുപത്രികൾ, ഓഫീസുകൾ എന്നിവിടങ്ങളിലാണ് മലയാളികൾ കൂടുതലായും തൊഴിലെടുക്കുന്നത്. രാജ്ഘോട്ടിലെ ടയർ കച്ചവടക്കാരിലെ നല്ലൊരു ഭാഗം മലയാളികളാണ്.

ഗീർവനത്തിലെ സിംഹം

സി പി ഐ എം സംസ്ഥാന സെക്രട്ടറിയേറ്റ് അംഗം രാമചന്ദ്രനാണ് സംസ്ഥാന രാഷ്ട്രീയത്തിലെ അറിയപ്പെടുന്ന മലയാളി സാന്നിധ്യം.

കേരളത്തിൽ നിന്നും ഗുജറാത്തിലേക്കുള്ള ട്രെയിനുകൾ

* 12653 - തിരുവനന്തപുരം - ചണ്ഡീഗർ സമ്പർക്ക്ക്രാന്തി സൂപ്പർ ഫാസ്റ്റ് (ശനി)
* 16336 - നാഗർകോവിൽ ഗാന്ധിധാം (ചൊവ്വ)
* 16334 - തിരുവനന്തപുരം വേരവേൽ (ഹാപ്പ) (തിങ്കൾ)
* 16312 - തിരുവനന്തപുരം ബിക്നീർ എസ്പ്രസ് (ശനി)
* 12977 - എറണാകുളം - ജയ്പൂർ മരുസാഗർ സൂപ്പർഫാസ്റ്റ് (ഞായർ)
* 16338 - എറണാകുളം - ഓഖ എക്സ്പ്രസ് (വെള്ളി, ബുധൻ)

മലയാളി സംഘടനകളും നേതാക്കളും

അഹമ്മദാബാദ് മലയാളി സമാജം	-	ഗിരീശൻ (09328962302)
ബറോഡ മലയാളിസമാജം	-	എൽ ജെ പ്രമോദ് (0932723360)
സൂറത്ത് മലയാളി സമാജം	-	ബാബു പുത്തൂർ (09879170209)

പൊതുവിവരങ്ങൾ

തലസ്ഥാനം	-	ഗാന്ധിനഗർ
ജില്ലകൾ	-	24
നിയമസഭാമണ്ഡലങ്ങൾ	-	182
ലോക്സഭാമണ്ഡലങ്ങൾ	-	26
രാജ്യസഭാ സീറ്റുകൾ	-	11
രൂപീകൃതമായ ദിവസം	-	1960 മെയ് 1
മുഖ്യമന്ത്രി	-	നരേന്ദ്ര മോഡി
ഔദ്യോഗിക ഭാഷ	-	ഗുജറാത്തി
വിസ്തീർണം	-	196024/Km^2
ഔദ്യോഗിക വെബ്സൈറ്റ്	-	www.gujaratindia.com
ജനസംഖ്യ	-	60383628
ജനസാന്ദ്രത	-	308 / 1000

പ്രത്യേകതകൾ

1. നിക്ഷേപ സൗഹൃദ സംസ്ഥാനം
2. പെട്രോകെമിക്കൽസ് ഉൽപ്പന്നങ്ങളുടെ 67 ശതമാനം ഉൽപ്പാദിപ്പിക്കുന്ന സംസ്ഥാനം.
3. മുഖ്യ ഉപ്പ് ഉൽപ്പാദന സംസ്ഥാനം.
4. ഇന്ത്യയിൽ ഏറ്റവും വേഗത്തിൽ വളരുന്ന നഗരം - സൂറത്ത്
5. ലോകത്തെ പ്രമുഖ വജ്രം മിനുക്കൽ കേന്ദ്രം - സൂറത്ത്
6. ഉപയോഗശൂന്യമായ കപ്പലുകൾ പൊളിച്ചുമാറ്റുന്ന ഏറ്റവും വലിയ വ്യവസായ കേന്ദ്രം - അലാൻഗ്.
7. അന്തകവിത്തുകൾ ആദ്യമായി പരീക്ഷിച്ച സംസ്ഥാനം.
8. ഇന്ത്യയിൽ തൊഴിലാളികൾക്ക് ഏറ്റവും കുറഞ്ഞ മിനിമം കൂലി ലഭിക്കുന്ന സംസ്ഥാനം.
9. മതന്യൂനപക്ഷങ്ങൾ ഏറ്റവും സുരക്ഷിതമല്ലാത്ത സംസ്ഥാനം.
10. ഏറ്റവുമധികം വിമാനത്താവളങ്ങൾ ഉള്ള സംസ്ഥാനം - 9

സഹായനമ്പറുകൾ

പൊലീസ് സഹായം	–	100 (ടോൾ ഫ്രീ)
പൊലീസ് കൺട്രോൾ റൂം	–	079 – 25623925
ക്രൈം ബ്രാഞ്ച്	–	079 – 22120485
ട്രാഫിക് പൊലീസ്	–	079 – 25507607
പൊലീസ് വെബ്സൈറ്റ്	–	www.police.gujarat.gov.in
പ്രസ് ഇൻഫർമേഷൻ ബ്യൂറോ (അഹമ്മദാബാദ്)	–	079 – 25507217
		079 – 25506983
ഗുജറാത്ത് ടൂറിസം	–	079 – 23222029
		079 – 2322029
ടൂറിസം വെബ്സൈറ്റ്	–	www.gujarattourism.com

13

മിസോറാം

'**മി**സോ' ഗോത്ര വർഗക്കാരുടെ ആവാസഭൂമിയാണ് മിസോറാം. മിസോ എന്നാൽ പർവതത്തിലെ മനുഷ്യർ. ഒരു കാലത്ത് ഏറ്റവും പ്രക്ഷുബ്ധമായിരുന്ന പ്രദേശം. ഇപ്പോൾ തികച്ചും ശാന്തം. വടക്കുകിഴക്കൻ മേഖലയിലെ 7 സഹോദരികളിൽ ഏറ്റവും സുന്ദരിയാണ് മിസോറാം.

ചരിത്രം

വിശാല ആസാമിന്റെ ഭാഗമായിരുന്നു മിസോറാം. മിസോ ഗോത്ര വർഗക്കാർ കുടിയേറ്റക്കാരാണ്. മിസോകൾ ചൈനയിൽനിന്നുള്ളവരാണെന്നും ബർമയിൽനിന്ന് ഉള്ളവരാണെന്നും രണ്ട് വാദഗതികളുണ്ട്. കുക്കി ഗോത്ര വിഭാഗത്തിന്റെ ഒരു ഉപഗോത്രമായാണ് പൊതുവേ വിലയിരുത്തപ്പെടുന്നത്. മിസോറാമിലേക്ക് ഗോത്രവർഗക്കാരുടെ രണ്ട് കുടിയേറ്റങ്ങളുണ്ടായി. ആദ്യം കുടിയേറിയവർ കുക്കികൾ എന്ന പേരിലും രണ്ടാമത് കുടിയേറിയവർ ന്യൂകുക്കികൾ എന്ന പേരിലുമാണ് അറിയപ്പെടുന്നത്. കുക്കികളും ന്യൂകുക്കികളും പിന്നീട് മിസോകൾ എന്ന പേരിലറിയപ്പെട്ടെന്നാണ് ചരിത്രം.

ഭൂമിശാസ്ത്രം

പർവതങ്ങളും താഴ്വരകളും തടാകങ്ങളും നദികളുമെല്ലാമടങ്ങുന്ന പച്ചപ്പുള്ള പ്രദേശമാണ് മിസോറാം. 21 വൻ മലകളുണ്ട്. തെക്ക് കിഴക്കൻ അതിർത്തിയിൽ സ്ഥിതിചെയ്യുന്ന നീലപർവതമാണ് ഉയരത്തിൽ ഒന്നാമൻ. സമുദ്രനിരപ്പിൽനിന്ന് 2210 മീറ്റർ. കലാഡൻ, തലവങ്, ട്ലുട്ത്വയ്റിയാൽ, ത്വയ്വാവൾ, ചിംട്ട്വയ്പുയ് തുടങ്ങിയ നദികൾ എല്ലാ കാലത്തും നിറഞ്ഞൊഴുകും. പല നദികളും ഉത്ഭവിക്കുന്നത് ബർമയിൽ

പാലക് ദിൽ

നിന്നാണ്. മനോഹരമായ നിരവധി തടാകങ്ങൾ സംസ്ഥാനത്തുണ്ട് പാലക് ദിൽ, ടാം ദിൽ, തുംഗ്ദിൽ, രെംഗ്ദിൽ തുടങ്ങിയവയാണ്. പ്രധാന തടാകങ്ങൾ. പാലക് ദിൽ ആണ് ഏറ്റവും വലിയ തടാകം. ഭൂകമ്പത്തെ തുടർന്നാണത്രെ ഈ തടാകം രൂപംകൊണ്ടത്. ടാംദിൽ തടാകമാണ് ഏറ്റവും വലിയ പ്രകൃതിദത്ത തടാകം. മിസോ പുരാണങ്ങളിൽ ഏറ്റവും പ്രാധാന്യമുള്ള തടാകം റിഹ്ദിൽ തടാകമാണ്. മരണത്തിന് ശേഷം മനുഷ്യന്റെ ആത്മാവ് ഈ തടാകത്തിലൂടെയാണത്രെ സ്വർഗത്തിലേക്ക് പോവുന്നത്. എന്നാൽ റിഹ്ദിൽ തടാകം സ്ഥിതി ചെയ്യുന്നത് ബർമയിലാണ്.

ടൂറിസം

പ്രകൃതിരമണീയമായ പ്രദേശമാണ്. ഇടതൂർന്ന വനങ്ങളും നിറഞ്ഞൊഴുകുന്ന നദികളും പ്രസന്നമായ കാലാവസ്ഥയും ആരെയും ആകർഷിക്കും. ഇപ്പോൾ കാര്യമായ ക്രമസമാധാന പ്രശ്നങ്ങൾ ഇല്ല. എന്നാൽ ഗതാഗത സൗകര്യങ്ങളുടെ അപര്യാപ്തതമൂലം വിനോദസഞ്ചാരികൾ ഇവിടെയെത്തുന്നില്ല.

പ്രധാന വിനോദസഞ്ചാരകേന്ദ്രങ്ങൾ

ഐസ്വാൾ	– തലസ്ഥാനം, മ്യൂസിയം, മൃഗശാല
താംസിൽ തടാകം	– ബോട്ട് യാത്രയ്ക്ക് പ്രസിദ്ധം
ചാംപായ്	– ഇന്ത്യ-ബർമ അതിർത്തിയിലെ മനോഹര നഗരം.
ദാംപ	– വന്യജീവിസങ്കേതം

ലെയ്ക്ക് പാലക് - വന്യജീവിസങ്കേതം
നീലപർവതം - ഏറ്റവും ഉയരം കൂടിയ പർവതം. സാഹസിക ടൂറിസത്തിന് പ്രസിദ്ധം.
വാൽട്ടാഗ് - വെള്ളച്ചാട്ടം

രാഷ്ട്രീയം

മിസോറാം രാഷ്ട്രീയം ഇപ്പോൾ ശാന്തമാണ്. എന്നാൽ ഒരുകാലത്ത് ഇന്ത്യയിലെ ഏറ്റവും പ്രക്ഷുബ്ധമായ രാഷ്ട്രീയം മിസോറാമിലേതായിരുന്നു. അത്ഭുതകരമെന്ന് പറയട്ടെ, സംസ്ഥാന രാഷ്ട്രീയത്തിന്റെ ഗതി നിശ്ചയിച്ചിരുന്നത് എലിയും മുളയുമായിരുന്നു. മിസോറാമിന്റെ ചരിത്രത്തിലും ഭാഷയിലുമെല്ലാം പ്രഥമ സ്ഥാനം പിടിക്കുന്ന ജീവിയാണ് എലി. വൃക്ഷം മുളയും. 48 വർഷങ്ങൾ കൂടുമ്പോൾ മുള പൂക്കും. അക്കാലത്ത് എവിടെ നോക്കിയാലും മുളപ്പൂക്കളാകും. കതിരുകൾ തിന്നാനായി എലിയെത്തും. എലികൾ പെറ്റുപെരുകും. എലികൾ മുളയുടെ ഭാഗങ്ങൾ മാത്രമല്ല, ധാന്യങ്ങളും പച്ചക്കറികളും പഴവർഗങ്ങളും എല്ലാം തിന്നു തീർക്കും. മിസോ ഗ്രാമങ്ങൾ കൊടുംപട്ടിണിയിലാകും.

ചരിത്രത്തിൽ രേഖപ്പെടുത്തിയ ആദ്യത്തെ എലിയാക്രമണം നടന്നത് 1862ലായിരുന്നു. അന്ന് മുളകൾ കൂട്ടത്തോടെ പൂത്തു. കതിരുകൾ തിന്നാനെത്തിയ എലികൾ പെറ്റുപെരുകി. മിസോറാമിലെ ഭക്ഷ്യവസ്തു മുഴുവൻ കൂട്ടത്തോടെ എലികൾ തിന്നുതീർത്തു. പിന്നീട് 1911 ൽ വീണ്ടും മുളകൾ പൂത്തു. വീണ്ടും എലികൾ പെറ്റുപെരുകി. ഒപ്പം പട്ടിണിയും ദാരിദ്ര്യവും മൂലം ഗ്രാമങ്ങളിൽ ജനങ്ങൾ മരിച്ചുകൊണ്ടിരുന്നു. 1958 ൽ

മുഖ്യമന്ത്രിമാർ		
പേര്	**കാലാവധി**	**പാർട്ടി**
എൽ ചാൽച്ചുൽഗ	1972 – 1977	മിസോ യൂണിയൻ
ദെൽ ഫുൻഗ സായ്‌ലോ	1978 (ജൂൺ – നവംബർ)	പീപ്പിൾസ് കോൺഫറൻസ്
ദെൽ ഫുൻഗ സായ്‌ലോ	1979 – 1984	പീപ്പിൾസ് കോൺഫറൻസ്
പ്യൂ ലാൽഥാൽ ഹൗള	1984 – 1986	ഇന്ത്യൻ നാഷണൽ കോൺഗ്രസ്
പ്യൂ ലാൽ സെൻഗ	1986 – 1988	മിസോ നാഷണൽ ഫ്രണ്ട്
പ്യൂ ലാൽഥാൻ ഹൗള	1989 – 1998	ഇന്ത്യൻ നാഷണൽ കോൺഗ്രസ്
പ്യൂ സൊറാം ഥാൻഗ	1998 – 2008	മിസോ നാഷണൽ ഫ്രണ്ട്
പ്യൂ ലാൽ ഥാൻ ഹൗള	2008 – 2009	ഇന്ത്യൻ നാഷണൽ കോൺഗ്രസ്
1978–79, 188–89, വർഷങ്ങളിൽ രാഷ്ട്രപതി ഭരണം		

മുളകൾ പൂത്തപ്പോൾ ഈ മണ്ണിൽ എലികളോടൊപ്പം മറ്റൊന്നുകൂടി കിളിർത്തു. ഭീകരവാദം.

പി ജി ലാൽ ഡെൻഗയുടെ നേതൃത്വത്തിലുള്ള മിസോ കൾച്ചറൽ സൊസൈറ്റിയാണ് ദുരിതാശ്വാസ പ്രവർത്തനങ്ങൾ നടത്തിയിരുന്നത്. സാംസ്കാരിക സംഘടന ആയിരുന്ന മിസോ കൾച്ചറൽ സൊസൈറ്റി എന്ന പേരുമാറ്റി മിസോ നാഷണൽ ഫാമൈൻ ഫ്രണ്ടായി മാറി. 1961 ഒക്ടോബർ 22ന് ഐസ്വാളിൽ എം എൻ എഫ് എഫ് നേതാക്കൾ യോഗം ചേർന്നു. ദാരിദ്ര്യത്തിൽനിന്ന് മോചനം നേടണമെങ്കിൽ സ്വാതന്ത്ര്യം നേടുകയല്ലാതെ മറ്റ് മാർഗങ്ങൾ ഒന്നുമില്ലെന്ന് യോഗം പ്രഖ്യാപിച്ചു. മിസോ നാഷണൽ ഫാമൈൻ ഫ്രണ്ട് ഭീകരസംഘടനയായ എം എൻ എഫ് ആയി മാറി. അവർ ആയുധങ്ങൾ കൈയിലെടുത്തു. സൈന്യവുമായി ഏറ്റുമുട്ടി. ഐസ്വാളിലും സമീപ പ്രദേശങ്ങളിലും നിരന്തരം വെടിവെപ്പുകളും സ്ഫോടനങ്ങളും നടന്നു. നൂറുകണക്കിന് മിസോ ചെറുപ്പക്കാർ കൊല്ലപ്പെട്ടു. കാര്യങ്ങൾ കൈവിട്ടുപോകുമെന്നായപ്പോൾ കേന്ദ്ര സർക്കാർ ചിലർ ധീരമെന്നും ചിലർ ക്രൂരമെന്നും വിശേഷിപ്പിക്കുന്ന ഒരു തീരുമാനം കൈക്കൊണ്ടു. ഭീകരരുടെ കേന്ദ്രങ്ങൾക്ക് നേരെ ശക്തമായ ബോംബിങ് നടത്തുക.

1967 ഫെബ്രുവരി 22 മിസോറാമിന്റെ ചരിത്രത്തിലെ കറുത്തദിനമാണ്. രണ്ട് യുദ്ധ വിമാനങ്ങൾ ഐസ്വാൾ നഗരത്തിന് മുകളിലൂടെ ചീറിപ്പാഞ്ഞു. നഗരത്തിലെ ദൗർപ്പായ്, ചിൻഗ എന്നീ പ്രദേശങ്ങൾക്ക് മുകളിൽ നിന്ന് വിമാനങ്ങൾ ബോംബിങ് നടത്തി. നിരവധി പേർ കൊല്ലപ്പെട്ടു. ഈ മേഖലയിലെ വീടുകൾ പൂർണമായും തകർന്നു.

സൈന്യത്തിന്റെ ബോംബിങ്ങിനെതിരെയുള്ള അമർഷം ഇന്നും ഐസ്വാളിൽ എരിയുന്നുണ്ട്. എന്നാൽ എലിയെ പേടിച്ച് ഇല്ലം ചുടാനുള്ള തീരുമാനം തെറ്റായിരുന്നുവെന്ന് പല എം എൻ എഫ് നേതാക്കളും പിന്നീട് തുറന്നു സമ്മതിച്ചിട്ടുണ്ട്. വിഘടന പ്രവർത്തനങ്ങൾക്ക് തുടക്കത്തിൽ കിഴക്കൻ പാകിസ്ഥാനിൽനിന്ന് പിന്തുണ ലഭിച്ചിരുന്നു. കിഴക്കൻ പാകിസ്ഥാനിലെ ജനങ്ങൾ ഇന്ത്യയുടെ പിന്തുണയോടെ സ്വാതന്ത്ര്യസമരം ആരംഭിച്ചതോടെ സഹായങ്ങൾ നിലച്ചു. കേന്ദ്ര സർക്കാർ എന്തു വില കൊടുത്തും ഭീകരവാദത്തെ അടിച്ചമർത്തുമെന്നായപ്പോൾ ലാൽ ഡെൻഗ കളം മാറി ചവിട്ടി. തന്നെ മിസോറാമിന്റെ പ്രധാനമന്ത്രി ആക്കിയാൽ ഭീകരവാദം ഉപേക്ഷിക്കാമെന്നായി ലാൽ ഡെൻഗ. 1972 ൽ അസാമിൽനിന്ന് വേറിട്ട് മിസോറാം കേന്ദ്ര ഭരണ പ്രദേശമായി. 1987 ഫെബ്രുവരി 10ന് മിസോറാം ഇന്ത്യയിലെ 23-ാമത്തെ സംസ്ഥാനമായി നിലവിൽ വന്നു. എലിയെപ്പേടിച്ച് ഇല്ലം ചുടാൻ ആഹ്വാനം ചെയ്ത ലാൽ ഡെൻഗ തന്നെ ആയിരുന്നു സംസ്ഥാന രൂപീകരണത്തിന് ശേഷം ആദ്യത്തെ മുഖ്യമന്ത്രി. കേന്ദ്രഭരണ പ്രദേശമായിരിക്കെ മിസോ യൂണിയനും പീപ്പിൾസ് കോൺഫറൻസുമായിരുന്നു പ്രധാന പാർട്ടികൾ. 1984 കോൺഗ്രസ് ഭരണം പിടിച്ചു. പ്യൂ ലാഥാൻ ഹൗള മുഖ്യമന്ത്രിയായി.

1986 ൽ പ്യു ലാൽ ഡെൻഗയിലൂടെ മിസോ നാഷണൽ ഫ്രണ്ട് അധികാരത്തിൽ വന്നു. പിന്നീട് കോൺഗ്രസും മിസോ നാഷണൽ ഫ്രണ്ടും മാറി മാറി സംസ്ഥാനം ഭരിക്കുന്നു.

കൃഷി

ജൂം കൃഷി സമ്പ്രദായം നിലനിൽക്കുന്ന സംസ്ഥാനമാണ്. കാട് വെട്ടിത്തെളിച്ച് തീയിടുന്നു. ഈ പ്രദേശത്ത് കൃഷിയിറക്കും. അടുത്ത വർഷം ഇതേരീതിയിൽ മറ്റൊരു സ്ഥലത്ത് കൃഷി ചെയ്യും. ഇതാണ് ജൂം കൃഷി. വൻതോതിലുള്ള വന നശീകരണത്തിന് കാരണമാകുന്ന ജൂം കൃഷി സർക്കാറുകൾ നിരുത്സാഹപ്പെടുത്താറുണ്ട്. ജൂം കൃഷി കുറഞ്ഞെങ്കിലും ചില പ്രദേശങ്ങളിൽ ഇപ്പോഴും നിലനിൽക്കുന്നുണ്ട്.

നെല്ല്, കരിമ്പ്, പച്ചക്കറികൾ, ചോളം, കടുക്, മരിച്ചീനി, എണ്ണക്കുരുക്കൾ, സോയാബീൻ, പരുത്തി തുടങ്ങിയവയാണ് പ്രധാന കാർഷികോൽപ്പന്നങ്ങൾ. എന്നാൽ സംസ്ഥാനം ഇപ്പോൾ വ്യാപകമായി കൃഷി ചെയ്യുന്ന ഉൽപ്പന്നം മുളയാണ്. മുളയിൽനിന്ന് നിരവധി അസംസ്കൃത വസ്തുക്കൾ ഉണ്ടാക്കുന്നു.

ആഘോഷങ്ങൾ

കൃഷിയുമായി ബന്ധപ്പെട്ട ഉത്സവങ്ങളാണ് മിക്കതും. ചാർപ്പ് ചാർകൂട്ട്, ചാപ്പ് ചാർ, മിം കുട്ട്, പോൾകൂട്ട്, താൾഫാവാംഗ് കൂട്ട്, ക്രിസ്തുമസ് എന്നിവയാണ് പ്രധാന ആഘോഷങ്ങൾ.

ഭക്ഷണങ്ങൾ

അരിയും മത്സ്യവുമാണ് പ്രധാന ആഹാരങ്ങൾ, എണ്ണ വളരെ കുറച്ച് മാത്രമേ ഉപയോഗിക്കാറുള്ളൂ. മുളയിൽ നിന്നുള്ള ഉൽപ്പന്നങ്ങൾ ഉപയോഗിച്ചുണ്ടാക്കുന്ന പലഹാരങ്ങൾ പ്രസിദ്ധമാണ്. മിസ മച്ച് സൂരാ, പോഞ്ച് പോരാൺ, താർകാരി, കോട്ട് പിത്ത തുടങ്ങിയവയാണ് പ്രധാന ഭക്ഷണങ്ങൾ.

സംസ്കാരം

മിസോ ഗോത്രനൃത്തങ്ങൾ പ്രസിദ്ധമാണ്. ചേരോ അഥവാ മുള നൃത്തമാണ് ഏറ്റവും ജനപ്രിയമായ നൃത്തം. ഖാലാം, ഡോളാക്കിയ, ചെയ്ഹ് ഇയാം തുടങ്ങിയവയാണ് മറ്റ് പ്രധാന നൃത്തങ്ങൾ. എല്ലാ നൃത്തങ്ങളും കാർഷിക വൃത്തിയുമായി ബന്ധപ്പെട്ടവയാണ്.

സാമൂഹ്യാവസ്ഥ

ഒരുകാലത്ത് സംഘർഷഭരിതമായിരുന്ന സംസ്ഥാനമായിരുന്നു മിസോറാം. ഇപ്പോൾ ഏറെക്കുറെ ശാന്തമാണ്. ഭീകര സംഘടനകൾക്ക്

പഴയ സ്വാധീനമില്ല. സാക്ഷരതയിൽ കേരളത്തിന് തൊട്ടു പിറകിൽ രണ്ടാം സ്ഥാനത്താണ്. 91.58 ശതമാനം; സ്ത്രീപുരുഷ അനുപാതം 975. (1000 പുരുഷൻമാർക്ക് 975 സ്ത്രീകൾ) കുറഞ്ഞ ജനസാന്ദ്രതയിലും രണ്ടാമത്. ജനസാന്ദ്രത ചതുരശ്ര കിലോമീറ്ററിൽ 52 പേർ. എന്നാൽ ആരോഗ്യം, അടിസ്ഥാനം, തൊഴിൽസാധ്യത തുടങ്ങിയവയിലെല്ലാം സംസ്ഥാനം പിറകിലാണ്. ആരോഗ്യമേഖല നേരിടുന്ന ഏറ്റവും വലിയ ഭീഷണി മണപ്പൂരിനെപ്പോലെ എച്ച് ഐ വി തന്നെ.

സ്ത്രീശാക്തീകരണത്തിൽ സംസ്ഥാനം മുന്നിലാണ്. 2008 ൽ സംസ്ഥാനത്ത് ഒരൊറ്റ സ്ത്രീധനമരണ കേസോ സ്ത്രീകൾക്കെതിരെയുള്ള ലൈംഗിക പീഡനക്കേസോ റിപ്പോർട്ട് ചെയ്തിരുന്നില്ല. സ്ത്രീകൾക്ക് കുടുംബത്തിലും സമൂഹത്തിലും നല്ല സ്ഥാനമുണ്ട്. എന്നാൽ എവിടത്തെയും പോലെ ഇവിടെയും രാഷ്ട്രീയരംഗത്ത് പുരുഷാധിപത്യമാണ്. മിസോറാമിലെ അമ്മമാർക്കായി ഒരു സംഘടനയുണ്ട്. മിസോ മദേഴ്സ് ഫെഡറേഷൻ. സംസ്ഥാനത്തുടനീളം സംഘടന ശക്തവും സജീവവുമാണ്. സംഘടന മുൻകൈ എടുത്ത് നടത്തുന്ന സമരങ്ങളിൽ വൻ സ്ത്രീ പങ്കാളിത്തം ഉണ്ടാകാറുണ്ട്.

ഇന്ത്യയിൽ ക്രിസ്ത്യൻ ഭൂരിപക്ഷമുള്ള മൂന്ന് സംസ്ഥാനങ്ങളിലൊന്നാണ് മിസോറാം. 90.51 ശതമാനം. സംസ്ഥാനത്ത് 8.3 ശതമാനം ബുദ്ധമത വിശ്വാസികളും 3.6 ശതമാനം ഹിന്ദുക്കളും 1.1 ശതമാനം മുസ്ലിങ്ങളുമുണ്ട്. ജനസംഖ്യയിലെ ബഹുഭൂരിപക്ഷവും മിസോ ഗോത്രവിഭാഗത്തിൽപ്പെട്ടവരാണ്.

കണ്ടിരിക്കേണ്ട സ്ഥലം - ഫൗൺഗ്പ്യൂയ്

ഫൗൺഗ്പ്യൂയ് എന്നാൽ നീലപർവതം. നീലപർവതം മിസോ സംസ്കാരത്തിന്റെ പ്രതീകമായാണ് അറിയപ്പെടുന്നത്. തലസ്ഥാനമായ ഐസ്വാളിൽനിന്ന് 300 കിലോമീറ്റർ അകലെയാണ് ഫൗൺഗ്പ്യൂയ് സ്ഥിതി ചെയ്യുന്നത്. ഇന്ത്യ-ബർമ അതിർത്തിയിലെ മനോഹരമായ പർവതമാണിത്. റോഡ് മാർഗം മാത്രമേ ഇവിടെ എത്താനാവൂ. സമീപത്തുള്ള സാൻഗാവു, വോംമ്പുക്ക് ഗ്രാമങ്ങളിൽ താമസസൗകര്യമുണ്ട്.

പൊതുവിവരങ്ങൾ

തലസ്ഥാനം	-	ഐസ്വാൾ
ജില്ലകൾ	-	8
നിയമസഭാമണ്ഡലങ്ങൾ	-	40
ലോക്സഭാമണ്ഡലങ്ങൾ	-	2
രാജ്യസഭാ സീറ്റുകൾ	-	1
രൂപീകൃതമായ ദിവസം	-	1987 ഫെബ്രുവരി 20
ഔദ്യോഗിക ഭാഷ	-	മിസോ, ഇംഗ്ലീഷ്

സാക്ഷരത	-	91.58 %
ജനസംഖ്യ	-	1091014
ജനസാന്ദ്രത	-	52/Km^2
വിസ്തീർണം	-	21,081 /Km^2
റോഡ് ഗതാഗതം	-	6910 കിലോമീറ്റർ
റെയിൽ ഗതാഗതം	-	2 കിലോമീറ്റർ
കാലാവസ്ഥ		
വർഷകാലം	-	ജൂൺ - സെപ്തംബർ
ഉയർന്ന താപനില (വേനൽക്കാലം)	-	29^0C
ഉയർന്ന താപനില (ശീതകാലം)	-	24^0C
താഴ്ന്ന താപനില (വേനൽക്കാലം)	-	18^0C
താഴ്ന്ന താപനില (ശീതകാലം)	-	11^0C

സഹായനമ്പറുകൾ

പൊലീസ് കൺട്രോൾ റൂം	-	0389 – 2322379 0389 – 2317492
പൊലീസ് വെബ്സൈറ്റ്	-	www.police.mizoram.gov.in
ടൂറിസം ഇൻഫർമേഷൻ	-	0389 – 2315206 0389 – 2333475
പ്രസ് ഇൻഫർമേഷൻബ്യൂറോ	-	0389 – 2322323
ടൂറിസം വെബ്സൈറ്റ്	-	www.mizatourism.nic.in

14

ഹരിയാന

ഹരിയാനയെന്നാൽ ദൈവത്തിന്റെ വീട് എന്നാണർഥം. കൃഷി, വ്യവസായം തുടങ്ങിയ മേഖലകളിൽ രാജ്യത്തിന് നിർണായക സംഭാവനകൾ നൽകുന്ന സംസ്ഥാനമാണ്.

ചരിത്രം

പൗരാണിക ചരിത്രവും പുരാതന നാഗരിക ചരിത്രവുമെല്ലാം ഇവിടെ നിന്നാണ് തുടങ്ങുന്നത്. മഹാഭാരതത്തിലെ കുരുക്ഷേത്ര യുദ്ധം നടന്നതായി കരുതുന്നത് ഇവിടുത്തെ കുരുക്ഷേത്രയിലാണ്. സിന്ധുനദീതട സംസ്കാരത്തിന്റെ മുഖ്യകേന്ദ്രങ്ങളിലൊന്ന് ഹരിയാനയായിരുന്നു. ഹിസാർ ജില്ലയിലെ രാഖിഗാർഹി ഗ്രാമത്തിൽ സിന്ധുനദീതട സംസ്കാരത്തിന്റേതെന്ന് കരുതുന്ന പുരാവസ്തുക്കൾ കണ്ടെത്തിയിട്ടുണ്ട്.

മധ്യകാലഘട്ടത്തിൽ ഹൂണന്മാരെ തോൽപ്പിച്ച് ഹർഷവർധനൻ ഈ മേഖലയിൽ ആധിപത്യമുറപ്പിച്ചു. കുരുക്ഷേത്രയ്ക്ക് സമീപമുള്ള താനേശ്വർ ആയിരുന്നു ഹർഷവർധനന്റെ ആസ്ഥാനം. പിന്നീട് പൃഥ്വിരാജ് ചൗഹാൻ, മുഹമ്മദ് ഘോറി, ഫിറോസ് ഷാ തുഗ്ലക്ക് തുടങ്ങിയവർ ഭരണം നടത്തി. ഹരിയാനയിലെ പാനിപ്പട്ട് മൂന്ന് നിർണായക യുദ്ധങ്ങൾക്ക് സാക്ഷ്യം വഹിച്ചു. 1526ലായിരുന്നു ഒന്നാം പാനിപ്പട്ട് യുദ്ധം. ഈ യുദ്ധത്തിൽ മുഗൾ രാജാവ് ബാബർ ദില്ലി ഭരിച്ചിരുന്ന ഇബ്രാഹിം ലോധിയെ പരാജയപ്പെടുത്തി. രണ്ടാം പാനിപ്പട്ട് യുദ്ധം 1556 ൽ തുടർച്ചയായി 22 യുദ്ധങ്ങളിൽ ജയിച്ച് അജയ്യനായി വണിരുന്ന ഹേമ ചന്ദ്ര വിക്രമാദിത്യനെ അക്ബർ രണ്ടാം പാനിപ്പട്ട് യുദ്ധത്തിൽ പരാജയപ്പെടുത്തി. 1761ലായിരുന്നു മൂന്നാം പാനിപ്പട്ട് യുദ്ധം. ഈ യുദ്ധത്തിൽ അഹമ്മദ് ഷാ അബ്ദാലി സദാശിവറാവുവിന്റെ നേതൃത്വത്തിലുള്ള മറാത്താസിനെ കീഴടക്കി.

1849 ൽ ബ്രിട്ടീഷുകാരും സിഖുകാരും തമ്മിൽ രണ്ടാം സിഖ് യുദ്ധം നടന്നു. ഇതിനെ തുടർന്ന് ബ്രിട്ടീഷുകാർ ഹരിയാനയുടെ ഒട്ടു മിക്ക ഭാഗങ്ങളും ബ്രിട്ടീഷ് ഇന്ത്യയിൽ കൂട്ടിച്ചേർന്നു. ഇതിന്റെ പ്രതിഫലനം 1857 ലെ ഒന്നാം സ്വാതന്ത്ര്യസമരത്തിൽ പ്രകടമായി. റാവു തുലാറാമായിരുന്നു 1-ാം സ്വാതന്ത്ര്യ സമരത്തിന്റെ നേതാവ്. അദ്ദേഹത്തിന്റെ നേതൃത്വത്തിൽ ബ്രിട്ടീഷുകാർക്കെതിരെ വൻ ജനമുന്നേറ്റമാണ് ഇവിടെ ഉണ്ടായത്. റോഥക്ക്, സിർസ, ഹിസാർ മേഖലകളിൽ കർഷകർ ഒന്നടങ്കം ബ്രിട്ടീഷുകാർക്കെതിരെ അണിനിരന്നു.

ഭൂമിശാസ്ത്രം

വടക്ക് പഞ്ചാബ്, തെക്ക് ഹിമാചൽ പ്രദേശ്, പടിഞ്ഞാറ് രാജസ്ഥാൻ കിഴക്ക് ഉത്തർപ്രദേശ് എന്നിവയാണ് അയൽ സംസ്ഥാനങ്ങൾ. ദില്ലി നഗരത്തിന്റെ ബഹുഭൂരിഭാഗവും ഹരിയാനയാൽ ചുറ്റപ്പെട്ടിരിക്കുന്നു. സമുദ്രനിരപ്പിൽനിന്നും 200 മീറ്റർ മുതൽ 1200 മീറ്റർ വരെ ഉയരത്തിൽ 1553 ചതുരശ്രകിലോമീറ്റർ വിസ്തൃതിയിൽ സ്ഥിതി ചെയ്യുന്ന സംസ്ഥാനമാണ് ഹരിയാന. ബഹുഭൂരിഭാഗവും യമുന-ഘഗ്ഗാർ സമതല പ്രദേശമാണ്. വടക്ക് കിഴക്ക് ശിവാലിക്ക് മലനിരകൾ. തെക്ക് പടിഞ്ഞാറ് അർധ മരുപ്രദേശം, തെക്ക് ആരാവലി മല നിരകളും. കിഴക്കൻ പ്രദേശങ്ങളിലൂടെയാണ് യമുന ഒഴുകുന്നത്. ഘഗ്ഗാർ, ടാൻഗ്രി, സാഹിബി എന്നിവയാണ് മറ്റ് പ്രധാന നദികൾ. വേനൽക്കാലത്ത് താപനില 50^0C വരെ ഉയരാറുണ്ട്. ശീതകാലത്ത് താപനില 1^0C വരെ താഴാറുണ്ട്. ശിവാലിക്ക്, ആരാവലി മലനിരകൾ മഴമേഘങ്ങളെ തടഞ്ഞുനിർത്തി മഴനൽകുന്നു. ജൂലൈ കാലവർഷം കനത്താൽ പലപ്പോഴും വെള്ളപ്പൊക്കമുണ്ടാവാറുണ്ട്.

കൃഷി

ഭക്ഷ്യോൽപ്പാദനത്തിൽ സ്വയം പര്യാപ്തത നേടിയ സംസ്ഥാനമാണ് ഹരിയാന. കേന്ദ്ര ഭക്ഷ്യ സംഭരണിയിലേക്ക് ഭക്ഷ്യധാന്യങ്ങൾ നൽകുന്നതിൽ സംസ്ഥാനം രണ്ടാം സ്ഥാനത്താണ്. ജനസംഖ്യയിലെ 70 ശതമാനം കാർഷികവൃത്തി ചെയ്യുന്നവരാണ്. ഗോതമ്പ്, അരി, കരിമ്പ്, പരുത്തി, എണ്ണക്കുരുക്കൾ, ചണം, നിലക്കടല തുടങ്ങിയവയാണ് പ്രധാന കാർഷികോൽപ്പന്നങ്ങൾ. റാബി, ഖാരിഫ് എന്നിങ്ങനെ രണ്ടു വിളവെടുപ്പ് സീസണുകളുണ്ട്. ഏപ്രിൽ മുതൽ മേയ് വരെയാണ് ഖാരിഫ് സീസൺ. ഇക്കാലത്ത് അരി, കരിമ്പ്, കടല, പരുത്തി, ചാമ തുടങ്ങിയ ഉൽപ്പാദിപ്പിക്കുന്നു. ഒക്ടോബർ അവസാനം മുതൽ മാർച്ച് വരെയാണ് റാബി സീസൺ. അക്കാലത്താണ് ഗോതമ്പ്, പുകയില, പരിപ്പ്, വർഗങ്ങൾ കടുക് തുടങ്ങിയവ കൃഷിചെയ്യുന്നത്. ആകെയുള്ള ഭൂമിയുടെ 96 ശതമാനം കൃഷിയോഗ്യമാണ്. 75 ശതമാനം പ്രദേശവും ജലസേചന സൗകര്യമുള്ളതാണ്.

പാൽ ഉൽപ്പാദനത്തിൽ സംസ്ഥാനം ഏറെ മുന്നിലാണ്. ഒരു കോടിയോളം കന്നുകാലികൾ സംസ്ഥാനത്തുണ്ട്. (രണ്ടു കോടിയാണ് ജനസംഖ്യ) ക്ഷീര സൊസൈറ്റികൾ സംസ്ഥാനത്ത് സജീവമാണ്. കർണാലിലെ ദേശീയ ക്ഷീര ഗവേഷണ കേന്ദ്രവും ഹിസാറിലെ കേന്ദ്ര കാള ഗവേഷണ കേന്ദ്രവും ഈ മേഖലയിലെ ഉന്നതപഠന ഗവേഷണ സ്ഥാപനങ്ങളാണ്.

ഹരിയാനയുടെ കാർഷിക മേഖലയ്ക്ക് അടിത്തറയിട്ടത് ഹരിത വിപ്ല വമാണ്. കാർഷികോൽപ്പാദനം കുത്തനെ ഉയർന്നത് എഴുപതുകളിലാ ണ്. കാർഷിക ഗവേഷണരംഗത്ത് സംസ്ഥാനം മുൻപന്തിയിലാണ്. ഇവി ടുത്തെ ചൗധരി ചരൺസിങ് ഹരിയാന കാർഷിക സർവകലാശാലയാണ് ഏഷ്യയിലെ ഏറ്റവും വലിയ കാർഷിക സർവകലാശാല. ആഗോള നില വാരമുണ്ടായിരുന്ന ഈ സർവകലാശാലയുടെ സമീപകാലത്തെ പ്രവർത്തനം ഒട്ടും ആശാവഹമല്ല. ഒരു പതിറ്റാണ്ടിനിടയിൽ കാര്യമായ നൂതനപരീക്ഷണങ്ങളൊന്നും ഇവിടെ നടന്നിട്ടില്ല. മാത്രമല്ല, ബഹുരാഷ്ട്ര കുത്തകളുടെ ജനിതകമാറ്റം വരുത്തിയ വിത്തിനങ്ങളെ പ്രതിരോധിക്കു ന്നതിനു പകരം, ഇത്തരം വിത്തിനങ്ങളുടെ മുഖ്യ പ്രചാരകരായി സ്ഥാപനം മാറിയിരിക്കുന്നു.

വ്യവസായം

വ്യാവസായിക മേഖലയുടെ വികസനത്തിൽ രാജ്യത്ത് ഒന്നാം സ്ഥാനത്ത് നിൽക്കുന്ന സംസ്ഥാനമാണ് ഹരിയാന. ഗുഡ്ഗാവ്, ഫരീദാ ബാദ്, പാനിപ്പട്ട് എന്നിവയാണ് പ്രധാന വ്യവസായ നഗരങ്ങൾ. വാഹന നിർമാണമാണ് ഏറ്റവും പ്രധാന വ്യവസായം. രാജ്യത്തെ ആകെയുള്ള കാറുകളുടെയും ഇരുചക്രവാഹനങ്ങളുടേയും 50 ശതമാനം ട്രാക്ടറുക ളുടെ 25 ശതമാനം ഇവിടെയാണ് നിർമിക്കുന്നത്. ഹോണ്ട, മാരുതി, എസ്കോർട്ട്, സോണി, വേൾപൂൾ, ഭാരതി ടെൽക്കോം, ലിബർട്ടി ഷൂ, ഹിന്ദുസ്ഥാൻ മെഷിൻടൂൾ തുടങ്ങിയ കമ്പിനികളുടെ ഏറ്റവും വലിയ നിർമാണ കേന്ദ്രങ്ങൾ ഇവിടെയാണ്. ഒരു ലക്ഷത്തോളം ചെറുകിട വ്യവ സായ യൂണിറ്റുകൾ സംസ്ഥാനത്തുണ്ട്. കൈത്തറി, ടെക്സ്റ്റൈൽസ്, കാർപ്പറ്റ് വ്യവസായങ്ങളുടെ മുഖ്യകേന്ദ്രം പാനിപ്പട്ട് ആണ്. ജിന്റൽ സ്റ്റീൽ കമ്പനി ഹിസാറിൽ സ്ഥിതി ചെയ്യുന്നു. സോഫ്റ്റ് വെയർ കയറ്റു മതിയിൽ സംസ്ഥാനം മൂന്നാം സ്ഥാനത്താണ്. ഗുഡ്ഗാപാണ് പ്രധാന ഐ ടി വ്യവസായകേന്ദ്രം. പാനിപ്പട്ടിലെ എണ്ണ ശുദ്ധീകരണ ശാല എഷ്യ യിലെ രണ്ടാമത്തെ ഏറ്റവും വലിപ്പമുള്ള എണ്ണശുദ്ധീകരണ ശാലയാണ്.

വ്യവസായ മേഖലയുടെ നിലനിൽപ്പുമായും സ്വകാര്യമേഖലയെ മാത്രം ആശ്രയിച്ചാണ് നിലനിൽക്കുന്നത്. പൊതുമേഖല ശുഷ്കമാണ്. ഒട്ടുമിക്ക പൊതുമേഖലാ വ്യവസായങ്ങളും തകരുകയോ വൻകിട സ്വകാ ര്യകമ്പനികൾ ഏറ്റെടുക്കുകയോ ചെയ്തിരിക്കുന്നു. മാനദണ്ഡങ്ങളെല്ലാം കാറ്റിൽ പറത്തി പ്രത്യേക സാമ്പത്തിക മേഖലകൾ അനുവദിക്കുന്നതും

വ്യവസായമേഖല ചില വൻകിട കമ്പനികളുടെ കൈകളിലകപ്പെടുന്നതും സംസ്ഥാനത്തിന് ഭീഷണിയാവുന്നുണ്ട്. ഭരണത്തിൽ നേരിട്ടിടപെടുന്ന വ്യവസായ ഗ്രൂപ്പുകളാണ് സംസ്ഥാനത്തിന്റെ രാഷ്ട്രീയ ദിശ തീരുമാനിക്കുന്നത്.

രാഷ്ട്രീയം

ഇന്ത്യയിലെ 'ജാട്ട്' രാഷ്ട്രീയത്തിന്റെ തട്ടകമാണ് ഹരിയാന. പണ്ഡിറ്റ് ഭഗവത് ദയാൽ ശർമ ആയിരുന്നു ആദ്യത്തെ മുഖ്യമന്ത്രി. 1977 വരെ മറ്റ് ഉത്തരേന്ത്യൻ സംസ്ഥാനങ്ങളിലെല്ലാം കോൺഗ്രസ് തുടർച്ചയായി ഭരണം നടത്തിയപ്പോൾ തുടക്കത്തിൽത്തന്നെ കോൺഗ്രസിന് ഹരിയാനയിൽ അടിപതറി. ആദ്യ മുഖ്യമന്ത്രി പണ്ഡിറ്റ് ഭഗവത് ദയാൽ ശർമയ്ക്ക് 1966 മുതൽ 1967 വരെ മാത്രമാണ് ഭരിക്കാനായത്. 1967 ൽ വിശാൽ ഹരിയാന പാർട്ടി അധികാരത്തിൽ വന്നു. 1968 ൽ ബൻസിലാലിലൂടെ കോൺഗ്രസ് അധികാരം പിടിച്ചു. 1977 ൽ ഉത്തരേന്ത്യയിൽ ആഞ്ഞുവീശിയ ഇന്ദിരാവിരുദ്ധ തരംഗത്തിൽ കോൺഗ്രസിന് ഭരണം നഷ്ടപ്പെട്ടു. ചൗധരി ദേവിലാലിന്റെ നേതൃത്വത്തിൽ ജനതാപാർട്ടി അധികാരത്തിൽ വന്നു. താലു എന്ന പേരിൽ അറിയപ്പെട്ട ദേവിയാൽ ഹരിയാനയിലെ ഏറ്റവും കരുത്തനായ നേതാവായി മാറി. മക്കളെ പാർട്ടിയുടെ നേതൃസ്ഥാനത്തേക്ക് ഉയർത്തിയ ഭജൻലാലിന് 2005 ൽ കണക്ക് കൂട്ടലുകൾ പിഴച്ചു. കോൺഗ്രസിന് ഭൂരിപക്ഷം ലഭിച്ചിട്ടും ഭജൻലാലിന് മുഖ്യമന്ത്രിയാവാനായില്ല. ഹൈക്കമൊന്റ് ഭൂപീന്ദർ സിങ് ഹുസയേ മുഖ്യമന്ത്രിയാക്കി. ഇതിൽ പ്രതിഷേധിച്ച് ഭജൻലാൽ കോൺഗ്രസ് വിട്ടു. മകന്റെ നേതൃത്വത്തിൽ ഹരിയാന ജനഹിത് കോൺഗ്രസ് എന്ന പുതിയ പാർട്ടി രൂപീകരിച്ചു. രണ്ടു തവണ മുഖ്യമന്ത്രിയായ ബൻസിലാലായിരുന്നു സംസ്ഥാന രാഷ്ട്രീയത്തിലെ ശക്തനായ ഒരു നേതാവ്. ഭജൻലാലുമായി പിണങ്ങിയ അദ്ദേഹം കോൺഗ്രസ് വിട്ട് ഹരിയാന വികാസ് പാർട്ടി എന്ന പേരിൽ പുതിയ പാർട്ടി രൂപീകരിച്ചു. അറിയപ്പെട്ടിരുന്ന അദ്ദേഹം പിന്നീട് ഹരിയാന രാഷ്ട്രീയത്തിലെ അതികായനായി. കർഷകരുടെ പ്രശ്നങ്ങൾ ഉയർത്തിക്കാട്ടി ആയിരുന്നു ദേവിലാൽ ജനപിന്തുണ ആർജിച്ചത്. 1989 ൽ വി പി സിങ്ങിന്റെ നേതൃത്വത്തിൽ ജനതാദൾ മുന്നണി സർക്കാർ കേന്ദ്രത്തിൽ അധികാരത്തിൽ വന്നപ്പോൾ ദേവിലാലായിരുന്നു ഉപമുഖ്യമന്ത്രി. വി പി സിങ് സർക്കാറിനെ താഴെ ഇറക്കുന്നതിലും അദ്ദേഹം നിർണായക പങ്കാണ് വഹിച്ചത്. ജനതാദൾ ഹരിയാനയിൽ ഇന്ത്യൻ നാഷണൽ ലോക്ദളായി മാറി. മകൻ ഓം പ്രകാശ് ചൗതാലയെ പാർട്ടിയുടെ പിൻഗാമിയായി പ്രതിഷ്ഠിച്ച ശേഷമാണ് അദ്ദേഹം ദേശീയ രാഷ്ട്രീയത്തിൽ സജീവമായത്. 1989 മുതൽ 1990 വരേയും 1990 ജൂലൈ 12 മുതൽ ജൂലൈ 17 വരേയും (അഞ്ചു ദിവസം) 1991 മാർച്ച് മുതൽ 1991 ഏപ്രിൽ വരേയും (ഒരു മാസം) 1999 മുതൽ 2005 വരേയും ചൗതാല മുഖ്യമന്ത്രിയായി. ശക്തി ക്ഷയിച്ചപ്പോൾ ചൗതാല ബി ജെ പിയുമായി

സഖ്യമുണ്ടാക്കി. അച്ഛൻ ദേവിലാലിന്റെ പാത പിന്തുടർന്ന് മക്കൾ അജയ് സിംഗും അഭയ് സിംഗും ഇതിനകം തന്നെ രാഷ്ട്രീയത്തിലിറക്കിക്കഴിഞ്ഞു.

കുടുംബരാഷ്ട്രീയം തന്നെയാണ് ഇവിടെ കോൺഗ്രസിന്റെയും പാത. 1979 ൽ ജനതാ സർക്കാറിന് നേതൃത്വം നൽകിയ ഭജൻലാൽ 1980 ൽ പാർട്ടി മാറി കോൺഗ്രസിലെത്തി. 3 തവണ മുഖ്യമന്ത്രിയായ അദ്ദേഹം പിന്നീട് 1996 മുതൽ 1999 വരെ അദ്ദേഹം മുഖ്യമന്ത്രിയായി. രാമക്ഷേത്ര പ്രക്ഷോഭം ഹരിയാനയിലും ബി ജെ പിക്ക് വേരുകളുണ്ടാക്കി. സഖ്യ കക്ഷി രാഷ്ട്രീയത്തിലൂടെ ബി ജെ പി കരുത്താർജിക്കുമെന്ന് വിലയിരുത്തപ്പെട്ടിരുന്നെങ്കിലും ബി ജെ പിയുടെ കണക്കുകൂട്ടലുകൾ പിഴച്ചു. ബി ജെ പി ഇന്ന് സംസ്ഥാനത്ത് ദുർബലമാണ്.

കർഷക, തൊഴിലാളി മുന്നേറ്റങ്ങൾ

വിശാല പഞ്ചാബ് സംസ്ഥാനത്തിന്റെ ഭാഗമായിരിക്കെ സ്വാതന്ത്ര്യത്തിന് മുമ്പും പിമ്പും ഹരിയാനയിൽ കമ്യൂണിസ്റ്റ് പാർട്ടി ശക്തമായിരുന്നു. ആദ്യകാലത്ത് വ്യവസായ ശാലകളിൽ എ ഐ ടി യു സിക്കും കൃഷിയിടങ്ങളിൽ കിസാൻ സഭയ്ക്കും നിർണായക സ്വാധീനമുണ്ടായിരുന്നു. എന്നാൽ സംസ്ഥാന രൂപീകരണത്തിനുശേഷം ശക്തി ക്ഷയിച്ചു.

പാനിപ്പട്ട്, സോനിപ്പട്ട്, ഫരീദാബാദ്, ഗുഡ്ഗാവ് തുടങ്ങിയവയാണ് പ്രധാന വ്യവസായ നഗരങ്ങൾ. ഇവിടുത്തെ പ്രമുഖ വ്യവസായ ശാലകൾ കേന്ദ്രീകരിച്ചായിരുന്നു സ്വാതന്ത്ര്യത്തിനുശേഷം പാർട്ടിയുടെ പ്രവർത്തനം. 1964 ലെ പിളർപ്പിനുശേഷം കമ്യൂണിസ്റ്റ് തൊഴിലാളി മുന്നേറ്റം എ ഐ ടി യു സിയും സി ഐ ടി യു വുമായി പിളർന്നു. അതോടെ ഐ എൻ ടി യു സി, ബി എം എസ്, എച്ച് എം എസ് തുടങ്ങിയ സംഘടനകൾ കരുത്താർജിച്ചു. ഇക്കാലത്ത് ഹിസാർ മേഖലയിൽ കിസാൻ സഭയുടെ നേതൃത്വത്തിൽ ഭൂമിക്കു വേണ്ടി കർഷകർ സമരം ചെയ്തിരുന്നു. ധരംസിങ് കാസ്മി, പൃഥി സിങ്, രഘുവീർ സിങ് ഉട, ഇന്ദ്രജിത്ത് സിങ് തുടങ്ങിയവരായിരുന്നു പ്രധാന നേതാക്കൾ. ഹരിയാനയിലെ വിദ്യാർഥികൾക്കിടയിൽ കമ്യൂണിസം പ്രചരിപ്പിക്കുന്നതിൽ നിർണായക സംഭാവന നൽകിയ നേതാവായിരുന്നു പൃഥിസിങ്. ശക്തിയിലും അംഗബലത്തിലും പിറകിലായിരുന്നുവെങ്കിലും അടിയന്തരാവസ്ഥയ്ക്കെതിരെ ധീരമായ പോരാട്ടം നടത്തിയത് സംസ്ഥാനത്തെ സി പി ഐ എം പ്രവർത്തകരായിരുന്നു. എല്ലാ പ്രമുഖ നേതാക്കളെയും അക്കാലത്ത് ജയിലിലടച്ചു. ഇവർ ക്രൂരമായി പീഡിപ്പിക്കപ്പെട്ടു.

സാമൂഹ്യാവസ്ഥ

സാമ്പത്തിക പുരോഗതിയിൽ മുന്നിലാണെങ്കിലും സാമൂഹ്യ പുരോഗതിയിൽ സംസ്ഥാനത്തിന്റെ പ്രകടനം ദയനീയമാണ്. ഉള്ളവരും ഇല്ലാത്തവരും തമ്മിലുള്ള അന്തരം ഏറ്റവും അധികമുള്ള സംസ്ഥാനങ്ങളിലൊന്നാണ്. സാക്ഷരത 75.64 ശതമാനം സ്ത്രീപുരുഷ അനുപാതം

മുഖ്യമന്ത്രിമാർ		
പേര്	**കാലാവധി**	**പാർട്ടി**
പണ്ഡിറ്റ് ഭഗവത് ദയാൽശർമ	1966 – 1967	ഇന്ത്യൻ നാഷണൽ കോൺഗ്രസ്
റാവു വീരേന്ദ്ര സിങ്	1967 (മാർച്ച് – നവംബർ)	വിശാൽ ഹരിയാന പാർട്ടി
ബൻസിലാൽ	1968 – 1977	ഇന്ത്യൻ നാഷണൽ കോൺഗ്രസ്
ബൻസാരി ദാസ് ഗുപ്ത	1975 – 1977	ഇന്ത്യൻ നാഷണൽ കോൺഗ്രസ്
ചൗധരി ദേവി ലാൽ	1977 – 1979	ജനതാ പാർട്ടി
ഭജൻ ലാൽ	1979 – 1980	ജനതാ പാർട്ടി
ഭജൻ ലാൽ	1980 – 1985	ഇന്ത്യൻ നാഷണൽ കോൺഗ്രസ്
ബൻസി ലാൽ	1985 – 1987	ഇന്ത്യൻ നാഷണൽ കോൺഗ്രസ്
ചൗധരി ദേവി ലാൽ	1987 – 1989	ജനതാ ദൾ
ഓം പ്രകാശ് ചൗതാല	1989 – 1990	ജനതാ ദൾ
ബൻസാരിലാൽ ഗുപ്ത	1990 (മേയ് – ജൂലായ്)	ജനതാദൾ
ഓം പ്രകാശ് ചൗതാല	1990 (ജൂലൈ 12–ജൂലൈ 17)	ജനതാദൾ ജനതാദൾ
ഹുക്കാം സിങ്	1990 – 1991	ജനതാദൾ
ഓം പ്രകാശ് ചൗതാല	1991 (മാർച്ച് – ഏപ്രിൽ)	ജനതാദൾ
ഭജൻപാൽ	1991 – 1996	ഇന്ത്യൻ നാഷണൽ കോൺഗ്രസ്
ബൻസിലാൽ	1996 – 1999	ഹരിയാന വികാസ് പാർട്ടി
ഓം പ്രകാശ് ചൗതാല	1999 – 2005	ഇന്ത്യൻ നാഷണൽ കോൺഗ്രസ്
ഭൂപേന്ദ്രസിങ് ഹുഡ	2005 – 2009	ഇന്ത്യൻ നാഷണൽ കോൺഗ്രസ്
ഭൂപേന്ദ്രസിങ് ഹുഡ	2009 – 2012	ഇന്ത്യൻ നാഷണൽ കോൺഗ്രസ്

രാജ്യത്ത് ഏറ്റവും കുറഞ്ഞ സംസ്ഥാനമാണ്. 877 (1000 പുരുഷന്മാർക്ക് 877 സ്ത്രീകൾ മാത്രം). സ്ത്രീധനമരണങ്ങളും സ്ത്രീകൾക്ക് എതിരെ യുള്ള കുറ്റകൃത്യങ്ങളും കൂടുതലാണ്. രാജ്യത്ത് ഏറ്റവുമധികം ദുരഭി മാനഹത്യകൾ നടക്കുന്ന സംസ്ഥാനവും ഹരിയാനയാണ് സ്വന്തം ഗോത്ര ത്തിൽ നിന്ന് കല്യാണം കഴിക്കുന്ന യുവതീ യുവാക്കളെയും അന്യജാതി, മതവിഭാഗങ്ങളിൽ നിന്ന് കല്യാണം കഴിക്കുന്നവരെയും സമുദായവും

കുടുംബവും കൊലപ്പെടുത്തുന്നതാണ് ദുരഭിമാനഹത്യ. പ്രമുഖ രാഷ്ട്രീയ പാർട്ടികൾ പോലും ജാതികളുടെ പിന്തുണ നഷ്ടപ്പെടുമെന്ന ഭീതി മൂലം എതിരഭിപ്രായങ്ങൾ പറയാറില്ല. ദുരഭിമാനഹത്യകളിലെ പ്രതികളെ കോടതികൾ ശിക്ഷിച്ചപ്പോൾ ഇതിനെതിരെ ജാതി പഞ്ചായത്തുകൾ രംഗത്ത് വന്നിരുന്നു.

ജാതി പഞ്ചായത്തുകളുടെ സമാന്തര നീതിന്യായവ്യവസ്ഥ ഇവിടെ നിലനിൽക്കുന്നുണ്ട്. ഓരോ വിഭാഗങ്ങൾക്കും പ്രാദേശികതലത്തിൽ പ്രത്യേക പഞ്ചായത്തുകളുണ്ട്. പ്രശ്നങ്ങൾക്ക് ഇവർ തീർപ്പു കൽപ്പിക്കും. ജാതിനേതൃത്വങ്ങളുടെ അപ്രീതി ക്ഷണിച്ചുവരുത്തേണ്ടെന്ന് കരുതി ജനങ്ങൾ അനുസരിക്കും. ഈ സമാന്തരനീതിന്യായ സംവിധാനം നീതിന്യായ സംവിധാനത്തെ നോക്കുകുത്തുകളാക്കി മാറ്റുന്നു.

ജനസംഖ്യയുമായി താരതമ്യം ചെയ്യുമ്പോൾ രാജ്യത്ത് ഏറ്റവുമധികം ദളിത് പീഡനങ്ങൾ നടക്കുന്ന സംസ്ഥാനമാണ് ഹരിയാന. 2003 ലാണ് ഏറ്റവും ക്രൂരവും പൈശാചികവുമായ ദളിത്‌വേട്ട ഉണ്ടായത്. ഝജാറിൽ ചത്ത പശുവിന്റെ തോൽ ഉരിച്ചുവെന്ന കാരണം പറഞ്ഞ് ആറു ദളിതരെ കൊലപ്പെടുത്തിയ സംഭവം രാജ്യത്തെ നടുക്കിയിരുന്നു. ചമാർ വിഭാഗത്തിൽപ്പെട്ടവരായിരുന്നു കൊല്ലപ്പെട്ടവർ. പ്രശ്നത്തെ ഗോഹത്യയായി ചിത്രീകരിച്ചുകൊണ്ട് വിശ്വഹിന്ദു പരിഷത്ത് വൻ പ്രക്ഷോഭം ആരംഭിച്ചെങ്കിലും രാഷ്ട്രീയനേട്ടം ഉണ്ടാക്കാനാവില്ല.

കാർഷികോൽപ്പാദനത്തിൽ സംസ്ഥാനം മുന്നിലാണ്. അതേസമയം കൃഷിയിടങ്ങളിൽ ബോണ്ടഡ് ലേബർ സമ്പ്രദായം എന്നപേരിലുള്ള അടിമത്തൊഴിലാളി രീതി നിലനിൽക്കുന്നു. കർഷകത്തൊഴിലാളി ഭൂവുടമയിൽനിന്ന് വാങ്ങുന്ന വായ്പ തിരിച്ചടയ്ക്കാനാകാതെ വരുമ്പോൾ ഭൂവുടമ വായ്പാതുകയ്ക്ക് പകരം തൊഴിലെടുപ്പിക്കുന്നു. കാലിൽ ചങ്ങല ബന്ധിച്ച് അടിമവേല ചെയ്യിച്ച സംഭവങ്ങളും ഏറെയുണ്ട്. ഈ ചൂഷണത്തിന്റെയും ഇരകൾ ദളിതർ തന്നെ.

ശൈശവവിവാഹത്തിലും സംസ്ഥാനം മുന്നിലാണ്. ഗ്രാമങ്ങളിൽ സ്ത്രീകൾക്ക് സ്വാതന്ത്ര്യമില്ല. വീട്ടിൽനിന്ന് പുറത്തിറങ്ങുമ്പോൾ ഇവർ മുഖം മറയ്ക്കാറുണ്ട്. യു എൻ ഡി പി യുടെ ബഹുധ്രുവ ദാരിദ്ര്യ സൂചിക അനുസരിച്ച് സംസ്ഥാനത്തെ 41.6 ശതമാനം പേർ ദരിദ്രരാണ്. രാജ്യത്തെ ദരിദ്രരുടെ 0.3 ശതമാനം.

ടൂറിസം

ഹിമാചൽ പ്രദേശ്, രാജസ്ഥാൻ, പഞ്ചാബ്, ഉത്തർപ്രദേശ് എന്നിവിടങ്ങളിലേക്ക് സഞ്ചാരികൾ ഹരിയാന വഴിയാണ് പോവുന്നത്. റോഡരികിലെ ധാബകളിൽ (ഹോട്ടലുകൾ) കയറി സഞ്ചാരികൾ ഭക്ഷണം കഴിക്കാറുണ്ട് എന്നതൊഴിച്ചാൽ ടൂറിസം സാധ്യതകളെ ശരിയായ രീതിയിൽ വിനിയോഗിക്കാൻ സംസ്ഥാനത്തിന് സാധിച്ചിട്ടില്ല.

സഞ്ചാരികളെ ആകർഷിക്കുന്ന പ്രധാന കേന്ദ്രങ്ങൾ

അംബാല	–	സിഖ് തീർഥാടന കേന്ദ്രം
ദഡ്ഘലൻ	–	തടാകം
ഭിവാനി	–	ക്ഷേത്രം
ദുംഡാമ തടാകം	–	മലകയറ്റത്തിനും ബലൂൺ യാത്രയ്ക്കും പ്രസിദ്ധം
ഫരീദാബാദ്	–	വ്യവസായ നഗരം
ഗുഡ്ഗാഡ്	–	വ്യവസായനഗരം
കലേശ്വർ	–	വന്യജീവിസങ്കേതം
ഹിസാർ	–	കൊട്ടാരം, പള്ളികൾ, കോട്ടകൾ
ഝജാർ	–	പുരാതന നഗരം, കൊട്ടാരം
കുരുക്ഷേത്ര	–	കുരുക്ഷേത്ര യുദ്ധം നടന്ന സ്ഥലം തീർഥാടനകേന്ദ്രം, ക്ഷേത്രങ്ങൾ
പാനിപ്പട്ട്	–	ബാബർ പള്ളി, ചരിത്രനഗരം
റോഥക്ക്	–	ഗുസ്തി പരിശീലന കേന്ദ്രം
സൂരജ് കുണ്ട്	–	പ്രശസ്തമായ കരകൗശലമേള നടക്കുന്ന സ്ഥലം

ട്രെയിനുകൾ – ഹരിയാന

കേരളത്തിൽ നിന്ന് ദില്ലിയിലേക്ക് പോകുന്ന ട്രെയ്നുകൾ ഹരിയാന വഴിയാണ് പോകുന്നത്. (ദില്ലി നോക്കുക)

ആഘോഷങ്ങൾ

ഹോളി, വൈശാഖി, തീജ്, ദസറ, ദീപാവലി തുടങ്ങിയവയാണ് പ്രധാന ആഘോഷങ്ങൾ

ഭക്ഷണങ്ങൾ

ഗോതമ്പുകൊണ്ടുണ്ടാക്കുന്ന ഭക്ഷണങ്ങളോടാണ് കൂടുതൽ പ്രിയം. തന്തൂരി റൊട്ടി, റൂമാലി റൊട്ടി, തവാ റൊട്ടി, തുടങ്ങിയവയാണ് പ്രധാന ആഹാരം. ദാൽ (പരിപ്പ് കറി), മട്ടൻ പനീർ, സായി പനീർ, കടലക്കറികൾ തുടങ്ങിയവയാണ് പ്രധാന കറികൾ. പാലും പാലുൽപ്പന്നങ്ങളും നന്നായി കഴിക്കും. ഭക്ഷണത്തോടൊപ്പം ഹരിയാനക്കാർക്ക് തൈര് നിർബന്ധമാണ്.

ഘീർ എന്ന പായസവും ഗുലാബ് ജാം എന്ന മധുര പലഹാരവും പ്രിയപ്പെട്ടതാണ്

കണ്ടിരിക്കേണ്ട സ്ഥലം – കുരുക്ഷേത്ര

ഐതീഹ്യങ്ങൾ, പുരാണങ്ങൾ, ആത്മീയത തുടങ്ങിയവയിൽ താൽപ്പര്യമുള്ളവർ കണ്ടിരിക്കേണ്ട സ്ഥലമാണ് കുരുക്ഷേത്ര. ദില്ലി

കുരുക്ഷേത്ര

യിൽനിന്ന് ബസ് മാർഗവും ട്രെയിൻ മാർഗവും കുരുക്ഷേത്രയിലേക്ക് പോകാം. ദൂരം 60 കിലോമീറ്റർ.

മഹാഭാരതത്തിലെ കുരുക്ഷേത്രയുദ്ധം നടന്നു എന്നു കരുതപ്പെടുന്നത് ഇവിടെയാണ്. ഇവിടുത്തെ താനേസർ എന്ന സ്ഥലത്തെ ആമീൻഗ്രാമിലാണ് കുരുക്ഷേത്ര യുദ്ധം നടന്നതെന്ന് വിശ്വസിക്കപ്പെടുന്നു. അഭിമന്യു നിർമിച്ചതെന്ന് വിശ്വസിക്കപ്പെടുന്ന ഒരു കോട്ട ഇവിടെയുണ്ട്. യുദ്ധഭൂമിയിൽവെച്ച് ശ്രീകൃഷ്ണൻ അർജുനനോട് ഗീതാസന്ദേശം നടത്തിയതും ഇവിടെ വെച്ചായിരുന്നുവത്രെ.

ഹരിയാന – കേരളീയം

ദില്ലിയോട് ചേർന്ന് കിടക്കുന്ന ഗുഡ്ഗാവ്, ഫരീദാബാദ് എന്നിവയാണ് സംസ്ഥാനത്തെ പ്രമുഖ വ്യവസായ നഗരങ്ങൾ. ഇരുനഗരങ്ങളിലും ആയിരക്കണക്കിന് മലയാളികൾ ഉണ്ട്. നേരത്തെ ദില്ലിയിൽ പ്രവർത്തിച്ചിരുന്ന പല വ്യവസായങ്ങളുടെയും ഓഫീസുകൾ ഇപ്പോൾ ഈ നഗരങ്ങളിലേക്ക് മാറിയതോടെ മലയാളികളുടെ കുത്തൊഴുക്കും ഇങ്ങോട്ടായി.

പൊതുവിവരങ്ങൾ

തലസ്ഥാനം	–	ചണ്ഡീഗഢ്
ജില്ലകൾ	–	21
നിയമസഭാമണ്ഡലങ്ങൾ	–	90
ലോക്സഭാമണ്ഡലങ്ങൾ	–	6
രാജ്യസഭാ സീറ്റുകൾ	–	5
രൂപീകൃതമായ ദിവസം	–	1966 നവംബർ 1
ഔദ്യോഗിക ഭാഷ	–	ഹിന്ദി, പഞ്ചാബി

ജനസംഖ്യ	–	25353081
വിസ്തീർണം	–	44,212/Km^2
സാക്ഷരത	–	76.64%
റോഡ് ഗതാഗതം	–	27,907 കിലോമീറ്റർ
റെയിൽ ഗതാഗതം	–	1513 കിലോമീറ്റർ
വിമാനത്താവളങ്ങൾ	–	ഹിസാർ, ജിങ്, കർണാൽ, ദിവാനി, പിൻജോർ

പ്രത്യേകതകൾ

1. വ്യാവസായിക ഉൽപ്പാദനത്തിൽ 1–ാം സ്ഥാനം.
2. രാജ്യത്തിന്റെ ഭക്ഷ്യധാന്യ സംഭരണിയിലേക്ക് ഭക്ഷ്യധാന്യങ്ങൾ നൽകുന്നതിൽ രണ്ടാമത്.
3. ക്ഷീരോൽപ്പാദനത്തിൽ ഒന്നാമത്.
4. ഏറ്റവുമധികം ദുരഭിമാനഹത്യകൾ നടക്കുന്ന സംസ്ഥാനം.

സഹായനമ്പറുകൾ

പൊലീസ് കൺട്രോൾ റൂം	–	0172 – 2570070 0172 – 2583839
ടോൾ ഫ്രീ നമ്പർ	–	1800 – 180 – 2200
ട്രാഫിക് ടോൾ ഫ്രീ	–	1073
ട്രാഫിക് കൺട്രോൾ റൂം	–	0184 – 2283199
ടൂറിസം വെബ്സൈറ്റ്	–	www.haryanapolice.nic.in
ടൂറിസം	–	0172 – 7140004 0172 – 704153 0172 – 704886
പ്രസ് ഇൻഫർമേഷൻ (ചണ്ഡീഗഡ്)	–	0172 – 2743828 0172 – 2743904

15
ഉത്തർഖണ്ഡ്

രണ്ടായിരം നവംബർ 9നാണ് ഉത്തർപ്രദേശിന്റെ വടക്ക് പടിഞ്ഞാറൻ മലമ്പ്രദേശം വിഭജിച്ച് പുതിയ സംസ്ഥാനം രൂപീകൃതമായത്. ഉത്തരാഞ്ചൽ എന്നായിരുന്നു തുടക്കത്തിലെ പേര്. 2007 ൽ സംസ്ഥാനത്തിന് ഉത്തർഖണ്ഡ് എന്ന പുതിയ പേരിട്ടു. ഉത്തർ എന്നാൽ സംസ്കൃതത്തിൽ വടക്ക്. ഖണ്ഡ് എന്നാൽ രാജ്യം ഉത്തർഖണ്ഡ് എന്നാൽ വടക്കൻ രാജ്യം എന്നാണർഥം.

ചരിത്രം

ഹരിദ്വാർ, ഋഷികേശ്, ഗംഗോത്രി, യമുനോത്രി, കേദാർനാഥ്, ബദരീനാഥ്, ഉത്തരകാശി, ദേവപ്രയാഗ് തുടങ്ങിയ തീർഥാടന കേന്ദ്രങ്ങൾ സ്ഥിതി ചെയ്യുന്ന പ്രദേശമാണിത്. പുരാണങ്ങളിലും ഇതിഹാസങ്ങളിലും ഉപനിഷത്തുകളിലുമെല്ലാം ഉത്തർഖണ്ഡ് നിറഞ്ഞു നിൽക്കുന്നു. ഇന്നത്തെ ഗാർവാൾ മേഖല കേദാർഖണ്ഡ് എന്ന പേരിലും കുമയൂൺ മേഖല മനാസ് ഖണ്ഡ് എന്ന പേരിലുമാണ് പണ്ട് അറിയപ്പെട്ടിരുന്നത്. ചെറിയ നാട്ടുരാജാക്കന്മാർ മുതൽ പൗരവാസ്, കുഷനാസ്, കുനിൽദാസ്, ഗുപ്താസ്, കത്യൂരീസ്, രായ്കാസ്, പലാസ്, ചണ്ഡാസ്, പർമാരാസ് തുടങ്ങിയവരെല്ലാം പലപ്പോഴായി ഈ പ്രദേശം ഭരിച്ചു. കോൾ, ഘാസ് ഗോത്ര വർഗക്കാരായിരുന്നു ഇവിടത്തെ ആദിമനിവാസികൾ. പാണ്ഡവർ വനവാസകാലത്ത് ഈ പ്രദേശത്തിലൂടെ സഞ്ചാരിച്ചിരുന്നുവത്രെ. കേദാർനാഥ് ക്ഷേത്രം പാണ്ഡവരാണ് നിർമിച്ചതെന്നാണ് ഐതീഹ്യം.

ബി സി രണ്ടാം നൂറ്റാണ്ടിൽ ശൈവമത വിശ്വാസികളായ കുനിൻദാസുകളുടെ ഭരണകാലത്ത് പടിഞ്ഞാറൻ ടിബറ്റുമായി വിപുലമായ വാണിജ്യബന്ധമുണ്ടായിരുന്നു. പടിഞ്ഞാറൻ ഗാർവാളിൽനിന്ന് കണ്ടെത്തിയ

അശോക ലിഖിതങ്ങൾ ഈ മേഖലയിൽ ബുദ്ധമതത്തിനും സ്വാധീനമുണ്ടായിരുന്നുവെന്ന് തെളിയിക്കുന്നു. ശങ്കരാചാര്യർ ഉത്തർഖണ്ഡിലൂടെ ദീർഘകാലം യാത്രചെയ്തിരുന്നു. തന്റെ ദർശനങ്ങൾ അദ്ദേഹം ജനങ്ങളുടെ മുന്നിൽവെച്ചു.

നാലാം നൂറ്റാണ്ട് മുതൽ 14-ാം നൂറ്റാണ്ട് വരെ കത്യൂരീസ് വംശമാണ് ഈ പ്രദേശം ഭരിച്ചത്. പ്രസിദ്ധമായ ജാഗേശ്വർ ക്ഷേത്രം നിർമിച്ചത് ഇവരായിരുന്നു. ഇതേ സമയത്താണ് ടിബറ്റോ-ബർമൻ വിഭാഗത്തിൽപ്പെട്ട കിരാതന്മാർ വടക്കൻ മലകളിൽ ആധിപത്യമുറപ്പിച്ചത്. ഭോട്ടിയ, രാജി, ബുക്ഷ, താരു വിഭാഗങ്ങളെ കിരാതന്മാരുടെ പിൻ തലമുറക്കാരായാണ് കരുതുന്നത്. 13-ാം നൂറ്റാണ്ട് മുതൽ 18-ാം നൂറ്റാണ്ട് വരെയുള്ള കാലഘട്ടം ചാണ്ഡ് രാജാക്കന്മാരുടേതായിരുന്നു. 1791 ൽ നേപ്പാളിൽ നിന്നുള്ള ഗൂഖാസൈന്യം കുമയൂൺ മേഖലയും 1803 ൽ ഗാർവാൾ മേഖലയും പിടിച്ചടക്കി. 1816 ൽ ബ്രിട്ടീഷുകാർ ഉത്തർഖണ്ഡിൽ ആധിപത്യമുറപ്പിക്കാൻ ശ്രമിച്ചു. ഇതിനെത്തുടർന്ന് ബ്രിട്ടീഷ് സൈന്യവും ഗൂർഖാ സൈന്യവും ഏറ്റുമുട്ടി. അധികം താമസിയാതെ കുമയൂൺ, ഗാർവാൾ മേഖലകൾ ബ്രിട്ടീഷ് ഇന്ത്യയുടെ ഭാഗമായി മാറി.

സ്വാതന്ത്ര്യത്തിനു ശേഷം ഉത്തർഖണ്ഡിനെ ഉത്തർപ്രദേശിൽ ചേർത്തു. എന്നാൽ ഉത്തർഖണ്ഡ് എന്ന പേരിൽ പുതിയ സംസ്ഥാനം രൂപീകരിക്കണമെന്ന ആവശ്യവും ഉയർന്നു. ഈ ലക്ഷ്യം മുൻനിർത്തി 1979 ൽ ഉത്തർഖണ്ഡ് ക്രാന്തിദൾ എന്ന പാർട്ടി രൂപീകരിക്കപ്പെട്ടു. ഇവർക്ക് പുറമേ ബി ജെ പിയുടെയും കോൺഗ്രസിന്റെയും സംസ്ഥാന ഘടകങ്ങളും പുതിയ സംസ്ഥാനം രൂപീകരിക്കണമെന്ന ആവശ്യത്തെ പിന്തുണച്ചു. സമരങ്ങളും പ്രക്ഷോഭങ്ങളും വ്യാപകമായി. 1994 ഒക്ടോബറിൽ രാംപൂരിൽ സമരത്തിന് നേരെ നടന്ന വെടിവെപ്പ് നിർണായകമായി. ഈ സംഭവത്തോടെയാണ് സമരം ദേശീയ ശ്രദ്ധ ആകർഷിച്ചത്. ബഹുജന രോഷം ശക്തമായതിനെത്തുടർന്ന് 1998 സെപ്തംബർ 24ന് ഉത്തർപ്രദേശ് നിയമസഭ, ഉത്തർപ്രദേശ് പുനഃസംഘടനാ ബിൽ പാസാക്കി. പാർലമെന്റും പുതിയ സംസ്ഥാനം രൂപീകരിക്കുന്നതിനായുള്ള നിയമം കൊണ്ടുവന്നതോടെ 2000 നവംബർ 9ന് ഉത്തർഖണ്ഡ് സംസ്ഥാനം രൂപീകൃതമായി.

ഭൂമിശാസ്ത്രം

51,125 ചതുരശ്ര കിലോമീറ്റർ വിസ്തൃതിയുള്ള സംസ്ഥാനമാണ് ഉത്തർഖണ്ഡ്. ചൈന, നേപ്പാൾ, ഉത്തർപ്രദേശ്, ഹരിയാന, ഹിമാചൽ പ്രദേശ് എന്നിവയാണ് അയൽ പ്രദേശങ്ങൾ. സംസ്ഥാനത്തിന്റെ 93 ശതമാനം മലമ്പ്രദേശങ്ങളാണ്. 64 ശതമാനം പ്രദേശം വനങ്ങൾ. രണ്ടാമത്തെ ഏറ്റവും ഉയരമുള്ള പർവതമായ നന്ദാദേവി ഉത്തർഖണ്ഡിലാണ്. പുണ്യനദിയായ ഗംഗ ഗോമുഖിൽനിന്നും യമുന യമുനോത്രിയിൽനിന്നും ഉത്ഭവിക്കുന്നു. ഏറ്റവും ഉയർന്ന മേഖലയിലെ പ്രദേശങ്ങളെല്ലാം മഞ്ഞുമല

കളാണ്. വനനശീകരണവും കാലാവസ്ഥ വ്യതിയാനവുമാണ്. സംസ്ഥാനം നേരിടുന്ന പ്രധാന ഭീഷണികൾ. നിബിഡ വനങ്ങൾ പലതും വനനശീകരണം മൂലം മൊട്ടക്കുന്നുകളായി മാറിയിരിക്കുന്നു. ആഗോള താപനം മൂലം മഞ്ഞുമലകൾ അസ്വാഭാവികമായി ഉരുകാൻ തുടങ്ങിയിരിക്കുന്നു.

രാഷ്ട്രീയം

ഉത്തർപ്രദേശിന്റെ ഭാഗമായിരുന്നപ്പോൾ ആദ്യകാലത്ത് ഉത്തർഖണ്ഡ് കോൺഗ്രസിന്റെ ശക്തികേന്ദ്രമായിരുന്നു. എങ്കിലും പുണ്യസ്ഥലങ്ങൾ ഉൾപ്പെടുന്ന ഈ മേഖലയിൽ സംഘപരിവാറിന് നല്ല സ്വാധീനമുണ്ടായിരുന്നു. എൺപതുകളുടെ രണ്ടാം പാദത്തോടെ ഉത്തരേന്ത്യയെ പിടിച്ചുലച്ച രാമക്ഷേത്ര പ്രക്ഷോഭത്തോടെ ബി ജെ പി ഈ മേഖലയിലെ പ്രധാന രാഷ്ട്രീയ കക്ഷിയായി മാറി. 2000 ൽ സംസ്ഥാനം രൂപീകരിക്കപ്പെട്ടപ്പോൾ ബി ജെ പി ആദ്യത്തെ സർക്കാർ രൂപീകരിച്ചു. നിത്യാനന്ദ സ്വാമിയായിരുന്നു ആദ്യ മുഖ്യമന്ത്രി. ജനകീയ അടിത്തറ ശക്തമായിട്ടും ആഭ്യന്തര പ്രശ്നങ്ങൾ പാർട്ടിക്ക് തിരിച്ചടിയായി. ഒരുവർഷത്തിന് ശേഷം ഭഗത്സിങ് കോഷിയാരി മുഖ്യമന്ത്രിയായി. 2002 ൽ നടന്ന ആദ്യ നിമയസഭാ തിരഞ്ഞെടുപ്പിൽ കോൺഗ്രസ് അട്ടിമറി വിജയം നേടി. സത്പാൽ മഹാരാജ് ഹരീഷ് റാവത്ത് എന്നീ പ്രമുഖ നേതാക്കൾ മുഖ്യമന്ത്രി സ്ഥാനത്തിന് വേണ്ടി നടത്തിയ വടംവലികൾ പിളർപ്പിലേക്ക് നീങ്ങിയപ്പോൾ എൻ ഡി തിവാരിയെ മുഖ്യമന്ത്രിയാക്കിയാണ് കോൺഗ്രസ് ഹൈക്കമൊന്റ് പ്രശ്നം പരിഹരിച്ചത്. 2007 ൽ ബി ജെ പി വീണ്ടും അധികാരത്തിൽ വന്നു. ബി സി ഖണ്ഡൂരി മുഖ്യമന്ത്രിയായി. ലോക്സഭാ തിരഞ്ഞെടുപ്പിലെ ദയനീയ പ്രകടനത്തെത്തുടർന്ന് അദ്ദേഹം മുഖ്യമന്ത്രി സ്ഥാനം രാജിവെച്ചു. രമേഷ് പൊക്രിയാൽ നിഷാക് മുഖ്യമന്ത്രിയായി. 1994 ൽ നരസിംഹറാവുവുമായി തെറ്റിയ തിവാരിയും അർജുൻസിങ്ങും ചേർന്ന് ആൾ ഇന്ത്യ ഇന്ദിരാ കോൺഗ്രസ് (തിവാരി) എന്ന പേരിൽ പുതിയ പാർട്ടി രൂപീകരിച്ചു. സോണിയാഗാന്ധി അധ്യക്ഷസ്ഥാനം ഏറ്റെടുത്തതോടെ തിവാരി കോൺഗ്രസിൽ തിരികെയെത്തി. 2002 മുതൽ 2007 വരെ ഉത്തർഖണ്ഡ് മുഖ്യമന്ത്രിയായി. പിന്നീട് ആന്ധ്രപ്രദേശിലെ ഗവർണറായി നിയമിതനായി. ഗവർണറായി സേവനമനുഷ്ഠിച്ചുകൊണ്ടിരിക്കെ എ ബി എൻ ആന്ധ്ര ജ്യോതി എന്ന ടി വി ചാനൽ സംപ്രേക്ഷണം ചെയ്ത ഒളിക്യാമറ ദൃശ്യങ്ങൾ തിവാരിയുടെ രാഷ്ട്രീയ ജീവിതത്തിന് വിരാമമിട്ടു. രാജ്ഭവനിൽ വെച്ച് മൂന്നു സ്ത്രീകൾ തിവാരിയോടൊപ്പം കിടപ്പറ പങ്കിടുന്നതായിരുന്നു ദൃശ്യങ്ങൾ. തന്റെ പിതാവ് എൻ ഡി തിവാരിയാണെന്ന് അവകാശപ്പെട്ടുകൊണ്ട് ഒരാൾ ദില്ലി ഹൈക്കോടതിയിൽ സമർപ്പിച്ച ഹർജിയിൽ തിവാരിക്കെതിരായ ഉത്തരവുകളുണ്ടായതും അദ്ദേഹത്തിന് തിരിച്ചടിയായി. 2012 ലെ നിയമസഭാ തിരഞ്ഞെടുപ്പിൽ ഒരു കക്ഷിക്കും ഭൂരിപക്ഷം ലഭിച്ചില്ല. കോൺഗ്രസിന് 32 സീറ്റും ബി ജെ പിക്ക് 31 സീറ്റും ലഭിച്ചു. ചെറുപാർട്ടികളുടെ പിന്തുണ

മുഖ്യമന്ത്രിമാർ		
പേര്	**കാലാവധി**	**പാർട്ടി**
നിത്യാനന്ദ സ്വാമി	2000 – 2001	ബി ജെ പി
ഭഗത്സിങ് കോഷിയാരി	2001 – 2002	ബി ജെ പി
എൻ ഡി തിവാരി	2002 – 2007	കോൺഗ്രസ് ഐ
ബി സി ഖണ്ഡൂരി	2007 – 2009	ബി ജെ പി
രമേഷ് പൊക്രിയാൽ നിഷാക്	2009 – 2012	ബി ജെ പി
വിജയ് ബഹുഗുണ	2012 –	കോൺഗ്രസ്, മറ്റുകക്ഷികൾ

യോടെ കോൺഗ്രസ് സർക്കാർ രൂപീകരിച്ചു. മുൻ ഹൈക്കോടതി ജസ്റ്റിസ് വിജയ് ബഹുഗുണ മുഖ്യമന്ത്രിയായി.

കൃഷി

കൃഷിയാണ് പ്രധാന വരുമാനമാർഗം. ജനസംഖ്യയിലെ 90 ശതമാനം പേരും കാർഷികവൃത്തിയെ ആശ്രയിച്ചാണ് ജീവിക്കുന്നത്. 7,67,571 ഹെക്ടർ പ്രദേശത്ത് കൃഷി ചെയ്യുന്നുണ്ടെന്നാണ് കണക്ക്. അരി, ഗോതമ്പ്, കരിമ്പ്, ചോളം, ബാർലി, ഉരുളക്കിഴങ്ങ് എന്നിവയാണ് പ്രധാന കാർഷികോൽപ്പന്നങ്ങൾ.

വ്യവസായം

വ്യവസായമേഖല ദുർബലമാണ്. ധാതുസമ്പത്ത് ഏറെയുണ്ട്. എന്നാൽ ഇവ ശരിയായ രീതിയിൽ വിനിയോഗിക്കാനാവുന്നില്ല. മാർബിൾ, ചുണ്ണാമ്പുകല്ല്, ചെമ്പ്, ജിപ്സിയം തുടങ്ങിവയാണ് പ്രധാന ഉൽപ്പന്നങ്ങൾ.

നല്ല ജലസമ്പത്തുള്ള സംസ്ഥാനമാണ്. തെഹ്‌രി പദ്ധതി ഉൾപ്പെടെയുള്ള വൻ ജലവൈദ്യുത പദ്ധതികൾ സംസ്ഥാനത്തുണ്ട്.

ടൂറിസം

ടൂറിസംമേഖല, പ്രത്യേകിച്ച് തീർഥാടന ടൂറിസം സംസ്ഥാനത്തിന്റെ പ്രധാന വരുമാന സ്രോതസാണ്.

അൽമോറ – ഹിൽസ്റ്റേഷൻ, ക്ഷേത്രങ്ങൾ, ആശ്രമങ്ങൾ
കേദാർ നാഥ് – തീർഥാടനകേന്ദ്രം
ഗംഗോത്രി – തീർഥാടനകേന്ദ്രം
ഗോമുഖ് – ഗംഗയുടെ ഉത്ഭവസ്ഥാനം

യമുനോത്രി	-	യമുനയുടെ ഉത്ഭവസ്ഥാനം, തീർഥാടന കേന്ദ്രം
കോർബട്ട്	-	ദേശീയ ഉദ്യാനം
ചൗഘുത്തിയ	-	ഹിൽസ്സ്റ്റേഷൻ
ചാംപാവട്ട്	-	കുമയൂൺ മേഖലയുടെ പഴയ തലസ്ഥാനം. പുരാതന വാസ്തുശിൽപ്പ കേന്ദ്രം
ചമോളി	-	ഹിൽസ്റ്റേഷൻ

സാമൂഹ്യാവസ്ഥ

ജനസംഖ്യയിലെ ബഹുഭൂരിഭാഗവും ഹിന്ദുക്കളാണ്. മുസ്ലിങ്ങൾ, ക്രിസ്ത്യാനികൾ, സിഖുകാർ, ബുദ്ധ, ജൈന മതവിശ്വാസികൾ തുടങ്ങിയവരും സംസ്ഥാനത്തുണ്ട്. ഉത്തർപ്രദേശിൽനിന്ന് വിഭിന്നമായി പ്രാഥമിക വിദ്യാഭ്യാസ മേഖലയിൽ സംസ്ഥാനം മുന്നിലാണ്. സാക്ഷരത 79.63% ശതമാനം സ്ത്രീ പുരുഷ അനുപാതം: 963/10000. ജനസാന്ദ്രത കുറവാണ്. ചതുരശ്രകിലോമീറ്ററിൽ 189 പേർ. യു എൻ ഡി പിയുടെ ബഹുമുഖ ദാരിദ്ര്യ സൂചിക അനുസരിച്ച് ജനസംഖ്യയിലെ 40.3 ശതമാനം പേർ ദരിദ്രരാണ്. ക്രമസമാധാനപാലനത്തിൽ സംസ്ഥാനം പിറകിലാണ്. ദേശീയ ക്രൈം റെക്കോർഡ്സ് ബ്യൂറോയുടെ കണക്കുകൾ പ്രകാരം സംസ്ഥാനത്തിന്റെ സ്ഥാനം 32-ാമത്. അതേസമയം ആത്മഹത്യാപ്രവണത ഏറ്റവും കുറഞ്ഞ സംസ്ഥാനങ്ങളിലൊന്നാണ് ഉത്തർഖണ്ഡ്.

കേദാർനാഥ്

കണ്ടിരിക്കേണ്ട സ്ഥലം – കേദാർനാഥ്

ചാർ ദാമുകളിൽ (കേദാർനാഥ്, ബദരീനാഥ്, യമുനോത്രി, ഗംഗോത്രി എന്നിവയാണ് 4 ദാമങ്ങൾ) പ്രസിദ്ധവും മനോഹരവും എത്തിപ്പെടാൻ ആയാസകരവുമായ സ്ഥലമാണ് കേദാർനാഥ്. ഹിമാലയത്തിലെ മഞ്ഞുമലകൾക്കിടയിലാണ് കേദാർനാഥ്. കാൽ നടയായോ കഴുതപ്പുറത്തോ 16 കിലോമീറ്റർ മലകയറിവേണം കേദാർനാഥിലെത്താൻ.

പാണ്ഡവർ നിർമിച്ചതെന്ന് കരുതുന്ന ക്ഷേത്രവും ശ്രീശങ്കരാചാര്യരുടെ സമാധിയും കേദാർനാഥിൽ സ്ഥിതിചെയ്യുന്നു. മഞ്ഞുകാലത്ത് ക്ഷേത്രവും സമാധിയുമെല്ലാം മഞ്ഞിൽ മൂടും. അക്കാലത്ത് ഇവിടെ പൂജയോ ആരാധനയോ ഇല്ല.

ഉത്തർഖണ്ഡിലെ പ്രധാന തീർഥാടന കേന്ദ്രങ്ങളിൽ നിന്നെല്ലാം കേദാർനാഥിലേക്ക് ബസ്, ജീപ് സർവീസുകൾ ഉണ്ട്.

ട്രെയിൻ സർവീസ്

ഉത്തർഖണ്ഡിലേയ്ക്ക് ട്രെയിൻ സർവീസ് ഇല്ല. ദില്ലിയിൽനിന്ന് ബസ് സർവീസ് ഉണ്ട്.

പൊതുവിവരങ്ങൾ

തലസ്ഥാനം	–	ഡെറാഡൂൺ
ജില്ലകൾ	–	13
നിയമസഭാമണ്ഡലങ്ങൾ	–	71
ലോക്സഭാമണ്ഡലങ്ങൾ	–	5
രാജ്യസഭാ സീറ്റുകൾ	–	3
രൂപീകൃതമായ ദിവസം	–	2000 നവംബർ 9
ഔദ്യോഗിക ഭാഷ	–	ഹിന്ദി
ജനസംഖ്യ	–	10116752
ജനസാന്ദ്രത	–	189/Km^2
വിസ്തീർണം	–	53,566/Km^2
സാക്ഷരത	–	79.63%
സമയമേഖല	–	IST (UTC + 5.30)
വിമാനത്താവളങ്ങൾ	–	ഡെറാഡൂൺ, നൈനിത്താൾ
താപനില വേനൽക്കാലം	–	11^0C മുതൽ 45^0C വരെ
ശീതകാലം	–	2^0C മുതൽ 32^0C വരെ
വർഷകാലം	–	ജൂൺ മുതൽ സെപ്തംബർ വരെ

പ്രത്യേകതകൾ

1. ഹിമാലയൻ തീർഥാടന കേന്ദ്രങ്ങൾ ഏറ്റവുമധികമുള്ള സംസ്ഥാനം
2. ജനസംഖ്യയിലെ ഏറ്റവും കൂടുതൽ ശതമാനം പേർ സൈന്യത്തിലുള്ള സംസ്ഥാനം.
3. 93 ശതമാനം പ്രദേശം മലമ്പ്രദേശം.
4. 64 ശതമാനം പ്രദേശം വനങ്ങൾ.
5. ഇന്ത്യയിലെ ഏറ്റവും ഉയരമുള്ള രണ്ടാമത്തെ പർവതം - നന്ദാദേവി.

സഹായനമ്പറുകൾ

പൊലീസ് കൺട്രോൾ റൂം	-	100 / 0135 2712685
അഗ്നിശമന സേനാവിഭാഗം	-	101
പൊലീസ് വൈദ്യസഹായം	-	102
പൊലീസ് വെബ്സൈറ്റ്	-	www.uttaranchalpolice.com
ടൂറിസം ഇൻഫർമേഷൻ	-	0135 2651366
ടൂറിസം വെബ്സൈറ്റ്	-	www.uttaranchaltourism.net

16

ദാദ്ര, നഗർ ഹവേലി

ചരിത്രം

പോർച്ചുഗീസുകാർക്ക് നഷ്ടപരിഹാരമായി കൊടുത്ത പ്രദേശമായിരുന്നു നഗർ ഹവേലി. സംഭവം നടന്നത് 1783 ൽ. അക്കാലത്ത് മറാത്താ രാജാക്കന്മാർക്കായിരുന്നു ഈ മേഖലയിൽ ആധിപത്യം. മറാത്താ നാവികസേന ഒരു പോർച്ചുഗീസ് കപ്പൽ കടലിൽ മുക്കി. സംഭവം പോർച്ചുഗീസുകാരെ അരിശപ്പെടുത്തി. മറാത്ത രാജാക്കന്മാർ ഒത്തുതീർപ്പ് വ്യവസ്ഥകളുമായി പോർച്ചുഗീസുകാരെ സമീപിച്ചു. കപ്പൽ മുക്കിയതിനുള്ള നഷ്ടപരിഹാരമായി നഗർ ഹവേലി പ്രദേശം നൽകിയാൽ പ്രശ്നം തീർക്കാമെന്നായി പോർച്ചുഗീസുകാർ. വ്യവസ്ഥ അംഗീകരിച്ച മറാത്തക്കാർ അങ്ങനെ നഗർ ഹവേലി മേഖല പോർച്ചുഗീസുകാർക്ക് കൈമാറി. രണ്ടു വർഷങ്ങൾക്ക് ശേഷം 1795 പോർച്ചുഗീസുകാർ അയൽ പ്രദേശമായ ദാദ്ര വിലയ്ക്കു വാങ്ങി. അതോടെ ഈ മേഖല പൂർണമായും പോർച്ചുഗീസുകാരുടെ അധീനതയിലായി. പിന്നീട് 1954വരെ പോർച്ചുഗീസുകാരാണ് ഇവിടെ ഭരണം നടത്തിയത്.

രാഷ്ട്രീയം

പോർച്ചുഗീസ് അധിനിവേശത്തിനെതിരെ ജനങ്ങൾക്കിടയിൽ തുടക്കം മുതൽക്കു തന്നെ ശക്തമായ എതിർപ്പ് ഉണ്ടായിരുന്നു. 1947 ൽ ഇന്ത്യക്ക് സ്വാതന്ത്ര്യം കിട്ടിയതോടെ പോർച്ചുഗീസ് വിരുദ്ധ സമരം ശക്തിപ്രാപിച്ചു. അക്കാലത്ത് പോർച്ചുഗീസ് ഗവർണറായിരുന്നു ഭരണം നടത്തിയിരുന്നത്. ഗവർണർക്കെതിരെ യുണൈറ്റഡ് ഫ്രണ്ട് ഓഫ് ഗോവൻസ്, നാഷണൽ മൂവ്മെന്റ് ലിബറേഷൻ ഓർഗനൈസേഷൻ, ആസാദ് ഗോമന്തക് ഓൾ എന്നീ പാർട്ടികളുടെ നേതൃത്വത്തിൽ

പ്രക്ഷോഭം ആരംഭിച്ചു. പ്രദേശം സ്വതന്ത്രമേഖലയായി ഇവർ പ്രഖ്യാപിച്ചു. എന്നാൽ അന്താരാഷ്ട്ര നിയമമനുസരിച്ച് ദാദ്ര നഗർ ഹവേലി ഒരു സ്വതന്ത്രരാജ്യമായിരുന്നു. ഇന്ത്യയുടെ ഭാഗമായിരുന്നില്ല. 1954 മുതൽ 1961 വരെ ദാദ്രാ നഗർ ഹവേലി വിമോചന വരിഷ്ട പഞ്ചായത്തിന്റെ നേതൃത്വത്തിലായിരുന്നു ഭരണം. പ്രദേശത്തെ വിവിധ സംഘടനകൾ ഇന്ത്യാ ഗവൺമെന്റ് അടിയന്തരമായി ഇടപെട്ട് ദാദാ നഗർ ഹവേലിയെ ഇന്ത്യയിൽ ചേർക്കണമെന്ന് ആവശ്യപ്പെട്ടു. ഇതിനെത്തുടർന്ന് കേന്ദ്ര സർക്കാർ കെ ജി ബദ്‌ലാനിയെ അഡ്മിനിസ്ട്രേറ്ററായി നിയമിച്ചു. 1961 ൽ ഇന്ത്യൻ സൈന്യം പ്രദേശത്തിന്റെ നിയന്ത്രണം ഏറ്റെടുത്തു. ലയന നടപടി ക്രമങ്ങൾ പൂർത്തിയാക്കുന്നതിനായി ബദ്‌ലാനി ഒരുദിവസത്തേക്ക് ദാദ്ര നഗർ ഹവേലിയുടെ പ്രധാനമന്ത്രിയായി. ബദ്‌ലാനി, പ്രധാനമന്ത്രി ജവഹർലാൽ നെഹ്റുവുമായി ലയന കരാറിൽ ഒപ്പുവെച്ചതോടെ ദാദ്ര നഗർ ഹവേലി ഇന്ത്യയുടെ ഭാഗമായി.

ആന്തമാനിലേതുപോലെ ലഫ്റ്റനന്റ് ഗവർണറാണ് ഭരണം നടത്തുന്നത്. ഒരു ചെറിയ കേന്ദ്രഭരണ പ്രദേശമാണ്. അതുകൊണ്ടുതന്നെ നിയമസഭ ഇല്ല. ദാദ്ര, നഗർ ഹവേലി എന്നിങ്ങനെ രണ്ട് താലൂക്കുകളാണ് ഇവിടെയുള്ളത്. ദാദ്ര നഗരവും രണ്ട് ഗ്രാമങ്ങളും ഉൾപ്പെടുന്ന ദാദ്ര താലൂക്കിന്റെ ആസ്ഥാനം ദാദ്രയാണ്. സിൽവാസ നഗരവും 68 ഗ്രാമങ്ങളും ഉൾപ്പെടുന്ന നഗർ ഹവേലി താലൂക്കിന്റെ ആസ്ഥാനം സിൽവാസയും.

ഭൂമിശാസ്ത്രം

491 ചതുരശ്രകിലോമീറ്റർ മാത്രം വിസ്തീർണമുള്ള ചെറിയ പ്രദേശമാണ്. ഗുജറാത്ത് മഹാരാഷ്ട്ര അതിർത്തിയിൽ സ്ഥിതി ചെയ്യുന്ന ദാദ്ര നഗർ ഹവേലി പുഴകളാലും വനങ്ങളാലും സമ്പന്നമാണ്. വേനൽക്കാലത്തെ ഉയർന്ന താപനില 41 ഡിഗ്രി സെൽഷ്യസ്. താഴ്ന്ന താപനില 27 ഡിഗ്രി സെൽഷ്യസ്. ശീതകാലത്തെ ഉയർന്ന താപനില 29 ഡിഗ്രി സെൽഷ്യസ്. താഴ്ന്ന താപനില 14 ഡിഗ്രി സെൽഷ്യസ്. ജൂൺ മുതൽ സെപ്തംബർ വരെയാണ് വർഷകാലം.

വിനോദ സഞ്ചാരം

പ്രകൃതിരമണീയമായ പ്രദേശമാണ്. അടുത്ത കാലത്തായി ടൂറിസ്റ്റുകൾ കൂടുതലായി എത്താൻ തുടങ്ങിയിട്ടുണ്ട്. സിൽപാസയാണ് പ്രധാന ടൂറിസ്റ്റ് കേന്ദ്രം.

സമ്പദ് വ്യവസ്ഥ

കൃഷിയാണ് പ്രധാന ജീവിതമാർഗം. അടുത്ത കാലത്തായി നിർമാണമേഖലയും വിനോദസഞ്ചാര മേഖലയും സജീവമായിട്ടുണ്ട്.

സിൽപാസ

പൊതുവിവരങ്ങൾ

രൂപീകൃതമായ വർഷം	–	1961 ഓഗസ്റ്റ് 11
തലസ്ഥാനം	–	സിൽവാഡ
ജില്ല	–	1
ജനസംഖ്യ	–	342853
ജനസാന്ദ്രത	–	$704/Km^2$
ഔദ്യോഗിക ഭാഷ	–	ഗുജറാത്തി, മറാഠി

സഹായനമ്പറുകൾ

പൊലീസ് കൺട്രോൾ റൂം	–	0260 – 2645666
		100 (ടോൾഫ്രീ)
ടൂറിസം ഇൻഫർമേഷൻ	–	0260 – 2230473
		0260 – 2230770

17
ബീഹാർ

ബ്രഹ്മവിഹാരങ്ങളുടെ നാടായിരുന്നു ബീഹാർ. ബ്രഹ്മവിഹാരങ്ങളിലെ 'വിഹാർ' എന്ന പദത്തിൽ നിന്നാണത്രെ ബീഹാർ എന്ന പേരുണ്ടായത്.

ചരിത്രം

മൗര്യസാമ്രാജ്യത്തിന്റെ അധീനതയിലുള്ള പ്രദേശമായിരുന്നു ബീഹാർ. പാടലീപുത്രം അഥവാ ഇന്നത്തെ പട്നയായിരുന്നു തലസ്ഥാനം. മഹാനായ അശോക ചക്രവർത്തി ജനിച്ചതും ഇവിടെയാണ്. മൗര്യസാമ്രാജ്യത്തിന്റെ അധികാരക്കുത്തകയുടെ മാത്രമല്ല, സംസ്കാരം, വിദ്യാഭ്യാസം തുടങ്ങിയവയുടെ കൂടി ആസ്ഥാനമായിരുന്നു പാടലീപുത്രം. മൗര്യകാലഘട്ടത്തിന് ശേഷം ഗുപ്തസാമ്രാജ്യം ഭരണമാരംഭിച്ചു. ചരിത്രകാരന്മാർ ഗുപ്തകാലഘട്ടത്തെ ഇന്ത്യയുടെ സുവർണ കാലഘട്ടമായാണ് വിശേഷിപ്പിക്കുന്നത്. ശാസ്ത്രം, ഗണിതം, ജ്യോതിശാസ്ത്രം, മതം, തത്വചിന്ത തുടങ്ങിയ മേഖലകളിലെല്ലാം ഗുപ്തകാലഘട്ടത്തിൽ വൻ കുതിച്ചുചാട്ടമുണ്ടായി.

നളന്ദയും വിക്രമശിലയും അക്കാലത്ത് വിദ്യാഭ്യാസത്തിന്റെ ആസ്ഥാനങ്ങളായിരുന്നു. വിദൂരദേശങ്ങളിൽ നിന്നുള്ള വിജ്ഞാനകുതുകികൾ വിദ്യതേടി ഇവിടെയെത്തി. ഇക്കാലത്ത് ബുദ്ധമതം കരുത്താർജിച്ചു. ബുദ്ധ സന്യാസിമാർ നടത്തിയിരുന്ന ബ്രഹ്മവിഹാരങ്ങൾ വിദ്യാലയങ്ങൾ കൂടിയായിരുന്നു.

മുഹമ്മദ് ബിൻ ഖിൽജിയിലൂടെയാണ് മുഗളന്മാർ ബീഹാറിലെത്തുന്നത്. 1553 മുതൽ 56 വരെയുള്ള വർഷങ്ങളിൽ ചില നിർണായക മാറ്റങ്ങൾ ഈ പ്രദേശത്ത് നടന്നു. മുഗൾ ഭരണാധികാരി ആദിൽഷാ വടക്കേ

ഇന്ത്യയിൽ ആധിപത്യം ഉറപ്പിച്ച കാലമായിരുന്നു അത്. ചുനാർ ആയിരുന്നു അദ്ദേഹത്തിന്റെ ആസ്ഥാനം. ആദിൽഷാ മിടുക്കനായ ഒരു പ്രധാനമന്ത്രിയെ കണ്ടെത്തി. ഹെമു വിക്രമാദിത്യൻ. മുഗൾ രാജാക്കന്മാരെ തോൽപ്പിച്ച് വിക്രമാദിത്യൻ പിന്നീട് സാമ്രാട്ട് ഹേംാ ചന്ദ്രവിക്രമാദിത്യനായി മാറുന്ന കാഴ്ചയാണ് പിന്നീട് കണ്ടത്. അക്ബറുടെ സൈന്യവുമായി 1556 നവംബർ 7ന് നടന്ന 2–ാം പാനിപ്പട്ട് യുദ്ധത്തിനിടയിൽ കൊല്ലപ്പെട്ടതോടെ ബീഹാറിലെ വിക്രമാദിത്യ കാലഘട്ടം അവസാനിച്ചു. അക്ബർ ബീഹാറിനേയും ബംഗാളിനെയും കൂട്ടിച്ചേർത്ത് തന്റെ സാമ്രാജ്യം വിപുലീകരിച്ചു.

1764ലെ ബക്സർ യുദ്ധത്തോടെയാണ് ബ്രിട്ടീഷ് ഈസ്റ്റ് ഇന്ത്യാ കമ്പനി ബീഹാറിൽ പ്രവേശിക്കുന്നത്. രാജാക്കന്മാരെ സമ്മർദത്തിലാക്കിക്കൊണ്ട് കമ്പനി ‘ദിവാനി’ അധികാരങ്ങൾ തേടി. ജനങ്ങളിൽ നിന്ന് നികുതി പിരിക്കാനും പ്രാദേശിക ഭരണം നടത്താനുമുള്ള അധികാരമാണ് ദിവാനി. ബംഗാളിന് കീഴിലുള്ള ഒരു പ്രവിശ്യയായി ബ്രിട്ടീഷുകാർ ബീഹാറിനെ മാറ്റി.

ബ്രിട്ടീഷുകാർക്കെതിരെയുള്ള പ്രതിഷേധങ്ങൾ തുടക്കം മുതൽക്കുതന്നെ ശക്തമായിരുന്നു. 1857ലെ ശിപായി ലഹളയോടെയാണ് പ്രതിഷേധങ്ങൾക്ക് സംഘടിത രൂപം കൈവന്നത്. ഭരണ കുൻവർ സിങ്ങായിരുന്നു പ്രക്ഷോഭത്തിന്റെ നേതാവ്. ബ്രിട്ടീഷ് പ്രക്ഷോഭത്തിനെതിരെ നടന്ന പ്രക്ഷോഭത്തിൽ ആയിരങ്ങളാണ് അണിചേർന്നത്. എന്നാൽ സമരത്തെ ബ്രിട്ടീഷുകാർ നിഷ്ഠൂരമായി അടിച്ചമർത്തി.

മഹാത്മാഗാന്ധി നിസ്സഹകരണ സമരം ആരംഭിച്ചത് ബീഹാറിൽ നിന്നായിരുന്നു. സ്വാതന്ത്ര്യസമരത്തിന് ബീഹാർ നൽകിയ സംഭാവന അതുല്യമാണ്. സ്വാമി സഹജാനന്ദ സരസ്വതി, ഡോ. രാജേന്ദ്ര പ്രസാദ്, ശ്രീകൃഷ്ണ സിൻഹ, ഡോ. അജഗർഹ് നാരായണൻ സിൻഹ, ശ്രീകൃഷ്ണ വല്ലഭ സഹായ്, ബ്രിന്ദ് കിഷോർ പ്രസാദ്, മൗലാന മസ്രുൽ ഹക്ക്, ജയപ്രകാശ് നാരായൺ, സത്യേന്ദ്ര നാരായൺ സിൻഹ, ബസമൺ സിൻഹ, രാമേശ്വർ പ്രസാദ് സിൻഹ എന്നിങ്ങനെ സ്വാതന്ത്ര്യസമരത്തിന് നേതൃത്വം നൽകിയവരുടെ പട്ടിക നീണ്ടതാണ്. ഖുധിരാം ബോസ്, ഉപേന്ദ്ര നാരായൺ ഝാ, പ്രഫുല്ല ചാക്കി, വൈകുണ്ഠ ശുക്ല തുടങ്ങിയ നേതാക്കൾ വിപ്ലവ പ്രസ്ഥാനങ്ങളിലൂടെ ദേശീയ സ്വാതന്ത്ര്യ മുന്നേറ്റങ്ങൾക്ക് ഊർജം പകർന്നു.

രാഷ്ട്രീയം

ബീഹാറിലെ ചമ്പാരനിൽ നടത്തിയ സത്യാഗ്രഹ സമരത്തോടെയാണ് മഹാത്മാഗാന്ധി ബഹുജന പിന്തുണയുള്ള നേതാവായി ഉയർന്നത്. ചമ്പാരൻ സമരം സംസ്ഥാനത്ത് കോൺഗ്രസിന്റെ അടിത്തറ ശക്തമാക്കി. രാജേന്ദ്ര പ്രസാദ് ശ്രീകൃഷ്ണസിൻഹ, അനുഗ്രഹ് നാരായൺ സിൻഹ, ബ്രിജ്കിഷോർ പ്രസാദ് തുടങ്ങിവരായിരുന്നു ആ ആദ്യകാ

ലത്തെ പ്രമുഖരായ കോൺഗ്രസ് നേതാക്കൾ. പ്രമുഖ ഗാന്ധിയനായിരുന്ന ശ്രീകൃഷ്ണ സിൻഹയായിരുന്നു ആദ്യ മുഖ്യമന്ത്രി. ശ്രീകൃഷ്ണ സിൻഹയ്ക്ക് പുറമേ അനുഗ്രഹ് നാരായൺ സിൻഹ, ലളിത് നാരായൺ മിശ്ര തുടങ്ങിയ നിരവധി പ്രമുഖർ സ്വാതന്ത്ര്യാനന്തരം സംസ്ഥാനത്തെ കോൺഗ്രസിനെ നയിച്ചു. ബ്രാഹ്മണർ, രജപുത്രർ, ഭൂമിഹാർ തുടങ്ങിയ ഉന്നതകുലജാതരുടെ കൈകളിലായിരുന്നു കോൺഗ്രസിന്റെ കടിഞ്ഞാൺ. ബഹുഭൂരിഭാഗം വരുന്ന ദളിതരും പിന്നോക്കക്കാരും ന്യൂനപക്ഷങ്ങളും സമഗ്രമേഖലകളിലും അവഗണിക്കപ്പെട്ടു. മാത്രമല്ല, കോൺഗ്രസ് ദേശീയ നേതൃത്വത്തിന്റെ താളത്തിനൊത്ത് തുള്ളുന്നവർക്ക് മാത്രമേ ബീഹാർ കോൺഗ്രസിന്റെ നേതൃനിരയിൽ സ്ഥാനമുണ്ടാവുകയുള്ളു എന്ന സ്ഥിതിയും സംജാതമായി.

ബീഹാറിന്റെയും സർവോപരി ഇന്ത്യയുടെയും രാഷ്ട്രീയ ചിത്രം മാറ്റിവരയ്ക്കുന്നതിൽ നിർണായക പങ്ക് വഹിച്ച നേതാവായിരുന്നു ലോക നായക് (ലോക നായക് എന്നാൽ ജനങ്ങളുടെ നേതാവ്) ജയ് പ്രകാശ് നാരായൺ. ഉത്തർപ്രദേശിലെ ബലിയ ജില്ലയിലെ സിതാബ്സിയാര ഗ്രാമത്തിൽ ജനിച്ച അദ്ദേഹം വിദ്യാഭ്യാസത്തിനായാണ് പട്നയിലെത്തിയത്. പ്രമുഖ ഗാന്ധിയനും ബീഹാറിലെ ആദ്യത്തെ ഉപമുഖ്യമന്ത്രിയുമായ ഡോക്ടർ അനുരാഗ് നാരായൺ സിൻഹയുടെ വിദ്യാർഥിയായിരുന്നു അദ്ദേഹം. പട്നയിലെ വിദ്യാഭ്യാസത്തിനുശേഷം ഉപരിപഠനത്തിനായി അമേരിക്കയിലേക്ക് പോയി. ഇക്കാലത്ത് മാർക്സിസത്തെക്കുറിച്ചും സോഷ്യലിസത്തെക്കുറിച്ചും അദ്ദേഹം പഠിച്ചു. ഇന്ത്യയിൽ മടങ്ങിയെത്തിയ അദ്ദേഹം നെഹ്റുവിന്റെ ക്ഷണം സ്വീകരിച്ച് 1929 ൽ ഇന്ത്യൻ നാഷണൽ കോൺഗ്രസിൽ ചേർന്നു. സ്വാതന്ത്ര്യസമരത്തിൽ സജീവമായി പങ്കാളിയായി. സ്വാതന്ത്ര്യത്തിനുശേഷം അദ്ദേഹം കോൺഗ്രസിൽ നിന്ന് അകന്നു. പ്രജാസോഷ്യലിസ്റ്റ് പാർട്ടി രൂപീകരിച്ചു. ഇക്കാലത്ത് വിനോബ ഭാവെയുടെ സർവോദയ പ്രസ്ഥാനത്തിലും ഭൂദാന പ്രചാരണത്തിലും സജീവമായി. രാഷ്ട്രീയാതീതമായി ജനങ്ങളുടെ സർക്കാർ വേണമെന്നാവശ്യപ്പെട്ട അദ്ദേഹം പ്രജാസോഷ്യലിസ്റ്റ് പാർട്ടികളുമായി വഴി പിരിഞ്ഞു. കാശ്മീരിലെ ജനങ്ങൾക്ക് സ്വയം നിർണയാവകാശം നൽകണമെന്ന് ആവശ്യപ്പെട്ട് 1964 ൽ ജയപ്രകാശ് നാരായൺ *ഹിന്ദുസ്ഥാൻ ടൈംസ്* ദിനപത്രത്തിൽ എഴുതിയ ലേഖനം വലിയ കോളിളക്കമുണ്ടാ

ജയ് പ്രകാശ് നാരായൺ

ക്കിയിരുന്നു. 1975 ൽ അലഹാബാദ് ഹൈക്കോടതി ഇന്ദിരാഗാന്ധിയുടെ ലോക്സഭാംഗത്വം റദ്ദാക്കിയപ്പോൾ ജയപ്രകാശ് നാരായൺ സമ്പൂർണ വിപ്ലവത്തിന് ആഹ്വാനം ചെയ്തു. ഇന്ദിരാഗാന്ധി അടിയന്തരാവസ്ഥ പ്രഖ്യാപിച്ചപ്പോൾ, ഇന്ദിരാഗാന്ധിയുടെ നിയമവിരുദ്ധവും ധാർമികതയ്ക്ക് നിരക്കാത്തുമായ ഉത്തരവുകൾ പാലിക്കരുതെന്ന് ജയപ്രകാശ് നാരായൺ സൈന്യത്തിനോടും പൊലീസിനോടും ആവശ്യപ്പെട്ടു. ജയപ്രകാശ് നാരായൺ ഉൾപ്പെടെയുള്ളവർ അറസ്റ്റിലായി. അടിയന്തരാവസ്ഥക്കാലത്ത് ജയപ്രകാശ് നാരായണന്റെ നേതൃത്വത്തിൽ നടന്ന ബഹുജനമുന്നേറ്റങ്ങൾ ഇന്ത്യയുടെയും ബീഹാറിന്റെയും രാഷ്ട്രീയ സമവാക്യങ്ങൾ മാറ്റിവരച്ചു. പിന്നീട് നടന്ന തിരഞ്ഞെടുപ്പുകളിൽ കേന്ദ്രത്തിൽ മൊറാർജി ദേശായിയുടെ നേതൃത്വത്തിൽ ജനതാസർക്കാറും ബീഹാറിൽ കർപ്പൂരി ഠാക്കൂറിന്റെ നേതൃത്വത്തിൽ ജനതാ സർക്കാറും അധികാരത്തിൽ വന്നു. കർപ്പൂരി ഠാക്കൂറിന്റെയും മഹാമായ പ്രസാദ് സിൻഹയുടെയും നേതൃത്വത്തിലുള്ള സോഷ്യലിസ്റ്റ് ചേരി സംസ്ഥാനത്ത് ശക്തമായിരുന്നു. ലാലു പ്രസാദ് യാദവ്, നിതീഷ് കുമാർ, ശരത് യാദവ്, രാംവിലാസ് പാസ്വാൻ തുടങ്ങിയവരെല്ലാം ജയപ്രകാശ് നാരായണന്റെ ശിഷ്യന്മാരായിരുന്നു. 1990 മുതൽ ബീഹാർ ഭരണത്തിന്റെ കടിഞ്ഞാൺ ഇവരുടെ കൈകളിലാണ്.

പട്ന സർവകലാശാലയിൽ വിദ്യാർഥി നേതാവായി രാഷ്ട്രീയത്തിലിറങ്ങിയ ലാലു പ്രസാദ് യാദവ് 1990 ൽ ബീഹാറിലെ മുഖ്യമന്ത്രിയായി. ലാലുവിന്റെ നേതൃത്വത്തിലുള്ള ജനതാദളിനു കീഴിൽ സംസ്ഥാനത്തെ യാദവരും മുസ്ലിങ്ങളും ദളിതരും അണിനിരന്നു. എൽ കെ അദ്വാനിയുടെ നേതൃത്വത്തിൽ നടന്ന രഥയാത്രയെ ബീഹാറിലെ സമസ്തിപൂരിൽവെച്ച് അദ്ദേഹം തടഞ്ഞു. ഇതോടെ ന്യൂനപക്ഷങ്ങളുടെ ആരാധ്യനായ നേതാവായി ലാലു മാറി. എന്നാൽ അഴിമതിക്കേസുകൾ ലാലുവിനെ തളർത്തി. കാലിത്തീറ്റ കുംഭകോണക്കേസിൽ പ്രതിയായതിനെത്തുടർന്ന് 1997 ൽ മുഖ്യമന്ത്രി സ്ഥാനം ഭാര്യ റാബ്രിദേവിയെ ഏൽപ്പിച്ചു. ഈ കേസിൽ ഒരു വർഷക്കാലത്തോളം അദ്ദേഹം ജയിലിൽ കിടന്നു. ഇതിനിടയിൽ ജനതാദൾ പിളർന്നു. ലാലു രാഷ്ട്രീയ ജനതാദൾ രൂപീകരിച്ചു. ജനതാദളിലുണ്ടായിരുന്ന ഒരുവിഭാഗം നേതാക്കൾ ജെ ഡി (യു) ലോക ജനശക്തി തുടങ്ങിയ പാർട്ടികൾ രൂപീകരിച്ചു. നിതീഷ് കുമാർ, ശരത് യാദവ്, ജോർജ് ഫെർണാണ്ടസ് തുടങ്ങിയവരുടെ നേതൃത്വത്തിൽ ജെ ഡി യു മുഖ്യ ശക്തിയായി വളർന്നു. 1987ലെ ലോക്സഭാ തെരെഞ്ഞെടുപ്പിൽ ഹാജിപ്പൂരിൽനിന്ന് അഞ്ചു ലക്ഷത്തിലേറെ വോട്ടിന്റെ ഭൂരിപക്ഷത്തിന് വിജയിച്ച് റെക്കാർഡിട്ട രാംവിലാസ് പാസ്വാൻ ദളിതർക്കിടയിൽ ഏറ്റവും സ്വാധീനമുള്ള നേതാവായി ഉയർന്നു. അദ്ദേഹത്തിന്റെ നേതൃത്വത്തിലുള്ള ലോകജനശക്തി പാർട്ടി എൻ സി എയിലും യു പി എയിലും ചേർന്ന് അധികാരം പങ്കിട്ടു. തുടർച്ചയായി 15 വർഷക്കാലത്തെ ആർ ജെ ഡി ഭരണത്തിന് 2005 ൽ വിരാമമായി. നിതീഷ് കുമാറിന്റെ നേതൃത്വത്തിൽ ജെ ഡി യു ബി ജെ പി സർക്കാർ 2005 ൽ അധികാരത്തിൽ വന്നു. ബീഹാറിൽ ജാതി, മത രാഷ്ട്രീയ സമവാക്യങ്ങളെല്ലാം മാറ്റിമറിച്ച് 2010 ൽ അഞ്ചിൽ നാല് ഭൂരിപക്ഷത്തോടെ സഖ്യം ചരിത്ര

വിജയം നേടി. നിതീഷ് കുമാർ ഇന്ത്യയിലെ കരുത്തരായ നേതാക്കളി ലൊരാളായി മാറി.

1989 ൽ ഭാഗൽപ്പൂരിലുണ്ടായ കലാപത്തോടെയാണ് ഹിന്ദുത്വശക്തി കൾ ബീഹാറിൽ സജീവമായത്. കലാപത്തിൽ നിരവധി മുസ്ലിങ്ങൾ കൂട്ട ക്കൊല ചെയ്യപ്പെട്ടു. ഈ സംഭവം സംസ്ഥാനത്ത് സാമുദായിക ധ്രുവീ കരണമുണ്ടാക്കി. രാമക്ഷേത്ര പ്രക്ഷോഭവും അദ്വാനിയുടെ രഥയാത്രയും എൺപതുകളുടെ അവസാനത്തിലും തൊണ്ണൂറുകളുടെ തുടക്കത്തിലും ബി ജെ പിയെ വളർത്തി. എന്നാൽ പിന്നോക്കക്കാർ, ദളിതർ, ന്യൂനപ ക്ഷങ്ങൾ തുടങ്ങിയവർക്കിടയിൽ വേരൂന്നാൻ ബി ജെ പിക്കായില്ല. സവർണജാതിക്കാർക്കിടയിൽ മാത്രമായി ബി ജെ പിയുടെ സ്വാധീനം ഒതുങ്ങി. സുശീൽ കുമാർ മോഡി, സി പി ഠാക്കൂർ, രാജീവ് പ്രതാപ് റൂഡി, രവിശങ്കർ പ്രസാദ് തുടങ്ങിവരാണ് സംസ്ഥാനത്തെ പ്രമുഖരായ ബി ജെ പി നേതാക്കൾ. നേതാക്കളുടെ നീണ്ട നിരയുണ്ടെങ്കിലും നിതീഷ് കുമാറിന്റെ തണലിലാണ് സംസ്ഥാനത്ത് ബി ജെ പി യുടെ നിലനിൽപ്പ്. പരസ്യമായ അപമാനങ്ങൾ പോലും സഖ്യത്തിന്റെ നിലനിൽപ്പിനായി ബി ജെ പി സഹിച്ചു. 2010 ലെ നിയമസഭാ തിരഞ്ഞെടുപ്പിൽ പ്രചാരണ ത്തിനായി ബീഹാറിൽ കാൽകുത്തരുതെന്ന് നിതീഷ് കുമാർ നരേന്ദ്ര മോഡിയോടും വരുൺഗാന്ധിയോടും ആവശ്യപ്പെട്ടു. ഈ അന്ത്യശാസനം ഇരു നേതാക്കളും അംഗീകരിക്കാൻ നിർബന്ധിതരായി.

തൊഴിലാളി, കർഷ മുന്നേറ്റങ്ങൾ

കമ്യൂണിസ്റ്റ് പാർട്ടിയുടെ രൂപീകരണത്തിന് മുമ്പുതന്നെ കർഷക രുടെയും തൊഴിലാളികളുടെയും ട്രേഡ് യൂണിയനുകളുടെയും സജീവ സാന്നിധ്യം ബീഹാറിലുണ്ടായിരുന്നു. ഷഹബാദിൽ ബ്രിട്ടീഷ് സർക്കാർ ജലസേചന നികുതി വർധിപ്പിച്ചപ്പോൾ നടന്ന സമരം, ചമ്പാരനിലെ നികുതി വിരുദ്ധ സമരം, കുടിയാന്മാരുടെ ഭൂമി തിരിച്ചുകിട്ടുന്നതിനായി റെവാറയിൽ നടന്ന സമരം, കുടിയാന്മാരുടെ അവകാശങ്ങൾ സംരക്ഷി ക്കുന്നതിനായി ബറാഹിയയിൽ കാര്യാനന്ദ ശർമയുടെ നേതൃത്വത്തിൽ നടന്ന സമരം എന്നിങ്ങനെ തൊള്ളായിരത്തി ഇരുപതുകളിലും മുപ്പതു കളിലും നിരവധി കർഷക സമരങ്ങൾ ബീഹാറിൽ നടന്നു. സ്വാമി സഹ ജാനന്ദ സരസ്വതി ആയിരുന്നു കിസാൻസഭ ബീഹാർ ഘടകത്തിന്റെ ആദ്യത്തെ അധ്യക്ഷൻ. ഒരുകാലത്ത് കർഷക സമരങ്ങൾക്ക് നേതൃത്വം നൽകിയിരുന്ന അദ്ദേഹം പിന്നീട് ആത്മീയകാര്യങ്ങളിൽ മാത്രമായി ഒതു ങ്ങിക്കൂടി.

കർഷകസമരങ്ങളെ അടിച്ചൊതുക്കുക എന്നതു തന്നെ ആയിരുന്നു ബ്രിട്ടീഷ് നയം. കിഷൻഗഞ്ച്, സരൻ, ചമ്പാരൻ, കടേയ, ബോറെ തുട ങ്ങിയ പ്രദേശങ്ങളിലെല്ലാം കർഷക സമരങ്ങൾ അടിച്ചമർത്താനുള്ള ശ്രമ ങ്ങൾ വൻ സംഘർഷങ്ങളുണ്ടാക്കി. ബ്രിട്ടീഷുകാർക്കെതിരെ നുരഞ്ഞു പൊങ്ങിയ കർഷകരുടെയും തൊഴിലാളികളുടെയും രോഷമാണ് കമ്യൂ

ണിസ്റ്റ് പാർട്ടിക്ക് അടിത്തറ പാകിയത്. 1939 ഒക്ടോബർ 30ന് ബീഹാറിലെ ആദ്യ കമ്യൂണിസ്റ്റ് ഘടകം രൂപംകൊണ്ടു. സുനിൽ മുഖർജി ആയിരുന്നു സെക്രട്ടറി. വിശ്വനാഥ് മാഥൂർ, പൃഥിരാജ് സിങ്, ശ്യാമർ കിഷോർ ഝാ, രാഷ് ബിഹാരി സിങ്, ബിനോദ് ബിഹാരി മുഖർജി, സുമചൻ സിങ്, ഹബീബുകൾ റഹ്മാൻ, സനത് പട്നായക്, രാഹുൽ സാംകൃത്യായൻ, നാഗേശ്വർസിങ് തുടങ്ങിയവരായിരുന്നു ആദ്യകാല നേതാക്കൾ. നേരത്തെ കിസാൻസഭയുടെ നേതൃത്വത്തിൽ നടന്ന സമരങ്ങൾക്ക് പിന്നീട് കമ്യൂണിസ്റ്റ് പാർട്ടിയാണ് നേതൃത്വം നൽകിയത്. ഭാഗൽപ്പൂർ ബഹുസരായി, ചമ്പാരൻ, ഗയ, പൂർണിയ, ബഹാരിയ തുടങ്ങിയ പ്രദേശങ്ങളിൽ അവിഭക്തകമ്യൂണിസ്റ്റ് പാർട്ടിയിലെ 80 ശതമാനം പേരും സി പി ഐയിൽ ഉറച്ചുനിന്നു. നേതൃനിരയിലുണ്ടായിരുന്നവരിലെ ബഹുഭൂരിഭാഗവും സി പി ഐയിലായിരുന്നു. എസ് എസ് ശ്രീവാസ്തവ, ഗണേശ് ശങ്കർ വിദ്യാർഥി, ഉമാശങ്കർ ശുക്ല തുടങ്ങിയ നേതാക്കൾ ചേർന്ന് സംസ്ഥാനത്ത് സി പി ഐ എം രൂപീകരിച്ചു. 1967 ൽ ഒരുവിഭാഗത്തിനിടയിലുണ്ടായ നക്സലൈറ്റ് വ്യതിയാനം പാർട്ടിയെ വീണ്ടും പിളർത്തി. സത്യനാരായൺ സിങ്, തുഫാൻ ചന്ദ്ര ബോസ് തുടങ്ങിയ നേതാക്കൾ അതിവിപ്ലവത്തിന്റെ പാത സ്വീകരിച്ചു. നക്സൽ പ്രസ്ഥാനം പിന്നീട് പല സംഘങ്ങളായി പിരിഞ്ഞു. ദീപാങ്കർ ഭട്ടാചാര്യയുടെ നേതൃത്വത്തിലുള്ള സി പി ഐ എം എല്ലിന് ചില പ്രദേശങ്ങളിൽ ഇന്ന് നിർണായക സ്വാധീനമുണ്ട്.

എൺപതുകളിലും തൊണ്ണൂറുകളിലും സി പി ഐ നിർണായക ശക്തിയായിരുന്നു. എന്നാൽ പിന്നോക്ക, ദളിത് രാഷ്ട്രീയത്തിന്റെ വളർച്ചയോടൊപ്പം സി പി ഐ നടത്തിയ സമരങ്ങളും 1942 ലെ ഭക്ഷ്യപ്രക്ഷോഭവും കമ്യൂണിസ്റ്റ് പാർട്ടിയുടെ അടിത്തറ വർധിപ്പിച്ചു. നാൽപ്പതുകളും അമ്പതുകളുമെല്ലാം പീഡനങ്ങളുടെ കാലമായിരുന്നു. മുഖപത്രമായിരുന്ന *ജനശക്തി* അടച്ചുപൂട്ടി. ജയിലിൽ നിരാഹാരമനുഷ്ഠിച്ചിരുന്ന കാസി മാനിക്വാബിയെ ജയിൽ വാർഡർമാർ മർദിച്ച് കൊലപ്പെടുത്തി. സുനിൽ ചക്രവർത്തി എന്ന നേതാവ് ഒളിവിൽ കഴിയവേ മസ്തിഷ്കജ്വരം പിടിച്ച് മരിച്ചു. 1958 ജംഷഡ്പൂരിൽ തൊഴിലാളികൾ നടത്തിയ സമരവും 1954 ലെ വിദ്യാർഥിസമരവും ശ്രദ്ധേയമായിരുന്നു.

1952 ലെ ആദ്യ നിയമസഭാ തിരഞ്ഞെടുപ്പിൽ കമ്യൂണിസ്റ്റ് പാർട്ടിക്ക് സീറ്റൊന്നും ലഭിച്ചില്ല. 1955 ലെ ഇടക്കാലതിരഞ്ഞെടുപ്പിൽ ഒരു സീറ്റും 1857 ൽ 6 സീറ്റും 1962 ൽ 12 സീറ്റും ലഭിച്ച പാർട്ടി പടിപടിയായി കരുത്ത് വർധിപ്പിച്ചുകൊണ്ടിരുന്നു. എന്നാൽ 1964 ലെ പിളർപ്പ് പാർട്ടിയെ തളർത്തി. സി പി ഐ, സി പി ഐ എം എൽ, സി പി എം എന്നീ പാർട്ടികൾ യോജിച്ച് ബീഹാറിൽ ബഹുജനസമരങ്ങൾ നടത്തുന്നുണ്ട്.

സാമൂഹ്യാവസ്ഥ

മാനുഷിക വിഭവശേഷിയിൽ ഇന്ത്യയിൽ ഏറ്റവും പിറകിൽ നിൽക്കുന്ന സംസ്ഥാനങ്ങളിലൊന്നാണ് ബീഹാർ. ഇന്ത്യയിൽ ഉയർന്ന ജനസാന്ദ്രതയുള്ള സംസ്ഥാനങ്ങളിലൊന്നാണ്. ചതുരശ്രകിലോമീറ്ററിൽ

താമസിക്കുന്നത് 1102 പേർ. പശ്ചിമബംഗാളിന് തൊട്ടുപിറകിൽ രണ്ടാം സ്ഥാനത്തുനിൽക്കുന്നു. ഏറ്റവും കുറഞ്ഞ സാക്ഷരതയും ബീഹാറിലാണ്. 63.28 ശതമാനം സ്ത്രീ പുരുഷ അനുപാതം 916:1000. യു എൻ ഡി പിയുടെ ബഹുമുഖ ദാരിദ്ര്യസൂചികയനുസരിച്ച് ഇന്ത്യയിൽ ഏറ്റവും കൂടുതൽ ശതമാനം ദരിദ്രർ ഉള്ള സംസ്ഥാനം; 81.4 ശതമാനം. ആരോഗ്യമേഖലയിലും സ്ഥിതി വ്യത്യസ്തമല്ല. മാനുഷിക വികസനത്തിന്റെ കാര്യത്തിൽ സംസ്ഥാനം ഏറെ പിറകിലാണെങ്കിലും ആത്മഹത്യാ പ്രവണത തടയുന്നതിൽ സംസ്ഥാനം ഏറ്റവും മുന്നിലാണ്. 2008 ലെ കണക്കുകൾ അനുസരിച്ച് ഇന്ത്യയിൽ കുറച്ച് ശതമാനം പേർ ആത്മഹത്യ ചെയ്യുന്ന സംസ്ഥാനം ബീഹാറാണ്.

ക്രമസമാധാന പാലനത്തിൽ ഏറ്റവും പിറകിൽ നിൽക്കുന്ന സംസ്ഥാനമാണിത്. രാഷ്ട്രീയരംഗത്തെ ക്രിമിനൽവൽക്കരണത്തിൽ സംസ്ഥാനം ഒന്നാം സ്ഥാനത്താണ്. ഷഹാബുദ്ദീൻ, പപ്പുയാദവ് തുടങ്ങിയ കുപ്രസിദ്ധ കുറ്റവാളികൾക്ക് ഇന്നും ബീഹാർ രാഷ്ട്രീയത്തിൽ നിർണായക സ്വാധീനമുണ്ട്. നാഷണൽ ക്രൈം റെക്കോർഡ് ബ്യൂറോയുടെ 2008 ലെ കണക്ക് പ്രകാരം ക്രമസമാധാന പാലനത്തിൽ സംസ്ഥാനത്തിന്റെ സ്ഥാനം 27 ാമതാണ്. രാജ്യത്ത് നടക്കുന്ന വാറണ്ടില്ലാതെ കുറ്റവാളികളെ അറസ്റ്റ് ചെയ്യാവുന്ന കുറ്റകൃത്യങ്ങളിലെ 5.9 ശതമാനം ബീഹാറിലാണ് നടക്കുന്നത്. യു പി കഴിഞ്ഞാൽ സ്ത്രീകളെയും കുട്ടികളെയും തട്ടിക്കൊണ്ടുപോവുന്ന കുറ്റകൃത്യങ്ങൾ ഏറ്റവും നടക്കുന്ന സംസ്ഥാനവും ബീഹാർ തന്നെ. 2008 ൽ നടന്നത് 1210 സ്ത്രീധനമരണങ്ങൾ. ഈ മേഖലയിലും സംസ്ഥാനത്തിനാണ് ഒന്നാം സ്ഥാനം.

ജനസംഖ്യയിലെ 83.3 ശതമാനം ഹിന്ദുക്കളാണ്. 16.5 ശതമാനം മുസ്ലിങ്ങളും. സ്വാതന്ത്ര്യത്തിന് തൊട്ടുമുമ്പും പിമ്പും നിരവധി കലാപങ്ങൾ സംസ്ഥാനത്തുണ്ടായി. ഇന്ത്യ - പാക് വിഭജനവുമായി ബന്ധപ്പെട്ട പ്രശ്നങ്ങൾ തന്നെ ആയിരുന്നു അടിസ്ഥാന കാരണം. പട്ന, ഗയ, നളന്ദാ, മോൺഗീൻ, ഭാഗൽപ്പൂർ, കിഷൻഗഞ്ച് തുടങ്ങിയ നഗരങ്ങളിൽ മുസ്ലിം ന്യൂനപക്ഷങ്ങൾ നിർണായക ശക്തികളായിരുന്നു. ഇവർക്കെതിരെ പലപ്പോഴായി സംഘപരിവാറിന്റെ നേതൃത്വത്തിൽ ആസൂത്രിത ആക്രമണങ്ങൾ നടന്നു. ഇത്തരം ആക്രമണങ്ങളിൽ ഏറ്റവും ഒടുവിലത്തേതായിരുന്നു 1989 ലെ ഭാഗൽപൂർ കലാപം. എൺപതുകളുടെ അവസാനത്തിൽ സംസ്ഥാനത്തെ രാഷ്ട്രീയ സമവാക്യങ്ങൾ മാറി. ന്യൂനപക്ഷങ്ങളുടെ പിന്തുണയില്ലാതെ ആർക്കും അധികാരത്തിൽ വരാനാകാത്ത സാഹചര്യമുണ്ടായി. ഇതെല്ലാം ന്യൂനപക്ഷങ്ങളെ കൂടുതൽ സുരക്ഷിതരാക്കി. എങ്കിലും പട്ടിണി, ദാരിദ്ര്യം, തൊഴിലില്ലായ്മ, നിരക്ഷരത തുടങ്ങിയ സാമൂഹ്യപ്രശ്നങ്ങളുമായി ഇപ്പോഴും മുസ്ലിം ന്യൂനപക്ഷങ്ങൾ മല്ലിടുകയാണ്.

ദളിതർക്കെതിരെ ഏറ്റവുമധികം അക്രമങ്ങളും ചൂഷണങ്ങളും നടന്നിരുന്ന സംസ്ഥാനമാണ്. ദീർഘകാലത്തെ കോൺഗ്രസ് ഭരണത്തിന് കീഴിൽ രാഷ്ട്രീയ ഉദ്യോഗസ്ഥ തലങ്ങളിൽ സവർണ ജാതിക്കാരുടെ സമ്പൂർണ ആധിപത്യമായിരുന്നു. കോൺഗ്രസിന്റെ തകർച്ചയോടൊപ്പം

ഉണ്ടായ രാഷ്ട്രീയ മാറ്റങ്ങളിൽ ദളിതർ നിർണായക ശക്തിയായി ഉയർന്നു. ഇപ്പോൾ ലോക് ജനശക്തി പാർട്ടിയുടെ നേതാവായ രാംവിലാസ് പാസ്വാനാണ് ദളിതർക്കിടയിൽ നിർണായ സ്വാധീനമുള്ള നേതാവ്. ഇന്ത്യയിൽ ഏറ്റവും കൂടുതൽ ഭൂരിപക്ഷത്തിന് തിരഞ്ഞെടുക്കപ്പെട്ട ജനപ്രതിനിധിയെന്ന റെക്കോർഡ് പാസ്വാന്റെതാണ്. 1989 ലെ ലോക്സഭാ തിരഞ്ഞെടുപ്പിൽ ഹാജിപ്പൂർ മണ്ഡലത്തിൽ നിന്നായിരുന്നു ഈ ചരിത്ര വിജയം. അവസരവാദ രാഷ്ട്രീയത്തിനൊടുവിൽ ഹാജിപ്പൂരിലെ ദളിതർ പാസ്വാനെ 2008 ലെ ലോക്സഭാ തിരെഞ്ഞടുപ്പിൽ പരാജയപ്പെടുത്തി.

ദളിതർക്കിടയിലുണ്ടായ രാഷ്ട്രീയ മുന്നേറ്റങ്ങൾ ചെറിയൊരു വിഭാഗത്തിന് മാത്രമാണ് പ്രയോജനം ചെയ്തത്. ഭൂപരിഷ്കരണത്തിന്റെ അഭാവം തന്നെയാണ് അടിസ്ഥാന കാരണം. അയൽ സംസ്ഥാനമായ ബംഗാളിൽ ഭൂപരിഷ്കരണത്തിന്റെ യഥാർഥ ഗുണഭോക്താക്കൾ ദളിതരായിരുന്നെങ്കിൽ ബീഹാറിലെ സ്ഥിതി മറിച്ചായിരുന്നു. ഈ സാഹചര്യം പ്രയോജനപ്പെടുത്തിയാണ് ആദ്യം നക്സലൈറ്റുകളും പിന്നീട് മാവോയിസ്റ്റുകളും ബീഹാറിൽ വേരുറപ്പിച്ചത്.

1967 ലെ നക്സൽ മുന്നേറ്റം ബീഹാറിലെ സി പി ഐ എമ്മിനെ നെടുകെ പിളർത്തി. പകുതിയോളം പേർ നക്സലൈറ്റുകളോ നക്സൽ അനുഭാവികളോ ആയി മാറി. സി പി ഐ എമ്മിന്റെ സംസ്ഥാന സെക്രട്ടറിയേറ്റ് അംഗം സത്യനാരായൺ സിങ്, വിദ്യാർഥി നേതാവായിരുന്ന തുഫാൻ ചന്ദ്ര ബോസ് തുടങ്ങിയവരാണ് ബീഹാറിലെ നക്സൽ മുന്നേറ്റങ്ങൾക്ക് അടിത്തറയിട്ടത്. 1974 ൽ സി പി ഐ എം എൽ പിളർന്നു. സുബ്രതാദത്ത് വിനോദ് മിശ്ര, നാഗഭൂഷൺ പട്നായക് എന്നിവരുടെ നേതൃത്വത്തിൽ സി പി ഐ എം എൽ ലിബറേഷൻ രൂപീകരിക്കപ്പെട്ടു. 1986 ൽ ലിബറേഷൻ തിരഞ്ഞെടുപ്പിൽ മത്സരിച്ച് ജനാധിപത്യ വ്യവസ്ഥ അംഗീകരിച്ചു. മറുവശത്ത് 1976 ൽ രൂപീകരിക്കപ്പെട്ട മാവോയിസ്റ്റ് കമ്യൂണിസ്റ്റ് സെന്റർ, കമ്യൂണിസ്റ്റ് പാർട്ടി ഓഫ് ഇന്ത്യ മാർക്സിസ്റ്റ് ലെനിനിസ്റ്റ് പാർട്ടി യൂണിറ്റി തുടങ്ങിയ സംഘടനകൾ സായുധ പോരാട്ടങ്ങളുമായി മുന്നോട്ടു പോയി. ജനാധിപത്യത്തെ അംഗീകരിക്കാത്ത നക്സൽ സംഘടനകളെല്ലാം ലയിച്ച് 2004 സെപ്തംബർ 21ന് ദേശീയതലത്തിൽ സി പി ഐ (മാവോയിസ്റ്റ്) രൂപീകരിച്ചു. ഈ സംഘടനയ്ക്ക് ബീഹാറിൽ നല്ല അടിത്തറയുണ്ട്. പല ജില്ലകളിലും ഇന്ന് നക്സൽ ആക്രമണങ്ങൾ നിത്യസംഭവങ്ങളാണ്.

രൺവീർ സേന

പാവപ്പെട്ടവരുടെ ഉയർത്തെഴുന്നേൽപ്പിനെ അടിച്ചമർത്താനായി രൂപീകരിക്കപ്പെട്ട ബ്രാഹ്മണ ഭൂ ഉടമകളുടെ ഭീകരസംഘടനയാണ് രൺവീർ സേന. ധരിച്ചാൻ ചൗധരിയാണ് രൺവീർ സേനയുടെ സ്ഥാപകൻ. ബേലൂർ ഗ്രാമത്തിൽ നിന്നാണ് ഉത്ഭവം. ഒരുകാലത്ത് ബേലൂരിൽ ഭൂവുടമകളും രജപുത്രന്മാരും തമ്മിൽ നിരന്തരം സംഘർഷങ്ങളുണ്ടായിരുന്നു. ഭൂവുടമകളുടെ സംരക്ഷണത്തിനെന്ന പേരിൽ സൈന്യത്തിൽനിന്ന് വിര

മിച്ച രൺവീർ ബാബ എന്നയാൾ ഒരു സ്വകാര്യസേന രൂപീകരിച്ചു. രൺവീർ ബാബയുടെ ശിഷ്യന്മാരായ ധരിച്ചാൻ ചൗധരിയും ബ്രഹ്മേശ്വർ സിങ്ങും പിന്നീട് ഗുരുവിനോടുള്ള ആദരസൂചകമായി സവർണ ഭീകര സംഘടനയ്ക്ക് രൺവീർ സേന എന്ന പേരിട്ടു. 1994 സെപ്തംബറിൽ ബോജ്പൂർ ജില്ലയിലെ തൊഴിലാളികളെ കൊലപ്പെടുത്തിയതിന് ശേഷം ഗ്രാമത്തിലെ പൊതു കിണറിന്റെ ഭിത്തിക്ക് മുകളിൽ ചോരകൊണ്ട് രൺവീർ സേന എന്നെഴുതി. 1997 ഡിസംബറിൽ 16 കുട്ടികളെയും 27 സ്ത്രീകളെയും 18 പുരുഷന്മാരെയും കൊന്നൊടുക്കി. സ്ത്രീകളെയും കുട്ടികളെയും കൊല്ലാനുള്ള കാരണം രൺവീർ സേന ഇങ്ങനെ വിശദീകരിച്ചു.

"ദളിതരുടെ കുട്ടികൾ വളർന്നു വന്നാൽ അവർ നക്സലൈറ്റുകളാവുമെന്നതുകൊണ്ടാണ് ഞങ്ങൾ കുട്ടികളെ കൊല്ലുന്നത്. സ്ത്രീകൾ നക്സലൈറ്റുകൾക്ക് ജന്മംനൽകുന്നത് തടയുന്നതിനായാണ് ഞങ്ങൾ സ്ത്രീകളെ കൊല്ലുന്നത്."

വള്ളങ്ങളിൽ നദികടന്ന് ദളിത് ഗ്രാമങ്ങളിലെത്തിയിരുന്നു ഈ കൂട്ടക്കൊല. കൂട്ടക്കൊലയ്ക്ക് ശേഷം വള്ളങ്ങളിൽ തങ്ങളുടെ ഗ്രാമങ്ങളിൽ തിരിച്ചെത്തിയ രൺവീർ സേനക്കാർ വള്ളം തുഴഞ്ഞ് ഉച്ചന്നഗർ ബ്ലോക്കിലെ ബേലൂർ ഗ്രാമത്തിൽ വെച്ച് രൺവീർ സേന രൂപീകരിക്കപ്പെടുമ്പോൾ സേനയ്ക്ക് മുന്നിൽ മൂന്ന് പ്രധാന ലക്ഷ്യങ്ങളാണ് ഉണ്ടായിരുന്നത്. 1. ഭൂവുടമകളെയും ഇവരുടെ അധീനതയിലുള്ള ഭൂമിയും സംരക്ഷിക്കുക. 2. ദളിത്, പിന്നാക്ക വിഭാഗങ്ങൾ തല ഉയർത്തുന്നത് തടയുക. 3. നക്സലൈറ്റുകളെയും കമ്യൂണിസ്റ്റുകളേയും അമർച്ച ചെയ്യുക.

സവർണ ഭീകര സംഘടനകളായ സവർണ ലിബറേഷൻ ആർമി, ഡൺലൈറ്റ് സേന എന്നിവ രൺവീർ സേനയിൽ ലയിച്ചതോടെ സേന ശക്തമായി. പ്രമുഖ രാഷ്ട്രീയ കക്ഷികൾ, ഉദ്യോഗസ്ഥർ, പൊലീസ് എന്നിവരുടെ അകമഴിഞ്ഞ പിന്തുണയോടെ തൊണ്ണൂറുകളിൽ സേന അഴിഞ്ഞാടി.

1995 ലെ നിയമസഭാ തിരെഞ്ഞെടുപ്പ് വേളയിൽ രൺവീർ സേന 50 പേരെ കൊലപ്പെടുത്തി. 1997 മാർച്ചിൽ ഹൈബൊഡ്പ്പൂർ ഗ്രാമത്തിൽ 8 തൊഴിലാളികളേയും കൊലപ്പെടുത്തി.

1999 ൽ ജഹാനാബാദ് ജില്ലയിലെ ശങ്കർഭിഗ ഗ്രാമത്തിൽ 22 ദളിതരേയും നാരായൺ പൂരിൽ 12 പിന്നാക്ക ജാതിയിൽപ്പെട്ടവരെയും കൊലപ്പെടുത്തി. എന്നാൽ രൺവീർ സേനയ്ക്ക് കരുത്ത് നിലനിർത്താനായില്ല. ബീഹാറിലെ സവർണ രാഷ്ട്രീയത്തിന്റെ സുവർണകാലഘട്ടം അവസാനിച്ചു. ദളിതരും പിന്നാക്ക ജാതിക്കാരും കരുത്തരായി. മധുബീഹാറിൽ മാത്രം സാന്നിധ്യമുള്ള രൺവീർ സേനയ്ക്ക് രാജ്യത്തെ പകുതിയോളം സംസ്ഥാനങ്ങളിൽ സ്വാധീനമുള്ള മാവോയിസ്റ്റുകളെ നേരിടാനായില്ല.

ഭൂമിശാസ്ത്രം

സമുദ്രനിരപ്പിൽനിന്ന് ശരാശരി 53 മീറ്റർ ഉയരത്തിൽ സ്ഥിതിചെയ്യുന്ന ഫലഭൂയിഷ്ഠമായ സമതല പ്രദേശമാണ് ബീഹാർ. സംസ്ഥാ

നത്തിന്റെ വടക്കേ അതിർത്തിയിലാണ് നേപ്പാൾ. ഉത്തർപ്രദേശ്, ബംഗാൾ, ഝാർഖണ്ഡ് എന്നിവയാണ് അയൽ സംസ്ഥാനങ്ങൾ. വിസ്തീർണം 94,163 ചതുരശ്ര കിലോമീറ്റർ. ഗംഗ കോശി ഗാൻഡക്ക്, ചാൻഡാൻ, ഓർഹാനി, നാൾഗു തുടങ്ങിയവയാണ് പ്രധാന നദികൾ. വർഷകാലങ്ങളിൽ നദികൾ കരകവിഞ്ഞൊഴുകും. ഗ്രാമങ്ങൾ വെള്ളത്തിനടിയിലാകും. കോശി നദിയാണ് ഏറ്റവും പ്രക്ഷുബ്ധമാവാറുള്ളത്. അതുകൊണ്ടു തന്നെ ബീഹാറിന്റെ ദുഃഖം എന്ന പേരിലാണ് കോശി നദി അറിയപ്പെടുന്നത്.

സംസ്ഥാനം വിഭജിക്കപ്പെട്ടതോടെ നിബിഡ വനപ്രദേശങ്ങളിലെ ബഹുഭൂരിഭാഗവും ഝാർഖണ്ഡിലേക്ക് പോയി. ഇപ്പോൾ 6,764.14 ചതുരശ്ര കിലോമീറ്റർ പ്രദേശം മാത്രമാണ് വനഭൂമിയായി അവശേഷിക്കുന്നത്. ഇതാവട്ടെ സംസ്ഥാനത്തിന്റെ 7.1 ശതമാനം മാത്രമേ വരുന്നുള്ളൂ.

ഡിസംബർ മുതൽ ജനുവരിവരെയാണ് ശീതകാലം. ഏപ്രിൽ മുതൽ ജൂൺ വരെ വേനൽക്കാലം. ജൂൺ മുതൽ സെപ്തംബർ വരെ വർഷകാലം. തണുപ്പുകാലത്ത് താപനില 4^0C വരെ താഴാറുണ്ട്. വേനൽക്കാലത്ത് താപനില 40^0Cലും മുകളിൽ പോകാറുണ്ട്. ഒക്ടോബർ മുതൽ മാർച്ച് വരെയാണ് ഏറ്റവും പ്രസന്നമായ കാലാവസ്ഥ.

കൃഷി

കൃഷി തന്നെയാണ് ജനങ്ങളുടെ പ്രധാന ജീവിതോപാധി. മൊത്ത ആഭ്യന്തര ഉൽപ്പാദനത്തിന്റെ 25 ശതമാനം കൃഷിയിൽ നിന്നാണ്. ഗോതമ്പ്, മാങ്ങ, പേരയ്ക്ക, ലിച്ചി, പൈനാപ്പിൾ, വഴുതനങ്ങ കോളിഫ്ളവർ വെണ്ടയ്ക്ക, കാബേജ് തുടങ്ങിയവ ഇന്ത്യയിൽ ഏറ്റവുമധികം ഉൽപ്പാദിപ്പിക്കുന്ന സംസ്ഥാനമാണ് ബീഹാർ. ബീഹാറി എന്ന പേരിലറിയപ്പെടുന്ന ബീഹാറിലെ മാങ്ങകൾ പ്രസിദ്ധമാണ്. ഇന്ത്യയിൽനിന്ന് ഏറ്റവുമധികം കയറ്റി അയക്കുന്നതും ബീഹാർ മാങ്ങകളാണ്.

കരിമ്പുൽപ്പാദനത്തിലും പഞ്ചസാര ഉൽപ്പാദനത്തിലും സംസ്ഥാനം ഏറെക്കാലം മുന്നിലായിരുന്നു. അമ്പതുകളുടെ മധ്യം വരെ രാജ്യത്ത് ഉൽപ്പാദിപ്പിക്കുന്ന പഞ്ചസാരയുടെ 25 ശതമാനം. ബീഹാറിന്റെ സംഭാവനയായിരുന്നു. എന്നാൽ ഈ മേഖലയിൽ സംസ്ഥാനം പിന്നീട് പിറകോട്ട് പോവുകയാണ് ഉണ്ടായത്. വിലപിടിപ്പുള്ള പഴമായ ലിച്ചിയുടെ 75 ശതമാനം ഉൽപ്പാദിപ്പിക്കുന്നത് ബീഹാറിലാണ്.

അയൽസംസ്ഥാനമായ ബംഗാളിലേതിൽനിന്ന് തികച്ചും വ്യത്യസ്തമാണ് ബീഹാറിലെ സ്ഥിതി. ഇതുവരെ സംസ്ഥാനത്ത് സമ്പൂർണ ഭൂപരിഷ്കരണം നടപ്പിലായിട്ടില്ല. കൃഷിഭൂമി ഇപ്പോഴും വൻഭൂഉടമകളുടെ കൈപ്പിടിയിലാണ്. കാർഷികോൽപ്പാദനത്തിന്റെ നേട്ടം ഇവർക്കാണ്. ഒന്നും താഴെ തട്ടിലെത്തുന്നില്ല. പട്ടിണി ഒരു പ്രധാന പ്രശ്നമായി അവശേഷിക്കാനുള്ള കാരണവും ഇതുതന്നെയാണ്.

വ്യവസായം

രാജ്യത്ത് ഏറ്റവും കുറഞ്ഞ മൊത്ത ആഭ്യന്തര ഉൽപ്പാദനമുള്ള സംസ്ഥാനമാണ് ബീഹാർ. ആഭ്യന്തര ഉൽപ്പാദനത്തിന് ഏറ്റവും സംഭാവന നൽകുന്നത് സേവന മേഖലയാണ്; 55 ശതമാനം. വ്യവസായ മേഖലയുടെ സംഭാവനയാകട്ടെ വെറും 9 ശതമാനം. സംസ്ഥാനം വിഭജിച്ച് പുതിയ സംസ്ഥാനമായ ഝാർഖണ്ഡ് രൂപീകരിച്ചത് ബീഹാറിന്റെ വ്യവസായ മേഖലയ്ക്ക് കനത്ത തിരിച്ചടിയായി. ഖനി മേഖലകളെല്ലാം ഇപ്പോൾ ഝാർഖണ്ഡിലാണ്. വ്യവസായ നഗരമായ ജംഷഡ്പ്പൂരും ഝാർഖണ്ഡിൽ തന്നെ. ഹാജിപ്പൂർ, ദാൽമിയനഗർ, ഭരൗണി, ഫാത്തുഹം തുടങ്ങിയ നഗരങ്ങളിൽ നിരവധി വ്യവസായശാലകളുണ്ട്.

ഏറെക്കാലം കോൺഗ്രസാണ് ബീഹാർ ഭരിച്ചത്. കേന്ദ്രത്തിൽ മുന്നണി ഭരണ സംവിധാനമുണ്ടായപ്പോഴും ബീഹാറിന് നല്ല പ്രാതിനിധ്യം ലഭിച്ചിട്ടുണ്ട്. എന്നാൽ ഇതിനനുസൃതമായ പുരോഗതി ഒരു മേഖലയിലും ഉണ്ടാക്കാൻ സംസ്ഥാനത്തിനായിട്ടില്ല. സംസ്ഥാനത്തിന്റെ മൊത്ത ആഭ്യന്തര ഉൽപ്പാദനത്തിന്റെ 77 % ഓളം വരുന്ന തുക കടബാധ്യതയായുണ്ട് എന്ന സവിശേഷതയും ബീഹാറിനുണ്ട്.

സംസ്കാരം

ഹിന്ദി, ഉറുദു, മൈഥിലി എന്നിവയാണ് ബീഹാറിന്റെ ഔദ്യോഗിക ഭാഷകൾ. അടുത്ത കാലത്താണ് മൈഥിലി ഔദ്യോഗിക ഭാഷയായി അംഗീകരിച്ചത്. ഭോജ്പൂരി, മഗാഥി എന്നിവയാണ് ജനങ്ങൾ സംസാരിക്കുന്ന മറ്റ് ബീഹാറി ഭാഷകൾ. ബംഗാൾ അതിർത്തി പ്രദേശങ്ങളിലെ ജനങ്ങൾ ബംഗാളി ഭാഷയാണ് കൂടുതലായി സംസാരിക്കുന്നത്. ജനസംഖ്യയിലെ 65 % ഓളം പേരും മൈഥിലി ഭാഷയാണ് സംസാരിക്കുന്നതെങ്കിലും എഴുത്തുഭാഷ ഹിന്ദിയും ഉറുദുവുമാണ്.

നിരവധി പ്രമുഖരായ ഹിന്ദി, ഉറുദു സാഹിത്യകാരന്മാരെ സൃഷ്ടിച്ച മണ്ണാണിത്. പണ്ഡിറ്റ് രാം അവതാർ ശർമ, ആർ കെ സിൻഹ, ശിവപൂജൻ സഹായ്, ഗോപാൽ സിങ്, ബാബ നാഗാർജുൻ, മൃദുല സിൻഹ തുടങ്ങിയവർ ഹിന്ദി സാഹിത്യത്തെ ജനകീയമാക്കി. ഷാദ് അസിമ ബടായ്, നാസിക്, ജമിൽ മസ്ഹറായ്, മസ്ഹർ ഇമാം എന്നിവർ അറിയപ്പെടുന്ന ഉറുദുകവികളാണ്. വിദ്യാപതി ഠാക്കൂറാണ് മൈഥിലി സാഹിത്യത്തിന് അടിത്തറയിട്ടത്. ഇന്ത്യാക്കാരനായ ആദ്യ ഇംഗ്ലീഷ് ഗ്രന്ഥകർത്താവും ഒരു ബീഹാറിയാണ്. ദീൻ മുഹമ്മദ്.

മധുബനി ചിത്രകല പ്രസിദ്ധമാണ്. ബീഹാറിലെ മിഥില മേഖലയിലെ ഗ്രാമങ്ങളിൽ ചെന്നാൽ ഇന്നും മധുബനി ചിത്രങ്ങൾ കാണാം. ഈ ചിത്രകലയ്ക്ക് രാമായണകാലത്തോളം പഴക്കമുണ്ടത്രെ. സീതാസ്വയംവരവേളയിൽ കൊട്ടാരം അലങ്കരിക്കാനായി രാജ്യത്തെ ചിത്രകാരന്മാരോട് ജനക മഹാരാജാവ് ആവശ്യപ്പെട്ടതുപ്രകാരം. അന്ന് മധുബനിയിൽ നിന്നുള്ള ചിത്രകാരന്മാർ കൊട്ടാരത്തിന്റെ ഭിത്തിയിൽ വരച്ച ചിത്ര

മധുബനി ചിത്രങ്ങൾ

ങ്ങളാണത്രെ ഇവ. മണ്ണുകൊണ്ട് നിർമിച്ച ഭിത്തികളിലാണ് ചിത്രങ്ങൾ വരക്കാറുള്ളത്. എന്നാൽ ഇപ്പോൾ തുണികളിലും പേപ്പറുകളിലുമെല്ലാം മധുബനി ചിത്രങ്ങൾ വരയ്ക്കാറുണ്ട്. *രാമായണ*ത്തിലെ സംഭവങ്ങളാണ് ചിത്രങ്ങളിലെ ഉള്ളടക്കം.

ബീഹാറി സംഗീതത്തിന്റെ സാമ്രാട്ട് ഷഹനായ് വിദ്വാൻ ഉസ്താദ് ബിസ്മില്ലാ ഖാനാണ്. പിന്നീടദ്ദേഹം ഉത്തർപ്രദേശിലെ കാശിയിലേക്ക് താമസം മാറ്റി. ബീഹാറിലെ നാടോടി സംഗീതവും പ്രസിദ്ധമാണ്. നാടൻ പാട്ടുകൾ ആഗോള ശ്രദ്ധയിൽ കൊണ്ടുവന്നവരിൽ പ്രമുഖ ശാരദ സിൻഹയാണ്. ഗോണ്ട് നാച്ച്, സൊഹ്റായ് നാച്ച്, രാഹ് ബാബ, ബുവായ് ബാബ തുടങ്ങിയവയാണ് പ്രധാന നാടോടി നൃത്തങ്ങൾ.

ഭക്ഷണം

ഉസ്താദ് ബിസ്മില്ലാ ഖാൻ

ബീഹാറികൾ പൊതുവേ സസ്യാഹാരപ്രിയരാണ്. ചോറും പരിപ്പുകറിയുമാണ് പ്രധാന ഉച്ചഭക്ഷണം. രാത്രി ചപ്പാത്തിയും. പാചകത്തിനായി കടുകെണ്ണയാണ് ഉപയോഗിക്കുക. കിച്ചടി, ലിട്ടി ചോക്ക, ലിട്ടി ചോക്കാക്ക തുടങ്ങിയവയാണ് മറ്റ് പ്രധാന ആഹാരങ്ങൾ.

നിരവധി മധുരപലഹാരങ്ങൾ ബീഹാറിലുണ്ട്. ബംഗാളി മധുര പലഹാരങ്ങൾ നനഞ്ഞവയാണെങ്കിൽ ബീഹാറിലേത് ഉണങ്ങിയവയാണ്. അനരാസ, ബെൽഗ്രാമി, ചേനമൂർക്കി, കാലാ ജമുൽ, കേസരിയ പേട, കാജ, കുർമ, ദേക്കുവ തുടങ്ങിയവയാണ് പ്രധാന മധുര പലഹാരങ്ങൾ. റോൾ ബിഹാരി, താഷ്, ബിഹാരി കബാബ്, ഷാമി കബാബ് തുടങ്ങിയവയാണ് പ്രധാന മാംസാഹാരങ്ങൾ.

ആഘോഷങ്ങൾ

ചാട്ട് ആണ് ബീഹാറിലെ ഏറ്റവും പ്രധാനപ്പെട്ട ആഘോഷം. രണ്ട് തവണ ചാട്ട് ആഘോഷിക്കാറുണ്ട്. ഒന്ന് വേനൽക്കാലത്തും മറ്റൊന്ന് ദീപാവലി കഴിഞ്ഞ് ഒരാഴ്ചയ്ക്ക് ശേഷവും. ഒരുവർഷത്തിൽ രണ്ടു തവണ ആഘോഷിക്കുന്ന ഇന്ത്യയിലെ ഒരേയൊരു ഉത്സവം ചാട്ടാണ്. വേനൽക്കാലത്തെ ആഘോഷം ചായ്ട്ടി ചാട്ട്. ദീപാവലിക്കാലത്തേക്ക് കാർത്തിക് ചാട്ട്. സൂര്യഭഗവാനോടുള്ള ആരാധനയാണ് ചാട്ട്. രാവിലെ ജനങ്ങൾ കൂട്ടത്തോടെ പുഴക്കരയിലോ കുളക്കരകളിലോ തടിച്ചുകൂടി കൂട്ടത്തോടെ സൂര്യനോട് പ്രാർഥിക്കുന്നു. സ്ത്രീകൾ നാടൻപാട്ടുകൾ പാടിക്കൊണ്ടായിരിക്കും സൂര്യനെ സ്വീകരിക്കുക. *മഹാഭാരത*ത്തിലെ കർണനിൽ നിന്നാണ് ചാട്ടിന്റെ തുടക്കം. ഇന്നത്തെ ഭാഗൽപ്പൂരായിരുന്നുവത്രെ കർണൻ ഭരിച്ചിരുന്ന അംഗരാജ്യം. പിതാവ് സൂര്യനെ നമിച്ചുകൊണ്ട് നദിക്കരയിൽ കർണൻ നടത്തിയ പ്രാർഥനയെ അനുസ്മരിച്ചുകൊണ്ടാണ് ബീഹാറികൾ ചാട്ട് ആഘോഷിക്കുന്നത്.

മകരസംക്രാന്തി, സരസ്വതി പൂജ, ഹോളി, ഈദുൾഫിത്തർ, മുഹറം, രാമനവമി, ശിവരാത്രി, ദുർഗാപൂജ, ദീപാവലി, മഹാവീർ ജയന്തി തുടങ്ങിയവയാണ് ബീഹാറികളുടെ മറ്റ് പ്രധാന ആഘോഷങ്ങൾ

ടൂറിസം

ടൂറിസം മേഖലയിൽ സംസ്ഥാനം പിറകിലാണ്. സംസ്ഥാനത്തിന്റെ പിന്നാക്ക പ്രതിച്ഛായയെത്തന്നെയാണ് ടൂറിസ്റ്റുകളെ ആകർഷിക്കുന്നതിന് വിഘാതം നിൽക്കുന്നത്. അടുത്ത കാലത്തായി തീർഥാടന ടൂറിസം രംഗത്ത് ചെറിയ മുന്നേറ്റമുണ്ടായിട്ടുണ്ട്.

ബുദ്ധഗയ	-	ബുദ്ധമത തീർഥാടനകേന്ദ്രം പ്രസിദ്ധമായ ബോധിവൃക്ഷവും സ്തൂപങ്ങളും മ്യൂസിയവും സഞ്ചാരികളെ ആകർഷിക്കുന്നു.
ബക്സർ	-	ഹൈന്ദവ തീർഥാടന കേന്ദ്രം
ദർഭംഗ	-	മൈഥിലി സംസ്കാരത്തിന്റെ ആസ്ഥാനം.
ദേഹ്റി ഓൺസൺ	-	ഇന്ത്യയിലെ ഏറ്റവും ദൈർഘ്യമേറിയ പാലം.
ഗയ	-	തീർഥാടന കേന്ദ്രം. ക്ഷേത്രങ്ങൾ, ഗുഹകൾ, സ്തൂപങ്ങൾ
മധുബനി	-	മധുബനി ചിത്രകലയുടെ ആസ്ഥാനം
മനാർ	-	മുസ്ലിം തീർഥാടന കേന്ദ്രം
മുൻഗർ	-	പുരാതന നഗരം
മുസാഫർപ്പൂർ	-	ലിച്ചി തോട്ടങ്ങൾ
നളന്ദ	-	പുരാതന നളന്ദ സർവകലാശാല, ബുദ്ധമത ഗവേഷണകേന്ദ്രം, പള്ളികൾ, ശവകുടീരങ്ങൾ, ജൈനക്ഷേത്രങ്ങൾ, ബുദ്ധവിഹാരങ്ങൾ
പട്ന	-	തലസ്ഥാനം, മൗര്യസാമ്രാജ്യത്തിന്റെ തലസ്ഥാനമായ പാടലീപുത്രത്തിന്റെ സ്മാരകങ്ങൾ, മ്യൂസിയങ്ങൾ
റോഹ് താസ്	-	കൊട്ടാരം
വൈശാലി	-	പുരാതന നഗരം, ബുദ്ധ, ജൈന തീർഥാടന കേന്ദ്രങ്ങൾ, മ്യൂസിയം
വാൽമീകി നാഷണൽ പാർക്ക്	-	കടുവ സങ്കേതം (പടിഞ്ഞാറൻ ചാംബാരൻ)
ഭഗൽപ്പൂർ	-	ഡോൾഫിൻ മത്സ്യങ്ങളെ വളർത്തുന്ന വിക്രംശില ഉദ്യാനം

കണ്ടിരിക്കേണ്ട സ്ഥലം - നളന്ദ

ലോകത്തെ പുരാതന വൈജ്ഞാനിക കേന്ദ്രമായിരുന്നു നളന്ദ. സർവകലാശാലയുടെ ഭാഗമായിരുന്ന കെട്ടിടങ്ങൾ 14 ഹെക്ടർ സ്ഥലത്ത് പരന്ന് കിടക്കുന്നു. ക്രിസ്തുവിന് ശേഷം 5-ാം നൂറ്റാണ്ടിലാണ് നളന്ദ സർവകലാശാല സ്ഥാപിക്കുന്നത്. സർവകലാശാലയ്ക്ക് പുറമെ മ്യൂസിയം, ഹുയാങ് സാങ് സ്മാരക ഹാൾ തുടങ്ങിയവയും പ്രധാന ആകർഷണങ്ങളാണ്.

ബീഹാറിന്റെ തലസ്ഥാനമായ പാട്നയിൽ നിന്നും 90 കിലോമീറ്റർ അകലെയാണ് നളന്ദ. പാട്നയിൽ നിന്ന് റോഡ് മാർഗം ഇവിടെയെത്താം. രാജ്ഗിർ ആണ് തൊട്ടടുത്ത റെയിൽവെ സ്റ്റേഷൻ

കേരളത്തിൽനിന്ന് ബീഹാറിലേക്കുള്ള ട്രെയിനുകൾ

* 6309 - എറണാകുളം - പാറ്റ്ന (തിങ്കൾ, ചൊവ്വ)
* 6359 - എറണാകുളം - പാറ്റ്ന (ശനി)

ബീഹാർ - കേരളീയം

വർഷന്തോറും മലയാളികളുടെ എണ്ണം കുറഞ്ഞുകൊണ്ടിരിക്കുകയാണ്. പണ്ട് തൊഴിൽതേടി എത്തിയവരെല്ലാം കേരളത്തിലേക്ക് മടങ്ങുകയോ മറ്റ് സംസ്ഥാനങ്ങളിലെ പ്രമുഖ നഗരങ്ങളിലേക്ക് ചേക്കേറുകയോ ചെയ്തു. കേന്ദ്രസർക്കാർ സ്ഥാപനങ്ങൾ, ആശുപത്രികൾ എന്നിവിടങ്ങളിലാണ് മലയാളികൾ കൂടുതലായും തൊഴിലെടുക്കുന്നത്. മലയാളികളായ നിരവധി ക്രിസ്ത്യൻ പുരോഹിതരും ബീഹാറിലുണ്ട്. എഴുത്തുകാരനായ എൻ എസ് മാധവൻ, റോയ്പോൾ തുടങ്ങിയവർ സംസ്ഥാനത്ത് വിശിഷ്ടസേവനം അനുഷ്ഠിച്ച ഐ എ എസുകാരാണ്. ശ്രദ്ധേയമായ പ്രവർത്തനം കാഴ്ചവച്ച മറ്റൊരാൾ *ഇന്ത്യൻ എക്സ്പ്രസി*ന്റെ പട്ന ലേഖകനായിരുന്ന വർഗീസ് ജോർജ് ആണ്. ബീഹാറിൽ കാലവർഷത്തെ തുടർന്നുള്ള ദുരിതാശ്വാസ പ്രവർത്തനങ്ങളിലുണ്ടായ കോടികളുടെ അഴിമതി വെളിച്ചത്തു കൊണ്ടുവന്ന വർഗീസ് ജോർജിന്റെ റിപ്പോർട്ടുകൾ ദേശീയ തലത്തിൽ ശ്രദ്ധിക്കപ്പെട്ടിരുന്നു.

പൊതുവിവരങ്ങൾ

തലസ്ഥാനം	-	പാട്ന
ജില്ലകൾ	-	38
നിയമസഭാമണ്ഡലങ്ങൾ	-	243
രാജ്യസഭാ സീറ്റുകൾ	-	16
ലോക്സഭാസീറ്റുകൾ	-	40
രൂപീകൃതമായ ദിവസം	-	1912
ഔദ്യോഗിക ഭാഷ	-	ഹിന്ദി, ഉറുദു, മൈഥിലി

ജനസംഖ്യ	-	103804637
വിസ്തീർണം	-	94,163/Km^2
സാക്ഷരത	-	63.82%
റോഡ് ഗതാഗതം	-	85,565 കിലോമീറ്റർ
റെയിൽ ഗതാഗതം	-	5,254 കിലോമീറ്റർ
വിമാനത്താവളങ്ങൾ	-	പാട്ന, ഗയ
താപനില (വേനൽക്കാലം)	-	47^0C - 20^0C
താപനില (ശീതകാലം)	-	28^0C - 4^0C
വർഷകാലം	-	ജൂൺ - ഒക്ടോബർ
സമയമേഖല	-	IST (UTC + 5.30)

പ്രത്യേകതകൾ

1. വർഷത്തിൽ രണ്ടുതവണ നടത്താറുള്ള ആഘോഷം - ചാട്ട്
2. മധുബനി ചിത്രകലയുടെ കേന്ദ്രം
3. മൂന്നു ഔദ്യോഗിക ഭാഷകളുള്ള സംസ്ഥാനം - ഹിന്ദി, ഉറുദു, മൈഥിലി
4. ഡോൾഫിൻ മത്സ്യങ്ങളെ വളർത്തുന്ന സ്ഥലം - വിക്രംശില ഉദ്യാനം
5. ഏറ്റവും കുറഞ്ഞ ജി സി പിയുള്ള സംസ്ഥാനം
6. രാജ്യത്തെ 75% ലിച്ചി പഴം ഉൽപ്പാദിപ്പിക്കുന്ന പ്രദേശം.
7. ക്രമസമാധാന പാലനത്തിൽ ഏറ്റവും പിറകിൽ
8. ഏറ്റവുമധികം സ്ത്രീധന മരണങ്ങൾ ഉള്ള സംസ്ഥാനം
9. ആത്മഹത്യാനിരക്കിൽ ഏറ്റവും പിറകിൽ
10. ഏറ്റവും ഉയർന്ന ഭൂരിപക്ഷത്തിന് തിരഞ്ഞെടുക്കപ്പെട്ട ജനപ്രതിനിധി. രാംവിലാസ് പാസ്വാൻ മണ്ഡലം: ഹാജിപ്പൂര.

സഹായനമ്പറുകൾ

പൊലീസ് കൺട്രോൾ റൂം (പട്ന)	-	0612–2201977
പൊലീസ് വെബ്സൈറ്റ്	-	www.biharpolice.bih.nic.in
ടൂറിസം ഇൻഫർമേഷൻ	-	0612 - 2224531 0612 - 2234194 0612 - 222622
ടൂറിസം വെബ്സൈറ്റ്	-	www.bstdc.nic.in

18

മധ്യപ്രദേശ്

മധ്യപ്രദേശ് എന്നാൽ ഇന്ത്യയുടെ മധ്യഭാഗത്തിൽ സ്ഥിതി ചെയ്യുന്ന പ്രദേശം. 2000 നവംബർ 1 വരെ ഇന്ത്യയിലെ ഏറ്റവും വലിയ സംസ്ഥാനമായിരുന്നു. മധ്യപ്രദേശിനെ വിഭജിച്ചാണ് ഛത്തീസ്ഗഢ് എന്ന പുതിയ സംസ്ഥാനം രൂപീകരിച്ചത്.

ചരിത്രം

മധ്യപ്രദേശിലെ ദിംബേദ്ക്കയിലാണ് ഇന്ത്യയിൽ ആദിമ മനുഷ്യൻ ജീവിച്ചിരുന്നതത്രെ. ദിംബേദ്കയിലെ ശിലാലിഖിതങ്ങൾ ഇതിന്റെ തെളിവാണ്. 9000 വർഷം പഴക്കമുള്ള ശിലാചിത്രങ്ങൾ ഇവിടെയുണ്ട്. മാൽവ സാമ്രാജ്യത്തിന്റെ തലസ്ഥാനമായിരുന്ന ഉജ്ജയിനി ക്രിസ്തുവിന് മുമ്പ് 62-ാം നൂറ്റാണ്ടിൽ നഗരവൽകൃത ഇന്ത്യയുടെ പ്രതീകമായിരുന്നു. ചന്ദ്രഗുപ്ത മൗര്യന്റെ കാലഘട്ടത്തിൽ മധ്യപ്രദേശ് ഒന്നടങ്കം മൗര്യ സാമ്രാജ്യത്തിന് കീഴിലായിരുന്നു. അശോക ചക്രവർത്തിയുടെ ഭാര്യ മധ്യപ്രദേശിലെ വിദിശ സ്വദേശിയായിരുന്നു. മൗര്യ സാമ്രാജ്യത്തിന്റെ തകർച്ചയ്ക്ക് ശേഷം സാകർമാരും കുഷണന്മാരും ശതവാഹകന്മാരും ഗുപ്തന്മാരും ഈ പ്രദേശം ഭരിച്ചു.

13-ാം നൂറ്റാണ്ടിൽ ദില്ലിയിലെ സുൽത്താന്മാർ വടക്കൻ മധ്യപ്രദേശിൽ ആധിപത്യമുറപ്പിച്ചു. 1556 മുതൽ 1605 വരെ ഇന്നത്തെ മധ്യപ്രദേശിന്റെയും ചത്തീസ്ഗഢിന്റെയും ഒട്ടുമിക്ക പ്രദേശങ്ങളും മുഗൾ ഭരണത്തിന് കീഴിലായിരുന്നു. ഔറംഗസീബിന്റെ മരണത്തിന് ശേഷം മുഗൾ സാമ്രാജ്യം തകർന്നു. പിന്നീട് പടിഞ്ഞാറുള്ള മറാത്താസ് ഈ മേഖല പിടിച്ചെടുത്തു. 1775 നും 1818 നും ഇടയിൽ ബ്രിട്ടീഷുകാർ മൂന്നു തവണ

മറാത്താസുമായി യുദ്ധം ചെയ്തു. മൂന്നാമത്തെ യുദ്ധത്തോടെ ഈ പ്രദേശം ബ്രിട്ടീഷുകാരുടെ അധീനതയിലായി.

1956ലാണ് സംസ്ഥാനം രൂപീകരിക്കപ്പെട്ടത്. ഇപ്പോൾ മഹാരാഷ്ട്ര യിലുള്ള വിദർഭ മേഖല പഴയ മധ്യഭാരതത്തിന്റെ ഭാഗമായിരുന്നു. വിദർഭ മേഖല മഹാരാഷ്ട്രയ്ക്ക് വിട്ടുകൊടുത്തു. ഗോത്രവർഗക്കാർക്ക് മുൻതൂക്കമുള്ള വനമേഖലയായ ഛത്തീസ്ഗഢ് പ്രത്യേക സംസ്ഥാനമാക്കണമെന്ന ആവശ്യവുമായി ഈ മേഖലയിൽ സമരം ശക്തമായി. 2000 ൽ ഛത്തീസ്ഗഢ് രൂപീകരിച്ചു. ധാതുസമ്പത്തിന്റെയും വനസമ്പത്തിന്റെയും ബഹുഭൂരിഭാഗവും ചത്തീസ്ഗഢിലായി.

ഭൂമിശാസ്ത്രം

പടിഞ്ഞാറ് ഗുജറാത്ത്, വടക്ക് പടിഞ്ഞാറ് രാജസ്ഥാൻ, വടക്ക് കിഴക്ക് ഉത്തർപ്രദേശ്, കിഴക്ക് ഛത്തീസ്ഗഢ് തെക്ക് മഹാരാഷ്ട്ര തുടങ്ങിയവയാണ് സംസ്ഥാനത്തിന്റെ അതിർത്തികൾ. മാൽവ നിമാർ, ബുദേൽഖണ്ട്, ചംബൽ, ബാഘേൽഖണ്ട്, മഹാൽകോഷാൽ, വിന്ധ്യ-സത്പുര എന്നിങ്ങനെ 7 മേഖലകളായി സംസ്ഥാനത്തെ തിരിക്കാം. ഇതിൽ മധ്യപ്രദേശിന്റെ മാത്രം പ്രത്യേകതയാണ് ചമ്പൽ. സംസ്ഥാനത്തിന്റെ വടക്ക് പടിഞ്ഞാറൻ മേഖലയിലാണ് ചമ്പൽക്കാടുകൾ സ്ഥിതി ചെയ്യുന്നത്. ചുവപ്പ് നിറത്തിലുള്ള മൺകട്ടകളുടെ നിമ്നോന്നതങ്ങളാണ് ചമ്പൽക്കാട്. മൺകട്ടകൾക്ക് മുകളിൽ നിറയെ പുൽച്ചെടികളും. തൊണ്ണൂറുകളുടെ തുടക്കം വരെ ചമ്പൽക്കാടുകൾ കൊള്ളക്കാരുടെ പ്രധാന സങ്കേതമായിരുന്നു. ഫൂലൻദേവി ഉൾപ്പെടെയുള്ളവരുടെ വിഹാരകേന്ദ്രം. വിന്ധ്യ-സത്പുര മേഖലയാണ് മഴമേഘങ്ങളെ തടഞ്ഞുനിർത്തി മധ്യപ്രദേശിന് മഴയെത്തിക്കുന്നത്. നർമദാ മഹാനദി, ഗോദാവരി, തപ്തി നദികൾ ഇവിടെയാണ് ഉത്ഭവിക്കുന്നത്. നർമദ പടിഞ്ഞാറൻ ഇന്ത്യയെയും മഹാനദി ഒറീസയെയും ഗോദാവരി ആന്ധ്രപ്രദേശിനെയും സമ്പുഷ്ടമാക്കുന്നു. ഈ നദികളാണ് മധ്യപ്രദേശ് കാർഷികമേഖലയുടെ നെടുംതൂൺ.

വേനൽക്കാലത്ത് അത്യുഷ്ണം. ശൈത്യകാലത്ത് അതിശൈത്യം. വർഷകാലത്ത് തെക്ക് കിഴക്കൻ ജില്ലകളിൽ നല്ല മഴ ലഭിക്കാറുണ്ട്. എന്നാൽ വടക്കു പടിഞ്ഞാറൻ ജില്ലകളിൽ മഴ താരതമ്യേന കുറവാണ്.

കൃഷി

സമ്പദ്‌വ്യവസ്ഥയുടെ നട്ടെല്ല് കൃഷി തന്നെയാണ്. ഗോതമ്പ്, പരിപ്പ് വർഗങ്ങൾ, കരിമ്പ്, ചോളം, പച്ചക്കറികൾ, പഴവർഗങ്ങൾ തുടങ്ങിയവയാണ് പ്രധാന കാർഷികോൽപ്പന്നങ്ങൾ. ആവശ്യത്തിന് മഴ ലഭിക്കാത്തതും ജലസേചന സൗകര്യമില്ലാത്തതും കാർഷികമേഖലയെ പ്രതിസന്ധിയിലാക്കുന്നു. അടുത്തിടെയായി കരാർ കൃഷി സമ്പ്രദായം വ്യാപകമായിട്ടുണ്ട്. വൻകിട കമ്പനികൾ ഹെക്ടർ കണക്കിന് ഭൂമി പാട്ടത്തിനെടുത്ത് കൃഷി ചെയ്യുന്നു. ഈ കാർഷികോൽപ്പന്നങ്ങൾ ഇതേ കമ്പനി

കളുടെ സൂപ്പർ മാർക്കറ്റുകൾ വഴി വിറ്റഴിക്കുന്നു. ഉൽപ്പാദനവും വിപണനവും ഇവരുടെ കൈപ്പിടിയിലാവുന്നതോടെ കാർഷികോൽപ്പന്നങ്ങളിൽ നിന്നും പരമ്പരാഗത കർഷകർ അകറ്റി നിർത്തപ്പെടുന്നു. രൂക്ഷമായ വിലക്കയറ്റവും ഇതിന്റെ അനന്തര ഫലമാണ്.

വ്യവസായം

വിഭജനമാണ് വ്യവസായ മേഖലയ്ക്ക് കനത്ത തിരിച്ചടിയായത്. ജംഷഡ്പൂർ ഉൾപ്പെടെയുള്ള വ്യവസായ നഗരങ്ങളെല്ലാം പുതിയതായി രൂപീകരിക്കപ്പെട്ട ഛത്തീസ്ഗഢിലാണ് ധാതുസമ്പത്തിന്റെ കാര്യവും സമാനം. ഖനികളും ധാതുക്കളുമെല്ലാം സംസ്ഥാനം വിഭജിക്കപ്പെട്ടപ്പോൾ ലഭിച്ചത് ഛത്തീസ്ഗഢിനാണ്.

ഭോപ്പാൽ വിഷവാതക ദുരന്തം

ഭോപ്പാൽ വിഷവാതക ദുരന്തം മധ്യപ്രദേശിന് മാത്രമല്ല, രാജ്യത്തിന്റെ വ്യാവസായിക മേഖലയ്ക്കു തന്നെ കനത്ത തിരിച്ചടിയായി. ഭോപ്പാൽ നഗരത്തിലായിരുന്നു യൂണിയൻ കാർബൈഡ് ഫാക്ടറി സ്ഥിതി ചെയ്തിരുന്നത്. രാസവളങ്ങളാണ് ഇവിടെ ഉൽപ്പാദിപ്പിച്ചിരുന്നത്. ലാഭം കൊയ്യുന്നതിനായി ഉൽപ്പാദനച്ചെലവ് വെട്ടിക്കുറയ്ക്കാൻ അമേരിക്കൻ കമ്പനി തീരുമാനിച്ചു. കാലപ്പഴക്കമേറിയതും പ്രവർത്തന യോഗ്യമല്ലാത്തതുമായ ഉപകരണങ്ങൾ വിനിയോഗിച്ചും സുരക്ഷിതത്വം ഉറപ്പുവരുത്താതെയുമായിരുന്നു കമ്പനിയുടെ പ്രവർത്തനം. 1984 ഡിസംബർ 2ന്

അർധരാത്രി കമ്പനിയിൽനിന്ന് വാതകചോർച്ചയുണ്ടായി. വിഷപ്പുക ശ്വസിച്ച് എണ്ണായിരത്തോളം പേരാണ് ഭോപ്പാൽ നഗരത്തിൽ അന്ന് മരിച്ചു വീണത്. ദുരന്തം സൃഷ്ടിച്ച മാറാരോഗങ്ങളുമായി മല്ലിടുന്നവർ ഇപ്പോഴും ഭോപ്പാൽ നഗരത്തിലുണ്ട്. ദുരന്തത്തിന്റെ മുഖ്യ ഉത്തരവാദിയും യൂണിയൻ കാർബൈഡ് ഫാക്ടറിയുടെ സി ഇ ഒയുമായ വാറൻ ആന്റേഴ്സനെ അന്ന് പ്രധാനമന്ത്രി രാജീവ് ഗാന്ധിയും മുഖ്യമന്ത്രി അർജുൻസിങ്ങും മുൻകൈ എടുത്ത് പൊലീസ് സന്നാഹത്തോടെ ഇന്ത്യയിൽനിന്ന് രക്ഷപ്പെടുത്തി. കുറ്റക്കാർക്കെതിരെ ചുമത്തിയത് ഇന്ത്യൻ ശിക്ഷാ നിയമത്തിലെ ഏറ്റവും ലഘുവായ ശിക്ഷ ലഭിക്കാവുന്ന അശ്രദ്ധമൂലമുള്ള അപകടം എന്ന വകുപ്പായിരുന്നു. കാൽനൂറ്റാണ്ടിന് ശേഷം 2010 ൽ കേസിന്റെ വിധിവന്നു. പ്രതികൾക്ക് ലഭിച്ചത് വെറും രണ്ടു വർഷത്തെ സാധാരണ തടവ് മാത്രം. അമേരിക്കയുടെ വ്യവസായിക അധിനിവേശത്തിന്റെ പ്രതീകമാണ് ഇന്നും ഭോപ്പാൽ വിഷവാതക ദുരന്തം.

ടൂറിസം

ആയിരത്തി എണ്ണൂറോളം മനോഹരമായ ചരിത്ര സ്മാകരകങ്ങളുള്ള സംസ്ഥാനമാണ് മധ്യപ്രദേശ്. ഖജുരാഹോ, സാഞ്ചി, ദിംബേദ്ക എന്നവയെ ലോകപൈതൃക കേന്ദ്രങ്ങളായി യുനസ്കോ പ്രഖ്യാപിച്ചിട്ടുണ്ട്. ടൂറിസം രംഗത്ത് ഏറെ സാധ്യതകളുള്ള സംസ്ഥാനമാണ്. ദൗർഭാഗ്യകരമെന്ന് പറയട്ടെ ഈ സാധ്യതകളുടെ പകുതിപോലും വിനിയോഗിക്കാൻ സംസ്ഥാനത്തിന് സാധിക്കുന്നില്ല

പ്രധാന ടൂറിസം കേന്ദ്രങ്ങൾ

അസിർഘഡ്	-	കോട്ട, ക്ഷേത്രം
അമർകാൻതക്	-	ക്ഷേത്രം, ഹിന്ദു തീർഥാടന കേന്ദ്രം
ബാഗ്	-	ബൗദ്ധ കാലഘട്ടത്തിലെ ശിലാചിത്രങ്ങൾ
ബാൻധവഘഡ്	-	വന്യജീവിസങ്കേതം, കോട് ഗുഹാലിഖിതങ്ങൾ
ഭോപ്പാൽ	-	തലസ്ഥാനം, കെട്ടിടങ്ങൾ, പൂന്തോട്ടങ്ങൾ ഇന്ത്യയിലെ ഏറ്റവും വലിയ മുസ്ലിം പള്ളിയായ താജ് ഉൾ മസ്ജിദ്, തടാകം
ബുർഹൽപ്പൂർ	-	കോട്ട
ചാൻന്ദേരി	-	പുരാവസ്തുക്കൾ, കോട്ട, കൈത്തറി സാരി നിർമാണകേന്ദ്രം.
ഡാട്ടിയ	-	കൊട്ടാരം, ക്ഷേത്രം
ധാർ	-	കോട്ട, മുസ്ലിം പള്ളികൾ
ഗ്വാളിയോർ	-	കൊട്ടാരങ്ങൾ, ക്ഷേത്രങ്ങൾ, മ്യൂസിയം, കരകൗശല വസ്തുക്കളുടെ നിർമാണ കേന്ദ്രങ്ങൾ
ഇൻഡോർ	-	കൊട്ടാരങ്ങൾ, മ്യൂസിയം, ക്ഷേത്രങ്ങൾ, പൂന്തോട്ടങ്ങൾ

ജബൽപ്പൂർ	-	ക്ഷേത്രങ്ങൾ, കോട്ടകൾ, വെള്ളച്ചാട്ടം.
കാൻഹ	-	ദേശീയ ഉദ്യാനം
ഖജുരാഹോ	-	പുരാതന തലസ്ഥാനം, വാസ്തുവിദ്യയും പുരാതന ശിൽപ്പങ്ങളും ക്ഷേത്രങ്ങൾ
മഹേശ്വർ	-	തീർഥാടന കേന്ദ്രം, ക്ഷേത്രങ്ങൾ, പുരാവസ്തുക്കൾ
മാൻഡു	-	ഭൂതനഗരം, പുരാതന കൊട്ടാരങ്ങളുടെ അവശിഷ്ടങ്ങൾ, കോട്ടകൾ, മുസ്ലിം പള്ളികൾ
മുക്തഗിരി	-	ജൈനക്ഷേത്രങ്ങൾ
ഓർച്ച	-	പുരാതന തലസ്ഥാനം, കൊട്ടാരങ്ങൾ, ക്ഷേത്രങ്ങൾ, കോട്ടകൾ
പച്ചമാർഹി	-	മലയോര ടൂറിസം കേന്ദ്രം, ട്രക്കിങ് സൗകര്യം, ഗുഹകൾ
പന്ന	-	ഇന്ത്യയിലെ ഏക വജ്രഖനി
റേവ	-	വെള്ളനിറത്തിലുള്ള പുലികളുടെ അവാസ കേന്ദ്രം
സാഞ്ചി	-	ബൗദ്ധ തീർഥാടന കേന്ദ്രം. പ്രസിദ്ധമായ ബുദ്ധസ്തൂപം
ശിവപുരി	-	ദേശീയ ഉദ്യാനം
ഉജ്ജയിനി	-	തീർഥാടന കേന്ദ്രം, പുരാതന വാനനിരീക്ഷണ കേന്ദ്രം, ക്ഷേത്രങ്ങൾ, കൊട്ടാരങ്ങൾ.

രാഷ്ട്രീയം

1977 വരെ കോൺഗ്രസിന്റെ ശക്തിദുർഗമായിരുന്നു മധ്യപ്രദേശ്. രവി ശങ്കർ ശുക്ല ആയിരുന്നു ആദ്യ മുഖ്യമന്ത്രി. അദ്ദേഹത്തിനാകട്ടെ ഒരു മാസത്തോളം മാത്രമേ അധികാരത്തിലിരിക്കാനായുള്ളു. രണ്ടു മാസം പോലും തുടർച്ചയായി ഭരണം നടത്താനാകാതെ ഇറങ്ങിപ്പോരേണ്ടിവന്ന 7 മുഖ്യമന്ത്രിമാർ മധ്യപ്രദേശിലുണ്ട്. ഇതിൽ ചരിത്രം സൃഷ്ടിച്ചത് അർജുൻസിങ്ങായിരുന്നു. 1985 മാർച്ച് 11നാണ് അദ്ദേഹം രണ്ടാമത് മുഖ്യ മന്ത്രിയായത്. തൊട്ടടുത്ത ദിവസം തന്നെ രാജി വെച്ചു. സംസ്ഥാന രാഷ്ട്രീ യത്തിലെ ഏറ്റവും ശ്രദ്ധേയനായ രാഷ്ട്രീയ നേതാവ് അർജുൻസിങ്ങാ യിരുന്നു. സ്വാതന്ത്ര്യ സമരസേനാനി റാവു ശിവ ബഹദൂർസിങ്ങിന്റെ മകനായ അദ്ദേഹം 1957 ൽ നിയമസഭാംഗമായി. പിന്നീട് സംസ്ഥാനമ ന്ത്രി, മുഖ്യമന്ത്രി, കേന്ദ്രമന്ത്രി, പഞ്ചാബ് ഗവർണർ എന്നീ നിലകളിൽ പ്രവർത്തിച്ചു. അർജുൻസിങ് മുഖ്യമന്ത്രി ആയിരിക്കെയാണ് 1984 ൽ ഭോപ്പാൽ വിഷവാതക ദുരന്തമുണ്ടായത്. ദുരന്തത്തിൽ ആയിരങ്ങൾ ശ്വാസംമുട്ടി മരിക്കുമ്പോൾ അർജുൻസിങ് ആത്മരക്ഷാർഥം കീർവഡാം കൊട്ടാരത്തിലേക്ക് പോയത് വിവാദമായിരുന്നു. ദുരന്തത്തിലെ മുഖ്യഉ ത്തരവാദിയായ വാറൺ ആന്റേഴ്സനെ പ്രധാനമന്ത്രി ആയിരുന്ന രാജീ

മുഖ്യമന്ത്രിമാർ		
പേര്	കാലാവധി	പാർട്ടി
രവിശങ്കർ ശുക്ല	1956 നവംബർ ഡിസംബർ	ഐ എൻ സി
ഭഗവന്ത് റാവു മാൻഡ്‌ലോയ്	1957 ജനുവരി 1957 ജനു. 30	ഐ എൻ സി
കൈലാഷ് നാഥ് കാട്ജു	1957 ജനുവരി – 1957 മാർച്ച്	ഐ എൻ സി
കൈലാഷ് നാഥ് കാട്ജു	1957 മാർച്ച് – 1962 മാർച്ച്	ഐ എൻ സി
ഭഗവന്ത് റാവു മാൻഡ്‌ലോയ്	1962 – 1963	ഐ എൻ സി
ദ്വാരക പ്രസാദ് മിശ്ര	1963 – 1967	ഐ എൻ സി
ഗോവിന്ദ നാരായൺ സിങ്	1967 – 1969	ഐ എൻ സി
രാജാനാരേഷ് ചന്ദ്രസിങ്	1969 മാർച്ച് – 1969 മാർച്ച് 25	ഐ എൻ സി
ശ്യാമചരൺ ശുക്ല	1969 – 1972	ഐ എൻ സി
പ്രകാശ് ചന്ദ്രസേത്തി	1972 ജനുവരി – 1972 മാർച്ച്	ഐ എൻ സി
പ്രകാശ് ചന്ദ്രസേത്തി	1972 – 1975	ഐ എൻ സി
ശ്യാമചരൺ ശുക്ല	1975 – 1977	ഐ എൻ സി
കൈലാഷ് ചന്ദ്ര ജോഷി	1977 – 1978	ജനതാ പാർട്ടി
വീരേന്ദ്രകുമാർ സക്‌ലേച്ച	1978 – 1980	ജനതാ പാർട്ടി
സുന്ദർലാൽ പട്‌വ	1980 ജനുവരി– ഫെബ്രുവരി	ജനതാ പാർട്ടി
അർജുൻ സിങ്	1980 – 1988	കോൺഗ്രസ് ഐ
അർജുൻ സിങ്	1985 മാർച്ച് 11 1985 മാർച്ച് 12	കോൺഗ്രസ് ഐ
മോത്തിലാൽ വോറ	1985 – 1988	കോൺഗ്രസ് ഐ
അർജുൻസിങ്	1988 – 1989	കോൺഗ്രസ് ഐ
മോത്തിലാൽ വോറ	1989 ജനുവരി 1989 ഡിസം.	കോൺഗ്രസ് ഐ
സുന്ദർലാൽ പാട്‌വ	1990 – 1992	ബി ജെ പി

ദിഗ് വിജയ് സിങ്	1993 – 1998	കോൺഗ്രസ് ഐ
ദിഗ് വിജയ് സിങ്	1998 – 2003	കോൺഗ്രസ് ഐ
ഉമാഭാരതി	2003 – 2004	ബി ജെ പി
ബാബുലാൽ ഘേർ	2004 – 2005	ബി ജെ പി
ശിവരാജ് സിങ് ചൗഹാൻ	2005 – 2009	ബി ജെ പി
ശിവരാജ് സിങ് ചൗഹാൻ	2009 –	ബി ജെ പി

വ്ഗാന്ധിയുടെ നിർദേശപ്രകാരം സുരക്ഷിതമായി ഇന്ത്യവിടാനുള്ള വഴിയൊരുക്കിയതും അർജുൻസിങ്ങായിരുന്നു. ചൂർഹട്ട് ലോട്ടറി ഇടപാടുമായി ബന്ധപ്പെട്ട് ഉയർന്ന അഴിമതി ആരോപണങ്ങൾ സിങ്ങിന്റെ പ്രതിച്ഛായ തകർത്തു. കേസിൽനിന്ന് സിങ്ങിനെകുറ്റവിമുക്തനാക്കിയെങ്കിലും അദ്ദേഹം പ്രവർത്തന മേഖല ദേശീയ രാഷ്ട്രീയമാക്കി. നരസിംഹറാവു സർക്കാറിലും യു പി എ ഒന്നാം സർക്കാറിലും അദ്ദേഹം മാനുഷിക വികസന വകുപ്പ് മന്ത്രിയായിരുന്നു. നരസിംഹറാവുവുമായി പിണങ്ങി തിവാരി കോൺഗ്രസ് രൂപീകരിച്ച അർജുൻസിങ് സോണിയാഗാന്ധി നേതൃത്വം ഏറ്റെടുത്തപ്പോൾ കോൺഗ്രസിലേക്ക് മടങ്ങിവന്നു. നിരവധി ആരോപണങ്ങൾക്ക് വിധേയനായിരുന്നെങ്കിലും മതേതര മൂല്യങ്ങൾ ഉയർത്തിപ്പിടിച്ച നേതാവായിരുന്നു അർജുൻസിങ്.

സംഘപരിവാറിനും ജനസംഘത്തിനും തുടക്കം മുതൽക്കു തന്നെ നല്ലസ്വാധീനമുണ്ട്. മുൻ പ്രധാനമന്ത്രി എ ബി വാജ്പേയ് ജനിച്ചത് മധ്യപ്രദേശിലെ ഗ്വാളിയോറിൽ ആയിരുന്നു. എന്നാൽ അദ്ദേഹത്തിന്റെ പ്രവർത്തന മേഖല സംസ്ഥാനമായിരുന്നില്ല. മധ്യപ്രദേശിൽ ജനസംഘത്തെയും പിന്നീട് ബി ജെ പിയേയും നിർണായക ശക്തിയാക്കി മാറ്റുന്നതിന് നേതൃത്വം നൽകിയത് സുന്ദർലാൽ പട്വ ആയിരുന്നു. അടിയന്തരാവസ്ഥയ്ക്ക് ശേഷം 1977 ൽ നടന്ന നിയമസഭാ തിരഞ്ഞെടുപ്പിൽ കൈലാഷ് ചന്ദ്ര ജോഷിയുടെ നേതൃത്വത്തിൽ ജനതാപാർട്ടി അധികാരത്തിൽ വന്നു. ആഭ്യന്തര സംഘർഷങ്ങൾ മൂലം മൂന്നു വർഷങ്ങൾക്കിടയിൽ മൂന്നു മുഖ്യമന്ത്രിമാർ അധികാരമേറ്റു. 1980 ൽ മുഖ്യമന്ത്രിയായ ജനസംഘം നേതാവ് സുന്ദർലാൽ പട്വയ്ക്ക് ഒരുമാസത്തിൽ കൂടുതൽ ഭരിക്കാനായില്ല. ബി ജെ പിയുടെ രാമക്ഷേത്ര പ്രക്ഷോഭം ഏറ്റവും ചലനങ്ങളുണ്ടാക്കിയ സംസ്ഥാനം മധ്യപ്രദേശാണ്. 1990 ൽ ബി ജെ പി തനിച്ച് അധികാരത്തിൽ വന്നു. സുന്ദർലാൽ പട്വ ആയിരുന്നു മുഖ്യമന്ത്രി. രാമക്ഷേത്ര പ്രക്ഷോഭം ബി ജെ പിക്ക് നിരവധി യുവനേതാക്കളെ നൽകി. ഉമാഭാരതിയും ശിവരാജ്സിങ് ചൗഹാനുമായിരുന്നു പ്രമുഖർ. വർഗീയ വിഷം ചീറ്റുന്ന ഉമാഭാരതിയുടെ പ്രസംഗം ബി ജെ പിയുടെ ജനകീയ അടിത്തറ വർധിപ്പിച്ചു. പിന്നാക്ക ജാതീയ ലോധ് വിഭാഗത്തിൽപ്പെട്ട ഉമാഭാരതി ദേശീയ നേതൃനിരയിലേക്ക് ഉയർന്നു. എ ബി

വാജ്പേയ് മന്ത്രിസഭയിൽ മാനവവിഭവ ശേഷി ടൂറിസം, യുവജനക്ഷേമം, സ്പോർട്സ്, കൽക്കരി, ഖനി തുടങ്ങിയ വകുപ്പുകൾ കൈകാര്യം ചെയ്ത മന്ത്രിയായി. സംഘപരിവാർ ബാബറി മസ്ജിദ് തകർത്തതിനെത്തുടർന്ന് 1992 ൽ സുന്ദർലാൽ പട്വ സർക്കാറിനെ പിരിച്ചുവിട്ടു. പിന്നീടു നടന്ന നിയമസഭാ തിരഞ്ഞെടുപ്പിൽ കോൺഗ്രസ് വൻവിജയം നേടി. ദിഗ്‌വിജയ് സിങ് മുഖ്യമന്ത്രിയായി. തുടർച്ചയായി 10 വർഷകാലം അദ്ദേഹം സംസ്ഥാനം ഭരിച്ചു. ഇന്ന് കോൺഗ്രസ് നേതൃനിരയിലെ ഒഴിച്ചുകൂടാനാകാത്ത നേതാവാണ് ദിഗ് വിജയ് സിങ്. 2003 ൽ ഉമാഭാരതിയിലൂടെയാണ് ബി ജെ പി അധികാരം തിരിച്ചുപിടിച്ചത്. എന്നാൽ ഒരുവർഷത്തിലേറെ ഭരണം നടത്താൻ ഉമാഭാരതിക്കായില്ല. ഹുബ്ലി കലാപകേസിൽ പ്രതിയായ ഉമാഭാരതിക്ക് എതിരെ കോടതി അറസ്റ്റ് വാറണ്ട് പുറപ്പെടുവിച്ചതോടെ ഉമാഭാരതി മുഖ്യമന്ത്രി സ്ഥാനം രാജിവച്ചു. കുറച്ചുകാലം ബാബുലാൽ ഘോറും പിന്നീട് ശിവരാജ് സിങ് ചൗഹാനും മുഖ്യമന്ത്രിയായി. അധികാരം നഷ്ടപ്പെട്ട ഉമാഭാരതി ബി ജെ പി ദേശീയ ഭാരവാഹികളുടെ യോഗത്തിൽ മാധ്യമ പ്രവർത്തകരുടെ മുന്നിൽവെച്ച് എൽ കെ അദ്വാനി ഉൾപ്പെടെയുള്ളവരെ ശകാരിച്ചു. പാർട്ടിയിൽനിന്ന് ഉമാഭാരതിയെ പുറത്താക്കി. തുടർന്ന് ഭാരതീയ ജനശക്തി പാർട്ടി എന്ന പേരിൽ പുതിയ പാർട്ടി രൂപീകരിച്ചെങ്കിലും ലക്ഷ്യം കണ്ടില്ല.

ദിഗ് വിജയ് സിങ് ദേശീയ രാഷ്ട്രീയത്തിലേക്ക് ചുവടുമാറ്റിയതോടെ മധ്യപ്രദേശിൽ കോൺഗ്രസിന്റെ ശക്തി ക്ഷയിച്ചു. സുരേഷ് പച്ചൗരി, കമൽ നാഥ്, ജ്യോതിരാജിത്യ സിന്ധ്യ തുടങ്ങിയ നേതാക്കൾക്കൊന്നും സിങ്ങിന് പകരക്കാരനാകാനായില്ല. 2008 ലെ നിയമസഭാ തിരഞ്ഞെടുപ്പിൽ ബി ജെ പി വിജയം ആവർത്തിച്ചു. ദളിത് വിഭാഗങ്ങൾക്കിടയിൽ മായാവതിയുടെ ബി എസ് പി സ്വാധീനമുറപ്പിച്ചിരുന്നു. എന്നാൽ യു പിയിലേത് പോലെ ഒരു വലിയ രാഷ്ട്രീയ ശക്തിയായി മധ്യപ്രദേശിൽ ബി എസ് പിക്ക് മാറാനായില്ല.

കർഷക, തൊഴിലാളി മുന്നേറ്റം

സ്വാതന്ത്ര്യത്തിന് മുമ്പ് ശക്തമായ കർഷക സമരങ്ങളും തൊഴിലാളി സമരങ്ങളും നടന്ന പ്രദേശമായിരുന്നു മധ്യപ്രദേശ്. ഇൻഡോർ, ഗ്വാളിയോർ ജില്ലകളിൽ അക്കാലത്ത് നിരവധി ടെക്സ്റ്റൈൽസ് മില്ലുകൾ ഉണ്ടായിരുന്നു. ഇവിടത്തെ തൊഴിലാളികളോട് അടിമകളെപ്പോലെ ആയിരുന്നു മില്ലുടമകൾ പെരുമാറിയിരുന്നത്. ഇതിനെതിരെ തൊഴിലാളികൾ സമരമാരംഭിച്ചു. ഈ സമരമാണ് മധ്യപ്രദേശിലെ കമ്യൂണിസ്റ്റ് മുന്നേറ്റങ്ങൾക്ക് അടിത്തറ പാകിയത്. സമരം കൽക്കരി മേഖലയിലേക്കും പടർന്നു. ഷരോൾ, ഉമറിയ, ആഗോൽപ്പൂർ എന്നിവിടങ്ങളിലെ കൽക്കരി ഖനികളിലെ തൊഴിലാളികളും തൊഴിൽ സമരങ്ങളുമായി രംഗത്തുവന്നു. ചില സമരങ്ങൾ ലക്ഷ്യം കണ്ടെങ്കിലും ബഹുഭൂരിഭാഗം സമരങ്ങളും ബ്രിട്ടീഷ് സർക്കാറിന്റെയും നാട്ടുരാജാക്കന്മാരുടെയും പിന്തുണയോടെ

തൊഴിലുടമകൾ അടിച്ചമർത്തി. ഹോമിദാജി, രാമചന്ദ് സർവേദി എന്നിവരായിരുന്നു അക്കാലത്ത് സമരങ്ങൾക്ക് നേതൃത്വം നൽകിയിരുന്ന കമ്യൂണിസ്റ്റ് നേതാക്കൾ. സ്വാതന്ത്ര്യത്തിന് മുമ്പ് ആദിവാസി മേഖലയിലും പാർട്ടിക്ക് സ്വാധീനമുണ്ടായിരുന്നു. സംസ്ഥാനത്തെ കർഷകരും തൊഴിലാളികളും ആദിവാസികളും നടത്തിയ സമരങ്ങൾ സാമ്രാജ്യത്വ വിരുദ്ധ സമരങ്ങൾ കൂടി ആയിരുന്നു. ബ്രിട്ടീഷുകാർ ഇന്ത്യ വിടണമെന്ന് ഇവർ ആവശ്യപ്പെട്ടു. ഇൻഡോറിലേയും രാജാക്കന്മാർക്കെതിരെയും ഭോപ്പാലിലെ ബീഗത്തിനെതിരെയുമുള്ള സമരങ്ങൾക്ക് നേതൃത്വം നൽകിയിരുന്നത് കമ്യൂണിസ്റ്റ് പാർട്ടി ആയിരുന്നു. എന്നാൽ സ്വാതന്ത്ര്യത്തിന് ശേഷം, പ്രത്യേകിച്ച് 1964 ലെ പിളർപ്പിന് ശേഷം കമ്യൂണിസ്റ്റ് പാർട്ടികൾ സംസ്ഥാനത്ത് ദുർബലമായി. മാത്രമല്ല തൊഴിലാളികൾ, ദളിതർ, ആദിവാസികൾ തുടങ്ങിയവർ സാമുദായികമായി ധ്രുവീകരിക്കപ്പെട്ടു. എങ്കിലും ഗ്വാളിയോർ, മൊറാല, റീവ, സത്ന, ജബൽപ്പൂർ, ഇൻഡോർ എന്നിവിടങ്ങളിൽ കമ്യൂണിസ്റ്റ് പാർട്ടികൾക്കും സി ഐ ടി യു വിനും നല്ല സ്വാധീനമുണ്ട്.

ഭക്ഷണങ്ങൾ

ഗോതമ്പ് റൊട്ടിയും പരിപ്പ് കറിയുമാണ് പ്രധാന ആഹാരം. ജനങ്ങൾ പൊതുവേ സസ്യാഹാരപ്രിയരാണ്. പനീർ, മിക്സഡ് വെജിറ്റബിൾ, കടലക്കറി തുടങ്ങിയവയാണ് പ്രധാന കറികൾ. ഭോപ്പാൽ, ജസൽപ്പൂർ, തുടങ്ങിയ പ്രമുഖ നഗരങ്ങളിലെല്ലാം ഇന്ത്യൻ കോഫി ഹൗസുകളുണ്ട്. ദക്ഷിണേന്ത്യൻ ഭക്ഷണങ്ങൾ ഇവിടെ ലഭിക്കും.

ആഘോഷങ്ങൾ

ദസറ, ദീപാവലി, ഹോളി, ശ്രീകൃഷ്ണ ജയന്തി, രാമനവമി, ഈദ് ഉൾ ഫിത്തർ, ക്രിസ്തുമസ് തുടങ്ങിയവയാണ് പ്രധാന ആഘോഷങ്ങൾ.

സാമൂഹ്യാവസ്ഥ

മാനുഷികവികസനത്തിൽ രാജ്യത്ത് ഏറ്റവും പിന്നോക്കം നിൽക്കുന്ന സംസ്ഥാനങ്ങളിലൊന്നാണ് മധ്യപ്രദേശ്. യു എൻ ഡി പിയുടെ ബഹുമുഖ ദാരിദ്ര്യ സൂചികയനുസരിച്ച് ഇന്ത്യയിലെ ദരിദ്രരുടെ 8.5 ശതമാനം മധ്യപ്രദേശിലാണ്. ദരിദ്രരുടെ എണ്ണത്തിൽ മൂന്നാമത്. സംസ്ഥാനത്തെ ജനസഖ്യയിലെ 69.5% ദരിദ്ര വിഭാഗത്തിൽപ്പെടുന്നു. ജനസംഖ്യയിലെ 70.63% പേർ സാക്ഷരരാണ്. സ്ത്രീ പുരുഷ അനുപാതം 930 (1000 പുരുഷന്മാർക്ക് 930 സ്ത്രീകൾ) ജനസാന്ദ്രത ചതുരശ്രകിലോമീറ്ററിൽ 236 പേർ. തൊഴിൽ, കുടിവെള്ള വിതരണം, ആരോഗ്യം, സാമൂഹ്യ സുരക്ഷ തുടങ്ങിയ മേഖലകളിലെല്ലാം സംസ്ഥാനം പിറകിലാണ്.

ക്രമസമാധാന പാലനത്തിൽ സംസ്ഥാനം പിറകിലാണ്. നാഷണൽ ക്രൈം റെക്കോർഡ് ബ്യൂറോയുടെ 2008 ലെ റിപ്പോർട്ട് അനുസരിച്ച്

ബീഹാർ കഴിഞ്ഞ് ഏറ്റവുമധികം സ്ത്രീധനമരണങ്ങൾ നടക്കുന്ന സംസ്ഥാനമാണ് മധ്യപ്രദേശ്. സ്ത്രീകൾക്കെതിരെയുള്ള അതിക്രമങ്ങളും കൂടുതലാണ്. എൺപതുകളിലും തൊണ്ണൂറുകളിലും രാജ്യത്ത് ഏറ്റവുമധികം കൊള്ളകൾ നടന്നിരുന്നത് സംസ്ഥാനത്തെ ചമ്പൽ പ്രദേശത്തായിരുന്നു. ഇൻഡോറിൽ തുടങ്ങി രാജസ്ഥാൻ, യു പി അതിർത്തി പ്രദേശങ്ങളിലെല്ലാം ചമ്പൽ വ്യാപിച്ച് കിടക്കുന്നു. ചമ്പൽ കുൻവാരി, അസാൻ സാൻക് തുടങ്ങിയ നദികൾ ഈ മേഖലയെ സമ്പുഷ്ടമാക്കുന്നു. മൊരീനയാണ് ചമ്പലിന്റെ ആസ്ഥാനം. ഈ പ്രദേശത്തിന്റെ ഭൂമിശാസ്ത്രപരമായ പ്രത്യേകതകളാണ് കൊള്ളക്കാരുടെ സങ്കേതകമാകാൻ കാരണം. ഇവിടെ ഒളിച്ചിരിക്കുന്നവരെ എളുപ്പത്തിൽ പിടികൂടാനാവില്ല. പൊലീസിന്റെ നീക്കങ്ങൾ മണത്തറിഞ്ഞ് രക്ഷപ്പെടാനും സാധിക്കും. ദോൻഗാർ ഭട്ടൂരി, പാനാ, സുൽത്താൻ, മോൻസിങ്, അമൃത് ലാൽ, ലഖാൻ, കല്ലാൻ തുടങ്ങിയവരായിരുന്നു പ്രധാന കൊള്ളക്കാർ. പുട്‌ലി ഭായ് ആയിരുന്നു ആദ്യത്തെ ചമ്പൽ വനിതാ കൊള്ളക്കാരി. എന്നാൽ പിന്നീട് ചമ്പൽ അറിയപ്പെട്ടത് ഫൂലൻ ദേവിയിലൂടെ ആയിരുന്നു. ചമ്പലിലെ സ്ത്രീകൾ നേരിട്ടിരുന്ന ദാരുണമായ ചൂഷണങ്ങളുടേയും പീഡനങ്ങളുടേയും പ്രതീകമായി ഫൂലൻ ദേവി മാറി. ബെഹാമായ് എന്ന ഗ്രാമത്തിലൂടെ കൊള്ളക്കാർ ഫൂലനെ നഗ്നയായി നടത്തി. തന്നെ പൊതുജനമധ്യത്തിൽ അവഹേളിച്ചവരെ കൊലപ്പെടുത്തിക്കൊണ്ടാണ് ഫൂലൻ ദേവി പക തീർത്തത്. മുഖ്യമന്ത്രി അർജുൻസിങിന് മുന്നിൽ കീഴടങ്ങി. ജയിൽശിക്ഷ മുഴുവനും അനുഭവിക്കേണ്ടി വന്നില്ല. കൊലപാതകിയാക്കി മാറ്റിയ സാമൂഹ്യ പശ്ചാത്തലം തിരിച്ചറിഞ്ഞ സർക്കാർ ശിക്ഷ ഇളവു ചെയ്തു ജയിലിൽനിന്ന് മോചിപ്പിച്ചു. പിന്നീട് ഫൂലൻദേവി സജീവ രാഷ്ട്രീയത്തിലിറങ്ങി ഉത്തർപ്രദേശിലെ മായിൻ പുരി മണ്ഡലത്തിൽനിന്ന് ലോക്സഭാംഗമായി. 2000 ൽ ദില്ലിയിൽ വെച്ച് ഫൂലൻദേവി കൊല്ലപ്പെട്ടു.

ചമ്പലിലെ കുപ്രസിദ്ധരായ കൊള്ളക്കാരിൽ പലരും കൊല്ലപ്പെട്ടു. പലരും കീഴടങ്ങി. 1971 ൽ 511 കൊള്ളക്കാരാണ് കീഴടങ്ങിയത്. ചമ്പലിൽ പഴയതുപോലെ ഇപ്പോൾ കൊള്ളക്കാരില്ല. ചമ്പൽ കൊള്ളക്കാരിൽ പലർക്കും ഗ്രാമപ്രദേശങ്ങളിൽ വീര പരിവേഷമുണ്ടായിരുന്നു. കൊള്ളക്കാരിൽ പലരും ചില ജാതികളുടെ സംരക്ഷകരായി മാറി. ഈ സ്ഥിതിക്ക് ഇപ്പോൾ മാറ്റം വന്നിരിക്കുന്നു. ഒറ്റപ്പെട്ട ഗ്രാമങ്ങളെയല്ല, നഗരങ്ങളെ കേന്ദ്രീകരിച്ചാണ് ഇപ്പോൾ വലിയ കവർച്ചകൾ നടക്കുന്നത്. കൊള്ളക്കാർക്ക് ചമ്പലുപോലുള്ള ഒളിസങ്കേതങ്ങളും ഇന്ന് ആവശ്യമില്ല. എക്കാലത്തും മധ്യപ്രദേശിന്റെ സാമൂഹ്യാവസ്ഥയുമായി ചമ്പലിന് നിർണായക ബന്ധമുണ്ട്.

ക്രിസ്ത്യൻ ന്യൂനപക്ഷങ്ങൾക്ക് നേരെ ഏറ്റവുമധികം ആക്രമണങ്ങൾ നടക്കുന്ന സംസ്ഥാനങ്ങളിലൊന്നാണ് മധ്യപ്രദേശ്. ഏറ്റവുമധികം ആക്രമണങ്ങൾ ഉണ്ടായത് ജാബുവായിലാണ്. ന്യൂനപക്ഷങ്ങൾക്ക് നേരെ

നടക്കുന്ന ആക്രമണങ്ങളും സംഘപരിവാറിന്റെ ശക്തിയും ഒരേ തോതിൽ വർധിച്ചുകൊണ്ടിരുന്നു.

കാവി ഭീകരതയുടെ പ്രഭവ കേന്ദ്രം ഇൻഡോറിലാണ്. മലേഗാവ് സ്ഫോടനത്തിന്റെ മുഖ്യ ആസൂത്രകയായ പ്രജ്ഞാസിങ് ഠാക്കൂർ ഇൻഡോറുകാരിയാണ്. ഇന്ത്യയിലെ പലപ്രദേശങ്ങളിലുമുണ്ടായ സ്ഫോടനങ്ങൾ ഇവിടെവെച്ചാണ് ആസൂത്രണം ചെയ്തിരുന്നത്.

കണ്ടിരിക്കേണ്ട സ്ഥലം – ഖജുരാഹോ

മൺകല്ലുകൾകൊണ്ട് നിർമിച്ചിരിക്കുന്ന വാസ്തുശിൽപ്പ ചൈതന്യമുള്ള ക്ഷേത്രങ്ങളാണ് ഖജുരാഹോയുടെ സവിശേഷത. എ ഡി 9–ാം നൂറ്റാണ്ടിനും 12–ാം നൂറ്റാണ്ടിനുമിടയിൽ ചാണ്ഡേല രാജവംശമാണ് ഈ ക്ഷേത്രങ്ങൾ നിർമിച്ചത്. ക്ഷേത്രങ്ങളുടെ ഐതീഹ്യം ചന്ദ്രനിൽ തുടങ്ങുന്നു. ചന്ദ്രഭഗവാന് ബ്രാഹ്മണ പെൺകുട്ടിയായ ഹേമാവതിയിൽ ഉണ്ടായ കുട്ടി ആയിരുന്നത്രെ ചന്ദ്രവർമൻ. ചന്ദ്രവർമനോട് അമ്മ ഹേമാവതി തനിക്കു വേണ്ടി ഒരു ക്ഷേത്രം നിർമിക്കണമെന്ന് ആവശ്യപ്പെട്ടു. അങ്ങനെ ചന്ദ്രവർമൻ നിർമിച്ച ക്ഷേത്രങ്ങളായിരുന്നത്രെ ഇവ.

ഖജുരാഹോ ലോകപൈതൃക കേന്ദ്രമായി യുണസ്കോയും ഇന്ത്യയിലെ 7 മഹാത്ഭുതങ്ങളിൽ ഒന്നായി എൻ ഡി ടി വിയും തെരെഞ്ഞെടുത്തിട്ടുണ്ട്. മധ്യപ്രദേശിലെ ചതർപ്പൂർ ജില്ലയിലാണ് ഖജുരാഹോ സ്ഥിതി ചെയ്യുന്നത്. ദില്ലിയിൽനിന്ന് 620 കിലോമീറ്റർ അകലെ മഹോബാ, ബാത്ന, ജാൻസി എന്നിവയാണ് അടുത്തുള്ള റെയിൽവെ സ്റ്റേഷനുകൾ. ഖജുരാഹോയിൽ വിമാനത്താവളമുണ്ട്. മെയിൽ മാർഗവും വിമാനമാർഗവും ഇവിടെ എത്താം.

മധ്യപ്രദേശ് – കേരളീയം

തലസ്ഥാന നഗരിയായ ഭോപ്പാലിലും ഇൻഡോറിലുമാണ് ഏറ്റവുമധികം മലയാളികൾ ഉള്ളത്. എന്നാൽ മലയാളികളുടെ എണ്ണം ഓരോ വർഷവും ഗണ്യമായ തോതിൽ കുറഞ്ഞുകൊണ്ടിരിക്കുന്നു. ഭോപ്പാലിൽ 2000 ൽ 2 ലക്ഷം മലയാളികൾ ഉണ്ടായിരുന്നു. 2011 ൽ അത് 60,000 ആയി കുറഞ്ഞു. വ്യവസായ മേഖലയിലെ തൊഴിൽ അവസരങ്ങൾ കുറഞ്ഞതും മെച്ചപ്പെട്ട തൊഴിലുകൾ തേടി മറ്റ് നഗരങ്ങളിലേക്ക് പോകുന്നതുമെല്ലാമാണ് മലയാളികളുടെ എണ്ണം കുറയാനുള്ള പ്രധാന കാരണങ്ങൾ. കോൺഗ്രസ് നേതാവ് ശോഭാ ഓ ജെയാണ് മധ്യപ്രദേശിൽ രാഷ്ട്രീയരംഗത്ത് ഏറ്റവും അറിയപ്പെടുന്ന മലയാളി. തൊഴിലാളികളെ സംഘടിപ്പിച്ച് ശ്രദ്ധേയനായിരുന്ന സി പി ഐ എം നേതാവ് കെ എൽ വർഗീസ് അടുത്തിടെ അന്തരിച്ചു. ഇദ്ദേഹം മലയാളം, ഇംഗ്ലീഷ്, ഹിന്ദി, ഭാഷകളിൽ *വിവിധ്* എന്ന പേരിൽ ഒരു പ്രസിദ്ധീകരണം ഇറക്കിയിരുന്നു. ഭിലായിൽ നിന്ന് ഇറങ്ങുന്ന *പ്രമദം*, *സമസ്തി* തുടങ്ങിയ മലയാള പ്രസിദ്ധീകരണങ്ങൾക്ക് മധ്യപ്രദേശിൽ ഏറെ വായനക്കാരുണ്ട്. ഭോപ്പാൽ മല

യാളി അസോസിയേഷനാണ് ഏറ്റവും വലിയ മലയാളി സംഘടന. രക്ത ദാനരംഗത്ത് പേരെടുത്ത സംഘടനയാണിത്. സംസ്ഥാനത്തെ മലയാളി സംഘടനകളുടെ ഐക്യവേദിയായി യുണൈറ്റഡ് മലയാളി അസോസിയേഷൻ എന്നൊരു സംഘടനയുണ്ട്.

യുണൈറ്റഡ് മലയാളി അസോസിയേഷൻ, ഭോപ്പാൽ - സി അശോകൻ, ജനറൽ സെക്രട്ടറി (09827357100).

കേരളത്തിൽ നിന്ന് മധ്യപ്രദേശിലേക്കുള്ള തീവണ്ടികൾ

* 16316 - തിരുവനന്തപുരം - ഇൻഡോർ അഹല്യനഗരി (ശനി).
* 12512 - തിരുവനന്തപുരം - ഗോരഖ്പൂർ രപ്തിസാഗർ (ചൊവ്വ, ബുധൻ, ഞായർ).
* 12522 - എറണാകുളം - ബറോനി രപ്തി സാഗർ (വെള്ളിയാഴ്ച).
* 12617 - എറണാകുളം - നിസാമുദീൻ മംഗള ലക്ഷദ്വീപ്.

പൊതുവിവരങ്ങൾ

തലസ്ഥാനം	-	ഭോപ്പാൽ
ജില്ലകൾ	-	50
നിയമസഭാമണ്ഡലങ്ങൾ	-	230
ലോക്സഭാമണ്ഡലങ്ങൾ	-	29
രാജ്യസഭാസീറ്റുകൾ	-	11
രൂപീകൃതമായ ദിവസം	-	1956 നവംബർ 1
ഔദ്യോഗിക ഭാഷ	-	ഹിന്ദി
ജനസംഖ്യ	-	72597565
സാക്ഷരത	-	70.63%
വിസ്തീർണം	-	3,08,463/Km^2
റോഡ് ഗതാഗതം	-	1,98,936 കിലോമീറ്റർ
റെയിൽവെ ഗതാഗതം	-	5,893 കിലോമീറ്റർ
വിമാനത്താവളങ്ങൾ	-	ഭോപ്പാൽ, ഗ്വാളിയോർ ഇൻഡോർ, ജബൽപ്പൂർ, ഖജുരാഹോ
സന്ദർശിക്കാൻ ഉചിതമായ സമയം	-	ഒക്ടോബർ - ഏപ്രിൽ

കാലാവസ്ഥ

വേനൽക്കാലം	-	22^0C - 48^0C
ശീതകാലം	-	4^0C - 23^0C
വർഷകാലം	-	ജൂൺ - സെപ്തംബർ

പ്രത്യേകതകൾ

* പിന്നാക്കസംസ്ഥാനം - മാനുഷിക വികസനശേഷിയിൽ പിന്നിൽ
* ചമ്പൽക്കാടുകൾ ഉൾപ്പെടുന്ന പ്രദേശം.
* രാജ്യത്തെ ഏറ്റവും വലിയ വ്യാവസായിക അപകടം - ഭോപ്പാൽ വിഷവാതക ദുരന്തം (1984)
* സത്യപ്രതിജ്ഞ ചെയ്ത് ഒരു ദിവസത്തിന് ശേഷം മുഖ്യമന്ത്രി സ്ഥാനം രാജിവച്ച നേതാവ് - അർജുൻ സിംഗ് (1985 മാർച്ച് 11–1985 മാർച്ച് 12)

സഹായനമ്പറുകൾ

പൊലീസ് കൺട്രോൾ റൂം	-	100 (ടോൾ ഫ്രീ)
കുറ്റകൃത്യങ്ങൾ അറിയിക്കാനുള്ള നമ്പർ	-	1090
അഗ്നിശമന സേനാവിഭാഗം	-	101
ആംബുലൻസ്	-	102
സ്ത്രീ സുരക്ഷ	-	1091
		0755 - 2443801
ട്രാഫിക് പോലീസ്	-	0755 - 2443850
റെയിൽവെ	-	139
കുട്ടികൾക്കായുള്ള ഹെൽപ്പ് ലൈൻ	-	1098
ടൂറിസം ഇൻഫർമേഷൻ	-	0755 - 2251481
		0755 - 2774450
പ്രസ് ഇൻഫർമേഷൻ ബ്യൂറോ ഭോപ്പാൽ	-	0755 - 2670071
		0755 - 2670041

19

ഛത്തീസ്ഗഢ്

രണ്ടായിരത്തിൽ ഉത്തർഖണ്ഡ്, ഝാർഖണ്ഡ് സംസ്ഥാനങ്ങളോടൊപ്പം രൂപീകരിക്കപ്പെട്ട സംസ്ഥാനമാണ് ഛത്തീസ്ഗഢ്. ഇന്ത്യയുടെ മധ്യഭാഗത്ത് സ്ഥിതി ചെയ്യുന്ന ഛത്തീസ്ഗഢ് വലുപ്പത്തിൽ 10–ാം സ്ഥാനത്താണ്. ഛത്തീസ് എന്നാൽ 36. 36 പ്രദേശങ്ങൾ ഉൾപ്പെടുന്ന പ്രദേശം എന്നാണ് ഛത്തീസ്ഗഢ് എന്ന വാക്കിന്റെ അർഥം.

ചരിത്രം

നേരത്തെ മധ്യപ്രദേശിന്റെ ഭാഗമായിരുന്നു ഛത്തീസ്ഗഢ്. മധ്യപ്രദേശിലെ വനമേഖലകൾ ഉൾപ്പെടുത്തിയാണ് 2000 ൽ പുതിയ സംസ്ഥാനം രൂപീകരിച്ചത്. ഈ പ്രദേശത്ത് നേരത്തെ 36 നാട്ടുരാജ്യങ്ങൾ ഉണ്ടായിരുന്നു. രത്നപ്പൂർ, വിജയ്പ്പൂർ, ഖൊറൗണ്ട്, മാരോ, കൗട്ട്ഘഢ്, നവാഘഢ്, സോൻദി, ഔഖർ, പർദാർഭട്ട, സെംരിയ, ചാമ്പ, ലാഫ, ചുരി, കെൻഡ, മാട്ടിൻ, അപരോര, പെൻഡ്ര, കുർക്കുട്ടി കാൻഡ്രി, റായ്പ്പൂർ, പലാൻ, സിമാഗ, സിൻഗാപ്പൂർ, ലവാൻ, ഒമേര, ദുർഗ്, ശാരദ, ബിരാസ, മെൻഹാസീ, ഖല്ലാരി, സിർപ്പൂർ, ഫിഗഢ്മാർ, രാജീം സിൻഗനാഘസ്, സുമാർമർ, ടൻഗനാഘസ്, അകാൽതാര എന്നിവ ആയിരുന്നു ഈ നാട്ടുരാജ്യങ്ങൾ.

ഹിന്ദിയുമായി സാമ്യമുള്ള ഛത്തീസ് ഗർഹിയെന്ന ഭാഷയാണ് ഈ മേഖലയിലെ ജനങ്ങളുടെ പ്രധാന ഭാഷ. ഭൂമിശാസ്ത്രപരവും ഭാഷാപരവുമായ വ്യത്യസ്തതയാണ് പുതിയ സംസ്ഥാനം രൂപീകരിക്കണമെന്ന ആവശ്യം ശക്തമാക്കിയത്. ഇതിന്റെ അടിസ്ഥാനത്തിലായിരുന്നു 2000 ലെ പുതിയ സംസ്ഥാനരൂപീകരണം.

ഭൂമിശാസ്ത്രം

സംസ്ഥാനത്തിന്റെ 44 ശതമാനം പ്രദേശങ്ങൾ വനമാണ്. വടക്ക്, തെക്ക്, പ്രദേശങ്ങൾ നിബിഡവനവും. മധ്യഭാഗം ഫലഭൂയിഷ്ഠമായ സമതലവുമാണ്. മഹാനദിയാണ് പ്രധാന നദി. ഹാഡ്സൊ, റിഹാന്റെ, ഇന്ദ്രാവതി, ജോങ്ക്, ആർപ്പ എന്നിവയാണ് മറ്റ് പ്രധാന നദികൾ.

സംസ്ഥാനത്തിന്റെ വിസ്തൃതി 1,35,100 ചതുരശ്രകിലോമീറ്റർ. മധ്യപ്രദേശ് മഹാരാഷ്ട്ര, ആന്ധ്രപ്രദേശ്, ഒറീസ, ഝാർഖണ്ഡ്, ഉത്തർപ്രദേശ് എന്നിവയാണ് അയൽ സംസ്ഥാനങ്ങൾ. വേനൽക്കാലത്തെ ഉയർന്ന താപനില 48^0C കുറഞ്ഞ താപനില 22^0C. ശീതകാലത്തെ ഉയർന്ന താപനില 23^0C. കുറഞ്ഞ താപനില 4^0C. ജൂൺ മുതൽ സെപ്തംബർ മാസം വരെ വർഷകാലം

രാഷ്ട്രീയം

മധ്യപ്രദേശിന്റെ ഭാഗമായിരിക്കെ ഈ പ്രദേശം കോൺഗ്രസിന്റെ ശക്തികേന്ദ്രമായിരുന്നു. 2000 ൽ പുതിയ സംസ്ഥാനം രൂപീകരിച്ചപ്പോൾ അജിത് ജോഗി ആദ്യ മുഖ്യമന്ത്രിയായി. ഐ എ എസുകാരനായ അജിത് ജോഗിയെ രാജീവ്ഗാന്ധിയാണ് രാഷ്ട്രീയത്തിലേക്ക് കൊണ്ടുവന്നത്. 2000 ൽ ഛത്തീസ്ഗഢ് സംസ്ഥാനം രൂപീകരിച്ചപ്പോൾ സോണിയാഗാന്ധി മുൻകൈ എടുത്താണ് അജിത് ജോഗിയെ മുഖ്യമന്ത്രി ആക്കിയത്. മൂന്നു വർഷക്കാലം മാത്രമാണ് മുഖ്യമന്ത്രി കസേരയിലിരുന്നത്. ഇക്കാലം സംഭവബഹുലമായിരുന്നു. 2003 ലെ നിയമസഭാ തിരഞ്ഞെടുപ്പ് സമയത്ത് ബി ജെ പി നേതാവ് ദിലീപ് സിങ് ജുദേവിനെ അജിത് ജോഗി ഒളിക്യാമറയിൽ കുടുക്കി. ജുദേവ് കേന്ദ്ര പരിസ്ഥിതിവകുപ്പ് സഹമന്ത്രി ആയിരിക്കെ ഒരു പദ്ധതിക്ക് അനുമതി നൽകുന്നതിനായി കോഴ കൈപ്പറ്റുന്ന ദൃശ്യങ്ങൾ ടിവി ചാനലുകളിൽ തെളിഞ്ഞു. ജുദേവിന് മന്ത്രിസ്ഥാനം നഷ്ടപ്പെട്ടെങ്കിലും രാഷ്ട്രീയ നേട്ടമുണ്ടാക്കാൻ ജോഗിക്കായില്ല. 2003 ൽ മതം മാറ്റുന്ന ചടങ്ങുകൾ ഇവിടെ ആർ എസ് എസ് സംഘടിപ്പിക്കുന്നുണ്ട്. ഇത്തരം പരിപാടികളിലൂടെ സംസ്ഥാനത്തെ ബി ജെ പി രാഷ്ട്രീയത്തിൽ സ്വാധീനമുറപ്പിച്ചിരുന്ന നേതാവാണ് ദിലീപ് സിങ് ജുദേവിന്റെ ജുദേവ് 2003 ൽ മുഖ്യമന്ത്രിയാകുമെന്നാണ് കരുതിയിരിക്കുന്നത്. എന്നാൽ അജിത് ജോഗിയുടെ ഒളിക്യാമറാ പ്രയോഗത്തിൽ കുടുങ്ങിയ ജുദേവ് മുഖ്യമന്ത്രി സ്വപ്നം പൊലിഞ്ഞു. ഡോക്ടർ രമൺ സിങ്ങിനെ ബി ജെ പി നേതൃത്വം മുഖ്യമന്ത്രിയാക്കി. കാലാവധി പൂർത്തിയാക്കിയ രമൺസിങ് 2008 ലും വീണ്ടും അധികാരത്തിൽ വന്നു. ഇപ്പോൾ സംസ്ഥാനരാഷ്ട്രീയത്തിലെ ഏറ്റവും ശക്തനായ നേതാവ് രമൺസിങ്ങാണ്.

കോൺഗ്രസിനും ബി ജെ പിക്കും പുറമേ എൻ സി പി, ബി എസ് പി, സി പി ഐ, സി പി ഐ എം എന്നീ പാർട്ടികൾക്കും സംസ്ഥാനത്ത് സ്വാധീനമുണ്ട്. ബി ജെ പി അധികാരത്തിൽ വന്നു. സർക്കാർ രൂപീകര

മുഖ്യമന്ത്രിമാർ		
പേര്	**കാലാവധി**	**പാർട്ടി**
അജിത് ജോഗി	2000 – 2003	കോൺഗ്രസ് ഐ
രമൺസിങ്	2003 – 2008	ബി ജെ പി
രമൺ സിങ്	2008 – 0000	ബി ജെ പി

ണത്തിന് മുമ്പ് കുതിരക്കച്ചവടം നടത്തി ഭൂരിപക്ഷമുണ്ടാക്കാൻ അജിത് ജോഗി ശ്രമിച്ചതിന്റെ ശബ്ദരേഖകൾ ബി ജെ പി പുറത്തുവിട്ടു. ഇതോടെ ജോഗിയെ കോൺഗ്രസിൽനിന്ന് സസ്പെന്റ് ചെയ്തു. ചെറിയ ഇടവേളയ്ക്ക് ശേഷം ഹൈക്കമാന്റ് ജോഗിയെ തിരിച്ചെടുത്തു. 2004 ലെ ലോക്സഭാ തിരഞ്ഞെടുപ്പിന്റെ പ്രചാരണ വേളയിൽ ഗരിയാബന്തിൽ വെച്ചുണ്ടായ റോഡപകടത്തിൽ അജിത് ജോഗിക്ക് ഗുരുതരമായി പരിക്കുപറ്റി. വീൽച്ചെയറിൽ സഞ്ചരിച്ചുകൊണ്ട് രാഷ്ട്രീയ പ്രവർത്തനം തുടർന്നെങ്കിലും പ്രതാപകാലഘട്ടത്തിലേക്ക് മടങ്ങാൻ അജിത് ജോഗിക്കായില്ല.

ആർ എസ് എസിന് തുടക്കം മുതൽക്കു തന്നെ നല്ല സ്വാധീനമുള്ള സംസ്ഥാനമാണ്. ആദിവാസി മേഖലയിലും നല്ല സ്വാധീനമുണ്ട്. ക്രിസ്തുമതത്തിലേക്ക് മതം മാറിയ ആദിവാസികളെ കൂട്ടത്തോടെ ഹിന്ദുമതത്തിലേക്ക് പരിവർത്തനം ചെയ്യിക്കുവാനുള്ള ശ്രമങ്ങൾ ഇവരുടെ നേതൃത്വത്തിൽ നടക്കുന്നുണ്ട്.

കർഷക, തൊഴിലാളി മുന്നേറ്റങ്ങൾ

പഴയ മധ്യപ്രദേശിന്റെ ഭാഗമായിരുന്നു ഛത്തീസ്ഗഡിലെ തൊഴിലാളി, കർഷക, ആദിവാസി മുന്നേറ്റങ്ങളുടെ ചരിത്രവും ഏറെക്കുറെ മധ്യപ്രദേശിന്റേതിന് സമാനമാണ്. സുധീർ മുഖർജി എന്ന കമ്യൂണിസ്റ്റ് നേതാവായിരുന്നു ഇവിടെ സമരങ്ങൾക്ക് നേതൃത്വം നൽകിയിരുന്നത്. വ്യവസായ മേഖല ആയിരുന്നു ആദ്യകാലത്ത് കമ്യൂണിസ്റ്റ് പാർട്ടിയുടെ പ്രധാന ശക്തികേന്ദ്രം. ബി എൻ സി പരുത്തിമില്ലിൽ നടന്ന സമരമാണ് സംസ്ഥാനത്തിന്റെ ആദ്യകാല ചരിത്രത്തിലെ ഏറ്റവും വലിയ തൊഴിൽ സമരം. മെച്ചപ്പെട്ട വേതനം, തൊഴിൽ അന്തരീക്ഷം എന്നിവയ്ക്കുവേണ്ടി തൊഴിലാളികൾ നടത്തിയ സമരം ഈ മേഖലയിലെ മറ്റ് തൊഴിൽശാലകളിലേക്കും വ്യാപിച്ചു. ഭിലായ് സ്റ്റീൽ പ്ലാന്റ്, ബിലാസ്പ്പൂർ, സർഭുജ, അംബികാപ്പൂർ എന്നിവിടങ്ങളിലെ വ്യവസായശാലകൾ, ഖനികൾ തുടങ്ങിയവയിൽ ട്രേഡ് യൂണിയനുകൾ ശക്തമായി. എന്നാൽ മധ്യപ്രദേശ് രാഷ്ട്രീയത്തിൽ ഇടതുപക്ഷത്തിനേറ്റ തിരിച്ചടി, സാമുദായിക ധ്രുവീകരണം, മാവോയിസ്റ്റുകളുടെ സ്വാധീനം തുടങ്ങിയവയെല്ലാം ഇടതുപക്ഷത്തിന് പ്രതികൂലമായി.

സാമൂഹ്യാവസ്ഥ

ധാതുസമ്പത്തുകൊണ്ടും വനവിഭവങ്ങളാലും സമ്പന്നമാണ് സംസ്ഥാനം. എന്നാൽ ഈ സമ്പത്ത് മുഴുവൻ വളരെ ചെറിയൊരു വിഭാഗത്തിന്റെ കൈകളിൽ അകപ്പെട്ടിരിക്കുന്നു. ഇതാണ് സംസ്ഥാനത്തിന്റെ പിന്നോക്കാവസ്ഥയുടെ പ്രധാന കാരണം. മാനുഷികവികസന സൂചികയിൽ സംസ്ഥാനം ഏറെ പിറകിലാണ്. യു എൻ ഡി പിയുടെ ബഹുധ്രുവ ദാരിദ്ര്യസൂചിക അനുസരിച്ച് സംസ്ഥാനത്തെ 77 % ജനങ്ങളും ദാരിദ്ര്യ രേഖയ്ക്ക് താഴെയാണ്. സാക്ഷരത 71.04 % സ്ത്രീപുരുഷ അനുപാതം 991 (1000 പുരുഷന്മാർക്ക് 991 സ്ത്രീകൾ). ജനസാന്ദ്രത: ചതുരശ്ര കിലോമീറ്ററിൽ 189.

ജനസംഖ്യയിലെ 26.76 % ആദിവാസികളാണ്. ഗോണ്ടി, ഭുജ്, മാറിയാ, ഹാൽബ, ബാത്ര, ദുർവ തുടങ്ങിയവയാണ് പ്രധാന ഗോത്രവർഗങ്ങൾ. ഗോത്രവർഗക്കാർക്കിടയിലെ പിന്നോക്കാവസ്ഥ മുതലെടുത്തുകൊണ്ടാണ് ഇവിടെ മാവോയിസ്റ്റുകൾ സ്വാധീനമുറപ്പിച്ചത്. ഛത്തീസ്ഗഢിലെ ഗോത്രവർഗ മേഖലകൾ ഉൾക്കൊള്ളുന്ന ദണ്ഡേവാഡയാണ് മാവോയിസ്റ്റുകളുടെ ശക്തികേന്ദ്രം. സായുധ സമരമാർഗം സ്വീകരിച്ച നക്സൽ സംഘടനകളുടെ ലയനത്തിന് ശേഷം 2005 ഛത്തീസ്ഗഢിലെ വനത്തിൽ വെച്ച് ചേർന്ന യൂണിറ്റിൽ കോൺഫറൻസ് നിർണായക വഴിത്തിരിവായിരുന്നു. ഇതിനുശേഷം രാജ്യത്ത് ഏറ്റവുമധികം മാവോയിസ്റ്റ് ആക്രമണങ്ങൾ നടക്കുന്ന പ്രദേശമായി ഛത്തീസ്ഗഢ് മാറി. ആദിവാസികൾക്കും അർധസൈനിക വിഭാഗങ്ങൾക്കും നേരെ ആസൂത്രിതമായ ആക്രമണങ്ങൾ നടന്നു. ഇതിനെ നേരിടാനായി ഛത്തീസ്ഗഢ് സർക്കാർ രൂപീകരിച്ച പദ്ധതിയാണ് സാൽവ ജുദ്ദും. മാവോയിസ്റ്റ് ആക്രമണങ്ങളെ നേരിടാൻ ആദിവാസികളെ സായുധരാക്കുക എന്നതായിരുന്നു പദ്ധതി. സർക്കാർ ആദിവാസി ചെറുപ്പക്കാർക്ക് തോക്കുകളും മറ്റ് ആയുധങ്ങളും നൽകി. മാവോയിസ്റ്റുകൾക്കെതിരെയുള്ള ചാവേറുകളായി ഈ ആദിവാസികളെ ഇറക്കി. ക്രമസമാധാന പാലനവും പൗരന്റെ സുരക്ഷ ഉറപ്പുവരുത്തലുമെല്ലാം സർക്കാറിന്റെ ഉത്തരവാദിത്വമാണ്. ഈ ഉത്തരവാദിത്വം ക്രൂരമായ രീതിയിൽ പൗരനിൽത്തന്നെ അടിച്ചേൽപ്പിക്കുന്ന സാൽവാ ജുദും, വ്യാപകമായ പ്രതിഷേധം ക്ഷണിച്ചുവരുത്തി. മാത്രമല്ല, സാൽവാ ജുദൂമിന്റെ രൂപീകരണത്തിന് ശേഷം മാവോയിസ്റ്റ് ആക്രമണങ്ങൾ വൻതോതിൽ വർധിച്ചു.

അർധ സൈനിക വിഭാഗത്തിനെതിരെ നടന്ന മാവോയിസ്റ്റ് ആക്രമണങ്ങൾ രാജ്യത്തെ നടുക്കിയിരുന്നു. 2010 ഏപ്രിൽ 6ന് ദണ്ഡേവാഡയിലുണ്ടായ മാവോയിസ്റ്റ് ആക്രമണത്തിൽ 73 അർധ സൈനികർ കൊല്ലപ്പെട്ടു. 2010 ജൂൺ 26നുണ്ടായ മറ്റൊരു ആക്രമണത്തിൽ 26 അർധ സൈനികരും കൊല്ലപ്പെട്ടു. സുരക്ഷാ ഉദ്യോഗസ്ഥരെയും ആദിവാസികളെയും കൊലപ്പെടുത്തിയ മാവോയിസ്റ്റുകൾ പക്ഷേ പ്രകൃതി വിഭവങ്ങൾ ചൂഷണം ചെയ്തു കൊണ്ടിരിക്കുന്ന വൻകിട വ്യവസായികളെ വെറുതെ

വിട്ടു. ഒരൊറ്റ ഖനി ഉടമയ്ക്കെതിരെയും ഇതുവരെ മാവോയിസ്റ്റുകൾ ആക്രമണം നടത്തിയിട്ടില്ല. മാത്രമല്ല, വ്യവസായികളിൽനിന്നും കരാറുകാരിൽ നിന്നും വാങ്ങുന്ന കോടികളാണ് മാവോയിസ്റ്റുകളുടെ പ്രധാന സാമ്പത്തിക അടിത്തറ.

ആദിവാസികൾക്ക് നേരെ നടക്കുന്ന ചൂഷണവും ഗോത്ര മേഖലകളിലെ പിന്നോക്കാവസ്ഥയുമാണ് അടിസ്ഥാനപ്രശ്നം. എന്നാൽ ആദിവാസി വനാവകാശ നിയമം, ദേശീയ തൊഴിലുറപ്പ് പദ്ധതി തുടങ്ങിയവ സംസ്ഥാനത്ത് ശരിയായ രീതിയിൽ നടപ്പിലാക്കിയിട്ടില്ല. ഇത്തരം പ്രശ്നങ്ങൾക്ക് പരിഹാരം കാണാൻ തയാറാകാത്ത സർക്കാർ; മാവോയിസ്റ്റുകളെ അമർച്ച ചെയ്യാനെന്ന പേരിൽ ഗുരുതരമായ മനുഷ്യാവകാശ ലംഘനങ്ങളാണ് നടത്തുന്നത്. ആതുര സേവകരും മനുഷ്യാവകാശ പ്രവർത്തകനുമായ ബിനായക് സെന്നിനെതിരെ മാവോയിസ്റ്റ് ബന്ധം ആരോപിച്ച് കേസെടുത്തു. രാജ്യദ്രോഹക്കുറ്റമാണ് ചുമത്തിയിരുന്നത്. സാഹചര്യ തെളിവുകൾ ചൂണ്ടിക്കാട്ടിയ കോടതി സെന്നിന് ജീവപര്യന്തം തടവ് ശിക്ഷ വിധിച്ചത് ഏറെ വിമർശനങ്ങൾ ക്ഷണിച്ചുവരുത്തിയിരുന്നു.

കൃഷി

അരിയാണ് പ്രധാന കാർഷികോൽപ്പന്നം. മധ്യേന്ത്യയിലെ അരിക്കിണ്ണം എന്ന പേരിലാണ് സംസ്ഥാനം അറിയപ്പെടുന്നത്. കാർഷികോൽപ്പാദനം നടക്കുന്ന ഭൂവിസ്തൃതിയുടെ 70%വും നെൽകൃഷിയാണ്. പരിപ്പ് വർഗങ്ങൾ, എണ്ണക്കുരുക്കൾ, പച്ചക്കറികൾ തുടങ്ങിയവയും കൃഷി ചെയ്യുന്നു. ഭൂപരിഷ്കരണം ശരിയായ രീതിയിൽ നടപ്പിലാക്കിയിട്ടില്ല. അതുകൊണ്ടുതന്നെ കാർഷികോൽപ്പാദനത്തിന്റെ നേട്ടം ഭൂപ്രഭുക്കളിൽ മാത്രമായി ഒതുങ്ങിനിൽക്കുകയാണ്.

വ്യവസായം

വ്യവസായമേഖലയുടെ അടിത്തറ ധാതുസമ്പത്താണ്. വമ്പൻ സ്റ്റീൽ, അലുമിനിയം, സിമന്റ് വ്യവസായങ്ങൾ സംസ്ഥാനത്തുണ്ട്. ഭിലായിയിലെ സ്റ്റീൽ പ്ലാന്റിൽ ഒരുവർഷം 36 ലക്ഷം ടൺ സ്റ്റീൽ ആണ് ഉൽപ്പാദിപ്പിക്കുന്നത്. ഒരുകാലത്ത് സംസ്ഥാനത്തെ പ്രമുഖ വ്യവസായങ്ങൾ പൊതുമേഖലയിലായിരുന്നു. എന്നാൽ ഇപ്പോൾ ധാതുസമ്പത്ത് സ്വകാര്യകമ്പനികൾക്ക് വ്യവസായങ്ങൾ ആരംഭിക്കുന്നതിനായി കൊടുത്തുകൊണ്ടിരിക്കുകയാണ്.

കല

ഛത്തീസ്ഗഢിലെ നാടോടിനൃത്തങ്ങളും നാടോടി സംഗീതവും പ്രസിദ്ധമാണ്. എല്ലാ ഗോത്രവർഗങ്ങൾക്കും തനത് കലാരൂപങ്ങൾ ഉണ്ട്. ഫാഗ്, ബാരാമസി തുടങ്ങിയ നാടോടി ഗാനങ്ങളും സായ്ല, കർമ, കാക്ക്സർ, ബെഗദ് പുട്ട്ണി തുടങ്ങിയ നൃത്തങ്ങളുമാണ് ഏറ്റവും ജന

പ്രിയം. മഹാഭാരതകഥകൾ പറഞ്ഞുകൊണ്ടുള്ള 'പാണ്ട് വാനി' ഗാനങ്ങൾ ഛത്തീസ്ഗഢിന്റെ സവിശേഷതയാണ്.

കണ്ടിരിക്കേണ്ട സ്ഥലം - ബസ്തർ

കേരളത്തെക്കാൾ വിസ്തൃതിയുള്ള ജില്ലയാണ് ചത്തീസ്ഗഢിലെ ബസ്തർ. ജുഗ്ദാർപ്പൂരാണ് തലസ്ഥാനം. ചത്തീസ്ഗഢിലെ ഗോത്രസം

ചിത്രകൂട് വെള്ളച്ചാട്ടം

സ്കാരം ബസ്തറിൽ വന്നാൽ അടുത്തറിയാം. ഗോണ്ട്സ്, മാറിയ, മുറിയ, ബൈസൺ, അബുജമാരിയ, ഹൾബൗ തുടങ്ങിയവയാണ് പ്രധാന ഗോത്ര സമൂഹങ്ങൾ. ഗ്രാമങ്ങളിലെ 'ഹാട്ട്സ്' എന്ന ഗോത്ര ചന്തകൾ പ്രസിദ്ധമാണ്. ഇന്ത്യയിലെ നയാഗ്ര എന്നറിയപ്പെടുന്ന ചിത്രകൂട് വെള്ളച്ചാട്ടം സഞ്ചാരികളെ ആകർഷിക്കുന്നു. ദണ്ഡേശ്വരി ക്ഷേത്രം, ബസ്തർ കൊട്ടാരം, കുട്ടുംസാർ, കൈലാഷ് ഗുഹകൾ, കാൻഗർ ദേശീയ ഉദ്യാനം, ഇന്ദ്രാവതി ദേശീയ ഉദ്യാനം തുടങ്ങിയവയാണ് പ്രധാന വിനോദസഞ്ചാരകേന്ദ്രങ്ങൾ.

ഛത്തീസ്ഗഢ് - കേരളീയം

ഭിലായ് സ്റ്റീൽ പ്ലാന്റ് ആരംഭിച്ചതോടെ അറുപതുകളിൽ മലയാളികളുടെ കുത്തൊഴുക്കു തന്നെ ഭിലായിലേക്ക് ഉണ്ടായി. ഛത്തീസ്ഗഢിൽ ഏറ്റവുമധികം മലയാളികൾ ജീവിക്കുന്നതും ഭിലായ് നഗരത്തിലാണ്. ഭിലായ് നഗരത്തിൽ മലയാളികളുടെ സാഹിത്യ സാംസ്കാരിക പ്രവർത്ത

നങ്ങൾ സജീവമാണ്. അരനൂറ്റാണ്ടിലേറെ പഴക്കമുള്ള ഒരു വലിയ ഗ്രന്ഥശാല ഇവിടെയുണ്ട്. രാമങ്കരി രാധാകൃഷ്ണൻ, സുധാകരൻ എന്നിവർ ചേർന്നിറക്കുന്ന *പ്രമദം* മാസിക ഏറ്റവും മികച്ച മറുനാടൻ മലയാളി പ്രസിദ്ധീകരണങ്ങളിലൊന്നാണ്. ഭിലായിൽ മുപ്പതിനായിരത്തോളം റായ്പ്പൂരിൽ അയ്യായിരത്തോളവും മലയാളികൾ ഉണ്ട്. റായ്പ്പൂർ കേരള സമാജത്തിന് കീഴിൽ 3 വിദ്യാലയങ്ങൾ പ്രവർത്തിക്കുന്നുണ്ട്. മൂന്നിടത്തും മലയാളം നിർബന്ധപാഠ്യവിഷയമാണ്.

റായ്പ്പൂർ കേരള സമാജം – എം വി ജോർജുകുട്ടി, പ്രസിഡന്റ്
– ഷാജി സെക്രട്ടറി

കേരളത്തിൽനിന്ന് ഛത്തീസ്ഗഢിലേക്കുള്ള ട്രെയിനുകൾ

6328 – തിരുവനന്തപുരം – കോർബ (തിങ്കൾ, വ്യാഴം)

പൊതുവിവരങ്ങൾ

തലസ്ഥാനം	–	റായ്പൂർ
ജില്ലകൾ	–	18
നിയമസഭാമണ്ഡലങ്ങൾ	–	90
ലോക്സഭാമണ്ഡലങ്ങൾ	–	11
രാജ്യസഭാ സീറ്റുകൾ	–	5
രൂപീകൃതമായ ദിവസം	–	2000 നവംബർ 1
ഔദ്യോഗിക ഭാഷ	–	ഹിന്ദി, ഛത്തീസ്ഗാർഹി
ജനസംഖ്യ	–	25540196
ജനസാന്ദ്രത	–	189%
വിസ്തീർണം	–	52199/Km^2

കാലാവസ്ഥ

വർഷകാലം	–	ജൂൺ – സെപ്തംബർ

വേനൽക്കാലം

ഉയർന്ന താപനില	–	48^0C
താഴ്ന്ന താപനില	–	22^0C

ശീതകാലം

ഉയർന്ന താപനില	–	23^0C
താഴ്ന്ന താപനില	–	4^0C

പ്രത്യേകതകൾ

* ധാതു പദാർഥങ്ങളിൽ സമ്പന്നം
* ഇന്ത്യയിൽ ഏറ്റവുമധികം മാവോയിസ്റ്റ് ആക്രമണങ്ങൾ നടക്കുന്ന പ്രദേശം - ദണ്ഡേവാഡ.
* ആർ എസ് എസിന്റെ നേതൃത്വത്തിൽ ഏറ്റവുമധികം ഗോത്രവർഗക്കാർ പുനഃമതപരിവർത്തനം ചെയ്യപ്പെട്ട പ്രദേശം.
* ഇന്ത്യയിലെ നയാഗ്ര എന്ന പേരിൽ അറിയപ്പെടുന്ന വെള്ളച്ചാട്ടം. ചിത്രകുട്.

സഹായനമ്പറുകൾ

പൊലീസ് കൺട്രോൾ റൂം (റായ്പൂർ)	–	0771 – 2331218 0771 – 2331228
റായ്പൂർ വിമാനത്താവളം	–	0771 – 2418391
റായ്പൂർ റെയിൽവെസ്റ്റേഷൻ	–	0771 – 2528130
ടൂറിസം ഇൻഫർമേഷൻ	–	0771 – 2221307 0771 – 2221204
ടൂറിസം വെബ്സൈറ്റ്	–	www.chhattisgarhtourism.net

20

മേഘാലയ

ഇന്ത്യയുടെ വടക്ക് കിഴക്കൻ മേഖലയിലെ മനോഹരമായ സംസ്ഥാനമാണ് മേഘാലയ. മേഘാലയ എന്നാൽ മേഘങ്ങളുടെ നാട് എന്നാണർഥം.

ചരിത്രം

മൂന്ന് മലനിരകളിൽ ജീവിക്കുന്ന മൂന്ന് ഗോത്രങ്ങൾ ചേർന്നതാണ് മേഘാലയ. ഗാരോ മലകളിൽ ഗാരോ ഗോത്രം. ഖാസി മേഖലകളിൽ ഖാസി ഗോത്രം. ജയിന്ത്യമലകളിൽ ജയിന്ത്യ ഗോത്രവർഗം. ബ്രിട്ടീഷുകാർ ആധിപത്യമുറപ്പിക്കുന്നതുവരെ ഭരിച്ചിരുന്നത് ഗോത്ര തലവന്മാരായിരുന്നു. 1835 ബ്രിട്ടീഷുകാർ മേഘാലയയെ ആസാമിൽ ചേർത്തു. എന്നാൽ അക്കാലത്തുതന്നെ ബ്രിട്ടീഷുകാർ മേഘാലയയ്ക്ക് പ്രത്യേക പദവി നൽകിയിരുന്നു. 1921 ൽ ഗാരോ, ഖാസി മലകൾ ഗവർണർ ജനറൽ പിന്നോക്ക പ്രദേശങ്ങളിൽ ഉൾപ്പെടുത്തി. 1947 ൽ സ്വാതന്ത്ര്യം ലഭിച്ചപ്പോൾ ആസാമിന്റെ ഭാഗമായിരുന്ന മേഘാലയ പ്രദേശത്തിന് സ്വയം ഭരണാധികാരം നൽകി. 1970 ഏപ്രിൽ 2 ന് സ്വയം ഭരണാധികാരമുള്ള സംസ്ഥാനം എന്ന പദവി നൽകി. ഭരണഘടനയുടെ 6–ാം പട്ടിക അനുസരിച്ച് 37അംഗ നിയമസഭ രൂപീകരിച്ചു. 1972 ജനുവരി 21 ന് പൂർണ സംസ്ഥാനമായി മേഘാലയ മാറി.

രാഷ്ട്രീയം

ഏറെ സവിശേഷതകളുള്ള രാഷ്ട്രീരംഗമാണ് മേഘാലയയുടേത്. 1970 ലായിരുന്നു ആദ്യനിയമസഭാ തിരഞ്ഞെടുപ്പ്. അന്നുമുതൽ ഇന്നേവരെ 24 സർക്കാറുകൾ സംസ്ഥാനം ഭരിച്ചു. 40 വർഷങ്ങൾക്കിടയിൽ 24

സർക്കാറുകൾ. ഒരോ സർക്കാറിന് ശരാശരി 2 വർഷത്തെ ആയുസ്സ് പോലുമില്ലെന്ന് ചുരുക്കം. ഡബ്ല്യൂ, എ സാഗ്മ ആയിരുന്നു ആദ്യ മുഖ്യമന്ത്രി 1970 മുതൽ 1976 വരെ എ പി എച്ച് എൽ സി എന്ന പാർട്ടിയായിരുന്നു സംസ്ഥാനം ഭരിച്ചത്. 1978 ൽ കോൺഗ്രസ് അധികാരത്തിൽ വന്നു. ഡബ്ലിയു എ സഗ്മ തന്നെ ആയിരുന്നു മുഖ്യമന്ത്രി. കോൺഗ്രസ് ഐ, എൻ സി പി, യു ഡി പി തുടങ്ങിയവയാണ് ഇപ്പോൾ സംസ്ഥാനത്തെ പ്രധാന പാർട്ടികൾ. കുതിരക്കച്ചവടവും രാഷ്ട്രീയ അസ്ഥിരതയും ഏറ്റവുമധികം നിലനിൽക്കുന്ന സംസ്ഥാനമാണിത്. ഇപ്പോൾ മറ്റൊരു കുപ്രസിദ്ധമായ റെക്കാർഡ് കൂടി സംസ്ഥാനത്തിനുണ്ട്. മുഖ്യമന്ത്രിക്ക് പുറമേ മുഖ്യമന്ത്രിയുടെ പദവിയുള്ള രണ്ടു മന്ത്രിമാർ കൂടി ഇപ്പോഴത്തെ മന്ത്രിസഭയിൽ ഉണ്ട്. മന്ത്രിസഭ താഴെ വീഴാതിരിക്കാൻ മറ്റ് മാർഗങ്ങൾ ഒന്നുമില്ലാത്തതുകൊണ്ടാണ് ഈ മുഖ്യമന്ത്രി പദം വീതംവയ്ക്കൽ.

ദേശീയ ശ്രദ്ധ പിടിച്ചു പറ്റിയ മേഘാലയ നേതാവ് പി എ സാഗ്മയാണ്. യൂത്ത് കോൺഗ്രസിലൂടെ ആയിരുന്നു രാഷ്ട്രീയ പ്രവേശനം. പിന്നീട് പി സി സി ജനറൽ സെക്രട്ടറി, ലോക്സഭാംഗം, മുഖ്യമന്ത്രി, കേന്ദ്രമന്ത്രി. ലോക്സഭാ സ്പീക്കർ തുടങ്ങിയ നിലകളിൽ ശ്രദ്ധേയനായി. എട്ടു തവണ ലോക്സഭാംഗമായിരുന്നു സോണിയാഗാന്ധിയെ കോൺഗ്രസ് അധ്യക്ഷയാക്കാനുള്ള തീരുമാനത്തിൽ പ്രതിഷേധിച്ച് കോൺഗ്രസ് വിട്ട് എൻ സി പി രൂപീകരിക്കാൻ നേതൃത്വം നൽകിയ നേതാവാണ് സാഗ്മ. പിന്നീട് ശരത് പവാറുമായി പിണങ്ങിയ അദ്ദേഹം മമതാബാനർജിയുടെ തൃണമൂൽ കോൺഗ്രസിൽ ചേർന്നു. 2009 ൽ വീണ്ടും എൻ സി പിയിൽ മടങ്ങിയെത്തി. രാഷ്ട്രീയ മലക്കം മറിച്ചിലുകൾക്കെല്ലാം ഇടയിൽ സാഗ്മ ബുദ്ധിപൂർവം മകൾ ആഗത സാഗ്മയെ സജീവ രാഷ്ട്രീയത്തിലിറക്കി ലോക്സഭാംഗവും കേന്ദ്ര സഹമന്ത്രിയുമാക്കി.

ഭൂമിശാസ്ത്രം

സംസ്ഥാനത്തിന്റെ 42.34 % പ്രദേശം വനമാണ്. 9,496 ചതുരശ്രകിലോമീറ്റർ വിസ്തൃതിയുള്ള പ്രദേശം വ്യത്യസ്തയിനം സസ്യ ജന്തുജാലങ്ങളാൽ സമ്പുഷ്ടമാണ്. സസ്യങ്ങളുടെ വൈവിധ്യത്തിൽ മേഘാലയത്തിലെ വനങ്ങൾ ഏഷ്യയിൽ ഒന്നാം സ്ഥാനത്താണ്. വനങ്ങൾക്കിടയിലെ വിശുദ്ധകാടുകൾ മേഘാലയയുടെ മാത്രം പ്രത്യേകതയാണ്. മതപരവും സാംസ്കാരികവുമായ വിശ്വാസങ്ങൾ നിലനിർത്തുന്നതിനായി വിശുദ്ധകാടുകൾ പരമ്പരാഗതമായി പരിപാലിച്ചുവരുന്നു. മേഘാലയയിൽ 325 ഇനം ഓർക്കിഡ് പുഷ്പങ്ങൾ ഉണ്ട്. മൗസ്മി, മൗമുല്ലഹ്, ഡൌഗ്റാരിം തുടങ്ങിയ വനങ്ങളിലാണ് വ്യത്യസ്തയിനം ഓർക്കിഡുകൾ ഉള്ളത്.

ഭൂമിക്കടിയിലെ ധാതുസമ്പുഷ്ടമായ പാറക്കൂട്ടങ്ങൾ മേഘാലയയുടെ ഭൂമിശാസ്ത്രത്തിന്റെ പ്രധാന പ്രത്യേകതയാണ്. കൽക്കരി, ചുണ്ണാമ്പ്, സിലിമനൈറ്റ് യുറേനിയം തുടങ്ങിയ ധാതുക്കളാൽ സംസ്ഥാനം സമ്പന്നമാണ്. ഡാറിങ്, സാൻഡ, ബാൻന്ദ്ര, ഭോഗായ്, സാരൻഗ്, സിംസാൻഗ്,

മുഖ്യമന്ത്രിമാർ		
പേര്	കാലാവധി	പാർട്ടി
ഡബ്ല്യിയൂ എ സംഗ്മ	1970 – 1972	എ പി എച്ച് എൽ സി
ഡബ്ല്യിയൂ എ സംഗ്മ	1972 (ജൂലൈ– മാർച്ച്)	എ പി എച്ച് എൽ സി
ഡബ്ല്യിയൂ എ സംഗ്മ	1978 – 1078	ഇന്ത്യൻ നാഷണൽ കോൺഗ്രസ്
ഡി ഡി പുഗ്	1978 – 1979	എ പി എച്ച് എൽ സി
ഡി ഡി പുഗ്	1979 (ഫെബ്രു – മെയ്)	എ പി എച്ച് എൽ സി
ബി ബി ലിൻഗ്ഥോ	1979 – 1981	എ പി എച്ച് എൽ സി
ഡബ്ല്യിയു എ സാൻഗ്മ	1981 – 1983	ഇന്ത്യൻ നാഷണൽ കോൺഗ്രസ്
ബി ബി ലൽഗ്ഥോ	1983 (മാർച്ച് 2 മാർച്ച് 31)	എ പി എച്ച് എൽ സി
ഡബ്ല്യിയൂ എ സാൻഗ്മ	1989 – 1988	ഇന്ത്യൻ നാഷണൽ കോൺഗ്രസ്
പി എ സാൻഗ്മ	1988 – 1990	ഇന്ത്യൻ നാഷണൽ കോൺഗ്രസ്
ബി ബി ലിഥ്ഥോ	1990 – 1991	എച്ച് പി യു
ഡി ഡി ലപാങ്	1992 – 1993	ഇന്ത്യൻ നാഷണൽ കോൺഗ്രസ്
എസ് സി മാർക്ക്	1993 – 1998	ഇന്ത്യൻ നാഷണൽ കോൺഗ്രസ്
ബി ബി ലിൻഗ്ഥോ	1998 – 2000	യു ഡി പി
ഇ കെ മാലോങ്	2000 – 2001	യു ഡി പി
എഫ് എ കോൺഗ്ലാം	2001 – 2003	യു ഡി പി
ഡി ഡി ലപാംഗ്	2003 – 2006	ഇന്ത്യൻ നാഷണൽ കോൺഗ്രസ്
ജെ ഡി റൈംഭായ്	2006 – 2007	ഇന്ത്യൻ നാഷണൽ കോൺഗ്രസ്
ഡി ഡി ലപാങ്	2007 – 2008	ഇന്ത്യൻ നാഷണൽ കോൺഗ്രസ്
ഡി ഡി ലപാങ്	2008 മാർച്ച് 4 മാർച്ച് 14	ഇന്ത്യൻ നാഷണൽ കോൺഗ്രസ്
ഡോൺകുപ്പർ റോയ്	2008 – 2009	യു ഡി പി
ഡിഡി ലപാങ്	2009 – 2010	ഇന്ത്യൻ നാഷണൽ കോൺഗ്രസ്
മുകുൾ സംഗ്മ	2010 – 2012	ഇന്ത്യൻ നാഷണൽ കോൺഗ്രസ്

നൈതായ്, ഭൂപായ്, ഉംക്രി, ദിഗ്രന, യുമിയാം, ജസുക്കാട്ട, മൗപ്പ, ഉമിയു ബരപ്പാനി, വൈൻഗോട്ട് തുടങ്ങിവയവാണ് സംസ്ഥാനത്തെ പ്രധാന നദികൾ. സംസ്ഥാനത്തിന്റെ പടിഞ്ഞാറൻ മേഖല ഗാരോമലനിരകൾ, കിഴ

ക്കൻ മേഖല ജയിന്ത്യ മലകൾ, മധ്യമേഖല ഖാസി മലകൾ. മേഘാലയയിലെ ഏറ്റവും ഉയരം കൂടിയ പ്രദേശത്താണ് ഷില്ലോങ് നഗരം സ്ഥിതി ചെയ്യുന്നത്. ഉയരം 1961 മീറ്റർ.

വേനൽക്കാലത്ത് സംസ്ഥാനത്തെ ഉയർന്നതാപനില 29^{0}C. കുറഞ്ഞ താപനില 18^{0}C. ശീതകാലത്ത് ഉയർന്ന താപനില 24^{0}C. താഴ്ന്ന താപനില 1^{0}C. ജൂൺ മുതൽ സെപ്തംബർ വരെയാണ് വർഷകാലം.

കൃഷി

മേഘാലയയുടേത് കാർഷിക സമ്പദ്‌വ്യവസ്ഥയാണ്. ജനസംഖ്യയിലെ മൂന്നിൽ രണ്ടു വിഭാഗവും കാർഷികമേഖലയിലാണ് തൊഴിലെടുക്കുന്നത്. എന്നാൽ കാർഷികമേഖലയിൽ തൊഴിലെടുക്കുന്നവരിലെ ഭൂരിഭാഗവും പാവപ്പെട്ടവരാണ്. നെല്ലാണ് പ്രധാന കാർഷികോൽപ്പന്നം. ഉൽപ്പാദിപ്പിച്ചിരിക്കുന്ന ഭക്ഷ്യധാന്യങ്ങളിലെ 80 % അരിയാണ്. ഗോതമ്പ്, ചോളം, പരിപ്പ്, കടുക്, സോയാബീൻ, എണ്ണക്കുരുക്കൾ, പരുത്തി, ചണം, പച്ചക്കറികൾ, പഴങ്ങൾ, പുഷ്പങ്ങൾ, സുഗന്ധവ്യഞ്ജനങ്ങൾ, ഔഷധസസ്യങ്ങൾ, തേയില, കാപ്പി തുടങ്ങിയവയാണ് മറ്റ് പ്രധാന കാർഷികോൽപ്പന്നങ്ങൾ.

വ്യവസായം

വ്യാവസായിക മേഖലയിൽ സംസ്ഥാനം പിറകിലാണ്. അടിസ്ഥാന സൗകര്യങ്ങളുടെ അപര്യാപ്തതയാണ് പ്രധാന പ്രശ്നം. സംസ്ഥാനത്തെ ധാതുസമ്പത്തുക്കൾ ശരിയായ രീതിയിൽ വിനിയോഗിക്കാൻ സാധിച്ചിരുന്നില്ല. എന്നാൽ ഇപ്പോഴാവട്ടെ, ഈ മേഖലയിൽ വൻകിട സ്വകാര്യ വ്യവസായികൾ സമ്പൂർണ ആധിപത്യം സ്ഥാപിച്ചിരിക്കുന്നു.

ടൂറിസം

ടൂറിസമാണ് സംസ്ഥാനത്തെ പ്രധാന വ്യവസായം. വടക്ക് കിഴക്കൻ സംസ്ഥാനങ്ങളിൽ ടൂറിസം സാധ്യതകൾ ഏറ്റവും ക്രിയാത്മകമായി വിനിയോഗിക്കുന്ന സംസ്ഥാനമാണ് മേഘാലയ.

സാമൂഹ്യാവസ്ഥ

ക്രിസ്ത്യൻ ഭൂരിപക്ഷ സംസ്ഥാനമാണ്. ജനസംഖ്യയിൽ 70.3 ശതമാനം ക്രിസ്ത്യാനികൾ 13.3 ശതമാനം ഹിന്ദുക്കൾ. 4.3 ശതമാനം മുസ്ലിങ്ങൾ. ഗോത്രവിഭാഗങ്ങളിൽ ഖാസികൾ 49 ശതമാനം, ഗാരോകൾ 34 ശതമാനം ഇതിനു പുറമേ ജനസംഖ്യയിലെ 4 ശതമാനം നേപ്പാളികളും 2.5 ശതമാനം ബംഗാളികളും 2.3 ശതമാനം ഷായ്ക്കുകളും 2.8 ശതമാനം കോച്ചുകളും 1.8 ശതമാനം ഹജോംഗുകളും 6.4 ശതമാനം മറ്റുള്ളവരുമാണ്.

ലോകത്തെ ഏറ്റവും സ്ത്രീകേന്ദ്രീകൃതമായ ഗോത്രവർഗങ്ങളായാണ് മേഘാലയയിലെ ഗോത്രവർഗങ്ങൾ അറിയപ്പെടുന്നത്. ഖാസികൾക്കും ഗാരോകൾക്കുമിടയിൽ പുരാതന കാലം തൊട്ട് ജനാധിപത്യ വ്യവസ്ഥിതിയിൽ അധിഷ്ഠിതമായ പ്രാദേശിക ഭരണകൂടങ്ങൾ ഉണ്ടായിരുന്നു. ഖാസി ഗ്രാമങ്ങളിലെ ഗ്രാമസഭകൾ പ്രസിദ്ധമാണ്. ദുർബാർകുർ എന്ന പേരിലറിയപ്പെടുന്ന ഗ്രാമസഭയുടെ തലവനെ ഗ്രാമീണർ ജനാധിപത്യ രീതിയിലാണ് തിരഞ്ഞെടുത്തിരുന്നത്. ഗ്രാമത്തിലെ ശുചീകരണം, ജലവിതരണം, ആരോഗ്യപരിപാലനം, വിദ്യാഭ്യാസം, തർക്കപരിഹാരം തുടങ്ങിയ മേഖലകളെല്ലാം ദുർബാർകുറിന്റെ പൂർണ നിയന്ത്രണത്തിലായിരുന്നു. താഴെത്തട്ടിലുള്ള ദുർബാർ കുറുകളുടെ പ്രവർത്തനങ്ങൾക്ക് മേൽനോട്ടം വഹിക്കുന്നതിനായി മുകളിൽ മറ്റൊരു സമതിയുണ്ട്. ഫെയ്ദ് ദുർബാർ ദുർബാറുകളുടെ പ്രവർത്തനങ്ങൾക്ക് മേൽനോട്ടം വഹിക്കുന്നതിനായി മറ്റൊരു സമിതി – സയിംഷിപ്പ്. സയിംഷിപ്പുകളുടെ തലവനാണ് സയിം. സയിം ആണ് ഖാസികളുടെ അത്യുന്നത നേതാവ്. പാർലമെന്റ് പോലെ നിയമസഭപോലെ സയിം അധ്യക്ഷനായി ചേരുന്ന ഉന്നത ജനസഭയാണ് ദുർബാർ ഹിമ. ഇതിന് സമാനമായ സമ്പ്രദായം ജയിന്ത്യ മലനിരകളിൽ താമസിക്കുന്ന ഗോത്രവർഗക്കാർക്കിടയിലുമുണ്ട്. ഏറ്റവും താഴെത്തട്ടിൽ ഗ്രാമാധിപൻ. മുകളിൽ ദോളോയ്സ്. ദോളോയ്സിന് മുകളിൽ റെയ്ഡ്സ്. ഏറ്റവും മുകളിൽ മുഖ്യഭരണാധികാരിയായ സെയിം. ലോകത്തെ ജനാധിപത്യ വ്യവസ്ഥിതിയുടെ തുടക്കം ഖാസി, ജയിന്ത്യ മലനിരകളിൽ നിന്നാണെന്ന് വിശ്വസിക്കുന്നവർ ഇവിടെ ഏറെയുണ്ട്. സ്ത്രീകൾക്ക് വോട്ടവകാശം ഉണ്ടായിരുന്നില്ല എന്നതാണ് ഖാസി, ജയിന്ത്യ ജനാധിപത്യ വ്യവസ്ഥിതിയുടെ ഏറ്റവും വലിയ പോരായ്മ. സ്ത്രീ കേന്ദ്രീകൃതസമൂഹത്തിൽ പോലും അധികാര മേൽക്കോയ്മ എന്ന വിഷയം വരുമ്പോൾ സ്ത്രീകൾ അവഗണിക്കപ്പെടുന്നു. ഗോത്രവർഗക്കാരുടെ വിവാഹങ്ങൾക്ക് ഏറെ പ്രത്യേകതകൾ ഉണ്ട്. ഇവിടെ വിവാഹം കഴിഞ്ഞാൽ സ്ത്രീ പുരുഷന്റെ വീട്ടിലേക്കല്ല, പുരുഷൻ സ്ത്രീയുടെ വീട്ടിലേക്കാണ് പോവുന്നത്. കുടുംബജീവിതം ഭാര്യയുടെ വീട്ടിലാണ്. സ്വത്തിന് മേലുള്ള അവകാശവും അധികാരവും പുരുഷനല്ല. സ്ത്രീക്കാണ്. അച്ഛനമ്മമാർക്ക് ഒന്നിലധികം പെൺമക്കൾ ഉണ്ടെങ്കിൽ ഏറ്റവും അധികാരം ലഭിക്കുക ഇളയമകൾക്കായിരിക്കും. അച്ഛനമ്മമാരെ പരിപാലിക്കുന്നതിനായുള്ള ചുമതലയും ഇളയമകൾക്കു തന്നെ.

സ്ത്രീയുടെ അവകാശങ്ങളും അധികാരങ്ങളും ഉടമസ്ഥവകാശം, കുടുംബഭരണം തുടങ്ങിയവയിൽ മാത്രമായി ഒതുങ്ങിനിൽക്കുന്നില്ല. മേഘാലയയിൽ സ്ത്രീപീഡനങ്ങൾ നന്നേ കുറവായിരുന്നു. ഏത് പാതിരാത്രിയിലും സ്ത്രീക്ക് ധൈര്യമായി പുറത്തിറങ്ങി നടക്കാം. ആരും അവളെ മാനഭംഗപ്പെടുത്താൻ ധൈര്യം കാണിക്കില്ല. ഇതെല്ലാമാണ് മേഘാലയയിലെ സ്ത്രീകളുടെ യശസ്സുയർത്തിയത്.

ഭക്ഷണങ്ങൾ

അരിയാണ് പ്രധാന ആഹാരം. മാംസാഹാര പ്രിയരാണ്. അരിയും പന്നി ഇറച്ചിയും ചേർത്ത് വേവിച്ച് ഉണ്ടാക്കുന്ന ജദോഹ് ആണ് ഏറ്റവും ജനപ്രിയമായ ഭക്ഷണം. കയാട്ട് ആണ് മറ്റൊരു സ്വാദിഷ്ഠമായ ഭക്ഷണം. ചൈനീസ് ഭക്ഷണങ്ങൾക്കും നല്ല പ്രിയമാണ്.

കല

ഗാരോ, ഖാസി, ജയിന്ത്യ ഗോത്രവർഗങ്ങൾക്ക് പ്രത്യേക നൃത്തങ്ങളും ഗാനങ്ങളും ഉണ്ട്. മേഘാലയയിലെ നാടോടിനൃത്തങ്ങൾ ആനന്ദദായകമാണ്. വാൻഗാള നൃത്തം, ദൊരിഗാട്ടെ നൃത്തം, നോൻഗ് ക്രേം നൃത്തം തുടങ്ങിയവയാണ് പ്രധാന നൃത്തങ്ങൾ.

ആഘോഷങ്ങൾ

ക്രിസ്തുമസാണ് ഏറ്റവും സജീവമായ ആഘോഷം. ഓരോ ഗോത്രങ്ങൾക്കും പ്രാദേശിക തലത്തിൽ പ്രത്യേക ആഘോഷങ്ങൾ ഉണ്ട്. കൃഷിയിടങ്ങളിൽ വിത്ത് പാകിയതിന് ശേഷം നടക്കുന്ന ബെഹ്ഡിയൻ ഖലാം എന്ന ആഘോഷം കാണാൻ ഏറെ സഞ്ചാരികൾ എത്താറുണ്ട്.

കണ്ടിരിക്കേണ്ട സ്ഥലം - ചിറാപുഞ്ചി

സമുദ്രനിരപ്പിൽനിന്ന് 4500 മീറ്റർ ഉയരത്തിൽ സ്ഥിതി ചെയ്യുന്ന പ്രദേശമാണ് ചിറാപുഞ്ചി. ലോകത്ത് ഏറ്റവുമധികം മഴ പെയ്യുന്ന പ്രദേശം,

ചിറാപുഞ്ചി

എപ്പോഴും മഴപെയ്യുന്ന പ്രദേശം തുടങ്ങിയ റെക്കാർഡുകൾ ചിറാപ്പുഞ്ചിക്ക് ഉണ്ടായിരുന്നു. ഈ സ്ഥാനങ്ങളെല്ലാം ഇപ്പോൾ നഷ്ടപ്പെട്ടിരിക്കുന്നു. ചിറാപ്പുഞ്ചിയിലെ വെള്ളച്ചാട്ടമാണ് പ്രധാന കാഴ്ച. സമീപത്തുള്ള ഗുഹകളും സഞ്ചാരികളെ ആകർഷിക്കുന്നു.

തലസ്ഥാനമായ ഷില്ലോങ്ങിൽനിന്ന് 60 കിലോമീറ്റർ റോഡ്മാർഗം യാത്രചെയ്താൽ ചിറാപ്പുഞ്ചിയിലെത്താം. ഗുവാഹട്ടിയാണ് തൊട്ടടുത്ത വിമാനത്താവളം. അടുത്തുള്ള റെയിൽവെ സ്റ്റേഷനും ഗുവാഹട്ടിതന്നെ.

പ്രധാന വിനോദസഞ്ചാര കേന്ദ്രങ്ങൾ

ചിറാപ്പുഞ്ചി	-	ലോകത്ത് ഏറ്റവും മഴ ലഭിച്ചിരുന്ന പ്രദേശം. ചിറാപ്പുഞ്ചിയിലെ വെള്ളച്ചാട്ടം പ്രസിദ്ധമാണ്.
ഷില്ലോങ്	-	തലസ്ഥാനം, മ്യൂസിയം, വെള്ളച്ചാട്ടം, തടാകം, കൈത്തറി ബസാർ
തുറ	-	സുഖവാസ കേന്ദ്രം
ജാക്ക്രെം	-	ഭൂമിക്കടിയിൽനിന്ന് ചൂടുവെള്ള പ്രവാഹമുള്ള സ്ഥലം
ജൊവായ്	-	സുഖവാസ കേന്ദ്രം
മൗഫ്ലാങ്	-	സുഖവാസ കേന്ദ്രം

പൊതുവിവരങ്ങൾ

തലസ്ഥാനം	-	ഷില്ലോങ്
ജില്ലകൾ	-	7
നിയമസഭാമണ്ഡലങ്ങൾ	-	60
ലോക്സഭാമണ്ഡലങ്ങൾ	-	2
രാജ്യസഭാ സീറ്റുകൾ	-	2
രൂപീകൃതമായ ദിവസം	-	1975 ജനുവരി 21
ഔദ്യോഗിക ഭാഷ	-	ഖാസി, ഗാരോ, പനാർ, ഹിന്ദി, ഇംഗ്ലീഷ്
ജനസംഖ്യ	-	2964007
ജനസാന്ദ്രത	-	132/Km^2
വിസ്തീർണം	-	227293/Km^2
സമയമേഖല	-	ഐ എസ് ടി (യു ടി സി + 5.30)
സാക്ഷരത	-	75.48%
റോഡ് ഗതാഗതം	-	8391 കിലോമീറ്റർ
ഹെലിപ്പോർട്ട്	-	ഷില്ലോങ്, തുറ

പ്രത്യേകതകൾ

1. സ്ത്രീകേന്ദ്രീകൃത ഗോത്രസമൂഹങ്ങൾ – ഖാസി ഗാരോ
2. ഒരേസമയം മൂന്നുമന്ത്രിമാർക്ക് മുഖ്യമന്ത്രി പദവിയുള്ള സംസ്ഥാനം
3. കുറഞ്ഞ കാലയളവിൽ ഏറ്റവുമധികം മുഖ്യമന്ത്രിമാരുള്ള സംസ്ഥാനം
   (40 വർഷങ്ങൾക്കിടയിൽ 24 മുഖ്യമന്ത്രിമാർ)
4. വനങ്ങൾക്കിടയിൽ 'വിശുദ്ധ കാടുകൾ' ഉള്ള സംസ്ഥാനം.
5. ലോകത്ത് ഏറ്റവും മഴ പെയ്തിരുന്ന പ്രദേശം – ചിറാപുഞ്ചി
6. ഭൂമിക്കടിയിൽ വൻതോതിൽ യുറേനിയം നിക്ഷേപമുള്ള സംസ്ഥാനം.

സഹായകനമ്പറുകൾ

പൊലീസ് കൺട്രോൾ റൂം	–	100 (ടോൾ ഫ്രീ)
		0364 – 2222277
അഗ്നിശമന സേനാവിഭാഗം	–	0364 – 2227000
ട്രാഫിക്	–	0364 – 2223451
കുട്ടികളുടെ സുരക്ഷ	–	1098 (ടോൾഫ്രീ)
പൊലീസ് വെബ്സൈറ്റ്	–	www.meghpol.nic.in
ടൂറിസം ഇൻഫർമേഷൻ	–	0364–2226102
		0364 – 2226054
ടൂറിസം വെബ്സൈറ്റ്	–	www.megtourism.gov.in

21

മണിപ്പൂർ

മീഥേയി വിഭാഗത്തിൽപ്പെട്ടവരാണത്രെ മണിപ്പൂരിലെ ആദിമനിവാസികൾ. വൈഷ്ണവ ഭക്തരായിരുന്നു ഇവർ. മീഥേയികളുടെ ഭാഷയാണ് മണിപ്പൂരി. മണിപ്പൂരി ഭാഷ സംസാരിക്കുന്നവർ ജീവിച്ചിരുന്ന പ്രദേശം മണിപ്പൂർ എന്ന പേരിൽ അറിയപ്പെട്ടു.

ചരിത്രം

1891 വരെ മണിപ്പൂരിൽ സമ്പൂർണ രാജഭരണമായിരുന്നു. 1891 ൽ ബ്രിട്ടീഷുകാർ മണിപ്പൂരിൽ ആധിപത്യമുറപ്പിച്ചു. രണ്ടാം ലോക മഹായുദ്ധകാലത്ത് മണിപ്പൂർ യുദ്ധക്കളമായി മാറി. ജപ്പാൻ പട്ടാളവും ബ്രിട്ടീഷ് പട്ടാളവും ഇവിടെവച്ച് ഏറ്റുമുട്ടി. തുടക്കത്തിൽ മുന്നേറിയ ജപ്പാൻ സൈന്യത്തിന് പക്ഷേ ഇംഫാൽ പിടിച്ചെടുക്കാനായില്ല. ഇംഫാലിൽ ബ്രിട്ടീഷ് സൈന്യം നേടിയ വൻവിജയം രണ്ടാം ലോകമഹായുദ്ധത്തിൽ ത്തന്നെ നിർണായകമായി.

യുദ്ധത്തിന് ശേഷം 1947 ൽ മണിപ്പൂർ ഭരണഘടനാചട്ടം പാസാക്കി. ഭരണഘടനയനുസരിച്ച് മണിപ്പൂർ മഹാരാജാവായിരുന്നു ഭരണത്തലവൻ. അദ്ദേഹത്തിന് കീഴിൽ ജനാധിപത്യ രീതിയിൽ തിരഞ്ഞെടുക്കപ്പെട്ട നിയമനിർമാണസഭയും നിലവിൽ വന്നു. എന്നാൽ പരിമിത ജനാധിപത്യമെന്ന പേരിൽ നടന്നത് രാജഭരണം തന്നെയായിരുന്നു. ഇതിനെതിരെ പ്രതിഷേധം ശക്തമായി. 1949 ൽ മണിപ്പൂർ മഹാരാജാവ് ബോധിചന്ദ്രൻ വിശാല ആസാമിന്റെ തലസ്ഥാനമായ ഷില്ലോങ്ങിലെത്തി രാജ്യത്തെ ഇന്ത്യയിൽ ലയിപ്പിക്കുന്നതിനായുള്ള ഉടമ്പടിയിൽ ഒപ്പുവച്ചു. 1956 ൽ മണിപ്പൂർ കേന്ദ്രഭരണ പ്രദേശവും 1972 ൽ സംസ്ഥാനവുമായി മാറി.

രാഷ്ട്രീയം

60 അംഗ നിയമസഭയാണ് മണിപ്പൂരിലേത്. ലോക്സഭയിലേക്ക് രണ്ടും രാജ്യസഭയിലേക്ക് ഒന്നും അംഗങ്ങളെ തിരഞ്ഞെടുത്തയയ്ക്കുന്നു. കോൺഗ്രസ് (ഐ), മണിപ്പൂർ സ്റ്റേറ്റ് കോൺഗ്രസ് പാർട്ടി, മണിപ്പൂർ പീപ്പിൾസ് പാർട്ടി, മണിപ്പൂർ യുണൈറ്റഡ് ഫ്രണ്ട്, മണിപ്പൂർ ഹിൽസ് യൂണിയൻ, ഐക്യ ജനതാദൾ, സി പി ഐ തുടങ്ങിയവയാണ് സംസ്ഥാനത്തെ പ്രധാന പാർട്ടികൾ.

മണിപ്പൂർ രാഷ്ട്രീയത്തിന് ഏറെ സവിശേഷതകൾ ഉണ്ട്. 1963 മുതൽ 2010 വരെ 20 സർക്കാറുകൾ മണിപ്പൂർ ഭരിച്ചിട്ടുണ്ട്. 2002 മാർച്ചിൽ അധികാരത്തിൽ വന്ന ഒക്രാം ഇബോബി സിങ്ങാണ് 5 വർഷ കാലാവധി തികച്ച ഏക മുഖ്യമന്ത്രി. ഇന്ത്യയുടെ രാഷ്ട്രീയ ചരിത്രത്തിൽ ഏറ്റവുമധികം തവണ രാഷ്ട്രപതിഭരണം ഏർപ്പെടുത്തിയ സംസ്ഥാനവും മണിപ്പൂരാണ്. 10 തവണ. രാഷ്ട്രീയ അസ്ഥിരത, കുതിരക്കച്ചവടം, തട്ടിക്കൊണ്ട് പോകൽ, രാഷ്ട്രീയ നേതാക്കളുടെ മാഫിയാബന്ധം തുടങ്ങിയവയെല്ലാമാണ് മണിപ്പൂർ രാഷ്ട്രീയത്തിന്റെ മുഖമുദ്രകൾ.

മായ്രെംഭാം കൊയ്രങ് സിങ് ആണ് ആദ്യത്തെ മുഖ്യമന്ത്രി. അദ്ദേഹം 3 തവണ സംസ്ഥാനം ഭരിച്ചു. കോൺഗ്രസ് നേതാവ് രാജ്കുമാർ ദൊരേന്ദ്രസിങ്ങും മൂന്നു തവണ മുഖ്യമന്ത്രിയായി. മുഹമ്മദ് അലിയുദ്ദീൻ ഒരു തവണ കോൺഗ്രസ് സർക്കാരിലും മറ്റൊരു തവണ മണിപ്പൂർ പീപ്പിൾസ് പാർട്ടി സർക്കാറിലും മുഖ്യമന്ത്രിയായി. 2002 മാർച്ചിൽ അധികാരത്തിൽ വന്ന ഒക്രാം ഇബോബി സിംഗാണ് ഏറ്റവുമധികം കാലം മുഖ്യമന്ത്രി സ്ഥാനത്തിരുന്ന നേതാവ്.

2012 ലെ നിയമസഭാ തിരഞ്ഞെടുപ്പിൽ കോൺഗ്രസ് മികച്ച പ്രകടനം കാഴ്ചവച്ചു. 60 ൽ 42 സീറ്റുകൾ നേടിയ കോൺഗ്രസിന് തനിച്ച് ഭൂരിപക്ഷം ലഭിച്ചു. ഒക്രാം ഇബോബി സിങ്ങ് മുഖ്യമന്ത്രിയായി.

ഭൂമിശാസ്ത്രം

വടക്ക് കിഴക്കിലെ 7 സഹോദരികളിൽ ഒരുവളാണ് മണിപ്പൂർ. നാഗാലാന്റ്, മിസോറാം, ആസാം, ബർമ എന്നിവയാണ് അയൽപ്രദേശങ്ങൾ. സംസ്ഥാനത്തിന്റെ 64 % പ്രദേശം വനഭൂമിയാണ്. തേക്ക്, പൈൻ, ഓക്ക്, മുള തുടങ്ങിയ വൃക്ഷങ്ങൾ മണിപ്പൂർ വനങ്ങളെ നിബിഡമാക്കുന്നു. ബരാക്ക്, മണിപ്പൂർ, യു ലാൻവി തുടങ്ങിയവയാണ് പ്രധാന നദികൾ.

വേനൽക്കാലത്ത് 29^0C വരെ താപനില ഉയരും. വേനൽക്കാലത്തെ കുറഞ്ഞ താപനില 14^0C ആണ്. ശീതകാലത്തെ ഉയർന്ന താപനില 25^0C. താഴ്ന്ന താപനില 7^0C മെയ് മുതൽ ഒക്ടോബർ വരെയാണ് വർഷകാലം. ശരാശരി 1467.5 മില്ലി മീറ്റർ മഴ ലഭിക്കാറുണ്ട്.

കർഷക, തൊഴിലാളി മുന്നേറ്റങ്ങൾ

ഒരു കാലത്ത് കർഷകരുടെയും കർഷകത്തൊഴിലാളികളുടെയും വൻ പ്രക്ഷോഭങ്ങളാൽ പ്രകമ്പനംകൊണ്ട പ്രദേശമായിരുന്നു മണിപ്പൂർ. ഹൈജാം ഇറാബോട്ടായിരുന്നു സമരങ്ങൾക്ക് നേതൃത്വം നൽകിയിരുന്നത്. മണിപ്പൂരിൽ കമ്യൂണിസത്തിന്റെ വിത്ത് പാകിയതും ഇദ്ദേഹമായിരുന്നു. സംസ്ഥാനത്തെ കമ്യൂണിസ്റ്റ് പ്രസ്ഥാനത്തിന് മാത്രമല്ല, മണിപ്പൂരി സാഹിത്യം, പത്രപ്രവർത്തനം, നാടകം തുടങ്ങിയ മേഖലകളിലെല്ലാം ഹൈജാം നിത്യസാന്നിധ്യമായിരുന്നു. മണിപ്പൂർ രാജാവ് ചുരാചന്ദിന്റെ ജ്യേഷ്ഠൻ എം കെ ചന്ദ്രദാസിന്റെ മകൾ രാജകുമാരി ഘോംഡോൺസനയായിരുന്നു ഹൈജാമിന്റെ ഭാര്യ. പക്ഷേ, രാജഭരണത്തിനെതിരെ ശബ്ദമുയർത്തിക്കൊണ്ടാണ് അദ്ദേഹത്തിന്റെ രാഷ്ട്രീയ ജീവിതം ആരംഭിച്ചത്. പിന്നീട് ബ്രിട്ടീഷുകാർക്കെതിരെ സമൂഹത്തിലെ ഏറ്റവും താഴെത്തട്ടിലുള്ളവരെ അണിനിരത്തിക്കൊണ്ട് അദ്ദേഹം വൻ പ്രക്ഷോഭങ്ങൾ നടത്തി. പ്രകോപനപരമായ പ്രസംഗം നടത്തിയെന്ന കാരണം പറഞ്ഞ് 1940 ഹൈജാമിനെ ജയിലിലടച്ചു. 3 വർഷക്കാലം ഇംഫാൽ, സൈൽഹെട്ട് ജയിലുകളിൽ തടവിൽ പാർപ്പിച്ചു. സൈൽഹെട്ട് ജയിലിൽ വെച്ച് കമ്യൂണിസ്റ്റ് നേതാക്കളുമായി അദ്ദേഹം സമ്പർക്കം പുലർത്തി. 1943 ൽ ഒരു അടിയുറച്ച കമ്യൂണിസ്റ്റുകാരനായാണ് അദ്ദേഹം ജയിലിൽ നിന്ന് പുറത്തിറങ്ങിയത്. മണിപ്പൂരിലെ കർഷകർ, തേയിലത്തൊഴിലാളികൾ തുടങ്ങിയവർക്കിടയിൽ പ്രവർത്തിച്ചു.

ഇന്ത്യൻ കമ്യൂണിസ്റ്റ് പാർട്ടിയുടെ ആദ്യത്തെ പാർട്ടി കോൺഗ്രസിൽ അദ്ദേഹം പങ്കെടുത്തു. കർഷക സംഘടനയായ കിസാൻ സഭ, സാംസ്കാരിക സംഘടനയായ സ്വദേശ് ഗാനർദൾ തുടങ്ങിയവ അദ്ദേഹം മണിപ്പൂരിൽ രൂപീകരിച്ചു. കമ്യൂണിസ്റ്റുകാരനാണെന്ന കാരണം പറഞ്ഞാണ് ഹൈജാമിനെ രണ്ടാമത് ജയിലിലടച്ചത്. ഒരു വർഷക്കാലം സിൽച്ചർ ജില്ലാ ജയിലിൽ പാർപ്പിച്ചു. പുറത്തുവന്ന ഹൈജാമിന് പക്ഷേ മണിപ്പൂരിൽ പ്രവേശിക്കാൻ അനുമതി നൽകിയില്ല. അതോടെ അദ്ദേഹത്തിന്റെ പ്രവർത്തന മേഖല ആസാമായി. ആസാം കിസാൻസഭ, സി പി ഐ ആസാം പ്രൊവിൻഷ്യൽ കമ്മിറ്റി, ആസാം സ്റ്റുഡന്റ് ഫെഡറേഷൻ തുടങ്ങിയ സംഘടനകളിൽ പ്രവർത്തിച്ചു. 1946 ൽ മണിപ്പൂരിൽ പ്രവേശിക്കാൻ സർക്കാർ അനുമതി നൽകിയതോടെ അദ്ദേഹത്തിന്റെ പ്രവർത്തന മേഖല വീണ്ടും മണിപ്പൂരായി. 1948 ആഗസ്റ്റ് 23ന് മണിപ്പൂരിൽ കമ്യൂണിസ്റ്റ് പാർട്ടി രൂപീകരിച്ചു. 1948 ൽ നടന്ന നിയമസഭാ തിരെഞ്ഞെടുപ്പിൽ കിസാൻ സഭയുടെ സ്ഥാനാർഥിയായി തിരഞ്ഞെടുക്കപ്പെട്ട ഹൈജാം ഉട്ട്ലൗ മണ്ഡലത്തിൽ നിന്ന് വിജയിച്ചു. എന്നാൽ 1948 ഒക്ടോബർ 18ന് ചേർന്ന ആദ്യ നിയമസഭാ സമ്മേളനത്തിൽ അദ്ദേഹത്തിന് പങ്കെടുക്കാനായില്ല. ഹൈജാം സമ്മേളനത്തിൽ പങ്കെടുക്കാനായെത്തിയാൽ നിയമസഭാ മന്ദിരത്തിന് മുന്നിൽവെച്ച് അറസ്റ്റ് ചെയ്യാൻ സർക്കാർ തീരുമാനിച്ചിരുന്നു. അറസ്റ്റ് ഒഴിവാക്കുന്നതിനായി അദ്ദേഹം സമ്മേളന

ത്തിൽനിന്ന് വിട്ടുനിന്നു. പിന്നീട് വടക്ക് കിഴക്കിലെ വിവിധ പ്രദേശങ്ങളിൽ കമ്യൂണിസ്റ്റ് പാർട്ടിയെ വളർത്താനുള്ള പ്രവർത്തനങ്ങളിൽ ഏർപ്പെട്ടു. ഹൈജാം ഇറാബോട്ടിന്റെ മരണത്തോടെ മണിപ്പൂരിലെ കമ്യൂണിസ്റ്റ് പാർട്ടി ദുർബലമായി. 1964 ൽ പാർട്ടി പിളർന്നപ്പോൾ ബഹുഭൂരിഭാഗം നേതാക്കളും സി പി ഐ യിൽ ചേർന്നു. സി പി ഐ ഇപ്പോൾ കോൺഗ്രസ് നേതൃത്വം നൽകുന്ന മന്ത്രിസഭയിൽ പങ്കാളിയാണ്.

മണിപ്പൂർ സന്ദർശിക്കാൻ അനുവദിക്കില്ലെന്ന് മണിപ്പൂർ സർക്കാർ പ്രഖ്യാപിച്ചു. പ്രശ്നം വഷളായതോടെ കേന്ദ്രം ഇടപെട്ടു. ഇരുസർക്കാറുകളുമായി ചർച്ച നടത്തി. ഹെലികോപ്ടർമാർഗം ഗ്രാമത്തിലെത്തിക്കാമെന്നായി മണിപ്പൂർ സർക്കാർ. എന്നാൽ റോഡ് മാർഗം മാത്രമേ ഗ്രാമത്തിലേക്ക് പോകൂ എന്ന നിലപാടിൽ ഉറച്ചു നിന്നു. ഒത്തുതീർപ്പ് ശ്രമങ്ങൾ പരാജയപ്പെട്ടു. മണിപ്പൂരിലേക്ക് ഉപ്പുതൊട്ട് കർപ്പൂരം വരെയുള്ള സാധനസാമഗ്രികളെല്ലാമെത്തിയിരുന്നത് നാഗാലാന്റിലൂടെയുള്ള ഹൈവേ വഴിയായിരുന്നു. ഹൈവേ വഴിയുള്ള ചരക്ക് ഗതാഗതം നാഗാലാന്റുകാർ തടഞ്ഞു. അതോടെ മണിപ്പൂർ പട്ടിണിയിലായി 2000 ൽ എ ബി വാജ്പേയ് സർക്കാർ എൻ എസ് സി എൻ ഐ എമ്മുമായി വെടിനിറുത്തൽ കരാറിൽ ഒപ്പുവെച്ചു. മണിപ്പൂരിലെ നാഗാ ഭൂരിപക്ഷ മേഖലകൾ കൂടി ഉൾപ്പെടുത്തി വിശാല നാഗാലാന്റ് രൂപീകരിക്കണമെന്ന ആവശ്യത്തെ കുറിച്ച് ചർച്ച നടത്താൻ സർക്കാർ സന്നദ്ധത അറിയിച്ചു. ഈ തീരുമാനം മണിപ്പൂരിനെ പ്രക്ഷുബ്ധമാക്കി. ജനങ്ങൾ തെരുവിലിറങ്ങി. പൊതുമുതൽ വ്യാപകമായി നശിപ്പിക്കപ്പെട്ടു. മണിപ്പൂർ നിയമസഭാ മന്ദിരം അഗ്നിക്കിരയായി. കക്ഷി രാഷ്ട്രീയ ഭേദമന്യേ എം എൽ എ മാർ ജീവൻ രക്ഷിക്കാനായി ദില്ലിയിലേക്ക് പറഞ്ഞു.

2010 ൽ പുതിയൊരു പ്രശ്നം ഉടലെടുത്തു. നാഗാലാന്റിലെ എൻ എസ് സി എൻ ഐ എം നേതാവ് ഇസാക്ക് മണിപ്പൂരിലെ തന്റെ തറവാട് വീട് സന്ദർശിക്കാനുള്ള തയ്യാറെടുപ്പുകൾ ആരംഭിച്ചു. വിഷയം ഗൃഹാതുരമായിരുന്നില്ല, തണുത്തുകൊണ്ടിരുന്ന നാഗാദേശീയ വികാരം ആളികത്തിക്കുകയായിരുന്നു ലക്ഷ്യം. മണിപ്പൂരിൽ പ്രതിഷേധം ശക്തമായി. മണിപ്പൂരിലെ ചില ജില്ലകളെ നാഗാലാന്റിൽ ചേർക്കുന്നതിനായുള്ള പ്രചാരണത്തിന് വേണ്ടിയാണ് ഇസാക്ക് സംസ്ഥാനത്തെത്തുന്നതെന്ന ആരോപണം ഉയർന്നു. ഹെലികോപ്ടറിൽ ഇസാക്കിനെ മണിപ്പൂരിലെത്തിക്കാമെന്നായി മണിപ്പൂർ സർക്കാർ. റോഡ് മാർഗം തന്നെ മണിപ്പൂരിലെത്തണമെന്നായി ഇസാക്ക്. പ്രശ്നം സങ്കീർണമായതോടെ മണിപ്പൂരിലേക്കുള്ള ചരക്ക് വാഹനങ്ങൾ നാഗാലാന്റിൽ തടഞ്ഞു. അതോടെ ചരക്ക് നീക്കം നിലച്ചു. അവശ്യവസ്തുക്കളുടെ വില കുതിച്ചുയർന്നു. ഒരു ലിറ്റർ പെട്രോളിന്റെ വില 200 രൂപയിലും അധികമായി. ഇരു സംസ്ഥാനങ്ങളിലേയും വ്യാപാരികൾ ഇടപെട്ടാണ് പ്രശ്നം അവസാനിപ്പിച്ചത്.

ഒരു ലിറ്റർ പെട്രോളിയത്തിന്റെ വില 200 രൂപ ഉയർന്നിരുന്നു. മാസങ്ങളോളം നീണ്ട ഉപരോധത്തിനൊടുവിൽ ഇരു സംസ്ഥാനങ്ങളിലേയും

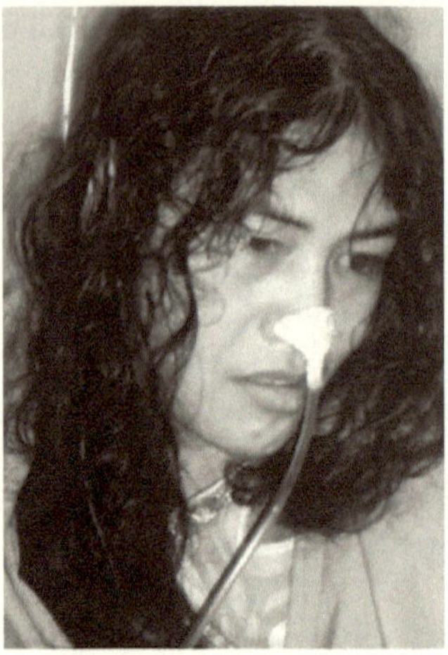
ഈറോം ശർമിള

വ്യാപാരികൾ ഇടപെട്ടാണ് പ്രശ്നം താൽക്കാലികമായെങ്കിലും പരിഹരിച്ചത്.

ഇത്തരം പ്രശ്നങ്ങളുടെയെല്ലാം യഥാർഥ ഗുണഭോക്താക്കൾ ഭീകരസംഘടനകളാണ്. മാധ്യമ പ്രവർത്തകർ ഏറ്റവുമധികം കൊല്ലപ്പെടുന്ന സംസ്ഥാനവും മണിപ്പൂരാണ്. ഭീകരവാദത്തെ എതിർക്കുന്നവരും ഭീകര സംഘടനകളുടെ അന്ത്യശാസനകൾക്കനുസരിച്ച് തൂലികചലിപ്പിക്കാത്തവരുമായ മാധ്യമ പ്രവർത്തകർ ഇവിടെ നിരന്തരം ആക്രമിക്കപ്പെടുന്നു. ആർ കെ സനാതോംബു ലാൽ റോഹ്‌ലു ഹമാർ, തമ്പ്രജമണി, എക്സ് മേഘ തുടങ്ങി രക്തസാക്ഷിത്വം വരിച്ച മാധ്യമ പ്രവർത്തകരുടെ പട്ടിക നീണ്ടതാണ്.

ഭീകരപ്രവർത്തനങ്ങളിൽനിന്നും ജനങ്ങൾക്ക് സംരക്ഷണം നൽകേണ്ട സൈന്യത്തിന്റെ പ്രവർത്തനങ്ങൾക്കെതിരെയും നിശിതമായ വിമർശനങ്ങൾ ഉയർന്നിരുന്നു. മാലോം കൂട്ടക്കൊലയാണ് സൈന്യത്തെ ജനങ്ങളിൽനിന്ന് അകറ്റിയത്.

2000 നവംബർ 1 നായിരുന്നു സംഭവം. ഇംഫാൽ താഴ്‌വരയിലെ മാലോമിലെ ഒരു ബസ്സ്റ്റാൻഡിൽ ബസ് കാത്തുനിൽക്കുകയായിരുന്ന 10 നിരപരാധികളെ ആസാം റൈഫിൾസുകാർ വെടിവെച്ചുകൊന്നു. 62 കാരിയായ ലൈഡാൻഗ്ബാം ഇബിട്ടോമിയും 18 കാരിയായ സിനാം ചന്ദ്ര മണിയുമെല്ലാം കൊല്ലപ്പെട്ടവരിൽ ഉൾപ്പെടുന്നു. സംഭവം വൻ പ്രതിഷേധം ക്ഷണിച്ചുവരുത്തി. ഇതിൽ പ്രതിഷേധിച്ച് ഈറോം ചാജ ശർമിള എന്ന മനുഷ്യാവകാശ പ്രവർത്തക ആരംഭിച്ച നിരാഹാര സമരം ഇന്നും തുടരുകയാണ്. സൈന്യത്തിന് പ്രത്യേക അധികാരം നൽകുന്ന പ്രത്യേക സൈനിക നിമയം പിൻവലിക്കണമെന്ന് ആവശ്യപ്പെട്ടാണ് നിരാഹാര സമരം. ലോകചരിത്രത്തിലെ തന്നെ ഏറ്റവും ദീർഘമായ നിരാഹാര സമരമാണിത്.

കൃഷി

കൃഷിയാണ് പ്രധാന ഉപജീവനമാർഗം. ജനസംഖ്യയിലെ 76% പേരും കാർഷിക വൃത്തിയുമായി ബന്ധപ്പെട്ടാണ് ജീവിക്കുന്നത്. നെല്ല്, പച്ചക്കറി, പഴവർഗങ്ങൾ, പരിപ്പ് തുടങ്ങിയവയാണ് പ്രധാന കാർഷികോൽപ്പന്നങ്ങൾ

സംസ്കാരം

മണിപ്പൂരി സാഹിത്യം, നാടകം, നൃത്തം, സംഗീതം തുടങ്ങിയവ പ്രസിദ്ധമാണ്. വടക്ക് കിഴക്കൻ സംസ്ഥാനങ്ങളിൽ ഏറ്റവും സജീവമായ സാഹിത്യരംഗമുള്ളത് മണിപ്പൂരിലാണ്. ആരാംഭാം ദ്വരേന്ദ്രസിങ്, ലൈഷ്റാം സമരേന്ദ്രസിങ്, ഗണോസിങ്, പച്ച, മീഥൈ തുടങ്ങിയ എഴുത്തുകാർ മണിപ്പൂരി സാഹിത്യത്തെ ജനപ്രിയമാക്കി. ഗ്രാമങ്ങളിൽ ഇന്നും നാടകം ജനപ്രിയ കലാരൂപമാണ്. സതി വൊൻഗ്നാക്, അരേപ്പാ മാരുപ്പു ഹാലിത്ത്, നാരാസിങ്, ജി ഡി ടൊൻഗ്ബ്ര, നേത്രജിത്ത്, ജി കെ ബി കെ വിനോദിനി തുടങ്ങിയവരാണ് സംസ്ഥാനത്തെ പ്രസിദ്ധരായ നാടക പ്രവർത്തകർ. മണിപ്പൂരിലെ ഏറ്റവും പ്രസിദ്ധമായ നൃത്തം രാസലീലയാണ്. ഗോത്ര നൃത്തങ്ങളും ചേതോഹരമാണ്. 29 ഗോത്രവർഗങ്ങൾക്കും പ്രത്യേക നൃത്തങ്ങൾ ഉണ്ട്. ലായ് ഹരോബാ, മിറിഡാൻഗ്, മൂനാഗാ, മെൽബി ജഗോയ്, താൻഗാൾ സുറാൻഗ് തുടങ്ങിയവയാണ് ഏറ്റവും ജനപ്രിയമായ നൃത്തങ്ങൾ. ഖുലോൻഗ്, ഇഷ്ഹായ്, ഹായ് ഹരോബാ, ദേനാ ഇഷ്ഹായ് എന്നിവയാണ് പ്രധാന നാടോടി സംഗീതങ്ങൾ.

ആഘോഷങ്ങൾ

ദോൾ ജാത്ര, ലായ് ഹരോബ, രാംജാൻ, ഗോൻഗ് നെഗായ്, ചുംബ ചെരാവുബാ, ഹെയ്ക്രു, ഹൈഡൻഗ്ഗ, നിൻഗോൾ ചകോൻബ, കൗക്ക ജാത്ര തുടങ്ങിയവയ്ക്ക് പുറമേ ദീപാവലി, ദസറ, ക്രിസ്തുമസ് തുടങ്ങിയവയും ജനങ്ങൾ ആഘോഷിക്കാറുണ്ട്.

ഭക്ഷണങ്ങൾ

അരിയാണ് പ്രധാന ആഹാരം. ചോറിനോടൊപ്പം ധാരാളം മത്സ്യം കഴിക്കുന്നവരാണ് മണിപ്പൂരികൾ. ദക്ഷിണേന്ത്യക്കാരെപ്പോലെ വാഴ ഇലയിൽ ഭക്ഷണം കഴിക്കുന്ന ശീലവും ഇവിടുത്തുകാർക്കുണ്ട്.

സാമൂഹ്യാവസ്ഥ

സാക്ഷരത, സ്ത്രീപുരുഷ അനുപാതം തുടങ്ങിവയിലെല്ലാം സംസ്ഥാനം താരതമ്യേന മെച്ചപ്പെട്ട നിലയിലാണ്. സാക്ഷരത 79.85% സ്ത്രീപുരുഷ അനുപാതം: 987 (ആയിരം പുരുഷന്മാർക്ക് 987 സ്ത്രീകൾ). സ്ത്രീകൾക്ക് എതിരെയുള്ള ലൈംഗിക കുറ്റകൃത്യങ്ങളും സംസ്ഥാനത്ത് കുറവാണ്. അതേസമയം ആരോഗ്യരംഗത്ത് സംസ്ഥാനം പിറകിലാണ്. മയക്കുമരുന്നുകളുടെ ഉപയോഗം വ്യാപകമാണ്. ബർമയിൽ നിന്ന് വൻതോതിൽ മണിപ്പൂരിലേക്ക് മയക്ക് മരുന്നുകൾ കടത്തുന്നു. ചെറുപ്പക്കാരിലെ വലിയൊരു വിഭാഗം മയക്കുമരുന്നുകൾക്ക് അടിമകളാണ്. ഭീകര സംഘടനകളുടെ പ്രധാന വരുമാന സ്രോതസ്സുകളിലൊന്ന് മയക്കുമരുന്ന് കടത്താണ്. എച്ച് ഐ വി ബാധയാണ് സംസ്ഥാനം നേരി

ടുന്ന പ്രധാന വെല്ലുവിളികളിലൊന്ന്. ജനസംഖ്യയുടെ ഏറ്റവും ഉയർന്ന ശതമാനം എച്ച് ഐ വി ബാധിതരുള്ളത് മണിപ്പൂരിലാണ്. ലൈംഗിക ബന്ധബന്ധത്തിലൂടെയല്ല, സിറിഞ്ച് തുമ്പുകളിലൂടെ എച്ച് ഐ വി ബാധിതരായവാണ് ഇവിടെ ഏറെയും

പട്ടിണിയും ദാരിദ്ര്യവും അസമത്വവും തൊഴിലില്ലായ്മയുമാണ് പ്രധാന സാമൂഹ്യപ്രശ്നങ്ങൾ. സമസ്ത മേഖലകളേയും അഴിമതി ഗ്രസിച്ചിരിക്കുന്നു. ജനസംഖ്യയിലെ ഭൂരിഭാഗം വരുന്ന ഗോത്രവർഗക്കാരാണ് ഇതിന്റെയെല്ലാം പ്രധാന ഇരകൾ. 29 ഗോത്രവർഗങ്ങൾ ഇവിടെയുണ്ട്. കുക്കി, നാഗ, ഹമാർ, കുബാക്, മാരാം, അൻഗാമി, ബായ്ട്ടി, ഐമാൾ, അനാൾ, പിരു, ചോട്ടി, കോം, സെമ തുടങ്ങിയവയാണ് പ്രധാന ഗോത്രവർഗങ്ങൾ. ദേശീയ ഗ്രാമീണ തൊഴിലുറപ്പ് പദ്ധതി, ആദിവാസി വനാവകാശ നിയമം തുടങ്ങിയ പദ്ധതികൾ പല സംസ്ഥാനങ്ങളിലും ഗോത്രവർഗക്കാർക്കിടയിൽ മാറ്റങ്ങളുണ്ടാക്കി. എന്നാൽ ഈ പദ്ധതികളെല്ലാം സംസ്ഥാനത്ത് പരാജയമായിരുന്നു.

ഭീകരവാദം

ഇന്ത്യയിൽ ഏറ്റവുമധികം ഭീകരസംഘടനകളുള്ള സംസ്ഥാനമാണ് മണിപ്പൂർ. സംസ്ഥാനം വളരെ ചെറുതാണ്. എന്നാൽ മണിപ്പൂർ ആഭ്യന്തര മന്ത്രാലയത്തിന്റെ ഔദ്യോഗിക റിപ്പോർട്ടുകളനുസരിച്ച് സംസ്ഥാനത്ത് 34 ഭീകരസംഘടനകൾ പ്രവർത്തിക്കുന്നുണ്ട്. അറുപതുകളുടെ തുടക്കത്തിലാണ് ഭീകരവാദം മുളച്ചു പൊന്തിയത്. എഴുപതുകളുടെ അവസാനത്തോടെ ഭീകരപ്രവർത്തനങ്ങളാൽ സംസ്ഥാനം സംഘർഷഭരിതമായി. വികസനമില്ലായ്മ, പിന്നാക്കാവസ്ഥ, കേന്ദ്ര അവഗണന തുടങ്ങിയ പ്രശ്നങ്ങൾ ഉയർത്തിക്കാണിച്ചാണ് ഭീകരവാദം കരുത്താർജിച്ചത്. ഇന്ത്യയിൽ നിന്ന് സ്വാതന്ത്ര്യം നേടി പരമാധികാരമുള്ള രാജ്യമാവണമെന്നതാണ് ഭീകര സംഘടനകളുടെ പ്രധാന ആവശ്യം

യുണൈറ്റഡ് നാഷണൽ ലിബറേഷൻഫ്രണ്ട്, പീപ്പിൽസ് റവല്യൂഷണറി പാർട്ടി ഓഫ് കാൻഗൈനാക്ക്, പീപ്പിൾസ് ലിബറേഷൻ ആർമി തുടങ്ങിയവയാണ് പ്രധാന ഭീകരസംഘടനകൾ. വിവിധ സംഘടനകളിലായി അയ്യായിരത്തോളം സായുധ ഒളിപ്പോരാളികളുണ്ടത്രെ. തട്ടിക്കൊണ്ടു പോകൽ, നിർബന്ധിത കരം, കൊള്ള, മയക്കുമരുന്ന് കച്ചവടം തുടങ്ങിയവയാണ് ഇവരുടെ പ്രധാന വരുമാന സ്രോതസ്സുകൾ. ജാതീയത, ഗോത്ര ഭിന്നതകൾ എന്നിവ തന്ത്രപരമായി മുതലെടുത്താണ് സംഘങ്ങൾ ജനങ്ങളുടെ പിന്തുണ ആർജിക്കുന്നത്. നാഗാലാന്റും മണിപ്പൂരും തമ്മിലുള്ള ഭിന്നതകൾക്ക് പതിറ്റാണ്ടുകളുടെ പഴക്കമുണ്ട്. നാഗാലാന്റ് അതിർത്തി പ്രദേശങ്ങളിൽ നാഗന്മാരാണ് ഭൂരിപക്ഷം. മണിപ്പൂരിലെ നാഗാഭൂരിപക്ഷ മേഖലകളെ നാഗാ വിഘടന സംഘടനയായ എൻ എസ് സി എൻ (ഐ എം) വിഭാവനം ചെയ്യുന്ന വിശാല നാഗാലാന്റിൽ

ചേർക്കണമെന്നതാണ് അവരുടെ ആവശ്യം. എന്നാൽ ഈ ആവശ്യത്തെ നാഗന്മാരൊഴികെയുള്ള മണിപ്പൂരികൾ ശക്തമായി എതിർക്കുന്നു. ഈ ഭിന്നതയുള്ള യഥാർഥ ഗുണഭോക്താക്കൾ ഇരു സംസ്ഥാനങ്ങളിലെയും ഭീകര സംഘടനകളാണ്

വിനോദസഞ്ചാരം

ബ്രിട്ടീഷ് വൈസ്രോയിയായിരുന്ന ഇർവിൻ പ്രഭു ഇന്ത്യയിലെ സ്വിറ്റ്സർലണ്ട് എന്നാണ് മണിപ്പൂരിനെ വിശേഷിപ്പിച്ചിരുന്നത്. മലകളുടേയും വനത്തിന്റെയും തടാകങ്ങളുടേയും സൗന്ദര്യം ഇവിടെ ആസ്വദിക്കാം.

പ്രധാന വിനോദസഞ്ചാര കേന്ദ്രങ്ങൾ

ഇംഫാൽ	– തലസ്ഥാനം, ക്ഷേത്രങ്ങൾ, കൊട്ടാരങ്ങൾ, മ്യൂസിയം
ലോഗ്താക്ക്	– തടാകം
മാവോസോങ് സാൻഗ്	– ഹിൽസ്റ്റേഷൻ
മൊയ്രാൻഗ്	– ക്ഷേത്രം, സംസ്കാരിക കേന്ദ്രം, തടാകം
ഉക്രൂൾ	– ഹിൽ സ്റ്റേഷൻ
പുരാചാന്ദ്പ്പൂർ	– കരകൗശല കേന്ദ്രം

ലോക്താക്ക്

വ്യവസായം

വൻകിടവ്യവസായങ്ങൾ കുറവാണ്. സ്റ്റീൽ, ഔഷധങ്ങൾ, പ്ലാസ്റ്റിക് ഉൽപ്പന്നങ്ങൾ തുടങ്ങിയവ ഉൽപ്പാദിപ്പിക്കുന്ന വ്യവസായ ശാലകൾ അടുത്തകാലത്തായി ആരംഭിച്ചിട്ടുണ്ട്. വ്യവസായ മേഖലയുടെ നട്ടെല്ല് ചെറുകിട വ്യവസായങ്ങളും കുടിൽ വ്യവസായങ്ങളുമാണ്. സംസ്ഥാനത്ത് 7700 കുടിൽ വ്യവസായങ്ങൾ ഉണ്ട്. കൈത്തറി, കരകൗശലം, സാരി, ഷാൾ, കമ്പിളി തുടങ്ങിയവ നിർമിക്കുന്ന കുടിൽ വ്യവസായങ്ങളാണ് ഏറെയും. മുളകൊണ്ട് കരകൗശല വസ്തുക്കൾ നിർമിക്കുന്ന സ്ഥാപനങ്ങളും ഏറെയുണ്ട്.

കണ്ടിരിക്കേണ്ട സ്ഥലം - ലോക്താക്ക്

തലസ്ഥാനമായ ഇംഫാലിൽനിന്ന് 40 കിലോമീറ്റർ പുംണ്ടിസ്റ്റുകൾ അകലെ സ്ഥിതിചെയ്യുന്ന ശുദ്ധ ജലതടാകമാണ് ലോക്താക്ക്. പുണ്ടിസ്റ്റുകൾ എന്ന പേരിലുള്ള നൂറുകണക്കിന് ചെറുദ്വീപുകൾ ഈ തടാകത്തിലുണ്ട്. പുംണ്ടിസ്റ്റുകൾ ജലോപരിതലത്തിലൂടെ ഒഴുകി നടക്കുന്നു. പുംണ്ടിസ്റ്റുകൾക്ക് സ്ഥാനചലനം ഉണ്ടാകും. കേയ്ബുൾ ലംബാവോ ദേശീയ ഉദ്യാനം സ്ഥിതി ചെയ്യുന്നത് ഇവിടെയാണ്. തടാകത്തിലൂടെ ബോട്ടിൽ യാത്ര ചെയ്യാം.

ഇംഫാലിൽനിന്ന് ബസ് മാർഗം ലോക്താക്കിലെത്താം.

പൊതുവിവരങ്ങൾ

തലസ്ഥാനം	-	ഇംഫാൽ
ജില്ലകൾ	-	9
നിയമസഭാമണ്ഡലങ്ങൾ	-	60
ലോക്സഭാമണ്ഡലങ്ങൾ	-	2
രാജ്യസഭാ സീറ്റുകൾ	-	1
രൂപീകൃതമായ ദിവസം	-	1972 ജനുവരി 21
ഔദ്യോഗിക ഭാഷ	-	മണിപ്പൂരി
ജനസംഖ്യ	-	2721756
ജനസാന്ദ്രത	-	122/Km^2
വിസ്തീർണം	-	22,327/Km^2
സാക്ഷരത	-	60.9%
റോഡ് ഗതാഗതം	-	10.760 കിലോമീറ്റർ
റെയിൽ ഗതാഗതം	-	1 കിലോമീറ്റർ

താപനില

വേനൽക്കാലം	–	14^0C മുതൽ 29^0C വരെ
ശീതകാലം	–	25^0C മുതൽ 7^0C വരെ
വർഷകാലം	–	ഏപ്രിൽ – ഒക്ടോബർ

പ്രത്യേകതകൾ

1. ഏറ്റവുമധികം ഭീകരസംഘടനകൾ പ്രവർത്തിക്കുന്ന സംസ്ഥാനം
2. ഏറ്റവുമധികം തവണ രാഷ്ട്രപതി ഭരണം ഏർപ്പെടുത്തിയ സംസ്ഥാനം – 10 തവണ.
3. സംസ്ഥാന രൂപീകരണത്തിന് ശേഷം ഏറ്റവും കൂടുതൽ സർക്കാറുകൾ ഭരിച്ച സംസ്ഥാനം – 37 വർഷങ്ങൾക്കിടയിൽ 20 സർക്കാറുകൾ
4. ഏറ്റവുമധികം കാലം തുടർച്ചയായി നിരാഹാരസമരം നടത്തിയ വ്യക്തി – ഇൗറോംശർമിള.
5. ജനസംഖ്യയിലെ ഏറ്റവും ഉയർന്ന ശതമാനം എച്ച് ഐ വി ബാധിതരുള്ള സംസ്ഥാനം
6. ഒഴുകി നടക്കുന്ന ഭൂപ്രദേശങ്ങൾ ഉള്ള തടാകം – ലോക്താക്ക്

സഹായനമ്പറുകൾ

പൊലീസ് കൺട്രോൾ റൂം (ഇംഫാൻ)	–	0385 – 2452245 0385 – 2451253
പൊലീസ് വെബ്സൈറ്റ്	–	www.manipurpolice.org
ടൂറിസം ഇൻഫർമേഷൻ	–	0385 – 2220025 0385 – 2320037
പ്രസ് ഇൻഫർമേഷൻബ്യൂറോ	–	0385 – 2450047

22

മഹാരാഷ്ട്ര

ചരിത്രം

മഹത്തായ രാഷ്ട്രം എന്നാണ് മഹാരാഷ്ട്ര എന്ന വാക്കിനർഥം. അശോക ചക്രവർത്തിയുടെ മഗധ സാമ്രാജ്യത്തിന്റെ ഭാഗമായിരുന്നു മഹാരാഷ്ട്ര. മൗര്യസാമ്രാജ്യത്തിന്റെ തകർച്ചയ്ക്കുശേഷം ശതവാഹനന്മാർ ഈ പ്രദേശം ഭരിച്ചു. ഇക്കാലത്താണെത്രെ മറാത്തി ഭാഷ പ്രചാരം നേടിയത്. 13–ാം നൂറ്റാണ്ടോടെ മുഗുളന്മാൻ ഭരണം പിടിച്ചെടുത്തു. 16–ാം നൂറ്റാണ്ടിന്റെ രണ്ടാം പാദത്തിൽ അധികാരത്തിലേറിയ ഛത്രപതി ശിവജിയാണ് വിശാല മറാത്ത സാമ്രാജ്യം സ്ഥാപിച്ചത്. 1977നും 1818നും ഇടയിൽ മറാത്താ ഭരണാധികാരികളും ബ്രിട്ടീഷുകാരും തമ്മിൽ മൂന്നു തവണ യുദ്ധം ചെയ്തു. അധികാരം പിടിച്ചെടുത്ത ബ്രിട്ടീഷുകാർ ഈ പ്രദേശത്തെ നാട്ടുരാജ്യങ്ങളെ മുഴുവൻ തങ്ങളുടെ ആധിപത്യത്തിന് കീഴിൽ കൊണ്ടുവന്നു.

ബാലഗംഗാധരതിലകൻ, മഹാദേവ് ഗോവിന്ദറാനഡെ, ഗോപാലകൃഷ്ണ ഗോഖലെ, ദാദാഭായ് നവറോജി എന്നിവരുടെ നേതൃത്വത്തിൽ സ്വാതന്ത്ര്യസമരം ശക്തമായിരുന്നു. വാർധയിലെ ഗാന്ധി ആശ്രമമായിരുന്നു ഇന്ത്യൻ സ്വാതന്ത്ര്യസമരത്തിന്റെ മുഖ്യ സിരാകേന്ദ്രങ്ങളിലൊന്ന്.

രാഷ്ട്രീയം

ബി ആർ അംബേദ്കറുടെ നേതൃത്വത്തിൽ വൻ ദളിത് മുന്നേറ്റങ്ങൾ നടന്ന സംസ്ഥാനമാണിത്. എന്നാൽ ദളിത് രാഷ്ട്രീയ പാർട്ടികൾ നിർണായക ശക്തികളാണെങ്കിലും ഇവയ്ക്ക് മുഖ്യധാരാ പാർട്ടികളാവാനായില്ല. അംബേദ്കറുടെ പൈതൃകം അവകാശപ്പെടുന്ന റിപ്പബ്ലിക്കൻ പാർട്ടി നിരവധി ചെറുപാർട്ടികളായി പിരിഞ്ഞു. റിപ്പബ്ലിക്കൻ പാർട്ടികളുടെ

തകർച്ച മുതലെടുത്ത് മായാവതിയുടെ ബി എസ് പി മുന്നേറ്റമുണ്ടാക്കിയിട്ടുണ്ട്.

തുടക്കം മുതൽക്കുതന്നെ മഹാരാഷ്ട്ര കോൺഗ്രസിന്റെ തട്ടകമാണ്. യശ്വന്ത്റാവു ചവാനാണ് ആദ്യമുഖ്യമന്ത്രി. അടിയന്തരാവസ്ഥയ്ക്ക് ശേഷം 1978 ശരത്പവാറിന്റെ നേതൃത്വത്തിൽ പുരോഗമന ജനാധിപത്യ സഖ്യവും 1995 മുതൽ 1999 വരെ മനോഹർജോഷിയുടെയും നാരായൺ റാണെയുടെയും നേതൃത്വത്തിൽ ശിവസേനയും സംസ്ഥാനം ഭരിച്ചു. 1999 ൽ കോൺഗ്രസ് പിളർന്നു. ശരദ് പവാറിന്റെ നേതൃത്വത്തിൽ നാഷണലിസ്റ്റ് കോൺഗ്രസ് പാർട്ടി രൂപീകരിക്കപ്പെട്ടു. തുടർന്ന് കോൺഗ്രസ് എൻ സി പി സഖ്യസർക്കാറാണ് മഹാരാഷ്ട്ര ഭരിക്കുന്നത്.

1966 ൽ രൂപീകരിക്കപ്പെട്ട ശിവസേനയാണ് മഹാരാഷ്ട്രയിലെ രണ്ടാമത്തെ വലിയ കക്ഷി. *മാർവിക്ക്* വാരികയിലെ കാർട്ടൂണിസ്റ്റായിരുന്ന ബാൽതാക്കറെ തീവ്രഹിന്ദുത്വവും മണ്ണിന്റെ മക്കൾ വാദവും ഉയർത്തിപ്പിടിച്ചാണ് പാർട്ടിയുടെ അടിത്തറ ശക്തമാക്കിയത്. മണ്ണിന്റെ മക്കൾ വാദത്തിന്റെ ഇരകൾ ആദ്യകാലത്ത് മലയാളികൾ ഉൾപ്പെടെയുള്ള ദക്ഷിണേന്ത്യക്കാരായിരുന്നു. മലയാളികളുടെ കടകളും സ്ഥാപനങ്ങളും വൻതോതിൽ ആക്രമിക്കപ്പെട്ടു. 1995 ൽ ശിവസേനാ – ബി ജെ പി സഖ്യം അധികാരത്തിൽ വന്നു. മനോഹർ ജോഷി, നാരാണൻ റാണെ എന്നിവർ മുഖ്യമന്ത്രിമാരായി. താക്കറെയുടെ മകൻ ഉദയ് താക്കറെയും മരുമകൻ രാജ്താക്കറെയും തമ്മിലുള്ള തർക്കം ശിവസേനയെ പിളർത്തി. രാജ്താക്കറെ മഹാരാഷ്ട്ര നവനിർമാൺ സേനയെന്ന പേരിൽ പുതിയ പാർട്ടി രൂപീകരിച്ചു. പാർട്ടിയിലെ പിളർപ്പും നാരായണൻ റാണെ ഉൾപ്പെടെയുള്ള നേതാക്കൾ പാർട്ടി വിട്ടതുമെല്ലാം ശിവസേനയെ തളർത്തി.

ആർ എസ് എസിന്റെ ആസ്ഥാനം നാഗ്പൂരിലാണ്. രാമക്ഷേത്ര പ്രക്ഷോഭമാണ് മറ്റ് സംസ്ഥാനങ്ങളിലേതുപോലെ ഇവിടെയും ബി ജെ പിയെ വളർത്തിയത്. പ്രമോദ് മഹാജൻ, രാംനായിക്, നിതിൻ ഗഡ്ഗരി തുടങ്ങിയ നേതാക്കൾ മഹാരാഷ്ട്രക്കാരാണ്. എന്നാൽ ശിവസേനയുടെ തണലിലാണ് മഹാരാഷ്ട്രയിലെ ബി ജെ പിയുടെ നിലനിൽപ്പ്.

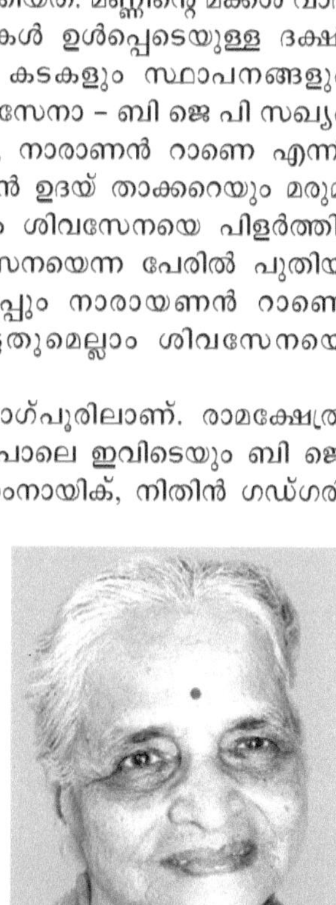
അഹല്യരംഗ്നേക്കർ

രണദിവെ, അഹല്യരംഗ്നേക്കർ തുടങ്ങിയ പ്രമുഖരായ കമ്യൂണിസ്റ്റ് നേതാക്കളുടെ നേതൃത്വത്തിൽ വൻ തൊഴിലാളി മുന്നേറ്റം നടന്ന സംസ്ഥാനമാണിത്. 1957ലെ ലോക്സഭാ തിരഞ്ഞെടുപ്പിൽ കമ്യൂണിസ്റ്റ് പാർട്ടി നാലു മണ്ഡലങ്ങളിൽ വിജയിച്ച് സംസ്ഥാനത്തെ മുഖ്യശക്തികളിലൊന്നായി വളർന്നു. മുംബൈ നഗരം ട്രേഡ്യൂണിയൻ പ്രവർത്തനങ്ങളുടെ കേന്ദ്രമായി മാറി. കമ്യൂണിസ്റ്റ് പാർട്ടിയിലെ പിളർപ്പും ശിവ

മുഖ്യമന്ത്രിമാർ		
പേര്	കാലാവധി	പാർട്ടി
യശ്വന്ത് റാവു ചവാൻ	1960 – 1962	ഇന്ത്യൻ നാഷണൽ കോൺഗ്രസ്
മറാത്ത് റാവു കങ്കണാംവാർ	1962 – 1963	ഇന്ത്യൻ നാഷണൽ കോൺഗ്രസ്
വസന്തറാവു നായിക്	1963 – 1987	ഇന്ത്യൻ നാഷണൽ കോൺഗ്രസ്
വസന്തറാവു നായിക്	1967 – 1972	ഇന്ത്യൻ നാഷണൽ കോൺഗ്രസ്
വസന്തറാവു നായിക്	1972 – 1975	ഇന്ത്യൻ നാഷണൽ കോൺഗ്രസ്
ശങ്കറാവു ചവാൻ	1975 – 1977	ഇന്ത്യൻ നാഷണൽ കോൺഗ്രസ്
വസന്തറാവു പാട്ടീൽ	1977 – 1978	ഇന്ത്യൻ നാഷണൽ കോൺഗ്രസ്
വസന്തറാവു പാട്ടീൽ	1978 (മാർച്ച് – ജൂലൈ)	ഇന്ത്യൻ നാഷണൽ കോൺഗ്രസ്
ശരത് പവാർ	1978 – 1980	പുരോഗമന ജനാധിപത്യ സഖ്യം
എ ആർ ആന്തുലെ	1980 – 1982	ഇന്ത്യൻ നാഷണൽ കോൺഗ്രസ്
ബാബാ സാഹേബ് ദോസലെ	1982 – 1985	ഇന്ത്യൻ നാഷണൽ കോൺഗ്രസ്
വസന്ത ദാദാ പാട്ടിൽ	1983 – 1985	ഇന്ത്യൻ നാഷണൽ കോൺഗ്രസ്
ശിവാജി റാവു നിലാങ്കേക്കർ പാട്ടീൽ	1985 – 1986	ഇന്ത്യൻ നാഷണൽ കോൺഗ്രസ്
ശങ്കർറാവു ചവാൻ	1986 – 1988	ഇന്ത്യൻ നാഷണൽ കോൺഗ്രസ്
ശരദ് പവാർ	1988 – 1991	ഇന്ത്യൻ നാഷണൽ കോൺഗ്രസ്
സുധാകർ റാവു നായിക്	1991 – 1993	ഇന്ത്യൻ നാഷണൽ കോൺഗ്രസ്
ശരദ് പവാർ	1993 – 1995	ഇന്ത്യൻ നാഷണൽ കോൺഗ്രസ്
മനോഹർ ജോഷി	1995 – 1999	ശിവസേന
നാരായൺ റാണെ	1999 (ഫെബ്രു ഒക്ടോബർ)	ശിവസേന
വിലാസ് റാവു ദേശ്മുഖ്	1999 – 2003	ഇന്ത്യൻ നാഷണൽ കോൺഗ്രസ്
സുശീൽ കുമാർ ഷിൽസെ	2003 – 2004	ഇന്ത്യൻ നാഷണൽ കോൺഗ്രസ്
വിലാസ് റാവു ദേശ്മുഖ്	2004 – 2008	ഇന്ത്യൻ നാഷണൽ കോൺഗ്രസ്
അശോക് ചവാൻ	2008 – 2009	ഇന്ത്യൻ നാഷണൽ കോൺഗ്രസ്
അശോക് ചവാൻ	2009 – 2010	ഇന്ത്യൻ നാഷണൽ കോൺഗ്രസ്
പൃഥ്വിരാജ് ചവാൻ	2010 നവംബർ	ഇന്ത്യൻ നാഷണൽ കോൺഗ്രസ്

സേനയുടെ മണ്ണിന്റെ മക്കൾ വാദത്തിന് മേൽക്കൈ ലഭിച്ചതുമെല്ലാമാണ് ഇവിടെ പാർട്ടിയെ തളർത്തിയത്.

കർഷക, തൊഴിലാളി മുന്നേറ്റങ്ങൾ

ഇന്ത്യയിലെ സാമൂഹ്യ നവോത്ഥാന മുന്നേറ്റങ്ങൾക്ക് തുടക്കമിട്ട പ്രദേശങ്ങളിൽ ഒന്നാണ് മഹാരാഷ്ട്ര. വാസുദേവ ബൽവന്ത് ഫാട്കെയുടെ നേതൃത്വത്തിൽ നടന്ന രാംമോഷി കലാപം. ജ്യോതി ബാഫൂലെയുടെ നേതൃത്വത്തിലുള്ള സത്യശോധക് സമാജ്, അംബേദ്കറുടെ നേതൃത്വത്തിൽ നടന്ന പ്രക്ഷോഭങ്ങൾ തുടങ്ങിയവയെല്ലാം മഹാരാഷ്ട്രയിലെ ഗ്രാമങ്ങളെ ഇളക്കിമറിച്ചിരുന്നു. എന്നാൽ ഒട്ടുമിക്ക സമരങ്ങൾക്കും വർഗ സ്വഭാവം ഇല്ലായിരുന്നു. സവർണ ജാതിക്കാരായ ഫ്യൂഡലുകൾക്കെതിരെ ആയിരുന്നു ജ്യോതി ബാഫൂലെയുടെ നേതൃത്വത്തിൽ നടന്ന സാമൂഹ്യ മുന്നേറ്റങ്ങൾ. എന്നാൽ ഫൂലെയുടെ പ്രയത്നങ്ങൾ സാമൂഹ്യനവോത്ഥാനത്തിൽ മാത്രമായി ഒതുങ്ങിനിന്നു. അദ്ദേഹം സാമ്രാജ്യത്വ വിരുദ്ധ സമരങ്ങളിൽ സജീവമായില്ല. ഫൂലെയുടെ പാത തന്നെയാണ് ബി ആർ അംബേദ്കറും തുടക്കത്തിൽ പിന്തുടർന്നത്. മുഴുവൻ ഉന്നമനമായിരുന്നു അദ്ദേഹത്തിന്റെയും ലക്ഷ്യം. ബാലഗംഗാധര തിലകനെ അറസ്റ്റ് ചെയ്തതിൽ പ്രതിഷേധിച്ചായിരുന്നു മുംബൈയിലെ ആദ്യത്തെ തൊഴിലാളി പണിമുടക്ക്. എന്നാൽ സംഘടിത തൊഴിലാളി പ്രസ്ഥാനം രൂപം കൊണ്ടത് 1928 ലാണ്. മുംബൈയിലെ ടെക്സ്റ്റൈൽസ് മേഖല ആയിരുന്നു പ്രഭവകേന്ദ്രം. വിദേശ രാജ്യങ്ങളിൽ ഉപരിപഠനം നടത്തി മടങ്ങിയെത്തിയ അഭ്യസ്തവിദ്യരായ ചെറുപ്പക്കാർ കമ്യൂണിസ്റ്റ് പാർട്ടിയിലേക്ക് ആകർഷിക്കപ്പെട്ടു. ഇവരാണ് പിന്നീട് മഹാരാഷ്ട്രയിലെ തൊഴിലാളി മുന്നേറ്റങ്ങൾക്ക് നേതൃത്വം നൽകിയത്. ബി ടി രണദിവെ, അധികാരി, ഡാങ്കെ, അമീർ ഹൈദർഖാൻ എസ് വി ദേശ്പാണ്ഡെ, മിറാജ് കർ എന്നിങ്ങനെ ഇവരുടെ പട്ടിക നീണ്ടതാണ്. കോൺഗ്രസിലൂടെ കമ്യൂണിസ്റ്റ് പാർട്ടിയിൽ എത്തിയവരായിരുന്നില്ല ഇവർ. ഭൂരിഭാഗം നേതാക്കളും കമ്യൂണിസ്റ്റ് പാർട്ടിയിലൂടെ പൊതുരംഗത്ത് ഇറങ്ങിയവരായിരുന്നു.

ജ്യോതി ബാഫൂലെ

1920 കളുടെ അവസാനത്തിലും മുപ്പതുകളിലും കമ്യൂണിസ്റ്റ് പാർട്ടിയുടെ നേതൃത്വത്തിൽ നിരവധി സമരങ്ങൾ നടന്നു. മുംബൈ, നാഗ്പ്പൂർ, ഷോലാപ്പൂർ എന്നീ പ്രദേശങ്ങളായിരുന്നു പ്രധാന സമര കേന്ദ്രങ്ങൾ. അക്കാലത്ത് സാമ്പത്തിക പ്രതിസന്ധി എന്ന കാരണം പറഞ്ഞ് ടെക്സ്റ്റൈൽസ് ഫാക്ടറികളിൽനിന്ന് തൊഴിലാളികളെ കൂട്ടത്തോടെ പിരി

ച്ചുവിടാൻ തുടങ്ങി. ഇതിനെതിരെ നടന്ന സമരങ്ങളെ അടിച്ചമർത്താനാണ് ബ്രിട്ടീഷ് സർക്കാറും തൊഴിലുടമകളും ശ്രമിച്ചത്. 1930 ൽ കമ്യൂണിസ്റ്റ് പാർട്ടിയുടെ നേതൃത്വത്തിൽ മുംബൈയിലെ പനപ്പാത്തിയിൽ പണിമുടക്കിയ തൊഴിലാളികൾ പൊതുയോഗം സംഘടിപ്പിച്ചു. അവിടെ ഉണ്ടായിരുന്ന കോൺഗ്രസ്പതാക തൊഴിലാളികൾ താഴ്ത്തി. തൊഴിലാളികൾ കമ്യൂണിസ്റ്റ് പാർട്ടിയുടെ ചെങ്കൊടി ഉയർത്തി. ഇക്കാലത്ത് പണിമുടക്കിയ തൊഴിലാളികൾ ഷോലാപ്പൂർ നഗരത്തിന്റെ നിയന്ത്രണം പിടിച്ചടക്കി. സമരത്തെ ബ്രിട്ടീഷ് സർക്കാർ ഭീകരമായി അടിച്ചമർത്തി. കുർബാർ ഹുസൈൻ, മുല്ലപ്പാ, ധൻഷെട്ടി എന്നീ കമ്യൂണിസ്റ്റുകാർ കൊല്ലപ്പെട്ടു. ബി ടി രണദിവെയും എസ് വൈ കോൽഹാത്കറുമായിരുന്നു അക്കാലത്തെ പ്രമുഖരായ രണ്ട് തൊഴിലാളി നേതാക്കൾ. ഗ്രേറ്റ് ഇന്ത്യൻ വെനിൻസുലർ റെയിൽവെ പണിമുടക്കിനെത്തുടർന്ന് 1930 ന് രണദിവെയെ അറസ്റ്റ് ചെയ്ത് ജയിലിലടച്ചു. ശിക്ഷ കറാച്ചി ജയിലിലായിരുന്നു. ഷോലാപ്പൂരിലെ സമരങ്ങൾക്ക് നേതൃത്വം നൽകിയിരുന്നത് എസ് വൈ കോൽഹാത്കറായിരുന്നു. മേയ്ദിന റാലിയിൽ ബ്രിട്ടീഷുകാർക്കെതിരെ പ്രസംഗിച്ചതിന് കോൽഹാത്കർക്കെതിരെ അറസ്റ്റ് വാറണ്ട് പുറപ്പെടുവിച്ചു. ഷോലാപ്പൂർ വിട്ട അദ്ദേഹം പിന്നീട് കുൽക്കർണി എന്ന പേരിൽ നാഗ്പ്പൂരിൽ പ്രവർത്തിച്ചു. ഇക്കാലത്ത് കർഷകർ, വിദ്യാർഥികൾ, സാഹിത്യകാരന്മാർ തുടങ്ങിയവർക്കിടയിൽ പാർട്ടിയുടെ സ്വാധീനം ശക്തമായി. ബൽരാജ് സാഹ്നി, ജാഫ്രി കായ്ഫി ആസ്മി തുടങ്ങിയ സാഹിത്യകാരന്മാർ അക്കാലത്ത് പാർട്ടിയുമായി യോജിച്ച് പ്രവർത്തിച്ചു. രണ്ടാം ലോകമഹായുദ്ധകാലത്ത് ഹിറ്റ്ലർ സോവിയറ്റ് റഷ്യയെ ആക്രമിച്ചതോടെ പാർട്ടി കൈക്കൊണ്ട സമീപനം തൊഴിലാളികളെ പാർട്ടിയിൽ നിന്ന് അകറ്റി. സോഷ്യലിസ്റ്റ് പാർട്ടിയും ഐ എൻ ടി യു സിയും ഇതോടെ സംസ്ഥാനത്ത് ശക്തമായി. 1945 ൽ ക്വിറ്റിന്ത്യാ സമരത്തിൽ പങ്കെടുത്ത കോൺഗ്രസ് സോഷ്യലിസ്റ്റുകളിലെ ഒരുവിഭാഗം പാർട്ടിയിൽ ചേർന്നു. ഇങ്ങനെ പാർട്ടിയിലെത്തിയ നാനാ പാട്ടീൽ പിന്നീട് മഹാരാഷ്ട്രയിലെ പ്രമുഖ നേതാവായി മാറി.

മഹാരാഷ്ട്രയിൽ നടന്ന ഏറ്റവും വലിയ കർഷക സമരമായിരുന്നു വർളി പ്രക്ഷോഭം. പ്രക്ഷോഭം നടന്നത് 1945 ൽ പരുലേക്കറും ഗോദാവരിയും നേതൃത്വം നൽകിയ സമരം താനെ ജില്ലയിലെ കർഷകരെയും സമീപജില്ലകളിലെ ആദിവാസികളെയും കമ്യൂണിസ്റ്റ് പാർട്ടിയിലേക്ക് അടുപ്പിച്ചു.

1946ലെ നാവിക കലാപം അന്താരാഷ്ട്രതലത്തിൽ ശ്രദ്ധപിടിച്ചു പറ്റി. ദേശസ്നേഹികളായ നാവിക പടയാളികളിൽ ഒരുവിഭാഗം ബ്രിട്ടീഷ് നാവിക മേധാവികളിൽ ചിലരെ തടവിലാക്കി. 1946 ഫെബ്രുവരി 22ന് ആരംഭിച്ച കലാപം കൊച്ചി, കൊൽക്കത്ത, വിശാഖപട്ടണം, കറാച്ചി തുടങ്ങിയ നാവിക കേന്ദ്രങ്ങളിലേക്ക് പടർന്നു. സമരക്കാരെ വെടിവയ്ക്കാൻ ബ്രിട്ടീഷുകാർ ആഹ്വാനം ചെയ്തു. പക്ഷേ, ഇന്ത്യക്കാരായ പട്ടാളക്കാരോ പൊലീസുകാരോ അനുസരിച്ചില്ല. തുടർന്ന് ബ്രിട്ടീഷുകാർ വെടിയുതിർത്തു. ഇന്ത്യൻ സൈനികർ തിരിച്ചും വെടിയുതിർത്തതോടെ യുദ്ധസമാനമായ സാഹചര്യമുണ്ടായി. ഏറ്റുമുട്ടലിൽ 350 ഇന്ത്യക്കാരാണ്

കൊല്ലപ്പെട്ടത്. മഹാത്മാഗാന്ധി സമരത്തെ തള്ളിപ്പറഞ്ഞപ്പോൾ കമ്യൂണിസ്റ്റ് പാർട്ടി നാവികകലാപത്തിന് പിന്തുണ പ്രഖ്യാപിച്ചുകൊണ്ട് പൊതുപണിമുടക്ക് നടത്തി. സമരക്കാരുടെ നിയന്ത്രണത്തിലായിരുന്ന നാവികപ്പടയെ തകർത്തുകളയുമെന്ന് ബ്രിട്ടീഷ് കമാന്റർ ഭീഷണിപ്പെടുത്തിയെങ്കിലും ക്ലമന്റ് ആറ്റ്ലിയുടെ നേതൃത്വത്തിലുള്ള ബ്രിട്ടീഷ് ഗവൺമെന്റ് പച്ചക്കൊടി കാണിച്ചില്ല. ഇതിനെത്തുടർന്ന് കലാപം അവസാനിച്ചില്ല. മുംബൈ നാവിക കലാപത്തിന് രാഷ്ട്രീയമായ പിന്തുണ നൽകുകയും കലാപം ബ്രിട്ടീഷ് വിരുദ്ധ സമരമാണെന്ന് പ്രചരിപ്പിക്കുകയും ചെയ്ത ഏക പാർട്ടി കമ്യൂണിസ്റ്റ് പാർട്ടി ആയിരുന്നു.

സ്വാതന്ത്ര്യാനന്തരം 1948 ലെ കൊൽക്കത്ത പാർട്ടി കോൺഗ്രസിനെത്തുടർന്ന് പാർട്ടിയെ അടിച്ചമർത്താൻ സർക്കാർ ശ്രമിച്ചതും നേതാക്കളെ ജയിലിലടച്ചതും പാർട്ടിക്ക് തിരിച്ചടിയായി. ഇത്തരം പ്രശ്നങ്ങളെക്കാൾ ദോഷം ചെയ്തത് പാർട്ടിക്കകത്തെ അഭിപ്രായഭിന്നതകളായിരുന്നു. ഡാങ്കെയുടെ നേതൃത്വത്തിൽ നടന്ന വലതുപക്ഷ വ്യതിയാനം 1964 ലെ പിളർപ്പിലാണ് അവസാനിച്ചത്. കമ്യൂണിസ്റ്റ് പാർട്ടിക്കുണ്ടായ തിരിച്ചടികൾ ശിവസേനാ പെസന്റ് ആന്റ് വർക്കേഴ്സ് പാർട്ടി, ഡോക്ടർ ദത്ത സാവന്ത് എന്നിവരാണ് പ്രയോജനപ്പെടുത്തിയത്.

സാമൂഹ്യാവസ്ഥ

ജനസംഖ്യയിലെ 80.2 % ഹിന്ദുക്കളാണ്. മുസ്ലിങ്ങൾ 10.6 % ബുദ്ധമതവിശ്വാസികൾ. 6 % ജൈനന്മാർ. 1.3 % ക്രിസ്ത്യാനികൾ. 1% എന്നിങ്ങനെയാണ് മറ്റ് മതവിഭാഗങ്ങളുടെ പ്രാതിനിധ്യം.

പുരോഗമന പ്രസ്ഥാനങ്ങൾക്കും ദളിത് മുന്നേറ്റങ്ങൾക്കും നല്ല ജനകീയ അടിത്തറയുണ്ടായിരുന്നു. എന്നാൽ കാലക്രമത്തിൽ ഇവരുടെ ശക്തി ക്ഷയിച്ചു. സാമുദായിക ശക്തികൾ ആധിപത്യമുറപ്പിച്ചു.

മുംബൈ കലാപവും മുംബൈ സ്ഫോടന പരമ്പരയും ചരിത്രത്തിലെ കറുത്ത അധ്യായങ്ങളാണ്. രണ്ട് സംഭവങ്ങളിലുമായി ആയിരത്തോളം പേരാണ് അവിടെ കൊല്ലപ്പെട്ടത്. മുംബൈ കലാപത്തെക്കുറിച്ച് അന്വേഷിച്ച ജസ്റ്റിസ് ബി എൻ ശ്രീകൃഷ്ണ കമീഷൻ ശിവസേന നേതാവ് ബാൽ താക്കറെയുടെ പങ്ക് എടുത്തു പറഞ്ഞിരുന്നു. എന്നാൽ ഇതുവരെ താക്കറെ ഉൾപ്പെടെയുള്ള ഒരാൾക്കെതിരെപോലും നടപടിയെടുക്കാൻ സർക്കാറിന് സാധിച്ചിട്ടില്ല. മണ്ണിന്റെ മക്കൾവാദവുമായി ആദ്യകാലത്ത് ദക്ഷിണേന്ത്യക്കാരെ ആക്രമിച്ചിരുന്നവർ ഇപ്പോൾ ഉത്തരേന്ത്യക്കാർക്കെതിരെ തിരിഞ്ഞിരിക്കുന്നു. രാജ്താക്കറെയുടെ മഹാരാഷ്ട്ര നവനിർമാൺ സേനയാണ് ഇപ്പോൾ ആക്രമണങ്ങൾക്ക് നേതൃത്വം നൽകുന്നത്.

താരതമ്യേന ഉയർന്ന മാനുഷിക വിഭവശേഷിയുള്ള സംസ്ഥാനമാണ് മഹാരാഷ്ട്ര. 82.91% പേർ സാക്ഷരരാണ്. എന്നാൽ പ്രധാനപ്പെട്ട പല മാനുഷിക പ്രശ്നങ്ങളും പരിഗണിക്കുന്നതിൽ സംസ്ഥാനം പരാജയമാണ്. ദളിതരും ആദിവാസികളും പിന്നാക്കമാണ്. ഇന്ത്യയിൽ പോഷകാഹാര

ക്കുറവ് മൂലം ഏറ്റവുമധികം കുട്ടികൾ മരിക്കുന്നത് അമരാവതി ജില്ലയിലെ ധാരണിയിലാണ്. കർഷക ആത്മഹത്യയിൽ ഒന്നാമത് അന്തകവിത്തുകളുടെ പരീക്ഷണശാലയായ വിദർഭയും. ഏഴു ലക്ഷത്തോളം കുട്ടികൾ വിദ്യാലയങ്ങളിൽ പോവാതെ നഗരങ്ങളിലും ഗ്രാമപ്രദേശങ്ങളിലും കൃഷിയിടങ്ങളിലും തൊഴിലെടുക്കുന്നുണ്ട്.

ഭൂമിശാസ്ത്രം

ഇന്ത്യയിലെ ഏറ്റവും വലിയ മൂന്നാമത്തെ സംസ്ഥാനമാണ് മഹാരാഷ്ട്ര. ഗുജറാത്ത്, മധ്യപ്രദേശ്, ഛത്തീസ്ഗഢ്, കർണാടക, ഗോവ എന്നിവയാണ് അയൽസംസ്ഥാനങ്ങൾ. പടിഞ്ഞാറൻ അതിർത്തി അറബിക്കടലാണ്. സഹ്യാദ്രി മലനിരകളും വിന്ധ്യ സതപുര പർവതങ്ങളും മേഘങ്ങളെ തടഞ്ഞു നിറുത്തി നല്ല മഴനൽകുന്നു. കൃഷ്ണയും ഗോദാവരിയുമാണ് പ്രധാന നദികൾ. ഭൂമിശാസ്ത്രപരമായ പ്രത്യേകതകൾ കണക്കിലെടുത്ത് സംസ്ഥാനത്തെ അഞ്ചു മേഖലകളായി തിരിച്ചിരിക്കുന്നു- മുംബൈ, കൊങ്കൺ, വിദർഭ, മറാത്ത് വാഡ, പടിഞ്ഞാറൻ മഹാരാഷ്ട്ര.

സമ്പദ്വ്യവസ്ഥ

ഇന്ത്യയിലെ സമ്പന്നമായ സംസ്ഥാനമായാണ് മഹാരാഷ്ട്ര അറിയപ്പെടുന്നത്. രാജ്യത്തിന്റെ മൊത്ത ആഭ്യന്തരഉൽപ്പാദനത്തിന്റെ 15 ശതമാനം മഹാരാഷ്ട്രയുടെ സംഭാവനയാണ്.

വ്യവസായം

രാജ്യത്തിന്റെ വ്യാവസായിക വരുമാനത്തിന്റെ 13.2 ശതമാനം മഹാരാഷ്ട്രയുടെ സംഭാവനയാണ്. സംസ്ഥാനത്തിന്റെ മൊത്ത ആഭ്യന്തര ഉൽപ്പാദനത്തിന്റെ 46 ശതമാനം വ്യവസായ മേഖലയുടെ സംഭാവനയാണ്. മെഷിനറീസ് ഇലക്ട്രിക്കൽസ്, കെമിക്കൽസ്, പെട്രോളിയം, ടെക്സ്റ്റൈൽസ്, ജ്വലറി, സ്റ്റീൽ, പ്ലാസ്റ്റിക് എന്നിവ ഉൽപ്പാദിപ്പിക്കുന്ന ആയിരക്കണക്കിന് വ്യവസായങ്ങൾ സംസ്ഥാനത്തുണ്ട്. മുംബൈ, പൂന, നാഗ്പൂർ, നാസിക് തുടങ്ങിയ നഗരങ്ങളിലാണ് ജനസംഖ്യയുടെ 42 % ജീവിക്കുന്നത്. കർണാടക കഴിഞ്ഞാൽ ഏറ്റവുമധികം സോഫ്റ്റ്വയർ കയറ്റുമതി നടക്കുന്ന സംസ്ഥാനം മഹാരാഷ്ട്രയാണ്. ഇന്ത്യയിലെ ഏറ്റവും തിരക്കേറിയ വിമാനത്താവളമാണ് ഛത്രപതി ശിവജി വിമാനത്താവളം. തിരക്കേറിയ തുറമുഖം നവിമുംബൈയിലെ ജവഹർലാൽ നെഹ്റു തുറമുഖവും. ഏഷ്യയിലെ ഏറ്റവും ആദ്യത്തെ ഓഹരിവിപണി മുംബൈ ഓഹരിവിപണിയാണ്. സിനിമ, ടെലിവിഷൻ വ്യവസായങ്ങളുടെ ആസ്ഥാനമായ മുംബൈ ബോളിവുഡ് എന്ന പേരിലാണ് അറിയപ്പെടുന്ന്.

കൃഷി

ജനസംഖ്യയിലെ 64.14 % കൃഷിയെ ആശ്രയിച്ചാണ് ജീവിക്കുന്നത്. നെല്ല്, പരുത്തി, മാങ്ങ, മുന്തിരി, വാഴ, ഗോതമ്പ്, ഓറഞ്ച്, നിലക്കടല,

കരിമ്പ്, പുകയില തുടങ്ങിയവയാണ് പ്രധാന കാർഷികോൽപ്പന്നങ്ങൾ. ഇന്ത്യയിൽ ഏറ്റവുമധികം കർഷക ആത്മഹത്യകൾ നടക്കുന്ന പ്രദേശം മഹാരാഷ്ട്രയിലെ വിദർഭയാണ്. ഇവിടെ 2001 ന് ശേഷം 673 കർഷകരാണ് ആത്മഹത്യ ചെയ്തത്. ജനതികമാറ്റം വരുത്തിയ പരുത്തി വിത്തുകളുടെ പരീക്ഷണം പരുത്തിമേഖലയിൽ വിപരീതഫലമാണ് ഉണ്ടാക്കിയത്. ഈ പരീക്ഷണം പരുത്തികർഷകർ കൂട്ടത്തോടെ ആത്മഹത്യ ചെയ്യാൻ കാരണമായി.

വിനോദസഞ്ചാരം

മഹാരാഷ്ട്രയിൽ ഏറ്റവുമധികം വിനോദ സഞ്ചാരികളെത്തുന്നത് മുംബൈ നഗരത്തിലാണ്. സംസ്ഥാനത്തിന്റെ മറ്റ് പ്രദേശങ്ങൾ സന്ദർശിക്കാതെ മിക്കസഞ്ചാരികളും ഗോവയിലേക്ക് പോവുന്നു. മതേരൻ, ഒണാവ്ല, ഖാൻഡാള മഹാബലേശ്വർ, പാഞ്ച്ഗാണി, ആംബോലി, ചിക്കാൾദ്ര, പാൻഹാല, സവന്ത് വാധി തുടങ്ങിയ മലയോര ടൂറിസ്റ്റ് കേന്ദ്രങ്ങൾ സഞ്ചാരികളുടെ പറുദീസയാണ്.

ഔറംഗബാദ് ജില്ലയിലെ അജന്ത, എല്ലോറ ഗുഹകളും മുംബൈയ് സമീപമുള്ള എലിഫാന്റെ ഗുഹകളും യുനസ്കോ ലോക പൈതൃക കേന്ദ്രമായി അംഗീകരിച്ചിട്ടുണ്ട്. ഗാന്ധിയുടെ പ്രസിദ്ധമായ വാർധ ആശ്രമം നാഗ്പൂരിന് സമീപമാണ്. ഗാന്ധിയൻ ചിന്തകളെ അടുത്തറിയുന്നതിനായി സഞ്ചാരികൾ ഇവിടെയെത്തുന്നു.

കല, സംസ്കാരം

മഹത്തായ കലാ സാംസ്കാരിക പാരമ്പര്യമുള്ള സംസ്ഥാനമായ മഹാരാഷ്ട്രയിലെ എല്ലാ സാഹിത്യശാഖകളും സമ്പുഷ്ടമാണ്. പി എൻ ദേശ് പാണ്ഡെ കുസുമഗ്രാജ്, പ്രഹ്ലാദ് കേശവ്, എന്നിങ്ങനെ പ്രമുഖരായ സാഹിത്യകാരന്മാരുടെ നീണ്ട നിരയുണ്ട്. മറാത്താ നാടോടി ഗാനങ്ങളും നാടോടി നൃത്തങ്ങളും പ്രസിദ്ധമാണ്. ഗോണ്ടാൾ ലാവയണി, ദരുദ്, പോവാഡ തുടങ്ങിയവയാണ് ജനപ്രിയ മറാത്തി നാടോടിസംഗീതങ്ങൾ.

ആഘോഷങ്ങൾ

ദസറ, ദീപാവലി, ഹോളി, ശിവരാത്രി, ഗണേശ ചതുർഥി, ഈദ് തുടങ്ങിയവയാണ് പ്രധാന ആഘോഷങ്ങൾ.

ഭക്ഷണം

കൊങ്കൺമേഖലയിലെ ജനങ്ങൾ പ്രധാനമായും അരിയും മീനും കഴിക്കുന്നവരാണ്. കിഴക്കൻ മഹാരാഷ്ട്രക്കാർക്ക് ചപ്പാത്തിയോടാണ് പ്രിയം. ജനങ്ങൾ പൊതുവേ മാംസാഹാര പ്രിയരാണ്. കോൽഹാപുരി മട്ടൻകറി പ്രസിദ്ധമാണ്.

കണ്ടിരിക്കേണ്ട സ്ഥലം - അജന്ത എല്ലോറ

മഹാരാഷ്ട്രയിലെ ഔറംഗാബാദ് നഗരത്തിൽ നിന്ന് 90 കിലോമീറ്റർ അകലെയാണ് അജന്ത, 326 കിലോമീറ്റർ അകലെയാണ് എല്ലോറ. രണ്ടിടത്തേക്കും മഹാരാഷ്ട്ര ടൂറിസത്തിന്റെ ടൂറിസ്റ്റ് ബസുകൾ ഉണ്ട്. കേരളത്തിൽനിന്ന് റെയിൽ മാർഗം ഔറംഗാബാദിലെത്താം.

ഗുഹാചിത്രങ്ങളും ശിൽപ്പങ്ങളുമാണ് അജന്തയുടെയും എല്ലോറയുടെയും പ്രത്യേകത. ക്രിസ്തുവിന് 100 വർഷങ്ങൾക്ക് മുമ്പാണ് അജന്തയിലെ ചിത്രങ്ങളും ശിൽപ്പങ്ങളും നിർമിച്ചതെന്ന് കരുതപ്പെടുന്നു. ജീവിതമാണ് പ്രധാന പ്രതിപാദ്യം. അജന്തയിൽ 30 ഗുഹകളാണ് ഉള്ളത്.

അജന്ത എല്ലോറ

എല്ലോറയിൽ 34 ഉം. എ ഡി അഞ്ചാം നൂറ്റാണ്ടിനും പതിനൊന്നാം നൂറ്റാണ്ടിനുമിടയിലാണ് എല്ലോറയിലെ ചിത്രങ്ങളും ശിൽപ്പങ്ങളും നിർമിക്കപ്പെട്ടതെന്ന് കരുതുന്നു.

മഹാരാഷ്ട്ര - കേരളീയം

എല്ലാ പ്രമുഖ നഗരങ്ങളിലും നല്ല മലയാളി സാന്നിധ്യമുണ്ട്. മുംബൈ നഗരത്തിലേക്കുള്ള മലയാളികളുടെ ഒഴുക്ക് ഇതുവരെ കുറഞ്ഞിട്ടില്ല. മുംബൈ, താനെ, പൂനെ, കല്യാൺ തുടങ്ങിയ നഗരങ്ങളിലായി ഇരുപത് ലക്ഷത്തോളം മലയാളികൾ ജീവിക്കുന്നു. എല്ലാ മേഖലകളിലും മലയാളികളുടെ സാന്നിധ്യമുണ്ട്. മുംബൈ നഗരഹൃദയത്തിലെ കൊളാബയിലെ എം എൽ എ മലയാളിയായ ആനിശേഖരാണ്. സി പി ഐ എം നേതാവ് പി ആർ കൃഷ്ണൻ, കോൺഗ്രസ് നേതാവ് രാജൻ നായർ, എൻ സി പി നേതാവ് ഭൂപേഷ് ബാബു എന്നിവരാണ് രാഷ്ട്രീയരംഗത്തെ പ്രമുഖരായ നേതാക്കൾ. ബോംബെ കേരള സമാജം, കല്യാണ ഡോം

ബിവാലി കേരളസമാജം തുടങ്ങിയവയാണ് പ്രധാന മലയാളി സംഘടനകൾ.

ബോംബെ കേരള സമാജം – ദാസ്, സെക്രട്ടറി (09821057115)

കല്യാൺ ഡോംബിവാലി, കേരള സമാജം – രാജേന്ദ്രൻ നായർ, ചെയർമാൻ (09869263775)

കേരളത്തിൽ നിന്ന് മഹാരാഷ്ട്രയിലേക്കുള്ള ട്രെയിനുകൾ

* 6332 – തിരുവനന്തപുരം–മുംബൈ സി എസ് ടി (ശനി)
* 6328 – തിരുവനന്തപുരം–കോർബ (തിങ്കൾ, വ്യാഴം)
* 2512 – തിരുവനന്തപുരം–ഗോരഖ്പൂർ രപ്തി സാഗർ (ചൊവ്വ, ബുധൻ, ഞായർ)
* 1082 – കന്യാകുമാരി–മുംബൈ സി എസ് ടി (പ്രതിദിനം)
* 2653 – തിരുവനന്തപുരം ചണ്ഡീഗഢ് സമ്പർക്കക്രാന്തി സൂപ്പർഫാസ്റ്റ് (ശനി)
* 2202 – കൊച്ചുവേളി – ലോകമാന്യതിലക് ഗരീബ്രഥ് സൂപ്പർഫാസ്റ്റ് (ഞായർ, വ്യാഴം)
* 6346 – തിരുവനന്തപുരം – ലോകമാന്യതിലക് (പ്രതിദിനം)
* 2643/2645 തിരുവനന്തപുരം നിസാമുദ്ദീൻ/എറണാകുളം സൂപ്പർ ഫാസ്റ്റ് (ചൊവ്വ/ശനി)
* 6336 – നാഗർകോവിൽ – ഗാന്ധിധാം (ചൊവ്വ)
* 6334 – തിരുവനന്തപുരം – വേരവേൽ (തിങ്കൾ)
* 6312 – തിരുവനന്തപുരം – ബിക്നീർ എക്സ്പ്രസ് (ശനി)
* 6317 – കന്യാകുമാരി – ജമ്മുതാവി ഹിമസാഗർ (വെള്ളിയാഴ്ച)
* 2431 – തിരുവനന്തപുരം – നിസാമുദ്ദീൻ രാജധാനി സൂപ്പർഫാസ്റ്റ് (ചൊവ്വ, വ്യാഴം)
* 2617 – എറണാകുളം – നിസാമുദ്ദീൻ മംഗള ലക്ഷദ്വീപ് എക്സ്പ്രസ് (പ്രതിദിനം)
* 2977 – എറണാകുളം ജയ്പൂർ മരുസാഗർ എക്സ്പ്രസ് (ഞായർ)
* 6338 – എറണാകുളം – ഓഖ എക്സ്പ്രസ് (വെള്ളി, ബുധൻ)

പൊതുവിവരങ്ങൾ

തലസ്ഥാനം	–	മുംബൈ
ജില്ലകൾ	–	35
നിയമസഭാമണ്ഡലങ്ങൾ	–	288
ലോക്സഭാമണ്ഡലങ്ങൾ	–	48
രാജ്യസഭാ സീറ്റുകൾ	–	19
രൂപീകൃതമായ ദിവസം	–	1960 മെയ് 1
ഔദ്യോഗിക ഭാഷ	–	മറാത്തി

മുഖ്യമന്ത്രി	–	പൃഥ്വിരാജ് ചവാൻ
ജനസംഖ്യ	–	112372972
ജനസാന്ദ്രത	–	365/Km^2
വിസ്തീർണം	–	307713/Km^2

പ്രത്യേകതകൾ

1. ജനസംഖ്യയിൽ രണ്ടാം സ്ഥാനത്തുള്ള സംസ്ഥാനം.
2. ഏറ്റവും കൂടുതൽ റോഡുകളുള്ള സംസ്ഥാനം. 267452 കിലോ മീറ്റർ.
3. ഏറ്റവും വലിയ അന്താരാഷ്ട്ര വിമാനത്താവളം – മുംബൈ ഛത്ര പതി ശിവജി വിമാനത്താവളം.
4. ഏറ്റവും തിരക്കേറിയ തുറമുഖം – നവി മുംബൈ തുറമുഖം.
5. കടബാധ്യതമൂലം ഏറ്റവുമധികം കർഷകർ ആത്മഹത്യചെയ്ത പ്രദേശം – വിദർഭ.
6. ഏറ്റവുമധികം ഇന്റെർനെറ്റ് ഉപഭോക്താക്കളുള്ള സംസ്ഥാനം (രാജ്യത്ത് 40 ശതമാനം).
7. ഏറ്റവുമധികം കമ്പ്യൂട്ടർ ഉപയോഗിക്കുന്നവർ ഉള്ള സംസ്ഥാനം (രാജ്യത്തെ 35 ശതമാനം).
8. പോഷകാഹാരക്കുറവ് മൂലം ഏറ്റവുമധികം കുട്ടികൾ മരിക്കുന്ന സ്ഥലം. ധാരണി (അമരാവതി ജില്ല).

സഹായനമ്പറുകൾ

മുംബൈപൊലീസ് കൺട്രോൾ റൂം	–	022 – 22621855
		022 – 22621983
		022 – 22625020
സ്ത്രീകൾക്കും കുട്ടികൾക്കും വേണ്ടിയുള്ള സഹായ നമ്പറുകൾ	–	022 – 22620111
		022 – 28020711
		022 – 24843303
മുംബൈ പൊലീസ് വെബ്സൈറ്റ്	–	www.mumbaipolice.org
ടൂറിസം ഇൻഫർമേഷൻ ബ്യൂറോ	–	022 – 22044040
		022 – 22845678
ടൂറിസം വെബ്സൈറ്റ്	–	www.maharashtratoruism.gov.in
		022 – 22044040
		022 – 22845678
പബ്ലിക് റിലേഷൻസ് വകുപ്പ്	–	022 – 22027956
		022 – 22024961
		www.maharashtra.gov.in

23

ഝാർഖണ്ട്

ബിർസ മുണ്ടെ

ചരിത്രം

ഝാരിഖണ്ഡ വനപ്രദേശത്തിൽ നിന്നാണ് ഝാർഖണ്ട് എന്ന പേരുണ്ടായത്. ഇവിടുത്തെ നിബിഡ വനങ്ങളിൽ ഡാൻതാൽ, ഭൂമി, മുണ്ഡ, ചെരോ തുടങ്ങിയ ഗോത്രവിഭാഗക്കാർ പുരാതന കാലം മുതൽക്കു താമസിച്ചിരുന്നു. ആദ്യകാലത്ത് ഗോത്ര രാജാക്കന്മാരായ മുണ്ഡരാജാവാണ് ഭരണം നടത്തിയിരുന്നത്.

ബ്രിട്ടീഷുകാർക്കും ഭൂവുടമകൾക്കുമെതിരെ പരമ്പരാഗതമായ രീതിയിൽ ദീർഘകാലം യുദ്ധം ചെയ്തവരാണ് ഇവിടുത്തെ ഗോത്രവർഗക്കാർ. 1771 ൽ തിലക്ക് ചാൻജിഹിയുടെ നേതൃത്വത്തിൽ സാന്താളുകൾ നടത്തിയ പ്രക്ഷോഭം. മാൻഭൂമിൽ ഭുവുജി ഗോത്രവർഗക്കാർ നടത്തിയ സമരം, ഗുംലയിൽ ചെരോൽ നടത്തിയ സായുധ പോരാട്ടം, തമാറിൽ മുണ്ഡകൾ നടത്തിയ പ്രക്ഷോഭം, ഹോഡ് ഗോത്ര വർഗക്കാരുടെ നേതൃത്വത്തിൽ 1820 ൽ നടന്ന ലാർക്ക കോൾ മുന്നേറ്റം സിന്ധു, കാൻഹു സഹോദരന്മാരുടെ നേതൃത്വത്തിൽ 1855 ൽ നടന്ന സാന്താൾ വിപ്ലവം, ബിർസ മുണ്ടെയുടെ നേതൃത്വത്തിൽ 1895 മുതൽ 1900 വരെ നടന്ന ആദിവാസിസമരം തുടങ്ങിയവയെല്ലാം

ബ്രിട്ടീഷ് സാമ്രാജ്യത്വത്തിനെതിരെയുള്ള ധീരമായ പോരാട്ടങ്ങളായിരുന്നു. നൂറുകണക്കിന് ആദിവാസികളാണ് ഈ പോരാട്ടങ്ങളിൽ രക്തസാക്ഷികളായത്. എന്നാൽ ഈ ഗോത്രമുന്നേറ്റങ്ങളെയെല്ലാം ഭൂവുടമകളുടെ സഹായത്തോടെ ബ്രിട്ടീഷുകാർ അടിച്ചമർത്തി. ഇന്ത്യൻ മുഖ്യധാരാ ചരിത്രത്തിൽപ്പോലും ഝാർഖണ്ഡിലെ ആദിവാസി മുന്നേറ്റങ്ങൾക്ക് അർഹമായ പരിഗണന ലഭിച്ചിട്ടില്ലെന്നതാണ് യാഥാർഥ്യം.

രാഷ്ട്രീയം

ഝാർഖണ്ഡിന്റെ ഗോത്രപാരമ്പര്യം ഉയർത്തിപ്പിടിച്ചുകൊണ്ട് രൂപീകരിക്കപ്പെട്ട ഝാർഖണ്ഡ് പാർട്ടിയായിരുന്നു ഈ മേഖലയിലെ മുഖ്യ രാഷ്ട്രീയശക്തി. ബീഹാറിലെ ഗോത്രവർഗ മേഖലകൾ ഉൾപ്പെടുത്തി ഝാർഖണ്ഡ് സംസ്ഥാനം രൂപീകരിക്കണമെന്നായിരുന്നു ഇവരുടെ പ്രധാന ആവശ്യം. എന്നാൽ തക്കാർ കമീഷൻ, ധർ കമീഷൻ തുടങ്ങിയ സംസ്ഥാന പുനഃസംഘടനാ കമീഷനുകളെല്ലാം ഈ ആവശ്യം തള്ളി. ബീഹാറിൽ നടന്ന തിരഞ്ഞെടുപ്പുകളിലെല്ലാം മത്സരിച്ച ഝാർഖണ്ഡ് പാർട്ടി കരുത്ത് തെളിയിച്ചു. എന്നാൽ അധികാരത്തിനുവേണ്ടിയുള്ള അത്യാർത്തി പാർട്ടിയെ തളർത്തി. പാർട്ടി പല കഷ്ണങ്ങളായി പിളർന്നു. ഷിബുസൊറന്റെ നേതൃത്വത്തിലുള്ള ഝാർഖണ്ഡ് മുക്തി മോർച്ച ഏറ്റവും ജനസ്വാധീനമുള്ള പാർട്ടിയായി മാറി. ബീഹാറിലെ രാഷ്ട്രീയ അനിശ്ചിതത്വം ഝാർഖണ്ഡ് സംസ്ഥാന രൂപീകരണത്തിന് സഹായകമാവുകയായിരുന്നു. 1997 ൽ ലാലു പ്രസാദ് യാദവിന്റെ ന്യൂനപക്ഷസർക്കാറിന് പിന്തുണ നൽകാൻ ഝാർഖണ്ഡ് മുക്തിമോർച്ച ഉപാധി വെച്ചു. ഝാർഖണ്ഡ് സംസ്ഥാനം രൂപീകരിക്കുന്നതിനായുള്ള നടപടികൾ കൈക്കൊള്ളണമെന്നതായിരുന്നു ഉപാധി. ഈ ഉപാധി ലാലു പ്രസാദ് യാദവ് അംഗീകരിച്ചു. പുതിയ സംസ്ഥാന രൂപീകരണത്തിനായുള്ള പ്രമേയം ബീഹാർ നിയമസഭയും ബിൽ പാർലമെന്റും പാസാക്കിയതോടെ 2000 നവംബർ 15 ന് ഝാർഖണ്ഡ് സംസ്ഥാന രൂപീകരണമെന്ന സ്വപ്നം യാഥാർഥ്യമായി.

സംസ്ഥാനത്തെ പ്രഥമ മുഖ്യമന്ത്രിയാവുക എന്ന ഷിബു സോറന്റെ സ്വപ്നം യാഥാർഥ്യമായില്ല. ബി ജെ പി നേതാവ് ബാബുലാൽ മറാണ്ടി ആദ്യ മുഖ്യമന്ത്രിയായി. രാഷ്ട്രീയ അനിശ്ചിതത്വവും കുതിരക്കച്ചവടവുമെല്ലാം ഝാർഖണ്ഡ് രാഷ്ട്രീയത്തെ മലീമസമാക്കി. ഷിബുസോറൻ മൂന്നു തവണ മുഖ്യമന്ത്രിയായി. എന്നാൽ ഒരുതവണ പോലും ഒരുവർഷം തികയ്ക്കാൻ സോറനായില്ല. കോൺഗ്രസ്, ജെ എം എം, ബി ജെ പി, ഝാർഖണ്ഡ് വികാസ് മഞ്ച് തുടങ്ങിയവയാണ് ഝാർഖണ്ഡിലെ പ്രധാന പാർട്ടികൾ.

ഭൂമിശാസ്ത്രം

സംസ്ഥാനത്തിന്റെ ബഹുഭൂരിഭാഗവും വനമേഖലയാണ്. ഉത്തർപ്രദേശ്, ബീഹാർ ഛത്തീസ്ഗഢ്, ഒറീസ, പശ്ചിമബംഗാൾ എന്നിവയാണ് അയൽസംസ്ഥാനങ്ങൾ.

മുഖ്യമന്ത്രിമാർ		
പേര്	കാലാവധി	പാർട്ടി
ബാബുലാൽ മറാണ്ടി	2000 – 2003	ബി ജെ പി
അർജുൻ മുണ്ടെ	2003 – 2005	ബി ജെ പി
ഷിബു സോറൻ	2005 (മാർച്ച് 2 – മാർച്ച് 12)	ജെ എം എം
അർജുൻ മുണ്ടെ	2005 – 2006	ബി ജെ പി
മധു കോഡ	2006 – 2008	സ്വതന്ത്രൻ
ഷിബു സോറൻ	2008 – 2009	ജെ എം എം
ഷിബു സോറൻ	2009 – 2010	ജെ എം എം
അർജുൻ മുണ്ടെ	2010 – 2010	ബി ജെ പി

സമ്പദ് വ്യവസ്ഥ

ധാതുസമ്പത്തിന്റെ കലവറയാണ് ഝാർഖണ്ട്. ഇന്ത്യയിൽ ഏറ്റവുമധികം ഇരുമ്പയിരും, ചെമ്പ്, മൈക്ക, ആസ്ബറ്റോസ് തുടങ്ങിയവയുമുള്ളത് ഇവിടെയാണ്. രാജ്യത്തെ ഏറ്റവും വലിയ രാസവള ഫാക്ടറി സിൻഡ്രിയിലും ഏറ്റവും വലിയ സ്ഫോടക വസ്തു നിർമാണ ഫാക്ടറി ഗോമിയയിലും ഏഷ്യയിലെ വലിയ സ്റ്റീൽ ഫാക്ടറി ബൊക്കാറോവിലും സ്ഥിതിചെയ്യുന്നു. ഇന്ത്യയിലെ ആദ്യത്തെ ഇരുമ്പ് ഉരുക്ക് ഫാക്ടറി ജംഷഡ്പ്പൂരിലും ആദ്യത്തെ മീഥൈൽ വാതക ഫാക്ടറി ബൊക്കാറോവിലും സ്ഥിതിചെയ്യുന്നു. ജംഷഡ്പ്പൂർ, റാഞ്ചി, ബൊക്കാറോ, ദാൻബാദ് എന്നിവ വൻ വ്യവസായനഗരങ്ങളാണ്.

വൻവ്യവസായങ്ങൾ ഉള്ള സംസ്ഥാനമാണെങ്കിലും ജനസംഖ്യയിലെ 50 % കാർഷിക വൃത്തിയെ ആശ്രയിച്ചാണ് ജീവിക്കുന്നത്.

സാമൂഹ്യാവസ്ഥ

68.5 % പേർ ഹിന്ദുക്കളാണ്. 13.8 % മുസ്ലിംങ്ങളും 4.1 % ക്രിസ്ത്യാനികളും ഝാർഖണ്ഡിലുണ്ട്. പ്രത്യേക മിതമായ സ്വർണ വിഭാഗത്തിന് സംസ്ഥാനത്ത് ശക്തമായ സാന്നിധ്യമുണ്ട്. 13 % ജനസംഖ്യയിലെ 28 % ഗോത്രവർഗക്കാരാണ്. 12 % ദളിരും, സാൻതാൾ, അസുർ, ബൈഗ, ബിസിയ, ഗോണ്ട് എന്നിങ്ങനെ 32 ഗോത്രവിഭാഗങ്ങൾ സംസ്ഥാനത്തുണ്ട്.

ധാതുസമ്പത്തുകൊണ്ട് സമ്പന്നമാകേണ്ട സംസ്ഥാനത്ത് ഉള്ളവരും ഇല്ലാത്തവരും തമ്മിലുള്ള അന്തരം വളരെ വലുതാണ്. സംസ്ഥാനം ഭരിച്ച എല്ലാ മുഖ്യമന്ത്രിമാരും ഗോത്രവർഗക്കാരാണ്. എന്നാൽ ഏറ്റവുമധികം പിന്നോക്കാവസ്ഥയിൽ ജീവിക്കുന്നവരും ഗോത്രവർഗക്കാർതന്നെ. ഈ സാമൂഹ്യാവസ്ഥ പ്രയോജനപ്പെടുത്തി മാവോയിസ്റ്റുകൾ സംസ്ഥാനത്ത്

സാന്നിധ്യമുറപ്പിച്ചിരിക്കുന്നു. പല ഗ്രാമങ്ങളും മാവോയിസ്റ്റുകളുടെ പൂർണ നിയന്ത്രണത്തിലാണ്.

മാനുഷിക വിഭവശേഷിയിൽ സംസ്ഥാനം ഏറെ പിറകിലാണ്. 67.63 % സാക്ഷരത. ആദിവാസികളിലേയും ദളിതരിലേയും ബഹുഭൂരിഭാഗവും നിരക്ഷരരാണ്. സ്ത്രീസാക്ഷരത വെറും 45.38 % സ്ത്രീപുരുഷ അനുപാതം 947:1000. ആരോഗ്യമേഖലയിൽ സംസ്ഥാനം ഏറെ പിന്നിലാണ്. ഒട്ടുമിക്ക ആദിവാസി ഗ്രാമങ്ങളിലും പൊതുജനാരോഗ്യകേന്ദ്രങ്ങൾ ഇല്ല. കുട്ടികൾക്കിടയിൽ പോഷകാഹാരക്കുറവ് വ്യാപകമാണ്. ഏറ്റവുമധികം ക്ഷയരോഗികളുള്ള സംസ്ഥാനങ്ങളിലൊന്നാണ് ഝാർഖണ്ഡ്.

സ്വാതന്ത്ര്യത്തിന് മുമ്പ് നടന്ന ആദിവാസി സമരങ്ങളെല്ലാം ഭൂമിക്ക് വേണ്ടിയുള്ള സമരങ്ങളായിരുന്നു. എന്നാൽ സ്വാതന്ത്ര്യത്തിനുശേഷം നടന്ന പ്രധാന മുന്നേറ്റങ്ങളെല്ലാം അധികാരത്തിന് വേണ്ടിയുള്ളതായിരുന്നു. അതുകൊണ്ടുതന്നെ സമഗ്രമായ ഭൂപരിഷ്കരണം ഇവിടെ നടന്നിട്ടില്ല. ദേശീയ തൊഴിലുറപ്പ് പദ്ധതിയും വനാവകാശ നിയമവും ഏറ്റവും പ്രയോജനപ്പെടേണ്ട സംസ്ഥാനമാണിത്. എന്നാൽ ഈ രണ്ടുപദ്ധതികളും ഇതുവരെ ലക്ഷ്യം കണ്ടിട്ടില്ല.

പൊതുവിതരണ സമ്പ്രദായം ദുർബലമാണ്. സംസ്ഥാനത്തെ 25 ലക്ഷം കുടുംബങ്ങൾ ദാരിദ്ര്യരേഖയ്ക്ക് താഴെയാണ്.

ഭക്ഷണം

ചോറും ചപ്പാത്തിയുമാണ് പ്രധാന ആഹാരം. ഗോത്രവർഗക്കാർക്കിടയിലെ വ്യത്യസ്തയിനം ഇലക്കറികൾ പ്രസിദ്ധമാണ്. ദുഷ്ക, പാലക്ക, ജൻന്താരി, കോനാർ, മേഥി, ഒട്ടുവ, ചണ തുടങ്ങിയവയാണ് മറ്റ് പ്രധാന ആഹാരങ്ങൾ. അരിയിൽ നിന്നുണ്ടാക്കുന്ന ഹാന്ദിയ, മാഹുവ പഴങ്ങളിൽ നിന്നുണ്ടാക്കുന്ന മാഹു എന്നിവയാണ് അറിയപ്പെടുന്ന പ്രാദേശിക മദ്യങ്ങൾ.

വിനോദ സഞ്ചാരം

നിബിഡവനങ്ങളും വനങ്ങളിലെ സസ്യജാലങ്ങളും പക്ഷിമൃഗാദികളുമെല്ലാമാണ് സഞ്ചാരികളെ ആകർഷിക്കുന്നത്.

ബട്ട്ല ദേശീയ ഉദ്യാനം, പാലാച്ചു കടുവ സങ്കേതം, ഹസാരി ബാഗ് വന്യജീവി സങ്കേതം, ബൊക്കാറോ, ജവഹർലാൽ നെഹ്റു ഗാർഡൻ, തലസ്ഥാന നഗരിയായ റാഞ്ചി തുടങ്ങിയവയാണ് പ്രധാന വിനോദ സഞ്ചാര കേന്ദ്രങ്ങൾ.

കണ്ടിരിക്കേണ്ട സ്ഥലം - റാഞ്ചി

ഝാർഖണ്ഡിന്റെ തലസ്ഥാനമാണ് റാഞ്ചി. ബ്രിട്ടീഷ് ഭരണ കാലത്ത് ബ്രിട്ടീഷ് ഉദ്യോഗസ്ഥരുടെ വിശ്രമ കേന്ദ്രമായി റാഞ്ചി അറിയപ്പെട്ടിരു

ടാഗോർഹിൽസ്

ന്നു. ഗോത്ര ഗവേഷണവും മ്യൂസിയവും റാഞ്ചിയിൽ സ്ഥിതി ചെയ്യുന്നു. രബീന്ദ്രനാഥ ടാഗോർ *ഗീതാഞ്ജലി* എഴുതിയിരുന്നത് സമീപത്തുള്ള ഒരു മലയുടെ മുകളിലിരുന്നാണ്. ഈ മല ടാഗോർഹിൽസ് എന്ന പേരിലാണ് ഇന്ന് അറിയപ്പെടുന്നത്. കാൻകി അണക്കെട്ട് ജഗന്നാഥ ക്ഷേത്രം, യുദ്ധശ്മശാനം, ബെട്ട്ലദേശീയ ഉദ്യാനം തുടങ്ങിയവയാണ് സമീപത്തെ മറ്റ് പ്രധാന വിനോദ സഞ്ചാര കേന്ദ്രങ്ങൾ. ലോകത്തെ ആദ്യത്തെ കടുവ സെൻസസ് നടന്നത് 1931 ൽ ബെട്ട്ലദേശീയഉദ്യാനത്തിലായിരുന്നു. ട്രെയിൻ മാർഗവും വിമാനമാർഗവും റോഡ്മാർഗവും റാഞ്ചിയിലെത്താം.

ഝാർഖണ്ഡ് - കേരളീയം

മലയാളികളുടെ സാന്നിധ്യം വ്യവസായ മേഖലയിൽ മാത്രമായി ഒതുങ്ങി നിൽക്കുന്നു. *ഹിന്ദുസ്ഥാൻ ടൈംസ്* ദിനപത്രത്തിന്റെ മുൻ ബ്യൂറോ ചീഫും *നയദുനിയ* പത്രത്തിന്റെ പത്രാധിപരുമായ ഷാജി ജോസഫ് മലയാളിയാണ് (09331270072).

പൊതുവിവരങ്ങൾ

തലസ്ഥാനം	-	റാഞ്ചി
ജില്ലകൾ	-	24
നിയമസഭാമണ്ഡലങ്ങൾ	-	81
ലോക്സഭാമണ്ഡലങ്ങൾ	-	14
രാജ്യസഭാ സീറ്റുകൾ	-	6
രൂപീകൃതമായ ദിവസം	-	2000 നവംബർ 15
ഔദ്യോഗിക ഭാഷ	-	ഹിന്ദി
ജനസംഖ്യ	-	32966238
ജനസാന്ദ്രത	-	414/Km^2
വിസ്തീർണം	-	74677/Km^2
ഔദ്യോഗിക വെബ്സൈറ്റ്	-	www.jnarkhand.nic.in

പ്രത്യേകതകൾ

1. ധാതുസമ്പത്തുകളാൽ സമ്പന്നം.
2. ഏറ്റവുമധികം ഇരുമ്പ്, ചെമ്പ് തുടങ്ങിയവയുടെ അയിരുകൾ ഉൽപ്പാദിപ്പിക്കുന്ന സംസ്ഥാനം.
3. ഇന്ത്യയിലെ ഏറ്റവും വലിയ രാസവളഫാക്ടറി – സിൻഡ്രി
4. ഏറ്റവും വലിയ സ്ഫോടന വസ്തുനിർമാണ ഫാക്ടറി – ഗോമിയ
5. ഏറ്റവും വലിയ സ്റ്റീൽ ഫാക്ടറി – ബൊക്കാറോ
6. ആദ്യത്തെ ഇരുമ്പുരുക്ക് ഫാക്ടറി – ജംഷഡ്പ്പൂർ
7. ആദ്യത്തെ മീഥൈൽ വാതകഫാക്ടറി – ബൊക്കാറോ
8. വൻവ്യവസായങ്ങൾക്കിടയിലും ഏറ്റവും പിന്നോക്ക സംസ്ഥാനം.
9. പുതിയ സംസ്ഥാനങ്ങൾ രൂപീകരിക്കുന്നത് അടിസ്ഥാന പ്രശ്നങ്ങൾക്ക് പരിഹാരമാവില്ലെന്ന് തെളിയിച്ച സംസ്ഥാനം.
10. നക്സൽ ബാധിത സംസ്ഥാനം.

സഹായനമ്പറുകൾ

പൊലീസ് കൺട്രോൾ റൂം	–	100 (ടോൾ ഫ്രീ)
റാഞ്ചി		0651 – 2316855
ട്രാഫിക് പൊലീസ്	–	0651 – 2203469
ആംബുലൻസ് സർവീസ്	–	0651 – 2541228
ഝാർഖണ്ഡ് ടൂറിസം	–	0651 – 2306935
ടൂറിസം വെബ്സൈറ്റ്	–	www.jharkhandtourism.in

24

നാഗാലാന്റ്

ചരിത്രം

വീര പുരാതന ഗോത്ര ചരിത്രത്തിൽ ഏറ്റവും അഭിമാനം കൊള്ളുന്നവരാണ് നാഗന്മാർ. നാഗാലാന്റിന്റെ ചരിത്രമെന്നാൽ നാഗാഗോത്ര ചരിത്രമാണ്. നാഗാ എന്ന ഗോത്രപദത്തിന്റെ അർഥം ചെവിയിൽ ദ്വാരമുള്ളവർ എന്നാണ്. ഇന്നത്തെ നാഗാലാന്റും ആസാമും ഉൾപ്പെടുന്ന പ്രദേശമെല്ലാം പണ്ട് വിശാല ബർമയുടെ കീഴിലായിരുന്നു. 1826 ൽ ബ്രിട്ടീഷ് ഈസ്റ്റ് ഇന്ത്യാ കമ്പനി ഈ പ്രദേശം കീഴടക്കി. അതോടെ നാഗാലാന്റ് ബ്രിട്ടീഷ് അധീനതയിലായി. ഒന്നാം ലോകമഹായുദ്ധകാലത്ത് ബ്രിട്ടീഷുകാർ നാഗന്മാരുടെ ധൈര്യവും ഓജസും ഊറ്റിയെടുക്കുന്നതിനായി ഇവരെ കൂട്ടത്തോടെ ബ്രിട്ടീഷ് സൈന്യത്തിൽ ചേർത്തു. സൈനിക സേവനത്തിനായി ഇവരിൽ പലരെയും ഫ്രാൻസിലേക്കും മറ്റ് യൂറോപ്യൻ രാജ്യങ്ങളിലേക്കുമയച്ചു. നാഗാ സംസ്കാരമുള്ളവർ എവിടെ ആയാലും അവർ സംഘടിക്കുമെന്നാണ് പഴമൊഴി. യൂറോപ്പിലെ ബ്രിട്ടീഷ് സൈന്യത്തിൽ പ്രവർത്തിച്ചിരുന്ന അഭ്യസ്തവിദ്യരായ സൈനികരുടെ കൂട്ടായ്മയിൽനിന്നാണ് നാഗാ ദേശീയമുന്നേറ്റത്തിന്റെ ഉത്ഭവം. 1918 ൽ നാട്ടിലേക്ക് മടങ്ങിയെത്തിയ ഈ സംഘം പിന്നീട് ബ്രിട്ടീഷുകാർക്കെതിരെ പോരാടി. നാഗന്മാർക്ക് സ്വാധീനമുള്ള പ്രദേശങ്ങളെയെല്ലാം ഉൾപ്പെടുത്തി ഒരു പുതിയ രാജ്യമുണ്ടാക്കുക എന്ന ലക്ഷ്യത്തോടെ നാഗാദേശീയ കൗൺസിൽ രൂപീകരിക്കപ്പെട്ടു. അൻഗാമി സാപ്പു ഫിസോ ആയിരുന്നു കൗൺസിലിന്റെ നേതാവ്. 1947 ആഗസ്റ്റ് 14ന് അഥവാ ഇന്ത്യക്ക് സ്വാതന്ത്ര്യം ലഭിക്കുന്നതിന്റെ തലേന്നാൾ കൗൺസിൽ സ്വയം സ്വാതന്ത്ര്യം പ്രഖ്യാപിച്ചു. അതോടെ നാഗാലാന്റ് സംഘർഷഭരിതമായി. വിഘടനവാദം തലയുയർത്തി. വിഘടനവാദത്തെ അടിച്ചമർത്തുന്ന

തോടൊപ്പം ജനങ്ങളുടെ പിന്തുണയാർജിക്കുന്നതിനായുള്ള നടപടികളാണ് കേന്ദ്ര സർക്കാർ കൈക്കൊണ്ടത്. ആസാമിന്റെ ഭാഗമായിരുന്ന നാഗാലാന്റിനെ 1957 ൽ സർക്കാർ കേന്ദ്രഭരണ പ്രദേശമാക്കി. 1963 ൽ നാഗാലാന്റ് സംസ്ഥാനമായി മാറി.

രാഷ്ട്രീയം

എക്കാലത്തും നാഗാ ദേശീയവാദത്തിലധിഷ്ഠിതമാണ് നാഗാലാന്റിന്റെ രാഷ്ട്രീയം. ഒരുവശത്ത് നാഗാ ദേശീയകൗൺസിലിന്റെ നേതൃത്വത്തിലുള്ള ഭീകരവാദം. മറുവശത്ത് ഭീകരവിരുദ്ധ സൈനിക നീക്കങ്ങൾ. രണ്ടിനുമിടയിൽ കിടന്ന് പാവപ്പെട്ട ജനങ്ങൾ വീർപ്പുമുട്ടി. സമാധാനം പുനഃസ്ഥാപിക്കുക എന്ന ലക്ഷ്യത്തോടെ 1964 സെപ്തംബർ 6 ന് നാഗാ നാഷണൽകൗൺസിലും കേന്ദ്രസർക്കാറും സമാധാന കരാറിൽ ഒപ്പുവെച്ചു. പ്രശ്ന പരിഹാരത്തിനായി 6 ചർച്ചകൾ നടന്നു. ചർച്ചകൾ പരാജയപ്പെട്ടതിനെ തുടർന്ന് 1967 ൽ കരാർ റദ്ദാക്കപ്പെട്ടു. 1972 ൽ കേന്ദ്ര സർക്കാർ നാഗാ നാഷണൽകൗൺസിലിനെ നിരോധിച്ചു. തുടർന്ന് സൈന്യം നടത്തിയ ശക്തമായ ഭീകരവിരുദ്ധ നടപടികൾക്ക് മുന്നിൽ ഫിസോയും സംഘവും മുട്ടുമടക്കി. 1975 നവംബർ 11 ന് സർക്കാറും നാഗാ ദേശീയകൗൺസിലും മേഘാലയയുടെ തലസ്ഥാനമായ ഷില്ലോങ്ങിൽ വെച്ച് ഒരു സമാധാന കരാറിൽ ഒപ്പുവെച്ചു. ഷില്ലോങ് കരാർ എന്ന പേരിലറിയപ്പെടുന്ന ഈ ഉടമ്പടിയിലൂടെ നാഗാ ദേശീയകൗൺസിൽ നിബന്ധനകൾ ഒന്നും കൂടാതെ ഇന്ത്യൻ ഭരണഘടന അംഗീകരിച്ചു. കൗൺസിൽ നാഗന്മാരുടെ താൽപ്പര്യം ബലികഴിച്ചാണ് കരാറിൽ ഒപ്പുവെച്ചതെന്ന് ആരോപിച്ച് വിമത വിഭാഗം നാഷണൽ സോഷ്യലിസ്റ്റ് കൗൺസിൽ ഓഫ് നാഗാലാന്റ് എന്ന സംഘടന രൂപീകരിച്ചു. 1980 ൽ രൂപീകരിക്കപ്പെട്ട എൻ എസ് സി എന്നിന്റെ നേതൃത്വത്തിലാണ് പിന്നീട് നാഗാലാന്റിൽ വിഘടന പ്രവർത്തനങ്ങൾ നടന്നത്. 1988 ൽ അധികാര തർക്കത്തെ തുടർന്ന് സംഘടന പിളർന്നു. ഇസാക്ക്, മൊയ്വ എന്നിവരുടെ നേതൃത്വത്തിൽ എൻ എസ് സി എൻ ഐ എമ്മും കപ്ലാംഗിന്റെ നേതൃത്വത്തിൽ എൻ എസ് സി എൻ കെയും രൂപംകൊണ്ടു. നാഗാലാന്റ്, ആസാം, മണിപ്പൂർ അരുണാചൽപ്രദേശ്, ബർമ എന്നിവിടങ്ങളിൽ നാഗന്മാർക്ക് സ്വാധീനമുള്ള പ്രദേശങ്ങൾ ഉൾപ്പെടുത്തി വിശാല നാഗാലാന്റ് രൂപീകരിക്കുക എന്നതാണ് ഈ സംഘങ്ങളുടെ പ്രഖ്യാപിത ലക്ഷ്യം. എൻ എസ് സി എൻ ഗ്രൂപ്പുകളും കേന്ദ്രസർക്കാറും തമ്മിൽ ഇപ്പോൾ വെടിനിർത്തൽ നിലനിൽക്കുകയാണ്. പ്രശ്നപരിഹാരത്തിനായി കഴിഞ്ഞ 10 വർഷങ്ങൾക്കുള്ളിൽ നൂറോളം തവണ ചർച്ചകൾ നടത്തി. ജനങ്ങൾക്കിടയിൽ സ്വാധീനമുണ്ടെങ്കിലും എൻ എസ് സി എൻ സംഘടനകൾക്ക് പഴയ വിശ്വാസ്യതയില്ല. പ്രമുഖ നേതാക്കളെല്ലാം കോടീശ്വരന്മാരാണ്. പലരുടെയും താമസം വിദേശ രാജ്യങ്ങളിൽ. സ്വാർഥ താൽപ്പര്യങ്ങൾക്കുവേണ്ടിയാണ് ഇവർ നാഗാ ദേശീയവാദം ഇളക്കിവി

മുഖ്യമന്ത്രിമാർ		
പേര്	കാലാവധി	പാർട്ടി
പി ഷിലു ആവോ	1963 – 1966	നാഗാ നാഷണലിസ്റ്റ് ഓർഗനൈസേഷൻ
ടി എൻ അൻഗാമി	1966 – 1969	നാഗാ നാഷണലിസ്റ്റ് ഓർഗനൈസേഷൻ
ഹോക്കിഷി സെമ	1969 – 1974	നാഗാ നാഷണലിസ്റ്റ് ഓർഗനൈസേഷൻ
വിസോൾ അൻഗാമി	1974 – 1975	യുണൈറ്റ് ഡെമോക്രാറ്റിക് ഫ്രണ്ട്
ജോൺ ബോസ്കോ ജഡോക്കി	1975 മാർച്ച് 10 1975 മാർച്ച് 20	നാഗാ നാഷണലിസ്റ്റ് ഡെമോക്രാറ്റി പാർട്ടി
വിസോൾ അൻഗാമി	1977 – 1980	യുണൈറ്റഡ് ഡെമോക്രാറ്റിക് പാർട്ടി
എസ് സി ജാമീർ	1980 ഏപ്രിൽ ജൂൺ	നാഗാ നാഷണലിസ്റ്റ് ഡെമോക്രാറ്റിക് പാർട്ടി
ജോൺ ബോസ്കൊ ജഡോക്കി	1980 – 1982	നാഗാ നാഷണലിസ്റ്റ് ഡെമോക്രാറ്റിക് പാർട്ടി
എസ് ഡി ജാമിർ	1982 – 1986	യുണൈറ്റഡ് ഡെമോക്രാറ്റിക് പാർട്ടി
ഹോകിഷിസെമ	1986 – 1988	ഇന്ത്യൻ നാഷണൽ കോൺഗ്രസ്
എസ് ബി ജാമിർ	1989 – 1990	ഇന്ത്യൻ നാഷണൽ കോൺഗ്രസ്
കെ എൽ പിഷി	1990 (മെയ് – ജൂൺ)	ഇന്ത്യൻ നാഷണൽ കോൺഗ്രസ്
ഖാമുഷോ ഫിസാമോ	1990 – 1992	നാഗാലാന്റ് പീപ്പിൾസ് കൗൺസിൽ
എസ് സി ജാമിർ	1993 – 2003	ഇന്ത്യൻ നാഷണൽ കോൺഗ്രസ്
നൈപിയുറിയോ	2003 – 2008	നാഗാലാന്റ് പീപ്പിൾസ് കൗൺസിൽ
നൈപിയുറിയോ	2008 – 2008	നാഗാലാന്റ് പീപ്പിൾസ് കൗൺസിൽ

ടുന്നതെന്ന തിരിച്ചറിവ് പ്രബലമാണ്. ഭീകരപ്രവർത്തനങ്ങളിൽ ഗണ്യമായ കുറവുണ്ടായിട്ടുണ്ടെങ്കിലും എൻ എസ് സി എൻ ഗ്രൂപ്പുകളുടെ സുശക്തമായ സമാന്തര നികുതി സമ്പ്രദായം നാഗാലാന്റിൽ നിലവിലുണ്ട്. തട്ടുകടക്കാർ മുതൽ ഉന്നത സർക്കാർ ഉദ്യോഗസ്ഥരിൽ വരെ സംഘങ്ങൾ നികുതി ചുമത്തിയിരിക്കുന്നു. എൻ എസ് സി എൻ (ഐ എം),

എൻ എസ് സി എൻ (കെ) എൻ എസ് സി എൻ (യു) എന്നീ സംഘടനകൾ നിയമവിരുദ്ധമായി കൈക്കലാക്കുന്ന നികുതി വരുമാനം നാഗാലാന്റ് സർക്കാറിന്റെ വാർഷിക പദ്ധതി അടങ്കലിനെക്കാൾ കൂടുതലാണത്രെ. സമാധാന ചർച്ചകൾ പരാജയപ്പെടുമെന്ന കാരണത്താൽ ജനങ്ങൾക്ക് നേരെ നടക്കുന്ന ഇത്തരം സാമ്പത്തിക ചൂഷണങ്ങളെ പ്രതിരോധിക്കാൻ സംസ്ഥാന സർക്കാറോ കേന്ദ്ര സർക്കാറോ തയാറാവുന്നില്ല എന്നതാണ് യാഥാർഥ്യം.

തുടക്കം മുതൽക്കുതന്നെ രാഷ്ട്രീയ അസ്ഥിരത നിലനിൽക്കുന്ന സംസ്ഥാനമാണിത്. നാഗാ നാഷണലിസ്റ്റ് ഓർഗനൈസേഷൻ നേതാവ് പി ഷിലു ആവോ ആയിരുന്നു പ്രഥമ മുഖ്യമന്ത്രി. എൻ എൻ ഒയ്ക്ക് പുറമേ യുണൈറ്റഡ് ഡെമോക്രാറ്റിക് ഫ്രണ്ട്, നാഗാ നാഷണൽ ഡെമോക്രാറ്റിക് പാർട്ടി, യുണൈറ്റഡ് ഡെമോക്രാറ്റിക് ഫ്രണ്ട് പ്രോഗ്രസീവ്, ഇന്ത്യൻ നാഷണൽ കോൺഗ്രസ്, നാഗാലാന്റ് പീപ്പിൾസ് കൗൺസിൽ, നാഗാലാന്റ് പീപ്പിൾസ് ഫ്രണ്ട് തുടങ്ങിയ പാർട്ടികൾ പലപ്പോഴായി സംസ്ഥാനം ഭരിച്ചു. 4 സർക്കാരുകൾ മാത്രമാണ് കാലാവധി തികച്ചത്. കോൺഗ്രസ് നേതാവ് എസ് സി ജാമിറാണ് ഏറ്റവുമധികം കാലം മുഖ്യമന്ത്രിയായത്. 14 വർഷം നൈപിയുറിയോയുടെ നേതൃത്വത്തിലുള്ള നാഗാലാന്റ് പീപ്പിൾസ് ഫ്രണ്ടാണ് ഇപ്പോൾ സംസ്ഥാനം ഭരിക്കുന്നത്. നാഗാ പീപ്പിൾസ് ഫ്രണ്ട്, നാഗാലാന്റ് ഡെമോക്രാറ്റിക് പാർട്ടി, ഇന്ത്യൻ നാഷണൽ കോൺഗ്രസ്, ബി ജെ പി, ജനതാദൾ (എസ്) എൻ ഡി പി എന്നിവയാണ് മറ്റ് പ്രധാന പാർട്ടികൾ.

ഭൂമിശാസ്ത്രം

ആസാം, മണിപ്പൂർ, മിസോറാം, അരുണാചൽ പ്രദേശ്, ബർമ്മ എന്നീ പ്രദേശങ്ങൾക്കിടയിൽ സ്ഥിതി ചെയ്യുന്ന മലയോര സംസ്ഥാനമാണ് നാഗാലാന്റ്. സമുദ്രനിരപ്പിൽനിന്ന് 3,826 മീറ്റർ ഉയരത്തിൽ സ്ഥിതി ചെയ്യുന്ന മൗണ്ട് സരാമട്ടിയാണ് ഏറ്റവും ഉയരമുള്ള നാഗാമല. തൊണ്ണൂറു ശതമാനത്തോളം പ്രദേശം വനങ്ങളാണ്. ഇവയിലെ ആറിലൊന്ന് പ്രദേശം നിത്യഹരിതവനങ്ങളും. ദോയാംഗ്, ദിഫ്യൂ, ബാരക്ക്, ചിത്ത്പിൻ എന്നിവയാണ് പ്രധാന നദികൾ. തണുപ്പു കാലത്ത് താപനില 4^0C വരെ താഴും. ചൂടുകാലത്ത് 40^0C വരെ ഉയരാറുണ്ട്. നാഗാലാന്റിലെ ഇടതൂർന്ന വനപ്രദേശം ജൈവ വൈവിധ്യത്താൽ സമ്പുഷ്ടമാണ്.

സമ്പദ്വ്യവസ്ഥ

90% ജനങ്ങളുടെയും ഉപജീവനമാർഗം കൃഷിയാണ്. നെല്ല്, ചോളം, പരിപ്പുവർഗങ്ങൾ, ചാമ, എണ്ണക്കുരുക്കൾ, തക്കാളി, ഉരുളക്കിഴങ്ങ് തുടങ്ങിയവയാണ് പ്രധാന കാർഷികോൽപ്പന്നങ്ങൾ. നെയ്ത്ത്, മരപ്പണി, കരകൗശല വസ്തുക്കളുടെ നിർമാണം തുടങ്ങിയവയിൽ അധിഷ്ഠിതമായ കുടിൽവ്യവസായങ്ങൾ സജീവമാണ്. കൊഹിമ, ദിമാപ്പൂർ, മൊക്കോക്ചുംഗ്, വോഖ, മോൺ തുടങ്ങിയവയാണ് പ്രധാന നഗരങ്ങൾ. കൊഹിമ

യിൽനിന്നും 70 കിലോമീറ്റർ അകലെ സ്ഥിതി ചെയ്യുന്ന ദീമാപ്പൂരിലാണ് സംസ്ഥാനത്തെ ഏക വിമാനത്താവളം.

സാമൂഹ്യാവസ്ഥ

ജനസംഖ്യയിലെ 90.02 ശതമാനം ക്രിസ്തുമത വിശ്വാസികളാണ്. 75 % പേരും ബാപ്റ്റിസ്റ്റ് വിഭാഗത്തിൽപ്പെടുന്നു. ഇന്ത്യയിൽ മാത്രമല്ല ആഗോളതലത്തിൽ ഏറ്റവും ഉയർന്ന ശതമാനം ബാപ്റ്റിസ്റ്റുകൾ ജീവിക്കുന്ന സംസ്ഥാനം നാഗാലാന്റാണ്. 7.7 % പേർ ഹിന്ദുക്കളും 1.8 % പേർ ഇസ്ലാം മതവിശ്വാസികളുമാണ്.

മതവിശ്വാസത്തിലുമുപരിയായി പരമ്പരാഗത ഗോത്രവിശ്വാസമാണ് നാഗന്മാർ ഉയർത്തിപ്പിടിക്കുന്നത്. അൻഗാമി, ആവോ, ചാംവ്, ചക്കേസാംഗ്, ഫോം, സുമി എന്നിങ്ങനെ മുപ്പതോളം ഗോത്രങ്ങൾ നാഗാലാന്റിലുണ്ട്. ഏറെക്കുറെ എല്ലാ ഗോത്രങ്ങൾക്കും തങ്ങളുടേതായ ഗോത്രഭാഷകളുണ്ട്. എന്നാൽ ലിപി റോമൻ ആണ്.

ഭക്ഷണം

നാഗന്മാരുടെ ഇഷ്ടഭക്ഷണം പട്ടി ഇറച്ചിയാണ്. നാഗാമീസ് ഭാഷയുടെ ലിപി ഒരു പണ്ഡിതൻ പശുവിന്റെ ദേഹത്ത് എഴുതിവെച്ചിരുന്നെന്നും ഈ പശുവിനെ പട്ടികൾ തിന്നുവെന്നുമാണ് പഴമൊഴി. ലിപി തിരികെ കിട്ടാനായി നാഗന്മാർ കൂട്ടത്തോടെ പട്ടികളെ തിന്നാൻ തുടങ്ങിയത്രെ. ഇന്നും നാഗാമീസ് ഭാഷയ്ക്ക് ലിപിയില്ല. എങ്കിലും നാഗന്മാർ സന്തോഷത്തോടെ പട്ടി ഇറച്ചി തിന്നുന്നു. പട്ടിയെ മാത്രമല്ല ചിലന്തി, പൂച്ച, ആന എന്നിവയുടെ ഇറച്ചിയും തിന്നുന്ന ഗോത്രവർഗക്കാരുണ്ട്.

മറ്റ് വടക്കുകിഴക്കൻ സംസ്ഥാനങ്ങളിലേതുപോലെ അരിയാണ് പ്രധാന ആഹാരം. അരി വാറ്റിയെടുക്കുന്ന രുചി, സുത്തോ തുടങ്ങിയ മദ്യങ്ങളും പ്രസിദ്ധമാണ്.

നാഗാലാന്റ് - കേരളീയം

എഴുപതുകളിൽ ജോലി തേടി നിരവധി മലയാളികൾ നാഗാലാന്റിലേക്ക് കുടിയേറിയിരുന്നു. നാഗാ ദേശീയവാദം ഉച്ചസ്ഥായിയിലായിരുന്ന അക്കാലത്ത് തദ്ദേശീയർ പൊലീസിൽ ചേരാൻ മടികാണിച്ചു. ഈ സാഹചര്യം പ്രയോജനപ്പെടുത്തി അന്ന് നിരവധി മലയാളികൾ നാഗാലാന്റ് പൊലീസിൽ ചേർന്നു. ഇവരിൽ ഒരുവിഭാഗം പലപ്പോഴായി നാട്ടിലേക്ക് മടങ്ങിവന്നു. മറുവിഭാഗമാവട്ടെ നാഗാലാന്റിൽ സ്ഥിരതാമസക്കാരായി. ഇവരുടെ മുഖ്യതൊഴിൽമേഖല ബേക്കറി ബിസിനസാണ്. സംസ്ഥാനത്തെ പ്രമുഖ ബേക്കറികളുടെയെല്ലാം ഉടമസ്ഥർ മലയാളികളാണ്. ഈ ബേക്കറികളിൽ തദ്ദേശീയമായ ഉൽപ്പന്നങ്ങളും കേരളീയ ഉൽപ്പന്നങ്ങളും ലഭിക്കും. അത്ഭുതമെന്ന് പറയട്ടെ കേരളീയ പലഹാരങ്ങളോടാണ് നാഗന്മാർക്ക് കൂടുതൽ പ്രിയം.

ടൂറിസം

ടൂറിസം മേഖലയിൽ സാധ്യതകളുള്ള പ്രദേശമാണ്. എന്നാൽ ഈ മേഖലയിൽ നാമമാത്ര പുരോഗതി മാത്രമാണ് സംസ്ഥാനത്തിന് കൈവരിക്കാനായിട്ടുള്ളത്. ക്രമസമാധാന പ്രശ്നങ്ങൾ, സുരക്ഷിതത്വമില്ലായ്മ, തുടങ്ങിയവയെല്ലാം തിരിച്ചടിയായിരുന്നു.

രണ്ടാം ലോക മഹായുദ്ധത്തിൽ കൊല്ലപ്പെട്ടവർക്ക് വേണ്ടി നിർമിച്ച സ്മാരകമായ കൊഹിമ യുദ്ധ ശ്മശാനം, സ്റ്റേറ്റ് മ്യൂസിയം, കൊനോമ ഹരിതഗ്രാമം തുടങ്ങിയവയാണ് ജനത്തിരക്കേറിയ വിനോദ സഞ്ചാരകേന്ദ്രങ്ങൾ. ഗോത്രവർഗക്കാരുടെ പരമ്പരാഗത ഉത്സവങ്ങൾ കാണുന്നതിനായി സഞ്ചാരികൾ എത്താറുണ്ട്. ഹോൺബെൽ മേള, ആവോലിങ്, സൈക്രോയി തുടങ്ങിയ ഉത്സവങ്ങൾ പ്രസിദ്ധമാണ്.

ഒക്ടോബർ മുതൽ മാർച്ച് വരെയുള്ള കാലമാണ് നാഗാലാന്റ് സന്ദർശിക്കാൻ ഏറ്റവും ഉചിതമായ സമയം. നാഗാലാന്റ് ടൂറിസം വകുപ്പിന്റെ ഔദ്യോഗിക വെബ്സൈറ്റായ www.tourismnagaland.com സന്ദർശിച്ചാൽ വിശദ വിവരങ്ങൾ ലഭ്യമാവും.

കണ്ടിരിക്കേണ്ട സ്ഥലം - കൊഹിമ

നാഗാലാന്റിന്റെ തലസ്ഥാനമാണ് കൊഹിമ. കൊഹിമയിലെ യുദ്ധ ശ്മശാനം, കൊഹിമ മൃഗശാല, ട്രിപ്പിൾ ഫാൾസ്, വെള്ളച്ചാട്ടം, കൊനോമയിലെ ഹരിതഗ്രാമം, പേക്കിലെ പക്ഷിസങ്കേതം, ഇൻടാൻകി വന്യജീവി സങ്കേതം തുടങ്ങിയവയാണ് പ്രധാന വിനോദ സഞ്ചാരകേന്ദ്രങ്ങൾ.

കൊഹിമ

ദിമാപ്പൂരാണ് തൊട്ടടുത്ത വിമാനത്താവളം. അവിടെനിന്ന് റോഡ് മാർഗം കൊഹിമയിലെത്താം. കൊഹിമയിലേക്ക് റെയിൽവെ സർവീസ് ഇല്ല.

പൊതുവിവരങ്ങൾ

തലസ്ഥാനം	-	കൊഹിമ
നിയമസഭാമണ്ഡലങ്ങൾ	-	60
ലോക്സഭാമണ്ഡലങ്ങൾ	-	2
രാജ്യസഭാ സീറ്റുകൾ	-	1
രൂപീകൃതമായ വർഷം	-	1963
മുഖ്യമന്ത്രി	-	നിയ്യെഫിയു റിയോ
ഔദ്യോഗിക ഭാഷ	-	ഇംഗ്ലീഷ്
ജനസംഖ്യ	-	1980602
ജനസാന്ദ്രത	-	$119/Km^2$
വിസ്തീർണം	-	$165793/Km^2$
പൊലീസ് സഹായ നമ്പർ	-	0370 - 2244279
ഔദ്യോഗിക വെബ്സൈറ്റ്	-	www.nagaland nic.in

പ്രത്യേകതകൾ

1. ഇംഗ്ലീഷ് ഔദ്യോഗിക ഭാഷയുമായുള്ള സംസ്ഥാനം.
2. പട്ടി ഇറച്ചി ഭക്ഷിക്കുന്നവർ.
3. സംസ്ഥാനത്തിന്റെ വാർഷിക പദ്ധതി അടങ്കലിനെക്കാൾ ഉയർന്ന തുക നിയമവരുദ്ധ തീരുവകളിലൂടെ വിഘടിത സംഘടനകൾ സ്വരൂപിക്കുന്ന സംസ്ഥാനം.
4. കൊനോമ - ഇന്ത്യയിലെ ആദ്യത്തെ ഹരിത ഗ്രാമം.
5. ഏറ്റവും സൗന്ദര്യമുള്ള പക്ഷിയെന്ന് പുകൾപ്പെറ്റ ട്രെങ്കോപ്പൻ പക്ഷികളുടെ പ്രധാന സങ്കേതം.

സഹായനമ്പറുകൾ

പൊലീസ് കൺട്രോൾ റൂം	-	0370 - 2244279
അഗ്നിശമന സേനാവിഭാഗം	-	0370 - 2222952
ടൂറിസം ഇൻഫർമേഷൻ	-	0370 - 2270107
		0370 - 2222214
പ്രസ് ഇൻഫർമേഷൻ	-	0370 - 2241398
ടൂറിസം വെബ്സൈറ്റ്	-	www.tourismnagaland.com

25

രാജസ്ഥാൻ

രാജസ്ഥാൻ എന്ന വാക്കിനർഥം രാജാക്കന്മാരുടെ നാട് എന്നാണ്. രാജസ്ഥാനിൽ എവിടെ ചെന്നാലും രജപുത്ര രാജാക്കന്മാരുടെ പടയോട്ടങ്ങളുടെയും വീരമൃത്യുവിന്റെയും പ്രണയങ്ങളുടെയും കഥകൾ കേൾക്കാം. ഇന്ത്യയിലെ ഏറ്റവും വലിയ സംസ്ഥാനമാണിത്. രാജ്യത്തിന്റെ ആകെ വിസ്തൃതിയുടെ 10.41 ശതമാനം. 342239 ചതുരശ്രകിലോമീറ്റർ വിസ്തീർണമുള്ള പ്രദേശം.

ചരിത്രം

ലോകത്തിലെ ഏറ്റവും പുരാതനമായ സംസ്കാരമാണ് സിന്ധുനദീതട സംസ്കാരം. രാജസ്ഥാന്റെ പല പ്രദേശങ്ങളും ഈ സംസ്കാരത്തിന്റെ ഭാഗഭാക്കായിരുന്നു. ഹനുമാൻഗഡ് ജില്ലയിലെ കാളിബാൻഗാൻ ആയിരുന്നത്രെ അന്നത്തെ ഒരു പ്രധാന തലസ്ഥാനം.

രജപുത്രന്മാർ, യാദവന്മാർ, ജാട്ടുകൾ, ഭീൽ, മീണ, ഭിഷ്ണോയ്, മുഗൾ വംശജർ തുടങ്ങിയ വ്യത്യസ്തവിഭാഗങ്ങളുടെ സംസ്കാരങ്ങളുടെ ചേരുവയാണ് രാജസ്ഥാൻ സംസ്കാരം. ദൗർഭാഗ്യകരമെന്ന് പറയട്ടെ മുഖ്യധാരാ ചരിത്രം രജപുത്രന്മാരുടെ പോരാട്ടങ്ങളിൽ മാത്രമായി ഒതുങ്ങിനിൽക്കുന്നു.

നാട്ടുരാജ്യങ്ങളും നാട്ടുരാജാക്കന്മാരും രാജസ്ഥാനിൽ സജീവമായിരുന്നു. ജോദംപ്പൂർ, ബിക്കാനിർ, ഉദയ്പ്പൂർ, ജയ്പ്പൂർ പ്രദേശങ്ങൾ രജപുത്രന്മാരും ഭരത്പ്പൂർ, ദോൽപ്പൂർ പ്രദേശങ്ങൾ ജാട്ടുകളും ട്ടോങ് നവാബുമാരുമാണ് ഭരിച്ചിരുന്നത്.

അൽവാർജില്ലയിലെ മച്ചേരി ഗ്രാമത്തിൽ ജനിച്ച സാമ്രാട്ട് ഹേമ ചന്ദ്ര വിക്രമാദിത്യനായിരുന്നു ആദ്യകാലത്തെ വീരയോദ്ധാവ്. മുഗളന്മാർക്കെ

ഥാർ മരുഭൂമി

തിരെ ഇദ്ദേഹം 22 യുദ്ധങ്ങളിൽ ജയിച്ചിരുന്നതായി രാജസ്ഥാൻ ചരിത്രം രേഖപ്പെടുത്തുന്നു. 2–ാം പാനിപ്പട്ട് യുദ്ധത്തിൽ കൊല്ലപ്പെട്ടതോടെയാണ് സാമ്രാജട്ട് ഹേമചന്ദ്രന്റെ വീരേതിഹാസം അവസാനിക്കുന്നത്.

മഹാറാണാ പ്രതാപ് സിങ്ങാണ് മറ്റൊരു രജപുത്ര പോരാളി. ഒരു ലക്ഷത്തോളം അംഗബലമുള്ള മുഗൾ സേനയെ പതിനായിരത്തോളം സൈനികരുള്ള അംഗബലമുള്ള പ്രതാപ്സിങ്ങിന്റെ സൈന്യം ചെറുത്തു നിന്നത് ഇവിടുത്തെ ഒരു പ്രധാന വീരഗാഥയാണ്. മുഗളന്മാർക്ക് ശേഷം ഹിന്ദുരാജാക്കന്മാരായ മറാഠികളും പൻഡാരികളും രജപുത്രരാജാക്കന്മാരെ ആക്രമിച്ചു. സിന്ധ്യവംശം അജ്മീർ പിടിച്ചെടുത്തതോടെ രജപുത്രന്മാരുടെ പ്രതാപകാലത്തിന് തിരശ്ശീല വീണു. രജപുത്രരാജാക്കന്മാരെല്ലാം പിന്നീട് ബ്രിട്ടീഷുകാരുമായി ഉടമ്പടികളിൽ ഒപ്പുവെച്ചു. ബ്രിട്ടീഷ് ഭരണത്തിന് കീഴിലുള്ള നാട്ടുരാജ്യങ്ങളായി ഇവമാറി.

ഏറെ തെറ്റിദ്ധരിപ്പിക്കപ്പെട്ടതും ദുർവ്യാഖ്യാനിക്കപ്പെട്ടതുമായ ചരിത്രമാണ് രാജസ്ഥാന്റേത്. മുഗൾ രാജാക്കന്മാർ രജപുത്രരാജാക്കന്മാർക്കെതിരെ നടത്തിയ അക്രമങ്ങളിലും രജപുത്രന്മാരുടെ ചെറുത്തു നിൽപ്പുകളിലും മാത്രമായി ഇത് ഒതുങ്ങിനിൽക്കുന്നു. രജപുത്രരാജാക്കന്മാർക്കെതിരെ ഹിന്ദുക്കളായ രാജാക്കന്മാർ നടത്തിയ അക്രമങ്ങൾ ശരിയായ രീതിയിൽ ചരിത്രത്തിൽ പരാമർശിച്ചിട്ടില്ല. മാത്രമല്ല, രജപുത്രർക്ക് വേണ്ടി അങ്കംവെട്ടിയത് ഏറ്റവും താഴേക്കിടയിലുള്ള ഗുജറുകളും മീണകളുമാ

യിരുന്നു. യുദ്ധങ്ങളിൽ ഏറ്റവുമധികം കൊല്ലപ്പെട്ടതും ഇവർ തന്നെ. പക്ഷേ രജപുത്രാധിഷ്ഠിത ചരിത്രത്തിൽ ഇവരുടെ ജീവത്യാഗങ്ങൾ വിസ്മരിക്കപ്പെട്ടു.

ഭൂമിശാസ്ത്രം

പടിഞ്ഞാറ് പാകിസ്ഥാൻ, കിഴക്ക് പടിഞ്ഞാറ് ഗുജറാത്ത്, തെക്ക് കിഴക്ക് മധ്യപ്രദേശ്, വടക്ക് കിഴക്ക് ഹരിയാന, വടക്ക് പഞ്ചാബ് എന്നിവയാണ് അയൽ പ്രദേശങ്ങൾ.

ഥാർ മരുഭൂമിയാണ് പ്രധാന ഭൂമിശാസ്ത്രപ്രത്യേകത. മരുപ്രദേശങ്ങളിൽ ജനസംഖ്യ കുറവാണ്. ബിക്കാനീറാണ് ഈ മേഖലയിലെ ഏറ്റവും വലിയ നഗരം. വേനൽക്കാലത്ത് താപനില 55^0C വരെ ഉയരാറുണ്ട്. ഇക്കാലത്ത് ജലക്ഷാമം രൂക്ഷമാവും. ശീതകാലത്താവട്ടെ താപനില 0^0C ൽ താഴെയും. സംസ്ഥാനത്ത് താരതമ്യേന മഴ കുറവാണ്. ആരാവലി മലനിരകളാണ് മഴമേഘങ്ങളെ തടഞ്ഞു നിർത്തുന്നത്. തെക്ക് പടിഞ്ഞാറൻ അതിർത്തി മുതൽ വടക്ക് കിഴക്കൻ അതിർത്തിവരെ 850 കിലോമീറ്റർ ദൈർഘ്യത്തിൽ മലനിരകൾ നീണ്ടു കിടക്കുന്നു. അത്യുഷ്ണ കാലാവസ്ഥയിൽ സംസ്ഥാനത്തിന് ആശ്വാസം നൽകുന്നത് ഈ മലനിരകളാണ്. പ്രമുഖ സുഖവാസകേന്ദ്രമായ മൗണ്ട് അബു ഇവിടെ സ്ഥിതിചെയ്യുന്നു. മരുഭൂമിക്കും ആരാവലിക്കുമിടയിലുള്ള പ്രദേശത്ത് വിശാലമായ പുൽക്കാടുകളാണ്. ഗോഡ്വാർ, മാർവാർ, ശെഖാവത്ത് മേഖലകൾ പുൽക്കാടുകൾ നിറഞ്ഞ പ്രദേശത്താണ്. ജോദ്പ്പൂരാണ് ഈ മേഖലയിലെ പ്രധാന നഗരം.

ലൂനി, ചംബാൽ ഘഗ്ഗാർ എന്നിവയാണ് പ്രധാന നദികൾ

രാഷ്ട്രീയം

രാജസ്ഥാൻ ഏറെ കാലം കോൺഗ്രസിന്റെ കോട്ടയായിരുന്നു. 1949 മുതൽ 1977 വരെ കോൺഗ്രസ് തുടർച്ചയായി സംസ്ഥാനം ഭരിച്ചു. എതിർ പാർട്ടികളായിരുന്നില്ല, പാർട്ടിക്കകത്തെ ആഭ്യന്തര പ്രശ്നങ്ങളായിരുന്നു അക്കാലത്ത് കോൺഗ്രസ് നേരിട്ടിരുന്ന പ്രധാന വെല്ലുവിളി. ഹീരാലാൽ ശാസ്ത്രി ആയിരുന്നു ആദ്യ മുഖ്യമന്ത്രി. സി എസ് വെങ്കിടാചരി, ജയ് നാരായൺ വ്യാസ്, ടിക്കാറാം പലിവാൾ, ജയ് നാരായൺ വ്യാസ് മോഹൻലാൽ സുക്കാഡിയ തുടങ്ങിയവരായിരുന്നു ആദ്യകാലത്തെ മുഖ്യമന്ത്രിമാർ. മോഹൻലാൽ സുക്കാഡിയ തുടർച്ചയായി 4 തവണ മുഖ്യമന്ത്രിയായി. 1977 ലെ തിരഞ്ഞെടുപ്പോടെ കോൺഗ്രസിന്റെ കോട്ട പൊളിഞ്ഞു. ഭൈരോൺസിങ് ശിഖാവത്തിന്റെ നേതൃത്വത്തിലുള്ള ജനതാ പാർട്ടി അധികാരത്തിലേറി. ഉത്തരേന്ത്യയിൽ ആഞ്ഞടിച്ച ഇന്ദിരാ വിരുദ്ധ തരംഗമാണ് ഭരണമാറ്റത്തിന് പ്രധാന കാരണമായത്. രാജസ്ഥാൻ നിയമസഭയിലെ ആകെയുള്ള 200 സീറ്റുകളിലെ 151 ഉം ജനതാപ്പാർട്ടിയും സഖ്യകക്ഷികളും നേടി. അതോടെ സംസ്ഥാന രാഷ്ട്രീയത്തിലെ പ്രധാന നേതാവായി ഭോരോൺസിങ് ശിഖാവത്ത് ഉയർന്നു. സിക്കർ ജില്ലയിലെ

ഖച്ചാരിയാവാസ് ഗ്രാമത്തിലെ ഒരു ബ്രാഹ്മണ കുടുംബത്തിൽ ജനിച്ച ശിഖാവത്ത് 1952ലാണ് സജീവ രാഷ്ട്രീയത്തിലിറങ്ങിയത്. അതുവരെ അദ്ദേഹം പൊലീസ് സബ് ഇൻസ്പെക്ടർ ആയി ജോലി ചെയ്യുകയായിരുന്നു. സംസ്ഥാനത്തെ ആദ്യകാല കോൺഗ്രസ് കമ്യൂണിസ്റ്റ് നേതാക്കളുടെയെല്ലാം തുടക്കം സ്വാതന്ത്ര്യ സമരത്തിലൂടെയായിരുന്നെങ്കിൽ ശെഖാവത്തിന്റെ കാര്യം വ്യത്യസ്തമാണ്. ദേശീയ സ്വാതന്ത്ര്യസമര പ്രസ്ഥാനത്തിലെവിടെയും ഇദ്ദേഹത്തിന്റെ സാന്നിധ്യമില്ലായിരുന്നു എന്ന വിമർശനം രാഷ്ട്രീയ ജീവിതത്തിലുടനീളം ശിഖാവത്തിന് കേൾക്കേണ്ടി വന്നു. സംഘപരിവാറിലൂടെയും ജനസംഘത്തിലൂടെയും രാഷ്ട്രീയത്തിലെത്തിയ അദ്ദേഹം 1980 ൽ ജനതാ പാർട്ടി പിളർന്നപ്പോൾ ബി ജെ പിയിൽ ചേർന്നു. 1980 ൽ കോൺഗ്രസ് ഭരണം തിരിച്ചുപിടിച്ചു. ജഗനാഥ് പഹാനിയ ആയിരുന്നു മുഖ്യമന്ത്രി. പിന്നീട് 1990 വരെ കോൺഗ്രസ് ആയിരുന്നു അധികാരത്തിൽ. എന്നാൽ 10 വർഷത്തിനിടയിൽ 5 തവണ കോൺഗ്രസ് ഹൈക്കമാന്റ് മുഖ്യമന്ത്രിമാരെ മാറ്റി. ഈ കാലയളവിൽ സംസ്ഥാനത്ത് ബി ജെ പി ശക്തമായ അടിത്തറയുണ്ടാക്കി. സംഘപരിവാറിന്റെ സ്വാധീനവും ശിഖാവത്തിന്റെ നേതൃത്വവും പാർട്ടിയുടെ ജനസ്വാധീനം വർധിപ്പിച്ചു. സൗമ്യമായ പെരുമാറ്റത്തിലൂടെ ശെഖാവത്ത് എതിരാളികൾക്കുപോലും സ്വീകാര്യനായി. പി സി സി യുടെ അധ്യക്ഷനായി ചരിത്രം സൃഷ്ടിച്ച നേതാവാണ് ഗെഹലോട്ട്. ഇന്ദിരാഗാന്ധി, രാജീവ് ഗാന്ധി, നരസിംഹറാവു സർക്കാറുകളിൽ അദ്ദേഹം മന്ത്രിയായിരുന്നു. എ ഐ സി സി ജനറൽ സെക്രട്ടറിയായും പ്രവർത്തിച്ചിട്ടുണ്ട്. കോൺഗ്രസിന്റെ തന്ത്രം ഫലം കണ്ടു. 1998 ൽ നടന്ന നിയമസഭാ തിരഞ്ഞെടുപ്പിൽ ബി ജെ പിയുടെ ബ്രാഹ്മണ രജപുത്ര വോട്ട് ബാങ്കിൽ വിള്ളലുണ്ടാക്കിയ കോൺഗ്രസ് അധികാരത്തിൽ വന്നു. അശോക് ഗെഹലോട്ട് മുഖ്യമന്ത്രിയായി. പ്രായാധിക്യം മൂലം സജീവരാഷ്ട്രീയത്തിൽ നിന്നും വിട്ടു നിൽക്കാൻ തീരുമാനിച്ച ഭൈരോൺ സിങ് ശിഖാവത്തിനെ തേടിയെത്തിയത് രാജ്യത്തിന്റെ ഉപരാഷ്ട്രപദവിയായിരുന്നു. 2002 ൽ കോൺഗ്രസ് സ്ഥാനാർഥി സുശീൽകുമാർ ഷിൻഡെയെ തോൽപ്പിച്ച് അദ്ദേഹം ഉപരാഷ്ട്രപതിയായി 2007 ൽ എൻ സി എയുടെ രാഷ്ട്രപതി 1989ലെ ലോക്സഭാ തിരെഞ്ഞെടുപ്പിൽ സംസ്ഥാന പ്രതിപക്ഷ പാർട്ടികളായിരുന്ന ബി ജെ പിയും ജനതാദളും ചരിത്ര വിജയം നേടി. 25 ലോക്സഭാ സീറ്റുകളിലെ 25 ഉം ഇവർ തൂത്തുവാരി. 1990ൽ നടന്ന നിയമസഭാ തിരഞ്ഞെടുപ്പിലൂടെ ഭൈരോൺ സിങ് ശിഖാവത്ത് വീണ്ടും മുഖ്യമന്ത്രിയായി. രാമക്ഷേത്ര പ്രക്ഷോഭം സംസ്ഥാനത്ത് ബി ജെ പിയുടെ അടിത്തറ വ്യാപിപ്പിച്ചു. ബാബരി മസ്ജിദിന്റെ തകർച്ചയ്ക്ക്ശേഷം സംസ്ഥാന സർക്കാറിനെ രാഷ്ട്രപതി പിരിച്ചുവിട്ടു. 1993 ൽ നടന്ന തിരഞ്ഞെടുപ്പിൽ വിജയം ബി ജെ പിക്ക് തന്നെ ആയിരുന്നു. ശിഖാവത്ത് വീണ്ടും മുഖ്യമന്ത്രിയായി. സംസ്ഥാന രാഷ്ട്രീയത്തിലെ ആധിപത്യം തിരികെ പിടിക്കുന്നതിനായി കോൺഗ്രസ് ഹൈക്കമാന്റ് നിയോഗിച്ചത് അശോക് ഗെഖിലോട്ടിനെ ആയിരുന്നു. 34-ാം വയസിൽ രാജസ്ഥാൻ സ്ഥാനാർഥിയായി മത്സരിച്ചെങ്കിലും അദ്ദേഹം പരാജയപ്പെട്ടു. 2003 ലെ

മുഖ്യമന്ത്രിമാർ		
പേര്	**കാലാവധി**	**പാർട്ടി**
ഹീരാലാൽ ശാസ്ത്രി	1949 – 1951	ഇന്ത്യൻ നാഷണൽ കോൺഗ്രസ്
സി എസ് വെങ്കിടാചാരി	1951 ജനുവരി 1951 ഏപ്രിൽ	ഇന്ത്യൻ നാഷണൽ കോൺഗ്രസ്
ജയ് നാരായൺ വ്യാസ്	1951 – 1952	ഇന്ത്യൻ നാഷണൽ കോൺഗ്രസ്
ടിക്കാറാം പലിവാൾ	1952 മാർച്ച് 1952 ഒക്ടോ	ഇന്ത്യൻ നാഷണൽ കോൺഗ്രസ്
ജയ്നാരായൺ വ്യാസ്	1952 – 1954	ഇന്ത്യൻ നാഷണൽ കോൺഗ്രസ്
മോഹൻലാൽ സുക്കാഡിയ	1954 – 1957	ഇന്ത്യൻ നാഷണൽ കോൺഗ്രസ്
മോഹൻലാൽ സുക്കാഡിയ	1957 – 1962	ഇന്ത്യൻ നാഷണൽ കോൺഗ്രസ്
മോഹൻലാൽ സുക്കാഡിയ	1962 – 1967	ഇന്ത്യൻ നാഷണൽ കോൺഗ്രസ്
മോഹൻലാൽ സുക്കാഡിയ	1967 – 1971	ഇന്ത്യൻ നാഷണൽ കോൺഗ്രസ്
ബർക്കത്തുള്ള ഖാൻ	1971 – 1973	ഇന്ത്യൻ നാഷണൽ കോൺഗ്രസ്
ഹരിദേവ് ജോഷി	1973 – 1977	ഇന്ത്യൻ നാഷണൽ കോൺഗ്രസ്
ഭൈരോൺ സിങ് ശിഖാവത്ത്	1977 – 1980	ജനതാ പാർട്ടി
ജഗനാഥ് പഹാഡിയ	1980 – 1981	ഇന്ത്യൻ നാഷണൽ കോൺഗ്രസ്
ശിവനാരായൺ മാത്തൂർ	1981 – 1985	ഇന്ത്യൻ നാഷണൽ കോൺഗ്രസ്
ഹീരാലാൽ ദേവ്പുര	1985 ഫെബ്രു 1985 മാർച്ച്	ഇന്ത്യൻ നാഷണൽ കോൺഗ്രസ്
ഹരിദേവ് ജോഷി	1985 – 1988	ഇന്ത്യൻ നാഷണൽ കോൺഗ്രസ്
ശിവചരൺ മാത്തൂർ	1988 – 1989	ഇന്ത്യൻ നാഷണൽ കോൺഗ്രസ്
ഹരിദേവ് ജോഷി	1989 – 1990	ഇന്ത്യൻ നാഷണൽ കോൺഗ്രസ്
ഭൈരോൺ സിങ് ശിഖാവത്ത്	1990 – 1992	ബി ജെ പി
ഭൈരോൺ സിങ് ശിഖാവത്ത്	1993 – 1998	ബി ജെ പി
അശോക് ഗെഹലോട്ട്	1998 – 2003	ഇന്ത്യൻ നാഷണൽ കോൺഗ്രസ്
വസുന്ധര രാജെ സിന്ധ്യ	2003 – 2008	ബി ജെ പി
അശോക് ഗെഹലോട്ട്	2009 – 2000	ഇന്ത്യൻ നാഷണൽ കോൺഗ്രസ്

നിയമസഭാ തിരഞ്ഞെടുപ്പിൽ കണക്ക് കൂട്ടലുകൾ തെറ്റിച്ചു ബി ജെ പി വിജയിച്ചു. സിന്ധ്യ കുടുംബത്തിലെ വസുന്ധരാജെ സിന്ധ്യ മുഖ്യമ

ന്ത്രിയായി. സംസ്ഥാനത്തെ ആദ്യത്തെ വനിതാമുഖ്യമന്ത്രിയായിരുന്നു സിന്ധ്യ. എന്നാൽ ഇവരുടെ ഏകാധിപത്യ ശൈലി ഭരണം അപ്രിയമാക്കി. ഭൈരോൺസിങ് ശിഖാവത്ത് പോലും വസുന്ധരയ്ക്കെതിരെ രംഗത്തുവന്നു. ഇതിന്റെ പ്രതിഫലനം 2008 ലെ നിയമസഭാ തിരഞ്ഞെടുപ്പിലുണ്ടായി. കോൺഗ്രസ് നേതാവ് അശോക് ഗെഹലോട്ട് വീണ്ടും സംസ്ഥാനത്തെ മുഖ്യമന്ത്രിയായി.

കർഷക, തൊഴിലാളി മുന്നേറ്റങ്ങൾ

ഉത്തരേന്ത്യയിൽ ഏറ്റവും ശക്തവും സംഘടിതവുമായ കർഷക, തൊഴിലാളി സമരങ്ങൾ നടന്നിരുന്ന സംസ്ഥാനമായിരുന്നു രാജസ്ഥാൻ. സ്വാതന്ത്ര്യത്തിനുമുമ്പ് തുടങ്ങിയ സമരം ഇപ്പോഴും തുടരുകയാണ്.

സ്വാതന്ത്ര്യത്തിന് മുമ്പ് മുപ്പതുകളിലാണ് കർഷകസമരങ്ങൾ സജീവമായത്. ബിക്കാനീർ മേഖലയിലെ ശെഖാവട്ടിയിലായിരുന്നു തുടക്കം. അക്കാലത്ത് 'രാജ്പുത്താന' എന്ന പേരിൽ അറിയപ്പെട്ടിരുന്ന 21 നാട്ടുരാജ്യങ്ങൾ നിലവിലുണ്ടായിരുന്നു. നാട്ടുരാജാക്കന്മാരുടെ പിന്തുണയോടെ ഭൂഉടമകളുടെ ഫ്യൂഡൽ ഭരണമാണ് ഗ്രാമങ്ങളിൽ നടന്നിരുന്നത്. ഇതിനെതിരെ ആയിരുന്നു ശെഖാവട്ടിയിലെ കർഷകരുടെ സമരം. തൃലോക് സിങ്, ധാൻഷിറാം, മോഹൻ സിങ് തുടങ്ങിയവയായിരുന്നു സമരത്തിന് നേതൃത്വം നൽകിയിരുന്ന നേതാക്കൾ. ഭൂമിക്ക് വേണ്ടിയും ജന്മിത്തത്തിനെതിരെയും രാജസ്ഥാനിൽ നടന്ന ആദ്യത്തെ സമരമായിരുന്നു ഇത്.

ഏതാണ്ട് ഇതേസമയത്താണ് അജ്മീറിലെ റെയിൽവെ തൊഴിലാളികൾ സമരം ചെയ്തത്. മറ്റ് പ്രദേശങ്ങളിൽനിന്ന് വിഭിന്നമായി അജ്മീർ നേരിട്ട് ബ്രിട്ടീഷ് ഭരണത്തിന് കീഴിലായിരുന്നു. അതുകൊണ്ടുതന്നെ മെച്ചപ്പെട്ട വേതനത്തിനും തൊഴിൽ സാഹചര്യത്തിനുംവേണ്ടി തൊഴിലാളികൾ നടത്തിയ സമരം ബ്രിട്ടീഷ് വിരുദ്ധസമരമായിരുന്നു. പശ്ചിമബംഗാളിൽനിന്ന് എത്തിയ സ്വാമികുമാരാനന്ദ് സമരത്തിന് നേതൃത്വം നൽകി. പിന്നീട് രാജസ്ഥാനിൽ നടന്ന കർഷക, തൊഴിലാളി മുന്നേങ്ങളുടെ നേതൃനിരയിൽ സ്വാമി കുമാരാനന്ദ് ഉണ്ടായിരുന്നു.

ഇരുപതുകളിലും മുപ്പതുകളിലും രാജസ്ഥാനിലെ ആദിവാസി മേഖലകളിൽ നേതൃത്വം നൽകി കമ്യൂണിസ്റ്റുപാർട്ടിയുടെ സ്വാധീനം വ്യവസായ മേഖലകളിലേക്കുകൂടി വ്യാപിച്ചതോടെ തൊഴിൽ സമരങ്ങൾ ശക്തമായി. 1974 ൽ കോട്ടയിലെ ജെ കെ സിംഘാനിയ ഫാക്ടറിയിൽ നടന്ന തൊഴിലാളി സമരം ഐതിഹാസികമായിരുന്നു. സമരത്തിൽ 8 തൊഴിലാളികൾ കൊല്ലപ്പെട്ടു. ഭരത്പ്പൂരിലെ ബിർളയുടെ സിംക്കോ ഇൻഡസ്ട്രീസിലും ഉദയ് പൂരിലെ ജെ കെ ഇൻഡസ്ട്രീസിലും നടന്ന തൊഴിൽ സമരങ്ങളിൽ ഓരോ തൊഴിലാളികൾ രക്തസാക്ഷികളായി.

അറുപതുകളിൽ കാർഷികോൽപ്പന്നങ്ങൾക്ക്മേൽ രാജസ്ഥാൻ സർക്കാർ നികുതി ചുമത്തി. ഈ നികുതിക്കെതിരെ കിസാൻ സഭയുടെ നേതൃത്വത്തിൽ രാജസ്ഥാനിൽ ഉടനീളം വൻ പ്രക്ഷോഭം നടന്നു. വ്യത്യസ്തരീതിയിലുള്ള സമരങ്ങൾ പൊട്ടിപ്പുറപ്പെട്ടു. മേവാസ് ആയിരുന്നു ആദി

വാസി സമരങ്ങളുടെ കേന്ദ്രം. ഗോവിന്ദ് ഗുരു, മോത്തിലാൽ ശെഖാവത്ത് എന്നിവരുടെ നേതൃത്വത്തിലായിരുന്നു ആദിവാസികൾ സംഘടിച്ചിരുന്നത്. ഈ സമരങ്ങൾ പിന്നീട് കമ്യൂണിസ്റ്റുപാർട്ടി ഏറ്റെടുക്കുകയായിരുന്നു. ബി സി സിംഗ്‌മി, നാരാലാൽ തുടങ്ങിയവർ ആദിവാസി സമരങ്ങൾക്ക് പുരോഗമന സ്വഭാവം നൽകി.

1948 ലാണ് രാജസ്ഥാനിൽ കമ്യൂണിസ്റ്റ്പാർട്ടി ഔദ്യോഗികമായി രൂപീകരിക്കപ്പെടുന്നത്. ഭീവാഡ ജില്ലയിലെ സാവ ഗ്രാമത്തിൽ കമ്യൂണിസ്റ്റുകാർ ഒത്തുകൂടി. സ്വാതന്ത്ര്യം ലഭിച്ചെങ്കിലും ഒട്ടുമിക്ക അടിസ്ഥാന പ്രശ്നങ്ങളും പരിഹരിക്കപ്പെടാതെ കിടക്കുകയാണെന്ന് വിലയിരുത്തിയ കമ്യൂണിസ്റ്റുകാർ ശക്തമായ സമര പരിപാടികൾക്ക് രൂപം നൽകി. 1952 ലെ നിയമസഭാ തിരഞ്ഞെടുപ്പിൽ ജോധ്പൂർ മണ്ഡലത്തിൽനിന്ന് സി പി ഐ നേതാവ് എസ് കെ വ്യാസ് തിരഞ്ഞെടുക്കപ്പെട്ടു. 1964 ൽ സി പി ഐ പിളർന്നപ്പോൾ വ്യാസ് സി പി ഐ എമ്മിന്റെ സംസ്ഥാന സെക്രട്ടറിയായി. പിന്നീട് പാർട്ടി വിരുദ്ധപ്രവർത്തനങ്ങൾ നടത്തിയെന്ന കാരണത്താൽ വ്യാസിനെ പാർട്ടിയിൽനിന്ന് പുറത്താക്കി.

സ്വാതന്ത്ര്യത്തിനുശേഷം അൽവാർ, ഗംഗാനഗർ മേഖലകളിൽ വൻ കർഷകസമരങ്ങൾ നടന്നു. ദില്ലിയോടും ഹരിയാനയോടും ചേർന്നു കിടക്കുന്ന അൽവാറിലെ കർഷകസമരങ്ങൾക്ക് നേതൃത്വം നൽകിയത് ഹരിറാം ചൗഹാനായിരുന്നു. പഞ്ചാബ് അതിർത്തി പ്രദേശമായ ഗംഗാനഗറായിരുന്നു കർഷക സമരങ്ങളുടെ മറ്റൊരു സിരാകേന്ദ്രം. സോംപത്ത് സിങ്, ഹേത്ത് റാം ബെനിവാൾ കാൻഷിറാം തുടങ്ങിയവരായിരുന്നു ഇവിടുത്തെ സമരത്തിന് നേതൃത്വം നൽകിയിരുന്നത്. രാജസ്ഥാൻ കണ്ട ധീരനായ കമ്യൂണിസ്റ്റ് നേതാവായിരുന്നു കനാറാം. രാജസ്ഥാനിലെ ഭൂവുടമകളുടെയും മുഖ്യധാരാ രാഷ്ട്രീയ നേതാക്കളുടെയും കണ്ണിലെ കരടായിരുന്നു അദ്ദേഹം. കനാറാമിന്റെ വളർച്ച ദൂരവ്യാപക പ്രത്യാഘാതങ്ങൾ ഉണ്ടാക്കുമെന്ന് തിരിച്ചറിഞ്ഞ സർക്കാർ അദ്ദേഹത്തെ വെടിവെച്ച് കൊന്നു.

2004 ൽ ഘർസാന സമരം എന്ന പേരിൽ കർഷകർ സമരം ആരംഭിച്ചു. കർഷകർക്ക് കൃഷി ചെയ്യുന്നതിനായി വെള്ളം ലഭ്യമാക്കണം എന്ന് ആവശ്യപ്പെട്ടുകൊണ്ടുള്ളതായിരുന്നു സമരം. സമരത്തിന് നേരെ പൊലീസ് നടത്തിയ വെടിവെപ്പിൽ ആറു പേർ കൊല്ലപ്പെട്ടു. ഇതോടൊപ്പം കിസാൻ സഭയുടെ നേതൃത്വത്തിൽ വൈദ്യുതിക്കുവേണ്ടിയുള്ള സമരവും ശക്തി ആർജിച്ചു. ജയ്പൂർ, സിക്കർ, ചുരു, ജുംജുനു, ഗംഗോർ എന്നിവിടങ്ങളിലേക്ക് സമരം പടർന്നു. രാജസ്ഥാനിലെ കർഷക മുന്നേറ്റങ്ങളുടെ പ്രതിഫലനം രാഷ്ട്രീയ രംഗത്തുമുണ്ടായി. 2008 ൽ നടന്ന നിയമസഭാ തിരഞ്ഞെടുപ്പിൽ സി പി ഐ എം സ്ഥാനാർഥികൾ 3 നിയമസഭാ സീറ്റുകളിൽ വിജയിച്ചു.

കൃഷി

കൃഷിതന്നെയാണ് പ്രധാന വരുമാന സ്രോതസ്സ്. ഗോതമ്പ്, ബാർളി, കരിമ്പ്, പരിപ്പ് വർഗങ്ങൾ, എണ്ണക്കുരുക്കൾ തുടങ്ങിയവയാണ് പ്രധാന

കാർഷികോൽപ്പന്നങ്ങൾ. പരുത്തിയും പുകയിലയുമാണ് പ്രധാന നാണ്യ വിളകൾ. ഇന്ത്യയിൽ ഏറ്റവുമധികം കമ്പിളി ഉൽപ്പാദിപ്പിക്കുന്ന സംസ്ഥാനം രാജസ്ഥാനാണ്.

മെച്ചപ്പെട്ട മഴ ലഭിച്ചാൽ വർഷത്തിൽ രണ്ട് തവണ കൃഷിയിറക്കാറുണ്ട്. ജലദൗർലഭ്യമാണ് കാർഷിക മേഖല നേരിടുന്ന പ്രധാന വെല്ലുവിളി. ഇന്ദിരാഗാന്ധി കനാൽ ജലസേചന പദ്ധതി വടക്ക് പടിഞ്ഞാറൻ രാജസ്ഥാനിലെ കൃഷിയിടങ്ങളിൽ വെള്ളമെത്തിക്കുന്നു. എങ്കിലും കൃഷി ചെയ്യുന്നതിനാവശ്യമായ ജലസേചന സൗകര്യം സംസ്ഥാനത്തില്ല. കർഷകരുടെ പ്രതിഷേധസമരങ്ങൾ ജനജീവിതം സ്തംഭിപ്പിക്കാറുണ്ട്.

വ്യവസായം

സംസ്ഥാനം ധാതുസമ്പുഷ്ടമാണ്. സിമന്റ് ഉൽപ്പാദനത്തിൽ രാജ്യത്ത് രണ്ടാം സ്ഥാനത്തുള്ള സംസ്ഥാനമാണ് രാജസ്ഥാൻ. നിർമാണ പ്രവർത്തനങ്ങൾക്കായി രാജ്യത്തെ ഒട്ടുമിക്ക പ്രദേശങ്ങളിലേക്കും മാർബിളുകൾ കൊണ്ടുപോവുന്നത് ഇവിടെ നിന്നാണ്. ക്രമേണ നഗരത്തിൽനിന്ന് കൊണ്ടുപോയ വെള്ള മാർബിളുകൾ കൊണ്ടായിരുന്നു താജ്മഹൽ പണിതത്. ഇവിടെ പ്രവർത്തിക്കുന്ന മാർബിൾ ക്വാറികളിലെ ഭൂരിഭാഗവും അനധികൃതമാണ്. വൻതോതിലുള്ള മാർബിൾ ഖനനം വൻ പാരിസ്ഥിതിക പ്രശ്നങ്ങളാണ് രാജസ്ഥാനിൽ ഉണ്ടാക്കിയിരിക്കുന്നത്.

നിരവധി വസ്ത്ര നിർമാണ കമ്പനികൾ സംസ്ഥാനത്തുണ്ട്. വസ്ത്ര നിർമാണത്തിൽ പ്രസിദ്ധമായ നഗരം ദിൽവാരയാണ്. ഏറ്റവുമധികം സ്യൂട്ടിങ് ഇനങ്ങൾ നിർമിക്കുന്നതും കയറ്റുമതി ചെയ്യുന്നതും ഇവിടെയാണ്. പോളിസ്റ്റർ ഫൈബർ നിർമാണത്തിൽ സംസ്ഥാനം രണ്ടാം സ്ഥാനത്താണ്. സാംബാറിൽ വൻ ഉപ്പ് ശേഖരവും ഖേത്രിയിൽ വൻ ചെമ്പ് ശേഖരവും ധരിബയിൽ വൻ സിങ്ക് ശേഖരവുമുണ്ട്. പ്രകൃതി വിഭവങ്ങളിൽനിന്ന് കോടികളുടെ വരുമാനമുണ്ട്. എന്നാൽ സംസ്ഥാനത്തിന് ലഭിക്കേണ്ട ഈ വൻവരുമാനം ചില സ്വകാര്യ വ്യക്തികളുടെ കൈകളിലാണ്. നിർണായക മേഖലകളിലെ സ്വകാര്യവൽക്കരണം പൂർത്തിയായിക്കഴിഞ്ഞു.

ഐ ടി മേഖലയുടെ വികസനത്തിനാണ് സംസ്ഥാന സർക്കാർ ഇപ്പോൾ പ്രാമുഖ്യം നൽകുന്നത്. ഉത്തരേന്ത്യയിലെ ഏറ്റവും വലിയ വിപുലീകൃത ഐ ടി പാർക്ക് സ്ഥിതിചെയ്യുന്നത് തലസ്ഥാന നഗരിയായ ജെയ്പ്പൂരിലാണ്. പ്രമുഖ കെമിക്കൽസ്, എഞ്ചിനീയറിങ് കമ്പനികൾ സ്ഥിതിചെയ്യുന്ന കോട്ടയാണ് മറ്റൊരു പ്രധാന വ്യവസായ നഗരം.

സംസ്കാരം

സംഗീതം, സാഹിത്യം, ചിത്രകല, നൃത്തം, വസ്ത്രധാരണം തുടങ്ങി എല്ലാ മേഖലകളിലും രാജസ്ഥാന് തനത് വൈവിധ്യങ്ങളുണ്ട്. ഉദയ്പൂരിലെ ഗൂമർ നൃത്തവും ജൈസാൽമീരിലെ കാൽബിലിയ നൃത്തവും

വിശ്വപ്രസിദ്ധമാണ്. കാത്പുതാലി, ഭോപ്പാ, ചാങ്, തേരാതലായ്, ഘിണ്ടാർ, കാച്ചി പിംങ്കോരി, തേജാജി തുടങ്ങിയ നാടോടി സംഗീതങ്ങൾക്ക് നൂറ്റാണ്ടുകളുടെ പഴക്കമുണ്ട്. രാജസ്ഥാനി പാവകളി പ്രസിദ്ധമാണ്. ജൈസാൽമീരിൽ അത്യാധുനിക സൗകര്യങ്ങളുള്ള പാവകളി പഠന കേന്ദ്രമുണ്ട്. കൈത്തറി, കരകൗശല മേഖലകളിലും സംസ്ഥാനം മികവ് പുലർത്തുന്നു. ഇന്നും സംസ്കാരത്തിന്റെ പ്രതീകമായി രാജസ്ഥാനി തലപ്പാവ് പുരുഷന്മാർ ധരിക്കാറുണ്ട്. ലെഹൻഗാ, ചാൻജയ ചോളി തുടങ്ങിയവയാണ് സ്ത്രീകളുടെ ഇഷ്ട വസ്ത്രങ്ങൾ.

പാവകളി

സാമൂഹ്യാവസ്ഥ

ഇന്ത്യയിൽ ഏറ്റവുമധികം അന്ധവിശ്വാസങ്ങളും അനാചാരങ്ങളും നിലനിൽക്കുന്ന സംസ്ഥാനങ്ങളിലൊന്നാണ് രാജസ്ഥാൻ. അയിത്തം, തൊട്ടുകൂടായ്മ, ദളിതർക്ക് ക്ഷേത്രങ്ങളിൽ പ്രവേശിക്കാനാവാത്ത അവസ്ഥ തുടങ്ങിയവയെല്ലാം ഇന്നും ശക്തമാണ്. 1987 സെപ്തംബർ നാല് രാജസ്ഥാന്റെ ചരിത്രത്തിൽ മാത്രമല്ല, ഇന്ത്യൻ ചരിത്രത്തിൽത്തന്നെ കറുത്തദിനമാണ്. സിക്കർ ജില്ലയിലെ ദിയോരാല ഗ്രാമത്തിൽ 18 കാരിയായിരുന്ന രൂപ് കൻവർ അന്നാണ് സതി അനുഷ്ഠിച്ചത്. രജപുത്രവിഭാഗത്തിൽപ്പെട്ട രൂപ് കൻവറിന്റെ ഭർത്താവ് മാവുൾസിങ് 24-ാം വയസിൽ മരണമടഞ്ഞു. ഭർത്താവിന്റെ ചിതയിൽ കയറി രൂപ് കൻവർ സതി അനുഷ്ഠിച്ചതാണെന്നും ബന്ധുക്കളും സമുദായ പ്രമാണിമാരും നിർബന്ധപൂർവം സതി അനുഷ്ഠിപ്പിച്ചതാണെന്നും രണ്ട് ഭാഷ്യമുണ്ട്. സതി അനുഷ്ഠിപ്പിക്കുന്നത് നേരിൽ കാണുന്നതിനായി ദിയോരാല ഗ്രാമത്തിൽ ആയിരങ്ങൾ തടിച്ചുകൂടിയിരുന്നു. രൂപ് കൻവർ വെന്ത് മരിക്കുമ്പോൾ ഇവർ കൂട്ടത്തോടെ സതിമാതാവിന് ജയ് വിളിച്ചിരുന്നു. 45 പേർക്കെതിരെ പ്രേരണാകുറ്റം ചുമത്തി കേസെടുത്തിരുന്നെങ്കിലും ഇവരെയെല്ലാം കോടതി വെറുതെ വിട്ടു. സതിയെ ന്യായീകരിച്ചുകൊണ്ട് പല രാഷ്ട്രീയ നേതാക്കളും രംഗത്തു വന്നിരുന്നു. പ്രതിഷേധത്തെത്തുടർന്ന് ഇവർക്കെതിരെയും കേസെടുത്തു. എന്നാൽ തെളിവില്ലെന്ന കാരണം പറഞ്ഞ് ഇവരേയും വെറുതെ വിട്ടു. അന്ധവിശ്വാസങ്ങൾക്ക് മുന്നിൽ നിയമസംവിധാനവും നീതിപീഠവും തലകുനിക്കുന്ന ദയനീയ കാഴ്ചയാണ് രാജസ്ഥാനിൽ കണ്ടത്.

ഇന്ത്യയിലെ ഏറ്റവും വലിയ സംസ്ഥാനമാണ്. വരണ്ടുണങ്ങി വിശാലമായ മരുപ്രദേശവും ജലദൗർലഭ്യവുമെല്ലാം ജനജീവിതം ബുദ്ധിമുട്ടിലാക്കുന്നു. ജനസംഖ്യയിലെ 63.06 ശതമാനം പേർ സാക്ഷരരാണ്. സാക്ഷരതാ പ്രവർത്തനങ്ങൾ സജീവമായി നടക്കുന്ന സംസ്ഥാനമാണ് രാജസ്ഥാൻ. സ്ത്രീപുരുഷ അനുപാതം 926;1000. വലിയ സംസ്ഥാനങ്ങളിൽ ഏറ്റവും കുറഞ്ഞ ജനസാന്ദ്രത. ചതുരശ്രകിലോമീറ്ററിൽ 201 പേർ. യു എൻ ഡി പിയുടെ ബഹുധ്രുവ ദാരിദ്ര്യ സൂചിക അനുസരിച്ച് സംസ്ഥാനത്തെ 64.2 ശതമാനം പേർ ദരിദ്രരാണ്. ഇത് രാജ്യത്തെ ദരിദ്രരുടെ 7 % വരും,.

കുറ്റകൃത്യങ്ങൾ തടയുന്നതിൽ മറ്റ് സംസ്ഥാനങ്ങളുമായി താരതമ്യം ചെയ്യുമ്പോൾ മെച്ചപ്പെട്ട പ്രകടനമാണ്. നാഷണൽ ക്രൈം റെക്കാർഡ് ബ്യൂറോയുടെ 2008 ലെ കണക്കുകൾ അനുസരിച്ച് ഏഴാം സ്ഥാനം. എന്നാൽ സ്ത്രീധന മരണങ്ങളും ദളിതർക്കെതിരെയുള്ള കുറ്റകൃത്യങ്ങളും കൂടുതലാണ്.

ആഘോഷങ്ങൾ

ഉത്തരേന്ത്യയിലെ ഹിന്ദു, മുസ്ലിം, ക്രിസ്ത്യൻ സിഖ് ആഘോഷങ്ങളെല്ലാം രാജസ്ഥാനിലും ആഘോഷിക്കുന്നുണ്ട്. ദീപാവലി, ഹോളി, ഗാൻഘോർ, തേജ്, ഗോഗാളി, മകരസംക്രാന്തി, ജന്മാഷ്ടമി തുടങ്ങിയവയാണ് ഹിന്ദുക്കളുടെ പ്രധാന ആഘോഷങ്ങൾ. ഈദും റംസാനുമാണ് മുസ്ലിങ്ങളുടെ പ്രധാന ആഘോഷങ്ങൾ. ശീതകാലങ്ങളിൽ നടക്കുന്ന രാജസ്ഥാൻ മരുഭൂമി മേളകളാണ് സംസ്ഥാനത്തേക്ക് ഏറ്റവുമധികം വിനോദസഞ്ചാരികളെ ആകർഷിക്കുന്നത്. മേളകളിൽ സംസ്ഥാനത്തിന്റെ സാംസ്കാരിക പ്രൗഢിയും വൈവിധ്യങ്ങളും വിളിച്ചോതുന്ന കലാരൂപങ്ങൾ അരങ്ങേറ്റം. ഇതിനു പുറമേ പ്രാദേശിക പ്രാധാന്യം ഉള്ള നിരവധി ആഘോഷങ്ങൾ ഉണ്ട്. ബ്രിജ് ഉത്സവം, ഒട്ടക ഉത്സവം, ആന ഉത്സവം, മരു ഉത്സവം, ഗോൺഗൗർ, കാന്ദ്‌ലി, തേജ്, മാർവാർ, മേവാർ ഉത്സവങ്ങൾ, വേനൽക്കാല ആഘോഷം, പട്ടം പറത്തൽ ആഘോഷം, കോട്ട ഉത്സവം എന്നിങ്ങനെ വിനോദ സഞ്ചാരികളെ ആകർഷിക്കുന്ന നിരവധി ആഘോഷങ്ങളും ഉത്സവങ്ങളും രാജസ്ഥാനിലുണ്ട്.

ഭക്ഷണങ്ങൾ

ഗോതമ്പ് കൊണ്ടുണ്ടാക്കുന്ന റൊട്ടിയാണ് പ്രധാന ഭക്ഷണം. മരുപ്രദേശങ്ങളിലെ മധുര പലഹാരങ്ങൾ പ്രസിദ്ധമാണ്. പുർമ, ഹൽവ, ഗിവാർ, ബേസൻ ചക്കി തുടങ്ങിയവയാണ് പ്രധാന മധുര പലഹാരങ്ങൾ.

ദാൽ ബെട്ടി, താർഹിനി, റോബ്ഡി, കിച്ചഡി സബ്ജി, മോരാംഗാബി സബ്ജി, റാബ്സി തുടങ്ങിയ കറികളും പ്രസിദ്ധമാണ്.

ടൂറിസം

ഇന്ത്യയിൽ ഏറ്റവുമധികം വിനോദസഞ്ചാരികളെത്തുന്ന സംസ്ഥാനങ്ങളിലൊന്നാണ് രാജസ്ഥാൻ. കോട്ടകൾ, കൊട്ടാരങ്ങൾ, വന്യജീവി സങ്കേതങ്ങൾ തുടങ്ങിയവയ്ക്ക് പുറമേ മരുഭൂമിയുടെ സൗന്ദര്യവും രാജസ്ഥാനിൽ ആസ്വദിക്കാം.

അജ്മീർ	–	മുസ്ലിം തീർഥാടനകേന്ദ്രം. മൊയ്തദ്ദീൻ പിസ്തിയുടെ ദർഹ
അൽവാർ	–	കോട്ട, കൊട്ടാരം, മ്യൂസിയം
ബയാന	–	ചരിത്രപ്രസിദ്ധമായ കോട്ട
ഭരത്പ്പൂർ	–	പക്ഷിസങ്കേതം (ഏറ്റവുമധികം ജലപക്ഷികളുള്ള സങ്കേതം) കോട്ട, കൊട്ടാരം, ഒട്ടക വളർത്തു കേന്ദ്രം.
ബുൻജി	–	കൊട്ടാരം
ചുരു	–	മരുഭൂമിയിൽ റിസോർട്ടുകൾ ഉള്ള പ്രദേശം
ഹാർഡിഘട്ട്	–	യുദ്ധഭൂമി
ജെയ്പ്പൂർ	–	പിങ്ക് നഗരം, തലസ്ഥാനം, കോട്ടകൾ, കൊട്ടാരങ്ങൾ, പുരാതനവാനനിരീക്ഷണ കേന്ദ്രം, മ്യൂസിയം.
ജൈസാൽമീർ	–	മരുഭൂമിയിൽ സ്ഥിതിചെയ്യുന്ന നഗരം, കൊട്ടാരം, കോട്ടകൾ ജൈനക്ഷേത്രം, ഒട്ടകസഞ്ചാരം, മ്യൂസിയം, പാവകളി ഗവേഷണ കേന്ദ്രം. ഫെബ്രുവരിയിൽ നടക്കുന്ന മരുഭൂമി മേളകൾ പ്രസിദ്ധമാണ്.
ജയ് സമാന്റ്	–	വന്യജീവി സങ്കേതം, ഏഷ്യയിലെ ഏറ്റവും വലിയ മനുഷ്യനിർമിത തടാകം.
ജോദ്പ്പൂർ	–	കോട്ടകൾ, മ്യൂസിയം, തടാകം
കോട്ട	–	വ്യവസായ കേന്ദ്രം, മ്യൂസിയം
മൗണ്ട് അമ്പു	–	സുഖവാസകേന്ദ്രം, തീർഥാടന കേന്ദ്രം
നാഗോർ	–	ചുവർചിത്രങ്ങൾ, കണ്ടകാപ്പി മേള
പൊക്രാൻ	–	അണുപരീക്ഷണങ്ങൾ നടത്തിയ സ്ഥലം, ക്ഷേത്രം
സാംബാർ	–	ഏറ്റവും വലിയ ഉപ്പ് വെള്ളതടാകം.
സാരിസ്ക	–	വന്യജീവി സങ്കേതം
സവായ് മധേപ്പൂർ	–	വന്യജീവി സങ്കേതം
ഉദയ്പ്പൂർ	–	കൊട്ടാരങ്ങൾ തടാകം, മ്യൂസിയം

കണ്ടിരിക്കേണ്ട സ്ഥലം – ജൈസാൾമീർ

മരുഭൂമിയിലെ സൗന്ദര്യം ആസ്വദിക്കണമെങ്കിൽ ജൈസാൾമീരിലെത്തിയാൽ മതി. ജനുവരി മുതൽ ഫെബ്രുവരി വരെ നടക്കുന്ന ജൈസമീർ മരുഭൂമി ആഘോഷം പ്രസിദ്ധമാണ്. ഒട്ടകപ്പുറത്തുകയറി സഞ്ചാരികൾക്ക് മരുഭൂമിയിലൂടെ യാത്ര ചെയ്യാം.

സോണാർക്വില, നാഥ്മാൾ ജികി ഹവേലി, സാലിം സിങ് കി ഹവേലി, താസിയ ടവർ, ഗാഡി സാഗർ തടാകം, പാവകളി ഗവേഷണ കേന്ദ്രം എന്നിങ്ങനെ നിരവധി സ്ഥലങ്ങളും സ്ഥാപനങ്ങളും സഞ്ചാരികൾക്കായി ഇവിടെയുണ്ട്.

ജോധ്പ്പൂരിൽനിന്ന് റോഡ് മാർഗം ജൈനാൾമീരിലേക്ക് പോകാം. അണു പരീക്ഷണങ്ങൾ നടത്തിയ പൊഖ്റാൻ വഴി മധ്യേയാണ്.

രാജസ്ഥാനിലേക്കുള്ള ട്രെയിനുകൾ

* 12653 – തിരുവനന്തപുരം – ചണ്ഡീഗർ സമ്പർക്ക ക്രാന്തി (ശനി)
* 16312 – തിരുവനന്തപുരം – ബിക്നീർ എക്സ്പ്രസ് (ശനി)
* 12431 – തിരുവനന്തപുരം നിസാമുദ്ദീൻ രാജധാനി സൂപ്പർഫാസ്റ്റ് (ചൊവ്വ, വ്യാഴം)
* 12977 – എറണാകുളം ജയ്പൂർ മരുസാഗർ സൂപ്പർ ഫാസ്റ്റ് (ഞായറാഴ്ച)

രാജസ്ഥാൻ – കേരളീയം

ജയ്പൂർ, ജോദ്പ്പൂർ, കോട്ട, സവായ് മദാപ്പൂർ തുടങ്ങിയ നഗരങ്ങളിൽ നിരവധി മലയാളികൾ താമസിക്കുന്നുണ്ട്. തലസ്ഥാനമായ ജയ്പുരിൽ ഒരുലക്ഷത്തോളം മലയാളികളുണ്ട്. മറ്റ് ഉത്തരേന്ത്യൻ സംസ്ഥാനങ്ങളിലേത് എന്നപോലെ രാജസ്ഥാനിലെ ആശുപത്രികളിലെ നേഴ്സുമാരിൽ നല്ലൊരു ഭാഗം മലയാളികളാണ്. വിദ്യാഭ്യാസമേഖലകളിലും സർക്കാർ സർവീസിലും നിരവധി മലയാളികൾ ഉണ്ട്. *ദി ഹിന്ദു* ദിനപത്രത്തിന്റെ ജയ്പൂർ ബ്യൂറോ ചീഫായ സണ്ണി സെബാസ്റ്റ്യൻ (09829067181) മലയാളിയാണ്. ജയ്പൂർ കേരളസമാജമാണ് ഏറ്റവും വലിയ മലയാളി സംഘടന.

ജയ്പൂർ കേരളസമാജം – കെ എൻ രാജു (09166444999)

പൊതുവിവരങ്ങൾ

തലസ്ഥാനം	–	ജെയ്പ്പൂർ
ജില്ലകൾ	–	33
നിയമസഭാമണ്ഡലങ്ങൾ	–	200
ലോക്സഭാമണ്ഡലങ്ങൾ	–	25
രാജ്യസഭാ സീറ്റുകൾ	–	10
രൂപീകൃതമായ ദിവസം	–	1956 നവംബർ 1
ഔദ്യോഗിക ഭാഷ	–	ഹിന്ദി, രാജസ്ഥാനി
ജനസംഖ്യ	–	68621012
ജനസാന്ദ്രത	–	201/Km^2
വിസ്തീർണം	–	342269/Km^2
സാക്ഷരത	–	67.06%

വേനൽക്കാലം		
ഉയർന്ന താപനില	-	45^0C
താഴ്ന്ന താപനില	-	17^0C
ശീതകാലം		
ഉയർന്ന താപനില	-	32^0C
താഴ്ന്ന താപനില	-	7^0C
വിമാനത്താവളങ്ങൾ	-	ജെയ്പ്പൂർ, ജോധ്പ്പൂർ, ഉദയപ്പൂർ, ബിക്കാനീർ, ജയ്സാൽമീർ കോട്ട
റോഡ് ഗതാഗതം	-	1, 34, 632 കിലോമീറ്റർ
റെയിൽ ഗതാഗതം	-	5890 കിലോമീറ്റർ

പ്രത്യേകതകൾ

* ഇന്ത്യയിലെ മരുപ്രദേശം.
* ഏറ്റവും വലിയ സംസ്ഥാനം.
* ഏറ്റവും ഉയർന്ന താപനിലയുള്ള പ്രദേശം.
* ഒട്ടകങ്ങളുടെ നാട്.
* മരുഭൂമിയിലെ സുഖവാസകേന്ദ്രം - ജൈസാൽ മിർ
* ഏറ്റവും ഒടുവിൽ സതി നടന്ന സ്ഥലം - സിക്കർ ജില്ലയിലെ ദിയോരാല ഗ്രാമത്തിൽ 1987 സെപ്തംബർ 4ന് രൂപ്കൻവർ സതി അനുഷ്ഠിച്ചു.
* ഇന്ത്യയിലെ പിങ്ക് സിറ്റി - ജയ്പൂർ

സഹായനമ്പറുകൾ

പൊലീസ് കൺട്രോൾ റൂം	-	100 (ടോൾഫ്രീ) 0141 - 2572067
ട്രാഫിക് പൊലീസ്	-	0141 - 2561256 0141 - 2565630
പൊലീസ് വെബ്സൈറ്റ്	-	rajpolice.nic.in
സ്ത്രീകൾക്കും മുതിർന്ന പൗരൻമാർക്കുമുള്ള സഹായ നമ്പർ	-	1090, 1091
കുട്ടികൾക്കായുള്ള സഹായ നമ്പർ	-	1098
ടൂറിസം ഇൻഫർമേഷൻ	-	0141 - 2227459 0141 - 2376362
ടൂറിസം വെബ്സൈറ്റ്	-	www.rajasthantourism.gov.in
പ്രസ് ഇൻഫർമേഷൻബ്യൂറോ	-	0141 - 2330302

26

അരുണാചൽ പ്രദേശ്

അരുണാചൽ പ്രദേശ് എന്നാൽ ഉദയസൂര്യന്റെ നാട്. ഇന്ത്യയിൽ പ്രഭാതത്തിൽ ആദ്യം സൂര്യനെ കാണുന്നവർ അരുണാചൽകാരാണ്. ജനസംഖ്യയിലെ ബഹുഭൂരിഭാഗവും ഗോത്രവർഗക്കാരാണ്. ഗോത്രവർഗക്കാർ ആരാധിക്കുന്ന പ്രധാന ദൈവം സൂര്യനാണ്. ഇവരുടെ കഥകളിലും പാട്ടുകളിലും നാടകങ്ങളിലുമെല്ലാം മുഖ്യകഥാപാത്രവും സൂര്യൻ തന്നെ.

ചരിത്രം

അരുണാചലുകാരുടെ പൂർവികർ ടിബറ്റോ-ബർമൻ വംശജരായിരുന്നുവെന്ന് നരവംശശാസ്ത്രജ്ഞർ ചൂണ്ടിക്കാണിക്കുന്നു മൂവായിരം വർഷങ്ങൾക്ക് മുമ്പ് ചൈനയിൽനിന്നും ഇന്നത്തെ ബർമയിൽനിന്നും ഈ പ്രദേശത്തേക്ക് വൻതോതിലുള്ള കുടിയേറ്റങ്ങൾ ഉണ്ടായിരുന്നു. *മഹാഭാരത*ത്തിലും *രാമായണ*ത്തിലും പുരാണങ്ങളിലും വേദങ്ങളിലുമെല്ലാം അരുണാചലിനെക്കുറിച്ച് പരാമർശങ്ങൾ ഉണ്ട്. *മഹാഭാരത*ത്തിൽ പരാമർശിക്കുന്ന ഭീഷ്മരാജാവ് ഇവിടുത്തുകാരനായിരുന്നുവെന്നാണ് വിശ്വാസം.

ബി സി 500 മുതൽ എ ഡി 600 വരെയുള്ള കാലഘട്ടത്തിൽ അരുണാചലിന്റെ വടക്ക് പടിഞ്ഞാറൻ മേഖല മോൺയുൾ ആസ്ഥാനമായി ഭരണം നടത്തിയിരുന്ന മോൺപ രാജവംശത്തിന്റെ നിയന്ത്രണത്തിലായിരുന്നു. ഈ മേഖല പിന്നീട് ടിബറ്റ്, ബർമ ഭരണാധികാരികളുടെ കൈകളിലായി. അവശേഷിക്കുന്ന ഭാഗം 1858 ൽ ബ്രിട്ടീഷുകാർ പിടിച്ചെടുക്കുന്നതുവരെ ആസാമീസ് രാജാക്കന്മാരുടെ നിയന്ത്രണത്തിലും. ഓരോ അരുണാചൽ ഗ്രാമത്തിലെയും ഓരോ ഗോത്രവർഗത്തിനും പ്രത്യേക

ഭരണസംവിധാനം ഉണ്ടായിരുന്നു. ഇവിടങ്ങളിലെ ഭരണം ഗോത്രത്തല വന്മാരാണ് നടത്തിയിരുന്നത്. ഇവർ പറയുന്നതാണ് ജനങ്ങൾ അനുസരിച്ചിരുന്നത്.

20–ാം നൂറ്റാണ്ടിന്റെ തുടക്കം മുതൽക്കു തന്നെ അതിർത്തി തർക്കങ്ങൾ ആരംഭിച്ചിരുന്നു. പ്രശ്നം പരിഹരിക്കുന്നതിനായി ചൈനയിലേക്കും ടിബറ്റിലേക്കും ഭരണാധികാരികളുമായി ബ്രിട്ടീഷുകാർ ചർച്ച നടത്തി. സിംലയിൽ വെച്ചായിരുന്നു ചർച്ച. തുടർന്ന് ബ്രിട്ടീഷ് ഉദ്യോഗസ്ഥനായ ഹെൻറി മെക്മഹോൺ 890 കിലോമീറ്റർ ദൈർഘ്യത്തിൽ അതിർത്തി രേഖ വരച്ചു. ഈ രേഖ ചൈനീസ് ഭരണാധികാരികൾ അംഗീകരിച്ചില്ല. സ്വാതന്ത്ര്യത്തിന് ശേഷം 1950 ൽ മെക്മഹോൺ അതിർത്തി രേഖയാണ് ഇന്ത്യയിലെ അരുണാചലിനെയും ചൈനയേയും വേർതിരിക്കുന്ന ഔദ്യോഗിക രേഖയെന്ന് ഇന്ത്യ പ്രഖ്യാപിച്ചു. 1954 ൽ ഇപ്പോഴത്തെ അരുണാചലിലെ പ്രദേശങ്ങളെല്ലാം ഉൾപ്പെടുന്ന വടക്കുകിഴക്കൻ അതിർത്തി ഏജൻസി രൂപീകരിച്ചു. പ്രത്യേക ഭരണ സംവിധാനം നിലവിൽ വന്നു. 1962 ലെ ഇന്ത്യ ചൈന യുദ്ധത്തിന്റെ കെടുതികൾ ഏറ്റവുമധികം ഏറ്റുവാങ്ങിയത് ഇവിടത്തെ ജനങ്ങളായിരുന്നു. ചൈനീസ് സൈന്യം ഒട്ടുമിക്ക പ്രദേശങ്ങളും പിടിച്ചു. വിജയ പ്രഖ്യാപനം നടത്തിയതിനു ശേഷം സൈന്യം മെക്മഹോൺ അതിർത്തിയിലേക്ക് മടങ്ങിപ്പോയി. 1963 ൽ എല്ലാ യുദ്ധത്തടവുകാരേയും ചൈന വിട്ടയച്ചു. യുദ്ധത്തെത്തുടർന്ന് ചൈനയുമായുള്ള വാണിജ്യ ഇടപാടുകൾ നിർത്തിവെച്ചിരുന്നു. 2007 ൽ അതിർത്തി തുറന്നതോടെ ഇന്ത്യ–ചൈന അതിർത്തി വാണിജ്യം ഊർജിതമായിരിക്കുകയാണ്.

ഭൂമിശാസ്ത്രം

ഒട്ടുമിക്ക പ്രദേശങ്ങളും ഹിമാലയൻ മേഖലയിലാണ്. കാൻഗ് സാൻഗ്, ഗോരീചൻ, കിഴക്കൻ ഗോരീചൻ തുടങ്ങിയ ഉയരം കൂടിയ പർവതങ്ങൾ ഇവിടെയാണ്. ഉയർന്ന പ്രദേശങ്ങളിൽ താപനില പൂജ്യം ഡിഗ്രിയിലും താഴാറുണ്ട്. വർഷകാലത്ത് സംസ്ഥാനത്തുടനീളം നല്ല മഴലഭിക്കുന്നു. മേയ് മുതൽ സെപ്തംബർ വരെയുള്ള മാസങ്ങളിൽ 2000 മില്ലി മീറ്റർ മുതൽ 4,100 മില്ലി മീറ്റർ വരെ മഴ പെയ്യാറുണ്ട്.

44,163 ചതുരശ്രകിലോമീറ്റർ വിസ്തൃതിയുള്ള സംസ്ഥാനത്തിന്റെ അയൽപ്രദേശങ്ങൾ ചൈന, ബർമ, ആസാം, നാഗാലാന്റ് എന്നിവയാണ്.

കൃഷി

കാർഷിക മേഖലയാണ് സമ്പദ്‌വ്യവസ്ഥയുടെ ജീവനാഡി. നെല്ല്, ഗോതമ്പ്, ചാമ, ചോളം, പരിപ്പ് വർഗങ്ങൾ, കരിമ്പ്, ഇഞ്ചി, എണ്ണക്കുരുക്കൾ തുടങ്ങിയവയാണ് പ്രധാന കാർഷികോൽപ്പന്നങ്ങൾ. പഴം, പച്ചക്കറി കൃഷികളിലും സംസ്ഥാനം മുന്നിലാണ്.

വ്യവസായം

വ്യവസായ മേഖലയിൽ സംസ്ഥാനം പിറകിലാണ്. നിരവധി ഭക്ഷ്യ സംസ്കരണ കേന്ദ്രങ്ങൾ സംസ്ഥാനത്തുണ്ട്. ഗ്രാമങ്ങളിൽ കുടിൽ വ്യവസായം സജീവമാണ്. കൈത്തറി കരകൗശല വസ്തുക്കളുടെ നിർമാണ കേന്ദ്രങ്ങൾ നിരവധിയുണ്ട്. വനനശീകരണം സംസ്ഥാനത്ത് വ്യാപകമാണ്. ഇത് തടയുന്നതിനായി മരമില്ലുകളും പ്ലൈവുഡ് വ്യാപാരവും നിരോധിച്ചിട്ടുണ്ട്.

സംസ്ഥാനത്തിന്റെ ഏറ്റവും വലിയ സമ്പത്ത് ജലസമ്പത്തും വനസമ്പത്തുമാണ്. ഇന്ത്യയിൽ ഉപയോഗിക്കപ്പെടാത്ത ജലസമ്പത്ത് ഏറ്റവുമധികം ഉള്ള സംസ്ഥാനങ്ങളിലൊന്നാണ് അരുണാചൽ. മിസോറാമും നാഗാലാന്റുമാണ് മറ്റ് സംസ്ഥാനങ്ങൾ.

42 പുതിയ ജലവൈദ്യുത പദ്ധതികൾ ആരംഭിക്കാൻ സംസ്ഥാന സർക്കാർ പദ്ധതി തയാറാക്കിയിട്ടുണ്ട്. മിക്കതും തുടങ്ങുന്നത് സ്വകാര്യ മേഖലയിലാണ്. രാജ്യത്തെ പ്രമുഖ വ്യവസായ ഗ്രൂപ്പുകളെല്ലാം അരുണാചലിലെ ജലവൈദ്യുതി പദ്ധതികളിൽ നിക്ഷേപമിറക്കാനുള്ള ശ്രമത്തിലാണ്. പുതിയ പദ്ധതികളിലൂടെ 27,000 മെഗാവാട്ട് വൈദ്യുതി ഉൽപ്പാദിപ്പിക്കാം. സംസ്ഥാനത്തെ ഏറ്റവും ആവശ്യക്കാരുള്ള വ്യവസായമായി വൈദ്യുതിമേഖല മാറിയിരിക്കുന്നു.

അടിസ്ഥാന സൗകര്യവികസനമാണ് ഏറ്റവും ദുഷ്കരമായ മേഖല. മലമ്പ്രദേശങ്ങളിലൂടെയുള്ള ഗതാഗതം ബുദ്ധിമുട്ടേറിയതാണ്. സംസ്ഥാനത്തേക്ക് തീവണ്ടി ഗതാഗതമില്ല. യാത്രയ്ക്കായി ബസ് സർവീസുകളെയാണ് ജനങ്ങൾ ആശ്രയിക്കുന്നത്. ദാർപാർജിയോ, സിറോ, ടിസു, പാസിഘട്ട് എന്നിവിടങ്ങളിൽ ചെറിയ വിമാനത്താവളങ്ങളുണ്ട്. എന്നാൽ ഇവിടങ്ങളിലേക്ക് ആവശ്യത്തിന് സർവീസുകൾ ഇല്ല.

രാഷ്ട്രീയം

രാഷ്ട്രീയ അസ്ഥിരത, കുതിരക്കച്ചവടം മാഫിയകളുടെ സ്വാധീനം തുടങ്ങിയവയെല്ലാമാണ് അരുണാചൽ രാഷ്ട്രീയത്തിന്റെ സവിശേഷതകൾ. ഭരണരംഗത്ത് അഴിമതി സർവവ്യാപിയാണ്. കോൺഗ്രസ് ഐ, അരുണാചൽ പീപ്പിൾസ് പാർട്ടി, അരുണാചൽ കോൺഗ്രസ്, ബി ജെ പി തുടങ്ങിയവയാണ് പ്രധാന പാർട്ടികൾ.

കോൺഗ്രസ് നേതാവ് പ്രേംഖണ്ഡു തുൻഗാൻ ആയിരുന്നു ആദ്യമുഖ്യമന്ത്രി. ഏറ്റവും കൂടുതൽ കാലം സംസ്ഥാനം ഭരിച്ച മുഖ്യമന്ത്രി ഗെഗോങ് അപാംഗ്ആണ്. മൂന്നു സർക്കാറുകൾക്ക് നേതൃത്വം നൽകിയ അദ്ദേഹം 23 വർഷം മുഖ്യമന്ത്രിയായി. ജ്യോതിബസു കഴിഞ്ഞാൽ ഏറ്റവും കൂടുതൽ കാലം മുഖ്യമന്ത്രി ആയ വ്യക്തി. കൂടുതൽ തവണ കാലുമാറിയ മുഖ്യമന്ത്രി എന്ന സ്ഥാനവും അപാങ്ങിനാണ്. 1980 മുതൽ 1999 വരെ അദ്ദേഹം കോൺഗ്രസിലായിരുന്നു. 19 വർഷം തുടർച്ചയായി ഭരണം നടത്തിയ അപാങ്ങിന്റെ ജീവിതാഭിലാഷം ജ്യോതി ബസുവിന്റെ റെക്കാർഡ് തകർക്കുക എന്നതായിരുന്നു. എന്നാൽ 1999 ൽ അവി

ശ്വാസ പ്രമേയം പാസായതിനെത്തുടർന്ന് അപാങ് സർക്കാറിന് ഭൂരിപക്ഷം നഷ്ടപ്പെട്ടു. അദ്ദേഹം അരുണാചൽ കോൺഗ്രസിൽ ചേർന്നു. പിന്നീട് പ്രാദേശിക പാർട്ടികളെയും സ്വതന്ത്രന്മാരെയും കൂട്ടി ഐക്യജനാധിപത്യ മുന്നണി രൂപീകരിച്ച് 2003 ൽ അധികാരത്തിലേറി. പിന്നീട് ബി ജെ പിയിൽ ചേർന്നു. അങ്ങനെ വടക്കു കിഴക്കൻ സംസ്ഥാനങ്ങളിൽ ബി ജെ പി ആദ്യമായി അധികാരത്തിലേറിയ സംസ്ഥാനമായി. അരുണാചൽ പ്രദേശ് മാറി. അപാങ് ബി ജെ പിയിലും ഉറച്ചു നിന്നില്ല. 2007 ലെ നിയമസഭാ തിരഞ്ഞെടുപ്പിന് തൊട്ടുമുമ്പ് അദ്ദേഹം കോൺഗ്രസിലേക്ക് തിരിച്ചുപോയി. 2007 ൽ കോൺഗ്രസ് അധികാരത്തിൽ വന്നെങ്കിലും അപാങ് മുഖ്യമന്ത്രിയായില്ല. കോൺഗ്രസ് നേതാവ് ദോർജി ഖണ്ഡുവാണ് മുഖ്യമന്ത്രി ആയത്. ദോർജി ഖണ്ഡു വിമാന അപകടത്തിൽ മരിച്ചതിനെത്തുടർന്ന് 2011 ൽ ജാർബോം ഗാംളിൻ മുഖ്യമന്ത്രിയായി.

അരുണാചലിൽ പൊതുവിതരണ സമ്പ്രദായത്തിലൂടെ വിതരണം ചെയ്യേണ്ട ഭക്ഷ്യധാന്യം മറിച്ചു വിറ്റ കേസിൽ ഗെഗോങ് അപാങ് ഇപ്പോൾ മുഖ്യപ്രതിയാണ്. തിരിമറിയിലൂടെ 1000 കോടി രൂപയുടെ നഷ്ടം ഉണ്ടായതായി സി ബി ഐ കണ്ടെത്തിയിരുന്നു. അപാങ്ങിനെ സി ബി ഐ അറസ്റ്റ് ചെയ്തതോടെ അദ്ദേഹം ഇപ്പോൾ സജീവരാഷ്ട്രീയത്തിൽ നിന്ന് വിട്ടുനിൽക്കുകയാണ്.

സാമൂഹ്യാവസ്ഥ

ജനസംഖ്യയിലെ ബഹുഭൂരിഭാഗവും ഗോത്രവർഗക്കാരാണ്. സർക്കാരിന്റെ ഔദ്യോഗിക കണക്കുകൾ പ്രകാരം 63 ഗോത്രവർഗങ്ങൾ ഇവിടെയുണ്ട്. ആദി,നിഷി, അപ്പൊത്താനി, നാഗ, മോൻപു, ഗാലോ ലാരെ, പ്യൂഗോ, പദാം പാഡി മാൻയോങ്, ബോകർ, മിലാങ്, സിൻഗ്പോ, ടാൻഗ്സ തുടങ്ങിയവയാണ് പ്രധാന ഗോത്രവർഗങ്ങൾ. ജനസംഖ്യയിലെ 19 ശതമാനം ക്രിസ്ത്യാനികൾ. ഹിന്ദുക്കൾ നാമമാത്രം. തങ്ങളുടെ സംസ്കാരങ്ങളിലേക്ക് പുറത്തുനിന്നുള്ളവർ കടന്നുകയറുന്നുണ്ടോ എന്ന ആശങ്ക ഓരോ ഗോത്രത്തിനുമുണ്ട്. ഈ പ്രശ്നം പരിഗണിച്ചാണ് അന്യസംസ്ഥാനക്കാർക്കും വിദേശികൾക്കും സംസ്ഥാനത്ത് പ്രവേശിക്കാൻ പ്രത്യേക പാസ് ഏർപ്പെടുത്തിയിരിക്കുന്നത്.

അരുണാചൽ ഗോത്രവർഗക്കാർ

മുഖ്യമന്ത്രിമാർ		
പേര്	കാലാവധി	പാർട്ടി
പ്രേം ഖണ്ഡു തുൻഗാൻ	1975 – 1979	ഇന്ത്യൻ നാഷണൽ കോൺഗ്രസ്
തോമോ റിബ	1979 സെപ്തംബർ – നവംബർ	പീപ്പിൾസ് പാർട്ടി ഓഫ് അരുണാചൽപ്രദേശ്
ഗെഗോങ് അപാങ്	1980 – 1999	ഇന്ത്യൻ നാഷണൽ കോൺഗ്രസ്,
		അരുണാചൽ കോൺഗ്രസ്
മൃകുത് മിതി	1999 – 2003	അരുണാചൽ കോൺഗ്രസ്
		ഇന്ത്യൻ നാഷണൽ കോൺഗ്രസ്
ഗെഗോങ് അപാങ്	2003 – 2007	യു ഡി എഫ്/ ബി ജെ പി
		ഇന്ത്യൻ നാഷണൽ കോൺഗ്രസ്
ദോർജി ഖണ്ഡു	2007 – 2011	ഇന്ത്യൻ നാഷണൽ കോൺഗ്രസ്
ജാർബോം ഗാംളിൻ	2011 –	ഇന്ത്യൻ നാഷണൽ കോൺഗ്രസ്

വിദ്യാഭ്യാസ മേഖലയുടെ പുരോഗതിയിൽ സംസ്ഥാനം പിറകിലാണ്. സാക്ഷരത 65.95 ശതമാനം. ഇത് ദേശീയതലത്തിൽ സാക്ഷരതയിൽ ഏറ്റവും പിറകിലുള്ള രണ്ടാമത്തെ സംസ്ഥാനമാണ്. സാക്ഷരത ഏറ്റവും കുറവുള്ള വടക്ക് കിഴക്കൻ സംസ്ഥാനവും അരുണാചലാണ്. വലിയ സംസ്ഥാനത്തിൽ വളരെ കുറച്ച് ജനങ്ങളാണ് താമസിക്കുന്നത്. ജനസാന്ദ്രത ചതുരശ്രകിലോമീറ്ററിൽ 17 മാത്രം. രാജ്യത്തെ ഏറ്റവും കുറഞ്ഞ ജനസാന്ദ്രത. വടക്ക് കിഴക്കൻ സംസ്ഥാനങ്ങളിൽ പൊതുവേ സ്ത്രീ പുരുഷ അനുപാതം ഉയർന്നതാണ്. എന്നാൽ അരുണാചലിൽ സ്ഥിതി മറിച്ചാണ്. 1000 പുരുഷന്മാർക്ക് ഇവിടെ 920 സ്ത്രീകൾ മാത്രമാണ് ഉള്ളത്. വടക്ക് കിഴക്കിൽ ഏറ്റവും കുറഞ്ഞ അനുപാതം.

നാഷണൽ ക്രൈം റെക്കോർഡ്സ് ബ്യൂറോയുടെ കണക്കുകൾ അനുസരിച്ച് ക്രമസമാധാന പാലനത്തിൽ സംസ്ഥാനത്തിന്റെ പ്രകടനം ശരാശരിയാണ്. എന്നാൽ സ്ത്രീധന മരണങ്ങൾ, ലൈംഗിക കുറ്റകൃത്യങ്ങൾ, കലാപങ്ങൾ തുടങ്ങിയവ കുറവാണ്. 2008 ൽ ഒരൊറ്റ സ്ത്രീധന മരണം പോലും നടക്കാത്ത സംസ്ഥാനമാണിത്.

വിവിധ ഗോത്രങ്ങൾ തമ്മിലുള്ള ഏറ്റുമുട്ടലുകൾ ഒരുകാലത്ത് ക്രമസമാധാന പ്രശ്നമായിരുന്നു. എന്നാൽ ഇപ്പോൾ സ്ഥിതിമാറിയിട്ടുണ്ട്. അരുണാചലിൽ നാഗന്മാർ തിങ്ങിപ്പാർക്കുന്ന പ്രദേശങ്ങൾ ഉണ്ട്. ഈ മേഘലയെ വിശാല നാഗാലാന്റിൽ ലയിപ്പിക്കണമെന്ന് ആവശ്യപ്പെട്ട് എൻ എസ് സി എൻ (ഐ എം) സജീവമാണ്. ഇടയ്ക്കിടെ ഭീകരാക്രമണങ്ങളും ഉണ്ടാവാറുണ്ട്.

ജയിലുകൾ ഇല്ലാത്ത ഇന്ത്യയിലെ ഏക സംസ്ഥാനമെന്ന ഖ്യാതിയും അരുണാചൽപ്രദേശിനായിരുന്നു. കുറ്റവാളികളെ അയൽ സംസ്ഥാനമായ ആസാമിലേക്കാണ് അയച്ചിരുന്നത്. 2008 ൽ തലസ്ഥാനമായ ഇറ്റാനഗറിൽ സെൻട്രൽ ജയിൽ നിലവിൽ വന്നു.

സംസ്കാരം

ജനസംഖ്യ വെറും 14 ലക്ഷം. എന്നാൽ ഇന്ത്യയിൽ ഏറ്റവുമധികം ഭാഷകളുള്ള സംസ്ഥാനമാണ് അരുണാചൽ. ഓരോ ഗോത്രവർഗത്തിനും ഉപഗോത്രങ്ങൾക്കും പ്രത്യേക ഭാഷകളുണ്ട്. എന്നാൽ ഗോത്രഭാഷകൾക്കൊന്നും ലിപികൾ ഇല്ല. ഇംഗ്ലീഷ് റോമൻ ലിപിയാണ് എഴുതുന്നതിനായി ഉപയോഗിക്കുന്നത്. ഐക്യരാഷ്ട്ര സംഘടനയ്ക്ക് കീഴിലുള്ള യുനീസെഫ് 196 ഭാഷകളുടെ പട്ടിക പുറത്തിറക്കിയിരുന്നു. ഇവയിലെ 36 ഭാഷകൾ അരുണാചലിലേതാണ്.

അരുണാചൽ നാടോടിക്കഥകൾ പ്രസിദ്ധമാണ്. വാരിയർ എൽവിൻ എന്ന ബ്രിട്ടീഷ് സഞ്ചാരസാഹിത്യകാരൻ ഈ കഥകൾ ശേഖരിച്ചിട്ടുണ്ട്. സൂര്യനാണ് ഒട്ടുമിക്ക കഥകളിലേയും നായകൻ. ബാർഡോച്ചാം, ഷെർഡുക്ക്, പെർസ് തുടങ്ങിയവയാണ് പ്രധാന ഗോത്ര നൃത്തങ്ങൾ.

ഭക്ഷണം

അരി ആഹാരപ്രിയരാണ്. അരിയിൽനിന്ന് ഉൽപ്പാദിപ്പിക്കുന്ന മദ്യവും പ്രസിദ്ധമാണ്. വിശേഷ അവസരങ്ങളിൽ സ്ത്രീപുരുഷ ഭേദമന്യേ അത് കഴിക്കാറുണ്ട്. ചൈനീസ് ഭക്ഷണങ്ങളും അരുണാചലുകാർ കഴിക്കാറുണ്ട്.

വിനോദസഞ്ചാരം

പ്രകൃതിരമണീയമായ പ്രദേശമാണ് അരുണാചൽ. ഒപ്പം ഇന്ത്യൻ ഗോത്ര സംസ്കാരത്തിന്റെ ലബോറട്ടറിയും. എന്നാൽ വിനോദസഞ്ചാര മേഖലയുടെ സാധ്യതകൾ വിനിയോഗിക്കാനായിട്ടില്ല. അടിസ്ഥാന സൗകര്യങ്ങളുടെ അഭാവം, എത്തിപ്പെടാനുള്ള ബുദ്ധിമുട്ട്, പെർമിറ്റ് പാസ് തുടങ്ങിയവ സഞ്ചാരികളെ ബുദ്ധിമുട്ടിക്കുന്നു. അരുണാചലുകാരല്ലാത്തവർക്ക് സംസ്ഥാനത്തെത്തണമെങ്കിൽ പ്രത്യേകം പാസെടുക്കണം. ഗുഹാവത്തിയിലെയും ഷില്ലോങ്ങിലേയും അരുണാചൽ ഇൻഫർമേഷൻ വകുപ്പിന്റെ ഓഫീസുകളിൽ പാസ് ലഭിക്കും

പ്രധാന വിനോദസഞ്ചാരകേന്ദ്രങ്ങൾ

ഇറ്റാനഗർ	–	തലസ്ഥാനം, മ്യൂസിയം
പസീഘട്ട്	–	ഹിൽ സ്റ്റേഷൻ, ഏപ്രിൽ, മേയ് മാസങ്ങളിൽ പ്രസിദ്ധമായ

		ഗോത്ര കലാമേള അരങ്ങേറുന്നു
പരശുറാം കുണ്ട്	-	തീർഥാടന കേന്ദ്രം
താവാങ്	-	ബുദ്ധ ആശ്രമം
അലോൻഗ്	-	രാമകൃഷ്ണആശ്രമം, ഗോത്രവർഗക്കാരുടെ ക്ഷേത്രങ്ങൾ
ദിസ് മാക് നഗർ	-	കോട്ടകൾ
ബോംഡില	-	ക്ഷേത്രങ്ങൾ, കരകൗശല കേന്ദ്രം
സീറോ	-	അപ്പത്താനി ഗോത്ര വർഗക്കാരുടെ ഗ്രാമം. ഏഷ്യയിലെ ഏറ്റവും വലിയ ഗ്രാമം

കണ്ടിരിക്കേണ്ട സ്ഥലം - സീറോ

അപ്പത്താനി ഗോത്ര വർഗക്കാരുടെ പ്രധാന ആവാസ കേന്ദ്രമാണ് സീറോ. പരിഷ്കൃതരെങ്കിലും പുരാതന ആചാരങ്ങളും അനുഷ്ഠാനങ്ങളും ഇന്നും പിന്തുടരുന്നു. ഏഷ്യയിലെ ഏറ്റവും വലിയ ഗ്രാമമായി അറിയപ്പെടുന്ന ഹോങ് ഗ്രാമം സീറോവിലാണ്. ഗ്രാമത്തിലെ വീടുകളെല്ലാം മുളകൊണ്ട് നിർമിച്ചവയാണ്. ഇവരുടെ നനഞ്ഞ പാടത്തെ വർഷം മുഴുവൻ നീണ്ടുനിൽക്കുന്ന നെൽകൃഷി പ്രസിദ്ധമാണ്.

അരുണാചലിന്റെ തലസ്ഥാനമായ ഇറ്റാനഗറിൽനിന്ന് 4 മണിക്കൂർ യാത്ര ചെയ്താൽ സീറോവിലെത്താം. ജീപ്പുകളും ചെറിയ ബസുകളും മാത്രമാണ് സീറോവിലേക്കുള്ളത്. ട്രെയിൻ, വ്യോമഗതാഗതങ്ങൾ ഇല്ല.

പൊതുവിവരങ്ങൾ

തലസ്ഥാനം	-	ഇറ്റാനഗർ
ജില്ലകൾ	-	
നിയമസഭാമണ്ഡലങ്ങൾ	-	60
ലോക്സഭാമണ്ഡലങ്ങൾ	-	2
രാജ്യസഭാ സീറ്റുകൾ	-	1
രൂപീകൃതമായ ദിവസം	-	1987 ഫെബ്രുവരി 20
ഔദ്യോഗിക ഭാഷ	-	ഹിന്ദി, ആസാമീസ്, ഗോത്രഭാഷകൾ
ജനസംഖ്യ	-	1382611
ജനസാന്ദ്രത	-	$17/Km^2$
വിസ്തീർണം	-	$83743/Km^2$
സാക്ഷരത	-	66.95%
റോഡ് ഗതാഗതം	-	10,240 കിലോമീറ്റർ.
റെയിൽ ഗതാഗതം	-	1 കിലോമീറ്റർ

പ്രത്യേകതകൾ

1. ഏറ്റവും ജനസാന്ദ്രത കുറഞ്ഞ സംസ്ഥാനം. (ജനസാന്ദ്രത ചതുരശ്രകിലോമീറ്ററിൽ 17 പേർ).
2. കുറഞ്ഞ സാക്ഷരതയിൽ 2–ാം സ്ഥാനത്ത് – 66.95 ശതമാനം)
3. വടക്ക് കിഴക്കൻ സംസ്ഥാനങ്ങളിൽ ഏറ്റവും കുറഞ്ഞ സാക്ഷരത.
4. ഏറ്റവും കുറവ് സ്ത്രീധന മരണങ്ങൾ നടക്കുന്ന സംസ്ഥാനം.
5. സ്ത്രീ പുരുഷ അനുപാതം ഏറ്റവും കുറവുള്ള വടക്ക് കിഴക്കൻ സംസ്ഥാനം.
6. ഉപയോഗിക്കപ്പെടാത്ത ജലവൈദ്യുതശേഷി ഏറ്റവും അധികമുള്ള സംസ്ഥാനം.
7. ഏറ്റവും കൂടുതൽ പുതിയ ജലവൈദ്യുത പദ്ധതികൾ ആരംഭിക്കുന്ന സംസ്ഥാനം (54 പദ്ധതികൾ).

സഹായനമ്പറുകൾ

പൊലീസ് കൺട്രോൾ റൂം	–	0360 – 2212295
പൊലീസ് വെബ്സൈറ്റ്	–	arunpol.nic.in
ടൂറിസം ഇൻഫർമേഷൻ	–	+91–360–2214745
ടൂറിസം വെബ്സൈറ്റ്	–	www.arunachaltourism.com

27

ഒറീസ

ചരിത്രം

ആൻഗുൽ, ദെൻകാനൽ, നായാഗാർഹ് പ്രദേശങ്ങളിൽ ജീവിക്കുന്ന ഒദ്ര ഉദ്ര ഗോത്രങ്ങളിൽനിന്നും ഒഡിയ എന്ന വാക്കും ഒഡിയ കാലക്രമത്തിൽ ഒറീസയുമായെന്നാണ് ചരിത്രം. പടയോട്ടങ്ങളുടേയും യുദ്ധങ്ങളുടെയും നാടായിരുന്നു ഒറീസ. കലിംഗ യുദ്ധത്തിലൂടെയാണ് ഒറീസ ലോകപ്രശസ്തമായത്. മൗര്യ രാജാവായിരുന്ന അശോകൻ ബി സി 261 ൽ കലിംഗ കീഴടക്കി. എന്നാൽ യുദ്ധപൈശാചികതയിൽ മനംനൊന്ത അശോക ചക്രവർത്തി പ്രൗഢിയും അധികാരവുമെല്ലാം ഉപേക്ഷിച്ച് ബുദ്ധ സന്യാസിയായി. ശാന്തിയുടെയും സമാധാനത്തിന്റെയും അവധൂതനായി മാറിയ അദ്ദേഹം ഏഷ്യ മുഴുവൻ കറങ്ങിനടന്നു.

ഖരാവേല, മുകുന്ദദേവ തുടങ്ങിയ രാജാക്കന്മാരുടെ ഭരണത്തിന് ശേഷം 1576 ൽ മുഗളന്മാർ ഒറീസയിൽ ആധിപത്യമുറപ്പിച്ചു. 1750 ലെ കർണാടിക് യുദ്ധത്തിലൂടെയാണ് ഈസ്റ്റ് ഇന്ത്യാ കമ്പനി കടന്നു കയറിയത്. പിന്നീട് ബ്രിട്ടീഷുകാരുടെ സമഗ്രാധിപത്യമായിരുന്നു. ബ്രിട്ടീഷ് ഭരണത്തിന് കീഴിൽത്തന്നെ ഭാഷാടിസ്ഥാനത്തിൽ 1936 ഏപ്രിൽ 1ന് ഒറീസ സംസ്ഥാനമായി മാറി. ഏപ്രിൽ 1 ന് ഒറീസാക്കാർ ഒറീസാദിനമായി ആചരിക്കുന്നു

ഭൂമിശാസ്ത്രം

തീരപ്രദേശം, മലനിരകൾ, പരന്നുകിടക്കുന്ന ഫലഭൂയിഷ്ഠമായ കൃഷിയിടങ്ങൾ ഈ മൂന്നു ഭൂമിശാസ്ത്ര പ്രത്യേകതകളും ഉൾക്കൊള്ളുന്ന സംസ്ഥാനമാണ് ഒറീസ. സമുദ്രനിരപ്പിൽനിന്നും 900 മീറ്ററിലധികം ഉയരത്തിൽ സ്ഥിതിചെയ്യുന്നു. ദക്ഷിണ ഒറീസയിലെ കോരാപട്ടിലെ

ദ്യുമാലി (1672 മീറ്റർ ഉയരം) യാണ് ഏറ്റവും ഉയരമുള്ള പർവതം. മലനിരകളിൽ നിന്നും ഉത്ഭവിക്കുന്ന 12 നദികളും ഇവയുടെ പോഷകനദികളും സംസ്ഥാനത്തെ സമ്പുഷ്ടമാക്കുന്നു. 857 കിലോമീറ്റർ ദൈർഘ്യമുള്ള മഹാനദിയാണ് സംസ്ഥാനത്തെ ഏറ്റവും വലിയ നദി. വലിപ്പത്തിൽ ഇന്ത്യയിലെ ആറാമത്തെ നദിയാണിത്. ബ്രാഹ്മണി, ബൈറ്ററാണി, സുവർണരേഖ, ബുധബാലങ്ക, റുഷികുല്യ, ബഹുദ, ബാൻസധാര, നാഗബലി, സലാണ്ടി, ഇന്ദിരാബതി, കൊളാബ് തുടങ്ങിയവയാണ് പ്രധാന നദികൾ.

രാഷ്ട്രീയം

സ്വാതന്ത്ര്യാനന്തരം ഒറീസ കോൺഗ്രസിന്റെ ശക്തികേന്ദ്രമായിരുന്നു. അവിഭക്ത കമ്യൂണിസ്റ്റ് പാർട്ടിക്കും സംസ്ഥാനത്ത് നല്ല ജനസ്വാധീനമുണ്ടായിരുന്നു.

1950 മുതൽ 1965 വരെ കോൺഗ്രസ് തുടർച്ചയായി സംസ്ഥാനം ഭരിച്ചു. ഹരേകൃഷ്ണ മഹാതാപാണ് ആദ്യമുഖ്യമന്ത്രി. 1967 ൽ രാജേന്ദ്ര നാരായൺസിങ് ദേവിന്റെ നേതൃത്വത്തിലുള്ള സ്വതന്ത്ര പാർട്ടി–ഒറീസ ജന കോൺഗ്രസ് സഖ്യം കോൺഗ്രസിനെ അട്ടിമറിച്ച് അധികാരത്തിൽ വന്നു. 1972 ൽ കോൺഗ്രസ് ഭരണം തിരിച്ചുപിടിച്ചെങ്കിലും അടിയന്തരാവസ്ഥയ്ക്ക് ശേഷം 1977 ൽ നടന്ന തിരഞ്ഞെടുപ്പിൽ കടപുഴകി വീണു. സോഷ്യലിസ്റ്റുകാർ സംസ്ഥാന രാഷ്ട്രീയത്തിന്റെ മുഖ്യചാലകശക്തികളായി മാറി. ദേശീയതലത്തിലെ കോൺഗ്രസ് വിരുദ്ധ തരംഗത്തോടൊപ്പം 1990 ൽ ജനതാദൾ നേതാവ് ബിജുപട്നായ്ക് അധികാരത്തിലെത്തി. 1995 ൽ കോൺഗ്രസ് ഭരണം തിരിച്ചുപിടിച്ചു. അഞ്ചുവർഷത്തിനുള്ളിൽ ജാനകി പട്നായ്ക്, ഗിരിന്ദർ ഗമാങ്, ഹേമാനന്ദ ബിസ്വാൾ എന്നീ മൂന്നു മുഖ്യമന്ത്രിമാരെ പരീക്ഷിച്ച കോൺഗ്രസിന് അതോടെ സംസ്ഥാന രാഷ്ട്രീയത്തിൽ അടിപതറി. ബിജു പട്നായ്കിന്റെ മകൻ നവീൻ പട്നായ്ക് ബിജു ജനതാദൾ എന്ന പാർട്ടി രൂപീകരിച്ചു. ബി ജെ പി യുമായി മുന്നണി മത്സരിച്ച് അധികാരത്തിൽ വന്നു. 10 വർഷത്തെ ബി ജെ പി സഖ്യരാഷ്ട്രീയത്തിന് 2009 ൽ വിരാമമിട്ടു. 2009 ലെ നിയമസഭാ തിരഞ്ഞെടുപ്പിൽ ഇടതുപക്ഷവുമായി സഖ്യമുണ്ടാക്കി മത്സരിച്ച് തുടർച്ചയായി മൂന്നാം തവണയും അധികാരത്തിൽ വന്നു. ബി ജെ പിയുമായി സഖ്യമുന്നണി അധികാരത്തിൽ പങ്കാളിയായിരുന്ന ബി ജെ ഡി സംസ്ഥാനത്തെ നിർണായക രാഷ്ട്രീയശക്തിയായിമാറിയിരുന്നു ക്രിസ്ത്യൻ വിരുദ്ധ രാഷ്ട്രീയമായിരുന്നു ബി ജെ പിയുടെ പ്രധാന കൈമുതൽ. എന്നാൽ 2009 ൽ ഈ വിഷയം ഉയർത്തിക്കാട്ടി തിരഞ്ഞെടുപ്പിൽ മത്സരിച്ച ബി ജെ പി ദയനീയമായി പരാജയപ്പെട്ടു. ശക്തമായ നേതൃത്വമില്ലാത്ത കോൺഗ്രസാവട്ടെ ഒറീസയിൽ ദുർബലമാണ്.

കർഷക, തൊഴിലാളി മുന്നേറ്റങ്ങൾ

1932 ൽ പട്ന ജയിലിൽ തടവുശിക്ഷ അനുഭവിച്ചിരുന്ന ഒറീസക്കാ

മുഖ്യമന്ത്രിമാർ		
പേര്	കാലാവധി	പാർട്ടി
ഹരേകൃഷ്ണ മഹാതാബ്	1950(ജനുവരി -മെയ്)	ഇന്ത്യൻ നാഷണൽ കോൺഗ്രസ്
നവകൃഷ്ണ ചൗധരി	1950 – 1956	ഇന്ത്യൻ നാഷണൽ കോൺഗ്രസ്
ഹരേകൃഷ്ണ മഹാതാബ്	1956 – 1961	ഇന്ത്യൻ നാഷണൽ കോൺഗ്രസ്
ബിജു പട്നായ്ക്	1961 – 1963	ഇന്ത്യൻ നാഷണൽ കോൺഗ്രസ്
ബിരൺ മിത്ര	1963 – 1965	ഇന്ത്യൻ നാഷണൽ കോൺഗ്രസ്
സദാശിവ ത്രിപാഠി	1965 – 1967	ഇന്ത്യൻ നാഷണൽ കോൺഗ്രസ്
രാജേന്ദ്രനാരായൺ സിങ്ദേവ്	1967 – 1971	സ്വതന്ത്രപ്പാർട്ടി
വിശ്വനാഥ് ദാസ്	1971 – 1972	യുണൈറ്റഡ് ഫ്രണ്ട്
നന്ദിനി സത്പതി	1973 – 1976	ഇന്ത്യൻ നാഷണൽ കോൺഗ്രസ്
വിനായക് ആചാര്യ	1976 – 1977	ഇന്ത്യൻ നാഷണൽ കോൺഗ്രസ്
നീലമണി നെത്രായ്	1977 – 1980	ജനതാപ്പാർട്ടി
ജാനകി വല്ലഭ പട്നായ്ക്	1980 – 1989	ഇന്ത്യൻ നാഷണൽ കോൺഗ്രസ്
ഹേമന്ദ ബിസ്വാൾ	1989 – 1990	ഇന്ത്യൻ നാഷണൽ കോൺഗ്രസ്
ബിജു പടനായ്ക്	1990 – 1995	ജനതാദൾ
ജാനകി വല്ലഭായ് പട്നായ്ക്	1995 – 1999	ഇന്ത്യൻ നാഷണൽ കോൺഗ്രസ്
ഗിരിധർ ഗമാങ്	1999 (ഫെബ്രു ഡിസംബർ)	ഇന്ത്യൻ നാഷണൽ കോൺഗ്രസ്
നവീൻ പട്നായ്ക്	2000 – 2000	ബിജു ജനതാദൾ

രായിരുന്ന സ്വാതന്ത്ര്യ സമരസേനാനികളാണ് ഒറീസയിലെ കമ്യൂണിസ്റ്റ് മുന്നേറ്റങ്ങൾക്ക് വിത്ത് പാകിയത്. ഇവരെല്ലാം ചെറുപ്പക്കാരായിരുന്നു. ഭഗത്സിങ്ങിന്റെ രക്തസാക്ഷിത്വവും റഷ്യൻ വിപ്ലവവുമാണ് ഇവരെ വിപ്ലവ പ്രസ്ഥാനങ്ങളിലേക്ക് ആകർഷിച്ചത്. 1934 ൽ കോൺഗ്രസിലെ സോഷ്യലിസ്റ്റ് ആശയക്കാർ ചേർന്ന് കോൺഗ്രസ് സോഷ്യലിസ്റ്റുപാർട്ടി രൂപീകരിച്ചപ്പോൾ ഒറീസയിലെ കമ്യൂണിസ്റ്റുകാർ ഈ പാർട്ടിയിൽ ചേർന്ന് പ്രവർത്തിച്ചു. നബകൃഷ്ണ ചൗധരി, ഭഗവതി പാണിഗ്രഹി തുടങ്ങിയവ രായിരുന്നു പ്രധാന നേതാക്കൾ. ഭഗവതി പാണിഗ്രഹി പത്രാധിപരായി രുന്ന *ക്രൂഷക്* എന്ന പ്രസിദ്ധീകരണം യുവതലമുറയിൽ കമ്യൂണിസ്റ്റ് ആശയങ്ങൾ പ്രചരിപ്പിച്ചു. പാണിഗ്രഹി രൂപീകരിച്ച നവയുഗ സാഹിത്യ സൻസദ് ആയിരുന്നു ഒറീസയിലെ ആദ്യത്തെ പുരോഗമന സാഹിത്യ

പ്രസ്ഥാനം. കമ്യൂണിസ്റ്റുപാർട്ടി ഒദ്യോഗികമായി രൂപീകരിക്കപ്പെട്ടപ്പോൾ ഭഗവതി പാണിഗ്രനിയെ ഒറീസാഘടകത്തിന്റെ സെക്രട്ടറിയായി തിരഞ്ഞെടുത്തു. ഗഡാജത്ത് പ്രജാ മുന്നേറ്റമെന്ന പേരിൽ പ്രസിദ്ധമായ കർഷകസമരങ്ങൾക്ക് അക്കാലത്ത് കമ്യൂണിസ്റ്റുപാർട്ടി നേതൃത്വം നൽകി. നീലഗിരി, റാണാപ്പൂർ, ധേനാകനാൽ, അത്താഗഢ് തുടങ്ങിയ പ്രദേശങ്ങളിൽ സമരം പടർന്നു. ബ്രിട്ടീഷുകാർ ഗൂഢാലോചനാക്കുറ്റം ചുമത്തി സമരത്തെ അടിച്ചമർത്താൻ ശ്രമിച്ചു. കമ്യൂണിസ്റ്റ് നേതാക്കളായ ഭഗവതി പാണിഗ്രഹി, അനന്ത പട്നായിക്, ബനാമളിദാസ്, വിജയ് ചന്ദ്രദാസ്, ഗുരു ചരൺ പട്നായിക്, രാമചന്ദ്ര മിശ്ര, ദുർഗ മൊഹന്തി തുടങ്ങിവരെല്ലാം അക്കാലത്ത് ക്രൂരമായ പൊലീസ് പീഢനങ്ങൾക്ക് ഇരയായി. ഒപ്പം കോൺഗ്രസ് സോഷ്യലിസ്റ്റു പാർട്ടിയിലെ ഒരു വിഭാഗവും കമ്യൂണിസ്റ്റുകാർക്കെതിരെ തിരിഞ്ഞു. കമ്യൂണിസ്റ്റു പാർട്ടിയുടെ വളർച്ചയിൽ ഉത്കണ്ഠാകുലനായ സോഷ്യലിസ്റ്റ് നേതാവ് ജയപ്രകാശ് നാരായണൻ ഒറീസയിലെ കോൺഗ്രസ് സോഷ്യലിസ്റ്റുപാർട്ടി ഘടകത്തെ പിരിച്ചുവിട്ടു. 1937 ൽ നടന്ന നിയമസഭാ തിരഞ്ഞെടുപ്പിൽ കമ്യൂണിസ്റ്റ് നേതാവ് പ്രാണാനാഥ് പട്നായിക്കും കമ്യൂണിസ്റ്റുപാർട്ടി പിന്തുണച്ചിരുന്ന മോഹൻദാസും വിജയിച്ചു. കമ്യൂണിസ്റ്റുപാർട്ടിയുടെ ജനസ്വാധീനം വർധിക്കുന്നതിൽ അസ്വസ്ഥരായ ബ്രിട്ടീഷുകാർ പ്രാണാനാഥ് പട്നായിക്, മോഹൻദാസ്, മൻമോഹൻമിത്ര, ബാനാമളി ദാസ്, രാമകൃഷ്ണ പാട്ടി, ഗതികൃഷ്ണസ്വയിൻ തുടങ്ങിയ നേതാക്കളെ ജയിലിലടച്ചു. ഒറീസയിലെ കമ്യൂണിസ്റ്റ് മുന്നേറ്റങ്ങൾക്ക് നേതൃത്വം നൽകിയിരുന്ന ഭഗവതി പാണിഗ്രഹി 1943 ൽ അന്തരിച്ചു. 43–ാം വയസിലായിരുന്നു അന്ത്യം. പാണിഗ്രഹിയുടെ മരണം കമ്യൂണിസ്റ്റുപാർട്ടിയുടെ വളർയെ പ്രതികൂലമായി ബാധിച്ചു.

സ്വാതന്ത്ര്യത്തിനു ശേഷം കമ്യൂണിസ്റ്റുപാർട്ടി ബഹുജന സമരങ്ങൾ തുടർന്നു. കൊരാപ്പട്ട്, മയൂർഭഞ്ച്, ബൊളർജീർ, കിയോജ്ഞാർ മേഖലകളിൽ പാർട്ടി ശക്തമായി. ഇതിന്റെ പ്രതിഫലനം 1952 ലെ നിയമസഭാ തിരഞ്ഞെടുപ്പിൽ ഉണ്ടായി. 52 ലെ തിരഞ്ഞെടുപ്പിൽ കമ്യൂണിസ്റ്റ് പാർട്ടിക്ക് 7 സീറ്റുകൾ ലഭിച്ചു. 1964 ലെ പിളർപ്പും പിന്നീട് പല ഘട്ടങ്ങളിലായുണ്ടായ നക്സൽ, മാവോയിസ്റ്റ് മുന്നേറ്റങ്ങളും ഒറീസയിൽ സി പി ഐ എമ്മിനും സി പി ഐക്കും തിരിച്ചടിയായി.

സമ്പദ്വ്യവസ്ഥ

കൽക്കരി, ഇരുമ്പയിര്, ബോക്സൈറ്റ്, ക്രോമൈറ്റ് തുടങ്ങിയവയുടെ നിക്ഷേപങ്ങളാൽ സമ്പന്നമാണ് ഒറീസ. റൂർക്കലയിലെ സ്റ്റീൽ പ്ലാന്റ് ഇന്ത്യയിലെ ആദ്യത്തെ പൊതുമേഖലാ സ്റ്റീൽ പ്ലാന്റാണ്. ഉദാരവൽക്കരണത്തിന്റെ ചുവടുപിടിച്ചുകൊണ്ട് ഖനനമേഖല ഇപ്പോൾ വൻതോതിൽ സ്വകാര്യവൽക്കരിച്ചുകൊണ്ടിരിക്കുകയാണ്. ദക്ഷിണ കൊറിയൻ കമ്പനിയായ പോസ്കോ 1200 കോടി ഡോളർ മുതൽ മുടക്കി പാരദ്വീപ് തുറ

മുഖത്തിന് സമീപം കൂറ്റൻ സ്റ്റീൽ പ്ലാന്റ് ആരംഭിക്കുന്നു. ഖനന മേഖലയിലെ ആഗോള ഭീമന്മാരായ ആർസെലർ-മിറ്റൽ, മഗ്നിറ്റോ ഗോർക്സ്, വേദാന്ത റിസോഴ്സസ് തുടങ്ങിയവരെല്ലാം വൻ നിക്ഷേപമാണ് ഒറീസയിൽ നടത്തിയിരിക്കുന്നത്. രാജ്യത്ത് വൈദ്യുത മേഖല ആദ്യം സ്വകാര്യവൽക്കരിച്ച സംസ്ഥാനമാണ് ഒറീസ. ഝാർസുഗുഡ ജില്ലയിലെ ഹിർച്ചയിൽ രാജ്യത്തെ ഏറ്റവും വലിയ വൈദ്യുതി നിലയം റിലയൻസ് പവർ ലിമിറ്റഡ് ഇപ്പോൾ നിർമിക്കുകയാണ്. 1300 കോടി ഡോളറാണ് മുടക്കുമുതൽ. 2009 വ്യവസായികളുടെ സംഘടനയായ അസോച്ചാം ഇന്ത്യയിലെ രണ്ടാമത്തെ മികച്ച നിക്ഷേപ സൗഹൃദ സംസ്ഥാനമായി ഒറീസയെ തെരഞ്ഞെടുത്തിരുന്നു.

കല, സംസ്കാരം

സാഹിത്യം, സംഗീതം, നൃത്തം, നാടൻകല തുടങ്ങിയ മേഖലകളിലെല്ലാം രാജ്യത്ത് ഏറെ സംഭാവനകൾ നൽകിയ സംസ്ഥാനമാണ് ഒറീസ. സരള ദാസ്, അർജുനദാസ് തുടങ്ങിയ ആദ്യകാല കവികൾ ഒറിയ കവിതകളെ ജനകീയമാക്കി. സോവിയറ്റ് വിപ്ലവത്തിൽ നിന്നും ഊർജം ഉൾക്കൊണ്ട് കമ്യൂണിസ്റ്റ് പാർട്ടി പുറത്തിറക്കിയിരുന്ന *ആധുനിക* എന്ന പ്രസിദ്ധീകരണം സ്വാതന്ത്ര്യ സമരത്തിന്റെ മുഖ്യ ചാലകശക്തിയായിരുന്നു. പ്രതിഭാഭായിയെപ്പോലുള്ള എഴുത്തുകാരിലൂടെ ഒറിയ സാഹിത്യംസമ്പുഷ്ടമാണ്.

ഒഡീസി

പുറംലോകം ഒറീസയെ കൂടുതലായി അറിയുന്നത് ഒഡീസി നൃത്തത്തിലൂടെയാണ്. ഒഡീസി നൃത്തത്തിന് 2000 വർഷത്തെ പഴക്കമുണ്ട്. ഒഡീസി സംഗീതവും പ്രസിദ്ധമാണ്.

62 ഗോത്രവർഗങ്ങൾ ഒറീസയിലുണ്ട്. ഇവർക്കെല്ലാം തനതു നൃത്തങ്ങളും സംഗീതവുമുണ്ട്. ഗോത്രനൃത്തങ്ങളിൽ ഏറ്റവും ജനപ്രിയമായത് ചാവു നൃത്തമാണ്.

ടൂറിസം

വാസ്തുശിൽപ്പങ്ങളിൽ ഏറെ ആകർഷകമായ നിരവധി ക്ഷേത്ര

ങ്ങളും മനോഹരതടാകങ്ങളും ഇടതൂർന്ന വനങ്ങൾക്കിടയിലെ സുഖവാസകേന്ദ്രങ്ങളുമെല്ലാം വിനോദ സഞ്ചാര മേഖലയെ സജീവമാക്കുന്നു. കൊണാർക്കിലെ സൂര്യക്ഷേത്രത്തെ ലോകപൈതൃക കേന്ദ്രമായി യുനെസ്കോ അംഗീകരിച്ചിട്ടുണ്ട്. പുരിയിലെ ജഗന്നാഥ ക്ഷേത്രം കിഴക്കൻ ഇന്ത്യയിലെ ഏറ്റവും തീർഥാടകരെത്തുന്ന ക്ഷേത്രമാണ്. ഭുവനേശ്വറിന് സമീപമുള്ള ചിൽക്ക തടാകം ഏഷ്യയിലെ ഏറ്റവും വലിയ ജലതടാകമാണ്. ആയിരക്കണക്കിന് ദേശാടനപ്പക്ഷികളേയും ഡോൾഫിൻ മത്സ്യങ്ങളെയും ഇവിടെ കാണാം കണ്ടൽക്കാടുകളാൽ പ്രസിദ്ധമായ ബിത്താർ കാനിക ദേശീയ ഉദ്യാനം, ചാന്ദക വന്യജീവിസങ്കേതം തുടങ്ങിയവയും സഞ്ചാരികളെ ആകർഷിക്കുന്നു.

ഭക്ഷണം

അരിയാണ് പ്രധാന ആഹാരം. മത്സ്യവും ഒറീസക്കാരുടെ ഇഷ്ട ഭക്ഷണമാണ്. സാലേപ്പൂർ രസഗുള, ചെനാപോട, പഖാല, കാക്കേര പീത തുടങ്ങിയവയാണ് പ്രധാന പലഹാരങ്ങൾ.

ലോകത്തെ ഏറ്റവും വലിയ അടുക്കള പുരി ജഗന്നാഥക്ഷേത്രത്തിലെ അടുക്കളയാണ്. ആയിരത്തോളം പാചകക്കാർ ചേർന്ന് ഇവിടുത്തെ 752 അടുപ്പുകളിൽ ഭക്ഷണം പാചകം ചെയ്യുന്നു. ദിവസവും പതിനായിരത്തോളം പേർ ഇവിടുത്തെ ഊട്ടുപുരയിൽ ഭക്ഷണം കഴിക്കുന്നു.

ആഘോഷങ്ങൾ

ദീപാവലി, ദസറ, ഹോളി, ശിവരാത്രി, ദുർഗാപൂജ, ഗണേശചതുർഥി, ലക്ഷ്മിപൂജ എന്നിവയാണ് പ്രധാന ആഘോഷങ്ങൾ. ഗോത്രവർഗക്കാർ തങ്ങളുടെ പരമ്പരാഗത ഉത്സവങ്ങൾ ആഘോഷിക്കുന്നു. പുരി ജഗന്നാഥ ക്ഷേത്രത്തിലെ രഥയാത്ര പ്രസിദ്ധമാണ്.

സാമൂഹ്യാവസ്ഥ

ജനസംഖ്യയിലെ 92 % ഹിന്ദുക്കളാണ്. മുസ്ലിങ്ങൾ 1.5 % ക്രിസ്ത്യാനികൾ 1.7 % ബുദ്ധമത വിശ്വാസികൾ 0.4 % ഇന്ത്യയിൽ ഏറ്റവുമധികം ഗോത്രവർഗക്കാർ ജീവിക്കുന്ന സംസ്ഥാനമാണ് ഒറീസ. 62 ഗോത്ര വിഭാഗങ്ങളിലായി 70 ലക്ഷത്തോളം ആദിവാസികൾ ഇവിടെയുണ്ട്. *മഹാഭാരത*ത്തിൽ പരാമർശിച്ചിരിക്കുന്ന സാമ്പാർ, ബോണ്ട, ഭുജിയ, ചെൻചു, താട്വി, ഗഡാബ, ദാൽ തുടങ്ങിയവയാണ് പ്രധാന ഗോത്രങ്ങൾ. റായ്ഗഡ, കോരാപട്ട് മൽക്കാൻ ഗാരി, നൗരാംഗ്പ്പൂർ, കാലഹണ്ടി തുടങ്ങിയ ജില്ലകളാണ് ഗോത്രവർഗക്കാരുടെ പ്രധാന സങ്കേതങ്ങൾ. എല്ലാ മേഖലകളിലും ഇവർ ഏറെ പിന്നോക്കമാണ്. ഗോത്രവർഗക്കാരായി ആവിഷ്കരിച്ചിട്ടുള്ള ക്ഷേമ പദ്ധതികളൊന്നും താഴെ തട്ടിലെത്തുന്നില്ല. വൻതോതിലുള്ള അഴിമതിയാണ് വികസന പ്രവർത്തനങ്ങളിൽ നടക്കുന്നത്.

സംസ്ഥാനത്തെ ക്രിസ്ത്യൻ ജനസംഖ്യ 1.7 ശതമാനം മാത്രമാണ്. എന്നാൽ ക്രിസ്ത്യൻ ന്യൂനപക്ഷങ്ങൾക്കെതിരെ സംഘടിതവും ആസൂത്രിതവുമായ അതിക്രമങ്ങളും കലാപങ്ങളും ഇവിടെ നടക്കുന്നു. 1999 ൽ മിഷണറി പ്രവർത്തകനായിരുന്ന ഗ്രഹാംസ്റ്റേയിൻസിനേയും മക്കളേയും ചുട്ടുകൊന്ന സംഭവം ലോകവ്യാപക പ്രതിഷേധം ക്ഷണിച്ചുവരുത്തി. 2007 ലും 2008 ലും സംഘപരിവാറിന്റെ നേതൃത്വത്തിൽ ക്രിസ്ത്യൻ ആരാധനാലയങ്ങൾക്കും ക്രിസ്തുമതവിശ്വാസികൾക്കുമെതിരെ ആക്രമങ്ങൾ നടന്നു. വിശ്വഹിന്ദുപരിഷത്ത് നേതാവ് ലക്ഷ്മണാനന്ദ ശാസ്ത്രി കൊല്ലപ്പെട്ടതിനെ തുടർന്ന് കലാപമാരംഭിച്ചു. കൊലപാതകത്തിന്റെ ഉത്തരവാദിത്വം മാവോയിസ്റ്റുകൾ ഏറ്റെടുത്തെങ്കിലും അതിക്രമങ്ങൾ നടന്നത് ക്രിസ്ത്യാനികൾക്ക് നേരെയാണ്. ഒരു കന്യാസ്ത്രീ ബലാൽസംഗത്തിന് ഇരയായി. ക്രിസ്ത്യൻ മിഷണറിമാർ വൻതോതിൽ മതംമാറ്റം നടത്തുന്നതാണ് ക്രമസമാധാന പ്രശ്നമുണ്ടാക്കുന്നതെന്ന് സംഘപരിവാർ ആരോപിക്കുന്നു. എന്നാൽ തെളിവുകളുടെ പിൻബലമില്ലാത്ത തികച്ചും അടിസ്ഥാനരഹിതമായ ആരോപണമാണിതെന്നാണ് ക്രിസ്ത്യൻ മിഷണറിമാരുടെ മറുപടി. ക്രിസ്ത്യൻ വിരുദ്ധത ഉയർത്തിക്കാട്ടി രാഷ്ട്രീയ നേട്ടമുണ്ടാക്കുന്നതിൽ ഒരു പരിധിവരെ ബി ജെ പി വിജയിച്ചിട്ടുണ്ട്. എന്നാൽ ഗുജറാത്ത് മോഡൽ പരിക്ഷണം സംസ്ഥാനത്ത് ഇതുവരെ ലക്ഷ്യം കണ്ടിട്ടില്ല. എല്ലാറ്റിന്റേയും ഇരകൾ പാവപ്പെട്ട ഗോത്രവർഗക്കാരാണെന്നതാണ് ഏറ്റവും വലിയ ദുര്യോഗം.

മാനുഷിക വിഭവശേഷിയിൽ രാജ്യത്ത് ഏറ്റവും പിറകിൽ നിൽക്കുന്ന സംസ്ഥാനമാണ് ഒറീസ. ഉദാരവൽക്കരണ നയത്തിന്റെ വൈരുധ്യങ്ങൾ ഇവിടെ ഏറെ പ്രകടമാണ്. വിദ്യുച്ഛക്തി മേഖലയിലെ വികസനം ഉയർത്തിക്കാട്ടി വൈദ്യുതി മേഖല സ്വകാര്യവൽക്കരിച്ചു. പക്ഷേ, സംസ്ഥാനത്തെ പകുതിയോളം ഭവനങ്ങളിൽ ഇന്നും വൈദ്യുതിയില്ല. ഇന്ത്യയിലെ രണ്ടാമത്തെ മികച്ച നിക്ഷേപസൗഹൃദ സംസ്ഥാനത്തിലെ 48 % പേർ ദാരിദ്ര്യരേഖയ്ക്ക് താഴെയാണ്. 27 % പേർ നിരക്ഷരർ. ഔദ്യോഗിക കണക്കനുസരിച്ച് 13 ലക്ഷം കുട്ടികൾ ബാലവേല ചെയ്യുന്നു. അനൗദ്യോഗിക കണക്ക് 34 ലക്ഷമാണ്. ദേശീയ ക്രൈം റെക്കോർഡ് ബ്യൂറോയുടെ കണക്കനുസരിച്ച് ഓരോ ദിവസവും ശരാശരി മൂന്ന് സ്ത്രീകൾ വീതം ബലാൽസംഗത്തിന് ഇരയായിട്ടുണ്ട്. പട്ടികജാതി വിഭാഗത്തിൽപ്പെട്ട 72 % പെൺകുട്ടികളും പട്ടികവർഗ വിഭാഗത്തിൽപ്പെട്ട 78 % പെൺകുട്ടികളും പ്രാഥമിക വിദ്യാഭ്യാസം പാതിവഴിയിൽ ഉപേക്ഷിക്കുന്നു. കഴിഞ്ഞ നൂറ്റാണ്ടിന്റെ തുടക്കത്തിൽ സ്ത്രീകളുടെ എണ്ണം പുരുഷന്മാരുടെ എണ്ണത്തേക്കാൾ കൂടുതലായിരുന്നു. എന്നാൽ ഏറ്റവും ഒടുവിലത്തെ കണക്കുപ്രകാരം സ്ത്രീപുരഷ അനുപാതം 978: 1000 ആണ്.

1965 ൽ പേരിനൊരു ഭൂപരിഷ്കരണം നടപ്പിലാക്കി. എന്നാൽ ഭൂമിയുടെ ഭീമമായ പങ്കും ഇപ്പോഴും ഭൂവുടമകളുടെ കൈകളിലാണ്. പിന്നോക്കാവസ്ഥയും കെടുകാര്യസ്ഥതയുമെല്ലാം മുതലെടുത്ത് അടുത്തിടെ

മാവോയിസ്റ്റുകൾ അടിത്തറ ശക്തമാക്കിയിട്ടുണ്ട്. ആകെയുള്ള 30 ജില്ല കളിലെ 15 ഉം മാവോയിസ്റ്റ് സ്വാധീന മേഖലയിൽപ്പെടുന്നു.

കൃഷി

85 % ജനങ്ങളും കാർഷികവൃത്തിയെ ആശ്രയിച്ചാണ് ജീവിക്കുന്നത്. നെല്ലാണ് പ്രധാന കാർഷികോൽപ്പന്നം. നെല്ലിന് പുറമേ, പരിപ്പ് എണ്ണ ക്കുരുക്കൾ, പച്ചക്കറികൾ, നിലക്കടല, പരുത്തി, ചണം, സുഗന്ധദ്രവ്യ ങ്ങൾ, പഴവർഗങ്ങൾ ഇവിടെ കൃഷിചെയ്യുന്നു.

കണ്ടിരിക്കേണ്ട സ്ഥലം കൊണാർക്ക് സൂര്യക്ഷേത്രം

'ഇവിടെ കല്ലുകളുടെ ഭാഷ മനുഷ്യരുടെ ഭാഷയെ അതിജീവി ക്കുന്നു.'

കൊണാർക്കിലെ സൂര്യക്ഷേത്രത്തെക്കുറിച്ച് രബീന്ദ്രനാഥ ടാഗോ റിന്റെ പ്രസിദ്ധമായ വാക്കുകളാണിത്. യുണസ്കോ അംഗീകരിച്ച ലോക

കൊണാർക്ക് സൂര്യക്ഷേത്രം

പൈതൃക കേന്ദ്രമാണ് കൊണാർക്ക്. എൻ ഡി ടി വി വോട്ടെടുപ്പിലൂടെ ഇന്ത്യയിലെ 7 മഹാത്ഭുതങ്ങളിലൊന്നായി സൂര്യക്ഷേത്രത്തെ തെരഞ്ഞെടുത്തിരുന്നു.

എ ഡി 1236 മുതൽ 1264 വരെയുള്ള കാലയളവിൽ നരസിംഹദേവ് മഹാരാജാവാണ് സൂര്യക്ഷേത്രം നിർമിച്ചത്. രഥത്തിൽ സഞ്ചരിക്കുന്ന സൂര്യഭഗവാനെ ശിൽപ്പികൾ കല്ലിൽക്കൊത്തി തയാറാക്കിയിരിക്കുന്നു. കൊണാർക്കിൽ നടക്കുന്ന നൃത്തോത്സവത്തിൽ ലോക പ്രശസ്തരായ നർത്തകർ പങ്കെടുക്കാറുണ്ട്. ഭുവനേശ്വറിൽനിന്ന് റോഡ് മാർഗം ഇവിടെയെത്താം.

ഒറീസ – കേരളീയം

മലയാളികളുടെ എണ്ണം വളരെ കുറവാണ്. തൊഴിൽ തേടി ഒറീസയിലെ ഗ്രാമങ്ങളിൽ നിന്ന് കേരളത്തിലെത്തുന്നവരുടെ എണ്ണം അടുത്തിടെയായി വൻതോതിൽ വർധിച്ചിട്ടുണ്ട്. നിരവധി ക്രിസ്തീയ പുരോഹിതരും കന്യാസ്ത്രീകളും സംസ്ഥാനത്ത് പ്രവർത്തിക്കുന്നുണ്ട്. ഇവർ പ്രശംസനീയമായ ജീവകാരുണ്യപ്രവർത്തനങ്ങൾ ചെയ്യുന്നു. പലരും സംഘപരിവാറിന്റെ നേതൃത്വത്തിൽ നടന്ന കലാപങ്ങളുടെ ഇരകളാണ്. 2008 ൽ നടന്ന കലാപത്തിൽ ബലിഗുഡയിലെ ഫാദർ കൊഞ്ചാൻ ചെല്ലാൻ തോമസിന് ഗുരുതരമായി പരുക്കേറ്റിരുന്നു. കട്ടക്ക് – ഭുവനേശ്വർ ആർച്ച് ബിഷപ്പ് ഫാദർ റാഫേൽ ചിനാത്ത് മലയാളിയാണ്.

ഫാദർ റാഫേൽ ചിനാത്ത് – 9437021236

കേരളത്തിൽ നിന്ന് ഒറീസയിലേക്കുള്ള ട്രെയിനുകൾ

* 12515 – തിരുവനന്തപുരം – ഗുവഹാട്ടി (ഞായറാഴ്ച)
* 12659 – നാഗർകോ–ഷാലിമർ സൂപ്പർ ഫാസ്റ്റ് (ഞായറാഴ്ച)
* 16323 – തിരുവനന്തപുരം ഷാലിമർ എക്സ്പ്രസ് (വ്യാഴം, ശനി)
* 12507 – എറണാകുളം ഗുവഹാട്ടി സൂപ്പർ ഫാസ്റ്റ് (ചൊവ്വ)

പൊതുവിവരങ്ങൾ

തലസ്ഥാനം	–	ഭുവനേശ്വർ
ജില്ലകൾ	–	30
നിയമസഭാമണ്ഡലങ്ങൾ	–	147
ലോക്സഭാമണ്ഡലങ്ങൾ	–	21
രാജ്യസഭാ സീറ്റുകൾ	–	10
രൂപീകൃതമായ ദിവസം	–	1936 ഏപ്രിൽ 1
പ്രമുഖ നഗരങ്ങൾ	–	കട്ടക്, ഭുവനേശ്വർ
ഔദ്യോഗിക ഭാഷ	–	ഒറിയ

മുഖ്യമന്ത്രി	-	നവീൻ പട്നായിക്
ജനസംഖ്യ	-	41947358
ജനസാന്ദ്രത	-	269/Km^2
വിസ്തീർണം	-	155820/Km^2
ഔദ്യോഗിക വെബ്സൈറ്റ്	-	www.orisa.gov.in

പ്രത്യേകതകൾ

1. ഏറ്റവും പിന്നാക്കം നിൽക്കുന്ന സംസ്ഥാനം
2. ഏറ്റവുമധികം ഗോത്രവർഗക്കാരുള്ള സംസ്ഥാനം
3. ഏറ്റവുമാദ്യം ഊർജമേഖല സ്വകാര്യവൽക്കരിച്ച സംസ്ഥാനം
4. ഏറ്റവും വലിയ വൈദ്യുതി നിലയം - ഹിർമയിലെ റിലയൻസ് പവർ ലിമിറ്റഡിന്റെ വൈദ്യുതനിലയം
5. വൈദ്യുതിയെത്താത്ത ഏറ്റവുമധികം ഗ്രാമങ്ങളുള്ള സംസ്ഥ ാനം
6. ഏഷ്യയിലെ ഏറ്റവും വലിയ ഉപ്പുരസമുള്ള വെള്ളമുള്ള തടാകം - ചിൽക്ക
7. ഏറ്റവും വലിയ അടുക്കള– പുരിജഗന്നാഥ ക്ഷേത്രത്തിലെ അടു ക്കള

സഹായനമ്പറുകൾ

പൊലീസ് സഹായ നമ്പർ	-	100 (ടോൾഫ്രീ)
പൊലീസ് സഹായ നമ്പർ ഭുവനേശ്വർ	-	0674 - 2540499
വൃദ്ധർക്കായുള്ള സഹായനമ്പർ	-	1090
സ്ത്രീകൾക്കായുള്ള സഹായ നമ്പർ	-	1091
കുട്ടികൾക്കായുള്ള സഹായ നമ്പർ	-	1098
അഗ്നിശമനസേനാവിഭാഗം	-	101
തീരദേശ പരിപാലനവിഭാഗം	-	1093
പൊലീസ് വെബ്സൈറ്റ്	-	www.orissapolice.nic.in
ടൂറിസം സഹായ നമ്പർ	-	0674 - 2536748 0674 - 2432177 0674 - 2431896
ടൂറിസം വെബ്സൈറ്റ്	-	www.orissatourism.gov.in
പ്രസ് ഇൻഫർമേഷൻബ്യൂറോ	-	0674 - 2511360

28

ആസാം

വേദങ്ങളിലും പുരാണങ്ങളിലും ഇതിഹാസങ്ങളിലും പ്രഗ്യോതിഷ, കാമരൂപ എന്നീ പേരുകളിൽ പരാമർശിക്കപ്പെട്ടിരുന്ന പ്രദേശമാണിത്. ഈ പ്രദേശത്ത് ആധിപത്യം ഉറപ്പിച്ച ഷാൻ വംശജരാണ് ആസാം എന്ന പേരിട്ടത്. അസമ എന്ന വാക്കിൽ നിന്നാണത്രെ ആസാം ഉണ്ടായത്. അസമ എന്നാൽ തുല്യമല്ലാത്തത് എന്നാണർഥം. ബ്രിട്ടീഷുകാർ പിടിച്ച ടക്കിയതിന് ശേഷം അസം ആസാമായി മാറി.

ചരിത്രം

ശിലായുഗത്തിൽ മനുഷ്യർ ജീവിച്ചിരുന്ന പ്രദേശമായിരുന്നു ഇത്. കലിംഗ പുരാണമനുസരിച്ച് മഹീരൻഗ, ഹതാക്, സാംബാർ, രത്ന, ഘാട്ടക് രാജാക്കന്മാർ ഇവിടെ ഭരണം നടത്തി. ദീർഘകാലം ഭരണം നടത്തിയ നരാക രാജാവ് നരാക സാമ്രാജ്യം സ്ഥാപിച്ചെന്നും നരാകന്റെ മകൻ ഭഗദത്ത കുരുക്ഷേത്ര യുദ്ധത്തിൽ കൗരവർക്കു വേണ്ടി യുദ്ധം ചെയ്തിരുന്നുവെന്നുമെല്ലാമാണ് ആസാമുകാരുടെ വിശ്വാസം. കിരാത, ചിനാബ് സൈന്യങ്ങൾ നരാകന്റെ സേനകളായിരുന്നത്രെ. മഹായാന ബുദ്ധ മതവിശ്വാസികളുടെ ആവാസ കേന്ദ്രമായിരുന്നു ആസാമെന്നതിന് തെളിവുകൾ ഏറെയുണ്ട്.

എ സി 350 മുതൽ 650 വരെ വർമണാസും എ ഡി 655 മുതൽ 900 വരെ സാൽസ്താംദാസും 900 മുതൽ 1100 വരെ കാമരൂപ പലാസും പിന്നീട് 1225 വരെ ചന്ദ്രവംശരാജാക്കന്മാരും ആസാം ഭരിച്ചു. അഹോംസ്, കോച്ച്, തായ്, ച്യൂട്ടിയാസ്, ഔറംഗസേബിന്റെ ഗവർണറായിരുന്ന മിർജുംല, മുഗൾ ഭരണം അവസാനിപ്പിച്ച ലാചിത്ത് ബോർഫുക്കാൻ

എന്നിങ്ങനെ രാജാക്കന്മാരുടെയും രാജവംശങ്ങളുടെയും നീണ്ട പട്ടിക തന്നെ ആസാമിലുണ്ട്.

1824 ലെ ഒന്നാം ആൽഗ്ലോ– ബർമീസ് യുദ്ധത്തോടെയാണ് ബ്രിട്ടീഷുകാർ ആസാമിൽ ആധിപത്യം ഉറപ്പിക്കുന്നത്. 1817 ൽ ബർമൻ രാജാക്കന്മാർ ആസാമിലെത്തുകയും വിശ്വസ്തനായ ചന്ദ്രകാന്ത സിങ്ങിനെ രാജാവായി വാഴിക്കുകയും ചെയ്തു. ബർമൻ രാജാക്കന്മാരുടെ പാവഭരണത്തിൽ മനംമടുത്ത ചന്ദ്രകാന്തസിങ് ബ്രിട്ടീഷുകാരുമായി അടുത്തു. ചന്ദ്രകാന്തസിങ്ങിന്റെ കൂറുമാറ്റം മനസിലാക്കിയ ബർമ്മൻ രാജാക്കന്മാർ 1822 ൽ ആസാമിനെ ആക്രമിച്ചു. തുടർന്ന് ബ്രിട്ടീഷുകാരും ബർമൻ സൈന്യവും ഏറ്റുമുട്ടി. യുദ്ധത്തിന്റെ അവസാനം ഇരുരാജ്യങ്ങളും യാൻഡാംബോ ഉടമ്പടിയിൽ ഒപ്പുവെച്ചു. ഉടമ്പടി അനുസരിച്ച് ആസാമിന്റെ താഴ്ന്നപ്രദേശങ്ങൾ ഈസ്റ്റ് ഇന്ത്യാ കമ്പനിയുടെയും ഉയർന്ന പ്രദേശങ്ങൾ ബർമൻ രാജാക്കന്മാരുടെ പ്രതിനിധിയായ പുരന്ദർ സിങ്ങിന്റെയും അധീനതയിലായി. എന്നാൽ പിന്നീട് പതുക്കെപ്പതുക്കെ ആസാമിന്റെ എല്ലാഭാഗങ്ങളും ബ്രിട്ടീഷുകാർ കൈപ്പിടിയിലൊതുക്കി. തുടക്കത്തിൽ ബംഗാൾ പ്രസിഡൻസിയുടെ കീഴിലായിരുന്നു ആസാം. പിന്നീട് ഷില്ലോങ് ആസ്ഥാനമായി ആസാം പ്രോവിൻസ് രൂപീകരിച്ചു.

രാഷ്ട്രീയം

വടക്ക് കിഴക്കൻ സംസ്ഥാനങ്ങളിൽ കോൺഗ്രസിന് ഏറ്റവും ശക്തിയുള്ള സംസ്ഥാനമാണ് ആസാം. ഇപ്പോൾ മാത്രമല്ല, എക്കാലത്തും അങ്ങനെ ആയിരുന്നു. 1978 വരെ തുടർച്ചയായി കോൺഗ്രസ് ആണ് സംസ്ഥാനം ഭരിച്ചിരുന്ന്. ഗോപിനാഥ് ബോർഡോ ലോയ് ആയിരുന്നു ആദ്യ മുഖ്യമന്ത്രി. പിന്നീട് ബിഷ്ണു റാം മേധി, വിമല പ്രസാദ് മാലിവി, മോഹേന്ദ്രമോഹൻ ചൗധരി, ശരദ്ചന്ദ്ര സിൻഹ തുടങ്ങിയവർ മുഖ്യമന്ത്രിമാരായി. 1978 ലെ ജനതാ തരംഗം ആസാമിലും ആഞ്ഞുവീശി. കോൺഗ്രസ് ദേശീയ തലത്തിലെന്നപോലെ ഇവിടെയും കടപുഴകി വീണു. ഗോലാപ് ബൊർബോറയുടെ നേതൃത്വത്തിൽ ജനതാസർക്കാർ അധികാരത്തിൽ വന്നു. അധികാര മത്സരംമൂലം ഒരുവർഷത്തിലേറെ ഭരിക്കാൻ ജനതാസർക്കാറിനായില്ല. ജനതാപാർട്ടി പിളർന്നു. യോഗേന്ദ്രനാഥ് ഹസാരികയുടെ നേതൃത്വത്തിൽ ആസാം ജനതാദൾ അധികാരത്തിൽ വന്നു. മൂന്നു മാസം മാത്രമായിരുന്നു ആ സർക്കാറിന്റെ ആയുസ്സ്. പിന്നീട് 1985 വരെ കോൺഗ്രസ് ഭരിച്ചു. 1986 ഡിസംബറിലാണ് സംസ്ഥാന രാഷ്ട്രീയത്തിലെ ഏറ്റവും നിർണായകമായ മാറ്റം ഉണ്ടായത്. 32 കാരനായ പ്രഫുല്ല കുമാർ മൊഹന്തി മുഖ്യമന്ത്രിയായി. ആസാമീസ് സ്വത്വ രാഷ്ട്രീയം ഉയർത്തിപ്പിടിച്ചായിരുന്നു മൊഹന്തിയുടെ നേതൃത്വത്തിലുള്ള ആസാം ഗണപരിഷത്ത് അധികാരത്തിലേറിയത്. ഇന്ത്യൻ ചരിത്രത്തിലെ ഏറ്റവും പ്രായം കുറഞ്ഞ മുഖ്യമന്ത്രി എന്ന റെക്കോർഡ് ഇപ്പോഴും മൊഹന്തിയുടെ പേരിലാണ്. 1985 ൽ അധികാരത്തിലേറുമ്പോൾ പ്രായം

മുഖ്യമന്ത്രിമാർ		
പേര്	**കാലാവധി**	**പാർട്ടി**
ഗോരിനാഥ് ബോർഡോലോയ്	1946 – 1950	ഇന്ത്യൻ നാഷണൽ കോൺഗ്രസ്
വിഷ്ണുനാഥ് റാം മേധി	1950 – 1957	ഇന്ത്യൻ നാഷണൽ കോൺഗ്രസ്
വിമല പ്രസാദ് ചാലിഹ	1957 – 1970	ഇന്ത്യൻ നാഷണൽ കോൺഗ്രസ്
മഹേന്ദ്ര മോഹൻ ചൗധരി	1970 – 1972	ഇന്ത്യൻ നാഷണൽ കോൺഗ്രസ്
ശരദ് ചന്ദ്ര സിൻഹ	1972 – 1978	ഇന്ത്യൻ നാഷണൽ കോൺഗ്രസ്
ഗോലാപ് ബോർബോറ	1978 – 1979	ജനതപ്പാർട്ടി
യോഗേന്ദ്രനാഥ് ഹസാരിക	1979 (സെപ്റ്റംബർ ഡിസംബർ)	ആസാം ജനതാദൾ
അനോവരാ തൈമൂർ	1980 – 1981	ഇന്ത്യൻ നാഷണൽ കോൺഗ്രസ്
കേശവ് ചന്ദ്ര ഗോഗൊയ്	1982 (ജനുവരി – മാർച്ച്)	ഇന്ത്യൻ നാഷണൽ കോൺഗ്രസ്
ഹിതേശ്വർ സൈക്കിയ	1983 – 1985	ഇന്ത്യൻ നാഷണൽ കോൺഗ്രസ്
പ്രഫുല്ല കുമാർ മൊഹന്തി	1985 – 1990	ആസാം ഗണപരിഷത്ത്
ഹിതേശ്വർ സൈക്കിയ	1991 – 1996	ഇന്ത്യൻ നാഷണൽ കോൺഗ്രസ്
ഭുമീന്ദർ ബർമൻ	1996 ഏപ്രിൽ–മെയ്	ഇന്ത്യൻ നാഷണൽ കോൺഗ്രസ്
പ്രഫുല്ലകുമാർ മൊഹന്തി	1996 – 2001	ആസാം ഗണ പരിഷത്ത്
തരുൺ കുമാർ ഗൊഗോയ്	2001 – 2006	ഇന്ത്യൻ നാഷണൽ കോൺഗ്രസ്
തരുൺ കുമാർ ഗൊഗോയ്	2006 – 2006	ഇന്ത്യൻ നാഷണൽ കോൺഗ്രസ്

32 വയസ്സ്. മൊഹന്തി മന്ത്രിസഭയിലെ മന്ത്രിമാരിൽ ബഹുഭൂരിഭാഗം പേർക്കും മുഖ്യമന്ത്രിയേക്കാൾ പ്രായം കുറവായിരുന്നു. ഇന്ത്യയുടെ ചരിത്രത്തിലെ ഏറ്റവും പ്രായം കുറഞ്ഞ മന്ത്രിമാരുള്ള മന്ത്രിസഭ എന്ന റെക്കാർഡും 1985 ലെ ആസാം ഗണപരിഷത്ത് മന്ത്രിസഭയ്ക്കാണ്. അതുവരെ ആസാമീസ് സ്വത്വരാഷ്ട്രീയം ഉയർത്തിപ്പിടിച്ചുള്ള സമരത്തിന് നേതൃത്വം നൽകിയിരുന്നത് ഓൾ ആസാം സ്റ്റുഡന്റ് യൂണിയൻ (ആസു) എന്ന വിദ്യാർഥി സംഘടന ആയിരുന്നു. 1985 ൽ ആസു രാഷ്ട്രീയത്തിൽ പ്രവേശിക്കാൻ തീരുമാനിച്ചു. അതോടെ വിദ്യാർഥി നേതാക്കളെല്ലാം ചേർന്ന് ആസാം ഗണപരിഷത്ത് എന്ന പാർട്ടി രൂപീകരിച്ചു. സാധാരണ രാഷ്ട്രീയ പാർട്ടികളെല്ലാം വിദ്യാർഥി സംഘടനകളാണ് രൂപീകരിക്കാറു

ള്ളതെങ്കിൽ ആസാമിൽ നേരെ തിരിച്ചായി. ഇവിടെ വിദ്യാർഥി സംഘടന ഒരു രാഷ്ട്രീയ പാർട്ടി രൂപീകരിച്ചു. എന്നാൽ ആസാമീസ് ദേശീയതയ്ക്ക് പ്രാമുഖ്യം നൽകി എന്നതൊഴിച്ചാൽ ആസാം ഗണപരിഷത്തും കോൺഗ്രസും തമ്മിൽ കാര്യമായ വ്യത്യാസങ്ങൾ ഒന്നും ഉണ്ടായിരുന്നില്ല. 1990 ൽ അധികാരം നഷ്ടപ്പെട്ട ആസാം ഗണപരിഷത്ത് വീണ്ടും അധികാരത്തിലെത്താൻ ഒരു പതിറ്റാണ്ടുകൂടി കാത്തിരിക്കേണ്ടി വന്നു. 1996 ൽ വീണ്ടും അധികാരത്തിൽ വന്നപ്പോഴും പ്രഫുല്ല കുമാർ മൊഹന്തി തന്നെ ആയിരുന്നു മുഖ്യമന്ത്രി. 2001 ന് ശേഷം പാർട്ടി ദുർബലമായി. അഴിമതിയും അധികാരത്തർക്കവും എ ജി പി യെ ജനങ്ങളിൽനിന്ന് അകറ്റി. 2005 ൽ എ ജി പി നേതൃത്വം പ്രഫുല്ല കുമാർ മൊഹന്തിയെ പാർട്ടിയിൽനിന്ന് പുറത്താക്കി മൊഹന്തി. ആസാം ഗണപരിഷത്ത് (പ്രോഗ്രസീവ്) എന്ന പേരിൽ പുതിയ പാർട്ടി രൂപീകരിച്ചു. പുതിയ പാർട്ടിക്ക് പക്ഷേ ആസാമിൽ കാര്യമായ ചലനം ഉണ്ടാക്കാനായില്ല. ഇതിനിടയിൽ ആസാമിൽ നടന്ന ചില വ്യാജ ഏറ്റുമുട്ടലുകളിൽ മൊഹന്തിക്ക് പങ്കുണ്ടെന്ന രീതിയിലുള്ള വിമർശനങ്ങൾ ശക്തിയായി. ഉൾഫ അനുഭാവികളെ കൊലപ്പെടുത്തുന്നതിന് മൊഹന്തി ഒത്താശ ചെയ്തെന്ന ആരോപണം ഉയർന്നു. ഇത്തരം പരാതികളെക്കുറിച്ച് അന്വേഷിച്ച സൈക്കിയ കമീഷൺ അദ്ദേഹത്തെ കുറ്റപ്പെടുത്തി. 2010 ലെ തിരഞ്ഞെടുപ്പിൽ എ ജി പിക്ക് കനത്ത തിരിച്ചടിയുണ്ടായി. വീണ്ടും എ ജി പിയിൽ തിരിച്ചെത്തിയ മൊഹന്തി തന്നെയാണ് എ ജി പിയുടെ മുൻനിര നേതാവ്.

സംസ്ഥാന ജനസംഖ്യയിലെ വരുന്ന മുസ്ലിങ്ങൾ കോൺഗ്രസിന്റെ വോട്ട് ബാങ്കാണ്. ഇതിനെ മറികടക്കാനായി എ ജി പി പലപ്പോഴും ബി ജെ പിയുമായി കൈകോർത്തു. പക്ഷേ ബി ജെ പി ബാന്ധവം എ ജി പിക്ക് തിരിച്ചടിയാണ് ഉണ്ടാക്കിയത്. എ ജി പിയുടെ ന്യൂനപക്ഷ വിരുദ്ധ രാഷ്ട്രീയം ബി ജെ പിക്ക് ചില താൽക്കാലിക നേട്ടങ്ങൾ ഉണ്ടാക്കിയെങ്കിലും മുഖ്യശക്തിയായി വളരാൻ സാധിച്ചില്ല.

കർഷക, തൊഴിലാളി മുന്നേറ്റങ്ങൾ

തേയിലത്തോട്ടങ്ങൾക്ക് ആസാം രാഷ്ട്രീയവുമായി നിർണായക ബന്ധമുണ്ട്. ആസാമിലെ തൊഴിലാളിമുന്നേറ്റങ്ങൾ ആരംഭിച്ചത് ഈ തേയിലത്തോട്ടങ്ങളിൽ നിന്നായിരുന്നു. ഒട്ടുമിക്ക തേയിലത്തോട്ടങ്ങളുടേയും ഉടമസ്ഥർ ബ്രിട്ടീഷുകാരായിരുന്നു. 'ഹരിത തടങ്കൽപ്പാളയങ്ങൾ' എന്ന പേരിലായിരുന്നു തേയിലത്തോട്ടങ്ങൾ അന്ന് അറിയപ്പെട്ടിരുന്നത്. പാവപ്പെട്ട തൊഴിലാളികളോട് അടിമകളെപ്പോലെ ആയിരുന്നു അക്കാലത്ത് ബ്രിട്ടീഷ് തോട്ടംഉടമകൾ പെരുമാറിയിരുന്നത്. ഇതിനെതിരെ തൊഴിലാളികൾക്കിടയിൽ പുകഞ്ഞ അസംതൃപ്തി വൻ പ്രക്ഷോഭമായി മാറി. കരിംഗഞ്ച് ജില്ലയിലെ പാർഗോളാ വാലിയ ആയിരുന്നു പ്രധാന സമരകേന്ദ്രം. തേയിലത്തോട്ടങ്ങൾ വിട്ടിറങ്ങിയ തൊഴിലാളികൾ റെയിൽവേ പാളത്തിലൂടെ അനന്തമായി നടക്കാൻ തുടങ്ങി. സ്ത്രീകളും കുട്ടികളു

മെല്ലാം അടങ്ങുന്ന സംഘത്തിലെ പലരും വഴിമധ്യേ മരിച്ചുവീണു. ബ്രിട്ടീഷുകാരുടെ അടിമകളായി തോട്ടത്തിൽ തൊഴിലെടുക്കുന്നതിനെക്കാൾ നല്ലത് മരണമാണെന്ന് അവർ കരുതി. 'ചാർഗോള എക്സോഡസ്' എന്ന പേരിലറിയപ്പെട്ടിരുന്ന സമരത്തെ അടിച്ചമർത്താനാണ് ബ്രിട്ടീഷുകാർ ശ്രമിച്ചത്. അവശരായ തൊഴിലാളികൾ കൂട്ടത്തോടെ ചാന്ദ്പൂർ റെയിൽവേ സ്റ്റേഷനിൽ തടിച്ചുകൂടി. തോട്ടങ്ങളിലേക്ക് മടങ്ങിയാൽ മർദനമുറകൾ അവസാനിപ്പിക്കാമെന്ന ബ്രിട്ടീഷുകാരുടെ ഒത്തുതീർപ്പ് വ്യവസ്ഥ തൊഴിലാളികൾ തള്ളിക്കളഞ്ഞു. സമരം ദേശീയ പ്രക്ഷോഭമാക്കി മാറ്റണമെന്ന് ആവശ്യപ്പെട്ട് ഒരുവിഭാഗം കോൺഗ്രസ് നേതാക്കൾ ഗാന്ധിയെ സമീപിച്ചു. പക്ഷേ അദ്ദേഹം തയാറായില്ല. ഈ ഘട്ടത്തിൽ ആസാമിലെ മറ്റ് മേഖലയിലെ തൊഴിലാളികൾ പിന്തുണയുമായി രംഗത്തെത്തി. ആസാമിലെയും ബംഗാളിലെയും റെയിൽവേ തൊഴിലാളികൾ പത്തുദിവസം പണിമുടക്കി. ഗുവാഹട്ടിയിലെ അഭിഭാഷകർ മൂന്നു ദിവസം പണിമുടക്കി. ദേശ പ്രിയ ജെ എൻ ഗുപ്ത, ടി ആർ ഫുക്കാൻ തുടങ്ങിവരെല്ലാമാണ് സമരത്തിന് നേതൃത്വം നൽകിയിരുന്നത്. സമരം ശക്തമായതോടെ ബ്രിട്ടീഷ് സർക്കാർ അന്വേഷണകമീഷനെ നിയോഗിച്ചു. കമീഷൻ തൊഴിലാളികൾക്ക് നേരെ നടക്കുന്ന പൈശാചികമായ പീഡനങ്ങളും ക്രൂരതകളും തുറന്നുകാട്ടി. ബ്രിട്ടീഷ് ലേബർ പാർട്ടിയുടെ രണ്ടു നേതാക്കൾ ആസാമിലെ തേയിലത്തോട്ടങ്ങൾ സന്ദർശിച്ചു. പോസൽ, ഹാൾസ്‌വർത്ത് എന്നിവരായിരുന്നു നേതാക്കൾ. ഇതോടെ തേയിലത്തോട്ടങ്ങളിലെ സമരം അന്താരാഷ്ട്രതലത്തിൽ ശ്രദ്ധിക്കപ്പെട്ടു. ഇതിനുപുറമെ ദിബ്രു സാദിയാ റെയിൽവേ തൊഴിലാളികളും ദിബ്രുവിലെ തീപ്പെട്ടിക്കമ്പനികളിലെ തൊഴിലാളികളും നടത്തിയ സമരങ്ങൾ ആസാമിലെ തൊഴിലാളി മുന്നേറ്റങ്ങൾക്ക് അടിത്തറപാകി.

ആസാമിലെ ആദ്യത്തെ കർഷകസംഘടന ആസാം റായത് സഭ ആയിരുന്നു. 1933 ൽ ജോർഹട്ടിൽ വെച്ച് രൂപംകൊണ്ട റായത്‌സഭയ്ക്ക് നേതൃത്വം നൽകിയിരുന്നത് അമിയാകുമാർദാസ്, ഹേമചന്ദ്രബറുവ, ഫക്രുദീൻ അഹമ്മദ് തുടങ്ങിവരായിരുന്നു റായത് സഭ രൂപംകൊള്ളുന്നതിന് ഏതാണ്ട് ഒരു നൂറ്റാണ്ടോളം മുമ്പുതന്നെ ഭൂവുടമകൾക്കെതിരെ ഒറ്റപ്പെട്ട സമരങ്ങൾ നടന്നിരുന്നു. 1832 ൽ ഗോൽപാറയിൽ ഭൂവുടമയായ ബിജ്നി രാജയ്ക്കെതിരെ നടന്ന സമരം, ബുർള പർഗാനയിൽ ഗൗരിപൂർ രാജയ്ക്കെതിരെ നടന്ന സമരം തുടങ്ങിയവ ഗ്രാമങ്ങളെ പ്രക്ഷുബ്ധമാക്കിയിരുന്നു. നവഗോങ് ജില്ലയിലെ ഫുലഗുരിയിൽ അടയ്ക്കയ്ക്കും വെറ്റിലയ്ക്കുമെല്ലാം ബ്രിട്ടീഷ് സർക്കാർ നികുതി ചുമത്തി. ഇതിനെതിരെ ആദിവാസികൾ നടത്തിയ സമരത്തെ നിഷ്ഠൂരമായി അടിച്ചമർത്തി. ആദിവാസികളുടെ എതിർപ്പ് മൂലം 19-ാം നൂറ്റാണ്ടിന്റെ അവസാന വർഷങ്ങളിൽ കാംരൂപ്, ദറാങ് ജില്ലകളിൽ നികുതി പിരിക്കാൻ അധികാരികൾക്ക് സാധിച്ചില്ല. ഇത്തരം ചിതറിക്കിടന്നിരുന്ന സമരങ്ങൾക്കും ചെറുത്തുനിൽപ്പു

കൾക്കുമെല്ലാം റായത്സഭയുടെ രൂപീകരണത്തോടെ ഏകീകൃത സ്വഭാവം കൈവന്നു.

1930കളുടെ തുടക്കത്തിൽ സുർമാവാലി താഴ്വരയിൽ നടന്ന കർഷകസമരത്തോടെയാണ് ഇടതുപക്ഷം കരുത്താർജിച്ചത്. അലി അംജത് കുടുംബത്തിനെതിരെ ആയിരുന്നു ഇവിടുത്തെ കുടിയാന്മാരുടെ പ്രക്ഷോഭം. വൈകുണ്ഠ ശർമ ആയിരുന്നു ഇവിടുത്തെ സമരങ്ങൾക്ക് നേതൃത്വം നൽകിയത്. കുടിയാന്മാരെ കുടിയിറക്കുന്നതിനായി പട്ടാളത്തേയും ആനകളേയും രംഗത്തിറക്കി. കോൺഗ്രസിലെ ഇടതുപക്ഷ ചിന്താഗതിയുള്ളവരും കൊൽക്കത്ത എഞ്ചിനീയറിങ് കോളേജിൽ നിന്നുമെത്തിയ വിപ്ലവകാരികളും ശക്തമായ പ്രതിരോധ സമരം സംഘടിപ്പിച്ചു. ഇതോടെ ഇംഗ്ലണ്ടിലായിരുന്ന വി കെ കൃഷ്ണമേനോൻ, ബ്രിട്ടീഷ് പാർലമെന്റിലെ ലേബർ പാർട്ടി അംഗം മിഡ്വിൽ കാൻസൻ തുടങ്ങിയവർ ആസാമിലെത്തി. 1934 ൽ ദേശീയതലത്തിൽ കോൺഗ്രസ് സോഷ്യലിസ്റ്റ് പാർട്ടി രൂപം കൊണ്ടപ്പോൾ ആസാമിലും പ്രതിഫലനമുണ്ടായി. സുരേഷ് ചന്ദ്രദേവും ബിരേഷ് മിശ്രയുമായിരുന്നു പ്രധാന നേതാക്കൾ. 1935 ലാണ് ആസാമിലെ ആദ്യ കമ്യൂണിസ്റ്റ് ഗ്രൂപ്പ് രൂപംകൊണ്ടത്. തൊഴിലാളികളെ സംഘടിപ്പിച്ചു, ബ്രിട്ടീഷ് സർക്കാറിനെതിരെ സമരംചെയ്തു തുടങ്ങിയ കുറ്റങ്ങൾചുമത്തി ബ്രിട്ടീഷുകാർ ആന്തമാൻ ജയിലിലടച്ച ലാലാ ശരദിന്ദു, ഡോ. ചിത്തരഞ്ജൻദാസ്, ദിഗൻദാസ്ഗുപ്ത, ജിതൻ ഭട്ടാചാര്യ, സി ശർമ എന്നിവർ ചേർന്നാണ് അഞ്ച് അംഗ കമ്യൂണിസ്റ്റ് ഗ്രൂപ്പ് രൂപീകരിച്ചത്. കൊൽക്കത്ത പാർട്ടി ഘടകത്തിന് കീഴിലായിരുന്നു ഗ്രൂപ്പിന്റെ പ്രവർത്തനം. 1936 ൽ അഖിലേന്ത്യാ കിസാൻസഭയുടെ ഒരു ഘടകം സുർമാലിയിൽ രൂപംകൊണ്ടു. മൊണ്ടേഗു-ചെംസ് ഫോർഡ് ഭരണപരിഷ്കാരം കമീഷന്റെ നിർദേശപ്രകാരം 1937 ജനപ്രതിനിധി സഭയിലേക്ക് നടന്ന തിരഞ്ഞെടുപ്പിൽ കിസാൻ സഭയും ഭൂപ്രഭുക്കളും തമ്മിലായിരുന്നു പോരാട്ടം. കമ്യൂണിസ്റ്റ് പാർട്ടി അംഗമായിരുന്ന കരുണാ സിന്ധുറോയ് ഭൂപ്രഭുവായ നാഗേന്ദ്ര ചൗന്ദറിയെ അട്ടിമറിച്ച് വൻവിജയം നേടി. കുടിയാന്മാർക്ക് വേണ്ടി റോയ് നിയമസഭയിൽ കൊണ്ടുവന്ന ബില്ലിന് ഗവർണർ അവതരണാനുമതി നിഷേധിച്ചു. ഇതിൽ പ്രതിഷേധിച്ച് അന്ന് ആസാമിന്റെ ഭാഗമായിരുന്ന ഷില്ലോങ്ങിൽ വൻ കർഷകറാലി നടന്നിരുന്നു. തൊള്ളായിരത്തി മുപ്പതുകളുടെ അവസാനത്തോടെ തൊഴിലാളി സമരങ്ങൾ ശക്തമായി. 1938 ൽ ദിഗ്ബോയ് എണ്ണപ്പാടത്തെ തൊഴിലാളികളുടെ പണിമുടക്ക്, 1939 ൽ കറാച്ചിയിലെ അരുണാബണ്ട് തേയിലത്തോട്ടത്തിലെ പണിമുടക്ക് തുടങ്ങിയവ കമ്യൂണിസ്റ്റ് പാർട്ടിയുടെ അടിത്തറ വിപുലമാക്കി. ചാബഗാൻ മസ്ദൂർ യൂണിയൻ, എ ബി ടി വർക്കേഴ്സ് യൂണിയൻ, ആസാം ടീ കമ്പനി വർക്കേഴ്സ് യൂണിയൻ, ഗുവാഹട്ടി പ്രസ് വർക്കേഴ്സ് യൂണിയൻ, എസ് വി ഡോക്ക് വർക്കേഴ്സ് യൂണിയൻ, ഷില്ലോങ് മുൻസിപ്പൽ വർക്കേഴ്സ് യൂണിയൻ ആസാം വിദ്യാർഥി ഫെഡറേഷൻ തുടങ്ങിയ നിരവധി സംഘടനകൾ രൂപീകരിക്കപ്പെട്ടു.

1943 ൽ ആസാം വാലിയിലേയും സുർമാവാലിയിലേയും കമ്യൂണിസ്റ്റ് പാർട്ടിഘടകങ്ങളെ ചേർത്ത് ആസാം സംസ്ഥാനസമിതി നിലവിൽ വന്നു. ബിരേഷ് മിശ്ര ആയിരുന്നു ആദ്യ സെക്രട്ടറി. ബംഗാളിലെ തേഭാഗ സമരത്തിന്റെ പ്രതിഫലനം ആസാമിലുമുണ്ടായി. കച്ചാറായിരുന്നു ആസാമിലെ തേഭാഗ സമരകേന്ദ്രം. സമരം നയിച്ചിരുന്ന സീതാറാം എന്ന നേതാവിന്റെ ജീവിതം വടക്കുകിഴക്കൻ മേഖലയിലെ കമ്യൂണിസ്റ്റുകാർക്ക് ഇന്നും ആവേശമാണ്. ഗ്രാമത്തിലെ ഏറ്റവും വലിയ ഭൂ ഉടമ സീതാറാമിന്റെ അച്ഛനായിരുന്നു. അച്ഛനെതിരെയായിരുന്നു സീതാറാമിന്റെ സമരം. ഒടുവിൽ അച്ഛൻ മകനെതിരെ പൊലീസിൽ പരാതി കൊടുത്തു. സീതാറാം ഒളിവിൽ പോയി. വ്യക്തിസുഖമോ കുടുംബസുഖമോ അല്ല സാമൂഹ്യസേവനമാണ് രാഷ്ട്രീയപ്രവർത്തനമെന്ന് സീതാറാം പഠിപ്പിച്ചു. കിസാൻ സഭ നേതാവ് മേഘനാഥിനേയും വനിതാ പോരാളി ഇമൗച്ചു ദേവിയേയും പൊലീസ് വെടിവെച്ചുകൊന്നു. 'ജീവൻ നൽകാം നെല്ല് തരില്ലേ' എന്ന മുദ്രാവാക്യം ഉയർത്തി കിസാൻ സഭ നടത്തിയ സമരത്തെത്തുടർന്നാണ് 1948 ൽ പാട്ടക്കാർക്ക് വേണ്ടി കോൺഗ്രസ് സർക്കാർ നിയമം കൊണ്ടുവന്നത്.

സംസ്ഥാന രാഷ്ട്രീയത്തിൽ 1978 ലെ തിരഞ്ഞെടുപ്പ് നിർണായകമായി. തിരഞ്ഞെടുപ്പിൽ 126 സീറ്റുകളിലെ 23 സീറ്റുകളിൽ ഇടതുപക്ഷ പാർട്ടികൾ ജയിച്ചു. സി പി ഐ എമ്മിന് 11 സീറ്റുകൾ ലഭിച്ചു. തൊട്ടടുത്തവർഷം തന്നെ സങ്കുചിത ആസാം ദേശീയവാദം ഉയർത്തിപ്പിടിച്ച് പ്രക്ഷോഭം ആരംഭിച്ചു. കുടിയേറ്റക്കാരായ ബംഗാളി തൊഴിലാളികൾക്കിടയിൽ സി പി ഐ എമ്മിന് നല്ല സ്വാധീനം ഉണ്ടായിരുന്നു. ഇക്കാരണത്താൽ കമ്യൂണിസ്റ്റുകാരെ വിദേശികൾ എന്ന് മുദ്രകുത്തിയാണ് സമരം ആരംഭിച്ചത്. സമരവും തുടർന്ന് ഉടലെടുത്ത വിഘടനവാദവും കമ്യൂണിസ്റ്റ് പാർട്ടികളെ തളർത്തി. കമ്യൂണിസ്റ്റ് പാർട്ടികൾ തളർന്നപ്പോൾ പകരം ഉയർന്നുവന്നതാകട്ടെ ഭീകരവാദവും.

സാമൂഹ്യാവസ്ഥ

സംസ്ഥാനത്തെ ജനസംഖ്യയിലെ 65 % ഹിന്ദുക്കൾ. 31 % മുസ്ലിങ്ങൾ ക്രിസ്ത്യാനികൾ, ബുദ്ധമതക്കാർ, സിഖുകാർ തുടങ്ങിയവർ 1 % വീതം. എഴുപതുകളിലാണ് ആസാമിന്റെ സാമൂഹ്യാവസ്ഥ കലുഷിതമായത്. ഇത് കുടിയേറ്റവുമായി ബന്ധപ്പെട്ടതാണ്. രണ്ടു തരത്തിലുള്ള കുടിയേറ്റങ്ങൾ ആസാമിൽ നടന്നിരുന്നു. ഒന്ന് അയൽ രാജ്യമായ ബംഗ്ലാദേശിൽ നിന്നുള്ള കുടിയേറ്റം. മറ്റൊന്ന് തേയിലത്തോട്ടങ്ങളിൽ തൊഴിലെടുക്കുന്നതിനായി അന്യസംസ്ഥാനങ്ങളിൽ നിന്നുള്ള കുടിയേറ്റം. ബംഗ്ലാദേശിൽ നിന്ന് കുടിയേറിയവർ മുസ്ലിങ്ങളായിരുന്നു. അന്യസംസ്ഥാനങ്ങളിൽ നിന്ന് കുടിയേറിവരാകട്ടെ ദളിതരും ഗോത്രവർഗക്കാരും പിന്നാക്കക്കാരും. തങ്ങൾക്കവകാശപ്പെട്ട തൊഴിലും സമ്പത്തുമെല്ലാം അന്യനാട്ടുകാർ കൈക്കലാക്കുകയാണെന്ന പരാതി ആസാമിൽ ഉയർന്നു. പരാ

തികൾ പ്രതിഷേധവും കലാപവുമായി മാറി. അമ്പതുകളിലും അറുപതുകളിലും ഹിന്ദു–മുസ്ലിം ആസാമീസ്–ബംഗാളി കലാപങ്ങൾ നടന്നു. 1970 ൽ ആൾ ആസാം സ്റ്റുഡന്റ് യൂണിയൻ രൂപീകരിക്കപ്പെട്ടതോടെ ആസാം ദേശീയവാദം ശക്തവും സംഘടിതവുമായി. വിദ്യാർഥികൾ കൂട്ടത്തോടെ തെരുവിലിറങ്ങി. പൊതുമുതൽ നശിപ്പിച്ചു. ബംഗ്ലാദേശിൽനിന്ന് കുടിയേറിയവരെ കൂട്ടത്തോടെ തിരിച്ചയക്കണമെന്നതായിരുന്നു സമരക്കാരുടെ ഒരു പ്രധാന ആവശ്യം. ഇതോടെ ആൾ ആസാം മൈനോറിറ്റി സ്റ്റുഡന്റ് യൂണിയൻ എന്ന സംഘടനയ്ക്ക് കീഴിൽ മുസ്ലിംവിദ്യാർഥികളും സംഘടിച്ചു. ആസാമിലെ പ്രശ്നങ്ങളെ മുസ്ലിം വിരുദ്ധസമരമാക്കി മാറ്റാനുള്ള ശ്രമങ്ങൾ തുടക്കം മുതൽക്കുതന്നെ സംഘപരിവാർ നടത്തിയിരുന്നു. എന്നാൽ സമരം അധികം താമസിയാതെ തന്നെ ഇന്ത്യാ വിരുദ്ധ സമരമായി മാറി. ആസാമിന്റെ പിന്നോക്കാവസ്ഥയും അവഗണനയുമെല്ലാം വിളിച്ചോതുമ്പോൾത്തന്നെ മുതലാളിത്ത താൽപ്പര്യങ്ങൾ സംരക്ഷിച്ചുകൊണ്ടാണ് സമരം മുന്നേറിയത്. അക്കാലത്തെ ആസാമിന്റെ ഏറ്റവും വലിയ സമ്പത്ത് തേയിലത്തോട്ടങ്ങളായിരുന്നു. തോട്ടം ഉടമകളാകട്ടെ പുറംനാട്ടുകാരായ കോടീശ്വരന്മാരും. ഇവരുടെ തോട്ടങ്ങൾ ഏറ്റെടുക്കണം എന്നൊരാവശ്യം സമരക്കാർക്ക് ഉണ്ടായിരുന്നില്ല. മാത്രമല്ല എഴുപതുകളിൽ സി പി ഐ എമ്മും സി പി ഐയും ശക്തമായി. 1978 ലെ തെരഞ്ഞെടുപ്പിൽ ഇടതുപക്ഷ പാർട്ടികൾക്ക് 23 സീറ്റുകൾ ലഭിച്ചു. അതോടെ ആസാം ചുവക്കാൻ പോകുകയാണെന്ന പ്രതീതി ഉണ്ടായി. ഇത് തോട്ടമുടമകളെ ഭീതിയിലാഴ്ത്തി. അതോടെ സ്വതന്ത്ര ആസാം പ്രക്ഷോഭത്തിന് ബംഗാളി വിരുദ്ധ മുഖം നൽകാൻ ഇവർ ശ്രമിച്ചു. ആസാമിലെ കമ്യൂണിസ്റ്റ് മുന്നേറ്റം ബംഗാളി അധിനിവേശമായി വ്യാഖ്യാനിക്കപ്പെട്ടു. 1983 ലുണ്ടായ കലാപത്തിൽ നൂറുകണക്കിന് ബംഗാളികളായ മുസ്ലിങ്ങൾ കൊല്ലപ്പെട്ടു. ഇതോടെ പ്രശ്നങ്ങൾ പരിഹരിക്കാനുള്ള ശ്രമങ്ങൾ ഊർജിതമായി. ഗാന്ധി പീസ് ഫൗണ്ടേഷൻ മണിപ്പൂർ മുഖ്യമന്ത്രി ദ്വരേന്ദ്ര സിങ് തുടങ്ങിയവരുടെ മധ്യസ്ഥതയിൽ ചർച്ചകൾ നടന്നു. 1951ന് ശേഷം ബംഗ്ലാദേശിൽനിന്ന് കുടിയേറിയവരെ മുഴുവൻ തിരിച്ചയക്കണമെന്നതായിരുന്നു 'ആസു' (ആൾ ആസാം സ്റ്റുഡന്റ് യൂണിയൻ)വിന്റെ ആവശ്യം. ഈ ആവശ്യം നിരാകരിക്കപ്പെട്ടു. 1966 ജനുവരി 1 നും 1971 മാർച്ച് 25 നും ഇടയിൽ കുടിയേറിയവർക്ക് വോട്ടവകാശം നൽകാതെ താമസാവകാശം നൽകാമെന്ന ഒത്തുതീർപ്പ് വ്യവസ്ഥ സർക്കാറും ആസുവും അംഗീകരിച്ചു. പ്രശ്നത്തിന് താൽക്കാലിക പരിഹാരമായി. എങ്കിലും കുടിയേറ്റത്തെ ചൊല്ലിയുള്ള മുസ്ലിം വേട്ട പിന്നീടും തുടർന്നു. സംസ്ഥാന രാഷ്ട്രീയത്തിൽ മുസ്ലിങ്ങൾ ഇന്ന് നിർണായക ശക്തിയാണ്. വ്യാപാര വ്യവസായ മേഖലകളിലും ഇവർക്ക് നിർണായക സ്ഥാനമുണ്ട്. ഇക്കാര്യങ്ങളാൽ ന്യൂനപക്ഷപീഡനങ്ങൾ പഴയതുപോലെ നടക്കുന്നില്ല. പണ്ട് ന്യൂനപക്ഷങ്ങൾക്ക് നേരെ നടന്നിരുന്ന ആക്രമണങ്ങൾ ഇപ്പോൾ നട

ക്കുന്നത് തികച്ചും ദുർബലരായ ബീഹാറി തൊഴിലാളികൾക്ക് നേരെയാണ്.

തേയിലത്തോട്ടങ്ങളും പ്രകൃതിവിഭവങ്ങളുമെല്ലാം കുത്തകകൾ കൈയടക്കിപ്പോൾ ആസാമിലെ ഗ്രാമങ്ങളിൽ പട്ടിണിയും ദാരിദ്ര്യവും തൊഴിലില്ലായ്മയും പടർന്നു. ഈ അവസ്ഥയ്ക്ക് ഇപ്പോഴും കാര്യമായ മാറ്റം ഉണ്ടായിട്ടില്ല. മാനുഷിക വികസന സൂചികകളിലെല്ലാം സംസ്ഥാനം പിറകിലാണ്. ഭീകരവാദം ശക്തമായതോടെ ക്രമസമാധാന പാലനത്തിലും സംസ്ഥാനം പിറകിലായി. വടക്ക് കിഴക്കൻ മേഖലയിലെ ഉയർന്ന സാക്ഷരത ആസാമിലില്ല. സാക്ഷരത 73.18 % സ്ത്രീപുരുഷ അനുപാതം 1000 പുരുഷന്മാർക്ക് 954 സ്ത്രീകൾ.

17 ഗോത്രവർഗങ്ങളും നിരവധി ഉപഗോത്രങ്ങളും സംസ്ഥാനത്തുണ്ട്. ബോഡോ, മിഷിങ്, ചക്ക്മാ ദിമാഡ, ഗാരോ ഹജോങ്, ഹമാർ, ദിയോരി തുടങ്ങിയവയാണ് പ്രധാന ഗോത്രവർഗങ്ങൾ. ഗോത്രവർഗക്കാർക്കായി നിരവധി ക്ഷേമപദ്ധതികൾ നടപ്പിലാക്കുന്നുണ്ടെങ്കിലും ഒന്നും താഴെത്തട്ടിൽ എത്തുന്നില്ല.

ഭീകരവാദം

1979 ലാണ് യുണൈറ്റഡ് ലിബറേഷൻ ഫ്രണ്ട് ഓഫ് ആസാം അഥവാ ഉൾഫ രൂപീകരിക്കപ്പെടുന്നത്. ആസാമിനെ സായുധ പ്രവർത്തനങ്ങളിലൂടെ മോചിപ്പിച്ച് ഒരു സ്വതന്ത്ര രാജ്യമാക്കുക എന്ന ലക്ഷ്യത്തോടെയാണ് ഉൾഫ രൂപീകരിക്കപ്പെട്ടത്. പരേഷ് ബറുവയാണ് സ്ഥാപക നേതാവ്. ചെയർമാൻ അരവിന്ദ രാജ് ഖോവയും. നാഗാലാന്റിലെ എൻ എസ് സി എൻ ഐ എം ബർമയിലെ കച്ചിൻ ഇൻഡിപെന്റൻസ് ആർമി തുടങ്ങിയവയുമായി ചേർന്നുകൊണ്ടായിരുന്നു ആദ്യകാലത്തെ പ്രവർത്തനം. ഇതിനകം ഉൽഫ പതിനായിരത്തിലേറെ പേരെ കൊലപ്പെടുത്തിയിട്ടുണ്ട്. 1990 ൽ പ്രമുഖ വ്യവസായി സുരാജ് പോളിന്റെ സഹോദരൻ സുരേന്ദ്ര പോൾ, 1997 ൽ സാമൂഹ്യ പ്രവർത്തകനായ സഞ്ജയ് ഘോഷ് തുടങ്ങിയവരെ കൊലപ്പെടുത്തി. തട്ടിക്കൊണ്ടുപോയി മോചനദ്രവ്യം കൈക്കലാക്കിയാണ് ഉൾഫ പ്രവർത്തനങ്ങൾക്കാവശ്യമായ ധനസമാഹരണം നടത്തിയിരുന്നത്. ബംഗ്ലാദേശിൽ നിന്നുള്ള കുടിയേറ്റമാണ് ഉൾഫ തുടക്കത്തിൽ ഉയർത്തിക്കാണിച്ചിരുന്നത്. ഈ വിഷയത്തിൽ ജനങ്ങൾക്ക് താൽപ്പര്യം നഷ്ടപ്പെട്ടപ്പോൾ ഉൾഫ ബീഹാറിൽനിന്നുള്ള കുടിയേറ്റക്കാർക്കെതിരെ തിരിഞ്ഞു. 2003 ൽ ഒരു മിസോ പെൺകുട്ടി ബീഹാറിലൂടെ സഞ്ചരിക്കുന്ന ട്രെയിനിൽ മാനഭംഗപ്പെട്ടത് ഉൾഫയ്ക്ക് വീണുകിട്ടിയ ഒരു അവസരമായിരുന്നു. 2004 ആഗസ്റ്റ് 15 ന് കുട്ടികൾ ഉൾപ്പെടെ 15 ബീഹാറികളെ ഉൾഫ കൊലപ്പെടുത്തി. 2007 ൽ 62 ബീഹാറി തൊഴിലാളികളെ കൂട്ടക്കൊല ചെയ്തു. ഇത്തരം ഹീന നടപടികൾ ഉൾഫയെ ജനങ്ങളിൽനിന്ന് അകറ്റി. 2010 ൽ ചെയർമാൻ അരവിന്ദ രാജ്ഖോവയെ പിടികൂടി. ആയിരങ്ങളെ കൊലപ്പെടുത്തുന്നതിന്

നേതൃത്വം നൽകിയ രാജ്ഖോവ ഇപ്പോൾ സമാധാന ചർച്ചകളിലൂടെ പ്രശ്നം പരിഹരിക്കാം എന്ന നിലപാടിലാണ്. നാഷണൽ ഡെമോക്രാറ്റിക് ഫ്രണ്ട് ഓഫ് നാഗാലാന്റ് യുണൈറ്റഡ് ലിബറേഷൻ ഫ്രണ്ട് ഓഫ് ബരാക്ക് വലി എന്നിങ്ങനെ 12 ഭീകര സംഘടനകൾ സജീവമായി സംസ്ഥാനത്ത് പ്രവർത്തിക്കുന്നുണ്ട്.

കല

വടക്കു കിഴക്കിന്റെ കലാസാംസ്കാരിക കേന്ദ്രമാണ് ആസാം. മറ്റ് സംസ്ഥാനങ്ങളിലെ ഗോത്രവർഗക്കാർ ആസാമിൽ താമസിക്കുന്നുണ്ട്. അതുകൊണ്ടുതന്നെ ഏറെക്കുറെ എല്ലാ ഗോത്രകലാരൂപങ്ങളും ആസാമിൽ കാണാം. സംഗീതം, സാഹിത്യം, നൃത്തം, ചിത്രകല തുടങ്ങിയ മേഖലകളെല്ലാം സമ്പന്നവും സജീവവുമാണ്. ഹോം ബറുമ, അരുൽ ചന്ദ്ര ഹഡാരിക, നളിനി ബാലദേവി, നവകാന്തമറുവ, ഇന്ദിരാ ഗോസ്വാമി തുടങ്ങിയ സാഹിത്യകാരന്മാരും ജ്യോതിപ്രസാദ് അഗർവാൾ, വിഷ്ണു പ്രസാദ് റാബ, ഭൂപൻ ഹസാരിക തുടങ്ങിയ സംഗീതജ്ഞരും ആസാ

ബിഹു

മിന്റെ പ്രശസ്തി പുറംനാടുകളിൽ എത്തിച്ചവരാണ്. ബിഹുവാണ് ഏറ്റവും ജനപ്രിയമായ നൃത്തം.

ആഘോഷങ്ങൾ

ബൊഹാഗ് ബിഹു, രംഗോളി ബിഹു, ദുർഗാപൂജ, ദീപാവലി, ഈദുൾഫിത്തർ തുടങ്ങിയവയാണ് പ്രധാന ആഘോഷങ്ങൾ

ഭക്ഷണം

അരിയും മത്സ്യവുമാണ് പ്രധാന ഭക്ഷണം. ഓരോ ഗോത്രങ്ങൾക്കും പ്രത്യേക ഭക്ഷണങ്ങൾ ഉണ്ട്. ഘർ, തേൻഗ, പോയ്ട്ടാ ഭട്ട്, പീടിക, ബാര തുടങ്ങിയ ഭക്ഷണങ്ങൾ പ്രസിദ്ധമാണ്.

ഭൂമിശാസ്ത്രം

78,438 ചതുരശ്രകിലോമീറ്റർ വിസ്തൃതിയുള്ള 7 അയൽസംസ്ഥാനങ്ങളും 2 അയൽരാജ്യങ്ങളുമുള്ള സംസ്ഥാനമാണ് ആസാം. സിക്കിം, പശ്ചിമബംഗാൾ, മേഘാലയ, ത്രിപുര, മിസോറാം, മണിപ്പൂർ, നാഗാലാന്റ് അരുണാചൽ പ്രദേശ് എന്നിവയാണ് അയൽ സംസ്ഥാനങ്ങൾ. ബംഗ്ലാദേശ്, ഭൂട്ടാൻ എന്നീ രാജ്യങ്ങൾ അയൽപ്രദേശങ്ങളാണ്.

ബ്രഹ്മപുത്ര, ബാരക്ക് എന്നിവയാണ് ആസാമിലെ പ്രധാനനദികൾ. ബ്രഹ്മപുത്രയാണ് ആസാമിന്റെ ജീവനാഡി. ബ്രഹ്മപുത്രയും പോഷകനദികളും ചേർന്നാണ് ആസാമിന്റെ വിശപ്പും ദാഹവും തീർക്കുന്നത്. എന്നാൽ വർഷകാലത്ത് പലപ്പോഴും ബ്രഹ്മപുത്ര പ്രക്ഷുബ്ധമാകും. വെള്ളപ്പൊക്കത്തിൽ ആസാം ഗ്രാമങ്ങൾ മുങ്ങും. ആസാം നാഗാലാന്റ് അതിർത്തിയിലുള്ള ബാറൈൽ മലയിൽ നിന്നാണ് ബാരക്ക് നദിയുടെ ഉത്ഭവം. കച്ചാർ ജില്ലയിലൂടെ ഒഴുകുന്ന ബാരക്ക് പിന്നീട് ബംഗ്ലാദേശിൽ പ്രവേശിക്കുന്നു. ബംഗ്ലാദേശിലെത്തുന്നതോടെ ബാരക്ക് നദി സുർമ എന്ന പേരിലുള്ള നദിയായിമാറുന്നു,

വ്യത്യസ്തയിനം സസ്യജാലങ്ങളാലും ജന്തുവൈവിധ്യങ്ങളാലും സമ്പന്നമായ പ്രദേശമാണ് ആസാം. നിബിഡവനങ്ങൾ, മഴക്കാടുകൾ, മുളങ്കൂട്ടങ്ങൾ, ഒറ്റക്കൊമ്പുള്ള കാണ്ടാമൃഗങ്ങൾ ഉൾപ്പെടെയുള്ളവ ആസാമിന്റെ പ്രത്യേകതകളാണ്. വേനൽക്കാലത്ത് താപനില 35^0C വരെ ഉയരും. വേനൽക്കാലത്തെ താഴ്ന്ന താപനില 18^0C. ശീതകാലത്തെ ഉയർന്ന താപനില 26^0C താഴ്ന്ന താപനില 7^0C.

കൃഷി

തേയിലക്കൃഷിയാണ് ആസാമിന്റെ പ്രധാന വരുമാന സ്രോതസ്സ്. 19-ാം നൂറ്റാണ്ടിന്റെ തുടക്കത്തിലാണ് ആസാം തേയില കൃഷിയിലേക്ക് തിരിഞ്ഞത്. 1839 ൽ ബ്രിട്ടീഷുകാർ കമ്പനികൾക്ക് ഭൂമി പാട്ടത്തിന് വാങ്ങി തേയില കൃഷി ആരംഭിക്കാൻ അനുമതി നൽകി. തേയില കൃഷിക്ക് അനുയോജ്യമായ ഭൂമിയും കാലാവസ്ഥയുമുള്ള അപ്പർ ആസാമിലാണ് തേയിലത്തോട്ടങ്ങൾ കൂടുതലായും തുടങ്ങിയത്. ഇവിടെ പണിയെടുക്കുന്നതിനായി കിഴക്കൻ ഇന്ത്യയിൽനിന്നും മധ്യ ഇന്ത്യയിൽനിന്നും ആസാമിലേക്ക് വൻകുടിയേറ്റം ഉണ്ടായി. ആദ്യം ചൈനീസ്, ചൈനീസ്-ആസാമീസ് ഹൈബ്രെഡ് തേയിലകളാണ് പരീക്ഷിച്ചത്. ഈ പരീക്ഷണം വേണ്ടത്ര വിജയിച്ചില്ല. അതോടെ കാമില്ലിക അസാമിക്ക എന്ന പ്രാദേ

ശിക തേയില പരീക്ഷിച്ചു. പരീക്ഷണം വിജയിച്ചെന്ന് മാത്രമല്ല 1890 ൽ ബ്രിട്ടീഷ് സർക്കാർ തേയിലത്തോട്ടങ്ങൾ വാങ്ങാനും ഉടമസ്ഥത ഉറപ്പിക്കാനും കമ്പനികൾക്ക് അനുമതി നൽകി. 1870 തോടെ പുതിയ സാങ്കേതികവിദ്യ ഉപയോഗിച്ച് തേയില സംസ്കരണം ഊർജിതമായി. തേയില കമ്പനികളെല്ലാം ചേർന്ന് 1888 ൽ ഇന്ത്യൻ ടീ അസോസിയേഷൻ എന്ന സംഘടന രൂപീകരിച്ചതോടെ ആസാമിൽ മാത്രമല്ല, രാജ്യത്ത് തന്നെ ഇവർ ഏറ്റവും വിലപേശൽ ശക്തിയുള്ളവരായി മാറി. ഒരുവശത്ത് തേയില മുതലാളിമാർ തടിച്ച് കൊഴുത്തപ്പോൾ മറുവശത്ത് തേയിലത്തോട്ടങ്ങളിലെ തൊഴിലാളികൾ നിരന്തരം ചൂഷണങ്ങൾക്ക് വിധേയരായി. തുച്ഛമായ കൂലിയും പകർച്ചവ്യാധികളുമായി മല്ലിട്ട ആയിരക്കണക്കിന് തൊഴിലാളികൾ അപ്പർ ആസാമിൽ മരിച്ചുവീണു. നൂറ്റാണ്ടുകൾക്ക് മുമ്പ് ആരംഭിച്ച ഈ ചൂഷണത്തിന് ഇപ്പോഴും കാര്യമായ മാറ്റങ്ങളൊന്നും ഉണ്ടായിട്ടില്ല.

അരി, കടുക്, ചണം, ഉരുളക്കിഴങ്ങ്, മധുരക്കിഴങ്ങ്, വാഴപ്പഴം, പപ്പായ, അടയ്ക്ക, മഞ്ഞൾ, പച്ചക്കറികൾ, പഴവർഗങ്ങൾ സുഗന്ധവ്യഞ്ജനങ്ങൾ തുടങ്ങിയവയെല്ലാമാണ് ആസാമിന്റെ മറ്റ് പ്രധാന കാർഷികോൽപ്പന്നങ്ങൾ.

ആസാം കാർഷികസർവകലാശാല ജോർഹട്ടിൽ സ്ഥിതി ചെയ്യുന്നു. വടക്കുകിഴക്കൻ സംസ്ഥാനത്തിലെ ഏക കാർഷിക സർവകലാശാലയാണിത്.

വ്യവസായം

ധാതുപദാർഥങ്ങളാൽ സമ്പന്നമായ സംസ്ഥാനമാണ് ആസാം. പെട്രോൾ പ്രകൃതിവാതകം, കൽക്കരി, ചുണ്ണാമ്പ്, മാംഗനീസ്, കളിമണ്ണ്, സിലിമനൈറ്റ് കയോലിൻ തുടങ്ങിയവയെല്ലാം ഇവിടെയുണ്ട്. ഇന്ത്യയിലെ അസംസ്കൃത എണ്ണയുടെ 15 ശതമാനം ആസാമിന്റെ സംഭാവനയാണ്. ലോകത്ത് പെട്രോളിയം പര്യവേക്ഷണം നടത്തി വിജയിച്ച രണ്ടാമത്തെ കമ്പനി ആസാം ഓയിൽ കമ്പനി ലിമിറ്റഡ് ആണ് (ആദ്യ കമ്പനി അമേരിക്കയിലെ ടൈറ്റസ് വില്ലി) മെഷീനുകളുടെയും സാങ്കേതികവിദ്യയുടെയും സഹായത്തോടെ കുഴിച്ച ഏഷ്യയിലെ ആദ്യത്തെ എണ്ണക്കിണർ ആസാമിലെ മക്കും എണ്ണക്കിണറാണ്. 1867 ലാണ് ഇവിടെ എണ്ണക്കിണർ കുഴിച്ചത്. ഗുവാഹത്തി, ദിഗ്ബോയ്, ഗോളാഘട്ട്, ബോൺഗായ്ഗോൺ എന്നിവിടങ്ങളിലിലായി നാല് എണ്ണ ശുദ്ധീകരണശാലകൾ ഉണ്ട്. ഇതിന് പുറമേ രാസവളം, പെട്രോ കെമിക്കൽസ് പേപ്പർ, ടെക്സ്റ്റൈൽസ് തുടങ്ങിയ മേഖലകളിലും നിരവധി വ്യവസായശാലകൾ പ്രവർത്തിക്കുന്നുണ്ട്. പരമ്പരാഗത വ്യവസായങ്ങൾ അടച്ചു പൂട്ടിക്കൊണ്ടിരിക്കുന്നു. പ്രകൃതിവിഭവങ്ങൾ ഉൾപ്പെടെയുള്ള പ്രധാന മേഖലകൾ സ്വകാര്യ കുത്തകകൾ കൈയടക്കിക്കൊണ്ടിരിക്കുന്നു എന്നതും വ്യവസായ നയത്തിലെ കാതലായ മാറ്റമാണ്.

വിനോദസഞ്ചാരം

വടക്കുകിഴക്കൻ മേഖലയിൽ ഏറ്റവുമധികം വിനോദസഞ്ചാരികൾ തങ്ങുന്നത് ആസാമിലാണ്.

പ്രധാന വിനോദ സഞ്ചാരകേന്ദ്രങ്ങൾ

കാസിരംഗ	–	വന്യജീവി സങ്കേതം. ഒറ്റക്കൊമ്പുള്ള കാണ്ടാമൃഗങ്ങൾ കൂട്ടത്തോടെ ജീവിക്കുന്ന സ്ഥലം.
ജോർഹട്ട്	–	വടക്കൻ ആസാമിലേക്കുള്ള കവാടം. തേയില തലസ്ഥാനം എന്ന പേരിലും ജോർഹട്ട് അറിയപ്പെടുന്നു.
ഗുവാഹട്ടി	–	തലസ്ഥാനം, തീർഥാടനകേന്ദ്രം, മ്യൂസിയം.
കാമാക്കിയ	–	യോനീദേവിയെ പൂജിക്കുന്ന ക്ഷേത്രം
ഹജോ	–	തീർഥാടന കേന്ദ്രം
ഗോൾപാറ	–	വന്യജീവി സങ്കേതം.

കണ്ടിരിക്കേണ്ട സ്ഥലം – കാസിരംഗ

430 ചതുരശ്ര കിലോമീറ്റർ വിസ്തൃതിയിൽ വ്യാപിച്ചുകിടക്കുന്ന ദേശീയ ഉദ്യാനം. വടക്ക് കിഴക്കൻ മേഖലയിലെ ഏറ്റവും വലിയ ഈ ദേശീയ ഉദ്യാനത്തിന്റെ മുഖ്യ ആകർഷണം ഒറ്റക്കൊമ്പുള്ള കാണ്ടാമൃഗമാണ്. ജീപ്പുകളിലൂടെയും ആനപ്പുറത്ത് കയറിയും വനയാത്ര നടത്താം. വ്യത്യസ്തയിനം സസ്യജന്തു ജാലങ്ങളാൽ കാസിരംഗ സമ്പന്നമാണ്.

ആസാമിന്റെ തലസ്ഥാനമായ ഗുവാഹട്ടിയിൽനിന്ന് 217 കിലോമീറ്ററും തേയിലതലസ്ഥാനമെന്ന് അറിയപ്പെടുന്ന ജോർഹട്ടിൽനിന്ന് 97 കിലോമീറ്ററും കാസിരംഗയിലേക്കുണ്ട്. ജോർഹട്ടിൽനിന്ന് റോഡ് മാർഗം ഇവിടെയെത്താം. ജോർഹട്ടിൽ വിമാനത്താവളമുണ്ട്. തൊട്ടടുത്ത റെയിൽവെ സ്റ്റേഷനായ ഫർകാട്ടിങ്ങിലേക്ക് 75 കിലോമീറ്റർ ദൂരമുണ്ട്.

ആസാം – കേരളീയം

മലയാളികൾ നന്നേ കുറവാണ്. ഏറ്റവും വലിയ നഗരമായ ഗുവാഹട്ടിയിൽ മൂവായിരത്തോളം മലയാളികൾ താമസിക്കുന്നു. രണ്ടാം ലോകമഹായുദ്ധകാലത്ത് ബ്രിട്ടീഷ് പട്ടാളത്തിൽ സേവനമനുഷ്ഠിച്ചിരുന്നവരിൽ ഒരുവിഭാഗം പിന്നീട് ആസാമിൽ സ്ഥിരതാമസമാക്കിയിരുന്നു. ഇവരുടെ പിൻതലമുറകൾ ആസാംകാരായി മാറി. പ്രമുഖ പത്രപ്രവർത്തകനും *നോർത്ത് ഈസ്റ്റ് ബിസിനസ് റിപ്പോർട്ടർ* എഡിറ്ററുമായ വിവേകാനന്ദൻ മോഹനൻ മലയാളിയാണ്.

കേരളസമാജം (ഗുവഹാട്ടി) കെ സി എസ് കുറുപ്പ് (ജനറൽ സെക്രട്ടറി) (09706098141)

കാസിരംഗ

കേരളത്തിൽ നിന്ന് ഗുവാഹട്ടിയിലേക്കുള്ള ട്രെയിനുകൾ

* 2515 – തിരുവനന്തപുരം – ഗുവാഹട്ടി സൂപ്പർ ഫാസ്റ്റ് (ഞായറാഴ്ച പുറപ്പെടും)
* 2507 – എറണാകുളം – ഗുവാഹട്ടി സൂപ്പർ ഫാസ്റ്റ് (ചൊവ്വാഴ്ച പുറപ്പെടും)

പൊതുവിവരങ്ങൾ

തലസ്ഥാനം	–	ദിസ്പുർ
ജില്ലകൾ	–	27
നിയമസഭാമണ്ഡലങ്ങൾ	–	126
ലോക്സഭാമണ്ഡലങ്ങൾ	–	
രാജ്യസഭാ സീറ്റുകൾ	–	
രൂപീകൃതമായ ദിവസം	–	1947 ഓഗസ്റ്റ് 15
ഔദ്യോഗിക ഭാഷ	–	ആസാമീസ്, ബംഗാളി,
ജനസംഖ്യ	–	31169272
ജനസാന്ദ്രത	–	397/Km^2
വിസ്തീർണം	–	785504/Km^2
റോഡ് ഗതാഗതം	–	68,079 കിലോ മീറ്റർ
റെയിൽ ഗതാഗതം	–	2435 കിലോമീറ്റർ
വിമാനത്താവളങ്ങൾ	–	ഗുവാഹത്തി, ദിബ്രുഗജ്, തേസ്പ്പൂർ, ജോർഹട്ട്, സിൽച്ചർ, ലൈലാബാരി

ഉയർന്ന താപനില (വേനൽക്കാലം	-	35^0C
താഴ്ന്ന താപനില (വേനൽക്കാലം)	-	18^0C
ഉയർന്ന താപനില (ശീതകാലം)	-	26^0C
താഴ്ന്ന താപനില (ശീതകാലം)	-	7^0C

പ്രത്യേകതകൾ

1. തേയില ഉൽപ്പാദനത്തിൽ ഒന്നാമത്.
2. ഏറ്റവും പ്രായം കുറഞ്ഞ മുഖ്യമന്ത്രി പ്രഫുല്ലകുമാർ മഹന്ത (1985 ൽ 32- ാംവയസിൽ മുഖ്യമന്ത്രിയായി.
3. ഏറ്റവും പ്രായം കുറഞ്ഞവർ അംഗങ്ങളായുള്ള മന്ത്രിസഭ - 1985ലെ പ്രഫുല്ല കുമാർ മൊഹന്തി മന്ത്രിസഭ (എല്ലാ മന്ത്രിമാരും വിദ്യാർഥി നേതാക്കളായിരുന്നു.)
4. അന്യസംസ്ഥാനക്കാർ ഏറ്റവുമധികം കൊല്ലപ്പെടുന്ന സംസ്ഥാനം.
5. പെട്രോളിയം പര്യവേക്ഷണത്തിൽ വിജയിച്ച ലോകത്തെ രണ്ടാമത്തെ കമ്പനി - ആസാം ഓയിൽ കമ്പനി ലിമിറ്റഡ്.
6. സാങ്കേതിക വിദ്യയുടെ സഹായത്തോടെ ഏഷ്യയിൽ ആദ്യം കുഴിച്ച എണ്ണക്കമ്പനി - മാക്കും എണ്ണക്കിണർ.
7. ഇന്ത്യയിലെ ഏറ്റവും വലിയ നദീദ്വീപ് - മാജുളി.
8. ഒറ്റക്കൊമ്പുള്ള കാണ്ടാമൃഗങ്ങൾ വസിക്കുന്ന പ്രദേശം - കാസിരംഗ.
9. യോനിയെ പൂജിക്കുന്ന ക്ഷേത്രം - കാമാക്കിയ.

സഹായനമ്പറുകൾ

പൊലീസ് കൺട്രോൾ റൂം	-	0361 - 2540138 0361 - 2540113
അടിയന്തര സഹായം	-	100
പൊലീസ് വെബ്സൈറ്റ്	-	www.assampolice.com
ടൂറിസം ഇൻഫർമേഷൻ	-	0361 - 2261434 0361 - 2547102
ടൂറിസം വെബ്സൈറ്റ്	-	www.assamtourism.org.

29

കർണാടക

കാരുനാട് എന്ന വാക്കിൽ നിന്നാണത്രെ കർണാടകയുണ്ടായത്. ബായലുസീമ മേഖലയിലെ കറുത്ത പരുത്തി വിത്തിന്റെ പേരാണ് കാരു. കാരുവിത്തിന്റെ നാട് കാരുനാടായെന്നും കാരുനാട് കർണാടകയായെന്നുമാണ് പഴമൊഴി.

ശിലായുഗത്തിന്റെയും ഇരുമ്പുയുഗത്തിന്റെയും അവശിഷ്ടങ്ങൾ കർണാടകത്തിൽനിന്നും കണ്ടെടുത്തിട്ടുണ്ട്. ഹാരപ്പയിൽനിന്നും കണ്ടെത്തിയ സ്വർണനാണയങ്ങൾ കർണാടകത്തിലെ ഖനികളിൽനിന്നും പതിറ്റാണ്ടുകൾക്ക് മുമ്പ് കൊണ്ടുവന്നതാണെന്നും തെളിഞ്ഞിട്ടുണ്ട്. തുടക്കത്തിൽ നന്ദ സാമ്രാജ്യത്തിന്റെ ഭാഗമായിരുന്നു കർണാടക. പിന്നീട് ഗതവാഹന, കാഡാംബ, ഗൻഗ, ചാലൂക്യ രാജവംശങ്ങൾ ഈ പ്രദേശം ഭരിച്ചു. എ ഡി 990 മുതൽ 1210 വരെ രാജാരാജചോളൻ, രാജേന്ദ്ര ചോളൻ തുടങ്ങിയവരുടെ നേതൃത്വത്തിൽ ചോളന്മാരുടെ ഭരണമായിരുന്നു. 14–ാം നൂറ്റാണ്ടിന്റെ തുടക്കത്തിൽ ഹരിഹരരാജാവും ബുക്കരായ രാജാവും ചേർന്ന് വിജയനഗര സാമ്രാജ്യം സ്ഥാപിച്ചു. ഇന്നത്തെ ബല്ലാരി ജില്ലയിലെ തുംഗഭദ്രനദിയുടെ തീരത്തായിരുന്നു തലസ്ഥാനമായ വിജയനഗരം. 1565 ലെ തളികോട്ട യുദ്ധത്തോടെ വിജയനഗര സാമ്രാജ്യത്തെ തകർത്ത് സുൽത്താന്മാർ അധികാരത്തിലേറി. പിന്നീട് ഹൈദരാലിയുടെയും ടിപ്പുസുൽത്താന്റെയും കാലമായിരുന്നു. ബ്രിട്ടീഷുകാർക്കെതിരെ ധീരമായ പോരാട്ടം നടത്തിയ ടിപ്പുസുൽത്താൻ വീരമൃത്യുവരിച്ചതോടെ മൈസൂർ പൂർണമായും ബ്രിട്ടീഷുകാരുടെ കൈപ്പിടിയിലായി. സ്വാതന്ത്ര്യത്തിന് ശേഷം മദ്രാസ്, ഹൈദരാബാദ്, ബോംബെ സംസ്ഥാനങ്ങളിലെ കന്നട ഭാഷാ സ്വാധീനമേഖലകൾ ഉൾക്കൊള്ളിച്ചുകൊണ്ട് മൈസൂർ സംസ്ഥാനം രൂപീകരിച്ചു. 1973 ൽ മൈസൂർ എന്ന പേര് മാറ്റി സംസ്ഥാനത്തിന് കർണാടക എന്ന് പേരിട്ടു.

രാഷ്ട്രീയം

കൈസാംബള്ളി ചെൻഗാർരായ റെഡ്ഡിയായിരുന്നു ആദ്യമുഖ്യമന്ത്രി. 1947 മുതൽ 1983വരെ കോൺഗ്രസ് തുടർച്ചയായി കർണാടക ഭരിച്ചു. പ്രമുഖ നേതാക്കളായ നിജലിംഗപ്പയും ദേവരാജ് അരസും രണ്ടു തവണ വീതം മുഖ്യമന്ത്രിമാരായി. കോൺഗ്രസ് രാഷ്ട്രീയത്തിൽ കർണാടകയ്ക്ക് നിർണായക സ്ഥാനമുണ്ട്. ദേവരാജ് അരശിന്റെ നേതൃത്വത്തിൽ 1978 ൽ രൂപീകരിക്കപ്പെട്ട കോൺഗ്രസ് (യു) ഇന്ദിരാഗാന്ധിക്ക് വെല്ലുവിളി ഉയർത്തി. അടിയന്തരാവസ്ഥയ്ക്കുശേഷം കർണാടകത്തിലെ ചിക്ക് മംഗളൂർ മണ്ഡലത്തിൽനിന്നാണ് ഇന്ദിരാഗാന്ധി തിരഞ്ഞെടുക്കപ്പെട്ടത്. ഇന്ദിരാഗാന്ധിയെ പിന്തുണയ്ക്കാനുള്ള കോൺഗ്രസ് നേതൃത്വത്തിന്റെ തീരുമാനത്തിൽ പ്രതിഷേധിച്ച് അന്ന് എ കെ ആന്റണി ഉൾപ്പെടെയുള്ളവർ കോൺഗ്രസ് വിട്ടു. ആഭ്യന്തരപ്രശ്നങ്ങൾ രൂക്ഷമാണെങ്കിലും പല നിർണായകഘട്ടങ്ങളിലും കോൺഗ്രസിനോടൊപ്പം നിന്ന സംസ്ഥാനമാണ് കർണാടക. അടിയന്തരാവസ്ഥയ്ക്ക് ശേഷം 1977 ൽ ലോക്സഭാ തിരഞ്ഞെടുപ്പിൽ ദേശീയതലത്തിൽ കോൺഗ്രസിന് വൻതിരിച്ചടിയേറ്റപ്പോൾ കർണാടകത്തിലെ ആകെയുള്ള 28 സീറ്റുകളിലെ 26 ഉം കോൺഗ്രസ് നേടി. 1989 ൽ രാജീവ് ഗാന്ധിയുടെ നേതൃത്വത്തിലുള്ള കോൺഗ്രസ് ദേശീയതലത്തിൽ അടിപതറിയപ്പോൾ 28 ൽ 27 സീറ്റിലും വിജയിച്ച് കോൺഗ്രസ് ഇവിടെ കരുത്ത് തെളിയിച്ചു. തുടക്കം മുതൽക്കു തന്നെ സോഷ്യലിസ്റ്റുകൾ നിർണായക ശക്തികളായിരുന്നു. രാമകൃഷ്ണ ഹെഗ്ഡെ, എസ് ആർ ബൊമ്മെ, എച്ച് ഡി ദേവഗൗഡ, ജോർജ് ഫെർണാണ്ടസ് തുടങ്ങിയവരുടെ നേതൃത്വത്തിൽ അടിയന്തരാവസ്ഥകാലത്ത് വൻ പ്രക്ഷോഭങ്ങൾ നടന്നിരുന്നു. 1983 ൽ രാമകൃഷ്ണ ഹെഗ്ഡെയുടെ നേതൃത്വത്തിൽ അധികാരത്തിലേറിയ ജനതാപ്പാർട്ടി സർക്കാറാണ് സംസ്ഥാനത്തെ ആദ്യത്തെ കോൺഗ്രസ് ഇതര സർക്കാർ. 1984 ൽ എസ് ആർ ബൊമ്മെയും 1994 ൽ എച്ച് ഡി ദേവഗൗഡയും 1996 ൽ ജെ എച്ച് പാട്ടീലും 2006 ൽ കുമാരസ്വാമിയും മുഖ്യമന്ത്രിമാരായി. അഞ്ചു തവണ സംസ്ഥാനത്ത് രാഷ്ട്രപതി ഭരണം ഏർപ്പെടുത്തി. 1989 ൽ എസ് ആർ ബൊമ്മെ സർക്കാറിനെ രാഷ്ട്രപതി പിരിച്ചുവിട്ടത് ഏറെ ഒച്ചപ്പാടുണ്ടാക്കി. നടപടിക്കെതിരെ ബൊമ്മ സുപ്രീം കോടതി സമീപിച്ചു. രാഷ്ട്രപതി ഭരണം ഏർപ്പെടുത്തിയ നടപടി ഭരണഘടനാ വിരുദ്ധമെന്ന് സുപ്രീം കോടതി വിധിച്ചു. ഈ വിധിന്യായത്തിലൂടെ രാഷ്ട്രപതി ഭരണം ഏറ്റെടുക്കുന്നതു സംബന്ധിച്ച് കോടതി മുന്നോട്ടു വെച്ച മാർഗനിർദേശങ്ങൾ എക്കാലത്തും പ്രസക്തമാണ്.

ജനതാപ്പാർട്ടി ജനതാദളായും ജനതാദൾ; മതേതര ജനതാദൾ, ഐക്യജനതാദൾ തുടങ്ങിയ പാർട്ടികളായും മാറി. മുൻ പ്രധാനമന്ത്രി എച്ച് ഡി ദേവഗൗഡയുടെ നേതൃത്വത്തിലുള്ള മതേതര ജനതാദൾ ഇന്നും നിർണായകശക്തിയാണ്. എന്നാൽ അവസരോചിതമായി കോൺഗ്രസു

മായും ബി ജെ പിയുമായും കൈകോർത്ത മതേതര ജനതാദളിന് ഇന്ന് പഴയ വിശ്വാസ്യതയില്ല.

ആർ എസ് എസും ജനസംഘവും പിന്നീട് ബി ജെ പിയും ഇവിടെ തുടക്കം മുതൽക്കുതന്നെ ശക്തമായിരുന്നു. ദക്ഷിണേന്ത്യയിലെ ആദ്യത്തെ ബി ജെ പി സർക്കാർ 2007 നവംബർ 12 ന് ബി എസ് യെദിയൂരപ്പയുടെ നേതൃത്വത്തിൽ അധികാരത്തിലേറി. ബി ജെ പി കോൺഗ്രസ് മതേതര ജനതാദൾ എന്നീ പാർട്ടികൾക്ക് പ്രാമുഖ്യമുള്ള ശക്തമായ ത്രികക്ഷി രാഷ്ട്രീയമാണ് ഇപ്പോൾ കർണാടകയിൽ നിലനിൽക്കുന്നത്.

കർഷക, തൊഴിലാളി മുന്നേറ്റങ്ങൾ

തൊള്ളായിരത്തി മുപ്പതുകളുടെ അവസാനത്തിൽ രൂപീകൃതമായ ജനജാഗ്രത സംഘമായിരുന്നു സംസ്ഥാനത്തെ ആദ്യത്തെ വിപ്ലവ പ്രസ്ഥാനം. ബി സി മൊണ്ണയ്യ, എൻ ഡി ശങ്കർ തുടങ്ങിയവരായിരുന്നു സംഘത്തിന്റെ നേതാക്കൾ. ഹൈദർഖാൻ, എൻ എൽ ഉപാധ്യായ, സുന്ദരയ്യ എന്നിവരായിരുന്നു ആദ്യകാലത്ത് പാർട്ടിയെ ശക്തിപ്പെടുത്തുന്നതിൽ നിർണായകമായ സംഭാവനകൾ നൽകിയ നേതാക്കൾ. അയിത്തത്തിനും അനാചാരങ്ങൾക്കുമെതിരെ സമരം ചെയ്ത് സജീവ രാഷ്ട്രീയത്തിലിറങ്ങിയ ഉപാധ്യായ കർണാടകത്തിൽ മിശ്രഭോജനങ്ങൾ സംഘടിപ്പിച്ചു. ഇതിൽ ക്ഷുഭിതനായ മൈസൂർ രാജാവ് ഉപാധ്യായയെ ബോംബെയിലേക്ക് നാടുകടത്തി. ബോംബെയിലെത്തിയ അദ്ദേഹം ബി ടി രണദിവെയുമായി അടുത്തു. അങ്ങനെയാണ് ഉപാധ്യായ കമ്യൂണിസ്റ്റ് പാർട്ടിയിൽ ചേർന്നത്. ഉപാധ്യായയുടെ സമരവീര്യം മുൻകൂട്ടിക്കണ്ട ബ്രിട്ടീഷ് സർക്കാർ 1939ൽ അദ്ദേഹത്തെ ജയിലിലടച്ചു. 1942 ൽ പുറത്തുവന്ന അദ്ദേഹം പിന്നീട് കർണാടകത്തിൽ സജീവമായി. പിൽക്കാലത്ത് കർണാടകത്തിലെ പ്രമുഖകമ്യൂണിസ്റ്റ് നേതാക്കളായി മാറിയ നരസിംഹൻ, എം എസ് കൃഷ്ണൻ, സൂര്യനാരായണറാവു തുടങ്ങിയവരെല്ലാം ഉപാധ്യായയുടെ ശിഷ്യന്മാരായിരുന്നു. തെലുങ്കാനയിലെ കമ്യൂണിസ്റ്റ് മുന്നേറ്റങ്ങളിൽനിന്ന് സ്വാധീനം ഉൾക്കൊണ്ട് ഗുൽബഗയിലും മലബാറിലെ കർഷകസമരങ്ങളുടെ സ്വാധീനം മൂലം മംഗലാപുരത്തും പാർട്ടി ശക്തമായി. കോലാറിലെ സ്വർണഖനികളിലെ തൊഴിലാളികൾക്കിടയിൽ കമ്യൂണിസ്റ്റ് പാർട്ടിക്ക് നല്ല സ്വാധീനമുണ്ടായിരുന്നു. ഹൂബ്ലി ആയിരുന്നു മറ്റൊരു ശക്തികേന്ദ്രം. എൻ കെ ഉപാധ്യായ (എം എൻ ഉപാധ്യായയുടെ സഹോദരൻ), പുളുങ്കുന്ന് ശിവറാവു തുടങ്ങിയവരുടെ നേതൃത്വത്തിൽ ഇവിടെ റെയിൽവേ തൊഴിലാളികൾ സമരങ്ങൾ സംഘടിപ്പിച്ചു. ഹൂബ്ലിയിലെ ബീജാപ്പൂരിൽ ബാൽസിങ് എന്നൊരു കുപ്രസിദ്ധനായ ഭൂവുടമ ഉണ്ടായിരുന്നു. ഇദ്ദേഹത്തിനെതിരെ ഈ മേഖലയിൽ ഭൂസമരങ്ങൾ ശക്തമായി. സമരങ്ങളിൽ നിരവധിപേർക്ക് ജീവൻ നഷ്ടപ്പെട്ടു. കൊങ്കിണി കർഷക പ്രസ്ഥാനം എന്ന പേരിൽ ധർവാറിലും ഇക്കാലത്ത് കർഷകസമരങ്ങൾ സജീവമായി. ദിൻകർലിഗായ്, ശ്യാമറാവു പരുലേക്കർ എൻ എൽ ഗോദാ

മുഖ്യമന്ത്രിമാർ		
പേര്	**കാലാവധി**	**പാർട്ടി**
കൈസംബള്ളി ചെൻഗാൾരായ റെഡ്ഡി	1947 – 1952	ഇന്ത്യൻ നാഷണൽ കോൺഗ്രസ്
കൊൻഗാൾ ഹന്ദുമന്തയ്യ	1952 – 1956	ഇന്ത്യൻ നാഷണൽ കോൺഗ്രസ്
കൊഡൈഡാൾ മാൻഞ്ചപ്പ്	1956 ആഗസ്റ്റ് (ഒക്ടോബർ	ഇന്ത്യൻ നാഷണൽ കോൺഗ്രസ്
എസ് നിജലിംഗപ്പ	1956 – 1958	ഇന്ത്യൻ നാഷണൽ കോൺഗ്രസ്
ബി ഡി ജട്ടി	1958 – 1962	ഇന്ത്യൻ നാഷണൽ കോൺഗ്രസ്
എസ് ആർ കാന്തി	1962(മാർച്ച് – ജൂൺ)	ഇന്ത്യൻ നാഷണൽ കോൺഗ്രസ്
എസ് നിജലിംഗപ്പ	1962 – 1968	ഇന്ത്യൻ നാഷണൽ കോൺഗ്രസ്
വീരേന്ദ്ര പാട്ടീൽ	1968 – 1971	ഇന്ത്യൻ നാഷണൽ കോൺഗ്രസ്
ഡി ദേവരാജ് അരശ്	1972 – 1977	ഇന്ത്യൻ നാഷണൽ കോൺഗ്രസ്
ഡി ദേവരാജ് അരശ്	1978 – 1980	ഇന്ത്യൻ നാഷണൽ കോൺഗ്രസ്
ആർ ഗുണ്ടറാവു	1980 – 1983	ഇന്ത്യൻ നാഷണൽ കോൺഗ്രസ്
രാമകൃഷ്ണഹെഗ്ഡെ	1983 – 1984	ജനതാപാർട്ടി
രാമകൃഷ്ണഹെഗ്ഡെ	1985 – 1986	ജനതാപാർട്ടി
രാമകൃഷ്ണഹെഗ്ഡെ	1986 – 1988	ജനതാപാർട്ടി
എസ് ആർ ബൊമ്മെ	1988 – 1989	ജനതാപാർട്ടി
വീരേന്ദ്രപാട്ടീൽ	1989 – 1990	ഇന്ത്യൻ നാഷണൽ കോൺഗ്രസ്
എസ് ബങ്കാരപ്പ	1990 – 1992	ഇന്ത്യൻ നാഷണൽ കോൺഗ്രസ്
വീരപ്പ മൊയ്‌ലി	1992 – 1994	ഇന്ത്യൻ നാഷണൽ കോൺഗ്രസ്
ദേവഗൗഡ	1994 – 1996	ജനതാദൾ
ജെ എച്ച് പാട്ടീൽ	1996 – 1999	ജനതാദൾ
എസ് എം കൃഷ്ണ	1999 – 2004	ഇന്ത്യൻ നാഷണൽ കോൺഗ്രസ്
ധരംസിങ്	2004 – 2006	ഇന്ത്യൻ നാഷണൽ കോൺഗ്രസ്
എച്ച് ഡി കുമാരസ്വാമി	2006 – 2007	ജനതാദൾ
സി എച്ച് യെദിയൂരപ്പ	2007 – 2007 നവംബർ 12–	ബി ജെപി നവംബർ 17
സി എച്ച് യെദിയൂരപ്പ	2008 – 2011	ബി ജ പി

വരി പരുലേക്കർ തുടങ്ങിയവരെല്ലാം ഇവിടത്തെ സമരങ്ങൾക്ക് നേതൃത്വം നൽകി. 1946 ൽ കോലാർ ഖനി മേഖലയിൽ ഒരു ദക്ഷിണാഫ്രിക്കക്കാരനായ എഞ്ചിനീയറെ നിയമിച്ചത് തൊഴിലാളികളുടെ എതിർപ്പ് ക്ഷണിച്ചുവരുത്തി. ഇദ്ദേഹത്തെ ദക്ഷിണാഫ്രിക്കയിലേക്കുതന്നെ തിരിച്ചയയ്ക്കാൻ അവസാനം നിർബന്ധിതമായി. ഭക്ഷണം, ശമ്പളം, പാർപ്പിടം എന്നീ ആവശ്യങ്ങൾ ഉന്നിച്ച് സ്വാതന്ത്ര്യത്തിന് ശേഷം 1960 ൽ നടന്ന സമരമാണ് കോലാർ കണ്ട ഏറ്റവും വലിയ സമരം. 30000 തൊഴിലാളികൾ പങ്കെടുത്ത സമരം വൻവിജയമായിരുന്നു. തൊഴിലാളികൾ മുന്നോട്ടുവെച്ച ഒട്ടുമിക്ക ആവശ്യങ്ങളും മാനേജ്മെന്റ് അംഗീകരിച്ചു. മൈസൂർ സ്വയംഭരണ പ്രക്ഷോഭത്തിലും തൊഴിലാളികൾ സജീവമായി. 12 തൊഴിലാളികളാണ് സമരത്തിൽ രക്തസാക്ഷികളായത്.

1964 കമ്യൂണിസ്റ്റ് പാർട്ടി പിളർന്നപ്പോൾ അണികളിലെ ബഹുഭൂരിഭാഗവും സി പി ഐ എമ്മിൽ ചേർന്നു. മംഗലാപുരം, ദക്ഷിണകാനറ, ബീജാപ്പൂർ, റായ്പ്പൂർ, ബല്ലാരി, ഗുൽബർഗ, കോലാർ എന്നീ പ്രദേശങ്ങളിൽ സി പി ഐ എമ്മിനും സി ഐ ടിയുവിനും സ്വാധീനമുണ്ട്. കർണാടകത്തിലെ ഖനി മാഫിയകൾക്കെതിരെ നിയമസഭയിൽ ഏറ്റവുമധികം ശബ്ദമുയർത്തിയ നേതാവ് സി പി ഐ എം കേന്ദ്രക്കമ്മിറ്റി അംഗം ശ്രീരാമറെഡ്ഡി ആയിരുന്നു. ബി ജെ പി യിലായിരിക്കെതന്നെ കോൺഗ്രസുമായും ജനതാദളുമായും നല്ല ബന്ധം പുലർത്തിയിരുന്ന റെഡ്ഡി സഹോദരന്മാർക്കെതിരെ ഏറെക്കാലം സി പി ഐ എം മാത്രമായിരുന്നു ശബ്ദിച്ചിരുന്നത്.

ഭൂമിശാസ്ത്രം

തീരപ്രദേശം, നിബിഡവനങ്ങളെ ഉൾക്കൊള്ളുന്ന മലനിരകൾ, കാവേരി, തുംഗഭദ്ര, കൃഷ്ണ സരസ്വതി, മാലപ്രഭ നദികൾ തുടങ്ങിയവയെല്ലാം കർണാടകയെ സമ്പുഷ്മാക്കുന്നു. 20 ശതമാനം പ്രദേശങ്ങൾ വനമാണ്. ഷിമോഗ ജില്ലയിലെ ആകുംഭിയാണ് ഇന്ത്യയിൽ ഏറ്റവുമധികം മഴ ലഭിക്കുന്ന രണ്ടാമത്തെ പ്രദേശം. ഏറ്റവും ഉയർന്ന താപനില റെയ്ച്ചൂരിലും (45.6 ഡിഗ്രി സെൽഷ്യസ്) കുറഞ്ഞ താപനില ബിസറിലും (2.8 ഡിഗ്രി സെൽഷ്യസ്) രേഖപ്പെടുത്തുന്നു.

കൃഷി

ജനസംഖ്യയിലെ 56 ശതമാനം പേർ കൃഷിയെ ആശ്രയിച്ചാണ് ജീവിക്കുന്നത്. നെല്ലാണ് പ്രധാന കാർഷികോൽപ്പന്നം. സംസ്ഥാനത്തിന്റെ ആകെ ഭൂപ്രദേശത്തിന്റെ 64.6 ശതമാനം കാർഷികാവശ്യങ്ങൾക്കായി വിനിയോഗിക്കുന്നു. എന്നാൽ 26.5 ശതമാനം പ്രദേശത്ത് മാത്രമാണ് ജലസേചന സൗകര്യമുള്ളത്. കാവേരി നദിയിലെ വെള്ളം പങ്കുവയ്ക്കുന്നതിനെക്കുറിച്ച് തമിഴ്നാടുമായുള്ള തർക്കം ഇതുവരെ പരിഹരിക്കപ്പെട്ടില്ല. അടുത്തിടെയായി പുഷ്പകൃഷി ഏറെ പ്രചാരം നേടിയിരുന്നു. ഇന്ത്യ

യിൽനിന്നും കയറ്റി അയയ്ക്കപ്പെടുന്ന പുഷ്പങ്ങൾ 75 ശതമാനം കർണാടകത്തിൽ ഉൽപ്പാദിപ്പിക്കുന്നവയാണ്.

1961 ൽ കാർഷിക പരിഷ്കരണം നടപ്പിലാക്കി. പക്ഷേ, കൃഷിഭൂമിയുടെ സിംഹഭാഗവും ഇന്നും ഭൂപ്രഭുക്കളുടെ കൈകളിലാണ്. ബഹുഭൂരിഭാഗം വരുന്ന ദളിതർക്കും ആദിവാസികൾക്കും ഇന്നും ഭൂമിയില്ല.

വ്യവസായം

സാമ്പത്തികവളർച്ചയിൽ മുന്നിട്ടുനിൽക്കുന്ന സംസ്ഥാനമാണ് കർണാടക. ഹിന്ദുസ്ഥാൻ ഏറനോട്ടിക് ലിമിറ്റഡ്, നാഷണൽ ഏറോസ്പെയ്സ് ലബോറട്ടറി, ഭാരത് ഹെവി ഇലക്ട്രിക്കൽസ് ലിമിറ്റഡ്, ഇന്ത്യൻ ടെലഫോൺ ഇൻഡസ്ട്രി, ഭാരത് എർത്ത് മൂവേഴ്സ് ലിമിറ്റഡ്, ഹിന്ദുസ്ഥാൻ മെഷിൻടൂൾ ഫാക്ടറി തുടങ്ങിയ വൻപൊതുമേഖലാ സ്ഥാപനങ്ങൾ വ്യവസായ മേഖലയുടെ നെടുംതൂണുകളാണ്. രാജ്യത്തെ ഐ ടി മേഖലയുടെ ആസ്ഥാനമാണ് ബാംഗ്ലൂർ. ഐ ടി ഭീമന്മാരായ വിപ്രോയുടെയും ഇൻഫോസിസിന്റെയും ആസ്ഥാനം ഇവിടെയാണ്. രാജ്യത്തെ ഐ ടി അനുബന്ധ ഉൽപ്പന്നങ്ങളുടെ കയറ്റുമതിയുടെ 38 % കർണാടകത്തിൽ നിന്നുമാണ്.

പ്രമുഖ ബാങ്കുകളായ കാനറാബാങ്ക്, സിൻഡിക്കേറ്റ് ബാങ്ക്, കോർപ്പറേഷൻ ബാങ്ക്, വിജയബാങ്ക്, കർണാടകബാങ്ക്, വൈശ്യബാങ്ക്, സ്റ്റേറ്റ് ബാങ്ക് ഓഫ് മൈസൂർ എന്നിവയുടെ ഉത്ഭവം കർണാടകത്തിൽ നിന്നുമാണ്. ഉടുപ്പി, ദക്ഷിണ കന്നട ജില്ലകളിലാണ് രാജ്യത്ത് ഏറ്റവുമധികം ജനാനുപാത ബാങ്കുകളുള്ളത്. 500 പേർക്ക് ഒരു ബാങ്ക് വീതം ഇവിടെയുണ്ട്.

രാജ്യത്ത് ഏറ്റവുമധികം സിൽക്ക് നിർമിക്കുന്നത് വടക്കൻ കർണാടകത്തിലാണ്. എന്നാൽ പരമ്പരാഗത വ്യവസായ മേഖലയിലെ പ്രതിസന്ധികൾ സിൽക്ക് വ്യവസായത്തെ തളർത്തിയിരിക്കുന്നു.

ബെല്ലാരിയാണ് സംസ്ഥാനത്തെ ഖനി മേഖല. ഇവിടെ ഖനനം ചെയ്തെടുക്കുന്ന ഇരുമ്പയിര് വിദേശ രാജ്യങ്ങളിലേക്ക് കയറ്റി അയക്കുന്നു. ബി ജെ പി നേതാക്കളായ ജനാർദനറെഡ്ഡി, കരുണാകരറെഡ്ഡി എന്നിവരാണ് ഇവിടുത്തെ ഖനി ഉടമകൾ. സംസ്ഥാന രാഷ്ട്രീയത്തിന്റെ കടിഞ്ഞാൺ ഈ ഖനി രാജാക്കന്മാരുടെ കൈകളിലാണ്.

കല, സംസ്കാരം

നൃത്തം, സംഗീതം, സാഹിത്യം എന്നീ മേഖലകളിൽ മുൻനിരയിൽ നിൽക്കുന്ന സംസ്ഥാനമാണ് കർണാടക. നാടൻനൃത്തകലയായ യക്ഷഗാനം കർണാടകത്തിന്റെ പ്രതീകമാണ്. ഭരതനാട്യത്തിന് മൈസൂർ ശൈലിയെന്ന പേരിൽ പ്രത്യേക വകഭേദമുണ്ട്. കർണാടക സംഗീതം ലോകപ്രസിദ്ധമാണ്. പുരന്ദരദാസാണ് കർണാടകസംഗീതത്തിന്റെ പിതാവ്. ഗൽഗുഭായ് ഹാൻഗൽ, മല്ലികാർജുനൻ മാൻസൂർ, ഭീംസെൻ

യക്ഷഗാനം

ജോഷി, ഭസവരാജ രാജഗുരു, സവായ് ഗന്ധർവ തുടങ്ങിയ നിരവധി പ്രമുഖരായ സംഗീതജ്ഞർക്ക് സംസ്ഥാനം ജന്മംനൽകി.

രാഷ്ട്രകവി കുവെമ്പു മുതൽ കാറന്ത്, യു ആർ അനന്തമൂർത്തി തുടങ്ങിയവരിലേയ്ക്കുവരെ നീണ്ടുകിടക്കുന്ന കന്നട സാഹിത്യശാഖ എക്കാലത്തും സമ്പന്നമാണ്. ഏഴു സാഹിത്യകാരന്മാർക്ക് സർവോന്നത പുരസ്കാരമായ ജ്ഞാനപീഠം ലഭിച്ചിട്ടുണ്ട്.

വിനോദസഞ്ചാരം

അത്യാധുനിക സൗകര്യങ്ങളുടെ ബാംഗ്ലൂർ മൈസൂർ നഗരങ്ങൾ, 25 വന്യജീവിസങ്കേതങ്ങൾ, അഞ്ച് ദേശീയ ഉദ്യാനങ്ങൾ എന്നിങ്ങനെ സംസ്ഥാനത്തിന്റെ വിനോദസഞ്ചാരമേഖല സമ്പുഷ്ടമാണ്. ഹംബിയിലെ വിജയനഗര സാമ്രാജ്യത്തിന്റെ ആസ്ഥാനവും പട്ടടക്കലിലെ ചരിത്ര സ്മാരകങ്ങളും യുനെസ്കോ അംഗീകരിച്ച ലോകപൈതൃകകേന്ദ്രങ്ങളാണ്. ജോഗ്ഫാൾസ് ആണ് ഇന്ത്യയിലെ ഏറ്റവും ഉയരത്തിൽ നിന്നുള്ള ഒറ്റച്ചാൽ വെള്ളച്ചാട്ടം. ഉടുപ്പി ശ്രീകൃഷ്ണക്ഷേത്രം, ധർമശാല, മൂകാംബിക, ശൃംഗേരി എന്നിങ്ങനെ പ്രസിദ്ധമായ നിരവധി ക്ഷേത്രങ്ങളും കർണാടകത്തിലുണ്ട്.

ആഘോഷങ്ങൾ

ദസറ, ദീപാവലി, ഹോളി, ശ്രീകൃഷ്ണജയന്തി, ഈദ്, ക്രിസ്തുമസ് തുടങ്ങിയവയാണ് പ്രധാന ആഘോഷങ്ങൾ.

ഭക്ഷണം

ജനങ്ങൾ പൊതുവേ അരി ആഹാരപ്രിയരാണ്. വടക്കൻ കർണാടകക്കാർ ചപ്പാത്തി കഴിക്കുന്നവരാണ്. തീരപ്രദേശങ്ങളിൽ ഇഷ്ടഭക്ഷണം മത്സ്യം തന്നെ. കർണാടകത്തിലെ മധുരപലഹാരങ്ങൾ പ്രസിദ്ധമാണ്. സിറ, മൈസൂർപാക്ക്, ഭേൽഗാവി കുണ്ട, ഗോകാക് കാരടാൻണ്ടു, ധാർമാട് പേട തുടങ്ങിയവയാണ് പ്രധാന മധുരപലഹാരങ്ങൾ.

സാമൂഹ്യാവസ്ഥ

ജനസംഖ്യയിലെ 85 % ഹിന്ദുക്കളാണ്. 11 % പേർ മുസ്ലിങ്ങളും 4 ശതമാനം ക്രിസ്ത്യാനികളും 0.78 % ജൈനരും 0.73 % പേർ ബുദ്ധമത വിശ്വാസികളുമാണ്. ബ്രാഹ്മണർ, വൊക്കലിംഗ, ലിങ്കായത്ത് സമുദായങ്ങൾക്ക് രാഷ്ട്രീയ സാമൂഹ്യ മേഖലകളിൽ മേൽക്കൈയുണ്ട്. എന്നാൽ ദളിതർ പിന്നാക്കാവസ്ഥയിൽനിന്നും മോചിതരായിട്ടില്ല.

ദക്ഷിണേന്ത്യയിൽ സംഘപരിവാറിന് ഏറ്റവും സ്വാധീനമുള്ള സംസ്ഥാനമാണിത്. സാമുദായിക സ്പർധയുണ്ടാക്കുന്ന നിരവധി സംഭവങ്ങൾ അടുത്തകാലത്തായി സംസ്ഥാനത്തുണ്ടായി. ശ്രീരാമസേനയടക്കമുള്ള തീവ്രഹിന്ദുത്വ സംഘടനകൾ സംഘപരിവാറിന്റെ പിൻബലത്തോടെയാണ് പ്രവർത്തിക്കുന്നത്. മറുവശത്ത് മുസ്ലിം ഭീകരവാദവും കരുത്താർജിച്ചു. സംസ്ഥാനത്ത് മുസ്ലിം ഭീകരസംഘടനകൾക്ക് വേരോട്ടമുണ്ടെന്ന് തെളിയിക്കുന്നതായിരുന്നു ബംഗളൂരു ബോംബ് സ്ഫോടനം.

മാനുഷിക വിഭവശേഷിയിൽ സംസ്ഥാനം പൊതുവേ മുന്നിലാണ്. എന്നാൽ ചില മേഖലകളിൽ വളരെ പിന്നോക്കമാണ്. സംസ്ഥാനത്ത് 10 ലക്ഷത്തോളം ബാലവേല ചെയ്യുന്ന കുട്ടികളുണ്ട്. ഇന്ത്യയിലെ വികസന കുതിച്ചുചാട്ടത്തിന്റെ പ്രതീകമായ ബംഗളൂരു നഗരത്തിലെ ഹോട്ടലുകളിലെ ജോലിക്കാരിൽ ബഹുഭൂരിഭാഗവും കുട്ടികളാണ്. 24 % പേർ ദാരിദ്ര്യരേഖയ്ക്ക് താഴെയാണ്. സ്ത്രീപുരുഷ അനുപാതം 968:1000. സാക്ഷരത 67.04 ശതമാനം.

കണ്ടിരിക്കേണ്ട സ്ഥലം – ഹംപി

വിജയനഗര സാമ്രാജ്യത്തിന്റെ തലസ്ഥാനമാണ് ഹംപി. വിജയനഗരസാമ്രാജ്യത്തിന്റെ തിരുശേഷിപ്പുകൾ ഇവിടെ കാണാം. ചരിത്രം, പുരാവസ്തുഗവേഷണം, വാസ്തുവിദ്യ തുടങ്ങിയവയിൽ താൽപ്പര്യമുള്ളവർ നിർബന്ധമായും കണ്ടിരിക്കേണ്ട സ്ഥലം. കിലോമീറ്ററുകളോളം വിസ്തൃതിയിൽ പരന്ന് കിടക്കുന്ന ഹംപിയിൽ 5 വലിയ ക്ഷേത്രങ്ങൾ ഉണ്ട്. ഈ

ഹംപി

മേഖലയിലെ ഇരുമ്പയിര് ഖനനം ഹംപിക്ക് ഭീഷണിയാണ്. ഖനനം മൂലമുള്ള പാരിസ്ഥിതിക പ്രശ്നങ്ങളെ തുടർന്ന് ചരിത്ര സ്മാരകങ്ങളുടെ മിഴിവ് കുറഞ്ഞുകൊണ്ടിരിക്കുന്നു.

യുനസ്കോ അംഗീകരിച്ച ലോക പൈതൃക കേന്ദ്രമാണ് ബെല്ലാരി. ബംഗളൂരുവിൽനിന്ന് 353 കിലോമീറ്റർ ദൂരവും ബെല്ലാരിയിൽനിന്ന് 74 കിലോമീറ്ററും ഹംബിയിലേക്കുണ്ട്. ബെല്ലാരിയിൽനിന്ന് റോഡ് മാർഗം ഹംപിയിലെത്താം. ഹോസ്പേട്ടാണ് തൊട്ടടുത്ത റെയിൽവേ സ്റ്റേഷൻ.

കർണാടക - കേരളീയം

കേരളത്തിന്റെ അയൽ സംസ്ഥാനമായതുകൊണ്ടുതന്നെ എല്ലാ സംസ്ഥാനങ്ങളിലും നല്ല മലയാളി സാന്നിധ്യമുണ്ട്. തലസ്ഥാനനഗരിയായ ബംഗളൂരുവിൽ 7 ലക്ഷം മലയാളികൾ ഉണ്ട്. മുൻ കേന്ദ്രമന്ത്രി സി എം ഇബ്രാഹിം, ജെ അലക്സാണ്ടർ, എം എൽ എമാരായ കെ ജെ ജോർജ്, ഹാരിസ് മുഹമ്മദ് എന്നവരാണ് പ്രമുഖരായ കോൺഗ്രസ് നേതാക്കൾ. സി പി ഐ എം സംസ്ഥാന സെക്രട്ടറി വി ജെ കെ നായർ മലയാളിയാണ്.

കേരളത്തിൽനിന്ന് കർണാടകത്തിലേക്കുള്ള തീവണ്ടികൾ

* 6349 - തിരുവനന്തപുരം - മംഗലാപുരം പരശുറാം (പ്രതിദിനം)
* 2653 - തിരുവനന്തപുരം - ചണ്ഡീഗർ സമ്പർക്ക ക്രാന്തി സൂപ്പർ ഫാസ്റ്റ് (ശനി)

* 2202 – കൊച്ചുവേളി ലോകമാന്യതിലക് ഗരീബ്രഥ് (ഞായർ, വ്യാഴം)
* 6346 – തിരുവനന്തപുരം ലോകമാന്യതിലക് നേത്രാവതി (പ്രതിദിനം)
* 6525 – കന്യാകുമാരി–ബാംഗ്ലൂർ ഐലന്റ് (പ്രതിദിനം)
* 6336 – നാഗർകോവിൽ–ഗാന്ധിധാം (ചൊവ്വ)
* 6334 – തിരുവനന്തപുരം–വേരവാൽ (ഹാപ്പി) (തിങ്കൾ)
* 6312 – തിരുവനന്തപുരം – ബിക്നീർ എക്സ്പ്രസ് (ശനി)
* 6316 – കൊച്ചുവേളി–ബാംഗ്ലൂർ (ചൊവ്വ, വ്യാഴം, ശനി)
* 6322 – തിരുവനന്തപുരം–ബാംഗ്ലൂർ (ബുധൻ)
* 6323 – തിരുവനന്തപുരം–ഷാലിമാർ എക്സ്പ്രസ് (വ്യാഴം, ശനി)
* 2431 – തിരുവനന്തപുരം–നിസാമുദ്ദീൻ രാജധാനി സൂപ്പർ ഫാസ്റ്റ് (ചൊവ്വ, വ്യാഴം)
* 6604 – തിരുവനന്തപുരം–മംഗലാപുരം (പ്രതിദിനം)
* 2617 – എറണാകുളം–നിസാമുദ്ദീൻ മംഗള ലക്ഷദ്വീപ് സൂപ്പർഫാസ്റ്റ് (പ്രതിദിനം)
* 2977 – എറണാകുളം–ജയ്പൂർ മരുസാഗർ സൂപ്പർഫാസ്റ്റ് (ഞായർ)
* 6338 – എറണാകുളം–ഓഖ് എക്സ്പ്രസ് (വെള്ളി, ബുധൻ)
* 9683 – എറണാകുളം–ബാംഗ്ലൂർ സൂപ്പർഫാസ്റ്റ് (ഞായർ, ബുധൻ)
* 1098 – എറണാകുളം–പൂനെ പൂർണ്ണ (തിങ്കൾ)
* 2601 – ചെന്നൈ–മംഗലാപുരം സൂപ്പർഫാസ്റ്റ് (പ്രതിദിനം)
* 6627 – ചെന്നൈ–മംഗലാപുരം വെസ്റ്റ് കോസ്റ്റ് എക്സ്പ്രസ് (പ്രതിദിനം)
* 2685 – ചെന്നൈ–മംഗലാപുരം സൂപ്പർഫാസ്റ്റ് (തിങ്കൾ, ബുധൻ, വെള്ളി)
* 387 – കോയമ്പത്തൂർ–മംഗലാപുരം ഫാസ്റ്റ് (പ്രതിദിനം)

മലയാളി സംഘടനകൾ ബംഗളൂരു

ഈസ്റ്റ് കൾച്ചറൽ അസോസിയേഷൻ, ഇന്ദിരാ നഗർ – ബാംഗ്ലൂർ–കുര്യാക്കോസ് (9845028028)

ഇ എം എസ് ചർച്ചാവേദി, കുഞ്ഞപ്പൻ (09448100843)

പൊതുവിവരങ്ങൾ

തലസ്ഥാനം	–	ബംഗളൂരു
ജില്ലകൾ	–	29
നിയമസഭാമണ്ഡലങ്ങൾ	–	224
ലോക്സഭാമണ്ഡലങ്ങൾ	–	28
രാജ്യസഭാ സീറ്റുകൾ	–	12

രൂപീകൃതമായ ദിവസം	–	1956 ജനുവരി 4
മുഖ്യമന്ത്രി	–	ബി എസ് യെദിയൂരപ്പ
ഔദ്യോഗിക ഭാഷ	–	കന്നട
ജനസംഖ്യ	–	61130704
ജനസാന്ദ്രത	–	319/Km^2
വിസ്തീർണം	–	191976/Km^2
ഔദ്യോഗിക വെബ്സൈറ്റ്	–	http://karunada .gov.in

പ്രത്യേകതകൾ

1. പുഷ്പകൃഷിയിൽ ഒന്നാമത്.
2. ഐ ടി കയറ്റുമതിയിൽ 38 ശതമാനം സംഭാവന ചെയ്യുന്ന സംസ്ഥാനം.
3. സിൽക്ക് ഉൽപ്പാദനത്തിൽ ഒന്നാമത്.
4. പ്രമുഖ ദേശസാൽകൃത ബാങ്കുകളുടെ പ്രഭവകേന്ദ്രം.
5. ഏറ്റവും ജനസംഖ്യാനുപാത ബാങ്കുകൾ ഉള്ള ജില്ലകൾ - ഉടുപ്പി, ദക്ഷിണ കന്നഡ.
6. ഏറ്റവുമധികം ജ്ഞാനപീഠ പുരസ്കാരജേതാക്കളുള്ള സംസ്ഥാനം (7 സാഹിത്യകാരന്മാർ)
7. ഇന്ത്യയിൽ ഏറ്റവുമധികം ഹെലികോപ്ടറുകളുള്ള ജില്ല - ബല്ലാരി.

സഹായനമ്പറുകൾ

പൊലീസ് കൺട്രോൾ റൂം	–	100 (ടോൾ ഫ്രീ)
അപകടങ്ങളും ഗതാഗത പ്രശ്നങ്ങളും അറിയിക്കാനുള്ള നമ്പർ	–	103
പൊലീസ് ഹെൽപ്പ് ലൈൻ	–	080 – 22942595
പൊലീസ് വെബ്സൈറ്റ്	–	www.ksp.gov.in
ടൂറിസം ഇൻഫർമേഷൻ	–	080 – 22352901 080 – 22352902
ടൂറിസം വെബ്സൈറ്റ്	–	www.karnatakatourism.org
പ്രീപെയ്ഡ് ടാക്സി	–	080 – 25220501
അഗ്നിശമന സേന	–	101
എയർ ഇന്ത്യ	–	080 – 22271747
റെയിൽവെ	–	131, 132
പ്രസ് ഇൻഫർമേഷൻ ബ്യൂറോ (ബംഗുളുരു)	–	080 – 25581228

30
ദില്ലി

'ലോകം ഒരു ശരീരമാണെങ്കിൽ ആ ശരീരത്തിന്റെ മനസാണ് ദില്ലി.' പ്രശസ്ത കവി മിർസ ഖാലിബിന്റെ വരികൾ നൂറ് ശതമാനവും യാഥാർഥ്യബോധത്തോടെയുള്ളതാണ്. ലോകത്തെ ഏറെക്കുറെ എല്ലാ രാജ്യത്തുനിന്നുമുള്ളവരെയും എല്ലാ സംസ്ഥാനങ്ങളിൽ നിന്നുമുള്ളവരെയും ദില്ലിയിൽ കാണാം. രാജ്യത്തിന്റെ പരിച്ഛേദമാണ് ദില്ലി. തലമുറകളായി ദില്ലിയിൽ താമസിക്കുന്നവർ കുറവാണ്. ബഹുഭൂരിഭാഗവും കുടിയേറ്റക്കാരാണ്. വഴിയിൽ കണ്ടുമുട്ടുന്ന ഒരാളോട് നിങ്ങൾ എവിടുത്തുകാരനാണ് എന്ന് ചോദിച്ചാൽ ഞാൻ ദില്ലിക്കാരനാണ് എന്ന് മറുപടിയായിരിക്കില്ല അദ്ദേഹം നൽകുക. താൻ പഞ്ചാബിയാണെന്നോ ബീഹാറിയാണെന്നോ ബംഗാളിയാണെന്നോ ഗഢ്വാളിയാണെന്നോ കാശ്മീരിയാണെന്നോ മലയാളിയാണെന്നോ മറ്റോ ഉള്ള മറുപടിയായിരിക്കും അദ്ദേഹം നൽകുക. ഓരോ ദേശക്കാർക്കും ദില്ലിയിൽ പ്രത്യേക കോളനികൾ ഉണ്ട്. ദേശത്തനിമ നിലനിർത്തുന്നതിനായി സാംസ്കാരിക സംഘടനകൾ, ആരാധനാലയങ്ങൾ, വിദ്യാലയങ്ങൾ തുടങ്ങിയവയും ഏറെയുണ്ട്. ഇത്തരത്തിലുള്ള നൂറുകണക്കിന് വ്യത്യസ്ത സംസ്കാരങ്ങളുടെ സങ്കലിത ഭൂമിയാണ് കൊച്ചുസംസ്ഥാനമായ ദില്ലി.

ചരിത്രം

മൗര്യരാജാവ് ദില്ലുവിൽ നിന്നാണ് ദില്ലി എന്ന പേരുണ്ടായതെന്നാണ് പഴമൊഴി. ഗംഗാതടത്തിലേക്കുള്ള കവാടമാണ് ഈ പ്രദേശം. കവാടം എന്നതിന് ഹിന്ദിയിൽ ഉപയോഗിക്കുന്ന ദിഹാലി എന്ന വാക്കിൽ നിന്നാണ് ദില്ലി ഉണ്ടായതെന്നും വാദമുണ്ട്. *മഹാഭാരത*ത്തിലെ പാണ്ഡവരുടെ തലസ്ഥാനമായ ഇന്ദ്രപ്രസ്ഥം മുതൽ 1984ലെ സിക്ക് വിരുദ്ധ കലാപം വരെ

നീളുന്ന ദില്ലിയുടെ ചരിത്രം സംഭവബഹുലമാണ്. എ ഡി 1051 ൽ അനാൻഗ്പാൽ രണ്ടാമൻ രാജാവാണ് ദില്ലിയെ ഒരു സമ്പൂർണ തലസ്ഥാന നഗരിയാക്കി മാറ്റിയത്. പൃഥിരാജ് ചൗഹാൻ നഗരം വിപുലീകരിച്ചു. എ ഡി 1250 ൽ കുത്തബ് ഉദ്ദീന്റെ നേതൃത്വത്തിൽ ദില്ലി പിടിച്ചു. പിന്നീട് ഖിൽജികളും (1320–1412) സയെദുകളും (1414–1451) ലോധികളും (1451–1526) ഭരണം നടത്തി. ഇന്നും സഞ്ചാരികളുടെ മുഖ്യ ആകർഷമായ തുഗ്ലക് കോട്ടയും ലോധി ഗാർഡനും ഫിറോഷ് കോട്ട്ലയുമെല്ലാം ഈ കാലഘട്ടത്തിൽ നിർമിച്ചവയാണ്. ഇതിനുശേഷം മുഗൾഭരണമായിരുന്നു. ബാബർ, ഹുമയൂൺ, ഷേർഷാസുരി, അക്ബർ, ഷാജഹാൻ, ഔറംഗസേബ് തുടങ്ങിയവർ ദില്ലി ഭരിച്ചു. നഗരമധ്യത്തിൽ സ്ഥിതി ചെയ്യുന്ന പുരാനകിില നിർമിച്ചത് ഷേർഷയാണ്. വിശ്വപ്രസിദ്ധമായ ചെങ്കോട്ട നിർമിച്ചത് ഷാജഹാനും. ശിപായി ലഹളയുടെ മുഖ്യ ആസൂത്രകനായിരുന്ന ബഹദൂർഷ ആയിരുന്നു അവസാനത്തെ മുഗൾ ഭരണാധികാരി. 1857 ൽ ബ്രിട്ടീഷുകാർ അദ്ദേഹത്തെ കീഴടക്കിയതോടെ മുഗൾഭരണത്തിനും രാജഭരണത്തിനും തിരശ്ശീലവീണു. കൊൽക്കത്തയിലായിരുന്ന ബ്രിട്ടീഷ് ഇന്ത്യയുടെ തലസ്ഥാനം. 1911 ൽ ബ്രിട്ടീഷ് ഭരണാധികാരിയായിരുന്ന ജോർജ് അഞ്ചാമൻ ദില്ലിയിലേക്ക് മാറ്റി. എഡ്വിൻ ലുട്ടിൻസ് എന്ന വിശ്വപ്രസിദ്ധ വാസ്തുശിൽപ്പിയെ ദില്ലിയെ തലസ്ഥാനഗരിയാക്കി മാറ്റാൻ ചുമതലപ്പെടുത്തി. മനോഹരമായ പാർലമെന്റ് മന്ദിരം, നോർത്ത് ബ്ലോക്ക്, സൗത്ത് ബ്ലോക്ക് തുടങ്ങിയവയെല്ലാം ലുട്ടിൻസ് നിർമിച്ചവയാണ്.

തലസ്ഥാനം ദില്ലിയിലേക്ക് മാറ്റിയതോടെ ഇന്ത്യൻ സ്വാതന്ത്ര്യ സമര പ്രസ്ഥാനത്തിന്റെ മുഖ്യകേന്ദ്രവും ദില്ലിയായി. സ്വാതന്ത്ര്യലബ്ധിയുടെ സന്തോഷത്തോടൊപ്പം ഇന്ത്യ - പാക് വിഭജനത്തിന്റെ പ്രത്യാഘാതങ്ങളും ദില്ലി ഏറ്റുവാങ്ങി. കലാപങ്ങളിൽ നൂറുകണക്കിന് പേർ കൊല്ലപ്പെട്ടു. ആയിരങ്ങൾ പലായനം ചെയ്തു. പുരാനകിില അഭയാർഥി ക്യാമ്പായി മാറി. മാഹാത്മാഗാന്ധി വധിക്കപ്പെട്ടത് രാജ്യത്തെ നടുക്കി. എൺപതുകളിൽ പഞ്ചാബിൽ സജീവമായ ഖാലിസ്ഥാൻ ഭീകരവാദത്തിന്റെ അലയൊലികൾ ദില്ലിയേയും പ്രക്ഷുബ്ധമാക്കി. 1984 ൽ പ്രധാനമന്ത്രി ഇന്ദിരാഗാന്ധി കൊല്ലപ്പെട്ടു. തുടർന്ന് കോൺഗ്രസ് നേതാക്കളുടെ നേതൃത്വത്തിൽ നടന്ന സിഖ് വംശഹത്യ ഇന്ത്യയുടെ ചരിത്രത്തിനു തന്നെ തീരാക്കളങ്കമായി.

രാഷ്ട്രീയം

ദില്ലി എക്കാലത്തും കോൺഗ്രസിന്റെ ശക്തികേന്ദ്രമാണ്. എന്നാൽ തുടക്കം മുതൽക്കുതന്നെ സംഘപരിവാറിന് ദില്ലിയിൽ നിർണായക സ്വാധീനമുണ്ട്. ജനസംഘം നേതാവ് ബൽരാജ് മധോക്ക്, ബി ജെ പി നേതാക്കളായ എ ബി വാജ്പേയ്, എൽ കെ അദ്വാനി തുടങ്ങിയവരെല്ലാം ദില്ലിയിൽനിന്നും ലോക്സഭയിലേക്ക് തിരഞ്ഞെടുക്കപ്പെട്ടിട്ടുണ്ട്. കോൺഗ്രസിന്റെ ശക്തികേന്ദ്രമെന്ന് അറിയപ്പെടുമ്പോൾത്തന്നെ നെഹ്റുവോ

മുഖ്യമന്ത്രിമാർ		
പേര്	കാലാവധി	പാർട്ടി
ചൗധരിബ്രഹ്മ പ്രകാശ്	1952 – 1955	ഇന്ത്യൻ നാഷണൽ കോൺഗ്രസ്
ജി എൻ സിങ്	1955 – 1956	ഇന്ത്യൻ നാഷണൽ കോൺഗ്രസ്
മദൻ ലാൽ ഖുരാന	1993 – 1996	ബി ജെ പി
സാഹിബ് സിങ് വർമ	1996 – 1997	ബി ജെ പി
സുഷമാ സ്വരാജ്	1997 – 1998	ബി ജെ പി
ഷീലാ ദീക്ഷിത്	1998 – 2003	ഇന്ത്യൻ നാഷണൽ കോൺഗ്രസ്
ഷീലാ ദീക്ഷിത്	2003 – 2008	ഇന്ത്യൻ നാഷണൽ കോൺഗ്രസ്
ഷീലാ ദീക്ഷിത്	2008 –	ഇന്ത്യൻ നാഷണൽ കോൺഗ്രസ്
1956 മുതൽ 1993 വരെ രാഷ്ട്രപതി ഭരണം.		

ശാസ്ത്രിയോ ഇന്ദിരാഗാന്ധിയോ രാജീവ്ഗാന്ധിയോ ഇവിടെനിന്നും ജനവിധി തേടാൻ തയാറായിട്ടില്ലെന്നതും ശ്രദ്ധേയമാണ്. 1999 ൽ സൗത്ത് ദില്ലിയിൽനിന്നും മത്സരിച്ച മൻമോഹൻസിങ് ബി ജെ പിയിലെ വി കെ മൽഹോത്രയോട് പരാജയപ്പെട്ടിരുന്നു.

1991വരെ ദില്ലി കേന്ദ്രഭരണ പ്രദേശമായിരുന്നു. എ എൻ ഝായാണ് സംസ്ഥാനത്തെ ആദ്യത്തെ ലഫ്നന്റ് ഗവർണർ. 1991 ൽ ഭരണഘടനയുടെ 74–ാം ഭേദഗതി പ്രകാരം ദില്ലി നിയമസഭ നിലവിൽ വന്നു. ദില്ലി സംസ്ഥാനമാണെങ്കിലും പൂർണ അധികാരങ്ങൾ ഇപ്പോഴും ലഭിച്ചിട്ടില്ല. നിർണായകമായ ക്രമസമാധാനപാലനം ഇപ്പോഴും കേന്ദ്രത്തിന്റെ കൈകളിലാണ്.

70 അംഗങ്ങളാണ് ദില്ലി നിയമസഭയിലുള്ളത്. സംസ്ഥാനത്തുനിന്നും ഏഴു പേർ ലോക്സഭയിലേക്കും നാലു പേർ രാജ്യസഭയിലേക്കും തെരഞ്ഞെടുക്കപ്പെടുന്നു.

1993 ൽ സംസ്ഥാനത്ത് ബി ജെ പി അധികാരത്തിൽ വന്നു. മദൻലാൽ ഖുറാനയായിരുന്നു മുഖ്യമന്ത്രി. അഞ്ച് വർഷങ്ങൾക്കുള്ളിൽ ഖുരാന, സാഹിബ് സിങ് വർമ, സുഷമ സ്വരാജ് എന്നീ മൂന്നു മുഖ്യമന്ത്രിമാരും പരീക്ഷിച്ച ബി ജെ പിക്ക് അടിപതറി. 1998 ൽ അധികാരത്തിൽ വന്ന കോൺഗ്രസിന് ഇതുവരെ ഭരണം നഷ്ടപ്പെട്ടിട്ടില്ല. മൂന്നു തവണ തുടർച്ചയായി മുഖ്യമന്ത്രിയായ ഷീലാ ദീക്ഷിതാവട്ടെ ഏറ്റവും അധികകാലം ഭരണം നടത്തുന്ന വനിതാ മുഖ്യമന്ത്രിയെന്ന ഖ്യാതിയോടെ ഭരണം തുടരുന്നു.

കോൺഗ്രസും ബി ജെ പിയുമാണ് സംസ്ഥാനത്തെ പ്രമുഖ രാഷ്ട്രീയ കക്ഷികൾ. ഒരുകാലത്ത് സജീവമായിരുന്ന ജനതാപാർട്ടിയും ജനതാദളും പിന്നീട് ദുർബലമായി. അടുത്തകാലത്ത് ഏറ്റവും കരുത്താർജിച്ച പാർട്ടി മായാവതിയുടെ ബി എസ് പിയാണ്. ദില്ലിയിലെ ദളിത് വിഭാഗങ്ങൾക്കിടയിൽ മായാവതിക്ക് നിർണായക സ്വാധീനമുണ്ട്.

പൊതുവേ രാഷ്ട്രീയ പ്രശ്നങ്ങളോട് നിസ്സംഗത പുലർത്തുന്നവരാണ് ദില്ലി നിവാസികൾ. ബന്ദോ ഹർത്താലോ സമരപരിപാടികളോ ഇവിടെ വിജയിക്കാറില്ല. പോളിങ് ശതമാനവും നന്നേ കുറവ്. 1971 ൽ ലോക്സഭാ തിരഞ്ഞെടുപ്പിലാണ് ഏറ്റവും ഉയർന്ന പോളിങ് നടന്നത് 75.8 % മറ്റ് തിരഞ്ഞെടുപ്പുകളിലെല്ലാം പോളിങ് ശരാശരി 60 % ത്തിൽ താഴെ മാത്രം.

കർഷക, തൊഴിലാളി മുന്നേറ്റങ്ങൾ

ഇന്ത്യയുടെ തലസ്ഥാനവും രാഷ്ട്രീയ സിരാകേന്ദ്രവുമായിരുന്നെങ്കിലും പഞ്ചാബ്, ഹരിയാന, ഉത്തർപ്രദേശ്, ഹിമാചൽ പ്രദേശ്, രാജസ്ഥാൻ എന്നിവിടങ്ങളിൽ ഉണ്ടായതുപോലുള്ള വൻ തൊഴിലാളി മുന്നേറ്റങ്ങൾ ദില്ലിയിൽ ഉണ്ടായില്ല. ഇത് കമ്യൂണിസ്റ്റുപാർട്ടിയുടെ വളർച്ചയെയും ബാധിച്ചു. ഉത്തർപ്രദേശിലെ ഗാസിയാബാദും ഹരിയാനയിലെ ഫരീദാബാദുമെല്ലാം ഉൾപ്പെടുന്നതാണ് വിശാല ദില്ലി വ്യവസായ മേഖല. ഈ മേഖലയിലെ ഏറ്റവും ശക്തിയുള്ള തൊഴിലാളി സംഘടന ബി എം എസ് ആയിരുന്നു. ബി എം എസിലൂടെ സംഘപരിവാറിന്റെ ജനകീയ അടിത്തറ തൊഴിലാളികൾക്കിടയിലേക്ക് വ്യാപിച്ചു. ഈ പ്രത്യേക സാഹചര്യം കമ്യൂണിസ്റ്റുപാർട്ടികളുടെ വളർച്ചയ്ക്ക് വിഘാതമായി.

താച്ചാ ശാന്തിറാം, ജോഗീന്ദർ ശർമ, പുഷ്പേന്ദർ ഗ്രവാൾ മേജർ ജെയ്പാൽ തുടങ്ങിയ ട്രേഡ് യൂണിയൻ നേതാക്കൾ പുരോഗമന തൊഴിൽ മുന്നേറ്റങ്ങൾക്ക് നേതൃത്വം നൽകി. ടെക്സ്റ്റൈൽ മില്ലുകളായിരുന്നു സി ഐ ടി യു വിന്റെ പ്രധാന ശക്തി കേന്ദ്രം. മിനിമം കൂലിക്ക് വേണ്ടി 1988 ൽ മില്ലുകളിൽ ഒരാഴ്ച നീണ്ടുനിന്ന സമരം നടന്നു. മിനിമം കൂലി എന്ന ആവശ്യത്തെക്കുറിച്ച് അവിദഗ്ധ തൊഴിലാളികൾക്കിടയിൽ അവബോധം ഉണ്ടാകുന്നതിൽ ഈ സമരം നിർണായക പങ്ക് വഹിച്ചു. ടെക്സ്റ്റൈൽ മേഖലയിലെ പ്രതിസന്ധി തൊഴിലാളികൾക്ക് തിരിച്ചടിയായി. പല മില്ലുകളും ദില്ലിക്ക് പുറത്തേക്ക് കൊണ്ടുപോയി മിനിമം കൂലി ആവശ്യവുമായി 2008 ൽ സി ഐ ടി യുവിന്റെ നേതൃത്വത്തിൽ വീണ്ടും സമരം നടന്നു. തൊഴിൽശാലകളിലെ അവിദഗ്ധ തൊഴിലാളികളുടെ പ്രിതമാസ വേതനം 8500 ന് മുകളിലാക്കണമെന്ന് ആവശ്യപ്പെട്ടായിരുന്നു സമരം. അതുവരെ നൽകിയിരുന്ന മിനിമം വേതനം 3950 രൂപ ആയിരുന്നു. സമരത്തെ തുടർന്ന് മിനിമം വേതനം 6600 രൂപയായി ഉയർത്തി.

കാലാവസ്ഥ

അതിശൈത്യത്തിന്റെയും അത്യുഷ്ണത്തിന്റെയും കാഠിന്യമാണ് ദില്ലിയുടെ കാലാവസ്ഥയുടെ പ്രധാന പ്രത്യേകത. ചൂടും തണുപ്പും താങ്ങാനാവാതെ മനുഷ്യർ മരിച്ചുവീഴാറുണ്ട്. -0.6^0C വരെ തണുപ്പും 44.5^0C വരെ ചൂടും രേഖപ്പെടുത്തിയിട്ടുണ്ട്. ജൂൺ അവസാനത്തോടെ മഴയെത്തും. മഴക്കാലം ഒന്നോ രണ്ടോ മഴകളിലൊതുങ്ങും. ആ ദിവസങ്ങളിലാവട്ടെ ദില്ലി ഗതാഗതക്കുരുക്കിൽ സ്തംഭിക്കും. ജൂണിലും ആഗ

സ്റ്റിനുമിടയിൽ ശരാശരി 714 മില്ലിമീറ്റർ മഴ ലഭിക്കുന്നതായാണ് കാലാവസ്ഥാ നിരീക്ഷണകേന്ദ്രത്തിന്റെ കണക്കുകൾ. നവംബർ, ഡിസംബർ ജനുവരി മാസങ്ങളിലാണ് മഞ്ഞുകാലം. മഞ്ഞുകാലത്തിന്റെ മൂർധന്യത്തിൽ നട്ടുച്ചയ്ക്ക് പോലും ഹെഡ്ലൈറ്റുകളിട്ടായിരിക്കും വാഹനങ്ങൾ ഓടുക.

മാനുഷിക വിഭവശഷി

വൈരുധ്യങ്ങൾ നിറഞ്ഞതാണ് ദില്ലിയുടെ മാനുഷികവിഭവ ശേഷി. ഏറ്റവും വലിയ സമ്പന്നർ ഗ്രേറ്റർ കൈലാഷിലും സൗത്ത് എക്സിലും താമസിക്കുന്നു. ദരിദ്രർ യമുനപുഷ്ടചേരിയിലും. വിദ്യാഭ്യാസ മേഖലയിൽ മുന്നേറ്റമുണ്ടാക്കാനായിട്ടുണ്ട്. സാക്ഷരത: 85.34 ശതമാനം. എന്നാൽ നഗരത്തിന്റെ മുക്കിലും മൂലയിലും ബാലവേല ചെയ്യുന്ന കുട്ടികളെ കാണാം.

പുരുഷമേധാവിത്വം സ്ത്രീപുരുഷ അനുപാതത്തിൽ പ്രകടമാണ്. ആയിരം പുരുഷന്മാർക്ക് 866 സ്ത്രീകൾ. സ്ത്രീധനമരണങ്ങളും പെൺഭ്രൂണഹത്യകളുമെല്ലാം നിത്യസംഭവങ്ങളാണ്. ചണ്ഡീഗഢും ഗോവയും കഴിഞ്ഞാൽ ഏറ്റവും ഉയർന്ന ആളോഹരി വരുമാനം ദില്ലിയുടേതാണ്. 66,728 രൂപ ആളോഹരി വരുമാനത്തോടൊപ്പം ജീവിത ചെലവും ഉയർന്നാണ്. ലോകത്തെ ഏറ്റവും ചെലവേറിയ ഏഴാമത്തെ നഗരമാണ് ദില്ലി. ഉദാരവൽക്കരണനയങ്ങൾ സമഗ്രമേഖലകളിലേയും ചെലവ് വർധിപ്പിച്ചിരിക്കുന്നു. ജലവിതരണം, വൈദ്യുതി വിതരണം തുടങ്ങിയവയെല്ലാം സ്വകാര്യവൽക്കരിച്ചിരിക്കുന്നു. എന്നാൽ ജലക്ഷാമവും വൈദ്യുതിക്ഷാമവും രൂക്ഷമാണ്.

തലസ്ഥാന നഗരിയാണെങ്കിലും ക്രമസമാധാന പാലനത്തിന്റെ കാര്യത്തിൽ ദില്ലി പിന്നിലാണ്. ഇന്ത്യയിൽ ഏറ്റവുമധികം കുറ്റകൃത്യങ്ങൾ നടക്കുന്ന 35 നഗരങ്ങളുടെ പട്ടികയിൽ ദില്ലി ഒന്നാമതാണ്. സ്ത്രീകൾക്കും കുട്ടികൾക്കും എതിരെ നടക്കുന്ന അതിക്രമങ്ങളിലും ദില്ലി ഒന്നാമതാണ്.

അന്തരീക്ഷമലിനീകരണകാര്യത്തിലും ദില്ലി ഏറെക്കാലം ഒന്നാമതായിരുന്നു. 2001 ൽ മോട്ടോർ വാഹനങ്ങളിൽ മർദിത പ്രകൃതിവാതകം നിർബന്ധമാക്കി. ഇത് അന്തരീക്ഷമലിനീകരണം ഗണ്യമായ തോതിൽ കുറച്ചു.

സാമൂഹ്യവ്യവസ്ഥ

ജനസംഖ്യയിലെ 82 % ഹിന്ദുക്കളാണ്. മുസ്ലിം 11.7 %, സിക്ക് 4 % ജെയിൻ 1.1 % ക്രിസ്ത്യൻ 0.9 %. മതത്തിലുപരിയായി ജാതി, ഉപജാതി, ഭാഷ തുടങ്ങിയവ അടിസ്ഥാനമാക്കിയുള്ള കേന്ദ്രീകരണങ്ങൾ ദില്ലിയിൽ ശക്തവും സജീവവുമാണ്. തൊഴിൽമേഖലയിലും ഇത് പ്രകടമാണ്. എൺപതുകളുടെ തുടക്കംവരെ വ്യാപാരമേഖലയുടെ കടിഞ്ഞാൺ സിക്കുകാരുടെ കൈപ്പിടിയിലായിരുന്നു. ഇവരുടെ കുത്തക തകർക്കുക

എന്ന ആത്യന്തിക ലക്ഷ്യമാണ് 1984 ലെ സിക്ക് വിരുദ്ധ വംശഹത്യയിലൂടെ നടപ്പിലാക്കിയത്. ഇന്ത്യ – പാക്ക് വിഭജനത്തിന്റെ ദുരന്തങ്ങൾ പേറിയാണ് ഒരുവിഭാഗം മുസ്ലിങ്ങൾ ഇപ്പോഴും ജീവിക്കുന്നത്. പലരുടെയും ബന്ധുക്കൾ പാക്കിസ്ഥാനിലാണ്. ബാബറി മസ്ജിദ് തകർത്തതും ഗുജറാത്ത് വംശഹത്യയും നഗരത്തിൽ അടിക്കടി നടന്നുകൊണ്ടിരിക്കുന്ന വ്യാജ ഏറ്റുമുട്ടലുകളുമെല്ലാം മുസ്ലിങ്ങൾക്കിടയിൽ അരക്ഷിതാവസ്ഥയാണുണ്ടാക്കിയത്. ഏങ്കിലും സാമുദായിക പ്രശ്നങ്ങൾ നഗരത്തിൽ നന്നേ കുറവാണ്.

ദില്ലിയിലെ ദരിദ്രരിൽ ബഹുഭൂരിഭാഗവും ദളിതരാണ്. ഉത്തരേന്ത്യൻ സംസ്ഥാനങ്ങളിൽനിന്നും ജീവിതം തേടി നഗരത്തിലേക്ക് കുടിയേറിയവരാണിവർ. ചേരികളിലാണ് മിക്കവരുടേയും താമസം. ദളിത് പീഡനങ്ങളിൽ അടുത്തിടെ കുറവു വന്നിട്ടുണ്ട്. ഉത്തരേന്ത്യൻ സാമൂഹ്യവ്യവസ്ഥയിൽ ദളിത്, പിന്നോക്ക രാഷ്ട്രീയത്തിനുണ്ടാക്കാനായ നിർണായക സ്വാധീനം തന്നെയാണ് ഇതിന് കാരണം.

സമ്പദ്വ്യവസ്ഥ

ഉത്തരേന്ത്യയിലെ ഏറ്റവും വലിയ വാണിജ്യകേന്ദ്രമാണ് ദില്ലി. ഉത്തർപ്രദേശിലെ പ്രമുഖ വ്യവസായ കേന്ദ്രങ്ങളായ നോയിഡ, ഗാസിയാബാദ്, ഹരിയാനയിലെ ഫരീദാബാദ്, ഗുഡ്ഗാവ് തുടങ്ങിയവ ദില്ലിയോട് ചേർന്നുകിടക്കുന്നു. ഇന്ത്യയിൽ ഏറ്റവുമധികം തൊഴിലവസരങ്ങളുള്ള മേഖലയാണിത്. 1,43,911 കോടി രൂപയാണ്. ദില്ലിയുടെ മൊത്തം ആഭ്യന്തര ഉൽപ്പാദനം. ഇതിലെ 70.95 % സേവന മേഖലയിൽനിന്നും 3.85 % കൃഷിയിൽനിന്നും ലഭിക്കുന്നു. ഐ ടി വാർത്താവിനിമയം, ബാങ്കിങ്, ടൂറിസം, ഹോട്ടൽ ചെറുകിട വ്യവസായം തുടങ്ങിയ മേഖലകളിൽ പ്രധാന തൊഴിൽ ദാതാക്കൾ. ജനപ്രിയമായ പലപ്രമുഖ ഉപഭോക്തൃ ഉൽപ്പന്നങ്ങളുടെയും ആസ്ഥാനം ദില്ലിയിലാണ്. ഏഷ്യയിലെ ഏറ്റവും വലിയ പച്ചക്കറിച്ചന്ത ദില്ലിയിലാണ്. ആസാദ് പൂർ മാർക്കറ്റ്. ഉത്തരേന്ത്യൻ കൃഷിയിടങ്ങളിൽനിന്നുമുള്ള പച്ചക്കറികൾ ഇവിടെയെത്തുന്നു. സമ്പദ്വ്യവസ്ഥയെ താങ്ങിനിർത്തുന്നത് ചെറുകിട വാണിജ്യകേന്ദ്രങ്ങളാണ്. ഓരോ ഉൽപ്പന്നങ്ങൾക്കും ഓരോ കേന്ദ്രങ്ങൾ ഉണ്ട്. എന്നാൽ ലക്ഷങ്ങൾക്ക് തൊഴിൽ നൽകിക്കൊണ്ടിരിക്കുന്ന ഇത്തരം വാണിജ്യകേന്ദ്രങ്ങൾ ഇപ്പോൾ വൻഭീഷണി നേരിട്ടുകൊണ്ടിരിക്കുകയാണ്. ചെറുകിട വാണിജ്യമേഖലയിലെ നേരിട്ടുള്ള വിദേശനിക്ഷേപമാണ് പ്രധാന പ്രശ്നം. വൻകിടകുത്തകകളുടെ പടുകൂറ്റൻ വാണിജ്യകേന്ദ്രങ്ങൾ മുക്കിലും മൂലയിലും ഉയർന്നുകഴിഞ്ഞു. ഇക്കൂട്ടർ ഉൽപ്പാദകരിൽനിന്ന് നേരിട്ട് ഉൽപ്പന്നങ്ങൾ വാങ്ങുമെന്നും ഇതുമൂലം ഇടനിലക്കാരില്ലാതെ നേരിട്ട് ഉൽപ്പന്നങ്ങൾ ഉപഭോക്താക്കൾക്ക് ലഭിക്കുമെന്നുമെല്ലാമായിരുന്നു ഇവരുടെ അവകാശവാദം. കുത്തകകൾ കാർഷികോൽപ്പന്നങ്ങൾ നേരിട്ട് ഏറ്റെടുക്കുമ്പോൾ കർഷകർക്ക് നല്ല വില ലഭിക്കും. ഇടനിലക്കാരെ ഒഴി

വാക്കുമ്പോൾ ഉണ്ടാവുന്ന ലാഭം ഉപഭോക്താക്കൾക്ക് നൽകുകയും ചെയ്യാം. ഒരേസമയം കർഷകർക്കും ഉപഭോക്താക്കൾക്കും നേട്ടം. വൻകിടകുത്തകകൾക്ക് ചെറുകിട വാണിജ്യമേഖല തുറന്നുകൊടുക്കുമ്പോൾ ഇങ്ങനെയെല്ലാമായിരുന്നു സർക്കാർ പറഞ്ഞിരുന്നത്. എന്നാൽ നേരെ വിപരീതമായാണ് കാര്യങ്ങൾ സംഭവിക്കുന്നത്. ഉത്തരേന്ത്യൻ കാർഷിക മേഖല പ്രതിസന്ധിയിലാണ്. ഉൽപ്പാദനം കുറഞ്ഞുകൊണ്ടിരിക്കുന്നു. ഭക്ഷ്യോൽപ്പന്നങ്ങൾ കയറ്റി അയക്കുന്നതിന് പകരം ഇറക്കുമതി ചെയ്യുന്നു. ഉപഭോക്താക്കൾക്ക് കുറഞ്ഞ വിലയ്ക്ക് ഉൽപ്പന്നങ്ങൾ ലഭിക്കുമെന്ന വാദവും പൊളിഞ്ഞു. 2009-2010 വർഷത്തിൽ റെക്കാർഡ് വിലക്കയറ്റമാണ് ദില്ലിയിൽ ഉണ്ടായത്. വൻകിട ഭീമന്മാർ ചെറുകിട വാണിജ്യമേഖലയെ വിഴുങ്ങിയതോടെ ചെറുകിട വാണിജ്യസ്ഥാപനങ്ങളിൽ പലതും അടച്ചുപൂട്ടി. നിരവധിപേർക്ക് തൊഴിൽ നഷ്ടപ്പെട്ടു. സംസ്ഥാനത്ത് ക്രിമിനൽ സംഘങ്ങൾ പെരുകുന്നതിനുള്ള പ്രധാനകാരണം തൊഴിലില്ലായ്മയാണെന്ന് ദില്ലി സർക്കാർ തന്നെ തുറന്നു സമ്മതിച്ചിട്ടുണ്ട്. ആഗോളവൽക്കരണ നയങ്ങളുടെ തിക്തഫലങ്ങൾ ഈ നഗരത്തിൽ പ്രകടമാണെന്ന് ചുരുക്കം.

സംസ്കാരം

ഇന്ത്യൻ സംസ്കാരത്തിന്റെ പരിച്ഛേദമാണ് ദില്ലി. ഇന്ത്യയിലെ മാത്രമല്ല, ലോകത്തെ തന്നെ ഒട്ടുമിക്ക ആഘോഷങ്ങളും ഇവിടെ കാണാം. ഓരോ രാജ്യങ്ങളിലേയും ആഘോഷങ്ങൾ അതാത് എംബസികളിലും ഓരോ സംസ്ഥാനങ്ങളുടേയും ആഘോഷങ്ങൾ അതാത് സംസ്ഥാന സർക്കാർ ഭവനങ്ങളിലും ആഘോഷിക്കാറുണ്ട്. ദീപാവലി, ഹോളി, ദസറ, ബക്രീദ്, ക്രിസ്തുമസ്, ഗുരുനാനാക് ജയന്തി തുടങ്ങിയവയാണ് പ്രധാന ആഘോഷങ്ങൾ. ഹോളി ദിവസം തലസ്ഥാനം വർണങ്ങളിൽ മുങ്ങും. ദീപാവലി നാൾ പടക്കങ്ങളാൽ ശബ്ദമുഖരിതമാവും. നോമ്പു കാലത്തെ ഇഫ്താർ വിരുന്നുകൾ പ്രസിദ്ധമാണ്. മുസ്ലിങ്ങൾ മാത്രമല്ല ഹിന്ദുക്കളും ഇഫ്താർ വിരുന്നുകൾ സംഘടിപ്പിക്കാറുണ്ട്. സൗഹൃദങ്ങൾ ഊട്ടിയുറപ്പിക്കാനുള്ള വേദികളാണ് ഇഫ്താർ വിരുന്നുകൾ. പ്രധാനമന്ത്രിയും പ്രതിപക്ഷനേതാവും പ്രമുഖ രാഷ്ട്രീയ നേതാക്കളുമെല്ലാം ഇഫ്താർ വിരുന്നുകൾ സംഘടിപ്പിക്കാറുണ്ട്. ചില നിർണായക രാഷ്ട്രീയമാറ്റങ്ങൾക്ക് ഇത്തരം വിരുന്നുകൾ വേദിയായിട്ടുണ്ട്.

തലസ്ഥാന നഗരിയുടെ പ്രൗഢി നേരിൽ കാണണമെങ്കിൽ ജനുവരി മാസത്തിൽ ദില്ലിയിലെത്തണം. ജനുവരി 26ന് നടക്കുന്ന റിപ്പബ്ലിക് ദിനപരേഡും മറ്റ് ആഘോഷ പരിപാടികളുമെല്ലാം മനംകുളിർപ്പിക്കും. റിപ്പബ്ലിക്ക് ദിനത്തോടനുബന്ധിച്ച് സാംസ്കാരിക മന്ത്രാലയം വിപുലമായ നൃത്തോത്സവം സംഘടിപ്പിക്കാറുണ്ട്. ഇന്ത്യയിലെ എല്ലാ സംസ്ഥാനങ്ങളിൽ നിന്നുള്ള നൃത്തങ്ങളും ഇവിടെ അരങ്ങേറും. വിവിധ സംസ്ഥാന സർക്കാറുകളുടെ ഭവനങ്ങളാണ് പ്രധാന സാംസ്കാരിക കേന്ദ്രങ്ങൾ.

ഓണക്കാലത്ത് കേരള ഹൗസ് സജീവമാവും. കേരളീയ കലാരൂപങ്ങളെല്ലാം ഇവിടെ അരങ്ങേറും. ഇതുപോലെ ഓരോ സംസ്ഥാനങ്ങളിലേയും ഉത്സവങ്ങൾ അതാത് ഭവനങ്ങളിൽ ആഘോഷിക്കും.

സഫ്ദർഹാശ്മി

നവംബർ മാസത്തിൽ നടക്കുന്ന ലോകവാണിജ്യമേള എടുത്ത് പറയേണ്ടതാണ്. ഇന്ത്യയിലെ എല്ലാ സംസ്ഥാനങ്ങളുടെയും പൊതുമേഖലാ സ്ഥാപനങ്ങളുടെയും സ്റ്റാളുകൾ മേളയിലുണ്ടാവും. ഓരോ സംസ്ഥാനങ്ങളിലേയും പ്രധാന ഉൽപ്പന്നങ്ങളും ഭക്ഷണങ്ങളുമെല്ലാം ഇവിടെ ലഭിക്കും. നവംബർ മാസത്തിലാണ് ലോകപുസ്തകോത്സവം. ദില്ലിയിലെ പ്രശസ്തമായ പ്രഗതി മൈതാനിൽ നടക്കുന്ന പുസ്തകോത്സവത്തിൽ ലോകത്തെ പ്രമുഖ പ്രസാധകരുടെ പുസ്തകങ്ങളെല്ലാം ലഭ്യമാവും. ജനുവരിയിൽ ദേശീയ നാടകോത്സവം നടക്കും. നാഷണൽ സ്കൂൾ ഓഫ് ഡ്രാമയാണ് ദേശീയ നാടകോത്സവം സംഘടിപ്പിക്കുന്നത്. ഇന്ത്യയിലെ പ്രമുഖ നാടകസംഘങ്ങളുടെ ഏറ്റവും മികച്ച നാടകങ്ങൾ മണ്ഡിഹൗസിലെ സ്കൂൾ ഓഫ് ഡ്രാമയിലും കമാനി ഓഡിറ്റോറിയത്തിലും അരങ്ങേറും. ദില്ലിയുടെ സാംസ്കാരിക തലസ്ഥാനമാണ് മണ്ഡിഹൗസ്. കേന്ദ്ര സാഹിത്യ അക്കാദമി, സംഗീത നാടക അക്കാദമി, സ്കൂൾ ഓഫ് ഡ്രാമ, ദൂരദർശൻ, പ്രശസ്തമായ കമാനി, ത്രിവേണി ഓഡിറ്റോറിയങ്ങൾ തുടങ്ങിയവയെല്ലാം ഇവിടെയാണ് സ്ഥിതിചെയ്യുന്നത്. ഇന്ത്യാഗേറ്റിൽനിന്ന് നാഷണൽ ആർട്ട്ഗ്യാലറിയിലേക്ക് അധികം ദൂരമില്ല. നേരത്തെ ദില്ലിയിൽ നടന്നിരുന്ന ദേശീയ ചലച്ചിത്രോത്സവം ഗോവയിലേക്ക് മാറ്റിയത് തലസ്ഥാനത്തെ സിനിമാ ആസ്വാദകർക്ക് തിരിച്ചടിയായി. എങ്കിലും നിരവധി ചലച്ചിത്രോത്സവങ്ങൾ ദില്ലിയിൽ നടക്കാറുണ്ട്. ഓഷിയാൻ ചലച്ചിത്രോത്സവമാണ് ഏറ്റവും പ്രധാന ചലച്ചിത്രോത്സവം.

തലസ്ഥാനത്ത് തെരുവുനാടകസംഘങ്ങളും സജീവമാണ്. സഫ്ദർ ഹാശ്മിയുടെ നേതൃത്വത്തിൽ എൺപതുകളിൽ തൊഴിൽ ചൂഷണങ്ങൾക്കെതിരെ അരങ്ങേറിയിരുന്ന നാടകങ്ങൾ വലിയ ജനമുന്നേറ്റങ്ങളായി മാറി. ഇതിൽ അസ്വസ്ഥരായ തൊഴിലുടമകൾ സഫ്ദർഹാശ്മിയെ കൊലപ്പെടുത്തി. ഹാശ്മിയുടെ ഭാര്യ മാലശ്രീ ഹാശ്മിയുടെ നേതൃത്വത്തിൽ ജനനാട്യമഞ്ച് എന്ന തെരുവ്നാടകസംഘം ഇന്നും സജീവമാണ്. സഫ്ദർ ഹാശ്മി രക്തസാക്ഷി ദിനമായ ജനുവരി 2ന് ദില്ലിയിൽ തെരുവു നാടകങ്ങൾ അരങ്ങേറാറുണ്ട്. ജന്മനാട്യമഞ്ചിന് പുറമേ സഹ്മത്ത്,

അൻഹദ് തുടങ്ങിയ സാംസ്കാരിക സംഘടനകളും ദില്ലിയിൽ സജീവമാണ്.

വിനോദസഞ്ചാരം

ഇന്ത്യയിൽ ഏറ്റവുമധികം വിനോദസഞ്ചാരികളെത്തുന്ന നഗരമാണ് ദില്ലി. പാർലമെന്റ് മന്ദിരം, രാഷ്ട്രപതിഭവൻ, ഇന്ത്യാഗേറ്റ്, കുത്തബ് മിനാർ, ചെങ്കോട്ട, രാജ്ഘട്ട്, ലോട്ടസ് ടെമ്പിൾ, ബിർളാ മന്ദിർ, ഇന്ദിരാഗാന്ധി, രാജീവ് ഗാന്ധി സമാധികൾ, പുരാന കിലാ കോട്ട, തുഗ്ലക്കാബാദ് കോട്ട, ലോധി ഗാർഡൻസ്, ജന്തർമന്ദർ, സഫ്ദർ ജംഗ് ബലികുടീരം എന്നിങ്ങനെ നിരവധി ചരിത്രപ്രാധാന്യമുള്ള സ്ഥലങ്ങളും സ്ഥാപനങ്ങളും ദില്ലിയിലുണ്ട്. ഇതിന് പുറമേ ഇന്ത്യയിലെ നിരവധി പ്രമുഖ വിനോദ സഞ്ചാര കേന്ദ്രങ്ങളിലേക്കുള്ള കവാടം കൂടിയാണ് ദില്ലി. ജയ്പൂർ, സിംല, അമൃതസർ, ആഗ്ര, ഡെറാഡൂൺ, ജമ്മു തുടങ്ങിയ സ്ഥലങ്ങളിലേക്കെല്ലാം ദില്ലിയിൽനിന്നും എളുപ്പത്തിലെത്താം. റോഡ്മാർഗവും റെയിൽമാർഗവും വിമാനമാർഗവും ദില്ലിയിലേക്കും ദില്ലിയിൽനിന്നു മറ്റുനഗരങ്ങളിലേക്കുമെത്താം. മാർച്ച്, ഏപ്രിൽ, ആഗസ്റ്റ്, സെപ്തംബർ, ഒക്ടോബർ, നവംബർ എന്നീ മാസങ്ങളാണ് ദില്ലി സന്ദർശിക്കാൻ ഏറ്റവും ഉചിത സമയം.

ഭക്ഷണം

എല്ലാ സംസ്ഥാനങ്ങളിലെയും എല്ലാ രാജ്യങ്ങളിലെയും ഭക്ഷണങ്ങൾ ദില്ലിയിൽ ലഭിക്കും. ദില്ലിയിലെ ഐ എൻ എ മാർക്കറ്റിലും മയൂർവിഹാറിലും നിരവധി മലയാളി ഹോട്ടലുകൾ ഉണ്ട്, അവിടെ ചെന്നാൽ കേരള ഭക്ഷണം ലഭിക്കും. ദില്ലിയിലെ ബംഗാളി മാർക്കറ്റിൽ ചെന്നാൽ ബംഗാളി ഭക്ഷണം ലഭിക്കും. ജുമാമസ്ജിദിന് സമീപമുള്ള കരിംസ് ഹോട്ടലിൽ ചെന്നാൽ പരമ്പരാഗത മുഗൾ ഭക്ഷണം ലഭിക്കും. എല്ലാ സംസ്ഥാനങ്ങളുടേയും റസിഡണ്ട് കമീഷണർമാരുടെയും ഓഫീസുകളോട് ചേർന്ന് കാന്റീനുകൾ ഉണ്ട്. ഈ കാന്റീനുകളിൽ അതാത് സംസ്ഥാനങ്ങളുടെ ഭക്ഷണം ലഭിക്കും. കേരള ഹൗസിൽ കേരള ഭക്ഷണവും ആന്ധ്രഭവനിൽ ആന്ധ്ര ഭക്ഷണവും ജമ്മുകാശ്മീർ ഭവനിൽ കാശ്മീർ ഭക്ഷണവും ലഭിക്കും. പ്രഗതി മൈതാനിൽ വർഷാവർഷം നടക്കുന്ന ലോകവാണിജ്യമേളയോടനുബന്ധിച്ച് എല്ലാ സംസ്ഥാനങ്ങളുടെയും സ്റ്റാളുകളിൽ അതാത് സംസ്ഥാനത്തിലെ പ്രത്യേകയിനം ഭക്ഷണങ്ങളുടെയും വിൽപ്പന നടക്കും.

ശരാശരി ദില്ലിക്കാരന്റെ ഇഷ്ടഭക്ഷണം തന്തൂരി റൊട്ടിയും പരിപ്പുകറിയുമാണ്. മട്ടൻ പനീർ, പാലക്ക് പനീർ, ഷായി പനീർ തുടങ്ങിയ പാൽക്കട്ടി കറികളും ഇഷ്ടഭക്ഷണമാണ്.

സ്പോർട്സ്

ഒരുകാലത്ത് ഇന്ത്യൻ ഹോക്കിയുടെ തട്ടകമായിരുന്നു ദില്ലി. എന്നാൽ ക്രിക്കറ്റിന്റെ ആധിപത്യത്തിൽ ഹോക്കി പിറകോട്ടു പോയി. ഇന്ന് ഒട്ടു

ജവഹർലാൽ നെഹ്റു സ്റ്റേഡിയം

മിക്ക മൈതാനങ്ങളിലും കാണുന്ന കളി ക്രിക്കറ്റാണ്. സ്പോർട്സും അടിസ്ഥാന സൗകര്യവികസനവും തമ്മിൽ ഏറെ ബന്ധമുണ്ട്. 1982 ലെ ഏഷ്യൻ ഗെയിംസ് ദില്ലിയുടെ മുഖച്ഛായ മാറ്റിമറിച്ചു. കോമൺവെൽത്ത് ഗെയിംസിന്റെ ഭാഗമായി വൻതോതിലുള്ള വികസന പ്രവർത്തനങ്ങളാണ് ദില്ലിയിൽ നടന്നത്. ജവഹർലാൽ നെഹ്റു സ്റ്റേഡിയം ഇന്ത്യയിലെ ഏറ്റവും വലിയ സ്റ്റേഡിയങ്ങളിലൊന്നാണ്. ഫിറോഷാ കോട്ട്ല സ്റ്റേഡിയത്തിൽ രാജ്യാന്തര ക്രിക്കറ്റ് മത്സരങ്ങളും ധ്യാൻചന്ദ് സ്റ്റേഡിയത്തിൽ ഹോക്കി മത്സരങ്ങളും നടക്കുന്നു. എല്ലാ കായികമത്സരങ്ങളും നടത്താൻ സൗകര്യമുള്ള അന്താരാഷ്ട്ര നിലവാരമുള്ള നിരവധി സ്റ്റേഡിയങ്ങൾ ദില്ലിയിലുണ്ട്. രാജ്യത്തെ പ്രമുഖ പരിശീലന സ്ഥാപനമായ സ്പോർട്സ് അതോറിറ്റി ഓഫ് ഇന്ത്യയുടെ ആസ്ഥാനം ദില്ലിയിലാണ്. നിരവധി സ്റ്റേഡിയങ്ങളും പരിശീലന സ്ഥാപനങ്ങളുമെല്ലാമുണ്ടെങ്കിലും സ്പോർട്സിൽ ദില്ലി പൊതുവേ പിറകിലാണ്. ക്രിക്കറ്റിലും ഷൂട്ടിങ്ങിലും മാത്രമാണ് ദില്ലിക്ക് നേട്ടം കൈവരിക്കാനായിട്ടുള്ളത്.

ദില്ലി – കേരളീയം

ദില്ലിയിൽ മലയാളികൾക്ക് നിർണായക സ്ഥാനമുണ്ട്. ദില്ലിയിലും സമീപത്തുമുള്ള വ്യവസായ നഗരങ്ങളിലുമായി പത്തു ലക്ഷത്തോളം

മലയാളികളുണ്ട്. എല്ലാ മേഖലകളിലും മലയാളികളുടെ സാന്നിധ്യം പ്രകടമാണ്. 1952 ആദ്യ ലോക്സഭാ തിരഞ്ഞെടുപ്പിലും 1957 ലെ രണ്ടാം ലോക്സഭാ തിരഞ്ഞെടുപ്പിലും മലയാളിയായ സി കൃഷ്ണൻ നായർ ഔട്ടർദില്ലി മണ്ഡലത്തിൽനിന്നും തിരഞ്ഞെടുക്കപ്പെട്ടു. കൃഷ്ണൻ നായർക്ക് ശേഷം ദില്ലിയിലെ ആഭ്യന്തര രാഷ്ട്രീയത്തിൽ ശ്രദ്ധേയനായ നേതാവ് സി എം സ്റ്റീഫനായിരുന്നു. ലക്ഷദ്വീപുകാരനായ പി എം സെയ്ദ് അവസാനം രാജ്യസഭയിലേക്ക് തിരഞ്ഞെടുക്കപ്പെട്ടതും ദില്ലിയിൽ നിന്നായിരുന്നു. പക്ഷേ അദ്ദേഹത്തിന്റെ പ്രവർത്തനമേഖല ദില്ലിയായിരുന്നില്ല. എല്ലാ പാർട്ടികളുടെയും നേതൃനിരയിൽ മലയാളികളുണ്ട്. എന്നാൽ നിയമസഭയിലൊ കോർപ്പറേഷനുകളിലൊ മലയാളികൾക്ക് പ്രാതിനിധ്യമില്ല. മലയാളികളുടെ അംഗസംഖ്യ വലുതാണെങ്കിലും വോട്ടർ പട്ടികയിൽ പേരുള്ളവരുടെ എണ്ണം കുറവാണ്.

തൊഴിൽമേഖലയിൽ പ്രത്യേകിച്ച് സേവനമേഖലയിൽ മലയാളികൾക്ക് നിർണായക സ്ഥാനവും സൽപ്പേരുമുണ്ട്. ഒട്ടുമിക്ക ആശുപത്രികളിലെയും നഴ്സുമാരിൽ പകുതിയിലേറെയും മലയാളികളാണ്. മലയാളികൾക്ക് വിദ്യാഭ്യാസം നൽകുന്നതിനായി കേരള എജ്യുക്കേഷൻ സൊസൈറ്റിയുടെ കീഴിൽ ആറു കേരള സ്കൂളുകൾ ദില്ലിയിൽ പ്രവർത്തിക്കുന്നുണ്ട്. നൂറുകണക്കിന് വിദ്യാർഥികളാണ് ഇവിടെ പഠിക്കുന്നത്. മറുനാടൻ മലയാളികളെ മലയാളം എഴുതാനും വായിക്കാനും പഠിപ്പിക്കുന്നതിനായി സംസ്ഥാന സർക്കാർ ആരംഭിച്ച മലയാളഭാഷാ പഠന പദ്ധതി ചരിത്രപ്രാധാന്യമർഹിക്കുന്നു. പദ്ധതിയുടെ കീഴിൽ ദില്ലിയിലെ മുക്കിലും മൂലയിലും മലയാളഭാഷാ പഠന കേന്ദ്രങ്ങൾ പ്രവർത്തിക്കുന്നുണ്ട്. ഇവിടെ മലയാളഭാഷ പഠിക്കുന്ന കുട്ടികളും മുതിർന്നവരും എല്ലാവർഷവും പരീക്ഷയെഴുതുന്നു. വിജയികൾക്ക് മുഖ്യമന്ത്രിതന്നെ ദില്ലിയിലെത്തി സർട്ടിഫിക്കറ്റുകൾ വിതരണംചെയ്യുന്നു. ഓം ചേരി, എൻ എൻ പിള്ള, പ്രമുഖ മാധ്യമ പ്രവർത്തകരായിരുന്ന വി കെ മാധവൻകുട്ടി, ജോസഫ് ഇടമറുക് എന്നിവരായിരുന്നു ഈ പദ്ധതിയുടെ ശിൽപ്പികൾ.

ദില്ലിയിലെ മലയാള സാംസ്കാരികവേദി എക്കാലത്തും സജീവമാണ്. ഇതിന്റെ തുടക്കം കൊണാൾട്ട് പ്ലേസിലെ കേരള ക്ലബാണ്. സ്വാതന്ത്ര്യാനന്തരം വി എൻ മേനോന്റെ നേതൃത്വത്തിലുള്ള ഉന്നത സർക്കാർ ഉദ്യോഗസ്ഥർ സന്ധ്യകളിൽ സമ്മേളിച്ചിരുന്ന കേരള ക്ലബ് പിന്നീട് കേരളത്തിന്റെ ദില്ലിയിലെ സാംസ്കാരിക തലസ്ഥാനമായി മാറി. ഒ വി വിജയൻ, എം മുകുന്ദൻ, എം പി നാരായണപിള്ള, സച്ചിദാനന്ദൻ, വി കെ മാധവൻകുട്ടി, ഇടമറുക്, ഓംചേരി തുടങ്ങിവരെല്ലാം പലപ്പോഴായി കേരള ക്ലബിന്റെ ഭാരവാഹികളായിരുന്നു. എല്ലാ വെള്ളിയാഴ്ചകളിലും ഇവിടെ സാഹിതീ സഖ്യങ്ങൾ നടക്കും. വിവിധ വിഷയങ്ങളെക്കുറിച്ച് കുലങ്കുഷമായി സംവാദങ്ങൾ നടക്കും. ക്ലബിൽ ഒരു പുസ്തകവിൽപ്പനശാലയുണ്ട്. ഇവിടെ ഡി സി ബുക്സ്, ചിന്ത പബ്ലിഷേഴ്സ് തുടങ്ങിയ പ്രമുഖ പ്രസാധകരുടെ പുസ്തകങ്ങൾ ലഭിക്കും.

നിരവധി സാംസ്കാരിക സംഘടനകൾ ദില്ലിയിലുണ്ട്. വലിപ്പം കൊണ്ടും പ്രവർത്തനംകൊണ്ടും ഏറ്റവും വലിയ സംഘടന ജനസംസ്കൃതിയാണ്. സംസ്ഥാന സ്കൂൾ യുവജനോത്സവത്തിന്റെ മാതൃകയിൽ ജനസംസ്കൃതിയുടെ നേതൃത്വത്തിൽ എല്ലാവർഷവും സർഗോത്സവങ്ങൾ സംഘടിപ്പിക്കാറുണ്ട്. നൂറുകണക്കിന് മലയാളി പ്രതിഭകൾ സർഗോത്സവത്തിൽ മാറ്റുരയ്ക്കുന്നു. കുട്ടികൾക്കും മുതിർന്നവർക്കും വേണ്ടി സഫ്ദർ ഹാശ്മി നാടകോത്സവവും ശ്രദ്ധേയമാണ്. ദില്ലി മലയാളി അസോസിയേഷനാണ് മറ്റൊരു പ്രമുഖ സാംസ്കാരിക സംഘടന. ഡി എം എയുടെ നേതൃത്വത്തിൽ എല്ലാവർഷവും ദില്ലിയിലെ സിരി ഫോർട്ട് ഓഡിറ്റോറിയത്തിൽ വിപുലമായ ഓണാഘോഷം സംഘടിപ്പിക്കാറുണ്ട്.

തലസ്ഥാന നഗരിയുടെ ഹൃദയത്തിൽ ജന്തർമന്ദർ റോഡിലാണ് കേരളഹൗസ് സ്ഥിതിചെയ്യുന്നത്. സംസ്ഥാന സർക്കാരിന്റെ പ്രതിനിധിയായ കേരളഹൗസ് റസിഡന്റ് കമ്മീഷണർ സംസ്ഥാന സർക്കാറും കേന്ദ്രസർക്കാറും തമ്മിലുള്ള പ്രവർത്തനങ്ങൾ ഏകോപിപ്പിക്കുന്നതിന് ചുക്കാൻ പിടിക്കുന്നു. കേരളത്തിൽനിന്നും ദില്ലിയിലെത്തുന്നവർക്ക് ഇവിടെ താമസസൗകര്യമുണ്ട്. വിപുലമായ ഒരു പൊതുജനസമ്പർക്ക വിഭാഗവും ഇവിടെ പ്രവർത്തിക്കുന്നുണ്ട്.

കസ്തൂർബ ഗാന്ധിമാർഗിലാണ് ട്രാവൻകൂർഹൗസ്. നേരത്തെ തിരുവിതാംകൂർ രാജാവിന്റെ ദില്ലിയിലെ ആസ്ഥാനമായിരുന്നു ട്രാവൻകൂർ ഹൗസ്. നോർക്കയുടെ ദില്ലിയുടെ ആസ്ഥാനവും കെൽട്രോൺ, എസ് ബി ടി തുടങ്ങിയവയുടെ ഓഫീസുകളും ഇവിടെയാണ് പ്രവർത്തിക്കുന്നത്. ട്രാവൻകൂർ ഹൗസ് ഇപ്പോൾ സാംസ്കാരികകേന്ദ്രം കൂടിയാണ്. ഇവിടെ വിശാലമായ ഒരു ആർട്ട് ഗ്യാലറിയാണ്. ആർട്ട് ഗ്യാലറിയിൽ കേരളത്തിൽനിന്നുമുള്ള ചിത്രകാരന്മാരുടെ പ്രദർശനങ്ങൾ നടക്കുന്നു.

മറുനാടൻ മലയാളികൾക്ക് പ്രയോജനപ്പെടുന്ന രീതിയിൽ ട്രാവൻകൂർ ഹൗസ് നവീകരിക്കണമെന്നത് ഏറെ നാളായുള്ള ആവശ്യമാണ്. വിലപിടിപ്പേറിയ കണ്ണായ സ്ഥലത്താണ് ട്രാവൻകൂർ ഹൗസ് സ്ഥിതിചെയ്യുന്നത്. നിയമതടസങ്ങൾ പലതുമുണ്ടെങ്കിലും ട്രാവൻകൂർ ഹൗസ് നവീകരിക്കാനുള്ള വിപുലമായ ഒരു പദ്ധതി പരിഗണനയിലുണ്ട്.

കണ്ടിരിക്കേണ്ട സ്ഥലം – പാർലമെന്റ് മന്ദിരം

ലോകത്തിലെ ഏറ്റവും വലിയ ജനാധിപത്യ സ്ഥാപനമായാണ് ഇന്ത്യൻ പാർലമെന്റ് അറിയപ്പെടുന്നത്. പാർലമെന്റ് മന്ദിരമാവട്ടെ ജനാധിപത്യ സംവിധാനത്തിന്റെ പ്രതീകവും. 1919 ലെ മൊൺടേക് – ചെംസ്ഫോർഡ് പരിഷ്കാരങ്ങളെ തുടർന്നാണ് പാർലമെന്റ് മന്ദിരം നിർമിക്കുന്നത് സർ എഡ്വിൻ ലുട്യൻസും സർ ഹെർബർട്ട് ബേക്കറും ആയിരുന്നു പാർലമെന്റ് മന്ദിരത്തിന്റെ രൂപരേഖ തയാറാക്കിയിരുന്നത്. ഇന്നും

ലോകത്തെ ഏറ്റവും മനോഹരമായ നിയമനിർമാണ സഭകളിലൊന്നാണ് ഇന്ത്യൻ പാർലമെന്റ്. ലോക്സഭ, രാജ്യസഭ, സംയുക്ത സമ്മേളനവും രാഷ്ട്രപതിയുടെ നയപ്രഖ്യാപന പ്രസംഗവുമെല്ലാം നടക്കുന്ന സെൻട്രൽഹാൾ, ലൈബ്രറി തുടങ്ങിയവയെല്ലാം ഉൾക്കൊള്ളുന്നതാണ് പാർലമെന്റ് മന്ദിരം.

ദില്ലിയിലെ സൻസദ് മാർഗിലാണ് പാർലമെന്റ് മന്ദിരം സ്ഥിതിചെയ്യുന്നത്. സമ്മേളനങ്ങൾ നടക്കുന്ന ദിവസങ്ങളിൽ പൊതുജനങ്ങൾക്ക് പാർലമെന്റ് സന്ദർശിക്കാം. എം പി മാർ ശുപാർശകത്ത് നൽകിയാൽ പ്രവേശന പാസുകൾ ലഭിക്കും.

മലയാളി സംഘടനകളുടെ ഭാരവാഹികൾ

ജനസംസ്കൃതി – സന്തോഷ് (09810996187)
ദില്ലി മലയാളി അസോസിയേഷൻ – ചന്ദ്രൻ (09312217598)

ദില്ലിയിലേക്കുള്ള ട്രെയിനുകൾ

* 12625 തിരുവനന്തപുരം – ന്യൂഡൽഹി കേരള സൂപ്പർ ഫാസ്റ്റ് (പ്രതിദിനം)
* 16317 കന്യാകുമാരി ജമ്മുതാവി ഹിമസാഗർ എക്സ്പ്രസ് (വെള്ളിയാഴ്ച)
* 12431 തിരുവനന്തപുരം – നിസാമുദ്ദീൻ രാജധാനി (ചൊവ്വ, വ്യാഴം)
* 12432 നിസാമുദ്ദീൻ – തിരുവനന്തപുരം രാജധാനി സൂപ്പർ ഫാസ്റ്റ് (ഞായർ, ചൊവ്വ)
* 12617 – എറണാകുളം നിസാമുദ്ദീൻ മംഗള ലക്ഷദ്വീപ് സൂപ്പർഫാസ്റ്റ് (പ്രതിദിനം)

പൊതുവിവരങ്ങൾ

ജില്ലകൾ	–	7
നിയമസഭാമണ്ഡലങ്ങൾ	–	70
ലോക്സഭാമണ്ഡലങ്ങൾ	–	7
മുഖ്യമന്ത്രി	–	ഷീലാ ദീക്ഷിത്
ഔദ്യോഗിക ഭാഷ	–	ഹിന്ദി, ഉറുദു, പഞ്ചാബി, ഇംഗ്ലീഷ്
ജനസംഖ്യ	–	16753235
ജനസാന്ദ്രത	–	11297/Km^2
വിസ്തീർണം	–	1484/Km^2
സമയമേഖല	–	ഐ എസ് ടി (യു ടി ഡി + 5.30)

ടെലിഫോൺ കോഡ്	–	+011
പിൻകോഡ്	–	110 XXX

പ്രത്യേകതകൾ

1. ഇന്ത്യയിലെ ഏറ്റവും ജീവിതച്ചെലവേറിയ നഗരം.
2. ബന്ദോ ഹർത്താലോ സമരങ്ങളോ വിജയിക്കാത്ത നഗരം.
3. ഇന്ത്യയിൽ ഏറ്റവുമധികം കുറ്റകൃത്യങ്ങൾ നടക്കുന്ന നഗരം.
4. സ്ത്രീകൾക്കും കുട്ടികൾക്കുമെതിരെ ഏറ്റവുമധികം അക്രമങ്ങൾ നടക്കുന്ന നഗരം.
5. ഷീലാ ദീക്ഷിത് – ഏറ്റവുമധികം കാലം മുഖ്യമന്ത്രിയായ വനിത.
6. ആസാദ് പൂർമാർക്കറ്റ് – ഏഷ്യയിലെ ഏറ്റവും വലിയ പച്ചക്കറി മൊത്തവിപണന കേന്ദ്രം.
7. ദില്ലി മെട്രോ – ഇന്ത്യയിലെ ഏറ്റവും ആധുനിക സൗകര്യങ്ങളുള്ള ഭൂഗർഭ റെയിൽവേ സംവിധാനം.
8. ദില്ലി ലോക പുസ്തകോൽസവം – ഏഷ്യയിലെ വലിയ പുസ്തകോൽസവം.
9. ദില്ലി രാജ്യാന്തര വാണിജ്യമേള – ഏഷ്യയിലെ ഏറ്റവും വലിയ വിപണന മേള.

സഹായനമ്പറുകൾ

പൊലീസ് കൺട്രോൾ റൂം	–	100 (ടോൾഫ്രീ) 011 – 23213355
വനിതാ സെൽ	–	1091 (ടോൾ ഫ്രീ) 011 – 24121234
കുട്ടികളുടെ സെൽ	–	1098 (ടോൾ ഫ്രീ)
പൊലീസ് വെബ്സൈറ്റ്	–	rajpolice.nic.in
കുറ്റകൃത്യങ്ങൾ അറിയിക്കാനുള്ള നമ്പർ	–	1090
തീവ്രവാദ പ്രവർത്തനങ്ങൾ അറിയിക്കാനുള്ള നമ്പർ	–	1090
ട്രാഫിക് പൊലീസ്	–	011 – 23010101
വെബ്സൈറ്റ്	–	www.ddhipolice.nic.in
ടൂറിസം ഇൻഫർമേഷൻ	–	011 – 24647005 011 – 24698431 011 – 24618026
ടൂറിസം വെബ്സൈറ്റ്	–	www.delhitourism.nic.in

31

തമിഴ്നാട്

ഇന്ത്യയുടെ തെക്കേ അറ്റത്ത് സ്ഥിതിചെയ്യുന്ന സംസ്ഥാനമാണ് തമിഴ്നാട്. തമിഴ്ഭാഷ സംസാരിക്കുന്നവരുടെ നാടാണ് തമിഴ്നാട്.

ചരിത്രം

ചരിത്രാതീതകാലഘട്ടത്തിലെ മനുഷ്യജീവിതത്തെക്കുറിച്ചും അന്നത്തെ ജീവജാലങ്ങളെക്കുറിച്ചുമുള്ള നിർണായക വിവരങ്ങൾ തമിഴ്നാട്ടിൽനിന്ന് ലഭിച്ചിട്ടുണ്ട്. തിരുനെൽവേലിയിൽനിന്നും 24 കിലോമീറ്റർ അകലെ അടിച്ചനലൂരിൽ നടത്തിയ ഖനനത്തിലൂടെ നിർണായക വിവരങ്ങളാണ് ലഭിച്ചിരുന്നത്. 3800 വർഷങ്ങൾക്ക് മുമ്പ് ജീവിച്ചിരുന്നതെന്ന് കരുതുന്ന മനുഷ്യരുടെ തലയോട്, അസ്ഥികൂടം, എല്ലുകൾ തുടങ്ങിയവയെല്ലാം പതിഞ്ഞിരിക്കുന്ന 169 ലിഖിതങ്ങൾ കണ്ടെത്തിയിരുന്നു. ആർക്കിയോളജിക്കൽ സർവെ ഓഫ് ഇന്ത്യക്ക് ഇതുവരെ ലഭിച്ച പുരാതന ലിഖിതങ്ങളുടെ 60 ശതമാനത്തിന്റെയും ഉറവിടം തമിഴ്നാടാണ്. മിക്കതിന്റെയും ഭാഷ തമിഴും. ദിനോസറുകൾ ഉൾപ്പെടെയുള്ള ഭീമൻ ജീവികൾ അരിയാലൂർ ജില്ലയിൽ ജീവിച്ചിരുന്നതായി സേലത്തെ പെരിയാർ സർവകലാശാലയിലെ ഗവേഷകർ ചൂണ്ടിക്കാട്ടിയിട്ടുണ്ട്.

ചേര, ചോള, പാണ്ഡ്യ, പല്ലവ രാജാക്കന്മാരാണ് തമിഴ് ചരിത്രത്തിൽ നിറഞ്ഞുനിൽക്കുന്നത്. ചോളന്മാർ സർവാധിപത്യം നേടിയിരുന്ന കാലമായിരുന്നു സംഘകാലഘട്ടം. പാണ്ഡ്യന്മാരുടെ ഉയർച്ചയോടെയാണ് ചോളന്മാർ തളർന്നത്. ഇക്കാലത്ത് ഹിന്ദുമതം കരുത്താർജിച്ചു. ഭക്തിപ്രധാനമായ സാഹിത്യവും ജനകീയമായി. സംഘകാലഘട്ടത്തിന് മുൻപ് ബി സി 300 മുതൽ എ ഡി 250 വരെയായിരുന്നു ചേരന്മാരുടെ സുവർണകാലം. വാൻഞ്ചി ചുത്തൂർ അഥവാ ഇന്നത്തെ കരൂർ ആയിരുന്നു ചേരൻമാ

രുടെ ആസ്ഥാനം. കോയമ്പത്തൂർ, കരൂർ, സേലം ജില്ലകളും കേരളത്തിലെ ചില പ്രദേശങ്ങളുമെല്ലാം അടങ്ങുന്നതായിരുന്നു ചേര സാമ്രാജ്യം. ചേരകാലഘട്ടത്തിൽ വാണിജ്യരംഗം തഴച്ചുവളർന്നു. സുഗന്ധവ്യഞ്ജനങ്ങൾ ആനക്കൊമ്പ്, പവിഴം, മുത്ത്, തേക്ക് തുടങ്ങിയവ ഈജിപ്ത്, റോം, ഗ്രീസ് അറേബ്യ, മെസാപ്പോട്ടാമിയ, പേർഷ്യ എന്നീ രാജ്യങ്ങളിലേക്ക് കയറ്റി അയച്ചു. എ ഡി മൂന്നാം നൂറ്റാണ്ട് മുതൽ ഏഴാം നൂറ്റാണ്ടുവരെ കലാഭരാസിന്റെ കാലഘട്ടമായിരുന്നു. ഇക്കാലം തമിഴ്ചരിത്രത്തിലെ ഇരുണ്ടകാലഘട്ടമായാണ് അറിയപ്പെടുന്നത്. ഇക്കാലത്താണ് തമിഴ്നാട്ടിൽ ജൈനമതം പ്രചരിച്ചത്. എട്ടാം നൂറ്റാണ്ടോടുകൂടി പല്ലവന്മാർ ശക്തരായി. മഹേന്ദ്രവർമരും മകൻ മാമല്ല നരസിംഹവർമരും ചേർന്നാണ് പല്ലവസാമ്രാജ്യം കെട്ടിപ്പടുത്തത്. കാഞ്ചീപുരമായിരുന്നു തലസ്ഥാനം. തെക്ക് കാവേരി നദിവരെയുള്ള പ്രദേശം പല്ലവ സാമ്രാജ്യത്തിന്റെ അധീനതയിലായി. പല്ലവ ഭരണത്തിന് കീഴിൽ ദ്രാവിഡ വാസ്തുശിൽപ്പ വിദ്യ ഉച്ചസ്ഥായിയിലെത്തി. യുനസ്കോ ലോകപൈതൃക കേന്ദ്രമായി പ്രഖ്യാപിച്ച ഷോർ ക്ഷേത്രം നരസിംഹവർമൻ രണ്ടാമൻ നിർമിച്ചതായിരുന്നു.

പല്ലവന്മാർക്ക് ശേഷം പാണ്ഡ്യൻ കാലഘട്ടം ആരംഭിച്ചു. മധുരയായിരുന്നു പാണ്ഡ്യന്മാരുടെ ആസ്ഥാനം. കല, സാഹിത്യം വാസ്തുവിദ്യ, വാണിജ്യം തുടങ്ങിയവ ഈ കാലഘട്ടത്തിൽ സജീവമായി. മധുര മീനാക്ഷി ക്ഷേത്രവും തിരുനെൽവേലിയിലെ നെല്ലായ്പ്പാർ ക്ഷേത്രവുമാണ് പാണ്ഡ്യകാലഘട്ടത്തിലെ വാസ്തുവിദ്യയുടെ മികച്ച ഉദാഹരണങ്ങൾ. തെക്ക് കിഴക്കൻ ഏഷ്യൻരാജ്യങ്ങളുമായി അക്കാലത്ത് വാണിജ്യബന്ധവും റോമാ സാമ്രാജ്യവുമായി നയതന്ത്ര ബന്ധവും ഉണ്ടായിരുന്നു. പാണ്ഡ്യ സാമ്രാജ്യത്തെ ഏറ്റവും സമ്പന്നരായ സാമ്രാജ്യമായാണ് ചരിത്രകാരനായ സി ഇ മാർക്കോ പോളോ വിശേഷിപ്പിച്ചിരിക്കുന്നത്.

ഒമ്പതാം നൂറ്റാണ്ടോടെയാണ് ചോളന്മാർ കരുത്തരാകുന്നത്. ആദിത്യ പരാർതാക, പരാർതാക രണ്ടാമൻ എന്നിവരുടെ ഭരണത്തിനു കീഴിൽ ചോള സാമ്രാജ്യത്തിന്റെ വിസ്തൃതി ആന്ധ്രപ്രദേശിലേക്കും കർണാടകത്തിലേക്കും വ്യാപിച്ചു. പിന്നീട് അധികാരത്തിൽ വന്ന രാജരാജ ചോളനും മകൻ രാജേന്ദ്രചോളനും ചേർന്ന് തെക്കൻ ഏഷ്യയിലെ ഒരു മുഖ്യശക്തിയായി ചോള സാമ്രാജ്യത്തെ മാറ്റി. മറ്റ് രാജാവംശങ്ങളെപ്പോലെ ചോളന്മാരും വാസ്തുചാതുരിയുള്ള ക്ഷേത്രങ്ങളുടെ നിർമാണത്തിൽ ദത്തശ്രദ്ധരായിരുന്നു. തഞ്ചാവൂരിലെ ബൃഹദേശ്വരക്ഷേത്രവും തിരുപണമലയിലെ അണ്ണാമലയാൽ ക്ഷേത്രവും ചിദംബരം ക്ഷേത്രവും ചോള വാസ്തുശിൽപ്പകലയുടെ മികച്ച ഉദാഹരണങ്ങളാണ്. എ ഡി 1230 –1280 കാലഘട്ടത്തിൽ ചോളന്മാർ ദുർബലരായി. മരാവർമൻ സുന്ദര പാണ്ഡ്യന്റെ നേതൃത്വത്തിൽ പാണ്ഡ്യന്മാർ വീണ്ടും പ്രബലരായി. എന്നാൽ ജനറൽ മാലിക് കഫൂറിന്റെ നേതൃത്വത്തിൽ 1216 ൽ അലാവുദീൻ ഖിൽജിയുടെ സൈന്യം പാണ്ഡ്യസാമ്രാജ്യം പിടിച്ചടക്കി. മധുര ആസ്ഥാനമാക്കി മുഗളന്മാർ ഭരണമാരംഭിച്ചു. എന്നാൽ മുഗൾഭരണ

ത്തിനും അധികം ആയുസ്സുണ്ടായില്ല. 1270 ൽ വിജയ നഗര സാമ്രാജ്യം തമിഴ്നാട് ഒന്നടങ്കം കൈക്കലാക്കി. പിന്നീട് രണ്ടു നൂറ്റാണ്ടുകാലം ഇവരാണ് തമിഴ്നാട് ഭരിച്ചത്. വിജയനഗര സാമ്രാജ്യത്തിന്റെ തകർച്ചയും വൈദേശിക ശക്തികളുടെ ഉയർച്ചയും ഒപ്പമായിരുന്നു. 16 ാം നൂറ്റാണ്ടോടെ ബ്രിട്ടീഷുകാരും ഡച്ചുകാരും പലയിടങ്ങളിലായി കോളനികൾ സ്ഥാപിച്ചു. 1639 ൽ ബ്രിട്ടീഷ് ഈസ്റ്റ് ഇന്ത്യാ കമ്പനി ചെന്നൈയിലെ പുലിക്കാട്ടിൽ സങ്കേതമാരംഭിച്ചതോടെയാണ് ബ്രിട്ടീഷുകാർ ശക്തരാകുന്നത്. ഫ്രഞ്ചുകാരുടെ സ്വാധീനം പോണ്ടിച്ചേരിയിൽ മാത്രമായി തളച്ചിടുന്നതിൽ വിജയിച്ചു. നാട്ടുരാജാക്കന്മാരിൽനിന്ന് കരംപിരിക്കാനുള്ള അധികാരം നേടി. 19–ാം നൂറ്റാണ്ടിന്റെ തുടക്കത്തോടെ ഈ മേഖലയിലെ ഒട്ടുമിക്ക പ്രദേശങ്ങളെയും ബ്രിട്ടീഷുകാർ മദ്രാസ് പ്രവിശ്യയിൽ ചേർത്തു.

രാഷ്ട്രീയം

തമിഴരുടെ അഭിമാനമാണ് പെരിയാർ ഇ വി രാമസ്വാമി നായ്ക്കർ. തമിഴ് രാഷ്ട്രീയം, സാമൂഹ്യ നവോത്ഥാനം, ഭാഷ, സാഹിത്യം എന്നിങ്ങനെ പ്രമുഖമേഖലകളിലെല്ലാം നിറഞ്ഞുനിന്നിരുന്ന വ്യക്തിത്വമായിരുന്നു അദ്ദേഹം. കോൺഗ്രസിലൂടെയാണ് രാഷ്ട്രീയ പ്രവർത്തനം ആരംഭിച്ചത്. കോൺഗ്രസ് സവർണരുടെ പാർട്ടിയാണെന്ന് ആരോപിച്ചുകൊണ്ട് സ്വയം മര്യാദാ പ്രസ്ഥാനത്തിന് തുടക്കമിട്ടു. യുക്തിചിന്തയായിരുന്നു സ്വയം മര്യാദാ പ്രസ്ഥാനത്തിന്റെ അടിത്തറ. സാമൂഹ്യ നവോത്ഥാന മുന്നേറ്റങ്ങളിലെല്ലാം കമ്യൂണിസ്റ്റ് നേതാവ് ശിങ്കാരവേലു ചെട്ടിയാരും രാമസ്വാമി നായ്ക്കരും കൈകോർത്തു. 1934 ൽ കമ്യൂണിസ്റ്റ് പാർട്ടി നിരോധിക്കപ്പെട്ടതിനെത്തുടർന്ന് രാമസ്വാമി നായ്ക്കർ കമ്യൂണിസ്റ്റ് പാർട്ടിയിൽ നിന്ന് അകന്നു. മാത്രമല്ല, ബ്രിട്ടീഷുകാർക്കെതിരെ ശക്തമായ നിലപാട് കൈക്കൊള്ളാനുള്ള അദ്ദേഹത്തിന്റെ വിമുഖത കമ്യൂണിസ്റ്റ് പാർട്ടിക്കും സ്വീകാര്യമായില്ല. രാമസ്വാമി നായ്ക്കർ പിന്നീട് ജസ്റ്റിസ് പാർട്ടി രൂപീകരിച്ചു. ജസ്റ്റിസ് പാർട്ടി ദ്രാവിഡ കഴകമായി മാറി. ഇന്ന് തമിഴ്നാട്ടിലുള്ള ഡി എം കെ, എ ഐ എ ഡി എം കെ, എം ഡി എം കെ, പി എം കെ തുടങ്ങിയ പാർട്ടികളെല്ലാം ദ്രാവിഡകഴകത്തിന്റെ പിൻമുറക്കാരെന്ന് അവകാശപ്പെടുന്നവരാണ്. കോൺഗ്രസിന് മഹാത്മാഗാന്ധിയെപ്പോലെയാണ് ഈ പാർട്ടികൾക്ക് പെരിയാർ ഇ വി രാമസ്വാമി നായ്ക്കർ.

സ്വാതന്ത്ര്യത്തിന് ശേഷം സാമൂഹ്യരംഗത്ത് ദ്രാവിഡ കഴകത്തിന് ഉണ്ടാക്കാനായ മുന്നേറ്റം രാഷ്ട്രീയരംഗത്ത് ഉണ്ടായില്ല. രാജഗോപാലാചാരിയുടെ നേതൃത്വത്തിൽ കോൺഗ്രസ് അടിത്തറ ഭദ്രമാക്കി. തമിഴ്നാട്ടുകാർക്കിടയിൽ ഏറ്റവും ജനസമ്മതിയുണ്ടായിരുന്ന നേതാവ് കാമരാജ് ആയിരുന്നു

ദേശീയതലത്തിലും കാമരാജിനെ ശ്രദ്ധേയനാക്കി. എന്നാൽ കാമരാജിന് ശേഷം മുഖ്യമന്ത്രിയായ ഭക്തവാചാലം സംസ്ഥാനം ഭരിച്ച അവസാനത്തെ കോൺഗ്രസ് മുഖ്യമന്ത്രിയായിരുന്നു. തമിഴ്നാടിനെ ഇളക്കി

മറിച്ച ഭാഷാപ്രശ്നത്തെ കൈകാര്യം ചെയ്യുന്നതിൽ അന്ന് ഉണ്ടായ വീഴ്ചയുടെ തുടർച്ചയാണ് തമിഴ്നാട്ടിൽ കോൺഗ്രസ് ഇന്നും അനുഭവിക്കുന്നത്.

ദ്രാവിഡകഴകം പിളർന്ന് അണ്ണാദുരൈയുടെ നേതൃത്വത്തിലുണ്ടായ ദ്രാവിഡമുന്നേറ്റ കഴകം അറുപതുകളിൽ തമിഴ്നാടിനെ ഇളക്കിമറിച്ച ഹിന്ദി വിരുദ്ധ പ്രക്ഷോഭത്തിലൂടെയാണ് സംസ്ഥാനത്ത് വേരുറപ്പിച്ചത്. 1965 ജനുവരി 17 ന് തിരുച്ചിറപ്പള്ളിയിൽ നടന്ന ഹിന്ദി വിരുദ്ധ സമ്മേളനം കേന്ദ്രത്തിന്റെ ത്രിഭാഷാ പദ്ധതി തള്ളിക്കളഞ്ഞു. ഹിന്ദി ഭാഷ അടിച്ചേൽപ്പിക്കാനുള്ള കേന്ദ്ര സർക്കാറിന്റെ തീരുമാനത്തിനെതിരെ പ്രക്ഷോഭം നടത്താൻ സമ്മേളനം ആഹ്വാനം ചെയ്തു. ഇതിനെ കോൺഗ്രസ് ശക്തമായി എതിർത്തു. തുടർന്നുണ്ടായ സംഘർഷങ്ങളിൽ മുന്നൂറോളം പേരാണ് കൊല്ലപ്പെട്ടത്. നഗരപ്രദേശങ്ങളെല്ലാം കലാപകലുഷിതമായി. തുടർന്ന് 1967 ൽ ലോക്സഭാ തിരഞ്ഞെടുപ്പിൽ ഡി എം കെ മത്സരിച്ച 25 സീറ്റുകളിൽ 25 സീറ്റിലും വിജയിച്ച് ഇന്ത്യൻ പാർലമെന്റിലെ മൂന്നാമത്തെ വലിയ പാർട്ടിയായി മാറി. കാമരാജ് ഉൾപ്പെടെ പ്രമുഖരായ കോൺഗ്രസ് നേതാക്കളെല്ലാം ദയനീയമായി പരാജയപ്പെട്ടു. ഡി എം കെ 173 സീറ്റുകളിലെ 138 ലും വിജയിച്ച് തമിഴ്നാട്ടിൽ അധികാരത്തിൽ വന്നു.

ഇക്കാലത്താണ് കരുണാനിധിയും എം ജി രാചമന്ദ്രനും ഡി എം കെ രാഷ്ട്രീയത്തിൽ സജീവമാവുന്നത്. ഹിന്ദി വിരുദ്ധ സമരത്തിന്റെ നേതൃനിരയിലുണ്ടായിരുന്ന യുവനേതാവായിരുന്നു കരുണാനിധി. രക്തസാക്ഷിത്വം വരിച്ച ഹീറോ എന്ന പേരിലാണ് കരുണാനിധി അക്കാലത്ത് അറിയപ്പെട്ടിരുന്നത്. രാഷ്ട്രീയത്തിലുമുപരി അദ്ദേഹം ഒരു മികച്ച തിരക്കഥാകൃത്തുകൂടിയായിരുന്നു. കരുണാനിധിയുടെ മൂർച്ചയേറിയ സംഭാഷണങ്ങൾ അഭ്രപാളികളിൽ പകർത്താനായി സംവിധായകരും നിർമാതാക്കളും ഓടിനടന്നിരുന്നകാലം. അണ്ണാദുരൈയുടെ പിൻഗാമിയായി ഉയർന്ന കരുണാനിധിക്ക് ഭീഷണി ഉയർന്നതും സിനിമയിൽനിന്നുതന്നെ. തമിഴ് സിനിമയിലെ നായകനായിരുന്ന എം ജി രാമചന്ദ്രൻ ഡി എം കെ യുടെ ട്രഷററായിരിക്കെ കരുണാനിധിയുമായി വഴിപിരിഞ്ഞ് 1972 ൽ എ ഐ എ ഡി എം കെ രൂപീകരിച്ചു. പിന്നീട് എം ജി രാമചന്ദ്രന്റെ മരണം വരെ എം ജി ആറും കരുണാനിധിയും തമ്മിലുള്ള പോരാട്ടമായിരുന്നു തമിഴ് രാഷ്ട്രീയം. എം ജി ആർ അന്തരിച്ചു. എം ജി ആറിന്റെ കുടുംബരാഷ്ട്രീയത്തിലെ പ്രശ്നങ്ങൾ എ ഡി എം കെ യിലും പ്രതിഫലിച്ചു. ഭാര്യ ജാനകി രാമചന്ദ്രനും എം ജി ആറിന് രഹസ്യബന്ധമുണ്ടായിരുന്ന ജയലളിതയും എം ജി ആറിന്റെ പാരമ്പര്യം അവകാശപ്പെട്ടുകൊണ്ട് സജീവരാഷ്ട്രീയത്തിലിറങ്ങി. ജയലളിത രൂപീകരിച്ച എ ഐ എ ഡി എം കെയാണ് ഈ മത്സരത്തിൽ വിജയിച്ചത്.

ജയലളിത മുഖ്യമന്ത്രിയായി അധികാരമേറ്റു. ജയലളിതയുടെ ഏകാധിപത്യമാണ് എ ഐ എ ഡി എം കെയുടെ സവിശേഷത. കരുണാനി

മുഖ്യമന്ത്രിമാർ		
പേര്	കാലാവധി	പാർട്ടി
പി എച്ച് കുമാരസ്വാമി രാജ	1950 – 1952	ഇന്ത്യൻ നാഷണൽ കോൺഗ്രസ്
ജി രാജഗോപാലാചാരി	1952 – 1954	ഇന്ത്യൻ നാഷണൽ കോൺഗ്രസ്
കെ കാമരാജ്	1954 – 1957	ഇന്ത്യൻ നാഷണൽ കോൺഗ്രസ്
കെ കാമരാജ്	1957 – 1962	ഇന്ത്യൻ നാഷണൽ കോൺഗ്രസ്
കെ കാമരാജ്	1962 – 1963	ഇന്ത്യൻ നാഷണൽ കോൺഗ്രസ്
എം ഭക്തവത്സലം	1963 – 1967	ഇന്ത്യൻ നാഷണൽ കോൺഗ്രസ്
സി എൻ അണ്ണാദുരൈ	1967 – 1969	ദ്രാവിഡ മുന്നേറ്റകഴകം
വി ആർ നെടുഞ്ചേഴിയൻ	1969 (ഫെബ്രുവരി ഫെബ്രു 10)	ദ്രാവിഡ മുന്നേറ്റകഴകം
കരുണാനിധി	1969 – 1976	ദ്രാവിഡ മുന്നേറ്റകഴകം
എം ജി രാമചന്ദ്രൻ	1977 – 1980	എ ഐ എ ഡി എം കെ
എം ജി രാമചന്ദ്രൻ	1980 – 1984	എ ഐ എ ഡി എം കെ
എം ജി രാമചന്ദ്രൻ	1985 – 1987	എ ഐ എ ഡി എം കെ
നെടുഞ്ചേഴിയൻ	1987 – 1988	എ ഐ എ ഡി എം കെ
ജാനകി രാമചന്ദ്രൻ	1988ജനു 7 ജനുവരി 30)	എ ഐ എ ഡി എം കെ
കെ കരുണാനിധി	1989 – 1991	ഡി എം കെ
ജയലളിത	1991 – 1996	എ ഐ എ ഡി എം കെ
കരുണാനിധി	1996 – 2001	ഡി എം കെ
ജയലളിത	2001 (മെയ് – സെപ്തംബർ)	എ ഐ എ ഡി എം കെ
പനീർശെൽവം	2001 – 2002	എ ഐ എ ഡി എം കെ
ജയലളിത	2002 – 2006	എ ഐ എ ഡി എം കെ
കരുണാനിധി	2006 – 2011	ഡി എം കെ
ജയലളിത	2011 –	എ ഐ എ ഡി എം കെ

ധിയുടെ കുടുംബാധിപത്യം നിലനിന്ന ഡി എം കെ യു ടെയും ഡി എം കെ വൈക്കോ ഗോപാലസ്വാമിയുടെ നേതൃത്വത്തിൽ എ ഡി എം കെയും രാംദാസിന്റെ നേതൃത്വത്തിൽ പി എം കെയായും പിളർന്നു. തൊണ്ണൂറു കളുടെ അവസാനത്തിൽ തല ഉയർത്തിയ ബി ജെ പിക്ക് തമിഴ്രാഷ്ട്രീ

യത്തിൽ വേരുറപ്പിക്കാനായില്ല. പഴയ പ്രതാപകാലത്തേക്ക് മടങ്ങാനാഗ്രഹിക്കുന്ന കോൺഗ്രസിനും മറ്റ് കക്ഷികളോടൊപ്പം കൂട്ടുകെട്ടുണ്ടാക്കാതെ തമിഴ്‌രാഷ്ട്രീയത്തിൽ നിലനിൽക്കാനാകാത്ത അവസ്ഥയിലാണ്.

കർഷക, തൊഴിലാളി മുന്നേറ്റങ്ങൾ

തെക്കെ ഇന്ത്യയിലെ കമ്യൂണിസ്റ്റ് പ്രസ്ഥാനത്തിന്റെ വളർച്ച തമിഴ്‌നാട്ടുകാരനായ എം ശിങ്കരാവേലു ചെട്ടിയാരിൽനിന്നാണ് ആരംഭിക്കുന്നത്. കാൺപൂർ ഗൂഢാലോചന കേസിലെ പ്രതിയായിരുന്നു അദ്ദേഹം. നാസ്തികനായ ഇ വി രാമസ്വാമിനായ്ക്കരോടൊപ്പം ചേർന്ന് കർഷകത്തൊഴിലാളി സമരങ്ങളോടൊപ്പം സാമൂഹ്യ പരിഷ്കരണ പ്രവർത്തനങ്ങൾക്കും ശിങ്കാരവേലു ചെട്ടിയാർ നേതൃത്വംനൽകി. രാമസ്വാമി നായ്ക്കരെറുടെ *അരശ്* വാരികയിൽ ശിങ്കാരവേലു ചെട്ടിയാർ കമ്യൂണിസത്തെക്കുറിച്ചും സോഷ്യലിസത്തെക്കുറിച്ചുമെഴുതിയ ലേഖനങ്ങൾ അക്കാലത്ത് വിദ്യാസമ്പന്നരായ ചെറുപ്പക്കാരെ കമ്യൂണിസത്തിലേക്ക് ആകർഷിച്ചിരുന്നു. ശിങ്കാരവേലു ചെട്ടിയാർ, ചക്കര ചെട്ടിയാർ, വാഡിയ, ശെൽവതിചെട്ടി തുടങ്ങിയവരെല്ലാം ചേർന്ന് 1921 ൽ രൂപീകരിച്ച മദിരാശി ലേബർ യൂണിയനായിരുന്നു അക്കാലത്തെ ലക്ഷണമൊത്ത തൊഴിലാളി സംഘടന. 1934 ൽ കമ്യണിസ്റ്റ് പാർട്ടി നിരോധിക്കപ്പെട്ടപ്പോൾ അന്നത്തെ നേതാക്കളായിരുന്ന ജീവാനന്ദം, പി രാമമൂർത്തി, സി ശ്രീനിവാസറാവു, സി പി ഇളങ്കൊ, കെ എ ചാരി, കെ മുരുകേശൻ തുടങ്ങിയവർ കോൺഗ്രസ് സോഷ്യലിസ്റ്റ് പാർട്ടിയിൽ ചേർന്നു പ്രവർത്തിച്ചു. ഇക്കാലത്താണ് *ന്യൂ ഏജ്, ജനശക്തി* തുടങ്ങിയ പ്രസിദ്ധീകരണങ്ങൾ ആരംഭിച്ചത്,

ഇ വി രാമസ്വാമിനായ്ക്കർ

തൊള്ളായിരത്തിമുപ്പതുകളുടെ അവസാനത്തിൽ തമിഴ്‌നാട്ടിലെ ഫാക്ടറികളിൽ നടന്ന തൊഴിലാളിസമരങ്ങൾ ദേശീയ ശ്രദ്ധ ആകർഷിച്ചിരുന്നു. ബോണസ് ആവശ്യപ്പെട്ടുകൊണ്ട് രാജ്യത്താദ്യമായി സമരം നടന്നത് കോയമ്പത്തൂരിലെ ലക്ഷ്മി മില്ലിലാണ്. സമരം വൻവിജയമായി. ലക്ഷ്മി മില്ലിലെ തൊഴിലാളികൾക്ക് ബോണസ് ലഭിച്ചു. തുടർന്ന്

മധുരയിലും മദ്രാസിലും നടന്ന തൊഴിൽസമരങ്ങളും തൊഴിലാളികളുടെ താൽപ്പര്യങ്ങൾ സംരക്ഷിച്ചുകൊണ്ട് ഒത്തുതീർന്നു.

തമിഴ്നാട്ടിൽ പാർട്ടി വളർത്താനായി കേരളത്തിൽനിന്ന് എ കെ ജി, എൻ സി ശേഖർ, കെ എ കേരളീയൻ, രാമചന്ദ്രൻ നെടുങ്ങാടി തുടങ്ങി വരെ നിയോഗിച്ചു. ആന്ധ്രയിൽനിന്ന് സുന്ദരയ്യയും തമിഴ്നാട്ടിലെത്തി. പാർട്ടി ശക്തിപ്പെടുന്നതുകണ്ട ബ്രിട്ടീഷുസർക്കാർ ശക്തമായ മർദനമുറകൾ ആരംഭിച്ചു. പി രാമമൂർത്തി, മോഹൻകുമാരമംഗലം, എസ് ശർമ, സി എച്ച് സുബ്രഹ്മണ്യം കേരളീയൻ, ഹനുമന്തറാവു ആർ ഉമാനാഥ്, തുടങ്ങിയവരെല്ലാം അറസ്റ്റിലായി.

നാൽപ്പതുകളിൽ കർഷകസമരങ്ങളും തൊഴിൽസമരങ്ങളും ശക്തമായി. 1942 ൽ സംസ്ഥാനത്ത് കിസാൻ സഭ രൂപീകരിക്കപ്പെട്ടു. കുടിയാന്മാരെ ഒഴിപ്പിക്കുന്നതിനെതിരെ 1943 ൽ തഞ്ചാവൂർ കതമ്പറയിൽ നടന്ന സമരം ചരിത്രപ്രസിദ്ധമാണ്. ഇതിന്റെ തുടർച്ചയായി തഞ്ചാവൂർ, മധുര, ജില്ലകളിൽ കർഷകസമരങ്ങൾ നടന്നു.

സ്വാതന്ത്ര്യം ലഭിച്ചതിന് ശേഷമുള്ള വർഷങ്ങളിൽ കൊടും പീഡനങ്ങളാണ് കമ്യൂണിസ്റ്റുകാർക്ക് നേരെ ഉണ്ടായത്. നൂറോളം പേരാണ് അക്കാലത്ത് കൊല്ലപ്പെട്ടത്. 1950 ൽ സേലം ജയിലിൽ ഉണ്ടായ വെടിവെപ്പിൽ 21 കമ്യൂണിസ്റ്റുകാർ കൊല്ലപ്പെട്ടു. ഉമാനാഥിന്റെ അമ്മ ജയിലിൽ നിരാഹാര സമരം നടത്തി. 28–ാംദിവസം ശരീരം തളർന്ന് അവർ മരിച്ചു. മാരി, മണവാളൻ എന്നീ നേതാക്കളെ മർദിച്ചും കളപ്പാൽ അപ്പുവിനെ വിഷം കൊടുത്തു കൊന്നു. ഒരുവശത്ത് പാർട്ടിയെ അടിച്ചമർത്താൻ ശ്രമിക്കുമ്പോൾ മറുവശത്ത് ജനകീയ അടിത്തറ വിപുലമാവുകയായിരുന്നു. ഇതിന്റെ പ്രതിഫലം 1952ലെ ആദ്യത്തെ പൊതുതിരഞ്ഞെടുപ്പിലുണ്ടായി. അന്ന് കമ്യൂണിസ്റ്റ് പാർട്ടിക്ക് തമിഴ്നാട്ടിൽനിന്ന് 15 സീറ്റുകളാണ് ലഭിച്ചത്. വളർച്ചയുടെ പാതയിലിരുന്ന പാർട്ടിയിലുണ്ടായ പിളർപ്പ് അറുപതുകളിൽ പാർട്ടിയെ തളർത്തി. തലമുതിർന്ന നേതാവായിരുന്ന ഡാങ്കെ വലതുപക്ഷത്തിന് നേതൃത്വം നൽകി. ഇക്കാലത്ത് ഹിന്ദിവിരോധം മുഖമുദ്രയാക്കിക്കൊണ്ട് ഉയർന്നുവന്ന സങ്കുചിത ദ്രാവിഡ മുന്നേറ്റത്തിന് ജനങ്ങൾക്കിടയിൽ ലഭിച്ച സ്വീകാര്യതയും കമ്യൂണിസ്റ്റ് പാർട്ടിക്ക് തിരിച്ചടിയായി. എങ്കിലും ചില പ്രദേശങ്ങളിൽ സി പി ഐ എമ്മിലും സി പി ഐയ്ക്കും ഇന്ന് നല്ല സ്വാധീനമുണ്ട്.

സാമൂഹ്യാവസ്ഥ

ജനസംഖ്യയിലെ 88.34 % ഹിന്ദുക്കൾ, 8.08 % ക്രിസ്ത്യാനികൾ 5.57 % ഇസ്ലാംമതവിശ്വാസികൾ, 0.26 % മറ്റുള്ളവർ. സാമുദായിക സൗഹാർദം സംരക്ഷിക്കുന്നതിൽ സംസ്ഥാനം മുന്നിലാണ്. എന്നാൽ ജാതി, അയിത്തം, തൊട്ടുകൂടായ്മ തുടങ്ങിയ അനാചാരങ്ങളുമെല്ലാം ഇന്നും രൂഢമൂലമാണ്. ദളിതർക്ക് സംവരണം ചെയ്യപ്പെട്ട അധ്യക്ഷസ്ഥാനങ്ങൾ സവർണജാതിക്കാരുടെ ഭീഷണിയെ തുടർന്ന് ഏറ്റെടുക്കാനാവാത്ത ഗ്രാമപഞ്ചായത്തുകളുണ്ട്. ചിലയിടങ്ങളിൽ ദളിതർക്ക് ഇന്നും ചിരട്ടയിലാണ്

ചായകൊടുക്കുന്നത്. അവർണരുടെ സാന്നിധ്യം ഒഴിവാക്കുന്നതിനായി മധുരയിൽ സവർണ ജാതിക്കാർ കെട്ടി ഉയർത്തിയിരുന്ന മതിൽ അടുത്തിടെ സി പി ഐ എം പ്രവർത്തകർ പൊളിച്ചു മാറ്റിയിരുന്നു. ജാതിവിവേചനം അവസാനിപ്പിക്കുന്നതിന് തമിഴ് സ്വത്വരാഷ്ട്രീയം പരിഗണന നൽകിയില്ലെന്നതാണ് ഇതിന്റെ അടിസ്ഥാന കാരണം. മാനുഷിക വിഭവശേഷിയിൽ സംസ്ഥാനം മുന്നിലാണ്. സാക്ഷരത: 80.33 %. സ്ത്രീപുരുഷ അനുപാതം 995/1000. ജനസാന്ദ്രത ചതുരശ്ര കിലോമീറ്ററിൽ 555 പേർ. യു എൻ പിയുടെ ബഹുമുഖ ദാരിദ്ര്യ സൂചിക അനുസരിച്ച് സംസ്ഥാനത്തെ 32.4 ശതമാനം പേർ ദരിദ്രരാണ്.

ദേശീയ ക്രൈം റെക്കോർഡ് ബ്യൂറോയുടെ കണക്കുകൾ പ്രകാരം കുറ്റകൃത്യങ്ങൾ തടയുന്നതിൽ സംസ്ഥാനം മുന്നിലാണ്. എന്നാൽ ദളിതർക്കെതിരെയുള്ള അക്രമങ്ങൾ, സ്ത്രീധന മരണങ്ങൾ, സ്ത്രീകൾക്കെതിരെയുള്ള അതിക്രമങ്ങൾ തുടങ്ങിയവ തടയുന്നതിൽ സംസ്ഥാനം പിറകിലാണ്. ആത്മഹത്യാ നിരക്കിൽ കേരളത്തിന് തൊട്ടുപിറകിലാണ് തമിഴ്നാട്.

ഭൂമിശാസ്ത്രം

130058 ചതുരശ്രകിലോമീറ്റർ വിസ്തൃതിയുള്ള സംസ്ഥാനമാണ് തമിഴ്നാട്. വലുപ്പത്തിൽ ഇന്ത്യയിൽ 13–ാം സ്ഥാനം. പടിഞ്ഞാറ് കേരളം, വടക്ക് പടിഞ്ഞാറ് കർണാടക, വടക്ക് ആന്ധ്രാപ്രദേശ് കിഴക്ക് ബംഗാൾ ഉൾക്കടലും പോണ്ടിച്ചേരിയും. ഇന്ത്യയുടെ തെക്കൻ അതിർത്തി മുനമ്പായ കന്യാകുമാരിയിൽ അറബിക്കടലും ബംഗാൾ ഉൾക്കടലും ഇന്ത്യൻ മഹാസമുദ്രവും സംഗമിക്കുന്നു.

നിബിഡ വനങ്ങളാൽ സംസ്ഥാനം സമ്പന്നമാണ്. പശ്ചിമഘട്ടവും പൂർവഘട്ടവുമുള്ള ഏക സംസ്ഥാനമാണിത്. രണ്ട് മലനിരകളും നീലഗിരിയിൽ വെച്ച് കൂടിച്ചേരുന്നു. സസ്യങ്ങൾ, വൻവൃക്ഷങ്ങൾ, മൃഗങ്ങൾ, പക്ഷികൾ, മത്സ്യങ്ങൾ എന്നിങ്ങനെ ജീവജാലങ്ങളുടെ വൈവിധ്യങ്ങൾ ഇവിടെ കാണാം. സംസ്ഥാനത്ത്. 5 ദേശീയ ഉദ്യാനങ്ങളും നിരവധി വന്യജീവി സങ്കേതങ്ങളുമുണ്ട്. ആന, കടുവ, കാട്ടുനായ, കരടി, മാൻ ദേശാടനപ്പക്ഷികൾ എന്നിങ്ങനെ രണ്ടായിരത്തോളം വന്യജീവികളുടെ ആവാസകേന്ദ്രമാണിത്. രാജ്യത്താകെ 17,672 ഇനം സസ്യങ്ങളാണുള്ളത്. ഇവയിലെ 5640 എണ്ണം തമിഴ്നാട്ടിലുണ്ട്. ഇവയിലെ 1559 എണ്ണം ഔഷധഗുണമുള്ള സസ്യങ്ങളാണ്.

910 കിലോമീറ്ററിൽ ദൈർഘ്യമുള്ള തീരപ്രദേശമാണ് തമിഴ്നാട്ടിനുള്ളത്. 2004 ൽ ഉണ്ടായ സുനാമിയിൽ നിരവധിപേർ മരിച്ചു. വൻ നാശനഷ്ടവും തീരപ്രദേശങ്ങളിലുണ്ടായ നാഗപട്ടണത്ത് 788 പേരും ഗുണ്ടല്ലൂരിൽ 290 പേരും കന്യാകുമാരിയിൽ 261 പേരും ചെന്നൈയിൽ 128 പേരും മരിച്ചു. ഒരുലക്ഷത്തോളം പേർ വ്യാപകമായ നാശനഷ്ടങ്ങൾക്ക് ഇരകളായി.

വർഷകാലത്ത് നല്ല മഴ ലഭിക്കാറുണ്ട്. ജൂൺ മുതൽ സെപ്തംബർ വരെ തെക്ക് പടിഞ്ഞാറൻ കാലവർഷവും ഒക്ടോബർ മുതൽ ഡിസംബർ വരെ വടക്ക് കിഴക്കൻ കാലവർഷവും ലഭിക്കുന്നു. ശരാശരി 945 മില്ലീമീറ്റർ മഴയാണ് ലഭിക്കാറുള്ളത്. സമതല പ്രദേശങ്ങളിലെ ഉയർന്ന താപനില 43^0Cഉം താഴ്ന്ന താപനില 13^0C മാണ്. മലമ്പ്രദേശങ്ങളിൽ ഇത് $32{,}3^0$Cഉം 3^0C യുമാണ്.

സമ്പദ്‌വ്യവസ്ഥ

സാമ്പത്തിക വളർച്ച 10 %ത്തിലും മുകളിലാണ്. ഇന്ത്യയിലെ ഏറ്റവും വ്യവസായവൽകൃതമായ സംസ്ഥാനമാണ് തമിഴ്നാട്. മൊത്തം ആഭ്യന്തര ഉൽപ്പാദനത്തിൽ കാർഷിക മേഖലയുടെ പങ്ക് 21 %, സേവന മേഖല 45 %, വ്യവസായ മേഖല 34 %.

കൃഷി

കാർഷികോൽപ്പാദനത്തിൽ സംസ്ഥാനം ഏറെ മുന്നിലാണ്. നെല്ലാണ് പ്രധാന കാർഷികോൽപ്പന്നം. നെല്ലുൽപ്പാദനത്തിൽ തമിഴ്നാട് രാജ്യത്ത് 5–ാം സ്ഥാനത്താണ്. തഞ്ചാവൂർ ജില്ല ദക്ഷിണേന്ത്യയിലെ അരിക്കിണ്ണം എന്ന പേരിലാണ് അറിയപ്പെടുന്നത്. രാജ്യത്തെ പഴവർഗങ്ങളുടെ ഉൽപ്പാദനത്തിന്റെ 10 % പച്ചക്കറി ഉൽപ്പാദനത്തിൽ 6 % തമിഴ്നാട്ടിലാണ്. വാഴപ്പഴങ്ങളുടെയും പൂക്കളുടെയും മരിച്ചീനികളുടേയും ഉൽപ്പാദനത്തിൽ സംസ്ഥാനം രാജ്യത്ത് ഒന്നാമതാണ്. മാങ്ങ, സ്വാഭാവിക റബർ, നാളികേരം, നിലക്കടല എന്നിവയുടെ ഉൽപ്പാദനത്തിൽ രണ്ടാം സ്ഥാനത്തും, കാപ്പി, തേയില, കരിമ്പ് സപ്പോർട്ട എന്നിവയുടെ ഉൽപ്പാദനത്തിൽ മൂന്നാം സ്ഥാനത്തുമാണ്. സംസ്ഥാനത്ത് 17,000 ഹെക്ടറിൽ എണ്ണപ്പന കൃഷിചെയ്യുന്നുണ്ട്. പാമോയിൽ ഉൽപ്പാദിപ്പിക്കാൻ എണ്ണക്കുരുക്കൾ ഉപയോഗിക്കുന്നു. എണ്ണപ്പനകൃഷിയിൽ സംസ്ഥാനം രണ്ടാംസ്ഥാനത്താണ്. അടുത്തകാലത്തായി കർഷകർ പൂ കൃഷിയിലേക്ക് തിരിഞ്ഞിരിക്കുന്നു. റോസ്, മുല്ല, ജമന്തി തുടങ്ങിയവയാണ് ഇവിടെ കൃഷി ചെയ്യുന്ന പ്രധാന പൂക്കൾ.

കോഴിവളർത്തലിൽ തമിഴ്നാട് രണ്ടാം സ്ഥാനത്താണ്. ഇറച്ചിക്കായി വളർത്തുന്ന കോഴികളുടെ 17.7 ശതമാനം തമിഴ്നാട്ടിലാണ്. മുട്ട ഉൽപ്പാദനത്തിലും രണ്ടാം സ്ഥാനത്താണ്. രാജ്യത്തുനിന്ന് കയറ്റി അയക്കുന്ന മത്സ്യത്തിന്റെ 27.54 % തമിഴ്നാട്ടിൽ നിന്നുള്ളവയാണ്.

വ്യവസായം

തമിഴ്നാടിന്റെ വ്യവസായ മേഖല വർഷന്തോറും വളർന്നുകൊണ്ടിരിക്കുകയാണ്. പ്രമുഖ നഗരങ്ങൾ ഓരോ വ്യവസായങ്ങൾക്ക് പ്രസിദ്ധമാണ്. കോയമ്പത്തൂർ (ടെക്സ്റ്റൈൽസ് ഓട്ടോമൊബൈൽ സ്പെയർ

പാർട്സ്, മോട്ടോർ പമ്പ്), ശിവകാശി (പടക്കനിർമാണം), ആരാണി, കാഞ്ചീപുരം (കൈത്തറി, സിൽക്ക് വസ്ത്രങ്ങൾ), കരൂർ (പേപ്പർ നിർമാണം), ഹോസ്ടർ (വാച്ച് നിർമാണം) ചെന്നൈ (വിവരസാങ്കേതിക വിദ്യ) വെല്ലൂർ (തുകൽ) തുടങ്ങിയവയാണ് പ്രധാന വ്യവസായ നഗരങ്ങൾ.

ലോകത്തിലെ ഏറ്റവും വലിയ പേപ്പർ മിൽ കരൂർ പേപ്പർമില്ലാണ്. ഹോസൂരിലെ ടൈറ്റൺ വാച്ച് നിർമാണ കമ്പനിയാണ് ലോകത്തെ ആറാമത്തെ വലിയ വാച്ച് നിർമാണ കമ്പനി. തിരുച്ചിറപ്പള്ളിയിലെ ബി എച്ച് ഇ എൽ കമ്പനിയാണ് രാജ്യത്തെ ഏറ്റവും വലിയ ഇലക്ട്രിക്കൽ ഉൽപ്പന്ന നിർമാണ കമ്പനി. കോയമ്പത്തൂർ, തിരുപ്പൂർ, ഈറോഡ് മേഖല ഇന്ത്യയുടെ ടെക്സ്റ്റൈൽസ് താഴ്വര എന്ന പേരിലാണ് അറിയപ്പെടുന്നത്. സോഫ്ട്വെയർ കയറ്റുമതിയിലും സംസ്ഥാനം വൻകുതിച്ചുചാട്ടം നടത്തിയിരുന്നു. ഈ മേഖലയിൽ തമിഴ്നാട് രണ്ടാം സ്ഥാനത്താണ്. വെല്ലൂരാണ് പ്രധാന തുകൽ വ്യവസായ കേന്ദ്രം. കയറ്റുമതി ചെയ്യുന്ന തുകൽ ഉൽപ്പന്നങ്ങളുടെ 42 % തമിഴ്നാടിന്റെ സംഭാവനയാണ്.

വൈദ്യുതി ഉൽപ്പാദനത്തിൽ സംസ്ഥാനം സ്വയംപര്യാപതമാണ്. ജലവൈദ്യുതിനിലയം, താപനിലയം, ആണവനിലയം, കാറ്റിൽനിന്നും വൈദ്യുതി ഉൽപ്പാദിപ്പിക്കുന്ന നിലയങ്ങൾ തുടങ്ങിയവയിൽ നിന്നെല്ലാം സംസ്ഥാനത്തിന് വൈദ്യുതി ലഭിക്കുന്നു. ഇപ്പോൾ അവസാനഘട്ട പണികൾ നടക്കുന്ന കൂടംകുളം ആണവനിലയമാണ് ഇന്ത്യയിലെ ഏറ്റവും വലിയ ആണവ നിലയം. രാജ്യത്ത് കാറ്റിൽനിന്ന് ഉൽപ്പാദിപ്പിക്കുന്ന വൈദ്യുതിയുടെ 55 % തമിഴ്നാടിന്റെ സംഭാവനയാണ്.

ടൂറിസം

നിരവധി വിനോദസഞ്ചാര കേന്ദ്രങ്ങൾ തമിഴ്നാട്ടിലുണ്ട്. തീർഥാടന കേന്ദ്രങ്ങൾ ഹിൽസ്റ്റേഷനുകൾ, ബീച്ചുകൾ തുടങ്ങിയവയെല്ലാം സഞ്ചാരികളെ ആകർഷിക്കുന്നു.

ചെന്നൈ	– തലസ്ഥാനം, മറീന ബീച്ച്, ക്ഷേത്രങ്ങൾ, ക്രിസ്ത്യൻ ദേവാലയങ്ങൾ, മ്യൂസിയങ്ങൾ.
കന്യാകുമാരി	– 3 സമുദ്രങ്ങളുടെ സംഗമസ്ഥാനം. തീർഥാടന കേന്ദ്രം.
കൊടൈക്കനാൽ	– ഹിൽസ്റ്റേഷൻ, വന്യജീവിസങ്കേതം.
ഊട്ടി	– ഹിൽസ്റ്റേഷൻ, ഉദ്യാനം.
മധുര	– മധുര മീനാക്ഷി ക്ഷേത്രം.
പഴനി	– തീർഥാടന കേന്ദ്രം.
രാമേശ്വരം	– തീർഥാടന കേന്ദ്രം.
അണ്ണാമലൈ	– വന്യജീവിസങ്കേതം.
ചിദംബരം	– തീർഥാടന കേന്ദ്രം, തമിഴ് സാംസ്കാരിക കേന്ദ്രം.
കുന്നൂർ	– ഹിൽസ്റ്റേഷൻ.

ഹോഗെനാകൽ - വെള്ളച്ചാട്ടം.
കാഞ്ചീപുരം - തീർഥാടന കേന്ദ്രം.
കോട്ടഗിരി - ഹിൽസ്റ്റേഷൻ.
കുട്ടാളം - വെള്ളച്ചാട്ടം.
മുടുമളെ - വന്യജീവിസങ്കേതം.
പിച്ചാവനം - കണ്ടൽക്കാടുകൾ.
പുതുകോട്ട - ക്ഷേത്രങ്ങൾ, കൊട്ടാരങ്ങൾ
തിരുച്ചിറപ്പള്ളി - ക്ഷേത്രങ്ങൾ, കോട്ടകൾ, മുസ്ലിം, ക്രിസ്ത്യൻ പള്ളികൾ.

കല, സംസ്കാരം

ദ്രാവിഡ സംസ്കാരത്തിന്റെ തട്ടകമാണ് തമിഴ്നാട്. സ്വന്തം ഭാഷയെ ഇത്രയധികം സ്നേഹിക്കുന്നവർ മറ്റൊരു സംസ്ഥാനത്തുമില്ല. ഇന്ത്യയിലെ ആദ്യത്തെ ക്ലാസിക്കൽ ഭാഷയാണ് തമിഴ്. തമിഴ് സാഹിത്യത്തിന് പ്രത്യേകിച്ചും കാവ്യശാഖയ്ക്ക് ജനങ്ങൾക്കിടയിൽ നല്ല സ്വാധീനമുണ്ട്. തിരുവള്ളുവർ രചിച്ച *തിരുക്കുറലാണ്* ഏവർക്കും മാതൃക. സ്വാതന്ത്ര്യസമരകാലത്ത് ജനങ്ങളെ സമരങ്ങളിലേക്കാകർഷിക്കുന്നതിൽ സാഹിത്യകാരന്മാർ വലിയ പങ്കാണ് വഹിച്ചത്. സുബ്രഹ്മണ്യ ഭാരതിയും ഭാരതിദാസനുമായിരുന്നു ആ കാലഘട്ടത്തിലെ പ്രമുഖരായ സാഹിത്യനായകർ. ജയകാന്തൻ, വൈരമുത്തു, ഇന്ദിര പാർഥസാരഥി തുടങ്ങിയവരാണ് ആധുനിക കാലഘട്ടത്തിലെ പ്രമുഖരായ എഴുത്തുകാർ.

കർണാടക സംഗീതത്തിന്റെ മഹദ് പാരമ്പര്യം തമിഴ്നാടിന് അവകാശപ്പെടാം. ത്യാഗരാജ, മുത്തുസ്വാമി ദീക്ഷിതർ, ശ്യാമ ശാസ്ത്രികൾ തുടങ്ങിയവരെല്ലാം തമിഴ്നാട്ടുകാരാണ്. ഇന്ന് നൂറുകണക്കിന് പ്രമുഖരായ സംഗീതജ്ഞർ തമിഴ്നാട്ടുകാരായി ഉണ്ട്. ഓസ്കാർ ജേതാവ് എ ആർ റഹ്മാൻ വരെ ഇവരുടെ പട്ടിക നീണ്ടുകിടക്കുന്നു. ഡിസംബർ, ജനുവരി മാസങ്ങൾ മദ്രാസിൽ സംഗീത സീസനാണ്. ഇക്കാലത്ത് നൂറുകണക്കിന് കലാകാരന്മാർ മദ്രാസിൽ സന്നിഹിതരാകും. സംഘകാലഘട്ടം മുതൽക്കു തന്നെ തമിഴ് നാടോടിഗാനങ്ങൾ പ്രസിദ്ധമായിരുന്നു. കുളുവൈ, തേവരം വില്ലുപാട്ട്, നാട്ടുപുറപ്പാട്ട് തുടങ്ങിയവയാണ് ഏറ്റവും ജനകീയമായ നാടോടി സംഗീതങ്ങൾ. പ്രസിദ്ധമായ നാദസ്വരവും കുംഭകളിയുമെല്ലാം തമിഴ് കലാരൂപങ്ങളാണ്. പുഷ്പവനം കുപ്പുസ്വാമി, ഡോ. വിജയലക്ഷ്മി, നവനീത കൃഷ്ണൻ, ചിന്നപ്പൊന്നു തുടങ്ങിയവരാണ് പ്രശസ്തരായ നാടോടി കലാകാരന്മാർ.

ശാസ്ത്രീയനൃത്തമായ ഭാരതനാട്യത്തിന്റെ നാടാണ് തമിഴ്നാട്. *നാട്യശാസ്ത്ര*മെഴുതിയ ഭരതമുനിയാണ് ഭരതനാട്യം ചിട്ടപ്പെടുത്തിയത്. പണ്ടെല്ലാം ക്ഷേത്രങ്ങളിൽ ദേവദാസികളാണ് ഭരതനാട്യം അവതരിപ്പിച്ചിരുന്നത്. എന്നാൽ ഈ കലാരൂപം ഇന്ന് ലോകപ്രശസ്തമാണ്. തമിഴ്

നാടോടി നൃത്തങ്ങളും പ്രസിദ്ധമാണ്. കരകാട്ടം, മയിലാട്ടം, കുതിരയാട്ടം, ഒയിലാട്ടം തുടങ്ങിയവയാണ് പ്രധാന നാടോടിനൃത്തങ്ങൾ.

ഏറ്റവും ജനകീയമായ കലാരൂപം സിനിമ തന്നെയാണ്. ബോളിവുഡ് കഴിഞ്ഞാൽ ഇന്ത്യയിലെ ഏറ്റവും വലിയ സിനിമാ വ്യവസായ മേഖല തമിഴ്നാട്ടിലെ കോടമ്പാക്കമാണ്. ജനങ്ങൾക്ക് സിനിമയോട് ഭ്രാന്തമായ ആവേശമാണ്. എം ജി ആർ, കരുണാനിധി, ജയലളിത തുടങ്ങിയവരെല്ലാം സിനിമയിൽനിന്ന് രാഷ്ട്രീയത്തിലെത്തിയവരാണ്.

ഭക്ഷണം

അരിയാണ് ഇഷ്ടഭക്ഷണം. കറി സാമ്പാറും. ദോശ, ഇഡ്ഡലി, വട, പൊങ്കൽ, അപ്പം, പുട്ട്, ഊത്തപ്പം തുടങ്ങിയവയാണ് പ്രധാന പ്രഭാതഭക്ഷണങ്ങൾ. ചായയെക്കാൾ താൽപ്പര്യം കാപ്പിയോടാണ്. ആമ്പൂർ, ഡിണ്ടിഗൽ പ്രദേശങ്ങളിലെ ബിരിയാണി പ്രസിദ്ധമാണ്. അതിരസം, ചക്കരൈ പൊങ്കൽ, കുളി പനിയാരം തുടങ്ങിയവയാണ് പ്രധാന മധുര പലഹാരങ്ങൾ. തിരുനൽവേലിയിലെ ഗോതമ്പ് ഹൽവയും പഴനിയിലെ പഞ്ചാമൃതവും പ്രസിദ്ധമാണ്.

ആഘോഷങ്ങൾ

പൊങ്കലാണ് ഏറ്റവും വലിയ ആഘോഷം. മകരസംക്രാന്തി, ദീപാവലിയ ദസറ, ഈദുൾഫിത്തർ, ബക്രീദ്, ക്രിസ്തുമസ് തുടങ്ങിയവയാണ് മറ്റ് പ്രധാന ആഘോഷങ്ങൾ.

സ്പോർട്സ്

ക്രിക്കറ്റാണ് പ്രധാന കായിക വിനോദം. എസ് വെങ്കിടരാഘവൻ, ശ്രീകാന്ത്, റോബിൻസിങ്, ബാലാജി, മുരളികാർത്തിക്, മുരളി വിജയ്, സുബ്രഹ്മണ്യൻ ബദ്രിനാഥ്, ദിനേശ് കാർത്തിക് തുടങ്ങിയ പ്രമുഖ താരങ്ങൾ തമിഴ്നാട്ടുകാരാണ്. നഗരപ്രദേശങ്ങളിൽ ടെന്നീസിനും സ്വാധീനമുണ്ട്. രാമനാഥ കൃഷ്ണൻ, രമേശ് കൃഷ്ണൻ, വിജയ് അമൃതരാജ്, മഹേഷ് ഭൂപതി, പ്രകാശ് അമൃതരാജ് തുടങ്ങിയ പ്രശസ്ത ടെന്നീസ് താരങ്ങൾ തമിഴ്നാട്ടുകാരാണ്. വാസുദേവൻ ഭാസ്കരനാണ് പ്രശസ്തനായ ഹോക്കിതാരം. 1980 ൽ ഒളിമ്പിക്സിൽ സ്വർണമെഡൽ നേടിയ ഇന്ത്യൻ ടീമിന്റെ ക്യാപ്ടനായിരുന്നു അദ്ദേഹം. ലോക ചെസ് ചാമ്പ്യൻ വിശ്വനാഥൻ ആനന്ദും തമിഴ്നാട്ടുകാരനാണ്.

കണ്ടിരിക്കേണ്ട സ്ഥലം – കന്യാകുമാരി

പൗരാണികമായും ചരിത്രപരമായും ഭൂമിശാസ്ത്രപരമായും ഏറെ പ്രാധാന്യമുള്ള സ്ഥലമാണ് കന്യാകുമാരി. ഇന്ത്യയുടെ ഏറ്റവും തെക്കെ അറ്റം. അറബിക്കടലും ഇന്ത്യൻ മഹാസമുദ്രവും ബംഗാൾ ഉൾക്കടലും

വിവേകാനന്ദപാറ

ഇവിടെ സംഗമിക്കുന്നു. സൂര്യോദയവും സൂര്യാസ്തമയവും ഇവിടെ കാണാം. അസ്തമനം കാണാനായി നൂറുകണക്കിന് സഞ്ചാരികൾ തടിച്ചു കൂടാറുണ്ട്. വിവേകാനന്ദപ്പാറയും തിരുവള്ളുവർ പ്രതിമയും മെഴുക് മ്യൂസിയവും മുഖ്യ ആകർഷണങ്ങളാണ്. കക്കകൾ, ചിപ്പികൾ, പവിഴപ്പുറ്റുകൾ തുടങ്ങിയവകൊണ്ട് നിർമിച്ച കരകൗശല വസ്തുക്കളും ഇവിടെ ലഭിക്കും.

തമിഴ്നാട്ടിലേക്കുള്ള ട്രെയിനുകൾ

* 6332 – തിരുവനന്തപുരം മുംബൈ സി എസ് ടി
* 6328 – തിരുവനന്തപുരം – കോർബ (തിങ്കൾ, വ്യാഴം)
* 6326 – തിരുവനന്തപുരം ഇൻഡോർ അഹല്യനഗരി (ശനി)
* 2512 – തിരുവനന്തപുരം ഗോരഖ്പൂർ രപ്തിസാഗർ (ചൊവ്വ, ബുധൻ, ഞായർ)
* 7229 – തിരുവനന്തപുരം ഹൈദരാബാദ് (പ്രതിദിനം)
* 1082 – കന്യാകുമാരി മുംബൈ സി എസ് ടി (പ്രതിദിനം)
* 2625 – തിരുവനന്തപുരം ന്യൂഡൽഹി കേരള സൂപ്പർ ഫാസ്റ്റ്
* 2515 – തിരുവനന്തപുരം – ഗുവഹാട്ടി സൂപ്പർഫാസ്റ്റ് (ഞായറാഴ്ച)
* 6525 – കന്യാകുമാരി ബാംഗ്ലൂർ ഐലന്റ് (പ്രതിദിനം)
* 2643/2645 – തിരുവനന്തപുരം നിസാമുദ്ദീൻ/എറണാകുളം സൂപ്പർ ഫാസ്റ്റ്
* 2644 – തിരുവനന്തപുരം–ചെന്നൈ മെയിൽ (പ്രതിദിനം)
* 6316 – കൊച്ചുവേളി–ബാംഗ്ലൂർ (ചൊവ്വ, വ്യാഴം, ശനി)

* 6322 – തിരുവനന്തപുരം–ബാംഗ്ലൂർ (ബുധൻ)
* 2659 – നാഗർകോവിൽ – ഷാലിമാർ സൂപ്പർഫാസ്റ്റ് (ഞായറാഴ്ച)
* 6323 – തിരുവനന്തപുരം – ഷാലിമാർ എക്സ്പ്രസ് (വ്യാഴം, ശനി)
* 2696 – തിരുവനന്തപുരം – ചെന്നൈ സൂപ്പർഫാസ്റ്റ് (പ്രതിദിനം)
* 2698 – തിരുവനന്തപുരം – ചെന്നൈ സൂപ്പർഫാസ്റ്റ് (ശനിയാഴ്ച)
* 6128 – ഗുരുവായൂർ – ചെന്നൈ എക്സ്പ്രസ് (പ്രതിദിനം)
* 6124 – തിരുവനന്തപുരം – ചെന്നൈ എഗ്മോർ അനന്തപുരി (പ്രതിദിനം)
* 3352 – ആലപ്പി/ബൊക്കാറോ/ടാറ്റാ/ധൻബാദ് (പ്രതിദിനം)
* 6042 – ആലപ്പുഴ – ചെന്നൈ (പ്രതിദിനം)
* 2522 – എറണാകുളം – ബറോനി രപ്തിസാഗർ (വ്യാഴാഴ്ച)
* 2617 – എറണാകുളം – നിസാമുദ്ദീൻ – മംഗള ലക്ഷദ്വീപ് സൂപ്പർ ഫാസ്റ്റ് (പ്രതിദിനം)
* 2683 – എറണാകുളം – ബാംഗ്ലൂർ സൂപ്പർഫാസ്റ്റ് (ഞായർ, ബുധൻ)
* 6309 – എറണാകുളം – പാറ്റ്ന (തിങ്കൾ, ചൊവ്വ)
* 2507 – എറണാകുളം ഗുവഹാട്ടി സൂപ്പർഫാസ്റ്റ്
* 6866 – എറണാകുളം – തിരുച്ചിറപ്പള്ളി എക്സ്പ്രസ് (പ്രതിദിനം)
* 6359 – എറണാകുളം – പാറ്റ്ന (ശനി)
* 2602 – മംഗലാപുരം – ചെന്നൈ മെയിൽ (പ്രതിദിനം)
* 6628 – മംഗലാപുരം – ചെന്നൈ വെസ്റ്റ് കോസ്റ്റ് എക്സ്പ്രസ് (പ്രതിദിനം)
* 2686 – മംലാപുരം – ചെന്നൈ (ചൊവ്വ, വ്യാഴം ഞായർ)
* 371 – തിരുവനന്തപുരം – നാഗർകോവിൽ (പ്രതിദിനം)
* 375 – തിരുവനന്തപുരം –നാഗർകോവിൽ (പ്രതിദിനം)
* 373 – തിരുവനന്തപുരം – നാഗർകോവിൽ (പ്രതിദിനം)
* 611 – കോയമ്പത്തൂർ – കണ്ണൂർ (പ്രതിദിനം)

തമിഴ്നാട് – കേരളീയം

തമിഴ്നാട്ടിലെ പ്രമുഖ നഗരങ്ങളിലെല്ലാം നല്ല മലയാളി സാന്നിധ്യമുണ്ട്. തലസ്ഥാനമായ ചെന്നൈയിൽ ഏതാണ്ട് മൂന്നു ലക്ഷത്തോളം മലയാളികൾ ഉണ്ട്. കേരള സമാജം, മലയാളി ക്ലബ്, ആശാൻ അസോസിയേഷൻ തുടങ്ങിയവയാണ് ചെന്നൈയിലെ പ്രധാന മലയാളി സംഘടനകൾ. മലയാളി സംഘടനകൾക്ക് കോൺഫെഡറേഷൻ ഓഫ് തമിഴ്നാട് മലയാളി അസോസിയേഷൻ, ഫെഡറേഷൻ ഓഫ് മലയാളി അസോസിയേഷൻ തുടങ്ങിയ ഐക്യവേദികളും ഉണ്ട്. സി ഐ ടി യു അഖിലേന്ത്യാ പ്രസിഡന്റ് എ കെ പത്മനാഭൻ ചെന്നൈ മലയാളിയാണ്. ഓണക്കാലത്ത് ചെന്നൈയിൽ നടക്കുന്ന ആവണിപ്പൂവരങ്ങാണ് ഏറ്റവും വലിയ മലയാളി കൂട്ടായ്മ.

ചെന്നൈ കേരള സമാജം – അജയകുമാർ – 09444862695

പൊതുവിവരങ്ങൾ

തലസ്ഥാനം	-	ചെന്നൈ
ജില്ലകൾ	-	32
നിയമസഭാമണ്ഡലങ്ങൾ	-	235
ലോക്സഭാമണ്ഡലങ്ങൾ	-	39
രാജ്യസഭാ സീറ്റുകൾ	-	18
രൂപീകൃതമായ ദിവസം	-	1956 നവംബർ 1
ഔദ്യോഗിക ഭാഷ	-	തമിഴ്
ജനസംഖ്യ	-	72138958
ജനസാന്ദ്രത	-	$555/Km^2$
വിസ്തീർണം	-	$130058/Km^2$
സമയമേഖല	-	ഐ എസ് ടി (യു റ്റി സി + 5.30)
ഔദ്യോഗിക വെബ്സൈറ്റ്	-	www.tn.gov.in
റോഡ് ഗതാഗതം	-	205706 കിലോ മീറ്റർ
റെയിൽ ഗതാഗതം	-	3999 കിലോമീറ്റർ
വിമാനത്താവളങ്ങൾ	-	ചെന്നൈ, മധുര, തിരുച്ചിറപ്പള്ളി, കോയമ്പത്തൂർ, തഞ്ചാവൂർ, തൂത്തുക്കുടി
സാക്ഷരത	-	80.33%
താപനില	-	43^0C മുതൽ 18^0C
വർഷകാലം	-	ഒക്ടോബർ മുതൽ ഡിസംബർ വരെ
സന്ദർശിക്കാൻ അനുയോജ്യമായ സമയം	-	നവംബർ മുതൽ മാർച്ച് വരെ

പ്രത്യേകതകൾ

1. ദിനോസറുകൾ ഉൾപ്പെടെയുള്ള ജീവികൾ ജീവിച്ചിരുന്നെന്ന് കരുതുന്ന പ്രദേശം.
2. ആർക്കിയോളജിക്കൽ സർവേ ഓഫ് ഇന്ത്യയ്ക്ക് ലഭിച്ച പുരാതന ലിഖിതങ്ങളുടെ അറുപതു ശതമാനത്തിന്റെയും ഉറവിടം.
3. സസ്യങ്ങളുടെ വൈവിധ്യത്തിൽ ഒന്നാമത്.
4. ഏറ്റവും വ്യവസായവൽകൃതമായ സംസ്ഥാനം.
5. ദക്ഷിണേന്ത്യയിലെ അരിക്കിണ്ണം - തഞ്ചാവൂർ.
6. പൂ കൃഷിയിൽ ഒന്നാം സ്ഥാനം.
7. എണ്ണപ്പനകൃഷിയിൽ രണ്ടാം സ്ഥാനം.

8. വാഴപ്പഴത്തിന്റെയും മരിച്ചീനിയുടെയും ഉൽപ്പാദനത്തിൽ ഒന്നാം സ്ഥാനം.
9. നാളികേരം, നിലക്കടല, മാങ്ങ എന്നിവയുടെ ഉൽപ്പാദനത്തിൽ രണ്ടാം സ്ഥാനം.
10. ലോകത്തെ വലിയ കരൂർ പേപ്പർ മിൽ
11. ലോകത്തെ ആറാമത്തെ വലിയ വാച്ച് നിർമാണ കമ്പനി - ടൈറ്റൻ (ഹോസൂർ).
12. ഇന്ത്യയിലെ ഏറ്റവും വലിയ ഇലക്ട്രിക്കൾ ഉൽപ്പന്നങ്ങൾ നിർമാണ കമ്പനി - ബി എച്ച് ഇ എൽ (തിരുച്ചിറപ്പള്ളി)
13. ഇന്ത്യയുടെ ടെക്സ്റ്റൈൽ താഴ്‌വര - കോയമ്പത്തൂർ, തിരുപ്പൂർ, ഈറോട് മേഖല.
14. തുകൽ ഉൽപ്പന്ന കയറ്റുമതിയിൽ 42 ശതമാനം സംഭാവന ചെയ്യുന്ന സംസ്ഥാനം.
15. ഇന്ത്യയിലെ ഏറ്റവും വലിയ ആണവനിലയം - കൂടംകുളം.
16. കാറ്റിൽനിന്ന് ഉൽപ്പാദിപ്പിക്കുന്ന വൈദ്യുതിയുടെ 55 ശതമാനം സംഭാവന ചെയ്യുന്ന സംസ്ഥാനം.
17. മൂന്നു സമുദ്രങ്ങളുടെ സംഗമസ്ഥലം - കന്യാകുമാരി.

സഹായനമ്പറുകൾ

ചെന്നൈ

പൊലീസ് കൺട്രോൾ റൂം	-	044 - 28447200
കുറ്റകൃത്യങ്ങൾ അറിയിക്കാനുള്ള നമ്പർ	-	100
പരാതികൾ എസ് എം എസ് മുഖേന അറിയിക്കാനുള്ള നമ്പർ	-	9500099100
വനിതാ ഹെൽപ്പ്ലൈൻ	-	1091
പൊലീസ് വെബ്സൈറ്റ്	-	www.tnpolice.gov.in
ടൂറിസം ഇൻഫർമേഷൻ	-	044 - 25383333 044 - 25389857 044 - 25384444
ടൂറിസം വെബ്സൈറ്റ്	-	www.tamilnadutourism.org
ഇൻഫർമേഷൻ ഓഫീസ്	-	044 - 25665566
ഇൻഫർമേഷൻ വിഭാഗം വെബ്സൈറ്റ്	-	www.tn.gov.in

32

പഞ്ചാബ്

ഇന്ത്യോ- ഇറാനിയൻ വാക്കുകളായ പാൻഞ്ച്, അബ് എന്നീ പദങ്ങളിൽ നിന്നാണ് പഞ്ചാബ് ഉണ്ടായത്. പാൻഞ്ച് എന്നാൽ അഞ്ച്. അബ് എന്നാൽ വെള്ളം. പഞ്ചാബ് എന്നാൽ അഞ്ച് നദികളുടെ നാട് എന്നാണർഥം. ബിയാസ്, ചെനാബ്, ഝലം, രവി, സത്‌ലജ് എന്നിവയാണ് അഞ്ച് നദികൾ.

ചരിത്രം

ഹാരപ്പ സംസ്കാരം വളർന്നതും പടർന്നുപന്തലിച്ചതും ഇവിടെയായിരുന്നു. പുരാണങ്ങളിലും ഇതിഹാസങ്ങളിലും പഞ്ചാബിന് ഏറെ പ്രാധാന്യമുണ്ട്. വാത്മീകി; *രാമായണം* എഴുതിയത് അമൃത്സർ നഗരത്തിന് സമീപമുള്ള ഒരിടത്തു വെച്ചായിരുന്നുവെന്നാണ് വിശ്വാസം. കൈകേയി പഞ്ചാബ് സ്വദേശിനി ആയിരുന്നുവത്രെ.

ആര്യന്മാർ, പേർഷ്യക്കാർ, ഗ്രീക്കുകാർ, അഫ്ഘാൻ, മുഗൾ രാജാക്കന്മാർ തുടങ്ങിയവരെല്ലാം പലപ്പോഴായി പഞ്ചാബിൽ അധിപത്യമുറപ്പിച്ചു. 15-ാം നൂറ്റാണ്ടിലാണ് നിർണായക മാറ്റമുണ്ടായത്. 1469 ൽ തൻവാൻജിയിൽ ജനിച്ച ഗുരുനാനാക്ക് പഞ്ചാബിലെ ഏറ്റവും ജനസ്വാധീനമുള്ള ആധ്യാത്മിക നേതാവായി ഉയർന്നു. എല്ലാ മനുഷ്യരും തുല്യർ എന്ന സന്ദേശം പ്രചരിപ്പിച്ചുകൊണ്ട് അദ്ദേഹം സിഖ് മതം രൂപീകരിച്ചു. സിഖ് മതവുമായി ബന്ധപ്പെട്ടാണ് തുടർന്ന് പഞ്ചാബിന്റെ ആധ്യാത്മിക സാമൂഹ്യ രാഷ്ട്രീയ മേഖലകൾ വളർന്നത്.

പഞ്ചാബിന്റെ സിംഹം എന്നറിയപ്പെടുന്ന മഹാരാജ രൺജിത് സിങ്ങിന്റെ കാലഘട്ടമാണ് ചരിത്രത്തിലെ സുവർണ കാലഘട്ടമായി അറിയപ്പെടുന്നത്. ബുദ്ധിമാനായിരുന്ന രഞ്ജിത് സിങ് മതേതരമൂല്യങ്ങൾ

ഉയർത്തിപ്പിടിച്ചുകൊണ്ടാണ് ശ്രദ്ധേയനായത്. ലാഹോറിൽ ഭരണമേറ്റെടുത്ത അദ്ദേഹം പ്രസിദ്ധ മുസ്ലിം തീർഥാടന കേന്ദ്രമായ ബാദ്ഷാഹി പള്ളിയിൽ ചെന്ന് പ്രാർഥന നടത്തിക്കൊണ്ടാണ് ദൗത്യമാരംഭിച്ചത്. അടിയുറച്ച സിഖ് മത വിശ്വാസിയായിരുന്നിട്ടും അദ്ദേഹം പള്ളികൾക്കും ക്ഷേത്രങ്ങൾക്കും സാമ്പത്തിക സഹായം നൽകി. അധികാരത്തിന്റെ ഉന്നതസ്ഥാനങ്ങളിൽ ഹിന്ദുക്കളെയും മുസ്ലിങ്ങളെയും അവരോധിച്ചു. പക്ഷാഘാതത്തെത്തുടർന്ന് അവസാന നാളുകളിൽ അദ്ദേഹം ക്ഷീണിതനായിരുന്നു. പാവങ്ങൾക്ക് പണം വിതരണം ചെയ്തുകൊണ്ട് 1839 ൽ മരിച്ച മഹാരാജാവിന്റെ ജീവിതം ഇന്നും പഞ്ചാബുകാർക്ക് ജ്വലിക്കുന്ന ചരിത്രമാണ്.

ബ്രിട്ടീഷുകാർക്കെതിരെ ധീരമായ പോരാട്ടമാണ് പഞ്ചാബികൾ നടത്തിയത്. ഭഗത്സിങ്, ലാലാ ലജപത്റായ്, അജിത്സിങ്, ഉധംസിങ്, ഹർകിഷൻ സിങ് സുർജീത്ത് തുടങ്ങിവരെല്ലാം ദേശാഭിമാനികളാണ്.

രാഷ്ട്രീയം

ഇന്ത്യൻദേശീയപ്രസ്ഥാനത്തിന്റെ വളക്കൂറുള്ള മണ്ണായിരുന്നു പഞ്ചാബ്. പ്രമുഖ സ്വാതന്ത്ര്യസമര സേനാനികളായ ഡോ. ഗോപിചന്ദ് ഭാർഗാവ, ഭീംസെൻ സചാർ, പ്രതാപ്സിങ് കൈറോൺ തുടങ്ങിയ സ്വാതന്ത്ര്യസമര സേനാനികളായിരുന്നു സ്വാതന്ത്ര്യത്തിനുശേഷം പഞ്ചാബിന്റെ ഭരണത്തിന് നേതൃത്വം വഹിച്ചത്. 1967 വരെ കോൺഗ്രസ് തുടർച്ചയായി സംസ്ഥാനം ഭരിച്ചു. ഗോപിചന്ദ് ഭർഗാവ ആയിരുന്നു ആദ്യത്തെ മുഖ്യമന്ത്രി. പഞ്ചാബ് രാഷ്ട്രീയത്തിന്റെ പിതാവായി അറിയപ്പെടുന്നത്. 1956 ൽ മുഖ്യമന്ത്രിയായ പ്രതാപ്സിങ് കൈറോണാണ്. സംസ്ഥാനത്ത് ഭൂപരിഷ്കരണത്തിന് അദ്ദേഹം തുടക്കമിട്ടു. ഹരിതവിപ്ലവത്തിന് നേതൃത്വം നൽകിയ പഞ്ചാബ് യൂണിവേഴ്സിറ്റിയും ഇന്ത്യയിലെ ഏറ്റവും സൗന്ദര്യമുള്ള നഗരമെന്ന് പുകൾപ്പെറ്റ ചണ്ഡിഗഢും വ്യവസായ നഗരമായ ഫരീദാബാദും (ഇപ്പോൾ ഹരിയാനയിൽ) സ്ഥാപിച്ചു. എല്ലാ ഗ്രാമങ്ങളിലും വൈദ്യുതി എത്തിച്ച ആദ്യസംസ്ഥാനമായി പഞ്ചാബിനെ മാറ്റിയതും കൈറോണാണ്. 1965 ഫെബ്രുവരി ആറ് പഞ്ചാബിന്റെ ചരിത്രത്തിൽ കറുത്തദിനമാണ്. പഞ്ചാബിനെ കണ്ണീരിലാഴ്ത്തി. അന്നാണ് പ്രതാപ് സിങ് കൈറോൺ കൊല്ലപ്പെട്ടത്.

അറുപതുകളിൽ സിഖ് സ്വത്വരാഷ്ട്രീയം ശക്തമായി. പഞ്ചാബിഭാഷയും സംസ്കാരവും സിഖ് മതവും അവഗണിക്കപ്പെടുകയാണെന്ന പ്രചാരണവുമായി അകാലിദൾ ശക്തമായി. 1967 ൽ കോൺഗ്രസിന് അടിപതറി. ജസ്റ്റിസ് ഗുർണാം സിങ്ങിന്റെ നേതൃത്വത്തിൽ ശിരോമണി അകാലിദൾ അധികാരത്തിൽ വന്നു. സിഖ് സ്വത്വരാഷ്ട്രീയ മുന്നേറ്റമായ ധരംയുദ്ധമോർച്ചയിലൂടെ പഞ്ചാബ് രാഷ്ട്രീയത്തിൽ സ്ഥാനം ഉറപ്പിച്ച പ്രകാശ് സിങ് ബദലായിരുന്നു ഏറ്റവും ജനപ്രിയനായ അകാലിദൾ നേതാവ്. നാലുതവണ അദ്ദേഹം മുഖ്യമന്ത്രിയും മൂന്നു തവണ പ്രതിപക്ഷനേതാ

മുഖ്യമന്ത്രിമാർ		
പേര്	കാലാവധി	പാർട്ടി
ഗോപിചന്ദ് ഭാർഗവ	1947 – 1949	കോൺഗ്രസ് ഐ
ഭീംസെൻ സച്ചാർ	1949(ഏപ്രിൽ ഒക്ടോബർ)	കോൺഗ്രസ് ഐ
ഗോപിചന്ദ് ഭാർഗവ	1949 – 1951	കോൺഗ്രസ് ഐ
ഭീംസെൻ സച്ചാർ	1952 – 1956	കോൺഗ്രസ് ഐ
പ്രതാപ് സിങ് കൈരോൺ	1956 – 1964	കോൺഗ്രസ് ഐ
ഗോപിചന്ദ് ഭാർഗവ	1964 (ജൂൺ – ജൂലായ്)	കോൺഗ്രസ് ഐ
രാം കിഷൻ	1964 – 1966	കോൺഗ്രസ് ഐ
ഗുർമുഖ് സിങ് മുസാഫിർ	1966 – 1967	കോൺഗ്രസ് ഐ
ജസ്റ്റിസ് ഗുർനാം സിങ്	1967 (മാർച്ച് – നവംബർ)	ശിരോമൺ അകാലിദൾ
ലച്ച് മാൻ സിങ് ഗിൽ	1967 – 1968	ശിരോമൺ അകാലിദൾ
ജസ്റ്റിസ് ഗുർനാംസിങ്	1969 – 1970	ശിരോമൺ അകാലിദൾ
പ്രകാശ് സിങ് ബാദൽ	1970 – 1971	ശിരോമൺ അകാലിദൾ
ഗ്യാനി സെയിൽ സിങ്	1972 – 1977	ശിരോമൺ അകാലിദൾ
പ്രകാശ് സിങ് ബാദൽ	1977 – 1980	ശിരോമൺ അകാലിദൾ
ധാർബാരാ സിങ്	1980 – 1983	ശിരോമൺ അകാലിദൾ
ഗുർജിത് സിങ് ബർണാല	1985 – 1987	ശിരോമൺ അകാലിദൾ
ബിയാൺ സിങ്	1992 – 1995	കോൺഗ്രസ് ഐ
ഹർചരൺ സിങ് ബ്രാർ	1995 – 1996	കോൺഗ്രസ് ഐ
രജീന്ദർ കൗർ ഭട്ടൽ	1996 – 1997	കോൺഗ്രസ് ഐ
പ്രകാശ് സിങ് ബാദൽ	1997 – 2002	ശിരോമൺ അകാലിദൾ
അമരീന്ദർ സിങ്	2002 – 2007	കോൺഗ്രസ് ഐ
പ്രകാശ് സിങ് ബാദൽ	2007 – 2012	ശിരോമൺ അകാലിദൾ
പ്രകാശ് സിങ് ബാദൽ	2012 –	ശിരോമൺ അകാലിദൾ
1951–52, 1966, 1968–69, 1971–72, 1977, 1980, 1983 – 85, 1987–1992 എന്നീ വർഷങ്ങളിലായി രാഷ്ട്രപതിഭരണം.		

വുമായി. അഴിമതി ആരോപണങ്ങളും മക്കൾരാഷ്ട്രീയവും പ്രകാശ് ബാദലിന്റെ ജനപ്രീതി കുറച്ചു. മകൻ സുഖ്ബീർ സിങ്ങിനെ തന്റെ അനന്തര

വകാശിയായി ബദൽ പ്രഖ്യാപിച്ചു. പ്രമുഖ നേതാക്കളെയെല്ലാം മാറ്റി നിർത്തി മകൾ ഹർസിമൃത് കൗറിനെ ലോക്സഭാംഗമാക്കി. ബി ജെ പിയുടെ പിന്തുണയില്ലാതെ അകാലിദളിന് ഇന്ന് പഞ്ചാബ് രാഷ്ട്രീയത്തിൽ നിലം തൊടാനായില്ലെന്നതാണ് ഇപ്പോഴത്തെ അവസ്ഥ.

ഭീകരവാദം പഞ്ചാബിനെ പ്രകമ്പനം കൊള്ളിച്ച എൺപതുകളിലും തൊണ്ണൂറുകളിലുമാണ് കോൺഗ്രസ് പഞ്ചാബ് രാഷ്ട്രീയത്തിൽ ഏറ്റവും വലിയ വെല്ലുവിളികൾ നേരിട്ടത്. ഇക്കാലത്ത് സംസ്ഥാന കോൺഗ്രസിനെ നയിച്ച് ബിയാന്ത് സിങ്ങിന് പഞ്ചാബ് രാഷ്ട്രീയത്തിൽ നിർണായക സ്ഥാനമുണ്ട്. 1984 ൽ ഇന്ദിരാഗാന്ധി കൊല്ലപ്പെടുമ്പോഴും ഉത്തരേന്ത്യയിൽ സിഖ് വിരുദ്ധ കലാപങ്ങളിൽ നൂറുകണക്കിന് സിഖുകാർ കൊല്ലപ്പെട്ടപ്പോഴും പഞ്ചാബിലെ കോൺഗ്രസിന്റെ അധ്യക്ഷൻ ബിയാന്ത് സിങ്ങായിരുന്നു. 1987 മുതൽ 1992 വരെ സംസ്ഥാനത്ത് രാഷ്ട്രപതി ഭരണമായിരുന്നു. 1992 ൽ നടന്ന തിരഞ്ഞെടുപ്പ് ശിരോമണി അകാലിദൾ ബഹിഷ്കരിച്ചു. വൻ ഭൂരിപക്ഷത്തോടെ ബിയാന്ത് സിങ്ങിന്റെ നേതൃത്വത്തിൽ കോൺഗ്രസ് സർക്കാർ അധികാരത്തിൽ വന്നു. ബിയാന്ത്സിങ് ഭീകരവാദ പ്രവർത്തനങ്ങളെ അടിച്ചമർത്തി. ക്രമസമാധാന പ്രശ്നങ്ങൾക്കിടയിൽ ക്ഷയിച്ചുകൊണ്ടിരുന്ന കാർഷിക വ്യവസായികമേഖലകളെ പുനഃരുജ്ജീവിപ്പിച്ചു. എന്നാൽ കാലാവധി പൂർത്തിയാക്കാൻ ബിയാന്ത് സിങ്ങിനായില്ല. 1995 ആഗസ്റ്റ് 31 ചണ്ഡീഗഢുമുണ്ടായ ഭീകരാക്രമണത്തിൽ ബിയാന്ത് സിങ് കൊല്ലപ്പെട്ടു. ഭീകരസംഘടനയായ ബാബ ഖാൽസ് കൊലപാതകത്തിന്റെ ഉത്തരവാദിത്വം ഏറ്റെടുത്തു. ഹർചരൺസിങ് ബ്രാർ, രജീന്ദർകൗർ ഭട്ടൽ, അമരിന്ദർ സിങ് തുടങ്ങിയ കോൺഗ്രസ് നേതാക്കൾ പിന്നീട് പഞ്ചാബ് ഭരിച്ചു. 2012 ൽ നടന്ന നിയമസഭാ തെരഞ്ഞെടുപ്പിൽ പ്രകാശ് സിങ് ബാദൽ ചരിത്രവിജയം നേടി. 1966ൽ സംസ്ഥാനം രൂപീകരിച്ചശേഷം ആദ്യമായി ഒരു മുന്നണി വീണ്ടും അധികാരത്തിൽ വന്നു. ശിരോമണി അകാലിദൾ ബി ജെ പി സഖ്യം 70 സീറ്റുകൾ നേടി കരുത്ത് തെളിയിച്ചു. പ്രകാശ് സിങ് ബാദലും കുടുംബവും ഭരണം തുടർന്നപ്പോൾ കോൺഗ്രസ് രാഷ്ട്രീയത്തിന്റെ അമരക്കാരനായ ക്യാപ്റ്റൻ അമരീന്ദർ സിങ് പരാജയത്തിന്റെ ഉത്തരവാദിത്തം ഏറ്റെടുത്ത് സജീവ രാഷ്ട്രീയത്തിൽ നിന്ന് വിരമിക്കുന്നതായി പ്രഖ്യാപിച്ചു.

കർഷക, തൊഴിലാളി മുന്നേറ്റങ്ങൾ

തൊഴിലാളി സംഘടനകൾ, കർഷകസംഘടനകൾ കമ്യൂണിസ്റ്റ പുരോഗമന പ്രസ്ഥാനങ്ങൾ തുടങ്ങിയവയുടെയെല്ലാം സിരാകേന്ദ്രമായിരുന്നു പഞ്ചാബ്. 1907 ൽ ലായൽപൂരിൽ ബ്രിട്ടീഷുകാർക്കെതിരെ കർഷകരെ സംഘടിപ്പിച്ച് സമരം നടത്തിയ അജിത്സിങ്ങിനെ (ഭഗത്സിങ്ങിന്റെ അമ്മാവൻ) സർക്കാൻ നാടുകടത്തി. 1913ൽ അമേരിക്കയിൽ വെച്ച് രൂപം കൊണ്ട ഗദ്ദർപാർട്ടിയായിരുന്നു അക്കാലത്തെ പഞ്ചാബിലെ

ബ്രിട്ടീഷ് വിരുദ്ധ മന്നേറ്റങ്ങളുടെയെല്ലാം പ്രധാന ചാലകശക്തി. ലാലാ ഹർദയാൽ, ബാബാ സോഹൻ സിങ് ഭാക്ക്നാ, ഭായി സന്തോക് സിങ്, ഭായിരത്തൻസിങ് തുടങ്ങിയവരായിരുന്നു ഗദ്ദർപാർട്ടിയുടെ പ്രമുഖ നേതാക്കൾ. സ്വാതന്ത്ര്യ സമരത്തിൽ പങ്കെടുക്കാനായി ഇന്ത്യയിലെത്തിയ നേതാക്കളിൽ പലരെയും ബ്രിട്ടീഷുകാർ തൂക്കിലേറ്റി. പലരെയും ആന്തമാനിലേക്ക് നാടുകടത്തി. റഷ്യൻവിപ്ലവത്തിന്റെ ആശയങ്ങളിൽ ആകൃഷ്ടരായ ഭായിസന്തോഷ് സിങ്, ഭായിരത്തൻസിങ് എന്നീ നേതാക്കൾ റഷ്യയിലേക്ക് പോയി ലെനിൻ ഉൾപ്പെടെയുള്ള നേതാക്കളുമായി ചർച്ച നടത്തി. കമ്യൂണിസ്റ്റ് ആശയങ്ങൾ പ്രചരിപ്പിക്കുക എന്ന ലക്ഷ്യത്തോടെ ഭായിസന്തോഷ് സിങ് ഇന്ത്യയിലേക്ക് വന്നു. 1926 ൽ അദ്ദേഹം *കീർത്തി* (*തൊഴിലാളി*) പേരിൽ ഒരു മാസിക ആരംഭിച്ചു. *കീർത്തി*യിലൂടെ പ്രസിദ്ധീകരിച്ചിരുന്ന ലേഖനങ്ങൾ പഞ്ചാബിലെ ചെറുപ്പക്കാരെ കമ്യൂണിസ്റ്റ് പാർട്ടിയിലേക്ക് ആകർഷിച്ചു.

ഖിലാഫത്ത് പ്രസ്ഥാനകാലത്ത് തുർക്കിയോടൊപ്പംനിന്ന് ബ്രിട്ടീഷുകാർക്കെതിരെ പോരാടാനായി പോയ മുഹാർജിമാരിൽ പലരും പിന്നീട് കമ്യൂണിസ്റ്റ് പാർട്ടിയിൽ ചേർന്നു. ആഭ്യന്തര യുദ്ധം രൂക്ഷമായ തുർക്കിയിലേക്ക് കടക്കാനാകാതെ വന്നപ്പോൾ അവർ താഷ്കന്റിലേക്ക് പോയി. കമ്യൂണിസ്റ്റുകാരായി മടങ്ങിയെത്തിയ അബ്ദുൾ മജീദ്, ഷൗക്കത്ത ഉസ്മാനി, ഫെറോസുദീൻ മൻസൂർ, അക്ബർ ഖാൻ, മൊഹമ്മദ് ഹസൻ തുടങ്ങിയ നേതാക്കൾ പിന്നീട് തൊഴിലാളികളെ സംഘടിപ്പിച്ച് ബ്രിട്ടീഷുകാർക്കെതിരെ സമരംചെയ്തു.

പഞ്ചാബിലെ ചെറുപ്പകാർക്കിടയിൽ കമ്യൂണിസ്റ്റ് ആശയങ്ങൾ പ്രചരിപ്പിക്കുന്നതിൽ ഭഗത്സിങ് നിർണായക സംഭാവനകൾ നൽകി. കമ്യൂണിസ്റ്റുകാർ ഉയർത്തിപ്പിടിച്ച വർഗരാഷ്ട്രീയ സിദ്ധാന്തമാണ് അവസാനം വരെ ഭഗത്സിങ് ഉയർത്തിപ്പിടിച്ചത്. ഭഗത്സിങ്ങിനെ തൂക്കിലേറ്റിയത് പഞ്ചാബിനെ ഇളക്കിമറിച്ചു. ഇതിൽ പ്രതിഷേധിച്ച് ഹോഷിയാപ്പൂർ ജില്ലാ കോടതിക്ക് മുകളിൽ ദേശീയപതാക കെട്ടിയ ഒരു ബാലന് നേരെ പൊലീസ് വെടിയുതിർത്തു. തലനാരിഴയ്ക്കാണ് അന്നയാൾ രക്ഷപ്പെട്ടത്. ഹർകിഷൻ സിങ് സുർജീത്തായിരുന്നു ധീരനായ ആ ബാലൻ. ബ്രിട്ടീഷുകാർക്കെതിരെ സമരം ചെയ്തതെന്ന കാരണത്താൽ ദീർഘകാലം ജയിൽ വാസമനുഭവക്കേണ്ടിവന്ന സുർജീത്ത് പിന്നീട് ഇന്ത്യയിലെ ഏറ്റവും പ്രമുഖനായ കമ്യൂണിസ്റ്റ് നേതാവായി ഉയർന്നു.

1934 ലാണ് പഞ്ചാബിലെ കമ്യൂണിസ്റ്റ് പാർട്ടിയുടെ ആദ്യ യൂണിറ്റ് രൂപംകൊള്ളുന്നത്. ജാലിയൻവാലാബാഗിന്റെ ഒരു മൂലയിൽ സോഹൻ സിങ് ജോഷിന്റെ അധ്യക്ഷതയിൽ നടന്ന യോഗത്തിൽ പതിനഞ്ചുപേരാണ് പങ്കെടുത്തത്. 1935 ൽ കോൺഗ്രസ് സോഷ്യലിസ്റ്റ് പാർട്ടി രൂപം കൊണ്ടപ്പോൾ കമ്യൂണിസ്റ്റുകാർ ആ പാർട്ടിയുടെ ഭാഗമായി പ്രവർത്തിച്ചു. 1937 ൽ നടന്ന തിരഞ്ഞെടുപ്പിൽ അഞ്ചു കമ്യൂണിസ്റ്റുകാർ തിരഞ്ഞെടുക്കപ്പെട്ടു. സോഹൻസിങ് ജോഷ് ഒരുവൻകിട ജന്മിയെ അട്ടിമറിച്ച് വൻഭൂരി

പക്ഷത്തോടെ തിരഞ്ഞെടുക്കപ്പെട്ടത് പഞ്ചാബിലെ കമ്യൂണിസ്റ്റുകാരെ ആവേശംകൊള്ളിച്ചു. കമ്യൂണിസ്റ്റ് പാർട്ടിയുടെ നേതൃത്വത്തിൽ വൻ ഭൂസമരങ്ങൾ സംഘടിപ്പിച്ചു. ഫിറോസ്പ്പൂർ ജില്ലയിലെ പെപ്സുഖേലയിലും ഹോഷിയാപ്പൂർ ജില്ലയിലെ ഉന്നം താലൂക്കിലും ക്രാംഗ്രാം ജില്ലയിലുമെല്ലാം നടന്ന കർഷകസമരങ്ങൾ ഐതിഹാസികമാണ്.

ഇന്ത്യ-പാക് വിഭജനം പാർട്ടിക്ക് തിരിച്ചടിയായി. ലാഹോർ ഉൾപ്പെടെ കമ്യൂണിസ്റ്റ് പാർട്ടിക്ക് ശക്തമായ അടിത്തറയുണ്ടായിരുന്ന പല പ്രദേശങ്ങളും പാകിസ്ഥാനിലായി. അപ്പുറത്തും ഇപ്പുറത്തുമുള്ള പഞ്ചാബുകളിൽ കലാപം പൊട്ടിപ്പുറപ്പെട്ടു. സാമുദായിക സംഘർഷങ്ങൾ ഒഴിവാക്കുന്നതിനായി അന്ന് കമ്യൂണിസ്റ്റുകാർ സംഘങ്ങളായി തിരിഞ്ഞ് പ്രശംസനീയമായ പ്രവർത്തനങ്ങളാണ് നടത്തിയത്. പാർട്ടിയിലെ പിളർപ്പ് ഏറ്റവും ദോഷംചെയ്ത സംസ്ഥാനങ്ങളിലൊന്നാണ് പഞ്ചാബ്. ഒരുകാലത്ത് പുരോഗമന മുന്നേറ്റങ്ങളുടെ നാടായിരുന്ന മണ്ണ് സാമുദായികമായി ധ്രുവീകരിക്കപ്പെട്ടു. ഭീകരവാദം തലയുയർത്തി. എൺപതുകളിലും തൊണ്ണൂറുകളിലും ഇരു കമ്യൂണിസ്റ്റ് പാർട്ടികളും ഭീകരവാദത്തിനെതിരെ ശക്തമായ പ്രചാരണം നടത്തി. നിരവധി നേതാക്കളും പ്രവർത്തകരും രക്തസാക്ഷികളായി.

ഖാലിസ്ഥാൻ ഭീകരവാദം

സ്വാതന്ത്ര്യത്തിന് മുമ്പുതന്നെ സിഖ് ദേശീയവാദം കരുത്താർജിച്ചിരുന്നു. ഹിന്ദുക്കൾക്ക് ഇന്ത്യ, മുസ്ലിങ്ങൾക്ക് പാകിസ്ഥാൻ, സിഖുകാർക്ക് പഞ്ചാബ് എന്ന വാദവുമായി ഒരുവിഭാഗം മതപണ്ഡിതർ രംഗത്തു വന്നു. പക്ഷേ ഇവർക്ക് സമുദായത്തിന്റെ പിന്തുണ ലഭിച്ചില്ല. സ്വയം ഭരണാധികാരം വേണമെന്നതായിരുന്നു മറ്റൊരാവശ്യം.

'സിഖ് സമുദായം ഇന്ത്യൻ ഭരണഘടന അംഗീകരിക്കുന്നതായി ആരും തെറ്റിദ്ധരിക്കരുത്. എന്റെ പ്രതിഷേധം രേഖപ്പെടുത്താൻ ഞാൻ ഇവിടെ ആഗ്രഹിക്കുന്നു. എന്റെ സമുദായത്തിന് ചരിത്രപ്രാധാന്യമുള്ള ഈ രേഖ അംഗീകരിക്കാനാവില്ല.'

ഭരണഘടനയുടെ കരട് പുനഃപരിശോധിക്കുന്നതിനായുള്ള ചർച്ചയിൽ പങ്കെടുത്ത് സിഖ് പ്രതിനിധി ഹുക്കാംസിങ് 1949 നവംബർ 21 ന് ഇങ്ങനെയാണ് പ്രതിഷേധിച്ചത്.

1966 വരെ ഇന്നത്തെ പഞ്ചാബും ഹരിയാനയും ചണ്ഡീഗഢും ഹിമാചൽ പ്രദേശും ഉൾപ്പെടുന്ന വിശാല പഞ്ചാബാണ് നിലവിലുണ്ടായിരുന്നത്. അന്നത്തെ പഞ്ചാബിൽ 63.7 % പേരും ഹിന്ദുക്കളായിരുന്നു. സിംലയായിരുന്നു സംസ്ഥാനത്തിന്റെ തലസ്ഥാനം. സിക്കുകാർക്കും പഞ്ചാബിഭാഷ സംസാരിക്കുന്നവർക്കും ഭൂരിപക്ഷമുള്ള സംസ്ഥാനം രൂപീകരിക്കണമെന്ന് ആവശ്യപ്പെട്ട് അകാലിദളിന്റെയും സിഖ് സാമുദായിക സംഘടനകളുടെയും നേതൃത്വത്തിൽ സമരം ശക്തമായി. തുടർന്ന് 1966 ൽ കേന്ദ്രസർക്കാർ പഞ്ചാബ്, ഹരിയാന, ഹിമാചൽപ്രദേശ് എന്നിങ്ങനെ

മൂന്നു സംസ്ഥാനങ്ങൾ രൂപീകരിച്ചു. എന്നാൽ ഇതുകൊണ്ടും പ്രശ്നങ്ങൾ തീർന്നില്ല. ചണ്ഡീഗഢിനെ പഞ്ചാബിന് നൽകണം, പഞ്ചാബിലൂടെ ഒഴുകുന്ന നദികളിലൂടെ കൂടുതൽ ജലം സംസ്ഥാനത്തിന് നൽകണം, സിഖുകാർക്കെതിരെയുള്ള അവഗണന അവസാനിപ്പിക്കണം തുടങ്ങിയ ആവശ്യങ്ങളുമായി സിഖ് സംഘടനകൾ രംഗത്തുവന്നു.

അമേരിക്ക, കാനഡ, ലണ്ടൻ തുടങ്ങിയ രാജ്യങ്ങളിൽനിന്ന് ഒഴുകിയെത്തിയ കോടികളാണ് ഖാലിസ്ഥാൻ ഭീകരവാദത്തിന് കരുത്തുപകർന്നത്. ജഗ്ജിത്സിങ് ചൗഹാൻ പ്രസിഡന്റായും ബർബീർസിങ് സാൻധു ജനറൽ സെക്രട്ടറിയായും നാഷണൽ കൗൺസിൽ ഓഫ് ഖാലിസ്ഥാൻ രൂപീകരിച്ചു. ഖാലിസ്ഥാന്റെ സ്റ്റാമ്പും കറൻസിയും പഞ്ചാബിലിറക്കി. 1971 ൽ ജഗ്ജിത് സിങ് ചൗഹാൻ അമേരിക്ക സന്ദർശിച്ചു. ഖാലിസ്ഥാന് വേണ്ടി സംഭാവന നൽകണമെന്നാവശ്യപ്പെട്ടുകൊണ്ടുള്ള പരസ്യങ്ങൾ *ന്യൂയോർക്ക് ടൈംസ്* ഉൾപ്പെടെയുള്ള പത്രങ്ങളിൽ പ്രത്യക്ഷപ്പെട്ടു. ഖാലിസ്ഥാൻ രൂപീകരിക്കുക എന്ന ലക്ഷ്യത്തോടെ ദാൽ ഖാൽസ എന്ന അന്താരാഷ്ട്ര സംഘടന ഉൾപ്പെടെ നിരവധി സംഘടനകൾ രൂപം കൊണ്ടു. ജഗ്ജിത് സിങ് ചൗഹാന്റെയും ബൽബീർ സിങ് സാൻഡുവിന്റെയും ഭിന്ദ്രൻ വാലയുടെയും വിഷംചീറ്റുന്ന പ്രസംഗങ്ങളിൽ ആകൃഷ്ടരായി ആയിരക്കണക്കിന് യുവാക്കൾ തോക്കെടുത്തു. പഞ്ചാബ് പ്രക്ഷുബ്ധമായി. *ഹിന്ദ് സമാചാർ* പത്ര സ്ഥാപനങ്ങളുടെ ഉടമ ലാലാ ജഗത് നാരായൺ ഉൾപ്പെടെ നിരവധി പേർ കൊല്ലപ്പെട്ടു. മുഖ്യ ആസൂത്രകനായിരുന്ന ഭിന്ദ്രൻവാല തെളിവില്ലെന്ന കാരണത്താൽ കേസുകളിൽ നിന്നെല്ലാം തലയൂരി.

1984 ജൂൺ 3ന് നടന്ന ബ്ലൂസ്റ്റാർ ഓപ്പറേഷന് നിർണായക വഴിത്തിരിവായി. എന്തുവിലകൊടുത്തും ഭീകരവാദത്തെ അടിച്ചമർത്തുമെന്ന സന്ദേശമാണ് ബ്ലൂസ്റ്റാർ ഓപ്പറേഷനിലൂടെ ഇന്ദിരാഗാന്ധി നൽകിയത്. സിഖ് മതവിശ്വാസികളുടെ ഏറ്റവും വലിയ പുണ്യസ്ഥലത്ത് നടന്ന സൈനികനീക്കം ഭീകരവാദത്തെ ശക്തമായി എതിർത്തിരുന്ന സിഖുകാരുടെ ഹൃദയത്തിൽപ്പോലും പോറലേൽപ്പിച്ചു. പുണ്യസ്ഥലമായ സുവർണ ക്ഷേത്രത്തിൽ സൈന്യമോ പൊലീസോ കയറില്ലെന്ന വിശ്വാസത്തോടെയാണ് ഭിന്ദ്രൻവാലയും സഹേബ് സിങ്ങും ഉൾപ്പെടെയുള്ള കൊടും ഭീകരർ താവളമടിച്ചത്. ക്ഷേത്രത്തിനകത്ത് വൻതോതിൽ ആയുധങ്ങൾ ശേഖരിച്ചിരുന്നു. സൈന്യത്തിന്റെ വിവിധ വിഭാഗങ്ങളും അർധസൈനിക വിഭാഗവും സുവർണ ക്ഷേത്രം വളഞ്ഞു. ഭീകരരോട് കീഴടങ്ങാൻ ഉച്ചഭാഷിണിയിലൂടെ പലതവണ ആവശ്യപ്പെട്ടു. ആവശ്യം ഭീകരർ നിരസിച്ചു. ഭീകരർ ബന്ദികളാക്കിവെച്ചിരുന്ന തീർഥാടകരെ വിട്ടയക്കണമെന്ന് പിന്നീടാവശ്യപ്പെട്ടു. വൃദ്ധരും രോഗികളുമായ നൂറോളം പേരെ വിട്ടയച്ചു. ടാങ്കുകളും പടക്കോപ്പുകളും നിരന്നു. 24 മണിക്കൂർ നീണ്ട യുദ്ധസമാനമായ ഏറ്റുമുട്ടലാണ് നടന്നത്. സർക്കാർ കണക്കുകൾ പ്രകാരം 493 ഭീകരരും 83 സൈനികരും കൊല്ലപ്പെട്ടു. എന്നാൽ ഇവർക്ക് പുറമേ നിരവധി നിര

പരാധികളായ തീർഥാടകരും കൊല്ലപ്പെട്ടിരുന്നു. ഇവരുടെ എണ്ണം പുറത്തുവിടാൻ സർക്കാർ തയാറായില്ല. ഖാലിസ്ഥാൻ ഭീകരതയെ അമർച്ച ചെയ്യാൻ ഇത്തരമൊരു കൂട്ടക്കുരുതി വേണ്ടിയിയിരുന്നില്ലെന്ന വിമർശനം ശക്തമായി. ബ്ലൂസ്റ്റാർ ഓപ്പറേഷൻ ഇന്ദിരാഗാന്ധിയെ പ്രതിക്കൂട്ടിലാക്കി.

ഇന്ദിരാഗാന്ധിക്കെതിരെ സിഖുകാർക്കിടയിൽ ഉയർന്ന പ്രതിഷേധം ഇന്ദിരാഗാന്ധിയുടെ അംഗരക്ഷകരായ സത്‌വന്ത് സിങ്ങിന്റെയും ബിയാന്ത്സിങ്ങിന്റെയും തോക്കിൻകുഴലുകൾ വരെയെത്തി. 1984 ഒക്ടോബർ 31 ന് ഇന്ദിരാഗാന്ധി കൊല്ലപ്പെട്ടു. തൊട്ടടുത്ത ദിവസം ദില്ലിയിൽ കലാപം പൊട്ടിപ്പുറപ്പെട്ടു. കോൺഗ്രസ് നേതാക്കളുടെ നേതൃത്വത്തിൽ നടന്ന കലാപത്തിൽ ആയിരക്കണക്കിന് സിഖുകാരാണ് കൊല്ലപ്പെട്ടത്. പഞ്ചാബ് കലുഷിതമായി, ഭീകരാക്രമണങ്ങൾ നിത്യസംഭവങ്ങളായി. 1987 ൽ പഞ്ചാബിലെ ലാൽറുവിൽ രാത്രി ഭീകരർ ഒരു ബസ് തടഞ്ഞുനിർത്തി. ബസിനകത്തെ ഹിന്ദുക്കളായിരുന്ന 32 പേരെ വെടിവെച്ച് കൊന്നു. സംഭവം രാജ്യത്തെ നടുക്കി.

1987 മുതൽ 1992 ഫെബ്രുവരി വരെ സംസ്ഥാനത്ത് രാഷ്ട്രപതി ഭരണമായിരുന്നു. തുടർന്ന് അധികാരത്തിൽ വന്ന മുഖ്യമന്ത്രി ബിയാന്ത് സിങ് 1995 ആഗസ്റ്റ് 31 ന് കൊല്ലപ്പെട്ടു. തൊണ്ണൂറുകളുടെ അവസാനത്തോടെ പഞ്ചാബ് ശാന്തമായി. വെടിയൊച്ചകൾ നിലച്ചു. ക്രമസമാധാന പ്രശ്നങ്ങളും തൊഴിലില്ലായ്മയും വികസന മുരടിപ്പുമെല്ലാം പഞ്ചാബിനെ തളർത്തിയിരുന്നു. ഭീകരവാദത്തിലൂടെ ലക്ഷ്യം നേടാനായില്ലെന്ന് തിരിച്ചറിഞ്ഞ യുവാക്കൾ ആയുധമുപേക്ഷിച്ചു. മുഖ്യധാരയിലേക്ക് കടന്നുവന്നു. ചുരുങ്ങിയ വർഷങ്ങൾക്കുള്ളിൽ പഞ്ചാബ് ഇന്ത്യയിലെ ഏറ്റവും മികച്ച സംസ്ഥാനങ്ങളിലൊന്നായി മാറി.

സാമൂഹ്യാവസ്ഥ

ജനസംഖ്യയിലെ 59 % സിഖ് മതവിശ്വാസികളാണ്. 37 % ഹിന്ദുക്കൾ. മുസ്ലിങ്ങൾ 1.57 % ക്രിസ്ത്യാനികൾ 1.20 % ബുദ്ധമതവിശ്വാസികൾ 0.13 %, ജൈനമതവിശ്വാസികൾ 0.16 % ജനസംഖ്യയിലെ 35 % ഭൂവുടമകളായ ജാട്ട് വിഭാഗത്തിൽപ്പെട്ട സിഖുകാരാണ്. 30 % ദളിതർ–വൈശ്യവിഭാഗത്തിൽപ്പെട്ട ബനിയ ഖാത്രിസ് അരോരാസ് തുടങ്ങിയവർ 12 ശതമാനം വരും. ഇന്നും പൊതുവേ സമ്പന്നരായ കച്ചവടക്കാരാണിവർ. ബ്രാഹ്മണർ 5 ശതമാനം. ഗുജറാത്തികൾ, കാംബോഡ്, രാംഗർഹിയാസ്, സൈനിക തുടങ്ങിയ ജാതികളെല്ലാം ചേർന്ന് ജനസംഖ്യയിലെ ഇരുപത്തഞ്ച് ശതമാനത്തോളം വരും.

ഇന്ത്യയിലെ ഏറ്റവും സമ്പന്നമായ സംസ്ഥാനമാണെങ്കിലും ജാതിമത വിവേചനം ശക്തമാണ്. വിവേചനങ്ങൾ ഏറ്റവുമധികം നേരിടുന്നത് ദളിതരാണ്. ദുരഭിമാനഹത്യകൾ ഏറ്റവുമധികം നടക്കുന്ന സംസ്ഥാനങ്ങളിലൊന്നാണ്. സമ്പന്ന സിഖ് കുടുംബങ്ങളിലാണ് ദുരഭിമാനഹത്യകൾ ഏറ്റവും കൂടുതൽ നടക്കുന്നത്. അന്യമതസ്ഥരെയൊ അന്യജാതി

ക്കാരെയൊ കല്യാണം കഴിക്കുന്നവരെ അവരുടെ മാതാപിതാക്കളോ അടുത്ത ബന്ധുക്കളോ കൊലപ്പെടുത്തുന്നതാണ് ദുരഭിമാനഹത്യ.

മദ്യപിക്കുന്നവരുടെ എണ്ണത്തിൽ സംസ്ഥാനം കേരളത്തിന് തൊട്ടു പിറകിൽ. മയക്കുമരുന്നും ലഹരിഗുളികകളും ഉപയോഗിക്കുന്ന ചെറുപ്പക്കാരുടെ എണ്ണത്തിൽ സംസ്ഥാനം ഒന്നാമതാണ്. അടുത്തിടെ ഗുരുനാനാക്ക് സർവകലാശാലയിലെ ഗവേഷകർ നടത്തിയ സർവേ ഫലം അനുസരിച്ച് 16 ഉം 35 നും ഇടയിൽ പ്രായമുള്ളവരിലെ 73.5 % പേരും ഏതെങ്കിലും മയക്കുമരുന്നുകൾ ഉപയോഗിച്ചവരാണ്. അഫ്ഗാനിസ്ഥാനിൽ നിന്നും പാകിസ്ഥാനിൽനിന്നും മയക്കുമരുന്നുകൾ ഇന്ത്യയിലെത്തുന്നത് പ്രധാനമായും പഞ്ചാബിലൂടെയാണ്.

ദാരിദ്ര്യനിർമാർജനത്തിൽ പഞ്ചാബ് രണ്ടാം സ്ഥാനത്താണ്. കാർഷികവ്യവസായമേഖലകളിലെ മെച്ചപ്പെട്ട പ്രകടനം തന്നെയാണ് ഇതിന് കാരണം. ശുദ്ധജല വിതരണത്തിൽ സംസ്ഥാനം ഒന്നാമതും ആരോഗ്യ പരിപാലനത്തിൽ മൂന്നാമതുമാണ്. അതേസമയം ക്രമസമാധാന പാലനത്തിൽ സംസ്ഥാനം പിറകിലാണ്. ക്രൈം റെക്കോർഡ് ബ്യൂറോയുടെ കണക്കുകൾ പ്രകാരം ക്രിമിനൽ കുറ്റകൃത്യങ്ങൾ തടയുന്നതിൽ പഞ്ചാബിന്റെ സ്ഥാനം 25–ാമതാണ്.

ഖാലിസ്ഥാൻ ഭീകരവാദം ഏറെക്കുറെ അവസാനിച്ചിരിക്കുന്നു. എങ്കിലും ഭീകരവാദത്തിന്റെ നെരിപ്പോടുകൾ ഇപ്പോഴും അവശേഷിക്കുന്നുണ്ട്. ചെറിയ പ്രശ്നങ്ങൾ പോലും വലിയ സാമുദായിക പ്രശ്നങ്ങളാക്കി മാറ്റാനുള്ള ആസൂത്രിത ശ്രമങ്ങൾ നടക്കുന്നുണ്ട്. ദേരാ സൗധ സച്ച തന്ന നേതാവായ റാം റഹിംസിങ് ഗുരുനാനാക്കിനെ അനുകരിച്ചുകൊണ്ട് പ്രത്യക്ഷപ്പെട്ടത് വലിയ സാമുദായിക പ്രശ്നമായി ഉയർന്നു വന്നിരുന്നു.

ഭൂമിശാസ്ത്രം

ഫലഭൂയിഷ്ഠമായ പ്രദേശമാണ് പഞ്ചാബ്, സിയാസ്, ചെനാബ് ഝലം, രവി, സത്‌ലജ് നദികളും നദികളേയും കൃഷിയിടങ്ങളെയും ബന്ധിപ്പിക്കുന്ന കനാലുകളും പഞ്ചാബിനെ സമ്പന്നമാക്കുന്നു വടക്ക് കിഴക്കൻ അതിർത്തി ശിവാലിക്ക് മലനിരകളാണ്. മഴമേഘങ്ങളെ തടഞ്ഞുനിർത്തി ശിവാലിക്ക് നല്ല മഴ നൽകുന്നു. വ്യത്യസ്തയിനം പക്ഷിമൃഗാദികളാലും വൃക്ഷലതാദികളാലും ശിവാലിക്ക് സമ്പന്നമാണ്. ഏപ്രിൽ മുതൽ ജൂൺ വരെയാണ് വേനൽക്കാലം. താനപില 47^0C വരെ ഉയരും. ജൂലൈ മുതൽ സെപ്തംബർ വരെ മഴക്കാലം 460 എം എമ്മിനും 960 എം എമ്മിനും ഇടയിൽ മഴ ലഭിക്കും. ഒക്ടോബർ മുതൽ മാർച്ച് വരെയാണ് ശീതകാലം. ശീതകാലത്ത് താപനില 5^0C വരെ താഴും.

50362 ചതുരശ്രകിലോമീറ്റർ വിസ്തൃതിയുള്ള സംസ്ഥാനത്തിന്റെ പടിഞ്ഞാറൻ അതിർത്തി പാകിസ്ഥാനാണ്. വടക്ക് ജമ്മു കാശ്മീർ, വടക്ക് കിഴക്ക് ഹിമാചൽ പ്രദേശ്, തെക്ക് ഹരിയാന, കിഴക്ക് പടിഞ്ഞാറ് രാജസ്ഥാൻ തുടങ്ങിയവയാണ് അയൽ സംസ്ഥാനങ്ങൾ

കൃഷി

ഇന്ത്യയുടെ ധാന്യപ്പുര എന്ന പേരിലാണ് പഞ്ചാബ് അറിയപ്പെടുന്നത്. അരി, ഗോതമ്പ്, കരിമ്പ്, പച്ചക്കറികൾ, പഴവർഗങ്ങൾ തുടങ്ങിവയാണ്. പ്രധാന കാർഷികോൽപ്പന്നങ്ങൾ രാജ്യത്തെ ആകെ ഗോതമ്പ് ഉൽപ്പാദനത്തിന്റെ 20 % അരി ഉൽപ്പാദനത്തിന്റെ 9 % പഞ്ചാബിൽ നിന്നാണ്. കാര്യക്ഷമമായ ജലസേചന സംവിധാനം ഇവിടെയുണ്ട്. കനാലുകളും കുഴൽക്കിണറുകളും ഗ്രാമങ്ങളിൽ യഥേഷ്ടം കാണാം.

വ്യവസായം

കാർഷികമേഖലയിലെ മുന്നേറ്റം വ്യവസായ മേഖലയിലില്ല. സംസ്ഥാനത്ത് 586 വൻകിട വ്യവസായങ്ങളും 194000 ചെറുകിട വ്യവസായങ്ങളുമുണ്ട്. കൃഷി അധിഷ്ഠിതവ്യവസായങ്ങളാണ് ഭൂരിഭാഗവും. ഇന്ത്യയിലെ നല്ല ഗുണനിലവാരമുള്ള പരുത്തി 70 % ഉൽപ്പാദിപ്പിക്കുന്നത് ഇവിടെയാണ്. അബോഹർ, ഫഗ്വാര, അമൃതസർ, മെഹൊലി, ലുധിയാന, ഭട്ടിന്റെ എന്നിവിടങ്ങളിലായി നിരവധി പരുത്തി മില്ലുകളുണ്ട്. സഹകരണ മേഖലയിൽ പ്രവർത്തിക്കുന്ന 12 മില്ലുകൾ ഉൾപ്പെടെ 14 പഞ്ചസാര മില്ലുകൾ പഞ്ചാബിലുണ്ട്. മൊറിൻണ്ടയിലെ മിൽ പ്രസിദ്ധമാണ്. ദിവസന്തോറും 4000 ടൺ കരിമ്പുകളിൽനിന്ന് ഇവിടെ പഞ്ചസാര ഉൽപ്പാദിപ്പിക്കുന്നു. ഹരിയാനയും ഗുജറാത്തും കഴിഞ്ഞാൽ ഏറ്റവും പാൽ ഉൽപ്പാദിപ്പിക്കുന്ന സംസ്ഥാനം പഞ്ചാബാണ്. 435000 ലിറ്റർ പാൽ സംസ്കരിക്കുന്ന മോഗാ പ്ലാന്റ് ഉൾപ്പെടെ 15 ക്ഷീരസംസ്കരണ കേന്ദ്രങ്ങൾ സംസ്ഥാനത്തുണ്ട്.

അടിസ്ഥാന സൗകര്യ വികസനമേഖലയിലും സംസ്ഥാനം മുന്നിലാണ്. റോഡ്, റെയിൽ, വിമാനഗതാഗത സംവിധാനങ്ങൾ മികച്ച നിലവാരമുള്ളവയാണ്. ആളോഹരി വൈദ്യുതി ഉൽപ്പാദനത്തിൽ ഒന്നാം സ്ഥാനം പഞ്ചാബിനാണ്. 97 % ഗ്രാമങ്ങളിലും വൈദ്യുതിയുണ്ട്. ഭോപ്പർ താപനിലയം, ഭക്രാംനംഗൽ കോംപക്സ്, ഗുരുനാനാക്ക് താപനിലയം എന്നിവയാണ് പ്രധാന വൈദ്യുതിനിലയങ്ങൾ.

വിനോദസഞ്ചാരം

അമൃത്സർ	–	സുവർണക്ഷേത്രം, കോട്ടകൾ, മ്യൂസിയങ്ങൾ, പൂന്തോട്ടങ്ങൾ, ജാലിയൻവാലാബാഗ്.
വാഗാ അതിർത്തി	–	അമൃത്സറിൽനിന്ന് 40 കിലോമീറ്റർ അകലെയാണ് വാഗാ. ഇവിടെയാണ് ഇന്ത്യ – പാക് അതിർത്തിപാത. ഈ പാതയിലൂടെയാണ് ഇന്ത്യയിൽനിന്ന് പാകിസ്ഥാനിലേക്ക് വാഹനങ്ങൾ

		പോകുന്നത്. എല്ലാ ദിവസവും വൈകുന്നേരം അതിർത്തി അടക്കും. ഇരുരാജ്യങ്ങളിലേയും സൈനികരാണ് അതിർത്തി ഒദ്യോഗികമായി അടയ്ക്കുക. അചാരപരമായ ഈ ചടങ്ങ് കാണാൻ ഇരുരാജ്യങ്ങളിലേയും ആയിരങ്ങളാണ് തടിച്ചുകൂടുക.
ആനന്ദപൂർ	–	സിഖ് തീർഥാടന കേന്ദ്രം.
ഫരീദ്കോട്ട്	–	കോട്ട.
കപൂർത്തല	–	കൊട്ടാരം, ക്ഷേത്രങ്ങൾ.
ജലന്തർ	–	ഡിസംബർ മാസത്തെ സംഗീതോത്സവം. പ്രസിദ്ധം, ഫില്ലൂർ കോട്ട.
നാലൻഗാൽ	–	അണക്കെട്ട്.
പട്ടാല	–	കൊട്ടാരം മ്യൂസിയം കോട്ട, പൂന്തോട്ടങ്ങൾ.

ആഘോഷങ്ങൾ

ഹോള മോഹല്ല, ഗുരുനാനാക്ക് ജയന്തി, വൈശാഖി, ദീപാവലി ഹോളി.

വിനോദസഞ്ചാരം

പഞ്ചാബിലെ പ്രധാന വിനോദസഞ്ചാര കേന്ദ്രങ്ങൾ

അമൃത്സർ	–	ലോക പ്രശസ്ത സിഖ് തീർഥാടനകേന്ദ്രമായ സുവർണക്ഷേത്രം ഇവിടെ സ്ഥിതി ചെയ്യുന്നു. ബ്രിട്ടീഷുകാർ കൂട്ടക്കുരുതി നടത്തിയ ജാലിയൻവാലാ ബാഗും ഇവിടെയാണ്.
ആനന്ദപൂർ	–	സിഖ് തീർഥാടന കേന്ദ്രം
ദേരാ സാബ നാനക്	–	സിഖ് തീർഥാടനകേന്ദ്രം
ഹരീദ് കോട്ട	–	കോട്ട
ജലന്തർ	–	സ്പോർട്സ് ഉൽപ്പന്നങ്ങളുടെ പ്രധാന നിർമാണ കേന്ദ്രം. ഡിംസബറിൽ ജലന്തറിൽ നടക്കുന്ന സംഗീതോത്സവം പ്രസിദ്ധമാണ്.
പടാല	–	കൊട്ടാരം, മ്യൂസിയം
രുപ്നഗർ	–	തടാകം, ഹാരപ്പൻ കാലഘട്ടത്തിന്റെ അവശിഷ്ടങ്ങൾ
പാഗ	–	ഇന്ത്യ-പാക് അതിർത്തി, വൈകുന്നേരങ്ങളിൽ ഇവിടെ നടക്കുന്ന അതിർത്തി അടയ്ക്കൽ ചടങ്ങ് പ്രസിദ്ധമാണ്

സുവർണ ക്ഷേത്രം

കണ്ടിരിക്കേണ്ട സ്ഥലം – അമൃതസർ

അമൃതസറും സമീപ പ്രദേശങ്ങളും ഇന്ത്യയിൽ ഏറ്റവുമധികം സഞ്ചാരികൾ എത്തുന്ന മേഖലകളിലൊന്നാണ്. വിശ്വ പ്രസിദ്ധ സിഖ് തീർഥാടന കേന്ദ്രമായ സുവർണ ക്ഷേത്രം ഇവിടെ സ്ഥിതി ചെയ്യുന്നു. ആയിരക്കണക്കിന് തീർഥാടകരും സഞ്ചാരികളും ഓരോ ദിവസവും ഇവിടെയെത്തുന്നു. സുവർണ ക്ഷേത്രത്തിന് സമീപത്താണ് ജാലിയൻ വാലാ ബാഗ്. ബ്രിട്ടീഷുകാർ കൂട്ടക്കുരുതി നടത്തിയ സ്ഥലവും ചിന്നിച്ചിതറിയോടിയ ജനങ്ങൾ വീണു മരിച്ച കിണറുമെല്ലാം ഇവിടെ കാണാം.

അമൃതസറിൽനിന്ന് 40 കിലോമീറ്റർ യാത്ര ചെയ്താൽ വാഗാ ഇന്ത്യാ–പാക് അതിർത്തിയിലെത്തി. ഇന്ത്യയെയും പാകിസ്ഥാനെയും ബന്ധിപ്പിക്കുന്ന ഗ്രാന്റ് ട്രങ്ക് റോഡ് എല്ലാ ദിവസവും സൂര്യാസ്തമന സമയത്ത് ആചാരപരമായ ചടങ്ങുകളോടെ അടയ്ക്കും. ഇരുരാജ്യങ്ങളിലെയും അതിർത്തി രക്ഷാസേനാംഗങ്ങൾ നടത്തുന്ന ഈ ചടങ്ങ് വീക്ഷിക്കാൻ അതിർത്തിക്ക് അപ്പുറത്തും ഇപ്പുറത്തുമുള്ള ആയിരങ്ങൾ തടിച്ചു കൂടാറുണ്ട്.

ദില്ലിയിൽ നിന്ന് റെയിൽമാർഗം 8 മണിക്കൂർ യാത്ര ചെയ്താൽ അമൃതസറിൽ എത്താം. വിമാനമാർഗവും റോഡ് മാർഗവും ഇവിടെ എത്താവുന്നതാണ്.

പഞ്ചാബ് – കേരളീയം

ആശുപത്രികളിലും ഫാക്ടറികളിലുമാണ് ഏറ്റവുമധികം മലയാളികൾ ഉള്ളത്. ഫാക്ടറികളിൽ ഇപ്പോൾ പഴയതുപോലെ തൊഴിലാളികൾ ഇല്ല. എന്നാൽ ആശുപത്രികളിൽ മലയാളികളായ നഴ്സുമാർ പ്രത്യേക പരിഗണന ലഭിക്കുന്നുണ്ട്. ലുധിയാനയിലാണ് ഏറ്റവുമധികം മലയാളികൾ ഉള്ളത്. അമ്പതിനായിരം.

മലയാളി സംഘടനകൾ

* സൗത്ത് ഇന്ത്യൻ കർച്ചറൾ അസോസിയേഷൻ, പാട്യാല – സത്യൻ, (09888478422)
* മലയാളി അസോസിയേഷൻ, രാജ്പുര – ഇ എൻ ശശിധരൻ, (09417128753)
* മലയാളി സമാജം, മൊഹാലി – അഡ്വ. ബെന്നി തോമസ്, (09872813746)
* കേരള സമാജം, ചണ്ഡീഗഢ് – കെ രാജേന്ദ്രപ്രസാദ്, (09417195902)
* മലയാളി അസോസിയേഷൻ, ജലന്തർ – കെ ജി പാപ്പച്ചൻ, (09814344610)
* ഉദയ കേരള ആർട്സ് ക്ലബ് – അലക്സ് പി സുനിൽ (09814220055)

പൊതുവിവരങ്ങൾ

തലസ്ഥാനം	–	ചണ്ഡിഗഢ്
ജില്ലകൾ	–	20
നിയമസഭാമണ്ഡലങ്ങൾ	–	117
ലോക്സഭാമണ്ഡലങ്ങൾ	–	13
രാജ്യസഭാ സീറ്റുകൾ	–	
രൂപീകൃതമായ ദിവസം	–	1956 നവംബർ 1
ഔദ്യോഗിക ഭാഷ	–	പഞ്ചാബി
ജനസംഖ്യ	–	27704236
ജനസാന്ദ്രത	–	550/Km^2
വിസ്തീർണം	–	50362/Km^2
സാക്ഷരത	–	76.68%
വിമാനത്താവളങ്ങൾ	–	അമൃത്സർ, ലുധിയാന, ഭട്ടിൻഡ
റെയിൽഗതാഗതം	–	2,140 കിലോമീറ്റർ
റോഡ് ഗതാഗതം	–	58,151 കിലോമീറ്റർ

താപനില

വേനൽക്കാലം	–	35^0C മുതൽ 45^0C വരെ
ശീതകാലം	–	0^0C മുതൽ 14^0C വരെ
വർഷകാലം	–	ജൂലൈ മുതൽ സെപ്തംബർ വരെ
സന്ദർശിക്കാൻ അനുയോജ്യമായ സമയം	–	ഒക്ടോബർ – മാർച്ച്

പ്രത്യേകതകൾ

1. ഇന്ത്യയുടെ ധാന്യപ്പുര.
2. രാജ്യത്തെ ഗോതമ്പ് ഉൽപ്പാദനത്തിന്റെ 20 ശതമാനം അരി ഉൽപ്പാദനത്തിന്റെ 9 ശതമാനം സംഭാവന ചെയ്യുന്ന സംസ്ഥാനം.
3. എല്ലാ ഗ്രാമങ്ങളിലും വൈദ്യുതി എത്തിയ ആദ്യ സംസ്ഥാനം.
4. ശുദ്ധജലവിതരണത്തിലും ജലസേചന സൗകര്യത്തിലും ഒന്നാം സ്ഥാനം.
5. ആരോഗ്യപരിപാലനത്തിൽ ഒന്നാമത്.
6. മദ്യപാനത്തിൽ രണ്ടാം സ്ഥാനം
7. മയക്കുമരുന്നുകൾ ഉപയോഗിക്കുന്ന ചെറുപ്പക്കാരുടെ എണ്ണത്തിൽ ഒന്നാമത്.
8. ഭീകരാക്രമണങ്ങളിൽ ഏറ്റവുമധികം മുഖ്യമന്ത്രിമാർ കൊല്ലപ്പെട്ട സംസ്ഥാനം.

സഹായനമ്പറുകൾ

പൊലീസ് കൺട്രോൾ റൂം	–	0172 – 2748100 0172 – 2748103
പൊലീസ് വെബ്സൈറ്റ്	–	www.punjabpoliceindia.org
ടൂറിസം ഇൻഫർമേഷൻ	–	0172 – 2742131 0172 – 2721173 0172 – 2711878
പ്രസ് ഇൻഫർമേഷൻബ്യൂറോ (ജലന്തർ)	–	0181 – 2224244 0181 – 2224844
പ്രസ് ഇൻഫർമേഷൻ ബ്യൂറോ (ചണ്ഡീഗഢ്)	–	0172 – 2743828 0172 – 2743904

33

കേരളം

ഭൂമിശാസ്ത്രം

ഒരുവശത്ത് അറബിക്കടൽ, മറുവശത്ത് പശ്ചിമഘട്ടം. രണ്ടിനുമിടയിൽ ഫലഭൂയിഷ്ടമായ സമതലപ്രദേശം. ഇതാണ് കേരളത്തിന്റെ ഭൂമിശാസ്ത്രം. വിസ്തൃതി 38,863 ചതുരശ്ര കിലോമീറ്റർ. സമുദ്രനിരപ്പിൽ നിന്ന് 1500 മീറ്റർ മുതൽ 2,695 മീറ്റർ വരെ ഉയരമുള്ള പർവതങ്ങളാണ് പശ്ചിമഘട്ടത്തിലുള്ളത്. ആനമുടിയാണ് ഏറ്റവും ഉയരമുള്ള പർവതം. 2695 മീറ്റർ ഉയരം. 44 നദികളിലെ 41 എണ്ണം കിഴക്കുനിന്ന് പടിഞ്ഞാറോട്ടും മൂന്നെണ്ണം കിഴക്കോട്ടും ഒഴുകുന്നു. പെരിയാർ, ഭാരതപ്പുഴ, പമ്പ, ചാലിയാർ, കടലുണ്ടിപ്പുഴ, വളപട്ടണംപുഴ തുടങ്ങിയവയാണ് പ്രധാന നദികൾ.

ജൈവ വൈവിധ്യങ്ങളാൽ സമ്പന്നമാണ് പശ്ചിമഘട്ട മലനിരകൾ. രാജ്യത്ത് ആകെയുള്ള സസ്യവൈവിധ്യങ്ങളിലെ നാലിലൊന്ന് ഇവിടെയുണ്ട്. ഇവയിൽ തൊള്ളായിരത്തോളം എണ്ണം ഔഷധസസ്യങ്ങളാണ്. സംസ്ഥാനത്തിന്റെ ആകെ വിസ്തൃതിയിലെ 24 % വനങ്ങളാണ്.

ചരിത്രം

കേരവൃക്ഷങ്ങളുടെ നാടാണ് കേരളം. ശിലായുഗ കാലഘട്ടത്തിലെ മനുഷ്യർ കേരളത്തിൽ ജീവിച്ചിരുന്നതിന്റെ തെളിവുകൾ ചേവായൂർ, മറയൂർ എന്നിവിടങ്ങളിൽനിന്ന് ലഭിച്ചിട്ടുണ്ട്. നവീനശിലായുഗം, ഇരുമ്പ് യുഗം, മഹാശിലായുഗം തുടങ്ങിയ ഘട്ടങ്ങളിലൂടെ പ്രാചീന കേരളം കടന്നുപോയി.

പരശുരാമൻ മഴുവെറിഞ്ഞുണ്ടാക്കിയതാണ് കേരളം എന്നാണ് ഐതിഹ്യം. ആര്യന്മാരുടെ അധിനിവേശത്തിന് സൈദ്ധാന്തിക ന്യായീ

കരണം നൽകുന്നതിനുവേണ്ടിയുള്ളതായിരുന്നു ഈ കെട്ടുകഥ. എ ഡി 9 മുതൽ 12 വരെ പെരുമാക്കന്മാരായിരുന്നു കേരളം ഭരിച്ചിരുന്നത്. ബ്രാഹ്മണ കേന്ദ്രീകൃതമായിരുന്നു ഭരണം. അറബികളിലൂടെയായിരുന്നു ഇസ്ലാംമതം കേരളത്തിലെത്തിയത്. കച്ചവടത്തിന് എത്തിയതായിരുന്നു അറബികൾ. ചേരമാൻ പെരുമാൾ ഇസ്ലാംമതം സ്വീകരിച്ചിരുന്നു. അദ്ദേഹം അറേബ്യയിലേക്ക് പോയതായി ഷെയ്ഖ് സൈനുദ്ദീൻ രചിച്ച *തുഹ്ഫത്തുൽ മുജാഹിദ്ദീൻ* എന്ന ഗ്രന്ഥത്തിൽ പറയുന്നു. ക്രിസ്തുമതവും വ്യാപാരികളിലൂടെയാണ് കേരളത്തിൽ എത്തിയത്. ഏഴ്, എട്ട് നൂറ്റാണ്ടുകളിൽ ക്രിസ്തുമതം പ്രചരിച്ചുതുടങ്ങി. എന്നാൽ ഒന്നാം നൂറ്റാണ്ടു മുതൽക്കു തന്നെ ജൂതൻമാർ കച്ചവടത്തിനായി കൊടുങ്ങല്ലൂരിൽ എത്തിയിരുന്നു.

1498 ൽ പോർച്ചുഗീസ് കച്ചവടക്കാരനായ വാസ്കോഡഗാമ കച്ചവടത്തിനായി കോഴിക്കോട് കാപ്പാട് എത്തിയതോടെയാണ് കോളനിവൽക്ക

കാപ്പാട് ബീച്ച്

രണത്തിന് തുടക്കമാവുന്നത്. സുഗന്ധവ്യഞ്ജനങ്ങൾക്കു മേൽ ആധിപത്യംനേടിയ പോർച്ചുഗീസുകാർക്കെതിരെ ശക്തമായ ചെറുത്തുനിൽപ്പുകളും ഉണ്ടായി. കുഞ്ഞാലിമരയ്ക്കാരായിരുന്നു ധീരയോദ്ധാവ്. എന്നാൽ തന്ത്രപൂർവം സാമൂതിരിയെ ഒപ്പം നിർത്തിയ പോർച്ചുഗീസുകാർ കുഞ്ഞാലിമരയ്ക്കാന്മാരെ അമർച്ച ചെയ്തു. 1595 ൽ ഡച്ച് ഇസ്റ്റ് ഇന്ത്യ കമ്പനി

യിലൂടെ ഡച്ചുകാർ ഇന്ത്യയിലെത്തി. 1741 ലെ കുളച്ചൽ യുദ്ധത്തിൽ മാർത്താണ്ഡവർമ്മ ഡച്ചുകാരെ പരാജയപ്പെടുത്തിയതോടെയാണ് ഇവരുടെ അധിനിവേശശക്തി ക്ഷയിച്ചത്. 1698 ലാണ് ഫ്രഞ്ചുകാർ എത്തുന്നത്. മയ്യഴി, കോഴിക്കോട്, ചേറ്റുവ തുടങ്ങിയ പ്രദേശങ്ങളിൽ ആധിപത്യം ഉറപ്പിച്ചു. എന്നാൽ ബ്രിട്ടീഷ് ശക്തിക്കു മുന്നിൽ പിടിച്ചുനിൽക്കാൻ ഇവർക്ക് സാധിച്ചില്ല. 1761 ൽ ഹൈദരാലി മൈസൂരിൽ ഭരണം പിടിച്ചു. ഇതിന്റെ പ്രതിഫലനം കേരളത്തിലുമുണ്ടായി. ഒരുവിഭാഗം നാട്ടുരാജാക്കൻമാരുടെ പിന്തുണയോടെയായിരുന്നു ഹൈദർ അലിയുടെയും മകൻ ടിപ്പുസുൽത്താന്റെയും പടയോട്ടം. ടിപ്പുവിന്റെ ഭരണം കേരളത്തിൽ പ്രത്യേകിച്ച് മലബാറിൽ നിർണായക മാറ്റങ്ങൾ ഉണ്ടാക്കി. ജന്മിത്വം ഇല്ലാതാക്കി, ഭൂനികുതി സർവെയുടെ അടിസ്ഥാനത്തിലാക്കി, റോഡുകളും കനാലുകളും നിർമിച്ചു, അടിമത്ത സമ്പ്രദായം നിർത്തലാക്കി, കീഴ്ജാതിക്കാരായ സ്ത്രീകൾക്ക് മേൽവസ്ത്രം ധരിക്കാൻ അനുവാദം നൽകി എന്നിങ്ങനെ നിരവധി നടപടികൾ ടിപ്പു കൈക്കൊണ്ടു. എന്നാൽ 1792 മാർച്ച് 8 ന് ബ്രിട്ടീഷ്സേന ശ്രീരംഗപട്ടണത്തുവച്ച് മൈസൂരിനെ തോൽപ്പിച്ചു. ഇതോടെ മലബാറും കൊച്ചിയും തിരുവിതാംകൂറും ബ്രിട്ടീഷുകാരുടെ നിയന്ത്രണത്തിലായി. പിന്നീട് ധീരമായ ചെറുത്തു നിൽപ്പുകളുടെയും ബ്രിട്ടീഷ്വിരുദ്ധ പോരാട്ടങ്ങളുടെയും വർഷങ്ങളായിരുന്നു. ആറ്റിങ്ങൽ കലാപം (1721), പഴശ്ശിസമരം (1797–1805) വേലുത്തമ്പിദളവ നടത്തിയ കുണ്ടറ വിളംബരം (1809), ചെമ്പിലരയന്റെ ജീവത്യാഗം (1808), പാലിയത്തച്ചന്റെ പോരാട്ടം (1809), കുറിച്യരുടെയും കുറുമ്പരുടെയും സമരം (1812) എന്നിങ്ങനെ നിരവധി പോരാട്ടങ്ങൾ നടന്നു.

ചെങ്കുളത്ത് കുഞ്ഞിരാമമേനോൻ, പൂവാടൻ രാമൻ, വേങ്ങയിൽ കുഞ്ഞിരാമൻനായനാർ, കെ പി ശങ്കരമേനോൻ, കെ പി അച്ചുതമേനോൻ, പി എ കൃഷ്ണമേനോൻ, രാരിച്ചൻ മൂപ്പൻ, സി ശങ്കരൻ നായർ തുടങ്ങിയവരായിരുന്നു ഇന്ത്യൻ നാഷണൽ കോൺഗ്രസിന്റെ ആദ്യകാല നേതാക്കൾ. 1897 ൽ സി ശങ്കരൻനായർ ഇന്ത്യൻ നാഷണൽ കോൺഗ്രസിന്റെ അധ്യക്ഷനായതോടെ കേരളത്തിൽ കോൺഗ്രസിന്റെ പ്രവർത്തനങ്ങൾ സജീവമായി. വക്കം അബ്ദുൾ ഖാദർ മൗലവിയുടെ ഉടമസ്ഥതയിലും കെ രാമകൃഷ്ണപിള്ളയുടെ പത്രാധിപത്യത്തിലും നടത്തിയിരുന്ന *സ്വദേശാഭിമാനി* വാരിക അക്കാലത്ത് ജനങ്ങൾക്കിടയിൽ ദേശസ്നേഹം വളർത്തി. ഇതിനെ തുടർന്ന് രാമകൃഷ്ണപിള്ളയെ നാടുകടത്തി. ആനിബസന്റിന്റെ നേതൃത്വത്തിലുള്ള ഹോംറൂൾ പ്രസ്ഥാനം മലബാറിലും സജീവമായിരുന്നു. മലബാർ സംസ്ഥാന സ്വയംഭരണ സംഘം, മലബാർ ഹോം റൂൾ ലീഗ് എന്നീ സംഘടനകളുടെ നേതൃത്വത്തിൽ സമരങ്ങൾ നടന്നു. 1916 മേയ് 8 ന് പാലക്കാട് വെച്ച് ഒന്നാം മലബാർ രാഷ്ട്രീയ സമ്മേളനത്തിൽ ആനിബസന്റ് പങ്കെടുത്തു. ഇതോടെയാണ് കോൺഗ്രസിന്റെ പ്രവർത്തനങ്ങൾക്ക് ഏകീകൃതരൂപം കൈവരുന്നത്. 1920 ൽ മഞ്ചേരിയിൽ നടന്ന അഞ്ചാം മലബാർ ജില്ലാ രാഷ്ട്രീയ സമ്മേളന

ത്തിൽനിന്ന് ജന്മിമാരുടെ പ്രതിനിധികളും ആനിബസന്റും ഇറങ്ങിപ്പോയി. സോഷ്യലിസ്റ്റുകൾക്ക് സമ്മേളനത്തിൽ മേധാവിത്വം ലഭിച്ചു. 1919 മുതൽ 1922 വരെ ഖിലാഫത്ത് നിസ്സഹകരണ സമരങ്ങൾ മലബാറിനെ സജീവമാക്കി. 1920 ലെ ഗാന്ധിയുടെ മലബാർ സന്ദർശനം ജനങ്ങളെ ആവേശഭരിതരാക്കി. 1923 ഏപ്രിൽ 23 ന് കേരള പ്രദേശ് കോൺഗ്രസ് കമ്മിറ്റിയുടെ ആദ്യ സമ്മേളനം ഒറ്റപ്പാലത്ത് നടന്നു. ടി പ്രകാശം ആയിരുന്നു അധ്യക്ഷൻ. 1923 ൽ രണ്ടാം സമ്മേളനം സരോജിനി നായിഡുവിന്റെ അധ്യക്ഷതയിൽ പാലക്കാട് നടന്നു.

1924 ലെ കെ പി സി സി യുടെ എറണാകുളം സമ്മേളനം സ്വരാജ്യ പാർട്ടിയുടേയും യുണൈറ്റഡ് നാഷണലിസ്റ്റ് പാർട്ടിയുടെയും രൂപീകരണം, സൈമൺ കമീഷൻ ബഹിഷ്കരണം, ഖാദി-സ്വദേശി പ്രസ്ഥാനം, കെ കേളപ്പന്റെ നേതൃത്വത്തിൽ തൊട്ടുകൂടായ്മയ്ക്കെതിരെ നടന്ന സമരങ്ങൾ, ആലുവ സർവമത സമ്മേളനം, വൈക്കം സത്യഗ്രഹം കൽപ്പാത്തി സമരം, കോൺഗ്രസിന്റെ പയ്യന്നൂർ സമരം, പയ്യന്നൂർ ഉപ്പ് സത്യഗ്രഹം, ഗുരുവായൂർ സത്യഗ്രഹം തൃശൂർ വിദ്യുച്ഛക്തി സമരം, ക്ഷേത്ര പ്രവേശന വിളംബരം, ഉത്തരവാദ പ്രക്ഷോഭണം എന്നിങ്ങനെ നിരവധി ചരിത്ര സംഭവങ്ങൾ കേരളത്തിൽ നടന്നു.

കോൺഗ്രസിന്റെ നേതൃത്വത്തിൽ നടന്ന സമരങ്ങളേക്കാൾ ശക്തമായിരുന്നു കമ്യൂണിസ്റ്റ് പാർട്ടിയുടെ നേതൃത്വത്തിൽ നടന്ന സാമ്രാജ്യത്വവിരുദ്ധ, ജന്മിവിരുദ്ധ സമരങ്ങൾ.

സ്വാതന്ത്ര്യത്തിനുശേഷം 1949 ജൂലായ് 1 ന് കൊച്ചിയും തിരുവിതാംകൂറും ലയിച്ച് തിരു-കൊച്ചി സംസ്ഥാനം നിലവിൽ വന്നു. തിരു-കൊച്ചിയും മലബാറും ലയിച്ച് 1956 നവംബർ ഒന്നിന് ഐക്യകേരളം രൂപീകൃതമായി.

രാഷ്ട്രീയം

ഇന്ത്യയിൽ ഏറ്റവും സജീവമായ രാഷ്ട്രീയ പ്രവർത്തനങ്ങൾ നടക്കുന്ന സംസ്ഥാനമാണ് കേരളം. ജനങ്ങൾ രാഷ്ട്രീയ പ്രബുദ്ധരാണ്. കെട്ടുറപ്പുള്ള മുന്നണി രാഷ്ട്രീയം കേരള രാഷ്ട്രീയത്തിന്റെ സവിശേഷതയാണ്. 1957 ഏപ്രിൽ 5 ന് രാജ്യത്തെ ആദ്യത്തെ കമ്യൂണിസ്റ്റ് മന്ത്രിസഭ അധികാരത്തിലേറി. ഇ എം എസ് നമ്പൂതിരിപ്പാടായിരുന്നു ആദ്യ മുഖ്യമന്ത്രി. കാർഷിക മേഖലയിലും വിദ്യാഭ്യാസമേഖലയിലും നടപ്പിലാക്കിയ പരിഷ്കാരങ്ങൾ കേരളത്തിന്റെ സാമൂഹിക സാമ്പത്തിക വ്യവസ്ഥിതിയിൽ കാതലായ മാറ്റമാണ് ഉണ്ടാക്കിയത്. നായർ സർവീസ് സൊസൈറ്റിയുടെ നേതാവ് മന്നത്ത് പത്മനാഭന്റെ നേതൃത്വത്തിൽ കമ്യൂണിസ്റ്റ് വിരുദ്ധ ശക്തികളെല്ലാം സർക്കാരിനെതിരെ കൈകോർത്തു. തുടർന്ന് നടന്ന വിമോചന സമരം കുപ്രസിദ്ധിയാർജിച്ചു. അമേരിക്കൻ ചാരസംഘടനയുടെ സാമ്പത്തികവും ബുദ്ധിപരവുമായ പിന്തുണയോടെയാണ് വിമോചനസമരം അരങ്ങേറിയിരുന്നത്. ഇതിനെ തുടർന്ന് 1959 ജൂലൈ

ഇ എം എസ്

21ന് ഇ എം എസ് സർക്കാരിനെ പിരിച്ചുവിട്ടു. 1960 ഫെബ്രുവരി 22ന് പട്ടം താണുപിള്ളയുടെ നേതൃത്വത്തിൽ കോൺഗ്രസ്, പി എസ് പി, മുസ്ലിം ലീഗ് സഖ്യസർക്കാർ അധികാരത്തിൽ വന്നു. സഖ്യത്തിലെ ഏറ്റവും വലിയ കക്ഷി കോൺഗ്രസ് ആയിരുന്നു. രണ്ടാമത്തെ വലിയ കക്ഷിയായ പി എസ് പിയുടെ നേതാവായ പട്ടം മുഖ്യമന്ത്രിയായത് തുടക്കം മുതൽക്കു തന്നെ കോൺഗ്രസിന്റെ എതിർപ്പിന് കാരണമായി. 1962 സെപ്തംബർ 26 ന് മുഖ്യമന്ത്രി സ്ഥാനം രാജിവെച്ച പട്ടംതാണുപിള്ള പഞ്ചാബ് ഗവർണറായി നിയമിതനായി. തുടർന്ന് കോൺഗ്രസ് ആർ ശങ്കറിന്റെ നേതൃത്വത്തിൽ സർക്കാർ രൂപീകരിച്ചു. കോൺഗ്രസിലെ പ്രമുഖനായിരുന്ന പി ടി ചാക്കോയും ആർ ശങ്കറും തമ്മിലുള്ള അഭിപ്രായഭിന്നതകൾ മൂർച്ഛിച്ചതിനെ തുടർന്ന് കോൺഗ്രസിൽ രണ്ടു ഗ്രൂപ്പുകളുണ്ടായി. പാർട്ടിയിലുണ്ടായ ഭിന്നതകൾ പിന്നീട് കേരള കോൺഗ്രസ് എന്ന പാർട്ടിയുടെ രൂപീകരണത്തിന് കാരണമായി. കെ എം ജോർജ് ആയിരുന്നു കേരള കോൺഗ്രസിന്റെ നേതാവ്. സർക്കാരിനെതിരെ പി കെ കുഞ്ഞ് കൊണ്ടുവന്ന അവിശ്വാസ പ്രമേയം പാസായതിനെ തുടർന്ന് 1964 സെപ്തംബർ 10 ന് ആർ ശങ്കർ മന്ത്രിസഭ രാജിവെച്ചു. 1964 ൽ സി പി ഐ പിളർന്നു. അവിഭക്ത കമ്യൂണിസ്റ്റുപാർട്ടിയിലെ ഭൂരിഭാഗം പേരും സി പി ഐ എമ്മിലായിരുന്നു. ടി വി തോമസ്, എം എൻ ഗോവിന്ദൻനായർ, പി കെ വാസുദേവൻ നായർ തുടങ്ങിയ നേതാക്കൾ സി പി ഐ യിലും. 1965 ൽ നടന്ന നിയമസഭാ തിരഞ്ഞെടുപ്പിൽ ആർക്കും ഭൂരിപക്ഷം ലഭിച്ചില്ല. ഇതിനെത്തുടർന്ന് 1967 വരെ സംസ്ഥാനത്ത് രാഷ്ട്രപതി ഭരണം ഏർപ്പെടുത്തി. 1967 മാർച്ചിൽ നടന്ന തിരഞ്ഞെടുപ്പിൽ ഇ എം എസിന്റെ നേതൃത്വത്തിലുള്ള സപ്തകക്ഷി മുന്നണി അധികാരത്തിൽ വന്നു. കാലാവധി തികയ്ക്കാൻ സർക്കാരിനായില്ല. കോൺഗ്രസുമായി കൈകോർത്ത് സി പി ഐ; സർക്കാരിനെ താഴെ ഇറക്കി. തുടർന്ന് സി പി ഐ, മുസ്ലിംലീഗ്, പി എസ് പി, കേരള കോൺഗ്രസ്, ആർ എസ് പി തുടങ്ങിയ പാർട്ടികൾ ചേർന്ന് സി അച്യുതമേനോന്റെ നേതൃത്വത്തിൽ മന്ത്രിസഭ രൂപീകരിച്ചു. 1970 ൽ മുഖ്യമന്ത്രിയുടെ ശുപാർശപ്രകാരം ഗവർണർ നിയമസഭ പിരിച്ചുവിട്ടു. പിന്നീട് നടന്ന തിരഞ്ഞെടുപ്പിൽ കോൺഗ്രസ്, സി പി ഐ, പി എസ് പി, ആർ എസ് പി, മുസ്ലീംലീഗ് തുടങ്ങിയ കക്ഷികൾ ചേർന്നുള്ള മുന്നണി അധികാരത്തിൽ വന്നു. സി അച്യുതമേനോൻ മുഖ്യമന്ത്രിയും കെ കരുണാ

മുഖ്യമന്ത്രിമാർ		
പേര്	**കാലാവധി**	**പാർട്ടി**
ഇ എം എസ്	1957 – 1959	സി പി ഐ
പട്ടം താണുപിള്ള	1960 – 1962	പി എസ് പി
ആർ ശങ്കർ	1962 – 1964	കോൺഗ്രസ്
ഇ എം എസ് നമ്പൂതിരിപ്പാട്	1967 – 1969	സി പി ഐ എം
സി അച്യുതമേനോൻ	1969 – 1970	സി പി ഐ
സി അച്യുതമേനോൻ	1970 – 1977	സി പി ഐ
കെ കരുണാകരൻ	1977 – 1977 (മാർച്ച് 25 – ഏപ്രിൽ 25)	കോൺഗ്രസ് ഐ
എ കെ ആന്റണി	1977 – 1978	കോൺഗ്രസ് ഐ
പി കെ വാസുദേവൻ നായർ	1978 – 1979	സി പി ഐ
സി എച്ച് മുഹമ്മദ്കോയ	1979 – 1979	മുസ്ലിംലീഗ്
ഇ കെ നായനാർ	1980 – 1981	സി പി ഐ എം
കെ കരുണാകരൻ	1981 – 1982	കോൺഗ്രസ് ഐ
കെ കരുണാകരൻ	1982 – 1987	കോൺഗ്രസ് ഐ
ഇ കെ നായനാർ	1987 – 1991	സി പി ഐ എം
കെ കരുണാകരൻ	1991 – 1995	കോൺഗ്രസ് ഐ
എ കെ ആന്റണി	1995 – 1996	കോൺഗ്രസ് ഐ
ഇ കെ നായനാർ	1996 – 2001	സി പി ഐ എം
എ കെ ആന്റണി	2001 – 2004	കോൺഗ്രസ് ഐ
ഉമ്മൻ ചാണ്ടി	2004 – 2006	കോൺഗ്രസ് ഐ
വി എസ് അച്യുതാനന്ദൻ	2006 – 2011	സി പി ഐ എം
ഉമ്മൻചാണ്ടി	2011 –	കോൺഗ്രസ് ഐ

കരൻ ആഭ്യന്തര മന്ത്രിയുമായി. അടിയന്തരാവസ്ഥകാലത്തെ ഇന്ദിരാ ഗാന്ധിയുടെ മർദക ഭരണം കേരളത്തിൽ നടപ്പിലാക്കിയത് അച്യുതമേനോൻ സർക്കാരായിരുന്നു. അടിയന്തരാവസ്ഥയ്ക്ക് ശേഷം 1977 ൽ നടന്ന തിരഞ്ഞെടുപ്പിൽ ഭരണമുന്നണി 111 സീറ്റുകൾ നേടി വീണ്ടും അധികാരത്തിൽ വന്നു. കെ കരുണാകരനായിരുന്നു മുഖ്യമന്ത്രി. രാജൻ കേസിലുണ്ടായ ഹൈക്കോടതി വിധിയെത്തുടർന്ന് കരുണാകരൻ അധികാരത്തിലേറിയ ഉടനെ രാജിവെച്ചു. തുടർന്ന് 1977 ഏപ്രിൽ 27ന് എ കെ

ആന്റണി മുഖ്യമന്ത്രിയായി. ചിക്കമാംഗളൂർ ഉപതിരഞ്ഞെടുപ്പിൽ കോൺഗ്രസ് നേതൃത്വം ഇന്ദിരാഗാന്ധിക്ക് അനുകൂലമായ തീരുമാനമെടുത്തതിൽ പ്രതിഷേധിച്ച് 1978 സെപ്തംബറിൽ ആന്റണി മുഖ്യമന്ത്രി സ്ഥാനം രാജിവെച്ചു. തുടർന്ന് സി പി ഐ നേതാവ് പി കെ വാസുദേവൻ നായർ അധികാരത്തിലേറി. ഒരുവർഷത്തിലേറെ ഭരിക്കാൻ ഈ സർക്കാരിനായില്ല. സി പി ഐ യും ആർ എസ് പിയും കോൺഗ്രസിൽ നിന്ന് അകന്നു. കേരള കോൺഗ്രസ് മാണി വിഭാഗം ജോസഫ് വിഭാഗം എന്നിങ്ങനെ രണ്ടായി പിളർന്നു. ഇടതുപക്ഷ ജനാധിപത്യ മുന്നണി സഖ്യത്തിനായി പി കെ വാസുദേവൻ നായർ മുഖ്യമന്ത്രിസ്ഥാനം രാജിവെച്ചു. തുടർന്ന് മുസ്ലിംലീഗ് നേതാവ് സി എച്ച് മുഹമ്മദ്കോയയുടെ നേതൃത്വത്തിൽ കോൺഗ്രസ് പിന്തുണയോടെ സർക്കാർ അധികാരത്തിൽ വന്നു. കോൺഗ്രസ് പിന്തുണ പിൻവലിച്ചതോടെ 1979 നവംബറിൽ സർക്കാർ താഴെ വീണു. 1980 ലെ തിരഞ്ഞെടുപ്പിൽ ഇ കെ നായനാർ നേതൃത്വത്തിൽ ഇടതുപക്ഷ ജനാധിപത്യമുന്നണി അധികാരത്തിൽ വന്നു. കേരള കോൺഗ്രസ് മാണി ഗ്രൂപ്പും കോൺഗ്രസ് എസും പിന്തുണ പിൻവലിച്ചതിനെ തുടർന്ന് 1981 ൽ സർക്കാർ നിലംപൊത്തി. കെ കരുണാകരൻ മുഖ്യമന്ത്രിയായി പുതിയ സർക്കാർ അധികാരത്തിൽവന്നു. സി എച്ച് മുഹമ്മദ്കോയയായിരുന്നു ഉപമുഖ്യമന്ത്രി. സ്പീക്കർ എ സി ജോസിന്റെ കാസ്റ്റിങ് വോട്ടോടെയായിരുന്നു സർക്കാർ നിലനിന്നിരുന്നത്. ലോനപ്പൻ നമ്പാടൻ കേരള കോൺഗ്രസ് എം ൽനിന്ന് രാജിവെച്ച് മന്ത്രിസഭയ്ക്കുള്ള പിന്തുണ പിൻവലിച്ചതിനെതുടർന്ന് സർക്കാർ താഴെ വീണു. എന്നാൽ പിന്നീട് നടന്ന തിരഞ്ഞെടുപ്പിൽ ഐക്യമുന്നണി വീണ്ടും അധികാരത്തിൽ വന്നു. കെ കരുണാകരൻ തന്നെയായിരുന്നു മുഖ്യമന്ത്രി. പഞ്ചാബ് മോഡൽ പ്രസംഗത്തെ തുടർന്നുള്ള ആർ ബാലകൃഷ്ണപിള്ളയുടെ രാജി, മകളെ പ്രായപൂർത്തിയാകുന്നതിന് മുമ്പ് വിവാഹം കഴിച്ചു കൊടുത്തതിനെ തുടർന്നുണ്ടായ വിവാദങ്ങൾമൂലം എം പി ഗംഗാധരന്റെ രാജി എന്നിങ്ങനെ കരുണാകരഭരണം സംഭവബഹുലമായിരുന്നു. 1987 ൽ നടന്ന തിരഞ്ഞെടുപ്പിൽ ഇടതുപക്ഷം വിജയിച്ചു. എല്ലാ ജാതിമതശക്തികളും ഐക്യമുന്നണിയോടൊപ്പം നിന്നിട്ടും ഇടതുമുന്നണി വൻവിജയം നേടി. ഇ കെ നായനാർ മുഖ്യമന്ത്രിയായി. കേരളം സമ്പൂർണ സാക്ഷരത കൈവരിച്ചതും ജില്ലാകൗൺസിലുകൾ രൂപീകരിക്കപ്പെട്ടതും ഇക്കാലത്താണ്. നേരത്തെ യു ഡി എഫിൽ ഉണ്ടായിരുന്ന കേരള കോൺഗ്രസ് ജോസഫ് വിഭാഗം ഇടതുമുന്നണിയിൽ ചേർന്നു. കാലാവധി തീരുന്നതിന് ഒരുവർഷം മുമ്പ് തിരഞ്ഞെടുപ്പ് നടത്തിയെങ്കിലും സർക്കാരിന് വീണ്ടും അധികാരത്തിലെത്താനായില്ല. തിരഞ്ഞെടുപ്പ് നടക്കേണ്ടിയിരുന്നതിന് തലേന്നാളാണ് രാജീവ് ഗാന്ധി കൊല്ലപ്പെട്ടത്. തുടർന്നുണ്ടായ സഹതാപ തരംഗം കോൺഗ്രസിനെ അധികാരത്തിലേറ്റി. ഈ തിരഞ്ഞെടുപ്പിൽ ബി ജെ പി വോട്ടുകൾ വ്യാപകമായി കോൺഗ്രസിന് മറിച്ചുകൊടുത്തതായി പിന്നീട് ബി ജെ പി നേതാക്കൾ

തന്നെ തുറന്ന് സമ്മതിച്ചിട്ടുണ്ട്. 1991 ൽ കെ കരുണാകരന്റെ നേതൃത്വത്തിൽ യു ഡി എഫ് സർക്കാർ അധികാരത്തിൽ വന്നു. ചാരവൃത്തി കേസും യു ഡി എഫിലേയും കോൺഗ്രസിലെയും ആഭ്യന്തര പ്രശ്നങ്ങളും പ്രധാനമന്ത്രി നരസിംഹറാവു കരുണാകരനെതിരെ ശക്തമായ നിലപാടെടുത്തതുമെല്ലാം കരുണാകരന് തിരിച്ചടിയായി. അദ്ദേഹം മുഖ്യമന്ത്രിസ്ഥാനം രാജിവെച്ചു. ബാബറി മസ്ജിദ് തകർക്കപ്പെട്ടത് ന്യൂനപക്ഷങ്ങളെ കോൺഗ്രസിൽനിന്ന് അകറ്റി. മുസ്ലിംലീഗ് പിളർന്നു. യു എ ബീരാൻ, പി എം അബൂബക്കർ എന്നിവരുടെ നേതൃത്വത്തിൽ ഐ എൻ എൽ രൂപീകരിക്കപ്പെട്ടു. അബ്ദുൾ നാസർ മഅദ്നിയുടെ നേതൃത്വത്തിൽ ആദ്യം ഐ എസ് എസും പിന്നീട് പി ഡി പിയും രൂപീകരിക്കപ്പെട്ടു. കരുണാകരൻ സ്ഥാനഭ്രഷ്ടനായപ്പോൾ എ കെ ആന്റണി മുഖ്യമന്ത്രിയായി. ഇക്കാലത്താണ് എൻ എസ് എസ് കോൺഗ്രസിൽനിന്ന് അകന്നത്. തൊട്ടടുത്ത തിരഞ്ഞെടുപ്പിൽ എൻ എസ് എസ് സമദൂര സിദ്ധാന്തം പ്രഖ്യാപിച്ചു. ഇക്കാലത്ത് കേരള കോൺഗ്രസ് വീണ്ടും പിളർന്നു. ജേക്കബിന്റെ നേതൃത്വത്തിൽ കേരള കോൺഗ്രസ് ജേക്കബ് വിഭാഗം രൂപീകരിച്ചു. 1996 ലെ തിരഞ്ഞെടുപ്പിൽ ഇടതു മുന്നണി വൻവിജയം നേടി. ഇ കെ നായനാർ മുഖ്യമന്ത്രിയായി. ജലസേചന മന്ത്രിയായിരുന്ന ബേബി ജോൺ അസുഖം മൂലം രാജിവെച്ചു. അധികം താമസിയാതെ ആർ എസ് പി പിളർന്നു. പങ്കജാക്ഷന്റെ നേതൃത്വത്തിലുള്ള ആർ എസ് പി ഔദ്യോഗിക വിഭാഗം ഇടതുമുന്നണിയിലും ബേബി ജോണിന്റെ മകൻ ഷിബു ബേബി ജോണിന്റെ നേതൃത്വത്തിലുള്ള വിമത വിഭാഗം യു ഡി എഫിലും ചേർന്നു. ജനകീയാസൂത്രണമായിരുന്നു നായനാർ സർക്കാരിന്റെ ഏറ്റവും വലിയ സംഭാവന. ഇ എം എസ് നമ്പൂതിരിപ്പാടിന്റെ മരണം സി പി ഐ എമ്മിനും ഇടതുപക്ഷത്തിനും കനത്ത തിരിച്ചടിയായി.

2004 ലെ തിരഞ്ഞെടുപ്പിൽ എ കെ ആന്റണിയുടെ നേതൃത്വത്തിൽ മത്സരിച്ച ഐക്യമുന്നണി അധികാരത്തിൽ വന്നു. തുടക്കം മുതൽക്കു തന്നെ കോൺഗ്രസിനകത്ത് അഭിപ്രായഭിന്നതകൾ മൂർച്ഛിച്ചു. കെ കരുണാകരന്റെ നേതൃത്വത്തിൽ സർക്കാരിനെ ഇറക്കാനുള്ള ശ്രമങ്ങൾ ഊർജിതമായി. കരുണാകരൻ കോൺഗ്രസ് വിട്ട് ഡെമോക്രാറ്റിക് ഇന്ദിരാ കോൺഗ്രസ് എന്ന പുതിയ പാർട്ടി രൂപീകരിച്ചു. പാർട്ടിയെ ഇടതുമുന്നണിയിലെടുക്കാൻ തയാറായില്ല. തുടർന്ന് യു ഡി എഫിൽ ചേർന്നു. 2004 ലെ ലോക്സഭാ തിരഞ്ഞെടുപ്പിൽ കോൺഗ്രസിന് കനത്ത തിരിച്ചടിയേറ്റു. ഒരു സീറ്റുപോലും കേരളത്തിൽ ലഭിച്ചില്ല. ഇതിനെത്തുടർന്ന് ആന്റണി മുഖ്യമന്ത്രി സ്ഥാനം രാജിവെച്ചു. ഐസ്ക്രീം കേസിലെ പുതിയ വെളിപ്പെടുത്തൽ മുസ്ലിംലീഗിന് തിരിച്ചടിയായി. സംസ്ഥാന രാഷ്ട്രീയത്തിലെ പ്രബലനായിരുന്ന ലീഗ് നേതാവ് കുഞ്ഞാലിക്കുട്ടി മന്ത്രിസ്ഥാനം രാജിവെച്ചു. ഇതിന്റെയെല്ലാം പ്രതിഫലനം 2006 ലെ നിയമസഭാ തിരഞ്ഞെടുപ്പിലുണ്ടായി. വൻ ഭൂരിപക്ഷത്തോടെ ഇടതുമുന്നണി അധികാരത്തിൽ വന്നു, വി എസ് അച്യുതാനന്ദൻ മുഖ്യമന്ത്രിയായി.

സാമൂഹ്യക്ഷേമ പദ്ധതികൾക്ക് ഊന്നൽ നൽകിക്കൊണ്ടുള്ളതായിരുന്നു വി എസ് സർക്കാരിന്റെ ഭരണം. 2011 ൽ മുൻ മന്ത്രി ആർ ബാലകൃഷ്ണപിള്ള ഇടമലയാർ അഴിമതി കേസിൽ ശിക്ഷിക്കപ്പെട്ടു. ഒരു വർഷത്തെ തടവ് ശിക്ഷയാണ് സുപ്രീംകോടതി പിള്ളയ്ക്ക് വിധിച്ചത്. ഐസ്ക്രീം പാർലർ പെൺവാണിഭ കേസിൽ മുസ്ലീംലീഗ് നേതാവ് പി കെ കുഞ്ഞാലിക്കുട്ടിക്കെതിരെ പുതിയ വെളിപ്പെടുത്തലുകൾ ഉണ്ടായി. ഇതെല്ലാം ഭരണത്തിന്റെ അവസാനകാലത്ത് പ്രതിപക്ഷത്തെ പ്രതിരോധത്തിലാക്കി. ഇതെല്ലാം 2011 ലെ നിയമസഭാ തെരഞ്ഞെടുപ്പിൽ പ്രതിഫലിച്ചു. സംസ്ഥാന ചരിത്രത്തിലെ ഏറ്റവും വാശിയേറിയ തെരഞ്ഞെടുപ്പാണ് 2011 ൽ നടന്നത്. യു ഡി എഫിന് 72 ഉം എൽ ഡി എഫിന് 68 ഉം സീറ്റുകൾ ലഭിച്ചു. 2 സീറ്റുകളുടെ നാമമാത്ര ഭൂരിപക്ഷത്തോടെ ഉമ്മൻചാണ്ടി സർക്കാർ അധികാരമേറ്റു.

കർഷക, തൊഴിലാളി മുന്നേറ്റങ്ങൾ

നവോത്ഥാന മുന്നേറ്റങ്ങളാണ് കേരളത്തിൽ കർഷക, കർഷകത്തൊഴിലാളി സമരങ്ങൾക്ക് അടിത്തറയിട്ടത്. കമ്യൂണിസ്റ്റുപാർട്ടിയുടെ രൂപീകരണത്തിന് മുമ്പുതന്നെ ചിലയിടങ്ങളിൽ ഇത്തരം സമരങ്ങൾ നടന്നു. 1909 ൽ അയ്യങ്കാളിയുടെ നേതൃത്വത്തിൽ സാധുജനപരിപാലനസംഘം അധഃസ്ഥിതർക്ക് സ്കൂൾ പ്രവേശനം അനുവദിക്കണമെന്ന് ആവശ്യപ്പെട്ട് നടത്തിയ സമരം ചരിത്ര പ്രാധാന്യം നേടി. അധഃസ്ഥിത വിഭാഗങ്ങളിലെ കുട്ടികളെ പള്ളിക്കൂടങ്ങളിൽ പ്രവേശിപ്പിച്ചില്ലെങ്കിൽ കർഷകത്തൊഴിലാളികൾ പാടത്തിറങ്ങി പണിയെടുക്കില്ലെന്ന് പ്രഖ്യാപിച്ചു. ഇതോടെ ജന്മിമാരുടെ കൃഷിയിടങ്ങളിൽ പണിയെടുക്കാൻ ആളില്ലാതായി. ഒരു വർഷം നീണ്ടുനിന്ന സമരം അവസാനം ലക്ഷ്യം കണ്ടു.

അയ്യങ്കാളി

1921 ലെ മലബാർ കലാപവും വാഗൺ ട്രാജഡിയും ദേശീയ ശ്രദ്ധ ആകർഷിച്ചിരുന്നു. ജന്മിത്വത്തിനും സാമ്രാജ്യത്വത്തിനുമെതിരെ മലബാറിലെ മാപ്പിളകർഷകർ നടത്തിയ ധീരമായ സമരമായിരുന്നു അത്. ആലി മുസ്ലിയാർ, വാരിയൻ കുന്നത്ത് കുഞ്ഞഹമ്മദ് ഹാജി തുടങ്ങിയവരായിരുന്നു മലബാർ കലാപത്തിന് നേതൃത്വം നൽകിയിരുന്നത്. ബ്രിട്ടീഷ് പട്ടാളം നിഷ്ഠൂരമായാണ് സമരത്തെ അടിച്ചമർത്തിയിരുന്നത്. സമരക്കാരെ; അടച്ചിട്ട വാഗണിൽ കയറ്റിക്കൊണ്ടുപോയതും സമരക്കാർ ശ്വാസം മുട്ടിമരി

ച്ചതുമെല്ലാം രാജ്യത്തെ നടുക്കിയിരുന്നു.

1930 കളുടെ തുടക്കത്തിൽ കേരളത്തിലെ കോൺഗ്രസുകാർക്കിടയിൽ സോഷ്യലിസ്റ്റുകാർ പ്രബലരായി. സി കെ ഗോവിന്ദൻ നായരായിരുന്നു കേരളത്തിലെ കോൺഗ്രസ് സോഷ്യലിസ്റ്റ് പാർട്ടിയുടെ ആദ്യത്തെ സെക്രട്ടറി. പിന്നീട് ഇ എം എസ് നമ്പൂതിരിപ്പാട് നേതൃസ്ഥാനത്തേക്ക് വന്നു. 1938 ൽ സോഷ്യലിസ്റ്റുകാർ ആലപ്പുഴയിൽ നടത്തിയ പണിമുടക്ക്സമരം വൻവിജയമായിരുന്നു. തലശ്ശേരി ഗൂഢാലോചനാക്കേസ്, ഫറൂക്ക് പാലം കേസ്, കീഴരിയൂർ ബോംബ് കേസ് എന്നിങ്ങനെ അക്കാലത്തെ സോഷ്യലിസ്റ്റുകാരെ ഒതുക്കുന്നതിനായി സർക്കാർ നിരവധി കേസുകളെടുത്തു. ജന്മിത്വത്തിനും ബ്രിട്ടീഷ് സാമ്രാജ്യത്വ നയങ്ങൾക്കുമെതിരെ 1936 ൽ നടന്ന പട്ടിണി ജാഥ മലബാറിൽ ജനങ്ങളെ ഇളക്കിമറിച്ചു. എ കെ ഗോപാലനായിരുന്നു ജാഥയുടെ ക്യാപ്റ്റൻ. മലബാറിൽ നിന്നാരംഭിച്ച ജാഥ മദ്രാസിൽ സമാപിച്ചു. എ കെ ജിയെ ഒരുവർഷം ജയിലിലടച്ചുകൊണ്ടാണ് ബ്രിട്ടീഷുകാർ സമരത്തെ നേരിട്ടത്.

എ കെ ജി

കോൺഗ്രസ് സോഷ്യലിസ്റ്റുപാർട്ടിയിൽ ചേർന്ന് പ്രവർത്തിച്ചിരുന്ന കമ്യൂണിസ്റ്റുകാർ പലയിടങ്ങളിലും സംഘടിച്ചു. ചെറുഗ്രൂപ്പുകളായി പ്രവർത്തിച്ചു. 1931 ൽ എൻ സി ശേഖറിന്റെ നേതൃത്വത്തിൽ കമ്യൂണിസ്റ്റ് ലീഗ് രൂപംകൊണ്ടു. 1937 ജൂലൈയിൽ ഇ എം എസ് നമ്പൂതിരിപ്പാട്, എൻ സി ശേഖർ, കെ ദാമോദരൻ എന്നിവർ യോഗം ചേർന്നു. കേരളത്തിൽ കമ്യൂണിസ്റ്റുപാർട്ടി രൂപീകരിക്കാൻ തീരുമാനിച്ചു. ഇതിന്റെ തുടർച്ചയായിരുന്നു 1937 ൽ കണ്ണൂർ ജില്ലയിലെ പിണറായിയിലെ പാറപ്പുറത്ത് വെച്ചാണ് കമ്യൂണിസ്റ്റുപാർട്ടിയുടെ കേരളഘടകം രൂപീകരിക്കപ്പെടുന്നത്.

കമ്യൂണിസ്റ്റുപാർട്ടി രൂപീകരിക്കപ്പെട്ടതോടെ തൊഴിലാളികളുടെയും കർഷകരുടെയും സമരങ്ങൾ ശക്തമായി. പാപ്പിനിശ്ശേരി ആറോൺ മിൽ പണിമുടക്ക്, ചെറുവണ്ണൂർ ഓട് കമ്പനി പണിമുടക്ക് തുടങ്ങിയവ കമ്യൂണിസ്റ്റുപാർട്ടിയുടെ കരുത്ത് തെളിയിച്ച സമരങ്ങളായിരുന്നു. 1940 ലെ മൊറാഴ സമരം ദേശീയ ശ്രദ്ധയാകർഷിച്ചിരുന്നു. 1940 സെപ്തംബർ 15 മർദക പ്രതിഷേധദിനമായി കമ്യൂണിസ്റ്റുപാർട്ടി ആചരിച്ചു. സമരത്തെ ക്രൂരമായി അടിച്ചമർത്താൻ പൊലീസ് ശ്രമിച്ചപ്പോൾ ചെറുത്ത് നിൽപ്പുകൾ ശക്തമായി. മൊറാഴ അഞ്ചാം പീടികയിൽ കെ പി ആർ ഗോപാലന്റെയും വിഷ്ണുഭാരതിയന്റെയും നേതൃത്വത്തിൽ നടന്ന പ്രതിഷേധ

പ്രകടനത്തിനുനേരെ ലാത്തിച്ചാർജും വെടിവെപ്പും ഉണ്ടായി. കമ്യൂണിസ്റ്റുകാർ ശക്തമായി ചെറുത്തുനിന്നു. ഇതിനെത്തുടർന്ന് രണ്ട് പൊലീസുകാർ മരിച്ചു. ക്രൂരമായ പ്രതികാര നടപടികളാണ് പിന്നീടുണ്ടായത്. കെ പി ആർ ഗോപാലനെ തൂക്കിക്കൊല്ലാൻ ബ്രിട്ടീഷ് കോടതി വിധിച്ചു. പൊലീസ് പീഡനങ്ങൾക്കെതിരെ കമ്യൂണിസ്റ്റുകാർ പ്രക്ഷോഭങ്ങൾ സംഘടിപ്പിച്ചു. 1941 മാർച്ച് 28ന് കയ്യൂരിൽ ഒരു പ്രതിഷേധ പ്രകടനം നടന്നു. അക്കാലത്ത് കമ്യൂണിസ്റ്റുകാരെ അടിച്ചമർത്തുന്നതിന് നേതൃത്വം നൽകിയിരുന്ന ഒരു പൊലീസുകാരൻ അതുവഴി എത്തി. സമരക്കാരെ കണ്ട് പേടിച്ചോടിയ പൊലീസുകാരൻ കാര്യങ്കോട്ട് പുഴയിൽച്ചാടി മുങ്ങി മരിച്ചു. ഈ സംഭവം കൊലക്കേസായി മാറ്റി. കോയിത്താറ്റിൽ ചിരുകണ്ടൻ, മഠത്തിൽ അപ്പു, പൊടവര കുഞ്ഞമ്പുനായർ, അബൂബക്കർ എന്നിവരെ തൂക്കിക്കൊന്നു. 'ഇൻക്വിലാബ് സിന്ദാബാദ്' വിളിച്ചുകൊണ്ടാണ് ഇവർ കഴുമരത്തെ നേരിട്ടത്. പ്രായപൂർത്തി ആയില്ലെന്ന കാരണത്താൽ ചൂരിക്കാടൻ കൃഷ്ണൻനായരെ വധശിക്ഷയിൽനിന്ന് ഒഴിവാക്കി.

കരിഞ്ചന്തയ്ക്കും പൂഴ്ത്തിവെപ്പിനും എതിരെയുള്ള സമരമായിരുന്നു കരിവെള്ളൂർ സമരം. 1946 ൽ രണ്ടാം ലോകമഹായുദ്ധ കാലത്ത് പട്ടിണിയും ദാരിദ്ര്യവും കഠിനമായി. കമ്യൂണിസ്റ്റുകാർ ഒത്തൊരുമിച്ച് കൃഷിയിറക്കി. ഭക്ഷണം ശേഖരിച്ച് എല്ലാ വീടുകളിലുമെത്തിച്ചു. ഈ സമയത്താണ് കരിവെള്ളൂരിലെ ജന്മിയായ ചിറയ്ക്കൽ തമ്പുരാൻ പാവങ്ങളിൽനിന്ന് പിടിച്ചെടുത്ത നെല്ല് കോവിലകത്തേക്ക് കടത്താൻ ശ്രമിച്ചത്. കൃഷ്ണൻ മാസ്റ്ററുടെയും എ വി കുഞ്ഞമ്പുവിന്റെയും നേതൃത്വത്തിൽ കമ്യൂണിസ്റ്റുകാർ ഇതിനെതിരെ രംഗത്തു വന്നു. പ്രതിഷേധിച്ചവർക്കെതിരെ പൊലീസ് വെടിവെച്ചു. കണ്ണൻ, കുഞ്ഞിക്കണ്ണൻ എന്നിവർ കൊല്ലപ്പെട്ടു. കരിവെള്ളൂർ സമരത്തിന് നേതൃത്വം നൽകിയവർക്കെല്ലാം കഠിന തടവും ക്രൂരമായ പീഡനങ്ങളും ഏറ്റുവാങ്ങേണ്ടിവന്നു.

ആയിരത്തിലധികംപേർ രക്തസാക്ഷിത്വം വഹിച്ച സമരമായിരുന്നു പുന്നപ്ര വയലാർ സമരം. 1946 ൽ തിരുവിതാംകൂറിനെ സ്വതന്ത്രരാജ്യമാക്കി മാറ്റുന്നതിനായി സി പി രാമസ്വാമി അയ്യർ ശ്രമിച്ചു. അമേരിക്കൻ മോഡൽ അറബിക്കടലിൽ എന്ന മുദ്രാവാക്യവുമായി കമ്യൂണിസ്റ്റുകാർ ശക്തമായ സമരം ആരംഭിച്ചു. സമരത്തെ അടിച്ചമർത്തുന്നതിനായി പട്ടാളത്തെയും പൊലീസിനെയും ദിവാൻ രംഗത്തിറക്കി. ഇതിനെതിരെ കമ്യൂണിസ്റ്റുകാർ ആയുധപരിശീലനം നടത്തി. ഒരുവശത്ത് തൊഴിലാളികളുടെ സമരങ്ങളും പണിമുടക്കുകളും. മറുവശത്ത് ദിവാന്റെ പട്ടാളനിയമം. കമ്യൂണിസ്റ്റുകാർക്ക് നേരെ പൊലീസ് വെടിയുതിർത്തപ്പോൾ വയലാർ സ്റ്റാലിൻ സി കെ കുമാരപ്പണിക്കരുടെ നേതൃത്വത്തിൽ ശക്തമായി ചെറുത്തുനിന്നു. ആയിരത്തിലധികം കമ്യൂണിസ്റ്റുകാരാണ് അന്ന് രക്തസാക്ഷികളായത്. തിരുവിതാംകൂറിൽ അമേരിക്കൻ മോഡൽ ഭരണം നടത്താനുള്ള സി പി രാമസ്വാമി അയ്യരുടെ നീക്കങ്ങൾക്ക് ഈ സമരമാണ് വിരാമമിട്ടത്.

ജന്മിമാരുടെ ഗുണ്ടായിസത്തിനെതിരെ നടന്ന തോൽ-വിറക് സമരം, കൃഷി ഭൂമിക്ക് വേണ്ടിനടന്ന കാവുമ്പായി സമരം, അവർണരുടെ സഞ്ചാരസ്വാതന്ത്ര്യത്തിന് വേണ്ടിനടന്ന പാലിയം സത്യഗ്രഹം എന്നിങ്ങനെ കമ്യൂണിസ്റ്റുപാർട്ടി നിരവധി സമരങ്ങൾക്ക് നേതൃത്വംനൽകി. ഐക്യകേരളത്തിന്റെ രൂപീകരണത്തിന് കമ്യൂണിസ്റ്റുപാർട്ടി നിർണായക സംഭാവനയാണ് നൽകിയത്. *ഒന്നേകാൽക്കോടി മലയാളികൾ, കേരളം മലയാളികളുടെ മാതൃഭൂമി* തുടങ്ങിയ ഇ എം എസിന്റെ പുസ്തകങ്ങൾ കേരള സംസ്ഥാന രൂപീകരണത്തിന് ധിഷണാപരമായ സംഭാവനയാണ് നൽകിയത്. ഇതിന്റെയെല്ലാം തുടർച്ചയായിരുന്നു 1957 ലെ ആദ്യ തിരഞ്ഞെടുപ്പിൽ കമ്യൂണിസ്റ്റുപാർട്ടി നേടിയ വൻവിജയം. അന്നുണ്ടായിരുന്ന 126 സീറ്റുകളിലെ 60 സീറ്റുകൾ കമ്യൂണിസ്റ്റുപാർട്ടി നേടി. 5 സ്വതന്ത്രരുടെകൂടി പിന്തുണയോടെ 1957 ഏപ്രിൽ 5 ന് ഇ എം എസ് സർക്കാർ അധികാരത്തിൽ വന്നു.

സാമൂഹ്യാവസ്ഥ

സഹവർത്തിത്വത്തോടെ ജീവിക്കുന്ന മതേതര സമൂഹമായാണ് കേരളം അറിയപ്പെടുന്നത്. ജനസംഖ്യയിൽ 56.2 % ഹിന്ദുക്കൾ, 24.7 % മുസ്ലിങ്ങൾ, 19 % ക്രിസ്ത്യാനികൾ, 1.1 % മറ്റുള്ളവർ തലശ്ശേരി, പൂന്തുറ, മാറാട് എന്നിവിടങ്ങളിലുണ്ടായ കലാപങ്ങൾ അതാത് കാലങ്ങളിൽ അസ്വാരസ്യങ്ങൾ ഉണ്ടാക്കിയിട്ടുണ്ട്. ഈ പ്രദേശങ്ങളിൽ വളരെ പെട്ടെന്നുതന്നെ സമാധാനാന്തരീക്ഷം പുനഃസ്ഥാപിക്കാൻ സാധിച്ചിരുന്നു.

ജാതിവ്യവസ്ഥയും അയിത്തവും ഏറെക്കാലം കേരള സമൂഹത്തിൽ രൂഢമൂലമായിരുന്നു. ബ്രാഹ്മണർ, നായർ, ഈഴവർ, വിവിധ ദളിത്, ആദിവാസിവിഭാഗങ്ങൾ എന്നിങ്ങനെ നിരവധി സമൂഹങ്ങൾ കേരളത്തിലുണ്ട്. കേരളം സന്ദർശിച്ച സ്വാമി വിവേകാനന്ദൻ ഭ്രാന്താലയം എന്നാണ് ഈ ഭൂപ്രദേശത്തെ വിശേഷിപ്പിച്ചത്. എന്നാൽ കരുത്തുറ്റ സാമൂഹ്യപരിഷ്കരണ പ്രസ്ഥാനങ്ങൾ ഭ്രാന്താലയത്തിന്റെ തൂണുകൾ തച്ചുതകർത്തു. ശ്രീനാരായണ ഗുരു, സഹോദരൻ അയ്യപ്പൻ, ചട്ടമ്പിസ്വാമികൾ, വൈകുണ്ഠസ്വാമികൾ, വി ടി ഭട്ടതിരിപ്പാട് തുടങ്ങിയ സാമൂഹ്യ പരിഷ്കർത്താക്കൾ ഉഴുതു മറിച്ചിട്ട ഭൂമി പിന്നീട് പുരോഗമന ആശയങ്ങളുടെ വളക്കൂറുള്ള മണ്ണായി മാറി. പഴയതുപോലെ അയിത്തമോ ജാതി സ്പർധയോ ഇന്നില്ല. എങ്കിലും ശ്രീനാരായണ ധർമ പരിപാലനസംഘം, നായർ സർവീസ് സൊസൈറ്റി, യോഗക്ഷേമ സഭ, പുലയ മഹാസഭ, എന്നിങ്ങനെ ഒട്ടുമിക്ക സമുദായങ്ങൾക്ക് സുശക്തമായ സംഘടനകൾ ഉണ്ട്. സമുദായതാൽപ്പര്യത്തിലും സമൂഹതാൽപ്പര്യത്തിലുമുപരി വിലപേശൽ ശക്തികളായി ഇവർ കാലാന്തരത്തിൽ മാറപ്പെട്ടു.

ജനസംഖ്യയിലെ 24.7 % വരുന്ന മുസ്ലിംസമുദായത്തിലെ ഭൂരിഭാഗവും താമസിക്കുന്നത് മലബാറിലാണ്. സാമ്പത്തികമായും വിദ്യാഭ്യാസപരമായും ഇവർ ഇന്ത്യയിലെ മറ്റ് സംസ്ഥാനങ്ങളിലെ മുസ്ലിങ്ങ

ളേക്കാൾ ഏറെ മുന്നിലാണ്. ബ്രിട്ടീഷ്‌വിരുദ്ധ പോരാട്ടങ്ങളുടെ കാലത്തു തന്നെ മുസ്ലിം നവോത്ഥാന പ്രസ്ഥാനങ്ങൾ കരുത്താർജിച്ചിരുന്നു. ഇവയുടെ സ്വാധീനവും പ്രവാസവും ഭൂപരിഷ്കരണവുമെല്ലാം ഉന്നമനത്തിന് കാരണമായി. സമസ്ത കേരള ജമീയുത്തുൽ ഉലുമ, ഇ കെ, എ പി വിഭാഗങ്ങൾ, നദ്‌വത്തുൽ മുജാഹിദ്ദീൻ അബ്ദുള്ളക്കോയ മഅദ്നി, ഹുസൈൻ മടവൂർ വിഭാഗങ്ങൾ, ജമാ അത്തെ ഇസ്ലാമി തുടങ്ങിയവയാണ് പ്രധാന മുസ്ലിം സംഘടനകൾ. മുസ്ലിം തീവ്രവാദ സംഘടനകൾ സ്വാധീനമുറപ്പിക്കാനായി നടത്തിയ ശ്രമങ്ങൾ ചില ഒറ്റപ്പെട്ട സംഭവങ്ങളിൽ മാത്രമായി ഒതുങ്ങിനിന്നു. എക്കാലത്തും തീവ്രവാദ പ്രവർത്തനങ്ങളെ ശക്തമായി ചെറുത്തത് മുസ്ലിം ന്യൂനപക്ഷങ്ങൾ തന്നെയായിരുന്നു.

ക്രിസ്ത്യാനികൾ ഏറ്റവുമധികം താമസിക്കുന്നത്. മധ്യതിരുവിതാംകൂറിലാണ്. കേരളത്തിലെ സാമൂഹ്യ വിദ്യാഭ്യാസ മേഖലകളിൽ ക്രിസ്തുമതം നിർണായക സംഭാവനകൾ നൽകിയിട്ടുണ്ട്. ക്രിസ്ത്യാനികളിൽ കത്തോലിക്കാസഭ വിശ്വാസികൾക്കാണ് ഭൂരിപക്ഷം. 62 % സിറിയൻ ഓർത്തഡോക്സ്, സിറിയൻ യാക്കോബാ വിഭാഗങ്ങൾ ചേർന്ന് 21 %, മാർത്തോമാ സഭ 6 %, സി എസ് ഐ സഭ 5 %. മറ്റുള്ളവർ 6 % എന്നിങ്ങനെയാണ് വിവിധ സഭകൾക്ക് ക്രിസ്തുമത വിശ്വാസികൾക്കിടയിലുള്ള പ്രാതിനിധ്യം.

ജനസംഖ്യയിലെ 9.8% പേർ പട്ടികജാതി വിഭാഗക്കാരും 1.10 % പേർ പട്ടിക വർഗവിഭാഗക്കാരുമാണ്. ഇവർക്കായി നടപ്പിലാക്കിയ ക്ഷേമ പദ്ധതികൾ വലിയൊരളവോളം ലക്ഷ്യം കണ്ടിട്ടുണ്ട്. എങ്കിലും സാമൂഹികവും സാമ്പത്തികവുമായ പിന്നോക്കാവസ്ഥ ഇതുവരെ മാറിയിട്ടില്ല. 2002 ൽ വയനാട്ടിലെ മുത്തങ്ങയിൽ നടന്ന ആദിവാസി ഭൂസമരവും സമരത്തിന് നേരെ ഉണ്ടായ പൊലീസ് വെടിവെപ്പുമെല്ലാം ദേശീയ ശ്രദ്ധയാകർഷിച്ചിരുന്നു. സി കെ ജാനുവിന്റെ നേതൃത്വത്തിൽ ആദിവാസി ഗോത്രമഹാസഭ ആയിരുന്നു സമരം സംഘടിപ്പിച്ചത്. വനാവകാശനിയമവും തൊഴിലുറപ്പ് പദ്ധതിയും സംസ്ഥാനത്ത് നല്ല രീതിയിൽ നടപ്പിലാക്കുന്നുണ്ട്. എങ്കിലും ആദിവാസികൾക്ക് അവകാശപ്പെട്ട ഭൂമി വൻകിടതോട്ടം ഉടമകൾ വ്യാപകമായി കയ്യേറിയിട്ടുണ്ട്. ഇത്തരം കയ്യേറ്റങ്ങൾക്കെതിരെ ആദിവാസി ക്ഷേമസമിതിയുടെ നേതൃത്വത്തിൽ ഇപ്പോഴും സമരങ്ങൾ തുടരുകയാണ്.

വിദ്യാഭ്യാസം, ആരോഗ്യം തുടങ്ങിയ മേഖലകളിൽ ഏറ്റവും മുൻപന്തിയിലുള്ള സംസ്ഥാനമാണ് കേരളം. സാക്ഷരതയിൽ ഒന്നാമത് 94.54 % പ്രാഥമിക വിദ്യാഭ്യാസരംഗത്ത് മറ്റ് സംസ്ഥാനങ്ങളെക്കാൾ ബഹുദൂരം മുന്നിലാണ്. പെൺകുട്ടികളുടെ വിദ്യാഭ്യാസം, സ്ത്രീ സാക്ഷരത, കൊഴിഞ്ഞുപോക്ക് തടയൽ, ഗുണനിലവാരം, വിജയശതമാനം തുടങ്ങിയവയിലെല്ലാം സംസ്ഥാനം മാതൃകാപരമായ പ്രവർത്തനമാണ് കാഴ്ചവെക്കുന്നത്.

സ്ത്രീശാക്തീകരണത്തിൽ പ്രവർത്തനം മികച്ചതാണ്. തൊഴിൽ, വിദ്യാഭ്യാസം തുടങ്ങിയ മേഖലയിൽ മികച്ച സ്ത്രീ പ്രാതിനിധ്യമുണ്ട്. പുരുഷന്മാരേക്കാൾ കൂടുതൽ സ്ത്രീകളുള്ള സംസ്ഥാനമാണ് കേരളം. 1000 പുരുഷൻമാർക്ക് 1058 സ്ത്രീകൾ. ത്രിതല പഞ്ചായത്തുകളിൽ സ്ത്രീകൾക്ക് 50 % സീറ്റുകൾ സംവരണം ചെയ്തിരിക്കുന്നു. ഇത്തരത്തിൽ എടുത്ത് പറയാവുന്ന നേട്ടങ്ങൾ ഏറെയുണ്ടെങ്കിലും സ്ത്രീ പീഡനങ്ങൾ, സ്ത്രീധനസമ്പ്രദായം തുടങ്ങിയവ ഇപ്പോഴുമുണ്ട്.

പൊതുജനാരോഗ്യ സംവിധാനം ഏറ്റവും കാര്യക്ഷമമായി പ്രവർത്തിക്കുന്ന സംസ്ഥാനമാണ്. ജീവിത കാലാവധി ഏറ്റവും ഉയർന്നത്. പുരുഷന്മാർ 75 വയസ്. സ്ത്രീകൾ 78 വയസ്. ഏറ്റവുമധികം മുലപ്പാൽ കുടിക്കുന്ന കുട്ടികൾ ഉള്ള സംസ്ഥാനം, ഏറ്റവുമധികം കുട്ടികൾ ആശുപത്രികളിൽ പ്രസവിക്കുന്ന സംസ്ഥാനം, ഏറ്റവുമധികം ആരോഗ്യമുള്ള ശിശുക്കൾ ഉള്ള സംസ്ഥാനം തുടങ്ങിയവയും കേരളത്തിന്റെ പ്രത്യേകതകളാണ്.

പൊതുവിതരണ സംവിധാനം സുശക്തമാണ്. ദാരിദ്ര്യരേഖയ്ക്ക് താഴെയുള്ളവരെന്നോ മുകളിലുള്ളവരെന്നോ ഭേദമില്ലാതെ 2 രൂപയ്ക്ക് അരിവിതരണം ചെയ്യാൻ തീരുമാനിച്ച സംസ്ഥാനമാണ് കേരളം. പട്ടിണിയും ദാരിദ്ര്യവും തടയുന്നതിൽ പൊതുവിതരണ സംവിധാനം വലിയ പങ്കാണ് വഹിക്കുന്നത്. ഇന്ത്യയിലെ ഏറ്റവും ഉയർന്ന മിനിമംകൂലി കേരളത്തിലാണ്. ഉയർന്ന കൂലി കൊടുത്താലും കേരളീയരെ ഇന്ന് കൃഷിപ്പണിക്കോ നിർമാണ പ്രവർത്തനങ്ങൾക്കോ ലഭിക്കുക ബുദ്ധിമുട്ടാണ്. ഇക്കാരണത്താൽ തൊഴിലെടുക്കുന്നതിനായി അന്യസംസ്ഥാനത്തൊഴിലാളികൾ കേരളത്തിലേക്ക് ഒഴുകിക്കൊണ്ടിരിക്കുന്നു.

നേട്ടങ്ങളോടൊപ്പം സംസ്ഥാനത്തിന് കോട്ടങ്ങളും ഉണ്ട്. മദ്യപാനത്തിന്റെ കാര്യത്തിൽ കേരളം ഇന്ത്യയിൽ ഒന്നാമതാണ്. ആത്മഹത്യയാണ് മറ്റൊരു സാമൂഹ്യവിപത്ത്. വിദ്യാസമ്പന്നർക്കിടയിൽപ്പോലും ആത്മഹത്യാനിരക്ക് കൂടുതലാണ്. സിക്കിം കഴിഞ്ഞാൽ ഏറ്റവും ഉയർന്ന ആത്മഹത്യാ നിരക്കുള്ള സംസ്ഥാനമാണ് കേരളം.

കൃഷി

നെല്ല്, നാളികേരം, റബർ, തേയില, കാപ്പി, സുഗന്ധവ്യഞ്ജനങ്ങൾ തുടങ്ങിയവയാണ് പ്രധാന കാർഷികോൽപ്പന്നങ്ങൾ. ഇന്ത്യയിൽ ഏറ്റവുമധികം റബർ ഉൽപ്പാദിപ്പിക്കുന്ന സംസ്ഥാനം കേരളമാണ്. കാർഷിക സമ്പദ്‌വ്യവസ്ഥയുടെ നട്ടെല്ല് നാണ്യവിളകളാണ്. ഭക്ഷ്യവസ്തുക്കൾക്കായി അന്യസംസ്ഥാനങ്ങളെ ആശ്രയിക്കുന്ന സംസ്ഥാനമാണ് കേരളം. അരിയാണ് പ്രധാന ആഹാരം. അരിയുടെ ഉൽപ്പാദനം വർധിപ്പിക്കുന്നതായി സമീപകാലത്ത് ആവിഷ്കരിച്ച പദ്ധതികൾ ലക്ഷ്യം കണ്ടിരുന്നു. 2007–08 ൽ 2.28 ലക്ഷം ഹെക്ടർ ഭൂമിയിൽനിന്ന് 5.28 ലക്ഷം ടൺ നെല്ലാണ് ഉൽപ്പാദിപ്പിച്ചിരുന്നത്. എന്നാൽ 2009–2010 ൽ ഇത് 2.34

ലക്ഷം ഹെക്ടറിൽ 5.9 ലക്ഷം ടണ്ണായി വർധിച്ചു. ഇന്ത്യയിൽ നെല്ലിന് ഏറ്റവും ഉയർന്ന താങ്ങുവിലയുള്ള സംസ്ഥാനമാണ് കേരളം.

വ്യവസായം

ഏതാണ്ട് രണ്ട് ലക്ഷത്തോളം ചെറുകിട വ്യവസായ സ്ഥാപനങ്ങൾ കേരളത്തിൽ ഉണ്ട്. കയർ, കൈത്തറി, കരകൗശല ഉൽപ്പന്നങ്ങൾ തുടങ്ങിയവ നിർമിക്കുന്ന പരമ്പരാഗത വ്യവസായമേഖല സജീവമാണ്. അഞ്ഞൂറിലധികം ചെറുകിട, വൻകിട വ്യവസായങ്ങൾ സംസ്ഥാനത്തുണ്ട്. പൊതുമേഖലയുടെ ശക്തമായ സാന്നിധ്യമാണ് വ്യവസായ മേഖലയുടെ പ്രത്യേകത. കേന്ദ്ര സർക്കാരും മറ്റ് സംസ്ഥാന സർക്കാരുകളും പൊതുമേഖലാ സ്ഥാപനങ്ങളുടെ ഓഹരികൾ വിറ്റഴിക്കുമ്പോൾ കേരളത്തിലാവട്ടെ, നഷ്ടത്തിൽ പ്രവർത്തിച്ചിരുന്ന പൊതു മേഖലാസ്ഥാപനങ്ങൾ 2006–2011 കാലയളവിൽ ലാഭത്തിലായി. 2005–2006 വർഷത്തിൽ 96 കോടി രൂപ നഷ്ടമുണ്ടാക്കിയിരുന്ന പൊതുമേഖലാവ്യവസായ സ്ഥാപനങ്ങൾ 2010–2011 ൽ 300 കോടി രൂപ ലാഭമുണ്ടാക്കി.

ഏറ്റവും വേഗത്തിൽ വളർന്നുകൊണ്ടിരിക്കുന്ന വ്യവസായം ടൂറിസമാണ്. ഇന്ത്യയിലെത്തുന്ന വിദേശ ടൂറിസ്റ്റുകളിലെ 12 % കേരളം സന്ദർശിക്കുന്നുണ്ട്. ഇന്ത്യയിലെ ഏറ്റവും മികച്ച വിനോദസഞ്ചാര സൗഹൃദ സംസ്ഥാനത്തിനുള്ള പുരസ്കാരം സ്ഥിരമായി കേരളത്തിനാണ് ലഭിക്കാറുള്ളത്. ഐ ടി അനുബന്ധ വ്യവസായങ്ങളും വളർച്ചയുടെ പാതയിലാണ്. തിരുവനന്തപുരത്തെ ടെക്നോപാർക്ക്, കൊച്ചിയിലെ ഇൻഫോപാർക്ക് തുടങ്ങിയവക്ക് പുറമെ കൊച്ചിയിൽ സ്മാർട്ട്സിറ്റി എന്ന വൻസംരംഭം ഇപ്പോൾ ഉയർന്നുകൊണ്ടിരിക്കുകയാണ്.

സേവനമേഖലയാണ് പ്രധാന വരുമാനസ്രോതസ്. വരുമാനത്തിന്റെ 63.8 % സേവന മേഖലയിൽ നിന്നാണ്. ടൂറിസം, പണമിടപാട്, ബാങ്കിങ്, ഗതാഗതം തുടങ്ങിയവയാണ് ഈ മേഖലയിലെ പ്രധാന ഉപമേഖലകൾ.

ഗൾഫാണ് മറ്റൊരു പ്രധാന സാമ്പത്തിക സ്രോതസ്. ജീവിതം തേടി ഗൾഫ് രാജ്യങ്ങളിലേക്ക് പോയവരെല്ലാം തങ്ങളുടെ സമ്പാദ്യം കേരളത്തിൽ തന്നെയാണ് വിനിയോഗിക്കുന്നത്. ഇപ്പോൾ ഗൾഫ് രാജ്യങ്ങളിലേക്ക് മാത്രമല്ല, തൊഴിൽതേടി പടിഞ്ഞാറൻ രാജ്യങ്ങളിലേക്കും അഭ്യസ്തവിദ്യർ പോകുന്നുണ്ട്. ഇതെല്ലാം കേരളത്തിന്റെ സമ്പദ്‌വ്യവസ്ഥയുടെ അടിത്തറ ഭദ്രമാക്കുന്നു.

ആഘോഷങ്ങൾ

ഓണം, ബക്രീദ്, റംസാൻ, ക്രിസ്തുമസ്, ഈസ്റ്റർ, വിഷു, തിരുവാതിര, ദീപാവലി തുടങ്ങിയവയാണ് പ്രധാന ആഘോഷങ്ങൾ. ഇവയെ കൂടാതെ തൃശൂർപ്പൂരം, ആറ്റുകാൽ പൊങ്കാല ശബരിമല മകരവിളക്ക് എന്നിങ്ങനെ പ്രാദേശിക പ്രാധാന്യമുള്ള നൂറുകണക്കിന് ആഘോഷങ്ങളും കേരളത്തിലുണ്ട്.

ടൂറിസം

വിനോദ സഞ്ചാരികൾ നിർബന്ധമായും കണ്ടിരിക്കേണ്ട 50 സ്ഥലങ്ങളിൽ ഒന്നാണ് കേരളം. തിരുവനന്തപുരം, കോവളം, വേളി, പൊൻമുടി, നെയ്യാർ, ആലപ്പുഴ, ഫോർട്ട് കൊച്ചി, മൂന്നാർ, തേക്കടി, കുമരകം, അതിരപ്പിള്ളി, പീച്ചി, സൈലന്റ് വാലി, മലമ്പുഴ, വയനാട്, ബേക്കൽ കോട്ട എന്നിങ്ങനെ നിരവധി വിനോദ സഞ്ചാരകേന്ദ്രങ്ങൾ ഇവിടെയുണ്ട്.

ഭക്ഷണങ്ങൾ

ഇന്ത്യയിൽ ഏറ്റവും വിഭവസമൃദ്ധമായി ഭക്ഷണം കഴിക്കുന്നവരാണ് കേരളയീർ. പൊതുവെ മാംസാഹാരപ്രിയർ. പുട്ട്, ദോശ, ഇഡ്‌ലി, അപ്പം, കപ്പ, ചോറ്, ബിരിയാണി, നെയ്ച്ചോറ്, വ്യത്യസ്തയിനം മത്സ്യ മാംസ ഇനങ്ങൾ എന്നിങ്ങനെ കേരളീയ ഭക്ഷണങ്ങളുടെ പട്ടിക നീണ്ടതാണ്.

കണ്ടിരിക്കേണ്ട സ്ഥലം

തിരുവനന്തപുരം

കേരളത്തിന്റെ തലസ്ഥാനമാണ് തിരുവനന്തപുരം. ഒരേസമയം സമുദ്രത്തിന്റെയും സമതല പ്രദേശങ്ങളുടെയും പശ്ചിമഘട്ടവനങ്ങളുടെയും സൗന്ദര്യം ഇവിടെ ആസ്വദിക്കാം. പ്രസിദ്ധമായ ശ്രീ പത്മനാഭ സ്വാമി ക്ഷേത്രം, രവിവർമ്മ ചിത്രങ്ങളുള്ള ആർട്ട് ഗ്യാലറി, മ്യൂസിയം, മൃഗശാല തുടങ്ങിയവ നഗരത്തിലുണ്ട്. നഗരത്തിൽ നിന്ന് അകലെയുള്ള കോവളം ഇന്ത്യയിലെ ഏറ്റവും പ്രസിദ്ധമായ ബീച്ചാണ്. പൊൻമുടി, നെയ്യാർഡാം, വേളി തുടങ്ങിയവയാണ് മറ്റ് പ്രധാന ടൂറിസ്റ്റ് കേന്ദ്രങ്ങൾ.

ഓണക്കാലത്താണ് ഏറ്റവുമധികം സഞ്ചാരികൾ ഇവിടെ എത്തുന്നത്. റെയിൽ മാർഗവും റോഡ് മാർഗവും വിമാനമാർഗവും ഇവിടെ എത്താം.

പൊതുവിവരങ്ങൾ

തലസ്ഥാനം	–	തിരുവനന്തപുരം
ജില്ലകൾ	–	14
നിയമസഭാമണ്ഡലങ്ങൾ	–	140
ലോകസഭാമണ്ഡലങ്ങൾ	–	20
രാജ്യസഭാ സീറ്റുകൾ	–	9
രൂപീകൃതമായ വർഷം	–	1956 നവംബർ 1
ഔദ്യോഗിക ഭാഷ	–	മലയാളം
ജനസംഖ്യ	–	31,841,374
ജനസാന്ദ്രത	–	819/Km^2
വിസ്തീർണം	–	38863/Km^2

സാക്ഷരത	-	94.59%
വിമാനത്താവളങ്ങൾ	-	തിരുവനന്തപുരം, നെടുമ്പാശ്ശേരി, കരിപ്പൂർ
റെയിൽഗതാഗതം	-	1,050 കിലോമീറ്റർ
റോഡ് ഗതാഗതം	-	1,41,856 ചതുരശ്ര കിലോമീറ്റർ
ഉയർന്ന താപനില	-	35^0C
താഴ്ന്ന താപനില	-	21^0C

പ്രത്യേകതകൾ

1. ഇന്ത്യയിലെ ഏറ്റവും ഉയർന്ന സാക്ഷരതയുള്ള സംസ്ഥാനം.
2. ഉയർന്ന പൊതുജനാരോഗ്യമുള്ള സംസ്ഥാനം.
3. ഏറ്റവും ഉയർന്ന ആയുർദൈർഘ്യം.
4. ഉയർന്ന സ്ത്രീ പുരുഷ അനുപാതം.
5. മികച്ച ക്രമസമാധാനനില.
6. മികച്ച പൊതുവിതരണ സമ്പ്രദായം.
7. മികച്ച പ്രാഥമികവിദ്യാഭ്യാസ രംഗം.
8. ഉയർന്ന ആത്മഹത്യാ നിരക്കിൽ രണ്ടാം സ്ഥാനത്തുള്ള സംസ്ഥാനം.
9. മദ്യപാനത്തിൽ ഇന്ത്യയിൽ ഒന്നാമത്.

സഹായനമ്പരുകൾ

ടോൾഫ്രീ നമ്പർ	-	100
പൊലീസ് കൺട്രോൾ റൂം	-	0471-2331843
പൊലീസ് വെബ്സൈറ്റ്	-	www.keralapolice.org
ടൂറിസം വെബ്സൈറ്റ്	-	www.keralatourism.org
ടൂറിസം ഇൻഫർമേഷൻ നമ്പർ	-	0471 - 2321132
പബ്ലിക് റിലേഷൻസ്	-	www.prd.kerala.gov.in

34

ദാമൻ ആന്റ് ദ്യു

ചരിത്രം

അറബിക്കടലിന്റെ തീരത്ത് സ്ഥിതിചെയ്യുന്ന ദ്വീപാണ് ദാമൻ. ദ്യു ആകട്ടെ അറബിക്കടലിനകത്ത് സ്ഥിതി ചെയ്യുന്ന കൊച്ചു ദ്വീപും. ദാമനും ദ്യുവും പോർച്ചുഗീസ് കോളനികളായിരുന്നു. 1961 ൽ ഇന്ത്യൻ സൈന്യം ഈ പ്രദേശങ്ങൾ ഇന്ത്യയിൽ ലയിപ്പിച്ചു. 1974 വരെ പോർച്ചുഗീസുകാർ ലയനം അംഗീകരിച്ചിരുന്നില്ല. 1987 വരെ ഗോവ, ദാമൻ, ദ്യു എന്നീ 3 പ്രദേശങ്ങൾ ചേർന്നുള്ള പ്രത്യേക കേന്ദ്രഭരണ പ്രദേശമായിരുന്നു. 1987 ഗോവ സംസ്ഥാനമായി. അതോടെ ദാമനും ദ്യുവും കേന്ദ്രഭരണ പ്രദേശമായി.

ഭൂമിശാസ്ത്രം

അറബിക്കടലിന്റെ തീരത്ത് സ്ഥിതിചെയ്യുന്ന ദാമന്റെ വടക്ക് ഭഗവാൻ നദി, തെക്ക് കലോം നദി, കിഴക്ക് ഗുജറാത്തിലെ വൽസാദ്, പടിഞ്ഞാറ് അറബിക്കടൽ. ഉയർന്ന താപനില 37^0c. താഴ്ന്ന താപനില 11^0c. വർഷന്തോറും ശരാശരി 1687 മില്ലിമീറ്റർ മഴ ലഭിക്കാറുണ്ട്. വരാവാൽ തുറമുഖത്തിന് സമീപം സ്ഥിതിചെയ്യുന്ന ദ്യു ദ്വീപിലെ കാലാവസ്ഥയും സമാനമാണ്.

കൃഷി

കൃഷിയെ ആശ്രയിച്ചാണ് ജനസംഖ്യയിലെ ഭൂരിഭാഗവും ജീവിക്കുന്നത്. അരി, പരിപ്പ്, നിലക്കടല, റാഗി തുടങ്ങിയവയാണ് പ്രധാന കാർഷികോൽപ്പന്നങ്ങൾ.

വ്യവസായം

ചെറുകിട വ്യവസായ മേഖല സജീവമാണ്. നിരവധി ഉപ്പ് സംസ്കരണ ഫാക്ടറികൾ സംസ്ഥാനത്തുണ്ട്. അറുന്നൂറോളം ചെറുകിട വ്യവസായ ശാലകൾ സംസ്ഥാനത്ത് പ്രവർത്തിക്കുന്നു. ധാതു അധിഷ്ഠിത വ്യവസായങ്ങളും സംസ്ഥാനത്തുണ്ട്.

സംസ്കാരം

ഗുജറാത്തിന്റേതിന് സമാനമായ സംസ്കാരമാണ് ഇവിടെയും. ഗുജറാത്തിലെ ആഘോഷങ്ങൾ ഇവിടുത്തുകാരും ആഘോഷിക്കുന്നു.

രാഷ്ട്രീയം

കേന്ദ്രഭരണ പ്രദേശമായതിനാൽ കേന്ദ്ര സർക്കാർ നിയോഗിക്കുന്ന ഉദ്യോഗസ്ഥനായ അഡ്മിനിസ്ട്രേറ്ററാണ് ഭരണം നടത്തുന്നത്. ബി ജെ പിയും കോൺഗ്രസുമാണ് പ്രധാന രാഷ്ട്രീയ കക്ഷികൾ. ഗുജറാത്ത് രാഷ്ട്രീയം ഇവിടുത്തെ രാഷ്ട്രീയത്തെ നിർണായകമായി സ്വാധീനിക്കാറുണ്ട്. ഇവിടെനിന്ന് ലോക്സഭയിലേക്ക് ഒരാൾ തിരഞ്ഞെടുക്കപ്പെടുന്നു.

സാമൂഹ്യാവ്യവസ്ഥ

ബഹുഭൂരിഭാഗവും ഹിന്ദുമത വിശ്വാസികളാണ്. ക്രിസ്ത്യാനികളും ചില സ്ഥലങ്ങളിൽ തിങ്ങിപ്പാർക്കുന്നു. ഗുജറാത്ത് മഹാരാഷ്ട്ര സംസ്ഥാനങ്ങളുമായി താരതമ്യം ചെയ്യുമ്പോൾ മെച്ചപ്പെട്ട ക്രമസമാധാനനിലയാണ്. ജനസംഖ്യയിലെ 88 ശതമാനം പേർ സാക്ഷരരാണ്. ജനസാന്ദ്രത ഉയർന്നതാണ്. ചതുരശ്രകിലോമീറ്ററിൽ 2,169 പേർ. സ്ത്രീപുരുഷ അനുപാതം വളരെ കുറവാണ്. 1000 പുരുഷന്മാർക്ക് 618 സ്ത്രീകൾ.

പൊതുവിവരണങ്ങൾ

തലസ്ഥാനം	–	ദാമൻ
രൂപീകൃതമായ ദിവസം	–	1984 മെയ് 30
ഔദ്യോഗിക ഭാഷകൾ	–	ഗുജറാത്തി, ഹിന്ദി
വിസ്തീർണം	–	112/Km^2
ജില്ലകൾ	–	2
ലോക്സഭാ സീറ്റുകൾ	–	1
സാക്ഷരത	–	88 ശതമാനം

സഹായനമ്പറുകൾ

പൊലീസ് കൺട്രോൾ റൂം	–	0260 – 2254100
ടൂറിസം ഇൻഫർമേഷൻ	–	0260 – 2230700

35

ലക്ഷദ്വീപ്

ലക്ഷദ്വീപ് എന്നാൽ ഒരു ലക്ഷം ദ്വീപുകൾ എന്നാണർഥം.

ചരിത്രം

ലക്ഷദ്വീപ് പ്രദേശം തമിഴ്നാട്ടിലെ ചേരന്മാരുടെ നിയന്ത്രണത്തിലായിരുന്നുവെന്ന് സംഘകാല സാഹിത്യകൃതികളിൽ പറയുന്നുണ്ട്. പല്ലവ കാലഘട്ടത്തിലെ കൃതികളിൽ ലക്ഷദ്വീപിനെ ദ്വീപാലക്ഷാം എന്ന് വിശേഷിപ്പിച്ചിട്ടുണ്ട്. അമിനി, അന്ത്രോട്ട്, കവരത്തി, അഗാട്ടി ദ്വീപുകളിലാണ് ആദ്യകാലത്ത് മനുഷ്യവാസം ഉണ്ടായിരുന്നത്. 6,7 നൂറ്റാണ്ടുകളിൽ ബുദ്ധമതം പ്രചരിച്ചിരുന്നതായി പുരാവസ്തു വകുപ്പിന് തെളിവുകൾ ലഭിച്ചിട്ടുണ്ട്. എ ഡി 661 ൽ അറബിയായ ഉബൈദുള്ളയാണ് ഇസ്ലാം മതം ലക്ഷദ്വീപിലെത്തിച്ചത്. ദ്വീപിലെ ബഹുഭൂരിഭാഗം ജനങ്ങളും ഇസ്ലാം മതവിശ്വാസികളാണ്. 17-ാം നൂറ്റാണ്ടോടെ ലക്ഷദ്വീപ് കണ്ണൂരിലെ ആലിരാജാക്കന്മാരുടെയും അറയ്ക്കൽ ബീവിയുടെയും അധീനതയിലായി. കുറച്ചുകാലം പോർച്ചുഗീസുകാർ ആധിപത്യം ഉറപ്പിച്ചു. ഇവിടെനിന്നും വൻതോതിൽ കയർ കയറ്റിക്കൊണ്ടുപോയി. പോർച്ചുഗീസുകാരുടെ ചൂഷണത്തിനെതിരെ ജനങ്ങൾ ശക്തമായി പ്രതിഷേധിച്ചതോടെ അവർ ദ്വീപ് വിട്ട് പോയി. 1787ലാണ് ടിപ്പുസുൽത്താൻ ഇവിടെയെത്തിയത്. അതോടെ അമിനി, കട്വട്ട്, കിട്ടാൻ, ചെട്ട്ലാട്ട്, ബിത്ര ദ്വീപുകൾ അദ്ദേഹത്തിന്റെ നിയന്ത്രണത്തിലായി. 3-ാം ആംഗ്ലോ മൈസൂർ യുദ്ധത്തിൽ ബ്രിട്ടീഷുകാർ ടിപ്പുവിനെ പരാജയപ്പെടുത്തിയതോടെ ദ്വീപുസമൂഹത്തിൽ ബ്രിട്ടീഷ് ഭരണം ആരംഭിച്ചു. മദ്രാസ് പ്രസിഡൻസിക്ക് കീഴിൽ മലബാർ ജില്ലയുടെ ഭാഗമായിരുന്നു ലക്ഷദ്വീപ്. ദ്വീപുകളിലെ ജനങ്ങൾ മലയാളികളാണെങ്കിലും സംസ്ഥാന പുനഃസംഘടനാ കമീഷൻ ലക്ഷദ്വീപിനെ കേര

ളത്തിൽ ചേർത്തില്ല. അതോടെ ഇന്ത്യയിലെ ഏറ്റവും ചെറിയ കേന്ദ്ര ഭരണ പ്രദേശമായി ലക്ഷദ്വീപ് മാറി.

ഭൂമിശാസ്ത്രം

36 ദ്വീപുകൾ ചേർന്ന പ്രദേശമാണ് ലക്ഷദ്വീപ്. കേരള തീരത്തുനിന്ന് 200 കിലോമീറ്റർ മുതൽ 300 കിലോമീറ്റർ വരെ അകലെ സ്ഥിതി ചെയ്യുന്ന ദ്വീപുകളാണിത്. 36 ദ്വീപുകളും ചേർന്നുള്ള ആകെ വിസ്തൃതി 32 ചതുരശ്രകിലോമീറ്റർ മാത്രം. കവരത്തി, മിനിക്കോയ്, സുഹേലി പാർ, കൽപ്പേനി, അൻഡ്രോത്ത്, പിട്ടി, അഗാട്ടി, ബാൻഗാറാം, അമിനി, പെരിമൾ, കിൽട്ടാൻ, ബിത്ര തുടങ്ങിയവയാണ് പ്രധാന ദ്വീപുകൾ. ഏറെക്കുറെ കേരളത്തിലേതിന് സമാനമായ കാലാവസ്ഥയാണ് ലക്ഷദ്വീപിലേത്.

സമ്പദ്‌വ്യവസ്ഥ

നാളികേരമാണ് പ്രധാന കാർഷികോൽപ്പന്നം. 2,598 ഹെക്ടർ പ്രദേശത്ത് തെങ്ങ് കൃഷിചെയ്യുന്നുണ്ട്. നാളികേരത്തിന്റെ ഉൽപ്പാദനക്ഷമത ഉയർന്നതാണ്. ഹെക്ടറിൽ 22,310 നാളികേരമാണ് ശരാശരി ഉൽപ്പാദനക്ഷമത.

പണ്ടു മുതൽക്കേ മത്സ്യബന്ധനമാണ് ബഹുഭൂരിഭാഗത്തിന്റെയും പ്രധാന തൊഴിൽ. ഇപ്പോൾ വിവിധ ദ്വീപുകളിലായി ഇരുപതോളം കയർ അധിഷ്ഠിത വ്യവസായങ്ങളുണ്ട്.

കടലിലെ ഉപ്പുവെള്ളം ശുദ്ധജലമാക്കി മാറ്റുന്ന ലോകത്തെ ആദ്യത്തെ കുറഞ്ഞ താപോഷ്ണ പ്ലാന്റ് കവരത്തിയിലാണ്. ഒരു ലക്ഷം ലിറ്റർ ശുദ്ധജലമാണ് ഓരോ ദിവസവും ഇവിടെ ഉൽപ്പാദിപ്പിക്കുന്നത്.

രാഷ്ട്രീയം

ഒരു ജില്ലയ്ക്കുള്ളിൽ ഒതുങ്ങി നിൽക്കുന്ന ചെറിയ പ്രദേശമാണ് ലക്ഷദ്വീപ്. കേന്ദ്ര സർക്കാർ നിയോഗിക്കുന്ന അഡ്മിനിസ്ട്രേറ്ററാണ് ഭരണ നിർവഹണം നടത്തുന്നത്. പഞ്ചായത്ത് രാജ് സംവിധാനം ശക്തമാണ്. 10 ദ്വീപുകളിൽ കൗൺസിലുകൾ ഉണ്ട്. 79 അംഗങ്ങളും.

കോൺഗ്രസ് ആണ് പ്രധാന രാഷ്ട്രീയ ശക്തി. കേന്ദ്രമന്ത്രിയും ലോക്സഭാ ഉപാധ്യക്ഷനുമായിരുന്ന പി എം സെയ്ദായിരുന്നു ദീർഘകാലം ഇവിടുത്തെ ലോക്സഭാംഗം. എന്നാൽ 2004 ൽ സെയ്ദിന് അടിപതറി. ഐക്യജനതാദളിലെ കോയ പി എം സെയ്ദിനെ തോൽപ്പിച്ച് ലോക്സഭയിലെത്തി. തിരഞ്ഞെടുപ്പിൽ പരാജയപ്പെട്ടെങ്കിലും പി എം സെയ്ദ് രാജ്യസഭാംഗമായും കേന്ദ്ര ഊർജമന്ത്രിയുമായി. പി എം സെയ്ദ് അന്തരിച്ചു. പി എം സെയ്ദിന്റെ മകൻ ഹംദുള്ള സെയ്ദാണ് ലക്ഷദ്വീപിൽ നിന്നുള്ള ഇപ്പോഴത്തെ ലോക്സഭാംഗം.

എൻ സി പി ഐക്യ ജനതാദൾ, സി പി ഐ എം എന്നിവയാണ് സംസ്ഥാനത്തെ പ്രമുഖ പാർട്ടികൾ.

സാമൂഹ്യാവസ്ഥ

ജനസംഖ്യയിലെ ബഹുഭൂരിഭാഗവും മുസ്ലിങ്ങളാണ്. മലയാളമാണ് പ്രധാന ഭാഷ. മിനിക്കോയ് ദ്വീപുകാർ മഹൽ ഭാഷ സംസാരിക്കുന്നു. ക്രമസമാധാന പാലനത്തിൽ ലക്ഷദ്വീപ് മുന്നിലാണ്. ജനങ്ങൾ സമാധാനപ്രിയർ. ഇന്ത്യൻ ജനാധിപത്യത്തിൽ ലക്ഷദ്വീപിന് നിർണായകസ്ഥാനമുണ്ട്. സ്വാതന്ത്ര്യത്തിനുശേഷം ഇന്നുവരെ നടന്ന ഒട്ടുമിക്ക തിരഞ്ഞെടുപ്പുകളിലും ഏറ്റവും ഉയർന്ന പോളിങ് ശതമാനം രേഖപ്പെടുത്തിയ പ്രദേശം ലക്ഷദ്വീപാണ്. പ്രതികൂല ഘടകങ്ങൾ ഏറെ ഉണ്ടായിട്ടും സാക്ഷരത ഉയർന്നതാണ്. 96.11 ശതമാനം സ്ത്രീപുരുഷ ആനുപാതം 968 (1000 പുരുഷന്മാർക്ക് 968 സ്ത്രീകൾ).

ആഘോഷങ്ങൾ

ഈദുൾഫിത്തർ, ബക്രീദ്, മുഹറം, മിലാദി ഷരീഫ് തുടങ്ങിയവയാണ് പ്രധാന ആഘോഷങ്ങൾ.

ഭക്ഷണങ്ങൾ

അരിയാണ് പ്രധാന ആഹാരം. കടൽ മീനുകൾ ഏറ്റവുമധികം ഭക്ഷിക്കുന്നവരാണ് ലക്ഷദ്വീപുകാർ. ഭക്ഷണത്തിൽ നാളികേരവും ഇവർ ഉപയോഗിക്കുന്നു.

ടൂറിസം – പ്രധാന വിനോദ സഞ്ചാരകേന്ദ്രങ്ങൾ

ബാൻഗാരം – ബീച്ച്, സമുദ്രയാനകളികൾക്ക് പ്രസിദ്ധം
കവരത്തി – തലസ്ഥാനം
മിനിക്കോയ് – പുരാതന ലൈറ്റ് ഹൗസ്
പിട്ടി – കടൽപക്ഷികളുടെ ഉദ്യാനം.

പൊതുവിവരങ്ങൾ

തലസ്ഥാനം	–	കവരത്തി
ജനസംഖ്യ	–	64,429 (2011 കാനേഷുമാരി)
സാക്ഷരത	–	92.28 ശതമാനം
വിസ്തീർണം	–	32 ചതുരശ്രകിലോമീറ്റർ
ഔദ്യോഗികഭാഷ	–	മലയാളം
വിമാനത്താവളം	–	അഗാട്ടി

സഹായനമ്പറുകൾ

പൊലീസ് കൺട്രോൾ റൂം	–	04896 – 263100
ടൂറിസം ഇൻഫർമേഷൻ	–	04896 – 262255

www.ingramcontent.com/pod-product-compliance
Lightning Source LLC
LaVergne TN
LVHW100434051026
849518LV00004B/1492